D1771067

...வாடாப் பைம்மயிர், இளைய ஆடு நடை,
அண்ணல் மழ களிறு அரிஞிமிறு ஓப்பும்
கன்று புணர் பிடிய; குன்றுபல நீந்தி
வந்து அவண் இறுத்த இரும்பேர் ஒக்கல்
தொல்பசி உழந்த பழங்கண் வீழ...

- குமட்டூர்க் கண்ணனார் [பதிற்றுப்பத்து]

தொல்பசிக் காலத்து குற்ற விசாரணை அறைக்குள் மூடி முத்திரையிடப்பட்ட 8 தடயக்குறிப்புகள்

(குறுநாவல்களும் சிறுகதைகளும்)

பாவெல் சக்தி

எதிர் வெளியீடு

தொல்பசிக் காலத்து குற்ற விசாரணை அறைக்குள்
மூடி முத்திரையிடப்பட்ட 8 தடயக்குறிப்புகள்
பாவெல் சக்தி

முதல் பதிப்பு: ஜனவரி 2022

எதிர் வெளியீடு,
96, நியூ ஸ்கீம் ரோடு, பொள்ளாச்சி – 642 002
தொலைபேசி: 04259 226012, 99425 11302

விலை: ரூ.450

Tholpasi Kaalathu Kutra Visaranai Araikkul
Moodi muthiraiyidapatta 8 Thadayakurippukal
Povel Sakthi

Copyright © Povel Sakthi
First Edition: January 2022

Published by
Ethir Veliyeedu, 96, New Scheme Road, Pollachi- 642 002
email: ethirveliyedu@gmail.com
www.ethirveliyedu.in

ISBN: 978-93-90811-16-8
Cover Design: Santhosh Narayanan
Printed at Jothy Enterprises, Chennai.

All rights reserved. No part of this book may be reprinted or reproduced or utilised in any form or by any electronic, mechanical or other means, now known or hereafter invented, including Photocopying and recording, or in any information storage or retrieval system, without permission in writing from the Publisher.

'தொல்பசி உழந்த பழங்கண்' வீழாமல்
    வெயில் துகள்கள் தின்ற மனிதர்களுக்கும்...
கசட்டுறு வினை தொழில் புரியும்
    அதிகார நெடும் பேய்களினால் கொல்லப்பட்டவர்களுக்கும்...

உள்ளே...

குறுநாவல்கள்

- அஞ்சனம்மாளும் அந்த இரண்டு எழுத்தும் 17
- தொல்பசி மகளிர் 75
- செவிட்டுக் கிழவி 155

சிறுகதைகள்

- ஒரு ஓய்வுபெற்ற குற்றப் புலனாய்வாளரின்
  தாக்கல் செய்யப்படாத அறிக்கை 233
- செக்சன் 32(1)ஆஃப் இன்டியன் எவிடன்ஸ் ஆக்ட் 1872 278
- வெள்ளையன், மணி மற்றும் ஒரு பின்குறிப்பு 301
- குற்ற எண் : 360/2027 329
- மூன்று மணிநேரம் 353

“வாழ்வென்பது ஒருவன் தன்னைத்தானேக் கொளுத்திக்கொண்டு
இன்னும் சூடாகாமல் இருப்பது”

விரும்பினாலும்கூட என்னால் சில கதைகளை மட்டும் ஒரே நேர்கோட்டில் எழுத முடியாது. படிக்கும்போது அது உங்களுக்கு அடர்த்தியானதாக, சிக்கலானதாக, ஏன் குழப்பமானதாகக்கூட இருக்கலாம். ஆனால் அதற்குக் காரணம், முற்றிலும் தலைகீழாகிப்போன ஒரு வாழ்வை, உயிர் உட்பட உடமையென்று எதையும் சொல்லிக்கொள்ள முடியாதவொரு ஜீவனத்தை, வாரம் ஒருமுறையாவது “செத்துவிடலாமா?” என்ற எண்ணம் தோன்றாமல் இருந்தால் அதிசயப்படக்கூடிய மனநிலையில் வாழச் சபிக்கப்பட்ட மனிதர்கள்தானேயொழிய நானோ, என் எழுத்தோ அல்ல.

ஐந்து வயது மகன்களைச் சவப்பெட்டிபோல் இருந்த சூட்கேஸ்களில் வைத்து இழுத்துச்சென்ற அம்மாக்களும்... நடக்கப் பழகாத மகள்களை தலைக்குமேல் தூக்கிவைத்து கைகள் இரண்டிலும் துணி மூட்டைகளையும், உணவுப் பொட்டலங்களையும் சுமந்துச்சென்ற அப்பாக்களும்... பளபளக்கும் இந்தியாவின் நான்கு வழிச்சாலைகளை குறுக்கும்நெடுக்குமாய் அளந்து, வெடித்துக் கீறி, ரத்தம் தோய்ந்து, பிளந்துபோனப் பிஞ்சுப் பாதங்களும்... சாலைகளில் லாரிகளும், தண்டவாளங்களில் இரயில்களும் ஏறி இறங்கி, நசுங்கி, கிழிந்து, துண்டாகி தூக்கத்திலேயே உயிர்விட்டு வேறுவழியில்லாமல் போகும் வழியிலேயே புதைக்கப்பட்டவர்களும்... நிறைமாத வயிற்றோடு நடந்த கர்ப்பிணிகளும்... அப்படி நடந்தவர்கள் மரநிழல்களின்கீழ் பெற்றெடுத்தப் பிள்ளைகளும்... பெற்றெடுத்த ஒருமணிநேரத்தில் தங்கள்முன் நீண்டுகிடந்த நூற்றுக்கணக்கான கிலோமீட்டர்கள் தூரத்தை நடந்து கடக்க எழுந்தபோது அக்கரியநிற தார்ச்சாலைகளைச் சிவப்பாக்கிய அவர்களின் அடிவயிற்று இரத்த சிதறல்களும்... கொளுத்தும் வெயிலில் இருக்கும் வலிகளோடு இன்னும் கொஞ்சம் சேர்த்துக்கொண்டு கால்கள் இல்லாத அல்லது பலமிழந்த கால்களைக்கொண்ட

மனைவிகளை, வயதான பெற்றோர்களை, தோளில் சுமந்தபடி நடந்த கணவர்களும், மகன்களும்... உணவுக்காக கைநீட்டி வரிசையில் நின்ற குழந்தைகளும்... ஏக்கத்தைவிட பெரிதான ஒன்றை ததும்ப ததும்ப தாங்கிநின்ற அவர்களின் கண்களும்... அப்பொட்டலங்களை கைகூப்பிக் கும்பிட்டுத்தான் வாங்கவேண்டும் என்று வாழ்வில் முதல் முறையாகக் கற்றுக்கொண்ட நரம்புகள்கூட இன்னும் வெளித்தெரியாத பொடிக் கைகளும்... நினைவு வைத்திருப்பீர்களேயானால் இரயில் நிலையத்தில் தாய் இறந்ததுகூட தெரியாமல் அவளின் சேலையை இழுத்து விளையாடிக் கொண்டிருந்த அந்தப் பச்சிளம் குழந்தையும்... நடக்கும்போதே இறந்துபோன ஒரு மகளையும், இறப்பை நோக்கி நகர்ந்து கொண்டிருந்த இரண்டாவது மகளையும் கிடத்திவிட்டு என்ன செய்வதென்று தெரியாமல் கைகளும், உதடும் நடுநடுங்க அழுதத் தகப்பனும்... பசியோடு அறுபது கிலோமீட்டர் நடந்துவந்து 'தானே' அருகில் மயங்கி விழுந்துச் செத்த மத்தியப்பிரதேச தொழிலாளியும்... அவனைப்போல் சாக விருப்பமில்லாமல் நெடுஞ்சாலையின் வாகனம் ஏறிச்செத்திருந்த ஒரு நாயின் மாமிசத்தை வெறியோடு தின்ற ஒரு மனிதனும்... விற்க வந்த காய்கறிகளை விற்கவிடாமல் அதிகாலையிலிருந்து சூரியன் உச்சிக்குவரும்வரை தடுத்து நிறுத்தி, இறுதியில் அன்றைய பிழைப்பு மண்ணோடுபோக காவல்துறை வாகனத்தின் முன்னேயே அந்தக் காய்கறிகளை கொட்டிவிற்றுச் சென்ற அந்த விவசாயியும் என... கொஞ்சமும் வாழத் தகுதியில்லாத ஒரு தரப்பும்...

இன்னொரு புறம்...

இரவிலும் பகலிலும் நடந்த அவர்களை அச்சுறுத்திய மிருகங்களைவிட, பீதியூட்டியபடி நீண்டு கிடந்த அச்சாலைகளைவிட, அவர்கள் நடப்பதைப் பயன்படுத்திக்கொண்டு அனைத்தையும் தனியாருக்கு விற்றுக்கொண்டிருந்த - அதைப்பார்த்து அங்கலாய்த்த நம்மை 'இருபது லட்சம் கோடி உதவி' என்று ஆற்றுப்படுத்திய திறமைமிக்க ஆட்சியாளர்களும்... மதுக்கடைகளைத் திறக்கக்கூடாது என்று மனு போட்டவருக்கு இரண்டு லட்சம் அபராதம் போட்டுவிட்டு, "யார் நடக்கிறார்கள் யார் நடக்கவில்லை என்று எங்களுக்கு எப்படி தெரியும்? நடந்து போகிறவர்களை நாங்கள் என்ன தடுத்து நிறுத்தவா முடியும்?" என்று கேட்ட கருணைமிக்க உச்சநீதிமன்ற நீதிபதிகளும்...

நடைபாதை கடைக்காரர்கள் விற்றுவந்த பழங்களை சாலையில் தூக்கி வீசி எரிந்து, ஒரு கதாநாயகன்போல பெரும் நோய்த் தொற்றிலிருந்து அவர்களை காப்பாற்றி சாதனை புரிந்த ஒரு நகராட்சி ஆணையரும்... "எட்டு மணிக்குமேல் கடையைப் பூட்டவில்லை" என்று சொல்லப்படும் மிகமுக்கியமானதொரு காரணத்திற்காக அப்பா, மகன் இருவரையும் பிட்டத்தில் இருநூறு அடிகள்வரை அடித்துக்கொன்று சட்டம் ஒழுங்கை காப்பாற்றிய காவல்துறையும்... "தன்முன் ஒருவன் எந்த நிலையில் எப்படி நிற்கிறான்" என்று நிமிர்ந்துகூட பார்க்காமல் அவர்களை நிரந்தரமாக கொல்ல சிறைக்கு அனுப்பிய ஒரு நீதியரசரும்... அவரைப் போன்றே அற்புதமான சிலபல அநீதியான உயிரினங்களை உருவாக்கிக் கொண்டிருக்கிற நீதித்துறையும்... வழக்கம்போல பிசிறு தட்டாமல் காவல்துறையைக் காப்பாற்றும் சிறைத்துறையும்... அந்த சிறைக்கூடத்திற்கு வந்து ஒரு கடைநிலை நகராட்சி ஊழியர்போல வெறும் மருந்துகளை மட்டும் அவர்கள்மேல் அள்ளித்தெளித்து விட்டுச்சென்ற மருத்துவத்துறையும் என... இப்படி சீருடையணிந்த, அணியாத அதிகார வர்க்கமும், அவர்கள் வசிக்கும் கட்டிடங்களும், அங்கிருந்து பிறப்பிக்கப்படும் உத்தரவுகளும், பிரிட்டிஷ்காரர்கள் உருவாக்கி வைத்து விட்டுப்போன ஆட்சிமுறையை, சட்டங்களை, அதிகார அடுக்குகளை வெவ்வேறு ஜனரஞ்சகப் பெயர்களின் துணையுடன் காப்பாற்றியபடி... தான் வாழ மட்டுமின்றி, மற்றவர்களின் வாழ்வின் நீள அளவையும் தீர்மானிக்கும் அத்தனை தகுதிவாய்ந்த இன்னொரு தரப்பும் சூழ்ந்திருக்கும் என் உலகில்...

நான் எழுதும் கதைகள் மட்டும் என்ன அத்தனை ஒழுங்குடனும், நேர்த்தியுடனும், சிரமமில்லாத அல்லது ரசிக்கத்தக்க ஒன்றாகவா இருந்துவிடப்போகிறது?

அதனால்தான் எப்போதும் தங்களின் கைகளை மீறிச் சென்று கொண்டிருக்கும் ஒரு வாழ்வை வாழ்ந்து கொண்டிருப்பவர்களைப் பற்றி எழுதும்போது, அதுவும் அவர்களைப்போலவே சில இடங்களில் எவ்வித முன்னறிவிப்புமின்றி ஒன்றிலிருந்து இன்னொன்றுக்கு தூக்கி எறியப்படும் ஒரு உடலாக, அப்படி தூக்கி எறியப்படும்போது உடலிலிருந்து துண்டானதொரு கையாக, துண்டான மறுநொடியிலேயே சேதமடையத் தொடங்கும் இரத்த நாளங்களாக, பின் எவ்வளவு முயற்சித்தாலும்

மீண்டும் ஒட்டவைக்க தேவையான பதப்படுத்தப்படுத்தல் இல்லாதவொரு பாகமாக... முற்றிலும் என் கட்டுப்பாட்டை விட்டு அடிக்கடி எங்கோ சென்றுவிடுகிறது.

இப்பெருந்தொற்று காலத்தை விவரிக்க மாயகோவ்ஸ்கி சொல்வதுபோல "ஒரே ஒரு சொல்லுக்காக ஓராயிரம் டன் வார்த்தைத் தாதுவை வெட்டித் தோண்டி" தொல்பசி என்ற வார்த்தையைக் கண்டடைந்தபோது, இலக்கியத்தில் நிகழ்காலத்தை கொஞ்சமேனும் எழுதுவதென்பது மிகப்பெரும் குற்றச்செயலாக கருதப்படும் வழக்கமும், அதை நிரூபிக்க எங்கிருந்தெல்லாமோ ஆவணங்களையும், சாட்சியங்களையும் கொண்டுவந்து எறிந்த கையோடு நம்மை தூக்கிலேற்றும் ஒரு தரப்பும்தான் அடிக்கடி என் நினைவிற்கு வந்துகொண்டேயிருந்தது. அதேநேரம் பழையதொரு சொல்லாடல்களாகவே இருந்தாலும்கூட "இலக்கியம் என்பது காலத்தின் கண்ணாடி" என்பதிலும், "கலை என்பது முழுக்க முழுக்க மனிதர்கள் தன்னைச் சுற்றியிருக்கும் உலகின் யதார்த்தத்தை ஆழமாக ஊடுருவும் ஒரு நடவடிக்கை" என்பதிலும் எனக்கு முழுமையானதொரு உடன்பாடு உண்டு.

எனவே உழைக்கும் மக்களின் உலகை இன்னும் படுமோசமானதாகவும், பிழைத்திருக்க உத்தரவாதமில்லாத அபாயகரமான ஒரு விளிம்பை நோக்கியும் தள்ளிக்கொண்டிருக்கும் இப்பெருந்தொற்று காலத்தை, நான் சார்ந்திருக்கும் உலகோடு பொருத்திப் பார்ப்பதில் கலையின் 'தூய' நோக்கம் ஒன்றும் குறைவுபட்டுவிடாது என்றே நினைக்கிறேன்.

அப்படி குறைவுபட்டு விட்டதாக, "பாரம்பரியமானதும், புனிதமானதுமான" அந்த எழுத்துக் கலையை காப்பற்றிக் கொண்டிருக்கும் "இலக்கிய தொழிலதிபர்களில்" எவருக்கேனும் மனம் புண்பட்டுபோய் குற்றம் சாட்டுவீர்களேயானால், ஹென்ரிச் ஹெய்ன் சொன்னதைத்தான் சொல்வேன்: "உங்களின் ஒவ்வொரு சொல்லும் ஒரு மலச்சட்டி; அவை எப்போதும் காலியாக இருப்பதில்லை"

இன்னும் தெளிவாக புதுமைப்பித்தன் வார்த்தைகளில் சொல்வதானால் "நான்கு திசையிலும் ஸ்டோர் குமாஸ்தா ராமன், சினிமா நடிகை சீதம்மாள், பேரம் பேசும் பிரமநாயகம் என இத்யாதி நபர்களை நாள் தவறாமல் பார்த்துக் கொண்டிருந்துவிட்டு, அவர்களது வாழ்வுக்கு இடமளிக்காமல், அந்த அனுபவத்துக்கு நேர் முரணான விவகாரங்களை

எழுதிவிட்டு, நடைமுறை விவகாரங்களைப் பற்றி எழுதுவதில் கௌரவக் குறைச்சல் காண்பது எந்தவிதத்தில் நியாயமாக இருந்துவிட முடியும்? ஏழை விபச்சாரியின் ஜீவனோபாயத்தை வர்ணிப்பதாலா சமூகத்தின் தெம்பு இற்றுப்போகப் போகிறது? இல்லை அப்படி இற்றுப்போனதை எப்படிப் பாதுகாத்தாலும் நின்றுவிடப்போகிறதா என்ன?"

நிச்சயம் இற்றுப்போய்விடாது என்றுதான் நானும் நம்புகிறேன். அப்படியே இற்றுப்போனாலும் அதுகுறித்து மகிழ்ச்சி கொள்வேனேயன்றி, கவலை அடைவதற்கான எந்த உத்தேசமும் இல்லை.

காரணம்... அழகான பிடரிமயிர்கள் சூழ்ந்த கழுத்தோடும், நீண்ட கூர்மையான நகங்களோடும் மலைகளில் திரிகின்ற சிங்கத்தைக் கண்டு யானை முதற்கொண்டு மற்ற விலங்கினங்களும் நடுங்கி வாழ்வதைப்போல, அண்டை நாடுகளும் துயில் கொள்ளாமல் அஞ்சி வாழும்படியான மிகுந்த வீரத்தோடும், எல்லாத் திசைகளிலிருந்தும் வரும் பல வகையான புகழ்களோடும் ஆட்சி செய்யும் ஒருவனையும், அவனது செல்வதையும் காண இங்கு மக்கள் நடக்கவில்லை. யானைகளும், புலிகளும் மிகுந்த குன்றுகள் பல கடந்து, நடந்து நீண்ட நாட்களாகப் பசியால் வருந்தி, துன்பம்தோய துவண்டபோதிலும் அவர்களைப்போல இவர்கள் அரண்மனையில் தங்க வைக்கப்படவுமில்லை; அவ்வருத்தம் நீங்க தும்பைப்பூ போன்ற அரிசியுடன், வெள்ளிய நிணத்தோடுகூடிய ஆட்டின் இறைச்சி கலந்து சமைக்கப்பட்ட உணவினை இவர்களுக்கு ஆட்சியாளர்கள் உண்ணத் தரவுமில்லை; மழையில் நனைந்த பருந்தின் சிறகைப் போலவும், மண்ணால் அரிக்கப்பட்ட கந்தையாகவும் இருந்த அவர்களின் ஆடைகளுக்கு மாற்றாக பட்டாடைகளை வேண்டாம்... பயன்படுத்திய ஆடைகளைக்கூட அவர்கள் கொடுக்கவுமில்லை; கொடுத்து இவர்களைப் பாதுகாக்கவுமில்லை.

அப்போது அவர்களுக்கிருந்த அந்தப் பசியானது வெறும் வயிற்றுப் பசி மட்டுமல்ல... அது இன்று நேற்று மட்டும் இருப்பதுமல்ல... காலம் காலமாக இருக்கும் பசி அது... நீண்டநெடிய பசி...

தொல்பசி.

அதனால்தான் நீட்ஷே குறிப்பிடும் “வாழ்வென்பது தன்னைத்தானே கொளுத்திக்கொண்டு இன்னும் சூடாகாமல் இருப்பது” போன்றதொரு வாழ்வை வாழும் அந்த இற்றுப்போனவர்களின் வெடித்துக் கீறிய... இரத்தம் தோய்ந்த... சதைகள் பிளந்த... பாதங்களின்கீழ் இந்தக் கதைகளை நான் சமர்ப்பிக்கின்றேன்.

பாவெல் சக்தி

நாகர்கோவில்

12/10/2021

தொடர்புக்கு: *8870887589*

குறுநாவல்கள்

"எங்கே உன் மகள்? எல்லோருக்காகவும், தன்னையே சிலுவையில் அறையும்படியாக ஒப்புக்கொடுத்த அந்த மகள் எங்கே? எப்போதும் சிடுசிடுக்கும், சயரோகம் பிடித்த சிற்றன்னைக்காகவும், வேறொருவனின் சிறிய குழந்தைகளுக்காகவும், அவர்களின் பாவங்களுக்காகவும் தன்னைச் சிலுவைக்கு ஒப்புக்கொடுத்த அந்த மகள் எங்கே? அவலட்சணம் பிடித்த, அசுத்தமான இந்தப் பூமியிலே அவளுக்குத் தந்தையாக இருந்த அந்த அருவருப்பான குடிகாரனுக்கு இரக்கம் காட்டிய அந்த மகள் எங்கே?" என்று அவர் கேட்பார். பின் எல்லோருக்கும் நியாயத் தீர்ப்பளிக்கும் அவர் "குடிகாரர்களே, நீங்கள் எல்லோருமே என்னிடத்தில் வாருங்கள். பலவீனர்களே, அவமானத்தின் பிள்ளைகளே, நெறிபிறழ்ந்து போனவர்களே, எல்லோரும் என்னிடத்தில் வாருங்கள்"! என்று எங்களையும் தன்னருகில் அழைப்பார். அப்போது ஆண்டவரின் அருகிலேயே நிற்கும் அறிவாளிகளும், ஞானிகளும் அவரைக் கேட்பார்கள்: "ஆண்டவரே, இவ்வளவு கேவலமானவர்களை ஏன் ஏற்றுக்கொள்கிறீர்கள்?" அதற்கு ஆண்டவரும் பதில் அளிப்பார்:

"அறிவாளிகளே, ஞானிகளே... நான் இவர்களை ஏன் ஏற்றுக்கொண்டேன் தெரியுமா? இவர்களில் ஒருவர்கூடத் தன்னைப் பற்றி உயர்வாக, பெருமையாக நினைத்துக்கொண்டதேயில்லை என்பதால்தான்"

–ஃபியோதர் தஸ்தயெவ்ஸ்கி (குற்றமும் தண்டனையும்)

அஞ்சனம்மாளும் அந்த இரண்டு எழுத்தும்

1

அஞர் நிரம்பிய நெஞ்சம் நடுங்குற ஏடு வாசித்தல்

Relevant extracts from the statement of witness no. 1:

"நான் ஒன்பது மணியளவில் ஸ்டேஷனுள் நுழைந்தபோது 'அய்யோ, அம்மா வலிக்குது, என்னை விட்ருங்க. நானே தற்கொலை செஞ்சுக்கத் தயாராத்தான் இருக்கேன். என்னை ஒரேடியா கொன்னுருங்க. அடிக்க மட்டும் செய்யாதீங்க. தாங்க முடியல சார்' என்ற அலறல் சத்தம் கேட்டது. காவல் நிலையத்தின் மரக்கதவுகள் உள்பக்கமாகப் பூட்டப்பட்டிருந்தது. காவல் நிலையத்தைச் சுற்றியிருந்த மின் விளக்குகள் அணைக்கப்பட்டிருந்தன. ஆனால் நிலையத்தினுள் மட்டும் விளக்குகள் எரிந்து கொண்டிருந்தன. 'என்ன நடக்கிறது' என்று நான் சுற்றி வந்து பார்க்க முயற்சித்தபோது, ஸ்டேஷனிலிருந்து கொஞ்சம் தள்ளியிருந்த காவலர் ஒய்வறையில் வலுகட்டாயமாக ஒரு பெண்மணி உட்கார வைக்கப்பட்டிருந்தார். பின்னால் விசாரித்து அறிந்து கொண்டதில் உள்ளே அலறிக் கொண்டிருந்தவரின் அம்மாதான் அவர் என்றும், அவள் பெயர் அஞ்சனம்மாள் என்றும் தெரிந்துகொண்டேன்."

எறி பிணம் இடறிய இரத்தத்தால் உறைந்து நின்ற பெரும்பல் கூட்டம்

இரவு மணி எட்டு.

அஞ்சனம்மாளும், அவளது தெருக்காரர்கள் சிலரும் பிரேதப் பரிசோதனை அறையின் வெளியே காத்திருந்தனர். அதன் முன்பக்கச் சுவரில் மழைநீர் வடிந்த தடமானது பார்ப்பதற்கு கையில்லாத இரு மனிதர்களின் நிழல்களைப்போல இருந்தது. அஞ்சனம்மாள் கிட்டத்தட்ட மயக்கமடைந்திருந்தாள்.

இரண்டு நாட்களுக்குமுன் கிட்டத்தட்ட இதே நேரத்தில்தான், அப்போது உயிருடன் இருந்த இந்த உடலை சிதைப்பதற்கான பூர்வாங்க வேலைகள் வேகவேகமாக ஆரம்பிக்கப்பட்டன. ஒருவழியாக காக்கி உடைகளின் துணையுடன் வெற்றிகரமாக அந்த வேலைகள் செய்து முடிக்கப்பட்டுவிட்டாலும்கூட, உயிரற்றுப்போய் போஸ்ட்மார்ட்டம் டேபிளில் கிடக்கும் இந்த உடலைச் சிதைப்பதற்கு இறுதியாக இன்னும் கொஞ்சம் வேலைகள் மீதி இருகின்றன.

மொத்தம் பதினெட்டு கொடுங்காயங்களை தாங்கியவாறு கிடப்பவனின் முகத்தில் மட்டும் பெரிதாக எந்தக் காயங்களும் இல்லாததினால், உயிரற்ற அவனை அடையாளம் கண்டறிய மருத்துவர்களுக்கு சிரமமேதும் இருக்கவில்லை. மச்சங்களும், தழும்புகளும் இன்னும் கூடுதலாக அது அவன்தான் என்பதை உறுதிப்படுத்தியது.

அதன்பின்தான் அந்த உடலின் உயரம், எடை, உடல் கட்டமைப்பின் அளவுகளும், தலைமுடி, மீசை, தாடி என உடலின் அனைத்துப் பாகங்களிலும் இருக்கும் முடியின் அளவுகளும் குறிக்கப்பட்டன. அதைத்தொடர்ந்து பற்கள், ஈறுகள், உதடுகள், நாக்கு, தலை ஆகியவற்றின் முன்னும் பின்னும், முகத்தின் இருபுறமும், கைகளின் உள் மற்றும் வெளிப்புறமும், கழுத்து, மார்பு, வயிறு, ஆண்குறி, விரைகள், மூட்டுகள், கால்கள் என உடலின் ஒவ்வொரு பாகங்களும், அதில் இருந்த காயங்களும் படம் பிடிக்கப்பட்டன.

பின் உடல் குப்புறக் கிடத்தப்பட்டது.

தோல் பிய்ந்து, பள்ளம் விழுந்துபோய் காணப்பட்ட வலது பிட்டத்தில் முப்பத்தி நான்கு சென்டிமீட்டர் சுற்றளவிற்கும், இடது பிட்டத்தில் முப்பத்தி இரண்டு சென்டிமீட்டர் சுற்றளவிற்கும், ஆசன வாயின் உள்ளே இரண்டரை சென்டிமீட்டர் நீளத்திற்கும் காயங்கள் இருந்ததைப் பார்த்து அரசு மருத்துவ கல்லூரி மருத்துவர்களும், தடய மருத்துவ துறையின் மருத்துவர்களும், மஜிஸ்ட்ரேட்டும் கொஞ்சம் மிரண்டுதான் போனார்கள். சாட்சிக்கு நின்று கொண்டிருந்த ஊர்காரர்கள் மூன்று பேரில் இருவர் வாந்தியெடுக்க வெளியே ஓடினர்.

புதிதாகப் போடப்பட்டச் சாலையில் ஆழமாக பதிந்த வண்டித் தடங்களும், அதை மோசமாகக் கிளறிவிடும் விலங்குகளின் கால்களும் சேர்ந்து ஏற்கனவே இருந்த பழைய

சாலையை தோண்டி வெளியேக் கொண்டு வருவதுபோல பட்டையாகவும், பள்ளமாகவும், உள் தோல்களும், சில இடங்களில் எலும்புகளும்கூடத் தெரிந்துவிடும் அளவிற்கு காணப்பட்ட அக்காயங்களைப் பார்த்துப் பழகிய பிறகு, முதுகிலும், வயிற்றிலும், தோள்களிலும், மணிக்கட்டுகளிலும், மூட்டுகளிலும், உள்ளங்கைகளிலும், கால்களிலும், பாதங்களிலும், கை, கால் விரல்களிலும், கருநீலம் பாய்ந்து கிடந்த அதன் நகங்களிலும் கண்டறியப்பட்ட காயங்கள் அவர்களை ஒன்றும் பெரிதாகப் பாதிக்கவில்லை.

எல்லாக் காயங்களுக்கும் நீள, அகல, ஆழ, வடிவ அளவுகள் எடுக்கப்பட்டன. சில காயங்களின் மேல் அடர்த்தியான முடிகள் இருந்ததினால் அவை சவரம் செய்யப்பட்டு அகற்றப்பட்டன. மூட்டுகள் மற்றும் இதர பாகங்கள் தத்தம் இடங்களிலிருந்து நழுவி இருக்கிறதா? உடைந்து இருக்கிறதா? என கவனிக்கப்பட்டன. பின் வாயில் உமிழ்நீரையும், விரல் இடுக்குகளில் இருந்த அழுக்குகளையும், தலையின் ஆறு வெவ்வேறு இடங்களிலிருந்து முடிகளை பிடுங்கியும் சேகரிக்கத் தொடங்கினார்கள். ஆடைகளும் ஆய்வுக்காக எடுத்து வைக்கப்பட்டன.

கோல்ட் ஸ்டோரேஜில் இருந்த அவனது உடலின் விறைப்பு தன்மை அகலாமல் இருந்ததால், உடலை அறுத்து உறுப்புகளின் எடைகளை அளக்க அவர்கள் சிறிதுநேரம் காத்திருக்க வேண்டியிருந்தது. காத்திருந்த அந்த இருபது நிமிடங்களும் அவர்களுக்குள் எவர் ஒருவரும் பேசிக்கொள்ளவில்லை.

பின் விறைப்புத்தன்மை அகன்றவுடன் மேவாய்க் கட்டையிலிருந்து இதயப்பகுதி தாண்டி அடி வயிற்றின் கீழ் இருக்கும் மேடு வரையிலும் ஆழமாக ஒரு நேர்கோடு போடப்பட்டது. அதன் தொடர்ச்சியாக உடல் பிளக்கப்பட்டு உள்உறுப்புகள் அனைத்தும் வெளியே எடுக்கப்பட்டன. பின் மண்டையோட்டின் பொட்டு மடலின் அடிப்பகுதியில் காதின் உட்புறம் காணப்படும் எலும்பிலிருந்து ஒரு பக்கமும், உச்சந்தலையின் கொஞ்சம் பின்னாலிருந்து மறுபக்க செவி எலும்பின் கீழ்வரையும் வெட்டிப் பிளக்கப்பட்டது.

நுரையீரல், இதயம், கல்லீரல், சிறுநீரகங்கள், மூளை, மண்ணீரல், இரப்பை, அரைகுறையாக ஜீரணமான உணவு, மூத்திரப்பையில் இருந்த மூத்திரத்தின் அளவு என வெளியே எடுக்கப்பட்ட அனைத்திற்கும் எடை போடப்பட்டது. இதயம், ஆசனவாய் தவிர மற்ற எல்லா உறுப்புகளும் இயல்பாக இருப்பதாகக்

கருதினாலும், சிறுநீரகங்கள் மற்றும் இரப்பையின் ஒரு சிறு பகுதியும்கூட பரிசோதனைக்கு எடுத்துக்கொள்ளப்பட்டது.

அதன்பின் ஆசனவாயின் வெளிப்புறம் தனியாக வெட்டி எடுத்து இரசாயன மற்றும் தடயவியல் பரிசோதனைக்கும், இதயப்பகுதி முழுவதுமாக நோயியல் ஆய்விற்கு அனுப்பப்பட்டது. தேவைப்படாததால் முதுகு தண்டுவடம் திறந்து பார்க்கப்படவில்லை.

முடிவாக, மீதமிருந்த உள் உறுப்புகள் மீண்டும் உடலுக்குள் வைத்துத் தைக்கப்பட்டன. மருத்துவர்களே இல்லாமல், அங்கு வேலை செய்யும் கடைநிலை ஊழியர்களை வைத்தே சமீபகாலமாக நடந்து வந்த பிரேத பரிசோதனை போலல்லாமல், அந்த அறையில் புகைப்படமாகவும், வீடியோவாகவும் பதிவு செய்யப்பட்டு இரண்டு மணிநேரத்திற்கும் மேலாக நடந்த அந்த உடற்கூராய்வு இறுதியாக ஒரு முடிவுக்கு வந்தபோது, மறுநாள் அவன் உடலை அஞ்சனம்மாளிடம் ஒப்படைப்பதற்கு கடைபிடிக்க வேண்டிய சட்டப்பூர்வமான வழிமுறைகள் தொடங்கப்பட்டன.

பகையோர் நிலங்கள்வாட வடு வாழ்வு வாழ்ந்தவள்

அஞ்சனம்மாளை நீங்கள் அனைவரும் பார்த்திருப்பீர்கள்.

தோல் சுருங்கி, முதுகெலும்பு தேய்ந்து, கையில் ஏதாவதொரு துணிப்பையை எப்போதும் வைத்துக்கொண்டு, அதில் மாத்திரைகளையும், மாம்பழங்களையும், கொய்யாக்களையும், தண்ணீர் நிரம்பிய பழைய அரை லிட்டர் ஃப்ரூட்டி பாட்டிலையும், பேரன் பேத்திகளே இல்லாவிட்டாலும் கண்ணில் காணும் குழந்தைகளுக்கு கொடுப்பதற்காக மிட்டாய்களுடனும், இளம் வயதிலிருந்து அதிகப்படியான சுமைகளைத் தூக்கி அலைந்ததின் பரிசாக அறுபத்து ஐந்து வயதிலேயே எவ்வளவு முடியுமோ அவ்வளவு அழுத்தமாக விழுந்த, எப்போதும் எதையாவது எட்டிப் பார்ப்பதுபோல தோன்றும் கூனைச் சுமந்தபடி... சபித்தபடி, மனிதன் வாழ்வது உணவால் மட்டுமல்ல என்று நிரூபித்துக்கொண்டு, எண்பது வயதிற்குரியத் தோற்றத்துடன், துணைக்கு யாருமில்லாமல், இறுதியாக மிச்சமிருக்கும் அந்த உயிரை, யாருக்குமே பயன்படாத தன் இருப்பை, மேலும் கீழும் ஆழமாக ஏறி இறங்கும் தன் மூச்சை, வற்றிப்போய் பசியுடன் ஏனோதானோவென சுருங்கிக் கிடக்கும் அந்த வயிற்றை... கணவனின் ஒருவிதமான பசியையும், மகனின்

இன்னொரு விதமான பசியையும் அடக்கி, ஆற்றி தற்போது அந்தச் சுவடு எதுவுமில்லாமல் கைவிடப்பட, நைந்துபோன, இனியும் ஒருபோதும் உபயோகத்திற்கு எடுத்துக் கொள்ளப்படாத திரைச்சீலைகள்போல தொங்கிக் கிடக்கும் அந்த முலைகளை, தள்ளாடும் கால்களை, நடுங்கும் அந்தக் கைகளை, கழுத்துடன் சேர்ந்து ஆடும் அந்தத் தலையை, பள்ளக் கோடுகள் விழுந்த நெற்றியை, உரிக்கப்பட்ட வெங்காயத் தோட்டினையொத்த நிறத்தை... இப்படி எதையெதையெல்லாமோ தாங்கியபடி, ஏந்தியபடி, கலங்கியபடி, பதினோரு மணிக்கு வரும் பேருந்திற்காக, ஒன்பது மணிக்கே வந்து காவல் காத்துக்கொண்டு, யாரென்றேத் தெரியாத தன்னைப்போலவே ஏதோ ஒன்றிற்காக காத்திருக்கும் ஒவ்வொருவரிடமும் தன் கதைகளை அழுவதுபோல சிரித்துக்கொண்டே, அது ஆயிரத்து ஒன்றாவது முறையாக இருந்தாலும்கூட கொஞ்சமும் சலிப்பில்லாமல் சொல்லும் ஒருவரை நீங்கள் எப்படி பார்த்திருக்காமல் இருக்க முடியும்?

அது அவள்தான்.

ஆண்டுகள் பல அலைந்த அலைச்சல்களும், பட்டிருந்த அனுபவங்களும் அவளை இந்த இடத்திலும், இந்த நிலைமையிலும்தான் இறுதியாக கொண்டு வந்து நிறுத்தியிருந்தது. முற்றிலுமாக உருமாறியும், நிலைகுலைந்தும் போயிருந்தாள்.

வாய்தா இருக்கிறதோ? இல்லையோ? தான் வர வேண்டிய தேவை இருக்கிறதோ? இல்லையோ? வாரத்திற்கு குறைந்தது இரண்டு நாட்களாவது அஞ்சனம்மாளை கோர்ட்டில் பார்க்கலாம். இத்தனை வருடங்களாக நடக்கும் இந்த நிகழ்வில் இதுவரை எந்தவொரு சிறு பிசிறும் நிகழ்ந்ததில்லை. வாய்தா இருந்தால் சம்மந்தப்பட்ட நீதிமன்ற அறைமுன் நின்றுகொண்டிருப்பாள். இல்லாவிட்டால், தீர்ப்பு நல்லபடியாக வர வேண்டும் என்று அனைவரும் வந்து கும்பிட்டு விட்டுச் செல்லும் "நல்ல தீர்ப்பு" மரத்தின் அருகில் அமர்ந்திருப்பாள்.

பொதுவாக குற்றவாளிகள், கொல்லப்பட்டவர்கள், சம்பவ இடங்கள் அல்லது கொல்லப்பட்ட முறைகள் என்ற வகையில்தான் ஒரு கொலை வழக்கானது அறியப்படும். ஆனால் வெளியே "அய்யங்குளம் படுகொலை சம்பவம்" என்று அந்த வழக்கு அறியப்பட்டாலும், அந்த நீதிமன்ற வளாகத்தில் மட்டும் "அஞ்சனம்மாள் வழக்கு" என்றே எல்லோராலும் அது அழைக்கப்பட்டு வந்தது. காரணம் அந்த வளாகத்தில் அவளது இருப்பானது வேரோடு வேராக இருந்தது.

அவளின் இந்த நடவடிக்கைகள் ஆரம்பத்தில் அவள் வழக்கு சம்மந்தப்பட்ட அரசு வழக்கறிஞர், காவல் துறையினர், எதிர் தரப்பு வழக்கறிஞர்கள், ஜூனியர்கள், குமாஸ்தாக்கள் முதல் நீதிமன்ற ஊழியர்கள் வரை விசித்திரமாகப் பார்க்கப்பட்டாலும், வெகு விரைவிலேயே அவள் "கோர்ட் பேர்ட்ஸ்" வகையறாக்களோடு சேர்ந்து விட்டதால் சாதரணமானாள்.

யறங்கூ றவையத்தின் காற்றின் தூதுவர்கள்

அடிக்கடி சிறைக்குச் செல்பவர்களை "ஜெயில் பறவைகள்" என்பதுபோல, நீதிமன்றங்களிலும் அப்படி ஒரு பிரிவு இருந்தது. இறப்புகளினால், ஓய்வுகளினால் காலியாகும் பதவிகளை நிரப்ப ஆட்கள் வந்து கொண்டிருப்பதுபோல, "நீதிமன்ற பறவைகள்" பதவிக்கும் ஆட்கள் பஞ்சம் எப்போதும் இருந்ததில்லை. அது அங்கு சாஸ்வதமான ஒன்று.

ரிட்டயர்ட் ஓஎக்கள், முன்னாள் ஜாமீன்தாரர்கள், தோல்வியடைந்த குமாஸ்தாக்கள், அவர்களை மட்டுமே நம்பி தோல்வியடைந்த க்ளைன்ட்கள், தட்டச்சு இயந்திரங்களினால் வாழ்வு பெற்று பின் கணிப்பொறி இயந்திரங்களினால் வாழ்விழந்த டைப்பிஸ்டுகள், தங்கள் வாழ்நாளில் தொடர்ச்சியாக ஏதாவது ஒரு வழக்கையாவது நிலுவையில் வைத்திருக்க வேண்டும் என்று வரம் வாங்கி வந்தவர்கள், பல வருடங்களாக கோர்ட்டிற்கு வந்து சொத்துக்களையும், சொந்தங்களையும் இழந்து மீதமிருக்கும் நம்பிக்கையுடன் எப்போதும் நீதிமன்றத்தை விட்டுப் பிரிய மனமில்லாதவர்கள், இப்படி இழந்தவர்களிடமிருந்து சொத்து ஆவணங்களை, வழக்கு தீர்ப்புகளை வாங்கிக்கொண்டு மதுரை உயர் நீதிமன்றத்திற்கும், முடிந்தால் உச்ச நீதிமன்றத்திற்கும் மேல் முறையீடு செய்து இழந்ததை மீட்க, இருப்பதையும் இழக்க வைக்கச் செய்யும் ஏமாற்றுப் பேர்வழிகள், அதியற்புத கில்லாடிகள், ஜால வித்தைக்காரர்கள் என நன்மையையும், தீமையுமாக, சரியும், தவறுமாக, நேர்மையும், மோசடியுமாக எல்லாம் கலந்த கலவையாக... நீங்கள் திருதிருவென முழித்துக்கொண்டு நீதிமன்றத்தின் பிரதான வாயிற்கதவை தாண்டினால் "வாங்க வாங்க... எந்த கோர்ட்? என்ன கேஸ்? நோட்டரி கையெழுத்தா? செக்சன் வொர்க்கா? ஜாமீனுக்கு ஆள் வேணுமா?" என இப்படி தொடர்ச்சியாகவும், விடாப்புடியாகவும் கேட்பவர்களை அடுத்தமுறை நீங்கள் சந்திக்க நேர்ந்தால் அவர்களின் பெயர் "கோர்ட் பேர்ட்" என்று அறிக.

வெளியிலிருந்து பார்த்தால் வெறும் சுவர்களும், கதவுகளும், ஜன்னல்களும் மட்டுமே தெரியும் கட்டிடங்களுக்குள் அழைத்துச் சென்று நீங்கள் தேடிய நீதிமன்ற அறையில் சரியாக கொண்டுபோய் உங்களை நிறுத்தி விடுவார்கள். யாரிடம் கையெழுத்து வாங்க வேண்டுமோ? அவர்களிடமிருந்து வாங்கித் தந்து விடுவார்கள். ஜாமீனுக்கு ஆள் பிடித்து கொடுத்து விடுவார்கள்.

இப்படி நீங்கள் நீதிமன்றத்தில் வழக்கறிஞர், குமாஸ்தாக்கள் துணையில்லாமல் உங்களுக்கு என்ன வேண்டுமோ? அதில் சில காரியங்களை இவர்களின் மூலமே நடத்திவிடலாம். என்ன ஒன்று, உங்களுக்கு அதிர்ஷ்டம் இருந்தால் ஐநூறு ரூபாய்க்கு முடிய வேண்டிய வேலை ஐம்பது ரூபாய்க்குகூட முடியும். ஆனால் நீங்கள் கொஞ்சம் தடுமாறினாலோ, பயந்தாலோ அல்லது பதட்டமடைந்தாலோ உங்களது நிலைமையானது அதிகச் சிக்கலுக்குள்ளாகிவிடும். உங்கள் ஆடைகளில் எங்கெங்கு, எவ்வளவு பணம் இருக்கிறது என்று அவர்களுக்கு நன்றாகவேத் தெரியும். அது அப்படியே அவர்களின் ஆடைகளுக்குள் நொடி நேரத்தில் சென்று ஒளிந்து கொள்வதை நீங்கள் என்ன செய்தாலும் உங்களால் தடுக்க முடியாது. புதிதாக வரும் ஜூனியர் வழக்கறிஞர்களே இவர்களிடம் ஏமாந்துபோன கதைகள் ஏராளம் உண்டு.

வருட பிறப்பு, பொங்கல், ரம்ஜான், சரஸ்வதி பூஜை, தீபாவளி, கிறிஸ்துமஸ் என எந்த பண்டிகைக்கு எந்த வழக்கறிஞர் அலுவலகம், எந்த நீதிமன்ற அலுவலகம் சென்றால் எவ்வளவு கிடைக்கும்? என்று தெரிந்து வைத்து ஏறி இறங்குவார்கள்.

இதில் அஞ்சனம்மாள் ஒரு முழுமையான நீதிமன்ற பறவையாக இருந்தாலும்கூட அவள் இவர்களைப் போன்றவள் அல்ல. தொடர்ச்சியாக இரண்டு மூன்று வாய்தாக்களுக்கு வருபவர்கள் இவர்களைக் கண்டு பயந்து ஓடுவதுபோல, இவளைக் கண்டு எவரும் ஓடமாட்டார்கள்; சொல்லப்போனால் உடனே நெருக்கமாகி விடுவார்கள். இத்தனை வருடங்களில் இருக்கும் வீட்டைத் தவிர மீதி எல்லாவற்றையும் யார் யாருக்கோ கொடுத்து உதவியிருப்பதும், அதில் பாதியை இந்த நீதிமன்ற வளாகத்திலும் விட்டிருப்பதும்தான் அதற்குக் காரணம்.

இரயில்வே நிலையங்களில் எந்தப் பயணி எப்படிப்பட்டவன்? யார் ஆட்டோ பிடிப்பார்கள்? யார் டாக்ஸி பிடிப்பார்கள்? என்று முன்னரே அறிந்து "மீசையில்லாம லேப்டாப் பேக்கோட வர செவப்பு சட்டை எனக்கு", "கைக்குழந்தை வச்சுருக்க வெள்ளை

சுடிதார் நம்ம சவாரி", "எந்தப் பக்கமா வெளிவரதுன்னு தெரியாம முழிக்குற கூலிங் க்ளாஸ் பார்ட்டி என் ஆளு" என்று தங்களுக்கான பயணிகளை தூரத்தில் வரும்போதே முன்பதிவு செய்யும் ஓட்டுனர்கள்போல, நீதிமன்றத்தில் நுழைபவர்களிடம் யாரிடம் பணம் இருக்கும்? யாரிடம் இருக்காது? வந்திருக்கும் காரியம் சிறியதா? இல்லை பெரியதா? என்று "கோர்ட் பேர்ட்ஸ்" மிகச் சரியாக கணிப்பார்கள். ஒருவிதத்தில் அவள் இவர்களிடம் நெருங்குவதற்கு அவர்களது இந்தத் திறமையும் ஒரு காரணம்.

அதில் நாற்பது வயதைத் தாண்டிய லூர்து பாபு எல்லோரிடமிருந்தும் எல்லா விதத்திலும் வேறுபட்டவன். முன்னாள் கோர்ட் ப்ராசஸ் சர்வர். குடிப்பழக்கத்தால் வேலையை இழந்தவன் என்று அனைவராலும் சொல்லப்பட்டாலும் அதற்கு இன்னொரு காரணமும் இருந்தது.

மொத்தத்தில் குறைவாகவோ, கூடுதலாகவோ பணம் வாங்கிக்கொண்டு உதவும் "கோர்ட் பேர்ட்ஸ்" என்று அழைக்கப்படும் இவர்களால் தினமுமோ அல்லது ஒரு நாள் விட்டு ஒரு நாளோ நீதிமன்ற வளாகத்திற்குள் வராமல் இருக்க முடியாது. அது அவர்களின் இரண்டாவது அல்ல முதல் வீடு.

பின்னாளில் ஊரடங்கு பிறப்பிக்கப்பட்டு நீதிமன்றம் இழுத்து மூடப்பட்டபோது அதில் லூர்துவைப் போல் ஒரு சிலர் காணாமல் போனார்கள்; பின் திரும்பி வந்தார்கள். இன்னும் ஒரு சிலர் அதிலிருந்து முற்றிலுமாக வேறுபட்டு ஒரேயடியாக எங்கோ மறைந்தோ, ஒழிந்தோ அல்லது இறந்தோ போனார்கள்; திரும்பி வரவேயில்லை.

கசடறியா அகலிருவிசும்பைச் சார்ந்த இருவராகிய நாம்

அன்று எவ்வளவு குடித்திருந்தான்? என்ன நடந்தது? என்றெல்லாம் லூர்துவுக்கு தெரியாது. ஆனால் "ஏன் அவ்வளவு குடித்தோம்" என்பதற்கான காரணம் மட்டும் அவனுக்கு நினைவிலிருந்தது. ஆறு மணிக்கு ஃபாரஸ்ட் கோர்ட் நீதிபதி கிளம்பியதும், இருக்கும் வேலைகளை முடித்துவிட்டு ஏழு மணிக்கு ஊழியர்கள் மூடிய கோர்ட் ஹாலில் இவன் எப்போது உள்ளே நுழைந்தான்? என்று அவர்களுக்கும் தெரியாது. நீதிபதியின் சேம்பரினுள் உள்பக்கமாக தாழ்பாள் போட்டு, அவரின் மேஜை மீது எடுத்திருந்த வாந்தியைச் சுற்றி, மறுநாள் காலைவரை போதை தெளியாமல் உறங்கிக்கிடந்தவனை அவர் வந்துதான் கதவை உடைத்து எழுப்ப வேண்டியிருந்தது.

இப்படி அவன் தனது வேலையை இழந்த கதையைப்போல மேனி நோகாமல் பணம் ஈட்ட அவன் கையாளும் முறையும் கொஞ்சம் சுவாரசியமானது.

தனது அன்றாட அட்டவணையின் வழிகாட்டுதலின்படி நாள் ஒன்றுக்கு மூன்று முதல் ஐந்து வழக்கறிஞர்களை கன்னம் வைத்துக்கொள்வான். அவர்கள் சூப்பர் சீனியராகவோ, சீனியராகவோ, இடைநிலை சீனியராகவோ, பத்து வருட அனுபமிக்க வழக்கறிஞராகவோ, சில நேரங்களில் ஜூனியர்களாகவோக்கூட இருப்பார்கள். அது அவனுக்கு எந்தவிதத்திலும் இடையூறாக இருப்பதில்லை.

காலை நேரங்களில் வணக்கம் போட்டபடியே அவர்கள் ஒவ்வொருவரின் பின்னாலும் புகழ் பாடிக்கொண்டு செல்வான். அவர்கள் எப்போது வழக்கு முடிந்து வெளியே வருவார்கள் என்றும் அவனுக்குத் தெரியும். அப்போதும் வணக்கம் வைத்தபடியே பழைய வழக்குகளில் அவர்களின் சமயோசித வாதங்களை, கட்சிக்காரர்களுக்காக தைரியமாக அவர்கள் செய்த சாகசங்களை, நீதிபதிகளை மிரள வைத்த சம்பவங்களை என எதைப் பற்றியாவது மெய் சிலிர்க்க பேசிக்கொண்டே வருவான். சீனியர்கள் மட்டுமல்ல, அவர்களுடன் வரும் க்ளைன்ட்களும் புல்லரித்துப் போவார்கள். காலையும் மாலையும் அவர்களைப் புகழ்ந்த வார்த்தைகளுக்கு ஐம்பது, நூறு என ஒவ்வொருவரிடமும் கறந்தும் விடுவான். அவர்களின் க்ளைன்ட்களிடமிருந்து அவனுக்கு கிடைக்கும் தொகையின் கணக்கு தனி. இப்படி எப்போது யாரைத் தேர்ந்தெடுக்க வேண்டும் என்ற மேதமையால் அவனின் நாட்கள் “கையைக் கடிக்காமல்” நகரும். அதைக் கண்டு அவனது சக பறவைகள் அவன்மீது பொறாமைப்படுவதும் உண்டு.

தன்னைக் கண்டு பொறாமைப்படுபவர்கள் யார் எப்படியோ? ஆனால் அஞ்சனம்மாள் அப்படிப்பட்டவள் அல்ல என்று அவனுக்கும், அவனும் எல்லோரையும்போன்றவன் இல்லையென்று அஞ்சனம்மாளுக்கும் தெரியும்.

காரணம்... இருவரும் சந்தித்துக்கொண்ட சூழ்நிலை அப்படி.

“தன் மகனைக் கொன்றது காவல்துறையினர் மட்டுமல்ல, அதுவொரு ஆணவப் படுகொலை. எனவே அவன் காதலித்த பெண்ணின் பெற்றோரை விசாரித்து அவர்களையும் இந்த வழக்கில் குற்றவாளிகளாக சேர்க்க வேண்டும்” என்று அஞ்சனம்மாள் அந்த வழக்கின் மறு விசாரணைக்காக

உயர்நீதிமன்றத்தில் மனு தாக்கல் செய்திருந்த நேரம் அது. வழக்கறிஞர் அலுவலகமும், நீதிமன்றமுமாக எப்போதும் அலைந்து கொண்டிருந்த அவளிடம், அந்த மனுவை பின்வாங்கச் சொல்லி மறைமுகமாக பல இலட்சங்களில் சமாதான அழைப்பு விடுத்துக் கொண்டிருந்தார்கள் எதிர்தரப்பினர்.

அன்று எட்டாவது முறை. வழக்கறிஞருக்காக அவர் அலுவலகம் வரும் பாதையில் காத்திருந்தாள். திருமணம் ஆகியிருந்தால் சம்மந்திகளாக ஆகியிருக்கக்கூடியவர்களே நேரடியாக வந்தார்கள். என்னவெல்லாமோ பேசினார்கள். கையிலிருந்த பையைத் திறந்து காட்டினார்கள். உள்ளே ஆயிரங்களினால் நிறைந்த நோட்டுக் கட்டுகள் இருந்தன. எதற்கும் அசையாத அந்தக் கட்டடங்களின் தொடர்ச்சியாக அமர்ந்திருந்த அவளிடம் “உன் பையனோட கடைசி ஆச என் தெருவுல இடம் வாங்குறதுதான். அங்கயே உனக்கு ரெண்டு செண்டு வாங்கித்தாரேன். இந்தப் பணத்தையும் வச்சிக்க. பெட்டிசன மட்டும் பின்வலிச்சுக்க...” என்றனர்.

பதிலுக்கு அவள் ஒரு வார்த்தைக்கூட பேசவில்லை. சுற்றிலும் பார்த்தாள். எட்டிய தூரம் வரை சிமெண்ட் தரைகள். மண் எங்கேயும் இல்லை. கையில் வைத்திருந்த பையை அந்த இடத்திலேயே கீழே வைத்தவள், அவர்கள் பேசிக்கொண்டிருக்கும்போதே திரும்பி அவளால் எவ்வளவு முடியுமோ அவ்வளவு வேகமாக ஓடத் தொடங்கினாள். அப்போது லூர்து பாபு எப்போதும்போல அவனுக்கான சிறு கூட்டத்துடன் அவளுக்கு எதிரில் வந்து கொண்டிருந்தான். “ஏன் இப்படி ஓடுகிறாள்?” என்று நினைத்தவன், வழக்கமாக நீதிபதிகள் செல்லும் பாதையின் ஓரத்தில் கிடந்த மண்ணை கைநிறைய அள்ளிக்கொண்டு அதே வேகத்துடன் திரும்பியவளைப் பார்த்து அந்த இடத்தில் அப்படியே நின்றுவிட்டான்.

அதற்குள் நிலைமையை புரிந்துகொண்ட அவர்கள் “குடுக்குற இடத்துல குடுத்தா காரியம் நடக்கப்போகுது. நீங்க சொன்னீங்கன்னு உங்கள நம்பி வந்தேன் பாத்தீங்களா? எங்களச் சொல்லணும்” என்று கருப்பு வெள்ளையில் இருந்த அவர்களது வக்கீலை பார்த்து ஏதோ சொன்னபடி அவர்கள் வந்த காரில் அவசர அவசரமாக ஏறினர்.

அதைப் பார்த்ததும் இன்னும் வேகமாக ஓட முயற்சி செய்த அஞ்சனம்மாள் அதே சாலையின் நடுவில் நிலைதடுமாறி கால் முட்டிகளும், முகமும் உரச தொப்பென்று தரையில் விழுந்தாள்.

இரு கைகளிலும் மூடி வைக்கப்பட்டிருந்த மண் அப்போதும் அப்படியே இருந்தது.

காயம்பட்ட கை, கால் முட்டிகளை வைத்தே ஊன்றி எழுந்து அமர்ந்தவள், தொடைமேல் ஏறிக்கிடந்த சேலையைக்கூட ஒழுங்குபடுத்தாமல், மூடி வைக்கப்பட்டிருந்த மண்ணை தன் தலையோடு சேர்த்து அடித்தடித்து கதறியழ ஆரம்பித்தாள். கோபமும், இயலாமையும், வேதனையும் கூடக்கூட கீழே விழுந்ததுபோக கையில் ஒட்டியிருந்த மண்ணை சேகரித்து அவர்கள் சென்ற சாலையை நோக்கி வீசி எறிந்தாள்.

கூடியிருந்த சிறு கூட்டமும் வேடிக்கை மட்டுமே பார்த்துக்கொண்டிருக்க, ஓடிவந்த லூர்து, அவளது ஆடைகளை ஒழுங்குபடுத்தி, அவளைச் சமநிலைக்கு கொண்டுவரும் முயற்சியாக சாலையின் ஓரமாக கம்பீரமாக நின்று கொண்டிருக்கும் "நல்ல தீர்ப்பு" மரத்தின் அருகில் உட்கார வைத்தான். பின் அவள் ஓடியதைவிட வேகமாகச் சென்று கேண்டீனிலிருந்து டீ வாங்கிக் கொடுத்தான். "வேண்டாம்" என்று தலையாட்டியவளை புரிந்துகொண்டவனாக "இப்பவே இப்டீனா எப்படி? இன்னும்ல பாக்கணும்" என்றவன், அவளை பாட்டி என்பதா? அக்கா என்பதா? என்ற குழப்பத்தில் "குடிங்க மொதல்ல" என்று மொட்டையாகச் சொன்னான்.

அழுதபடியே அந்த பேப்பர் கப்பை வாங்கியவள், அப்படியே அம்மரத்தின்மீது சாய்ந்து அமர்ந்தாள்.

அஞ்சனக் கருமுகிலானாவளுக்கு சிறு மகிழ்வளிக்கும் நடுவுயர் நிழல்

கிட்டத்தட்ட நூற்றி இருபது வயதான அந்த நீதிமன்ற வளாகத்தில் "பிரிட்டிஷ் பீரங்கி மரம்" "இந்தி எதிர்ப்பு மரம்", "எமெர்ஜென்சி மரம்" என ஆண்டுகள் பல வயதான மரங்களைப்போல, பிரதான வாசலில் இருந்து கொஞ்சம் தள்ளி வலதுபுறமாக ரிசீவர் அலுவலகத்தின் அருகில் நின்று கொண்டிருக்கும் மரத்தின் பெயர்தான் "நல்ல தீர்ப்பு மரம்".

எப்போது இந்த நம்பிக்கை இந்த மரத்தைச் சுற்றிப் பரவியது என்று தெளிவாக யாருக்கும் தெரியாது.

ஆனால் பெயில் வேண்டுமா? விடுதலை வேண்டுமா? வழக்கில் ஜெயிக்க வேண்டுமா? மேல் முறையீட்டிலும் பிரதியின் வழக்கு தோற்க வேண்டுமா?... வாதியும், பிரதியும், குற்றம் சாட்டியவர்களும், சாட்டப்பட்டவர்களும் என அனைவரும்

நல்ல தீர்ப்பு மரத்தை நோக்கிதான் ஓடோடி வருவார்கள். காலையில் அதைக் கும்பிட்டு விட்டுதான் அவரவர்கள் கோர்ட் ஹாலை நோக்கிச் செல்வார்கள். கோர்ட்டிற்குள் இருப்பதால் என்னவோ அதைச் சுற்றிப் பட்டுப் பாவடையும், சாந்தும், பூவும், பொட்டும் இல்லாமல் "நல்ல தீர்ப்பம்மாள்" என்றவொரு அம்மனாகவும் மாறாமல் வெறும் மரத்தைப்போன்ற தோற்றத்துடனே அது இருந்து வந்தது. சில்லறைக் காசுகள் மட்டும் அதைச் சுற்றிக் கிடக்கும். அதை அவ்வப்போது அங்கு சுற்றும் பிச்சைக்காரர்கள், ஏழைகள், அரைகுறையாக மனநிலை பாதித்தவர்கள் சுத்தப்படுத்துவார்கள்.

ஊர்து உட்கார வைத்த அன்றிலிருந்துதான் கிட்டத்தட்ட தன் வயதையொத்திருந்த அதனருகில் அஞ்சனம்மாள் அமர ஆரம்பித்தாள். அதன்பின் அவளை அந்த மரத்தின் அருகில் பார்த்துவிட்டால் அவனும் ஒரு டீ வாங்கிக்கொண்டு வரும் பழக்கமும் அன்றிலிருந்துதான் வழக்கமானது.

அதன்பின், அதன்கீழ் அமர்ந்து எத்தனையோ நாட்கள் இவன் கதையை அவளுக்கும், அவள் கதையை இவனுக்கும் என இருவரும் எவ்வளவோ பேசியிருப்பார்கள். அஞ்சனம்மாள் அவனைப் பெயரைச் சொல்லி அழைப்பாள். ஆனால் அவனுக்கோ அவளை "பாட்டி என்பதா? அக்கா என்பதா?" என்ற குழப்பம் மட்டும் கடைசிவரை தீர்ந்தபாடில்லை. பின்னாளில் குடியின் மிகுதியால் சித்தம் கலங்கி ஊரடங்குகால உயர்நீதிமன்ற உத்தரவை நிறைவேற்றும் பொருட்டு மனநல மருத்துவமனை வாகனம் ஒன்றில் ஏறும்வரை அவனுக்கு இந்தக் குழப்பம் தீரவில்லை.

அவர்கள் சொன்னதுபோலவே வருடங்களாக இழுத்தடிக்கப்பட்ட அவளின் மறு விசாரணை மனு இறுதியில் "நிரூபிக்கத் தேவையான முதன்மைச் சான்றுகள் இல்லை" என தள்ளுபடி செய்யப்பட்டது. "பின் ஏன் தானும் தன் மகனும் பொய்யான வழக்கில் ஜோடிக்கப்பட்டோம்? அவன் ஏன் சித்ரவதை செய்யப்பட்டு கொல்லப்பட்டான்?" என்ற கேள்விக்கு பதில் சொல்லாமல் உச்ச நீதிமன்றமும் அம்மனுவைக் கைவிட்டது.

அதற்குமேல் முறையீடு செய்ய கட்டடங்களும், மேற்கொண்டு அலைய உடலில் தெம்பும் அவளிடம் இல்லாவிட்டாலும், தனது இயலாமையை எவரிடமும் காட்டிக்கொள்ளாமல் மாவட்ட நீதிமன்றத்தில் நடக்கும் வழக்கிற்கு தன் உடம்பை ஒரு முழு வீம்போடு இழுத்தபடி இன்னும் வீராப்பாக அவள் அலைய ஆரம்பித்தாள்.

“அரசு நடத்தும் ஒரு வழக்கிற்கு ஏன் அவசியமில்லாமல் அடிக்கடி நீதிமன்றத்திற்கு வரவேண்டும்?”

அவளைச் சுற்றியிருப்பவர்கள் எப்போதும் அவளிடம் கேட்கும் ஒரே கேள்வி இதுதான். பெரும்பாலும் அந்தக் கேள்விக்கு சிரித்துவிட்டே நகரும் அவள் ஒருமுறை லூர்துவிடம் மட்டும் இப்படிச் சொன்னாள்: “யாரோ திடீர்னு பறிச்சிட்டு போனது மாதிரி வீட்ல இருந்த ரெண்டு பேருமே காணாமப் போயாச்சு. அப்படி அவங்க போகும்போது அந்த வீட்டையும் பாதி பாதியா எடுத்துட்டு போய்ட்டாங்கபோல. இனி அங்க இருந்து மறஞ்சு போக என்னைத்தவிர எதுவுமில்ல. யாருமே இல்லாத, இல்ல எதுவுமே இல்லாத வீட்ல எப்படி இருக்க முடியும்? இங்க வந்தா ஏதோ அவங்க ரெண்டு பேரும் சம்மந்தப்பட்ட ஒரு இடத்தில இருக்குற மாதிரியும், அவங்க இங்க எங்கயோ இருந்து என்னைப் பாத்துட்டு இருக்குற மாதிரியும் தோணுது. வாழல்லாம் ஆசையில்ல; அதேநேரம் சாகவும் முடியல. வேறென்ன செய்ய?”

சொல்லிவிட்டு எப்போதும்போல ஒரு அழுகையைச் சிரிப்பாக மாற்றினாள்.

அந்த சமயங்களில் எல்லாம் அவன்தான் அவளின் ஒரே ஆறுதலாக இருந்தான். அந்த நேரத்தில்தான் வீட்டைத் தவிர மீதியிருந்த கடை, நகைகள் என எல்லாவற்றையும் விற்று லூர்து உட்பட எதுவுமில்லாதவர்களுக்கு உதவ அவள் யோசிக்க ஆரம்பித்திருந்தாள்.

கோர்ட் கேண்டீனில் டீ குடிக்க, சாப்பிட, அதை ஒட்டி இருக்கும் கடையில் நகல்கள் எடுக்க, அஃபிடவிட் டைப் செய்ய, சின்னச்சின்ன மனுக்களுக்கு நீதிமன்ற கட்டணம் வாங்க, வழக்கறிஞர்களிடம் நோட்டரி கையெழுத்துக்கு வாங்க என பணம் இல்லாத அனைவருக்கும் அவளோ, லூர்தோ கைகாட்டும்போது அது இலவசமாக வழங்கப்பட்டது. லூர்துவின் குடிப்பழக்கம் நாளுக்கு நாள் அதிகரித்தபோதும் அவன் மூலமாகவே இது அனைத்தையும் அவள் செய்து வந்தாள்.

அது அவன் ஒருநாளும் அதிலிருந்து குடிப்பதற்கு பணம் எடுப்பதில்லை என்ற நேர்மைக்காகவோ, தன்னை அந்த நீதிமன்ற வளாகத்தில் காவல்துறையினர் முதல் எதிர்தரப்பு வழக்கறிஞர்கள் வரை மிரட்டும்போதும், எள்ளி நகையாடும்போதும் அவனுக்கான இளம் வழக்கறிஞர்களின் துணையுடன் அவளை அரவணைத்துச் சென்ற காரணத்திற்காகவோ அல்ல. அந்த வேலைகளின் மூலம்

அவள் அவனுக்கு ஒரு பொறுப்பை கொடுக்க நினைத்தாள். அதன்மூலம் அவனது குடிப்பழக்கத்திலிருந்து அவனை மீட்டெடுக்க விரும்பினாள். இளம் வயதில் தானும் தன் மகனும் தேங்காய் விற்க தெரு தெருவாக அலைந்ததுபோல, பொருளீட்ட அவனது மனைவியும், மகனும் அலைந்து விடக்கூடாது என்று நினைத்தாள். இதையெல்லாவற்றையும்விட முக்கியமாக அவனது நடவடிக்கைகள் ஒவ்வொன்றும் ஆரம்பத்தில் குடிக்கு அடிமையான தன் கணவனின் நிலையை அவளுக்கு ஏதோ ஒரு விதத்தில் ஞாபகப்படுத்திக் கொண்டேயிருந்தது.

இரு கடல் நீரும் ஒரு பகல் ஆடியவனின் யூபம்

மொட்டக்கிடாவு.

அஞ்சனம்மாள் காதலித்து திருமணம் செய்துகொண்ட அமல்ராஜ் என்ற பெயர் ஊருக்குள் இவ்வாறுதான் அனைவராலும் அழைக்கப்பட்டது. அவனுமே அந்தப் பெயரை நிரூபிக்கும் வகையில் கொம்பில்லாத கிடா போன்றுதான் இருப்பான். "சுத்தமாக வசதி என்ற ஒன்று இல்லாத, ஊரே 'ஊச்சாளி' என்று ஒதுக்கி வைத்த ஒருவனை அந்த இரண்டெழுத்து தொந்தரவையும், தன் வீட்டாரின் எதிர்ப்பையும் மீறி அவனுடன் எப்படி சேர்ந்து வாழ வீட்டை விட்டு வெளியேறினோம்?" என்று எப்போது யோசித்துப் பார்த்தாலும் அது அவளுக்கு கனவில்கூட சாத்தியமில்லாத ஒரு விவகாரமாகவே தோன்றும்.

திருமணத்திற்கு முன்னும் பின்னும் எத்தனையோ அடிதடி வழக்குகளில் அவன் சிக்கினாலும், அவளுக்கு அவன் என்பவன் தன்னை மௌனமாக பார்த்தபடியே, தனது அப்பாவுடன் சேர்ந்து அந்தச் சிறுவயதில், சண்முக முதலியார் கடைக்கு விறகு வெட்டும் வேலைக்கு செல்லும் ஒருவனாகத்தான் இருந்தான்.

பின்னர் அந்த மௌனமானது சிரிப்பாக, அந்தச் சிரிப்பானது பேச்சுக்களாக, அந்தப் பேச்சு அவர்களுக்கிடையேயான காதலின் தொடக்கமாக மாறிய ஒருநாள், மீன்பிடி தொழிலுக்கு சென்ற அவனது அப்பா புயலில் சிக்கி இறந்துபோன கதையை அவனிடமிருந்து அறிந்துகொண்டபோது அவன் நெஞ்சுரத்தைக்கண்டு அவள் திகைத்துத்தான் போனாள்.

சொந்தபந்தங்கள் இல்லாத அவனின் அம்மா அந்த ஒற்றை மனிதனையும் இழந்து, மீண்டும் மகனுடன் அனாதையாகி, பணமில்லா கைகளைப் பிசைந்து, வழிந்தோடும் கண்ணீரை

துடைக்கக்கூட பலமில்லாமல் பரந்து விரிந்த அந்தக் கடலை நோக்கி இறந்து போனவரின் உடலையாவது இறுதியாக ஒருமுறை பார்த்து விடுவோமா? என ஏக்கத்துடன் நின்றபோது, அவ்வளவு சிறு வயதில், கண்களில் ஒரு துளி நீரைக்கூட தன் தாய்முன் அனுமதிக்காது யார் யாரிடமெல்லாம் உதவி கேட்டு, யார் யாரையெல்லமோ துணைக்கு அழைத்துக் கடலுக்குள் சென்று தகப்பனை தேடியவன் அவன்.

எட்டு நாட்கள் கழித்து அவனது அப்பாவுடன் சென்ற ஒருவர் உயிர்பிழைத்து வந்து, கடலில் தத்தளித்துக் கொண்டிருந்தபோது அவர்கள் இருவருக்குள்ளும் நடந்த பேச்சுக்களின் முடிவில், அவனது அப்பா உயிர்பிழைத்தவரிடம் சொன்னதுதான், அந்தக் கதையின் தொடக்க வரிகளாக இருந்தது:

“எனக்கு அம்பது வயசாயிருச்சு. உனக்கு இன்னும் வாழ வாழ்க்க இருக்கு. ஒடைஞ்சுபோன போட்டோட மரத் துண்டுகளப் பிடிச்சிட்டு இனியும் நீந்துனா நாம ரெண்டு பேருமே செத்துப் போய்ருவோம். ஏற்கனவே ரெண்டு நாளா மரக் கட்டைக ஒவ்வொன்னா எழந்துட்டு வரோம். நம்மளக் காப்பாத்த கவர்மெண்டு எந்த நடவடிக்கையும் எடுக்காதுனு எனக்கு நல்லாவேத் தெரியும். அப்படியே எடுத்தாலும் அதுவர நாம ரெண்டுபேருமா இப்படி கெடந்து தாக்குப்பிடிக்கவும் முடியாது. இப்பவே கடல் தண்ணியக் குடிச்சு குடிச்சு எனக்கு வயித்துக்குவேற ஒத்துக்காம ஆயிருச்சு. இனியும் நான் பொழப்பேன்னு எனக்கு எந்த நம்பிக்கையும் இல்ல. இதப் பிடிச்சிட்டு ஒன்னையும் நான் என்கூட சாகடிக்க விரும்பல. ஒன்னால இன்னும் ரெண்டு நாள் இங்க தாக்குப் பிடிக்க முடியும்னு எனக்குத் தெரியும். அதுக்குள்ள ஏதாவது கப்பல் இந்தப் பக்கமாக வந்துரும். என் பொண்டாட்டிக்கும், பிள்ளைக்கும் இந்த ஒலகம் பத்தி ஒண்ணும் தெரியாது. அதேநேரம் எதுவானாலும் இந்த ஒலகம் அவங்கள கைவிடாது, கவலைப்பட வேணாம்னு நான் சொன்னதா சொல்லிரு.”

அந்த வயதில் அஞ்சனம்மாளிடம் தன் அப்பா இறந்தக் கதையை “அவ்வளவுதான். அதச் சொல்லிட்டு மரத்துண்டுல இருந்து கையை எடுத்துட்டாரு” என்று சொல்லி முடித்தபோது, புல்லரித்த உடம்போடு அவனை அப்போதே இறுகக் கட்டிக்கொண்டாள்.

கண்முன்னே கடலின் ஆழத்தை நோக்கி அவன் அப்பா சென்றதை உடன் சென்றவர் சொல்லி முடிக்கும்போது அம்மாவும், மகனும் அழுதக் கதை, சுறாக்கள் அதிகம் உள்ள ஆழ்கடல் பகுதி என்பதால் அவன் அப்பாவின் உடல் கிடைக்க வாய்ப்பில்லாத

கதை, அம்மா இவனைக் கட்டிப்பிடித்து அழுது அரற்றியபோது உதடு துடிதுடித்து, உடல் வெப்பமாகி, இவன் கண்களிலிருந்து கண்ணீர் மட்டும் சாரை சாரையாக வந்த கதை, அப்படி வந்தபோதும் வாய் விட்டு அழாத... ஏன் ஒரு சின்ன விசும்பல்கூட வெளிவராத கதை, பின்னர் எல்லோரையும் சமாதானப்படுத்தி, ஆக வேண்டிய காரியங்களையும் செய்துவிட்டு, ஒளி மங்கிய மாலை வேளையில், யாருமே இல்லாத மொட்டைப் பாறையின் பின்புறம் அமர்ந்துகொண்டு அவன் அப்பா கூறிய அந்த கடைசி இரண்டு வாக்கியங்களையும் சொல்லிச் சொல்லி தனியாக 'ஓ''வென்று அவன் அழுத கதை, மறுவாரமே அம்மாவுடன் அந்த ஊரைவிட்டு வெளியேறியக் கதை என எதையும் அவன் விடவில்லை.

அவளும் அதன்பிறகு அவனை எப்போதும் விடவில்லை.

அவனுக்குப் பின்னால் இருந்த அந்தவொரு கதை மட்டும்தான்... பின்னாளில் விறகு வெட்டிவிட்டு வந்தபின் பெரிய அண்டா தட்டு நிறையச் சோறும், அதில் கழனி தண்ணீர்போல கை இரண்டிலும் சுமந்து வரும் கள்ளில் ஒரு பாட்டிலை ஊற்றிப் பிசைந்து, மற்றொன்றை தண்ணீருக்கு பதில் குடித்துக்கொண்டு, வீட்டின் கூரைகளில் எப்போதும் காய்ந்து கிடக்கும் கருவாட்டைச் சுடச் சொல்லி அதை வைத்தே மூன்று வேளையும் சாப்பிடும் அவனது பழக்கத்தையும், மூன்று நாள் கணக்கு ஒன்று இருக்கிறது என்பது தெரியாமலேயே அல்லது தெரிந்தாலும் அதைக் கண்டுகொள்ளாமல், அவளது எதிர்ப்பை, இயலாமையை பொருட்படுத்தாமல் அவன் நிகழ்த்தும் அந்த மடத்தனத்தை அவள் அதன் பொருட்டுதான் பொறுத்துக் கொண்டாள். எல்லாம் முடிந்தபின் கட்டியிருக்கும் வேட்டி அவிழ்ந்ததுகூட தெரியாமல் உறங்கும் அவனை அவள் அந்த விறகுக் கடைச் சிறுவனாகப் பார்க்காவிட்டாலும், அவனை எப்படியும் அதை நோக்கி நகர்த்தி விடலாம் என்ற ஒரு நம்பிக்கை அவளுக்குள் எப்போதும் இருந்து வந்தது.

ஆனால் அது அனைத்தும் பிறவியிலேயே ஊமையாகிப்போன ஒருவனை பேச வைக்கும் முயற்சியாக வீணாகப் போய்க்கொண்டிருந்தாலும், "அவனின் கபடமில்லா வாழ்வு ஒருநாள் இல்லை ஒருநாள் அவனை மாற்றும்" என்று எவரையும்விட அதிகமாக அவள் நம்பி வந்த காலத்தில்தான், அவர்களது மகனுக்கு ஒரு வயது ஆகியிருந்தது. கள்ளச் சாராயம் குடித்து அவனின் நெருங்கிய நண்பர்கள் இருவர் இறந்து

போனார்கள். சம்மந்தமே இல்லாமல் அந்த வழக்கில் ஒரு பிரதியாக சேர்க்க இவனை போலீஸார் வீடு புகுந்து அடித்து உதைத்து இழுத்துச் சென்றார்கள்.

அப்போதுதான் முதல்முறையாக அஞ்சனம்மாளும், கைக்குழந்தையாக இருந்த அவளது மகனும் ஸ்டேஷன் படிக்கட்டுகளில் ஏறினார்கள். நீண்ட நெடிய அழுகைக்குப்பின் “வழக்கில் சேர்க்காமல் இருக்க ஒரே வழியாக கள்ளச் சாராயம் காய்ச்சுபவர்களைப் பற்றிய தகவல் தரும் நிரந்தர இன்பார்மராக அவன் இருக்க வேண்டும்” என்றவொரு நிபந்தனை விதிக்கப்பட்டது. ஏற்கனவே ஒருவன் வெட்டிக் கொல்லப்பட்டு அதன் நிமித்தம் காலியாகியிருந்த பதவிக்குத்தான் தன்னை அவர்கள் அழைக்கிறார்கள் என்றும், அந்த கும்பலின் கோபத்திலிருந்து எப்போதுமே அவர்கள் தப்பிப்பதற்காக தன்னை அதில் பலியாக்கப் பார்க்கிறார்கள் என்றும் அவனுக்கு நன்றாகவேத் தெரியும். ஆனால் அஞ்சனம்மாளுக்கு அது தெரியாது. மனைவியையும், மகனையும் பார்த்தவன் அவர்களின் தற்காலிக மன நிம்மதிக்காக வழக்கம்போல் வாய்பேச மறந்தவனாக அதற்குச் சம்மதித்தான்.

“கூலிக் கூட்டமாக இருந்தாலும் அவன் தூக்கிட்டுப்போனது நம்ம ஆளுக பொண்ணு” என்று ஏற்கனவே கடுப்பில் இருந்த அந்தக் கூட்டம், இவன் மாதங்கள் சில கண்காணித்து கொடுத்த கள்ளச் சாராயப் பெயர்ப் பட்டியலிலும் இடம் பெற்றபோது, அதில் நான்கு முதல் பதிமூன்று வரை இருந்தவர்கள் அவனை வெட்டிக் கொல்ல திட்டம் தீட்டினார்கள். கை மட்டும் தடியளவு இருக்கும் அவனை அத்தனை பேர் சேர்ந்தால்தான் சிரமமில்லாமல் தலையை மட்டும் தனியாக வெட்டி எடுக்க முடியும்.

அந்தப் பெயர் பட்டியலினால் வாரங்கள் சில ஜெயிலில் கிடந்த அவர்கள், ஜாமீனில் வெளிவந்த பின்னர் அப்படி வெட்டி எடுக்கவும் செய்தார்கள்.

இவ்வாறு ஒரு மரத்தை அடியோடு பெயர்த்துக்கொண்டு போவதுபோல அவனைச் சுடுகாட்டிற்கு கொண்டுசென்ற நாட்கள் சில கழித்து தேங்காய், முறுக்கு என என்னென்னமோ விற்று உயிர்பிழைத்து கொண்டிருந்த கிட்டு தாத்தாவுடன் சேர்ந்து அஞ்சனம்மாள் தெருவில் இறங்கிய கதை இப்படித்தான் தொடங்கியது. பிற்பாடு அவளது மகனும் குறிப்பிட்ட அந்தத் தெருவிற்குள் நுழையப்போகும் கதைக்கும் அன்றுதான் தொடக்கப் புள்ளியும் வைக்கப்பட்டது.

வெண்கையினும் அது தாழாது நீளும்

தங்களைப் போன்று கணவனையும், தகப்பனையும் இழந்த இளவயது வறுமை நிலை லூர்து குடும்பத்திற்கும் வந்துவிடக்கூடாது என்பதால்தான் அவள் அவன் மீது அவ்வளவு அக்கறை எடுத்துக்கொண்டாள்.

அஞ்சனம்மாள் தன் மகனுக்கு எடுத்துக் கொடுத்தது போலவே "வளர்கிற பையன்" என்று கடைக்காரரிடம் பெரிதான ஒன்றாக கேட்டு வாங்கி அவ்வப்போது எடுத்துக் கொடுக்கும் தொளதொள சட்டைகள் லூர்துவின் மகனிடம் எப்போதும் இருக்கும். நாட்டு காய்கள் என்று என அவள் கொடுக்கும் காய்கறிகள், பழங்கள் எப்போதும் அவன் வீட்டில் இருக்கும். "நீ குடிய விட்டா உனக்கு அரைப் பவுண் மோதிரம் எடுத்து தருவேன்யா" என்று அவனிடம் சொல்லிவிட்டு, அவனுக்குத் தெரியாமல் அவன் மனைவியின் கைகளில் தீரத் தீரத் திணிக்கும் ஒரு பவுன் மதிப்பிலான பணக்கட்டுகளின் மீதியானது எப்போதும் அந்த வீட்டில் இருந்து கொண்டேயிருக்கும். அப்படி லூர்து மனைவியின் கைகளில் திணிக்கும்போது "அவனால் ஒருபோதும் அதிலிருந்து வெளிவர முடியாது" என்று அவள் உணர்ந்திருந்தாள்.

அது மட்டுமல்ல. "இந்த வருசத்துக்குள்ள ஜட்ஜ்மெண்ட் வந்துரும்", "நீ சாவுறதுக்குள்ள அவனுகள தூக்குல போட்டுறலாம்" என்று தன்னைவிட தன் வழக்கை, அதன் சிக்கலை, அறிந்திருந்த அவன் ஒவ்வொரு நாட்களும் அவளுக்குக் கொடுக்கும் போலி வாக்குறுதிகளை, தன் மகனைக் கொன்றவனின் வீட்டின் முன்புபோய் நின்றுகொண்டு ஒவ்வொரு முறையும் மண்ணள்ளி போடும்போதும், அதை அவனிடம் சொல்லும்போது "எல்லாத்துக்கும் சேத்து அவனுக அனுபவிப்பானுக" என்ற அவன் வார்த்தைகளில் ஒளிந்திருக்கும் ஒன்றுமில்லாத் தன்மையை குறித்தும் நிச்சயம் அவள் உணர்ந்திருந்தாள்.

குரல் செத்து தீ பரந்து எறிதல்

இப்படி தன்னைத்தானே ஏமாற்றி வந்த அந்த விளையாட்டில் அவள் தன் பாத்திரத்தை சரியாக செய்து கொண்டிருந்த ஒருநாளில்தான் "நல்ல தீர்ப்பு மரத்தின் சிறு பட்டை ஒன்றை உரித்து கையில் எடுத்து சென்றால் உடனடியாக நல்லதொரு தீர்ப்பு வரும்" என்ற வதந்தி அந்த நீதிமன்ற வளாகத்தைச் சுற்றி திடீரென்று பரவ ஆரம்பித்தது. அந்த வதந்தியை

உண்மையாக்கும் பொருட்டு அந்த மரத்தின் பட்டையை உரித்து கையில் வைத்துக்கொண்டு பிரார்த்தித்த ஒருவரின் எதிராளி வேறு வழக்கில் தோற்றிருந்தான்.

அன்று அவள் கோர்ட்டிற்கு வந்தபோது அதனருகில் நிற்கக்கூட இடமில்லாமல் கூட்டமும், சில்லறைகளும் அதனைச்சுற்றி மொய்த்துக் கிடந்தன. ஒருநாள் கூத்து என்று நினைத்த அவளின் எண்ணத்தை அடியோடு மாற்றும் வகையில் மறுநாள் வாய்தா இல்லாதவர்களும்கூட வந்து மரத்தின் பட்டைகளை உரித்துச் சென்றார்கள். அப்படி வந்தவர்களின் எண்ணிக்கையினால் ஒரே வாரத்தில் அதனொரு குறிப்பிட்ட உயரம்வரை உரிப்பதற்குக்கூட பட்டையில்லாமல் ஆனது.

ஆனால் அந்த ஒரு வாரமும் ஒரு தடவைக்கூட அவள் அதன் பட்டைகளை அதிலிருந்து தனியாக உரித்தெடுக்க ஆசைப்பட்டதில்லை. சொல்லப்போனால் அப்படி பட்டைகள் உரிக்கப்படுவதற்கு எதிராகவே அவள் இருந்தாள். இத்தனை வருடங்களில் தனது நிழலாக இருந்த அதுவும் இப்போது தன்னிடமிருந்து பறிக்கப்பட்டு வருவதாக உணர ஆரம்பித்தபோது, இத்தனை ஆண்டுகள் இல்லாத ஒன்றான "அதைத் தொடவேண்டும்" என்றவொரு உணர்வும் அவளுக்குள் தீவிரமாக பரவியது. அதேநேரம் தன் பலமே அந்த மரத்தில்தான் இருப்பதுபோல நினைத்து வந்த அவள், படிப்படியாக உரிக்கப்பட்டு அனைவராலும் அது குத்திக் குதறப்பட்டுக் கொண்டிருந்தபோது, "எல்லாம் முடிந்தது" என்றவொரு பலவீனமான உணர்வும் அவளுக்குள் மோசமாக வளரத் தொடங்கியது.

வருடங்கள் பல கடந்தாலும் பசுமை மாறாமல், அதேநேரம் புயலே கடந்தாலும் அசைந்துவிட்டு நேர்நிற்கும் அம்மரம்போல, எவ்வளவு பெரிய துயர வாக்கியங்களின் தொடக்கத்திலும், முடிவிலும் அவளிடமிருந்து வெளிப்பட்டுக் கொண்டிருந்த ஒருவிதமான விவரிக்க முடியாத அந்தச் மெல்லிய சிரிப்பும், அது அவளுக்கு அளித்துக் கொண்டிருந்த நம்பிக்கையும் அவளைவிட்டு எங்கோ தொலைதூரம் சென்றதும் அப்போதிருந்துதான்.

இன்னொருபுறம் அந்த ஒருங்கிணைந்த நீதிமன்ற வளாகத்தில் பணியாற்றிக் கொண்டிருந்த நீதிபதிகள் படாதபாடுபட்டு நிலைநிறுத்திக் கொண்டிருந்த சட்டங்களின்மேல், அதன் நடைமுறைகளின்மேல் நம்பிக்கையில்லாமல் அந்த மரத்தை நோக்கி ஓடுபவர்களின் எண்ணிக்கையானது அவர்களின்

இருப்பையே இல்லாமலாக்கி, கலங்கடிக்க ஆரம்பித்தது. கலங்கிய அவர்கள் என்ன செய்வதென்று அறியாமல் பொதுப்பணித் துறையின் உதவியை நாடினார்கள். நல்ல தீர்ப்பு மரத்தை சுற்றி இரும்பு கம்பிகளின் துணையுடன் சுண்டு விரலும் நுழையாத வண்ணம் அழகான வேலி ஒன்று அடுத்த வாரமே போடப்பட்டது.

போடப்பட்ட நாளிலிருந்து நீதிபதிகள் தங்கள் சுதந்திரத்தை மீண்டும் உணர ஆரம்பித்தார்கள். வழக்கறிஞர்கள் பட்டை இல்லாத க்ளைண்ட்களின் கைகளைப் பார்த்து ஆசுவாசமானர்கள். வேலியைத் தாண்டி பட்டை உரிக்க முயற்சித்து தோல்வியடைந்த குமாஸ்தாக்கள் வாங்கியத் தொகையைத் திருப்பிக் கொடுத்தார்கள்; அல்லது முயற்சிக்கான கூலியைக் கழித்து மீதியைக் கொடுத்தார்கள்.

இப்படியாக அஞ்சனம்மாளைத் தவிர்த்து நீதிமன்ற வளாகம் மீண்டும் இயல்பு நிலைக்குத் திரும்பத் தொடங்கியது.

ஆனாலும் சிலர் முயற்சிகளைக் கைவிடவில்லை. வேலியை துளைக்க முயற்சித்தார்கள். இரும்பை உருக்கவும் முயற்சித்தார்கள். அதைக்கண்டு அமைதியாக இருக்குமா சட்டமும், ஒழுங்கும்? "மறைந்து நிற்கும் கோர்ட் ஊழியர்கள் வேலியைத் தாண்டுபவர்களை காக்கி உடையிடம் ஒப்படைப்பார்கள்" என்ற கண்ணுக்குத் தெரியாத ஒரு உத்தரவும் உடனடியாகப் பிறப்பிக்கப்பட்டது.

அதன்பின் நடந்ததெல்லாம் வழக்கம்போலத்தான். காலப்போக்கில் எல்லோரும் நல்ல தீர்ப்பு மரத்தை மறந்தார்கள். இனி பட்டை திரண்டு வந்து வேலியை தாண்டினாலும் அதை அவர்கள் கண்டு கொள்ளப் போவதில்லை. முழுவதுமாக கைகழுவி விட்டார்கள். ஆனால் அவளுக்கு மட்டும் அதைத் தாங்கிக் கொள்ள முடியவில்லை.

எப்போதும் கலகலப்பாக இருக்கும் அவள் நல்ல தீர்ப்பு மரம் அவளின் தீண்டலுக்கு இடம்கொடுக்காத வேலியால் சூழப்பட்ட முதல் ஒரு வாரம் லூர்து உட்பட அவள் யாரிடமும் பேசவில்லை. மறக்காமல் கொஞ்சம் பணத்தை மட்டும் அவன் கைகளில் திணித்து விட்டு போனாள்.

இரண்டாவது வாரம் வந்தவள் உடம்பு சரியில்லை என்று உடனே திரும்பிவிட்டாள்.

மூன்றாவது வாரம் வந்து... இரண்டாவது வாரத்திற்கும், நான்காவது வாரத்திற்கும் சேர்த்து லூர்துவிடம் கொஞ்சம் பணம் கொடுத்தவள், அழுகையைக் கட்டுப்படுத்திக்கொள்ளும் முயற்சியில் தோற்றுவிடக்கூடாது என்ற முனைப்பிலிருக்கும் ஒரு குழந்தையைப்போல, ஏங்கும் கண்களின் வழியாகவும், குளிரில் நடுங்கும் உதட்டின் வழியாகவும் வந்த துயரத்தை அடக்கிக்கொண்டு வழக்கம்போல ஒரு சிரிப்பை உதிர்த்து விட்டு அன்று வாய்தா இருந்ததினால் சட்டென மறைந்து கோர்ட்டிற்கு சென்றாள்.

கீழ் கோர்ட்டிற்கும், மேல் கோர்டிற்குமாக அலையும் அவள் வாழ்வில் அவள் கண்கள் முதல் முறையாக நல்ல தீர்ப்பு மரத்தை அன்றுதான் வேண்டுமென்றே பார்க்காமல் சென்றது.

அந்த இரண்டு வாரங்களும் கோர்ட்டின் வெளியே நின்று பார்த்ததோடு சரி. உள்ளே வரவில்லை. பின்னர் கொஞ்சம் இயல்பு நிலைக்குத் திரும்பியவள், அம்மரம்போலவே இருந்த பட்டை விழுந்த உடல் சுருக்கங்களைச் சுமந்தபடி வழக்கம்போல கோர்ட்டிற்கு வர ஆரம்பித்தாள்.

நாட்களுக்குச் சொல்லவா வேண்டும்? அது அதன் போக்கில் எவ்வளவு விரைவாக கடக்க முடியுமோ... கரைய முடியுமோ... அவ்வளவு விரைவாக தனது பாதையில் சென்று கொண்டிருந்தது. இப்போது அவள் அமரும் இடமானது அரசு வழக்கறிஞரின் அலுவலக பாதையானபோது, கூன் விழுந்த தன் முதுகைக் கொண்டு மாவட்ட நீதிமன்றத்தின் படிக்கட்டுகளை மெதுமெதுவாக எத்தனையோ முறை கடந்து கொண்டிருந்தாள்.

நுனிமிக்க நெடுவெள் ஊசி இறங்கிய காலை

கடந்து கொண்டிருந்த வாரங்களும், மாதங்களும், வருடங்களும் அவள் தோல்களை நல்ல தீர்ப்பு மரத்தின் பட்டைகளைவிட சுருக்கங்கள் அதிகமுள்ளதாக மாற்றியிருந்தது. காய்ந்தும், வளைந்தும் தொங்கும் அதன் கிளைகள் போலிருந்த அவளது கூன் எப்போது வேண்டுமானாலும் முறிந்து விழத் தயாராக இருந்தது. பழுத்து முற்றியிருந்த அவளது உயிர் உதிர்வதற்கான ஒரு பெரும் காற்றை எதிர்பார்த்துக் காத்திருந்தது. நல்ல தீர்ப்பு மரத்தின் வேர்களைப்போலவே அஞ்சனம்மாளின் வேர்களும் நீதிமன்றத்தை மட்டுமே நம்பியிருந்தன.

வாழ்வில் முக்கியமான எல்லாவற்றையுமே இழந்துவிட்ட அவள் இப்போதெல்லாம் கவனமின்மையால் வழக்கின் முக்கியமான

சான்றிட்ட ஆவணங்களையும் தொலைத்துவிடுகிறாள் அல்லது அவற்றை எங்கேயோ மறந்து வைத்து விடுகிறாள். அவளைச் சுற்றி சூழ்ந்திருந்த அந்த இல்லாமை உணர்வானது இப்படி தொலைக்கவும், மறக்கவும் அவளுக்கு பழக்கியிருந்தது.

அப்படிப்பட்டவளுக்கு சின்னஞ்சிறிய தாள்களை தொலைப்பதா பெரிய காரியம்? அதனால் வாய்தா தேதிகளை எப்போதும்போல தாள்களில் எழுதிக் கொடுக்காமல் அவளது உள்ளங்கையில் தனது தள்ளாடும் கையால் எழுதிக்கொடுக்க ஆரம்பித்திருந்தான் லூர்து பாபு. அதை அழிபடாமல் பத்திரமாக பாதுகாத்து வீட்டில் சென்று அவள் குறித்து வைத்துக்கொள்வாள்.

இப்போதெல்லாம் அவனுமேகூட முற்றிலுமாக மாறிப் போயிருந்தான். கவனமின்மையால் குடித்த அளவையே மறந்து விடுகிறான். எவ்வளவு குடித்தாலும் அந்த அளவு அவனுக்கு நிறைவளிப்பதுமில்லை; அவனது தாகத்தை அடக்கவுமில்லை. குடியானது ஒரு பெரும் பசியெடுத்து அவனை நிலைகொள்ளாத ஒரு பதட்டத்துடன் விழுங்கத் தொடங்கியிருந்தது. இரண்டு பக்கமுமிருந்த அந்த பசியும், தாகமும் அவளைப்போலவே அவனுக்கும் அந்த வழக்கைத்தவிர வேறு எதுவும் பெரிதாக நினைவில் வைத்துக்கொள்ளாத அளவிற்கு அவனை உருமாற்றியிருந்த போது. லூர்து பாபு என்ற பெயரை 'லூசு' பாபு என்று பெரும்பாலானவர்கள் கிண்டலடிக்கத் தொடங்கியிருந்தார்கள்.

அவன் எழுதிக் கொடுக்கும் தியதியை மனப்பாடம் செய்துகொண்டே கையிலிருக்கும் நிறம் மாறிய அழுக்கு நோட்டுக்களை அவளும் பதிலுக்குத் திணித்துவிட்டு செல்வாள்.

ஆரம்பத்தில் பளபளப்பாக இருந்த நோட்டுகள்கூட இப்போது அவளிடம் மாற்றங்கள் கண்டிருந்தன. பாக்கெட்டில் வைக்கமுடியாத அளவிற்கு அழுக்காகவும், உடனடியாக செலவழிக்கத் தோன்றும் வகையில் மோசமாகவும், செல்லுமா? செல்லாதா? என்று வாங்கும் ஒவ்வொருவரையும் சந்தேகிக்கத் தூண்டும் வகையில் கிழிந்தும், நைந்தும் இருக்கும் அந்நோட்டுகள் அவளைப்போலவே தங்களது இறுதிக்கட்டத்தை அடைந்து கொண்டிருக்கும் வாழ்க்கையைச் சொல்லாமல் சொல்லிக்கொண்டிருந்தது.

இப்படி மீண்டும் மீண்டும் வந்தும், தந்தும், எழுதிக்கேட்டும் என அவளிடமிருந்த எல்லாம் அழிந்து வழக்கின் வயது மட்டும்

பெருகிக்கொண்டே சென்ற ஒருநாள் நீதிமன்றத்தின் பிரதான கதவு வழக்காடிகள் எவரும் உள்ளே நுழையாதபடி இழுத்து மூடப்பட்டது.

தின்பதற்குரிய மென்மார்பின் இறைச்சியை அறுப்பீர்களாக

சாராயக்கடைகளிலும், நீதிமன்றங்களிலும் இரண்டாவது முறையாக சொல்லப்படும் துயரக் கதைகளுக்கு எப்போதும் மதிப்பு இருப்பதில்லை. ஆனால் தங்களது கதைகளை முதல்முறையாக சொல்வதற்கு முன்பே அவர்கள் இருவரின் அந்த முயற்சியானது அந்தந்த இடங்களினால் ஈவு இரக்கமில்லாமல் நிராகரிக்கப்பட்டது.

லூர்து மிதமிஞ்சி குடிப்பான். ஆனால் பார்களில் அமர்ந்து குடிக்கும் வழக்கம் அவனுக்கு கிடையாது. குடிக்க ஆரம்பித்து சில வருடங்களிலேயே அவனால் கைவிடப்பட்ட பழக்கம் அது. அது அவனின் உடன் இருப்பவர்களால், நண்பர்களால் அதிசயமாகப் பார்க்கப்பட்டு வந்தது. எப்போதும்போல மதியதிற்கான “குப்பியை” மட்டும் வாங்கி, மிக்ஸிங் செய்து பாக்கெட்டில் திணித்துக்கொண்டு கிளம்பி விடலாம் என்று நினைத்துதான் வழக்கமாகச் செல்லும் கடைக்குச் சென்றான்.

மாட்டிக் கொண்டதிலிருந்து விடுபட முடியாமல் திணறும் நாய்களைப்போல நீதிமன்ற வளாகத்திற்கு வெளியே இருக்கும் ‘விரைவு நீதிமன்றம் எண்:1’ செல்லும் சாலையின் முடிவில், தெருவின் அந்தப் பக்கமும் இந்தப் பக்கமுமாக ஒட்டிக்கொண்டிருக்கும் இரண்டு கடைகளிலும்... அன்று அவன் கண்ட காட்சியும், கேள்விப்பட்ட செய்தியும் அவனை அங்கேயே அமர்ந்து குடிக்கும் சூழ்நிலையை உருவாக்கியது.

வேகமாக பரவிக்கொண்டிருக்கும் தொற்றுநோயின் பெயர் ஏற்படுத்தியதுபோல, “ஊரடங்கு” என்னும் சொல் பெரிதாக ஒன்றும் அவனுக்குள் பீதியை உருவாக்கவில்லை. சுவரேறிக் குதித்தால் நூறு மீட்டருக்குள் அடைந்து விடக்கூடிய இரண்டு கடைகளுக்கும் இடையில் முண்டியடித்துக் கொண்டிருந்த கூட்டமும் “இனி கொஞ்சநாளுக்கு கடையைத் தொறக்க மாட்டாங்கபோல” என்ற உரையாடல்களும்தான் அவனுக்குள் பெரும் பதட்டத்தை உருவாக்கிக் கொண்டிருந்தன.

சுற்றிலும் பார்த்தான். பாரில் வேலைப் பார்ப்பவர்களுக்கு மட்டும் குப்பிகள் எளிதாக கிடைத்துக் கொண்டிருந்தது. ஆனால்

அவர்களிடம் கொடுத்து வாங்கினால் அவர்கள் டேபிளில் அமர்ந்து குடிக்க வேண்டும். அது அவனுக்கு பழக்கமில்லாத ஒன்று. காரணம் பெரிதாக ஒன்றுமில்லை. கப், தண்ணீர், உணவுப்பொருள் என்று தேவையில்லாத செலவு. அது அனைத்துமே அவனுக்கு இலவசமாகவே கோர்ட் கேண்டீனில் கிடைத்து வந்தது. கூடுதலாக டிப்ஸ் வேறு கொடுக்க வேண்டும்.

பல வருட பழக்கத்தை தலைகீழாக்க கொஞ்சம் யோசித்தான். கையில் இருப்பதோ இரவு குடிப்பதற்கான தொகை. அவசரமாக கோர்ட்டிற்குவேறு செல்ல வேண்டும். யோசித்தவரை வேறு வழிகளும் அவன் முன்னால் இல்லை. “இங்கேயே இப்படி என்றால் மற்றக் கடைகளிலும் கூட்டம் இதைவிட அதிகமாகத்தான் இருக்கும். முடியாதபட்சத்தில் அஞ்சனம்மாளிடம் கேட்கலாம்” என்று இறுதியாக முடிவெடுத்தவன், பார்ப்பதற்கு அவனைப்போலவே காலில் சர்க்கரை நோயினால் வந்த புண்ணைச் சுற்றிப் போடப்பட்டிருக்கும் கட்டோடு அலைந்து கொண்டிருந்த ஒருவனிடம் மஞ்சள்நிறத்திலான இரண்டு நோட்டுக்களை கொடுத்தான்.

அவன் கைகாட்டிய டேபிளின்மேல் மின்விசிறி இல்லை. தகரக்கூரையானது இரண்டு சூரியன்களாய் உருமாறி அனலில் பொசுக்கி, வியர்வையில் அவனை நனைத்து வைத்திருந்தபோது இரண்டு குவாட்டர்கள் சகிதமாக கூடுதல் வியர்வையுடன் அவன் வந்து சேர்ந்தான். வைத்துவிட்டுப்போன இருபது நிமிடத்திற்குள் இரண்டையுமே முடித்தவனுக்கு அந்த இரைச்சலும், இறுக்கமும் அவனுக்குள் ஏதேதோ செய்யத் தொடங்கியது. மட்டுமில்லாமல் அன்று தன்னைப்போல அவ்வளவு மனிதர்களைக் கண்டதும் அவர்கள் யாரிடமாவது தனது கதையைச் சொல்ல வேண்டும்போல அவனுக்குத் தோன்றியது.

எழுந்து பக்கத்து டேபிளுக்குச் சென்றான். என்ன பேசுவதென்று தெரியாமல் அவர்கள் குடிப்பதையே பார்த்தபடி அரை நிமிடம் நின்றான். இவன் மீதான அவர்களின் விசித்திரமானதொரு பார்வை முடிவுக்குவந்து, அதிலொருவன் இவனை அடித்துத் துரத்த எழுந்தபோது “இது சரிவராது” என்று தனக்குத்தானே சொல்லிக்கொண்டு எதையோ கண்டுபிடித்தவனாக தனது டேபிளுக்குத் திரும்பினான்.

திரும்பியவன் உட்காரக்கூட இல்லை. ஓடிக்கொண்டிருக்கும் பேருந்தில் அவசர அவசரமாக ஏறுவதுபோல டேபிளின்மேல் நொடிப்பொழுதில் ஏறி நின்று சத்தமாக “ஆல் ஆஃப் யூ சார்

ப்ளீஸ். ஐ ட்ரங்க் ஆஃப் பாட்டில் சரக்கு சார்" என்றுச் சொல்லி சிரித்தான்.

அவசரத்தில் இருந்த எவரும் அதைப் பெரிதாகக் கண்டுகொள்ளவில்லை. சிலர் மட்டும் சிரித்தபடி, அடுத்து அவன் செய்யப் போவதை ஆர்வமுடன் எதிர்பார்க்கத் தொடங்கினர். மீதி அனைவரும் அவனைவிட அவசரமாக தங்களது பார்வையை அவரவர்கள் டேபிளுக்குத் திருப்பினர்.

"அன்னைக்கு நான் ஏன் ஜட்ஜோட சேம்பர் உள்ள போனேன்னு எவனுக்காவது தெரியுமா? கதவத் தொறந்து எதிர்ல நின்னவன்ட்ட என் வேட்டியை அவுத்துக் காட்டி, இதுல அப்படி ஏதாவது தனியா தெரியுதானு ஏன் கேட்டேன்னு தெரியுமா? ஒன் ஜட்டியையும் ஒனக்க பொண்டாட்டி பாவாடையையும் துவைக்க பொறந்தவங்களா நாங்கன்னு ஏன் கேட்டேன்னு தெரியுமா?"

படபடவென்று பேசி மூச்சு வாங்கியதால் கொஞ்சம் அமைதி காத்தவன் மீண்டும் "அந்தாளு..." என்று தொடங்கும்போதே எங்கிருந்தோ வந்த ஒரு காலி குவாட்டர் பாட்டில் எலும்புகள் துருத்திக்கொண்டிருக்கும் அவன் இடுப்பை பதம் பார்த்துவிட்டு கீழே விழுந்து சிதறியது. அவ்வளவுதான். அடுத்த ஒரு சில நொடிகளில் அவனை நெருங்கிய பார் முதலாளி ஊழியர்களின் துணையுடன், ஓடிக்கொண்டிருக்கும் பேருந்திலிருந்து தூக்கி வீசப்படும் காலி தண்ணீர் பாட்டிலைப்போல அருகிலிருந்த ஜன்னலின் வழியாக அவனைத் தூக்கி வெளியே வீசினார்.

கனவினுள்ளும் சுடர்விட்டெரியும் குறைக்கொள்ளி

சாராயக்கடைகளிலும், நீதிமன்றங்களிலும் கேட்கப்படும் துயரக் கதைகள் பெரும்பாலும் மறுநாள் போரில் ஈடுபடப்போகும் வீரனின் முந்தையநாள் உறக்கம்போலத்தான் இருக்கும். ஒவ்வொரு நாட்களும் மறுநாட்களாக, மறுநாட்கள் முழுவதும் முந்தைய நாட்களின் தொடர்ச்சியாக, உங்களின் கதைகள் அங்கு எத்தனை முறை சொல்லப்பட்டாலும் அது கேட்கப்படும் விதமானது அரைகுறையாகத்தான் இருக்கும்.

லூர்து குடிப்பதற்காக வழக்கமாகச் செல்லும் கடையை நோக்கிச் செல்வதற்கு முன்பே அஞ்சனம்மாள் கோர்ட்டிற்கு வந்திருந்தாள்.

மறைந்திருக்கும் பாதாள உலகின் நுழைவாயிலென, தடிமனான, உயரமான இரும்பு கம்பிகளைக் கொண்ட நீதிமன்றத்தின் பிரதான வாயிற்கதவின்முன் அஞ்சனம்மாள் கண்ட கூட்டமும்,

கேள்விப்பட்ட நோயின் பெயரும், “ஊரடங்கு” என்னும் வார்த்தையும், மூடப்பட்ட அந்தக் கதவும் அவள் கண்களை முதல் முறையாக அவ்வளவு வெளிச்சத்திலும் இருளாக்கின. ஒருவரும் உள்ளே அனுமதிக்கப்படவில்லை.

பின் கொஞ்சம் நிதானமான அவள் எல்லோரையும்போல “இன்னைக்கு எனக்கு வாய்தா... உள்ள விடுப்பா...” என்று கெஞ்சிக் கொண்டிருந்தாள்.

அடித்து துவைக்கப்பட்டு பிரிட்டிஷ் ஆட்சியின் நீதிபதிமுன் ரீமாண்டுக்காக தூக்கி ஏறியப்படும் ஒரு அடிமையைவிட மோசமாக, கொடும் காயங்களோடு அவளது மகன் காவல்துறையினரால் ஆஜர்படுத்தப்பட்ட மறுநாள் இப்படித்தான் அவள் பூட்டப்பட்ட சிறை கம்பிகளுக்கு பின் நின்றுகொண்டு “மகனைப் பார்க்க வேண்டி” ஒவ்வொருவரிடமும் கெஞ்சி அழுது கொண்டிருந்தாள்.

“இது ஹைகோர்ட் ஆர்டர். யாரையும் உள்ளவிட அனுமதி கிடையாது” இது மட்டும்தான் அவர்களிடம் இருந்து வந்த ஒரே பதில். அவளுக்கு அதன் அர்த்தம் புரியவில்லை. இத்தனை வருட அவளது நீதிமன்ற அனுபவத்தில் அந்த பதில் அவளுக்கு விசித்திரமாக தோன்றவே, என்ன செய்வதென்று தெரியாமல் அருகிலிருந்த பேருந்து நிறுத்தத்தில் லூர்துக்காக காத்திருக்கத் தொடங்கினாள். கூட்டமும் கொஞ்சம் கொஞ்சமாக கலையத் தொடங்கி இப்போது ஒருசில வழக்காடிகளே அங்கு நின்றிருந்தனர்.

மறுபடியும் உள்ளே செல்ல வாய்ப்பு கிடைக்குமா? என்று சுற்றிலும் பார்த்தாள். கோர்ட்டில் வேலைப் பார்ப்பவர்களும், வழக்கறிஞர்களும் மட்டுமே உள்ளே செல்லவும் வெளியே வருவதுமாக இருந்தனர். அவர்கள் சிலரிடம் தன்னை உள்ளே அழைத்துச் செல்லுமாறு கூறினாள். ஆனால் அது ஒருவராலும் முடியாத காரியமாக இருந்தது.

உச்சிவேளை தாண்டியிருந்தது. லூர்து கடைசி வரை வரவில்லை. கேட்டின் அருகில் சென்றாள். இரும்பு கதவிற்கு உள்ளே நின்ற நீதிமன்ற ஊழியர்கள் அவளைக் கோபத்துடனும், எரிச்சலுடனும் பார்த்துக் கொண்டிருந்தனர். அவர்களில் ஒருவனை அவள் அருகில் அழைத்தாள்.

வந்த அவனிடம் எப்படி தொடங்குவதென்று தெரியாமல் “உடம்புல இன்னும் கொஞ்சோண்டுதான் சாமி உசுரு ஒட்டிட்டுக்

கெடக்கு. அதுவும் என்னைவிட்டு போறதுக்குள்ள எனக்கு ஒரு ஜட்ஜ்மெண்ட் கெடைச்சிட்டா நிம்மதியா போய்ருவேன். விசாரணையெல்லாம் முடிஞ்சிருச்சு. இப்ப உள்ள விட்டா ஜட்ஜ்ட்ட பேசி எப்படியும் ஜட்ஜ்மெண்ட் வாங்கிருவேன். உள்ள விட்ருய்யா.. இல்லைனா இத்தனை வருசம் காத்துக் கெடந்தது ஒன்னுமில்லாமப் போயிரும்பா... உனக்கு கோடி புண்ணியமா போகும்" என்றவள், அடுத்து என்ன செய்வதென்று தெரியாமல் தனக்கு எதிரில் நின்று கொண்டிருந்தவனின் கைகளை இழுத்து பற்றி அவளின் காய்ந்த உதடுகளினால் எப்போதும்போலான அந்தச் சிரிப்பு மாறாமல் ஒரு முத்தம் கொடுக்கப் போனாள்.

நோயின் மீதான பயமா? இல்லை அவளது செய்கையின் மீதான வெறுப்பா? என்றெல்லாம் தெரியவில்லை. கையை ஆவேசமாக அவளிடமிருந்து இழுத்தவன் ஒன்றிரண்டு வசவுச் சொற்களை அவளை நோக்கி மோசமாக உதிர்த்து விட்டு, அதேக் கையைக் கொண்டு அடிக்க ஓங்கியபோது பயத்தில் அவள் அலறியது நீதிமன்ற வளாகத்தில் இருந்த ஒருவருக்குக்கூட கேட்கவில்லை.

ஆனால் ஊரடங்கு பிறப்பிக்கப்பட்டு மாதம் ஒன்று கடந்த ஒருநாள் இரவில், அவளுக்கு வந்த கனவில் ஒருவன் அவளை அடிக்க கை ஓங்கியபோது, அவளிடமிருந்து வெளிப்பட்ட அந்த அலறல் சத்தமானது தன் மகன் வழக்கு சம்மந்தப்பட்ட ஒவ்வொருவரின் காதுகளையும் செவிடாக்கியது.

தன்னையொழித்த அம்புசேர் உடல்

குளிரில் நடுங்குவதுபோல ஆடிக்கொண்டிருக்கும் தாடை. நாட்கணக்கில் மழிக்கப்படாவிட்டாலும் ஒரு கட்டத்திற்கு மேல் வளராத தலை முடிகள். அதே அளவோடு அங்குமிங்கும் சிதறிக்கிடக்கும் தாடி முடிகள். வாய்க்குள் செல்லும்வரை வளர்ந்த மீசை மயிர்கள். தாடையைவிட வேகமாக நடுங்கிக்கொண்டிருக்கும் கைகள். அந்த கைகள் இரண்டிலும் கசங்கிய வெள்ளைத் தாள்கள். மேலிருந்து இரண்டும் கீழிருந்து ஒன்றும் என பட்டன்கள் இல்லாத வெள்ளைநிற சட்டை. அதேபோல அழுக்கிற்கும் வெள்ளைக்கும் இடைப்பட்ட நிறத்திலான வேட்டி. இரண்டின் தற்போதைய நிலை மற்றும் நிறமென அழுக்கு வெளிர் மஞ்சளை சொல்லலாம். திறந்திருந்த சட்டையும், விலகியிருந்த வேட்டியும் மார்பிலும், தொடையிலும் பரவியிருந்த கருத்த முடிகளை அடையாளம் காட்டிக்கொண்டிருந்தது.

ஆடிக்கொண்டிருந்த தாடையானது அணிந்திருந்த மாஸ்க்கை வாயைவிட்டு மேலே அகற்றி மூக்கிற்கு இழுத்துச் சென்றிருந்தது. நடுங்கியபடியிருந்த கைகள் ஏற்கனவே அழுத்திப் பிடிக்கப்பட்டிருந்த தாள்களை மேலும் கசக்கிக் கொண்டிருந்தன. வாய்க்குள் நுழைந்திருந்த மயிர்கள் பற்களால் சவைப் பட்டுக்கொண்டிருந்தன. இழுத்து மூடப்பட்டிருந்த நீதிமன்றத்தின் வாசலின் முன் நின்றுகொண்டு தன்னை கடந்து சென்ற ஒவ்வொருவரிடமும் "அஞ்சனம்மாள் வழக்கிற்கு பிறப்பிக்கப்பட்ட உத்தரவு" என்று அந்த தாள்களை காண்பித்துக் கொண்டிருந்த அவனை அறிந்திருந்த வழக்கறிஞர்கள் சிலர் அதை வாங்கிப் பார்த்து அவனைக்கண்டு பரிதாபப்பட்டனர்.

அதில் காவல்துறையைச் சேர்ந்தவர்களின் ஐந்தாறு பெயர்களும், அவர்களின் பதவிகளும், அதேபோல இன்னும் சிலபேரின் பெயர்களும் முகவரிகளும் குறிப்பிட்டு "இவர்களின் குற்றம் நிரூபிக்கப்பட்டுவிட்டதால் உடனடியாக இவர்கள் அனைவரையும் தூக்கில் போட வேண்டும்" என்று எழுதப்பட்டிருந்தது. அதன்கீழ் "இந்திய அரசு பணிக்காக மட்டும்", "நீதிமன்ற உத்தரவு", "அவசர வழக்கு" என்ற முத்திரைகளின் அச்சுக்கள் இருந்தன.

ஆர்வமுடன் அவர்கள் படிப்பதைக்கண்டு தனது சட்டைப் பையிலிருந்து மேலும் சில தாள்களை எடுத்து அவர்களிடம் கொடுத்தான். அப்போது அந்த முத்திரைகளில் ஒன்றிரெண்டு அதிலிருந்து கீழே விழுந்தது. அதை அவசர அவசரமாக எடுத்து அவன் மீண்டும் ஜோப்பில் திணித்துவைத்தபோது அந்த வாசகங்களும், முத்திரைகளும் அவனால் தயாரிக்கப்பட்டவை என்பதையறிந்த அவர்கள் சிரித்துவிட்டு நகர்ந்தனர். வாசலின்முன் காவலுக்கு நின்றிருந்த நீதிமன்ற உதவியாளர் உடனே தனக்கு முன்னாள் இருந்த ஒரு சுவரை நோக்கி மெல்ல நகர்ந்தார்.

"தமிழகத்தில் பல்வேறு இடங்களில் மனநலம் பாதிக்கப்பட்டவர்கள் தங்குமிடம் இல்லாமல் சுற்றி வருகின்றனர். அவர்களுக்கு இந்த ஊரடங்கு காலத்திலும் எளிதாக நோய்தொற்று ஏற்படுவதால் அவர்களைக் கண்டறிந்து அரசு மருத்துவமனைக்கோ, காப்பகத்திற்கோ அல்லது முகாமிற்கோ அனுப்பி வைக்க வேண்டும்" என்பதுபோன்ற அறிவுரைகள் அடங்கிய வாசகத்துடன் ஒட்டப்பட்டிருந்த ஒரு உயர்நீதிமன்ற உத்தரவின் கீழ் குறிப்பிட்டிருந்த தொலைபேசி எண்ணை தொடர்பு கொள்ளும்போதுதான் அஞ்சனம்மாள் லூர்துவைப் பார்த்தாள்.

தன்னையொழித்த மைந்துடை நெஞ்சம்

லூர்து காணாமல் போய் வாரங்கள் பல ஆகியிருந்தன. எது நடக்கக்கூடாது என்று அஞ்சனம்மாள் நினைத்திருந்தாலோ அது கொஞ்சமும் மாறாமல் அப்படியே நடந்திருந்தது. எப்படியும் ஒருநாள் கோர்ட்டிற்கு வந்து விடுவான் என்ற நம்பிக்கையில் தினமும் அவனைத் தேடி அங்கு வர ஆரம்பித்திருந்தாள். அன்றும் வந்திருந்தாள்.

முதலில் அவனை அவளுக்கு அடையாளம் தெரியவில்லை. பின் கண்டுகொண்டபோது அவனுக்கு அவள் யார் என்று தெரியவில்லை. "அங்கு நின்று என்ன தகராறு செய்து கொண்டிருகிறான்?" என்பதை அறிவதற்காக அவன் கையில் வைத்திருந்த தாள்களை வாங்கிப் படித்தபோது, ஏற்பட்ட பெரியதொரு அதிர்ச்சியில் அந்த இடத்தில் அப்படியே நிலைகுலைந்து உட்கார்ந்து விட்டாள்.

தான் காதலித்ததும், திருமணம் செய்ததும், அந்த திருமணத்திற்காகவும் சேர்த்து கணவனை இழந்து, தன் மகன் காதலித்ததும், திருமணம் செய்வதற்காக ஊரை விட்டு கிளம்பி பின் பிடிபட்டதும், பின்பு கொல்லப்பட்டதும், லூர்து வேலையிழந்ததும், அந்த வேலை இழப்பால் குடித்து இதோ இப்படியொரு நிலைக்கு ஆளாகியிருப்பதும் என எல்லா சம்பவங்களும் அவளைக் கொண்டுவந்து நிறுத்தியது அந்த இரண்டு எழுத்தின் தொடக்கப் புள்ளியில்தான்.

ஊரடங்கால் மூடப்பட்ட அந்தக் கதவு அவள் கண்களை முதல் முறையாக அவ்வளவு வெளிச்சத்திலும் இருளாக்கிய அன்றைய தினம் போலவே, இப்போதும் அவள் கண்களுக்குள் கரும்புகையானது அலையடிக்க ஆரம்பித்தன. பகல் இரவானதுபோல தோன்ற, வந்து கொண்டிருக்கும் கண்ணீரோடு சேர்த்து கண்களை கசக்கினாள். அவளைச் சுற்றியிருந்த அனைத்தின் பெயர்களையும் மறந்தாள். ஒரு பெரும் கதறலுக்கு முன்பு வரும் விக்கல்போல தொண்டைக்குழியில் இருந்து ஒரு சத்தம் மட்டும் வந்தது. அந்தச் சத்தத்திலேயே நீதிமன்ற வளாகம் செவிடாகியதுபோல அமைதியாக இருந்தது.

அந்த அமைதியை கொஞ்சமாக தொந்தரவு செய்தபடி மெதுவாக ஒரு வேன் வந்து நின்றது. லூர்துக்கும் அஞ்சனமாளுக்கும் இடையில் கை காட்டப்பட்டது. திடீரென எல்லாம் அந்நியப்பட்டுபோக தன்னை நோக்கி யாரோ நாலைந்து பேர்

வருவதுபோல இருந்தது. அருகில் இருந்த அவனை அவர்கள் இழுத்துச் சென்றனர்.

எல்லோரின் வாழ்க்கையும் ஏதோ ஒருநொடியில்தானே இருக்கிறது? அல்லது ஒவ்வொரு நொடியும் சேர்ந்ததுதானே ஒருவரின் வாழ்க்கையாக இருக்கிறது? அப்படிப்பட்ட அந்தவொரு நொடியை யார் ஒருவர்தான் தீர்மானித்துவிட முடியும்? இல்லை எவர் ஒருவர்தான் அதை முன்னுணர்ந்து விடமுடியும்? அப்படி ஒரு நொடிதான் அது என்று அவளுக்குத் தோன்றியது.

தன் முன்னால் பைத்தியமாகும் ஒரு மனிதனை பார்ப்பதுபோல அவளை அவளே அதிசயமாகப் பார்த்துக்கொண்ட அந்த நொடியில்தான், அவனைப் பின்தொடர்ந்து அஞ்சனம்மாளும் சென்றாள். இனிமேல் அந்தத் துணிப்பை தேவைப்படாது என்று நினைத்தவள், அதை நின்ற இடத்திலேயே விட்டுவிட்டு அந்த வேனில் ஏறினாள். ஓர்துவைப்போல அவள் முரண்டு பிடிக்காமல் ஏறுவதைக் கண்டு குழம்பினாலும், விலகிய சேலையைகூட ஒழுங்குபடுத்தாமல் அவள் நடந்து வந்த விதம் அவர்களை ஒரு முடிவுக்கு வரச் செய்திருந்தது.

அஞ்சனம்மாள் ஏறிய வேனும், அவளது மகனை கடத்திய அதே சாயலில், அதே நிறத்தில், அதேபோன்று இரக்கமில்லாத தோற்றத்தில் இருந்தது. ஏறியதும் எடுத்த வேகமும் அதேபோலத்தான் இருந்தது; பறந்தது.

இப்படி இருவரும் விளையாடி வந்த அந்த விளையாட்டு ஒருவழியாக தனது இறுதி முடிவிற்கு வந்தாலும், இறந்தபின்னும் விடாமல் தொடர்வதுபோல ஒரு சித்ரவதைமிக்க வாழ்க்கையை அல்லது எல்லாமே தலைகீழாகிப்போனதொரு வாழ்க்கையை வாழ்ந்த ஒருவருடைய கதையில் யார்தான் ஒரு இறுதிவரியை எழுதிட முடியும் இல்லையா?

“நானே எப்படியும் தற்கொலை பண்ணிக்குவேன். இது அவளுக்கும் தெரியும். அவளும் அப்படித்தான் செய்வான்னு எனக்கும் தெரியும். இத மட்டும் அவ அப்பாட்ட சொல்லிருங்க. இதுக்கு மேல அவர் என்ன முடிவெடுத்தாலும் அது எனக்கு சம்மதம்தான்.”

அஞ்சனம்மாளின் மகன் சொன்ன இந்த வார்த்தைகள்தான் அவன் காதலித்தப் பெண்ணின் தந்தையைப் பைத்தியக்காரனாக ஆக்கியது. அந்தப் பெண்ணை நிஜமாகவே பைத்தியமாக்கியது.

“நீ என்ன சாவுறது நானே கொல்றேன்” என்று தந்தையே மகள் காதில் ஊற்றிய விஷம் அவளைச் சாகடிப்பதற்குப் பதிலாக வேறு ஏதோ செய்தது. அதுவும்கூட நல்லதுதான் என்று நினைத்த அவளைப் பெற்றெடுத்தவர்கள், ஊரைவிட்டு அஞ்சனம்மாள் மகனுடன் கிளம்புவதற்கு முன்னரே அவள் சித்தம் கலங்கி மருத்துவமனையில் அட்மிட் செய்யப்பட்டதாக பொய் சான்று வாங்கினர். பின்னர் உயர்நீதிமன்றம் அஞ்சனம்மாளின் மறு விசாரணை மனுவை தள்ளுபடி செய்ய அதை ஒரு காரணமாக வரித்துக் கொண்டது.

அப்படி செதில் செதிலாக சிதைக்கப்பட்ட, மகன் திருமணம் செய்திருந்தால் தனக்கு மருமகளாக ஆகியிருக்கக்கூடிய அந்தப் பெண் தன்னை கொண்டு செல்லும் இடத்தில்தான் இருக்கிறாள் என்று அஞ்சனம்மாளுக்கும் தெரியாது; தன் காதலனான அவன் அந்த நாட்களில் தன்னைச் சார்ந்தவர்களால் எப்படி சிறுகச் சிறுகக் கொன்று புதைக்கப்பட்டான்? என்ற கதையைச் சுமந்தபடி அஞ்சனம்மாளே தான் இருக்கும் இடத்திற்கு தன்னைத்தேடி வருவாள் என்று அவளுக்கும் தெரியாது.

2

செற்றம்மிக்க பூதங்கள் நான்கின் கொலை கண்கள்

“வழிக்கு வருவானா?”

“ம்கூம்”

“இதுக்குமேல இங்க வச்சிருக்க முடியாது. அவன் அம்மாவுக்கோ, ஊருக்குள்ள அவன் ஆளுகளுக்கோ விசயம் தெரிஞ்சா சிக்கலாயிரும். இப்பவும் அவன் அந்தப் புள்ளையோடதான் இருக்கான்னு நெனச்சிட்டு இருக்கும். அது வரைக்கும்தான் நமக்கும் சேப்டி.”

“பிள்ளையோட அப்பாட்ட பேசியாச்சா? என்ன சொன்னாரு?”

“ம்... அவரும் அய்யங்குளம் ஸ்டேஷன்ல பேசிட்டாராம். கேஸ்லாம் ரெடியாத்தான் இருக்காம். முதுகு நிக்காத மாதிரி பண்ணிட்டு, ரிமாண்ட் அடிச்சு விட்ருவாங்களாம்”

“அது அவன் சம்மதிச்சாதான? ஒருவேளை இன்னைக்கும் ஒத்துக்கலைனா?”

“அதப்பத்தி நீ யோசிக்காத, ஒனக்கு கொடுத்த வேலையை மட்டும் பாரு. அவன் வாக்கரிசியும், வயித்து நரம்பும் ஒன்

கைலதான் இருக்கு. மட்டுமில்லாம அவன் ஒன்னை மட்டும்தான் நல்லவன்னு நம்புறான். எது எப்படியோ, இன்னைக்குதான் கடைசி நாளு. அத மறந்துறாத"

"வந்தமா, அறுத்தமானு போய்டே இருக்கனும்ப்பா. இதுக்கு முன்னாடி அப்படித்தான பண்ணிருக்கோம்? இது வேலையில்லாதவன் எதையோப் புடிச்சு செரச்ச மாதிரில்ல இருக்கு? அவன உயிரோட விட்டு என்ன நடக்கப் போகுது? இந்தப் பொண்ணு இல்லைனா, இதவிட இன்னொரு ஒசந்த இடத்தத் தேடிப் போவான். இவனுகல்லாம் அவன் அவன் கும்பலுக்குள்ள லவ்வல்லாம் பண்ண மாட்டானுகப்பா. சொன்னாக் கேளு. பேசாம அவன இங்கேயேத் 'தூங்க வச்சி' எங்கயாவது கொண்டுபோய் வீசிருவோம்"

"ஏன்டா பணம் வாங்கிட்டு பண்ற ஒனக்கே இவ்வளவு கோவம் வருதுன்னா, பொண்ணு வீட்டுக்காரங்க சும்மாவா விடுவாங்க? என்ன ஒண்ணு, கோர்ட்டு, கேசுன்னு போகாம முடிக்கப் பாக்குறாங்க. அதுக்குதான் இவ்வளவு டிலே. அதுவுமில்லாம அவங்களுக்குப் பெரிய பெரிய இடத்துல எல்லாம் செல்வாக்கு இருக்கு. அவனுக சொன்ன மாதிரியே கேட்டம்னா நாளப் பின்ன நமக்கும் யூஸ் ஆகும். சொன்னத மட்டும் செய்யி"

"சரி சம்மதிக்கலைனா, அதச் சொல்லு மொதல"

"அவ்வளவுதான். ஸ்டேஷன்ல பாதி, ஜெயில்ல பாதின்னு அவங்களே 'தூங்க' வச்சிருவாங்களாம். எதுனாலும் நைட் தாண்டாது"

"அதான் சரி. ஆனா ஜட்ஜ், டாக்டருக்கெல்லாம் சந்தேகம் வராது?"

"எவன எப்படி கூட்டிட்டு ரிமாண்டுக்கு போனாலும் இப்ப உள்ள ஜட்ஜ் ஒண்ணும் கண்டுக்கிறதில்லையாம். அப்புறம் வெளியவும், ஜெயில்லையும் இருக்குற டாக்டர் செட்டுகளும் போலிசுக ஆளுகதானாம். அதுனால அவன் ஒடம்ப வழிச்சு எடுத்து வாளில அள்ளிப் போட்டுட்டுப் போனாலும் ஒரு பிரச்சனையும் இல்ல."

அழகிய பல் வண்ண ஆடைகளணிந்த கருங்கட் பேய் மகன்கள்

சுமார் எட்டு மணியளவில் அய்யங்குளம் காவல் நிலையத்தைச் சுற்றி நின்ற அனைவரும் ஒருவர் விடமல் அத்தனை பெரும் அவசர அவசரமாக துரத்தி விடப்பட்டனர். பிரதானக்

கதவைத்தவிர மற்ற அனைத்து கதவுகளும், ஜன்னல்களும் வேக வேகமாக மூடப்பட்டன. பின் நிலையத்தினுள்தவிர சுற்றிலுமிருந்த அனைத்து மின் விளக்குகளும் அணைக்கப்பட்டு, இருளில் தெரியும் மின்மினியாக அது சுருங்கியபோது, அவன் கடத்தி அடைக்கப்பட்டிருந்த இன்னோவா கார் ஒரு கைதேர்ந்த கொள்ளையன்போல அமைதியாக ஸ்டேஷன் வளாகத்தினுள் நுழைந்தது.

காரிலிருந்து அவன் இறக்கப்பட்டதுமே "நீதானடா எங்காளுக பொண்ண தூக்கிட்டுப் போனத் தேவுடியா முண்டைக்கு பொறந்தவன். இன்னைக்கு ஒன் நெஞ்சக் கீறி கைல கொடுத்துடுறேன்" என்று கத்தியபடியே வந்த இன்ஸ்பெக்டர் அவனைத் தனியாக இழுத்து கையிலிருந்த தண்டியான பிளாஸ்டிக் பைப் ஒன்றால் பின்கழுத்தில் ஓங்கி ஒரு அடித்தான். அதைக் கொஞ்சமும் எதிர்பார்க்காத அவன் தன் அருகில் நின்று கொண்டிருந்தவனின் மீது வலதுபுறமாக சாய்ந்து நிலைகுலைந்தான். அப்படி அவன் யார் மீது சாய்ந்தானோ அவனிடமிருந்தே அடுத்த அடி ஏற்கனவே விழுந்த அடியிலிருந்து கொஞ்சம் மேலாக பின்னந்தலையை நோக்கி பாய்ந்தது. உள்ளங்கை அளவுள்ள சிறிய மண் சுவர் ஒன்று தலை மேல் பலமாக விழுந்ததுபோலிருந்த அந்த இரண்டாவது அடியானது அவனுக்கு வலியைவிட கூடுதலாக அதிர்ச்சியைத்தான் கொடுத்தது.

அவன் கடத்தப்பட்ட அந்த நான்கு நாட்களும் தன்னிடம் மிகுந்த அன்பாக இருந்தவனும், தன் கதைகளை அனைத்தையும் அதிக அக்கறையுடனும் கேட்டுக் கொண்டிருந்தவனும் அவன்தான். இப்போது முற்றிலுமாக சுற்றிய தலையானது அவனை தரையில் கொண்டுபோய் மெதுவாகச் சேர்த்தது.

"தன்னைச் சுற்றி என்ன நடக்கிறது? எந்த எதிர்ப்பும் காட்டாமல் இருக்கும் தன்னை ஏன் இவர்கள் அடிக்கிறார்கள்?" என்று அவன் யோசிக்கும்போதே ஸ்டேஷனில் தூக்கிக்கொண்டு போட்டுவிட்டு ஒப்படைத்தவர்கள் கிளம்பினர்.

மீதமிருந்த அந்தக் காவல் நிலையத்தின் பிரதான மரக் கதவும் உடனடியாக உள்பக்கமாகப் தாழிடப்பட்டது.

உள்ளே கொண்டு செல்லப்பட்டவனின் ஆடை முழுவதையும் அவர்கள் அவிழ்க்க முற்பட்டபோது, திமிறிய அவனின்மீது அடுத்தடுத்து விழுந்த சரமாரியான அடிகளினால் அவனே

அனைத்தையும் கழற்றி அம்மணமானான். அவன் உடம்பிலிருந்து முதல் துளியாக வெளியேறிய வலதுகை பெருவிரலின் இரத்தம் தரையில் ஒன்றிரெண்டாக சொட்ட ஆரம்பித்தது. உறைந்துவிடாமல் ரத்த ஓட்டத்தை சீராக்கும் பொருட்டு அவனது கையை சுவற்றில் வேகமாக தட்டச் சொன்னார்கள். தட்டும்போது அவன் உடலிலிருந்து உயிரின் முதல் துளி வெளியேறியதுபோல இருக்கவே துடிதுடித்துக் கத்தினான்.

அடுத்த நொடி முதல் நிர்வாணமான உடலின் ஒவ்வொரு துளையிலிருந்தும் வெளிவந்த அவனின் குரல் ஒவ்வொரு முறையும் "அய்யோ, அம்மா வலிக்குது, என்னை விட்ருங்க, நான் தற்கொலைகூட செஞ்சுக்கிறேன், இல்ல நீங்களே கொன்னுருங்க. அடிக்க மட்டும் செய்யாதீங்க" என்று அலற ஆரம்பித்தது. உடனடியாகச் செத்துவிட ஏதாவது கிடைக்குமா? என்று அவன் கால்களும், கண்களும் அந்த அறையைச் சுற்ற... சுற்றி நின்ற அந்த காக்கி உடை மூன்றும் அடக்க மாட்டாமல் சிரித்தன; தாங்கள் எடுத்துக்கொண்ட முன்னெச்சரிக்கை நடவடிக்கையை நினைத்து பெருமிதம் கொண்டன. அதன் தொடர்ச்சியாக உதவி ஆய்வாளரின் கீழ் உதட்டில் வைக்கப்பட்டிருந்த புகையிலை சாறு அவன் முகத்தில் காறி உமிழப்பட்டது.

அதை அவன் துடைக்க இரு கைகளையும் முகத்தின் அருகில் கொண்டு சென்றபோது, பக்கத்து அறையிலிருந்த இன்ஸ்பெக்டர் "என்னைய்யா பண்றீங்க அங்க... அடிக்கிறச் சத்தமும் ஒழுங்கா கேக்க மாட்டேங்குது, கத்துறச் சத்தமும் சரியா வர மாட்டேங்குது. உங்க சர்வீஸ்ல இப்படி தடவத்தான் கத்துக்கிட்டீங்களா?" என்று அடித்துக்கொண்டிருந்த உதவி ஆய்வாளரையும், இரண்டு காவலர்களையும் சிரித்துக்கொண்டே அதட்டினான். உடனே சுறுசுறுப்பான அவர்கள், அவன்மீது பட்டு கீழே சிதறித் தெறித்திருந்த அந்த புகையிலை எச்சிலோடு அவனை தரதரவென அடித்து இழுத்துக்கொண்டுபோய் ஒரு சுவரோடு சாய்த்து போட்டனர்.

அப்படி ஓரமாக ஒடுங்கிப்போய் கிடந்தவனுக்கு கொஞ்சமும் அவகாசம் கொடுக்காமல் அந்த இரு காவலர்களும் எழுத்தர் அறைக்கும், உதவி ஆய்வாளர் அறைக்கும் இடையே இருந்த ஜன்னலின் அருகில் அவனை திரும்பி நிற்க வைத்துவிட்டு, எழுத்தர் அறைக்குள் சென்ற அவர்கள், அவனது கையை அதே ஜன்னலின் வழியாக உள்ளே நீட்டச் சொல்லி அதை எவ்வளவு முடியுமோ அவ்வளவு இறுக்கமாக இழுத்துப்

பிடித்துக்கொண்டனர். இப்போது உதவி ஆய்வாளர் அறை அவனின் பின்பக்கம் இருந்தது. கிட்டத்தட்ட இருநூறு அடிகள் விழ இருந்த அவனது பிட்டத்தில் அப்படித்தான் அந்த முதல் அடி விழுந்தது. எண்ணிகொண்டே அடிக்க ஆரம்பித்த அந்த அடிகள் முப்பத்தைந்திற்கு வந்ததும் சப் இன்ஸ்பெக்டரின் ஓய்விற்காக நின்றது. உள்ளிருந்து பிடித்திருந்த கைகளும் அதே ஓய்விற்காக அதன் இறுக்கத்தை விட்டன.

ஜன்னலின் திண்டு தாடையில் இடிக்க, தொப்பென்று சுவற்றை உரசிக்கொண்டு அவன் கீழே விழுந்தவனுக்கு சுய நினைவு இருந்தது. உட்கார முடியாத அவன் ஒருபக்கமாக சுவரில் சாய்ந்தபடி சத்தமில்லாமல் கெஞ்சியபோது அனைவரும் சிரித்தனர்.

ஒரே ஒரு இளம் பெண் காவலர் மட்டும் ஆரம்பத்திலிருந்தே வாய்ப்பு கிடைக்கும்போதெல்லாம் ஆய்வாளரிடமும், உதவி ஆய்வாளரிடமும் "வேண்டாம் சார்... போதும் சார்... விட்டுடலாம்" என்று சொல்லிக்கொண்டே இருந்தாள். ஆனால் அவளின் பேச்சு அங்கு எவராலும் கண்டுகொள்ளப்படவில்லை. அவள் அப்படி சொல்ல சொல்ல "என்னைய்யா அடிக்கிறீங்க? சத்தமும் வரல ஒரு எழவும் வரல" என்று சொல்லிக்கொண்டேயிருந்தான் இன்ஸ்பெக்டர்.

"நல்ல வாட்ட சாட்டமா இருக்கான், அடி நல்லா தாங்குறான் சார்" என்று சொல்லிக்கொண்டே சிரிப்புடன் மீண்டும் மீண்டும் அடிக்க ஆரம்பித்தார்கள். அடுத்த இரண்டு நிமிடத்தில் அவன் அலற ஆரம்பிக்க... "இப்பதான்யா சத்தம் கொஞ்சம் கேக்குது" என்ற இன்ஸ்பெக்டரின் குரலால் உற்சாகமடைந்து இன்னும் பலமாக அவனை அடிக்க ஆரம்பித்தார்கள். அந்தப் பெண் காவலர் அந்தச் சத்தைதை கேட்க முடியாமல் காதைப் பொத்திக்கொண்டு அமர்ந்திருந்தாள்.

பின் அவர்கள் இன்ஸ்பெக்டரையும் அழைத்தார்கள். வந்தவன் டேபிளின் மேல் அவனை படுக்க வைக்குமாறு காவலர்கள் இருவரிடமும் சைகை செய்தான். எண்பது அடிகளை தாண்டியபோது பிட்டத்தின் மேற்தோல் பிய்ந்து லத்தியில் ஒட்டியது. இரண்டு காவலர்களில் ஒருவர் இப்போது முகத்தைத் திருப்பியபோதும் இன்ஸ்பெக்டர் நிறுத்தவில்லை.

அதுவரை அடிப்பதை வேடிக்கை மட்டுமே பார்த்துக்கொண்டிருந்த ஒரு காவலரை அழைத்து அவனின் கைகளை பிடிக்கச்

சொல்லியவன், ஏற்கனவே முகத்தை திருப்பியபடி அவனது கைகளை பிடித்துக் கொண்டிருந்த காவலர்களில் ஒருவரை வந்து அடிக்கச் சொன்னான். "எவ்வளவு நேரம்னாலும் புடிக்கிறேன் சார், அடிக்க மட்டும் சொல்லாதீங்க சார்" என்று கெஞ்சியவனை "என்ன உன் ஆளுகங்குறதுனால பாசம் பொங்குதோ?" என்று சிரித்துக்கொண்டும், கேலி பேசிக்கொண்டும் அவன் அடித்த அடிகளின் எண்ணிக்கை நூறைத் தாண்டியபோது, வலி தாங்க முடியாத அவன் தனது கைகளையும் கால்களையும் பலமாக உதறி, தன்னைப் பிடித்துக் கொண்டிருந்தவர்களிடமிருந்து திமிறி, உருண்டு, டேபிளின் ஆணி ஒன்று அவன் முதுகுச் சதையை ஆழமாக கிழிக்க முன்னிலும் மோசமாக தொப்பென்று கீழே விழுந்தான்.

இப்போதும் அவனுக்கு சுய நினைவு இருந்தது. ஆனால் அவனை அறியாமலேயே சிறுநீர் வெளியேறியது. ஏற்கனவே பிட்டத்தை தவிர, விரல்களிலும், கால்களிலும் விழுந்த அடிகளினால் வெளியேறிக் கொண்டிருந்த இரத்தம் வெளிச் சுவர்களுக்கு பூசப்படிருந்த செந்நிற வண்ணத்தை ஸ்டேஷனின் உள்ளும் பூச ஆரம்பித்திருந்தது. "இப்ப யார்ரா இதச் சுத்தப்படுத்துவா?" என்று கேட்டுக்கொண்டே அவனை மிதிக்கப்போன இன்ஸ்பெக்டர் ஏதோ யோசித்துவிட்டு தூக்கிய காலை கீழே இறக்கினான். சுற்றி நின்றவர்களைப் பார்த்து நமட்டுச் சிரிப்புடன் "அதான் கைவசம் ஆள் இருக்கே" என்றான்.

அவர்களுக்கு அதன் அர்த்தம் சொல்லாமலேயேப் புரிந்தது.

அதுவரை அருகிலிருந்த காவலர் ஓய்வறை கட்டிடத்தில் வலுகட்டாயமாக உட்கார வைக்கப்பட்டிருந்த அஞ்சனம்மாள் அப்படித்தான் ஸ்டேஷனுள் வரவழைக்கப்பட்டாள். அப்போது நேரம் இரவு பத்து முப்பதைக் கடந்திருந்தது. அதற்குள் அவன் ஒதுக்குப்புறமாக இருந்த செல்லினுள் கொண்டு செல்லப்பட்டிருந்தான். மகனின் ஆடைகளை கொடுத்தே அந்த இரத்தத்தையும், சிறுநீரையும் சுற்றி நின்ற காவலர்கள் துடைக்கச் சொன்னார்கள். அது புது உடைகள் என்பதால் அவளால் அது யாருடையது என்று அடையாளம் காண முடியவில்லை. ஏற்கனவே அவர்களின் மிரட்டல்களாலும், விழுந்த சில அடிகளாலும் நடுங்கிக் கொண்டிருந்த அவள் உடல் அவர்கள் சொன்னதை அப்படியே செய்யத் தொடங்கியது.

அப்படி அவள் துடைப்பதை அவனை இழுத்து வந்து காண்பித்தார்கள். சத்தம் போடாத வண்ணம் அவனது

வாய் கட்டப்பட்டிருந்தது. அந்தக் காட்சியைப் பார்க்கச் சகிக்காமல் அவன் முகத்தைத் திருப்பியபோதும், கீழ்நோக்கி தொங்கவிட்டபோதும் அடிகள் விழுந்தது. "பார்க்காவிட்டால் அவளுக்கும் அடிகள் விழும்" என்ற எச்சரிக்கை வார்த்தைகள், வாங்கிக் கொண்டிருந்த அடிகளைவிட வேகமாக பறந்து வந்து அவன் காதில் விழுந்தது.

அவன் இமைகளைக்கூட மூடவில்லை.

இப்போது தன் உடல் தன்னைவிட்டு நீண்ட தொலைவு எங்கோ சென்றுவிட்டது போலவும், தானும் அதுவும் மீண்டும் சேர முடியாத எதிரெதிர் துருவங்களை அடைந்துவிட்டது போலவும், ஆனால் வலிகளை மட்டும் அது அங்கிருந்து தனக்கு விடாமல் அனுப்பிக் கொண்டிருப்பதாகவும் அவனுக்குத் தோன்றியது.

கண்முன்னே அழுதபடி தனது இரத்தத்தையும், சிறுநீரையும் துடைத்துக்கொண்டிருந்த அம்மாவுடன் அவன் அலைந்து திரிந்த சிறு வயது நாட்களும், அப்போது சந்தித்த அவளும், அதன்பின் தொற்றிக்கொண்ட அந்தக் காதலும், அந்தத் தெருவும், அவள் வீடும், கடைசியாக அவளிடமிருந்து தன்னை பிரித்து கடத்தி வந்த இடங்களும் என எல்லாம் சேர்த்து அவனுள் ஏற்படுத்திய நினைவுகளானது, அடிகள் உருவாக்கியதைவிட அதிக இரணங்களை கொடுத்தது. அவள் தரையை சுத்தப்படுத்திக்கொண்டிருந்த அந்த அரைமணிநேரத்தில் அவன் அவனுடைய இருப்பத்து நான்கு வருட வாழ்கையை மீண்டும் ஒருமுறை வாழ்ந்து முடித்திருந்தான்.

ஒருவாறு திருப்தியடைந்த இன்ஸ்பெக்டரும், சப் இன்ஸ்பெக்டரும் அவளை மீண்டும் அதே காவலர் துணையுடன் அந்த ஒய்வறை கட்டிடத்திற்கு அனுப்பி வைத்து, மாலை நேரத்திற்குமேல் காவல் நிலையத்தில் பெண்களை அடைத்து வைக்கக்கூடாது என்ற நடைமுறையை நேர்த்தியாகக் கடைபிடித்தார்கள்.

மூங்கில் லத்திகளையும், பிளாஸ்டிக் பைப்களையும் துடைக்கவில்லை என்று அவள் சென்றபின்தான் காவலர்கள் பார்த்தனர். "அதற்கென்ன?" என்ற உதவி ஆய்வாளர் அவனையே அழைத்து வரச் சொன்னார். கைத்தாங்கலாக இழுத்து வரப்பட்டவனிடம் அதைக் கொடுத்து துடைக்கச் சொன்னார். பலமில்லாத தனது கண்களால் துடைப்பதற்கு துணியை தேடியவனைப் பார்த்து எல்லோரும் சிரித்தனர். "இனிமேதான் ஆரம்பமே இருக்கு. அதுக்குள்ள தொடச்சி முடிச்சிட்டா

எப்படி? அதான் இன்னும் கொஞ்சம் சதை மிச்சம் இருக்கே" என்று வெடுக்கென அவனிடமிருந்து லத்தி பிடுங்கப்பட்டது. யார் பிடுங்கினார்கள்? என்று கூட அவனால் தெளிவாக காணமுடியவில்லை.

இந்தமுறை "டேபிள் வேண்டாம், தரையில் கால் நீட்டி உட்கார வைக்குமாறு" காவலர்களிடம் இன்ஸ்பெக்டர் சைகை செய்தான். அப்படி அவர்கள் அவனை உட்கார வைக்க முயற்சித்தபோதே மீண்டும் துள்ளிக் குதிக்க ஆரம்பித்தான். சதைகள் கிழிந்து தொங்கிக்கொண்டிருந்த பிட்டத்தால் அமரும்போது ஏற்படும் வலிகளை எண்ணிப் பார்த்தபோதே அவன் உடலெங்கும் வெப்பம் பரவியது. பரவிய அந்த வெப்பமானது கிழிந்து தொங்கிய சதைகளின் மேலேயே மையமிட்டதுபோல அவனுக்கு இருந்தது. உடம்பின் ஒட்டுமொத்த ரத்த ஓட்டமும் அங்கேயேச் சென்று வெளியேற இடமில்லாமல் குவிந்து முட்டுவதுபோல உணர்ந்தான்.

அந்த குறிப்பிட்ட நிமிடங்களில் "இவ்வாறு முரண்டுபிடிக்க கொஞ்சமும் உரிமையில்லாத இடத்தில்தான் இன்னமும் இருக்கிறோம்" என்பதை மறந்திருந்த அவனுக்கு, அதே சதை கிழிந்த பகுதியில் விழுந்த எண்ணிகையில்லாத அடிகள் அடுத்த சில வினாடிகளுக்கு நீடித்தது. அதன் முடிவில் அவனே கதறிக்கொண்டு தரையில் அமர்ந்தான். அழுதான். வலியில் ஓவெனக் கத்தினான்.

"கொடுக்கும் அடியின் முழுமையும், சுகமும் அதை வாங்குபவனின் அலறலில்தான் இருக்கிறது" என்று இத்தனை வருட தங்கள் அனுபவத்தில் அறிந்திருந்த அவர்கள் ஆரம்பத்தில் கதவுகளை, ஜன்னல்களை அடைப்பதற்கு காரணம் இதுதான். அவனின் அடங்காத மரண ஓலம் அவர்களை மேலும் மேலும் பரவசப்படுத்தியது; விடாமல் அடிக்கத் தூண்டியது.

என்ன கத்தினாலும் எதுவும் நடக்கப்போவதில்லை என்று தெரிந்தும் வலியால் அவன் எழுப்பிய குரல் அஞ்சனம்மாளுக்குக்கூட சரிவர கேட்கவில்லை. அந்த நேரத்தில் ஸ்டேஷனை ஏன் இப்படி அடைத்திருக்கிறார்கள்? என்றுகூட அவளுக்கு யோசிக்கத் தோன்றவில்லை. மகனுடன் சென்ற பெண் மட்டும் திரும்பி வீட்டுக்கு வந்திருப்பதை கேள்விப்பட்ட அவள், தான் தேங்காய் விற்றுத் திரிந்த அந்த தெருவிற்குள் வெறும் கையோடு நுழைந்து அந்த வீட்டின் முன்புபோய் நின்றபோதுதான் அவளும் இந்த ஸ்டேஷனுக்குக் கடத்தப்பட்டிருந்தாள்.

சிறு வயதிலேயே கணவனை இதேபோல இன்னொரு காரணத்திற்காக இழந்தவள் இப்போது இரண்டாவது முறையாக காவல் நிலையத்திற்கு வந்திருக்கிறாள். இரண்டு முறையும் காரணங்கள் வேறு என்றாலும் அவளை இணைத்தது அந்த இரண்டு எழுத்துதான். ஆனால் அன்று அவள் பார்த்த கட்டிடம்போல், ஊரை விட்டு எங்கோ தொலைவில் இருந்த இந்தக் கட்டிடம் இல்லை என்று மட்டும் அவளுக்குப் புரிந்திருந்தது. மகனையும் அவர்கள் வேறெங்கோ வைத்திருக்கிறார்கள் என்றே அவளின் எண்ணமும் இருந்தது. அவள் துடைத்த அந்த இரத்தமும் வேறு ஒருவருடையது எனவும், தன்னை பயமுறுத்தவே இதையெல்லாம் அவர்கள் செய்கிறார்கள் என்றுமே நினைத்திருந்தாள்.

அதனால்தான் நடந்தால் இரண்டொரு நிமிடங்களில் சென்றுவிடக்கூடிய தூரத்தில் மகன் நிர்வாணமாக்கப்பட்டு, இந்த நொடியில் அவன் பிட்டங்களிலும் பாதங்களிலும் நூற்றுக்கும் மேலான அடிகள் விழுந்து கொண்டிருக்கிறது என்பதையும், அவனின் இரண்டு தொடைகளிலும் இரண்டு காவலர்கள் நின்று அவனது பாதங்கள் வரை தங்களது பூட்ஸ் கால்களால் ஏறி இறங்கி நடப்பதையும், அவற்றை வைத்தே அவனது இரண்டு கால்களையும் விடாமல் விரித்து அவன் கத்துவதை ரசிப்பதையும் அவளால் உணரமுடியவில்லை.

மணி ஒன்றை நெருங்கியிருந்தது. அப்போது சப் இன்ஸ்பெக்டர் "ஜட்ஜ் கேட்டா என்ன சொல்லுவ?" என்றான். "நீங்க அடிச்சதை சொல்லுவேன்" என்று முனகினான். சப் இன்ஸ்பெக்டரோடு சேர்ந்து இன்ஸ்பெக்டரும் சத்தம் போட்டு சிரித்தான். சுற்றி நின்ற இரண்டு காவலர்களும் மெதுவாகச் சிரித்தனர். ஆரம்பத்திலிருந்தே அந்த சிரிப்புகள் மட்டும்தான் 'அவர்கள் மனிதர்கள் இல்லை' என்ற எண்ணத்தை அவனுக்குள் வலுவாக விதைத்துக் கொண்டிருந்தது.

இப்போது விழுந்த முதல் அடியானது அவனது வலது காதின் பின்புறமாக தலையோடும், பாதி கழுத்தோடும் உரசிச் சென்றது. உடனே அவனது வலதுகை தலையை நோக்கிச் சென்றதும், இரண்டாவது அடி தெள்ளத்தெளிவாக முதுகின் பக்கவாட்டில் அழுத்தமான ஒரு கோடு போட்டு விட்டுச் சென்றது. கட்டப்படாமல் இருக்கும் ஒரு கையை எந்த இடத்தை நோக்கி நகர்த்த என முடிவு செய்வதற்குமுன், மூன்றும் நான்கும் இடுப்பையும், பிட்டத்தையும் பதம் பார்த்தன. பின் ஐந்தும், ஆறும் அதே இடங்களில் இன்னும் ஆழமாக ஊன்றிச் செல்ல,

அதன்பின் விழுந்த அடிகளை அவன் எண்ணவுமில்லை; யாரிடமிருந்து அது உருவாகி வருகிறது என்று கவனிக்கவுமில்லை. தகரக்கூரையில் பட்டுச்சிதறும் மழைத்துளிகளின் ஓசைகளென, தனது உடம்பிலிருந்து உருவாகி மறையும் ஒலிகளை மட்டுமே கேட்டுக் கொண்டிருந்தான். அதுவும் அடுத்த சில நொடிகளில் அவனது காதுகளை அடைத்தபோது அவனது உடல் மயங்கிச் சரிய ஆயத்தமானது.

கடப்பாரைப்போல் இருந்த மூங்கில் லத்தி ஒன்று ஆசன வாய்க்குள் வேகமாக நுழைக்கப்பட்டு, ஏற்கனவே வீங்கியிருந்த விரைகளின் மேல் வெறிகொண்ட பூட்ஸ் கால்கள் பலமாக மோதியபோது, முடிந்தவரை முயற்சி செய்தும் அவனால் இந்தமுறை எப்போதும்போல சுயநினைவோடு கீழே விழமுடியவில்லை.

படிகட்டுகளுக்கும், கைதிகள் அறைக்குமிடையே இழுத்து கொண்டுப்போய் நிர்வாணமான அவனது உடல் போடப்பட்டு, நாற்காலி ஒன்றோடு அவனது இடது கை சேர்த்து கட்டப்பட்டபோது, மரக்கதவுகளும், ஜன்னல்களும் முன்பைவிட வேகமாக திறக்கப்பட்டன. மகனுக்கு வட நாட்டு கும்பல்களோடு தொடர்புடைய திருட்டு வழக்கு ஒன்றிற்கும், அஞ்சனம்மாளுக்கு காவலர்களை பணி செய்ய விடாமல், ஆபாச வார்த்தைகளால் திட்டி, அடிக்க முயற்சி செய்த வழக்கு ஒன்றிற்குமான ரிமாண்ட் வேலைகளும் தொடங்கியபோது, எங்கிருந்துதான் வந்தோ? எனத் தெரியவில்லை, ஈக்கள் அவனைச் சுற்றி மொய்க்க ஆரம்பித்தன.

மணி மூன்றானது.

நெருப்பையும் நீரையும் ஒன்றாகக் கலந்து, ஒரே நேரத்தில் யாரோ தன் மீது ஊற்றுகிறார்கள் என்ற பதட்டத்தில், வலியில் அவன் திடுக்கிட்டு விழித்தபோது முழுவதுமாக நனைந்திருந்தான். தண்ணீர் ஊற்றெடுக்கும் சொரசொரப்பான சிமெண்ட் தரையில், நான்கு மணிநேரத்திற்கும் மேல் ஆடையில்லாமல் படுத்துக் கிடந்தவனின் உடலானது, மேலும் தன் மீது மோதிச் சிதறிய குளிர்ந்த நீரினால் திடீரென உதறிக் குழுங்கியதில், அவனுடன் இணைந்திருந்த நாற்காலி கூடுதலாக ஒரு காயத்தை அவனது இடது தோள்பட்டையில் ஏற்படுத்திவிட்டு சரிந்து விழுந்தது.

எப்போது தனது இடதுகை அதனுடன் சேர்த்துக் கட்டப்பட்டது என்ற நினைவில்லாமலேயே அது இன்னும் தன்னிடமிருந்து அவிழ்க்கப்படாமல் இருப்பதை அப்போதுதான் பார்த்தான். அடி

கணக்கு இன்னும் முடியவில்லைபோல என்று நினைத்தவன், தனது வண்ணத்தை வெளிர் மஞ்சளிலிருந்து இரத்தச் சிவப்பிற்கு மாற்றிக்கொண்ட மணிகட்டையில் கட்டப்பட்ட பிளாஸ்டிக் கயிற்றை, எவ்வித ஆச்சர்யமுமில்லாமல் வெறித்து பார்த்தபடி மீண்டும் உறங்கியோ அல்லது மயங்கியோ போனான்.

மணி ஆறானது. அவனும் தானும்தான் திருடுவதில் கூட்டாளி என்று சொல்ல மற்றொரு அப்பாவித் திருடன் ஒருவனையும், அவனிடமிருந்து ஒரு வாக்குமூலத்தையும் வாங்கி வைத்திருந்தனர். அஞ்சனம்மாள் விவகாரத்தில் இதுபோன்ற அலறலுக்கு பழகிப்போன அல்லது பயந்துபோன ஸ்டேஷன் பக்கத்திலிருந்த இரண்டு வீடுகளிலிருந்து வாக்குமூலம் பெறப்பட்டிருந்தது. மஜிஸ்ட்ரேட் வீட்டுக்கு அவனுக்கு முன்பே அஞ்சனம்மாளை கொண்டு செல்ல திட்டம் வைத்திருந்தார்கள். இவனுக்கு ஒரு வாடகை கார் பிடித்தார்கள். இரத்தக்கறை படியாமல் இருக்க காரின் பின் இருக்கையில் போர்வை ஒன்று விரிக்கப்பட்டது. இப்படி எல்லாமே மிகவும் கவனத்துடனும், மெதுவாகவும், நேர்த்தியாகவும் நடந்து கொண்டிருந்தது.

“மகன் உயிரோடு வேண்டுமென்றால் நாங்கள் சொல்வதையெல்லாம் அப்படியே செய்ய வேண்டும் என்று கூறி எப்படி அவளை அவர்கள் கடத்தி வந்தார்களோ, ரிமாண்டுக்கு அழைத்துச் சென்றார்களோ அதேபோல, “உன் அம்மா மேல் திருட்டு முதற்கொண்டு பிராத்தல் வரை கேஸ் போட்டு விடுவோம்” என்று மிரட்டி “ஒருவேளை ஜட்ஜ் கேட்டால் என்ன சொல்லுவ?” என்றார்கள்.

பயத்தினால் மிரண்டுபோன குழந்தை சொல்வதெற்கெல்லாம் தலையாட்டிச் சம்மதிப்பதுபோல, அவர்களுக்குச் சாதகமாக குனிந்துகொண்டே தலையைப் பக்கவாட்டில் அசைத்தான். உடனே அவன்முன் ஒரு உணவுப் பொட்டலம் வைக்கப்பட்டது. சங்கிலியால் வெவ்வேறு இடங்களில் பிணைக்கப்பட்ட கைகள் ஒன்றையொன்று சந்திக்காமல் வருடங்கள் பல ஆனதுபோல மோசமான நிலையில் இருந்த தன் கைகளை சிறிது நேரம் தடவிப் பார்த்தான்.

உடைந்த தாடையினால் காய்ந்துபோயிருந்த அந்த தோசையை அவனால் மெல்ல முடியவில்லை. ஒதுக்கி வைத்தான்.

அதைப்பார்த்த சப் இன்ஸ்பெக்டர் “நீ இங்கேயே கெடந்து செத்தாக்கூட எனக்கு சந்தோசம்தான். உன் எலும்புகூட யாருக்கும் கெடைக்காத மாதிரி சீனிய அள்ளிக்கொட்டி எரிச்சிட்டு

போய்ட்டே இருப்பேன். அப்புறம் நடக்குறது பத்தியெல்லாம் எனக்கு கவலையே இல்ல. என் சொத்த வித்தாவது வெளிய வந்துருவேன். ஆனா அவ்வளவு சீக்கிரமா, ஈசியா ஒன்ன சாவ விட்ற மாட்டேன். அதுனால ஒனக்கு ஜெயில்லயும் கொஞ்சம் சிறப்பு ஏற்பாடு பண்ணிருக்கேன். அத என்னன்னு சொல்லவா?" என்று கேட்டபடி அவனைத் தன்னை நோக்கிப் பார்க்க வைக்க, சாப்பாட்டுப் பார்சலை தனது இடது கால் விரல்களால் கவ்வி இழுத்தான்.

பயந்த அவன் சுவையில்லாமல் அவற்றை வழியும் கண்ணீரோடும், உறைந்தும் உறையாமலும் ஊறிக்கொண்டிருந்த இரத்தத்தோடு சேர்ந்து விழுங்கினான். இப்போதும் அந்தப் பெண் காவலரைத்தவிர அனைவரும் சிரித்தார்கள்.

பின் அவன் பார்த்ததும், சப் இன்ஸ்பெக்டர் சிரித்துக்கொண்டே "அங்க ஒனக்கு ஜில்லுனு குடிக்க மொளாகாப் பொடி ஜூஸ் தருவாங்க.. சூடா குடிக்க கொதிக்கிற எண்ணெய் கொடுப்பாங்க... அப்புறம் ஒரு வாரம் தொடர்ச்சியா ஒன் கண்ணை கட்டி வைக்கச் சொல்லிருக்கேன். அது ஒருவிதமான குருட்டு இருட்டுக்கு பழகினதும், சூரியன் மாதிரி கொஞ்சமா வாட்ஸ் கூடின விளக்க ஒன்ன, ஒன் கண்ணு தெளிவாகுறவரை அந்த செல்லுல பளிச்சினு போடச் சொல்லிருக்கேன். ஆமா ஒனக்கு முடி கொஞ்சம் நல்லா இருக்குல்ல? ஒன்ன எழுப்ப அதப் பிடிச்சுதான் தூக்கச் சொல்லிருக்கேன். இப்ப இருக்குறதுல பாதிகூட மிஞ்சாது. தலைவலி மட்டும் சும்மா ஜோரா இருக்கும். இதையெல்லாம் தாண்டி நீ பொழைக்கவும் மாட்ட... அதேநேரம் ஒன்ன தற்கொலையும் செய்யவிட மாட்டேன். இன்னும் முக்கியமா ஒண்ணச் சொல்லாம விட்டுட்டேன் பாரு... ஜெயில் நாய் ஒண்ணு இருக்கு... அம்மணமா நிக்கிறவங்கள அதுக்கு நல்லாப் பிடிக்கும்" என்றவன், சுற்றி நின்றவர்களைப் பார்த்து "என்ன அடுத்த ரவுண்டுக்கு ரெடியா?" என்றான்.

ஆனால் கைது குறித்த தகவலிலோ... காவலில் வைக்கப்பட்டபோது அவனுக்குக் கொடுத்த உணவு வகைகளும், தண்ணீர் அளவுகளும், அவற்றின் தரமும் என என்னென்ன சேர்க்க வேண்டுமோ அதை அனைத்தையும் மிகச் சரியாக சேர்த்துக்கொண்டதோடு, கைதின் போதும், தற்போதும் அவனது எடை ஒரே அளவில் இருப்பதாகவும், கழிப்பறையும், தூங்கும் வசதிகளும் அவனுக்குச் சரியாக செய்து கொடுக்கப்பட்டததாகவும், அந்த அறைகள் எலிகள், கரப்பான் பூச்சிகள் போன்ற தொந்தரவில்லாத மிகக்

குளிரானதுமில்லாத, அதிக வெப்பமானதுமில்லாத அதிசுத்தமான அறைகள் என்றும் எழுதப்பட்டிருந்தது.

பின்னாளில் இந்த ஒவ்வொரு வரிகளையும் அஞ்சனம்மாள் படிக்கக் கேட்டபோது, கேள்விப்பட்டபோது "அவர் இருந்திருந்தால் இந்த கேடுகெட்ட ஒவ்வொரு நாய்களின் தலைகள் எவ்வளவு தூரம் அதன் உடல்களிலிருந்து தூரப் பறந்திருக்கும்" என்று தன் கணவனை நினைத்தும் அலறித் துடித்தாள்.

பின் அவர்கள் அவன் உடல் முழுவதையும் பரிசோதித்தார்கள். ஆனால் ஒரு காயம்கூட ரிமாண்டுக்கான வாரண்டில் குறிப்பிடவில்லை. விரல்களின் இரத்தக்காயங்கள்தான் அவர்களை எரிச்சல்படுத்தின. மீண்டும் மீண்டும் சுவற்றில் தட்ட சொன்னார்கள்; தட்டினான். கிட்டத்தட்ட உயிரின் கடைசி துளிக்கு முந்திய ஒன்று அப்போது அந்த இடத்தில் அவனை விட்டு வெளியேறிச் சென்றது. அப்போது தன்னியறியாமலேயே வந்த சிறுநீரில் இரத்தமும் வந்ததைக் கவனிக்கும் நிலையில் அவனும் இல்லை; முன்புபோல அவர்களும் இல்லை.

இருப்பதை வைத்தும், அதேநேரம் இருப்பதை மறைத்தும் அடுத்தடுத்து அவர்கள் நிகழ்த்தப்போகும் எல்லா நாடகங்களுக்கும் அவனை தயார்படுத்தும் ஒத்திகையில் இருந்தார்கள். அதற்கான பலன் கிடைக்காமலில்லை.

கைதுக்கான தகவலை உறவினர்களுக்கோ, தெரிந்தவர்களுக்கோ சொல்லாமல், காரணம் தெரியாமல் நசுக்கிவிட்ட ஒரு எறும்பைப் பார்ப்பதுபோல வெறுமனே பார்த்துவிட்டு அவனைக் காரில் ஏற்றியது காக்கி உடைகள். ரிமாண்ட் செய்வதற்கு ஏற்ற உடல்நிலையில் திடகாத்திரமாக இருப்பதாக அந்த எறும்பு இருப்பதாக பச்சையாக சான்றளித்தார் அரசு மருத்துவர். மிதித்த எறும்பைக் குனிந்துப் பார்க்கவும் அவசியமில்லாத பதவியில் இருப்பதால், ஜுடிசியல் கஸ்டடிக்கு எப்போதும்போல தனது பங்கிற்கான பச்சை மையில் ரிமாண்ட் செய்தார் நீதிபதி. அப்படிப்பட்ட எறும்புகளை பிரத்யேகமாக அடைத்து இன்னும் கூடுதல், குறைய, எளிய, பிரமாண்ட சித்ரவதைகளைக் கொடுக்கும் இடத்தில் பணிபுரியும் சிறை காவலர்கள் வழக்கம்போல தலையில் இரண்டு தட்டு தட்டிவிட்டு உள்ளே தள்ளினார்கள்.

இறுதியாக வந்த சிறை மருத்துவர் மட்டும் என்ன செய்துவிடப் போகிறார்? எல்லாம் இழந்தபின் ஒரே ஒரு துளி உயிரை மட்டும் சுமந்துகொண்டு வந்து தன்முன் நிற்கும் ஒரு பாவப்பட்ட எறும்பு

என்றுகூட கவனத்தில் எடுத்துக்கொள்ளாமல், இயந்திரத்தனமாக அதன்மீது என்னவெல்லாமோ கொட்டிவிட்டு, கொட்டியதன் மேல் எந்த கரிசனமும் காட்டாமல் மருந்துகளை வீசிவிட்டுச் சென்றார்.

ஒரு உயிரை உடலிருந்து பிரித்து எடுக்கும் கலையில், ஆங்கிலேயர் காலத்திலிருந்து பல ஆண்டுகளாக நிபுணத்துவம் பெற்ற இவர்களிடமிருந்து, நீண்ட நெடுங்காலமாக இவர்களே உருவாக்கி வைத்திருக்கும் ஒரு இடத்திற்கு அவன் இவ்வாறுதான் மாற்றப்பட்டான்.

தன் வாழ்வின் கடைசி மூன்று நாட்களை வாழப்போகும் அந்த செல் அவனுக்கு, தன் பிட்டச் சதைகளிலிருந்து நிற்காமல் வெளியேறிய சிவப்பும், மஞ்சளும் கலந்த நீரைப் போன்ற வண்ணத்திலே தோற்றமளித்தது. மட்டுமில்லாமல் அன்று அவன் பார்த்த அனைத்துமே அந்த வண்ணத்தில்தான் தெரிந்தது. பின்னாளில் அவனுடைய சக கைதி ஒருவர் வாக்குமூலத்தில் சொன்னதுபோல, “அவனது பிட்டத்திலிருந்து அழுகிய மீனிலிருந்து வெளிப்படுவதுபோல ஒரு துர்நாற்றம் வீசிக்கொண்டிருந்தது.” அது அவனுக்கு இன்னும் அந்த இடத்தை மரக்கதவுகள் பூட்டப்பட்ட ஸ்டேஷனைவிட நரகமாக்கியது. சலமும், நீரும் படிந்த ஈரமான, பிசுபிசுப்பான ஆடைகள் அவன் உடலில் ஒட்டும்போது ஆடையில்லாமல் கிடந்த ஸ்டேஷன் அவனுக்கு ஆறுதலை தந்ததில் என்ன வியப்பு இருந்துவிடப்போகிறது?

முதல்நாள் கழிவறைக்கு செல்லும்போது சுவரைப் பிடித்தபடி பக்கவாட்டாக கொஞ்சம் கொஞ்சமாக நகர்ந்து சென்றான். இரண்டாம் நாள் அதுவும் முடியாமல் ஊர்ந்து சென்றான். மூன்று வேலையும் சாப்பிடும்போது வரிசையாக அனைவரையும் அமரச் சொல்லும் சிறை விதிகள் அவனுக்கு பெருந்துன்பத்தை கொடுத்தன. மூன்று நாட்களும் சுவரைப் பிடித்துக்கொண்டு மட்டுமே அவனால் நிற்க முடிந்தது. அதுவும் மூன்றாம் நாளில் ஒரு குழந்தையைப்போல கைகளையும் தரையில் ஊன்றி, கால்களையும் முட்டிப்போட்டுக்கொண்டு நடக்க முடியாமல் ஊர்ந்து செல்ல ஆரம்பித்தவன் கொஞ்சமும் சாப்பிட முடியாமல் வாந்தி எடுத்தான்.

அன்று இரவு அவன் மார்பை யாரோ அழுத்துவதுபோல உணர்ந்தான். மூச்சு விட சிரமப்பட்டான். அவனது திணறல் சத்தம் சக கைதிகள் எவரையும் தூங்கவிடவில்லை.

குப்புற படுத்தான். பின் பக்கவாட்டில் திரும்பினான். குனிந்து கிடந்தது பார்த்தான். சுவற்றைப் பிடித்து எழுந்தான்; அதையே பிடித்து நடக்கவும் முயற்சித்தான். கடைசியாக அவன் வாயிலிருந்து "நெஞ்சு வலிக்குது" என்ற வார்த்தைகள் மெல்லமாக வெளியேறியபோது, அப்படியே சரிந்து தொப்பென்று விழுந்தான். இந்தமுறை சுயநினைவுடனோ, சுயநினைவு இல்லாமலோ அவன் விழவில்லை. மாறாக உயிரில்லாமல் விழுந்தான். அதனால் அறுத்து எடுத்ததுபோல இருந்த பிட்டங்கள் தங்கள் வலிகளை அவனுக்கு கடத்த முடியவில்லை. ஒரு வகையில் அவன் உடல் அதன் வலிகளிலிருந்தும், அந்த வலிகள் அவன் உடலிடமிருந்தும் விடுதலையடைந்திருந்தது.

"தம்பி இப்படித்தான் ஒரு கொலை கேசுல மாட்டுன ஒருத்தன இவனுக அடிச்ச அடில குண்டில பள்ளமே விழுந்துருச்சு. இப்பவும் அந்தப் பள்ளம் அவனுக்கு இருக்கு. பேன்ட் போட்டாக்கூட இடுப்புல நிக்காது. ஆனா பொழச்சுகிட்டான். அவன மாதிரியே நீயும் சரியாயிருவ" என்ற சக கைதியின் அக்கறையான, அன்பான வார்த்தைகள் பொய்யாகி அந்த துர்நாற்றம் வீசிக்கொண்டிருந்த காற்றோடு கலந்தன.

"நீதானடா எங்காளுக பொண்ண தூக்கிட்டுப் போனத் தேவுடியா முண்டைக்கு பொறந்தவன். இன்னைக்கு ஒன் நெஞ்சக் கீறி கைல கொடுத்துடுறேன்" என்ற இன்ஸ்பெக்டரின் "அந்த இரண்டு எழுத்து" மேல் மிதந்த அருவருப்பான அந்த வார்த்தைகள் எப்படியோ உண்மையாகி நடைமுறைக்கு வந்தன.

இனி அவனை யார் வேண்டுமானாலும் தலைகீழ் கட்டிவைத்து மண் நிரம்பியிருக்கும் பிளாஸ்டிக் பைப்புகளை கொண்டு அடிக்கலாம். அடிக்கும்போது சிதறும் மண் துகள்கள் காயங்களில் பட்டு தெறிக்கும்போதும், அதன்மீதே மீண்டும் மீண்டும் அடி விழும்போதும் அவன் "என்னை ஒரேடியாக் கொன்னுருங்க சார். என் கைப்பட வேணும்னா என் சாவுக்கு நானே காரணம்னு எழுதி தந்துடுறேன். தாங்க முடியல சார்" என்று கதற மாட்டான்; அழ மாட்டான்; முக்கியமாக சாவை நோக்கி ஒவ்வொரு நொடியும், ஒவ்வோரு அடியின் முடிவிலும் ஏங்க மாட்டான்.

3

கொடியவர்களின் நிழல்கள் சில வாழும் நெடுமதில் சூழ்ந்த பாழ்மனைகள்

அந்தத் தெருவோட பேரு ராஜ வீதிணே. பேருக்கேத்த மாதிரி அவ்வளவு கம்பீரமா, அழகா இருக்கும். நூறடி வீதினும் சொல்வாங்க. எதிர் எதிர் வீட்லருந்து என்னதான் சத்தம் போட்டாலும் ரெண்டு பேருக்குமே கேட்காத அளவுக்கு தெருவோட அகலம் இருக்கும். ரொம்ப காலத்துக்கு முன்னாடி அது அக்ரகாரத் தெருவா இருந்துச்சுன்னு சொல்லிக் கேள்விப்பட்டுருக்கேன். அப்பவே பளபளன்னு சிமெண்ட் ரோடு போட்ருப்பாங்க. இப்ப டைல்ஸ் கல் பதிச்சிருக்காங்கள்ல, அதவிட அது பளிச்சுனு இருக்கும். ஐநூறு மீட்டர் ஓட்டப் பந்தயம் வைக்குற அளவுக்கு நேரா, நீளமா இருக்குற அந்தத் தெருவப் பாத்தாலே நாம நடந்து அத அழுக்காக்கணுமானு தோணும். ஒவ்வொரு வீட்லயும் செடியும் கொடியும் படர்ந்து இருக்குமேத்தவிர தெருவுல ஒரு மரம்கூட இருக்காது. எங்க ஊர்ல இதவிட சின்னதா உள்ள எல்லாப் “பெரிய” தெருவுலயும் ஏதாவது ஒரு மரமாவது நிக்கும். ‘ஒரு மரம்கூட ஏன் யாரும் நட்டு வச்சு வளக்கலை’னு தோணும்போதெல்லாம், ‘எல்லாத் தெருவுலயும்தான் மரம் நிக்குது, இங்க அப்படி இல்லாம இருக்குறதே ஒரு அழகுதான்னு மனசுக்குள்ளயே நெனச்சுக்குவேன்.

அங்க கிடக்குற குப்பையக்கூட நீ ரசிக்காம விடமாட்டப்போல”ன்னு என் ப்ரண்ட்ஸ்கூட கிண்டலடிப்பாங்க. இதோ இப்பக்கூட அப்படித்தான் தோணுது. அப்படி மரங்களே இல்லாத அந்தத் தெருவுல வெயிலோ, மழையோ, காத்தோ, அது எங்கிருந்தல்லாமோ கொண்டு வர தூசிகன்னு எல்லாமே அங்க அப்படியே முழுசாத்தான் விழும். அதப் பாக்கும்போதும், ரசிக்கும்போதும், முகத்தை திருப்பிக்கும்போது அந்தத் தெருவையே அள்ளி அப்படியே நம்ம பாக்கெட்டுக்குள்ள தூக்கி வச்சிட்டு எங்கயாவது ஓடிப் போயிறலாமானு தோணும். ஒருவேளை அவளக் காதலிச்சு ஊரவிட்டு கூட்டிட்டு போனதுக்குகூட என்னோட இந்த நிறைவேறாத ஆசதான் காரணமோ? என்னவோ? சொல்லப்போனா அந்த அதிகால நேரத்துல அவளக் கூட்டிட்டு அந்தத் தெருவ விட்டு போகும்போது எனக்கு அப்படித்தான் இருந்துச்சு.

அப்படி ஒரு தெருவுலருந்து அதவிட அழகா ஒருத்தி தினமும் உங்க வாழ்க்கைல குறுக்கும் நெடுக்குமா நுழைஞ்சும்,

வெளியேறியும், உங்களை ஒரு உலுக்கு உலுக்கியும் வந்தா, நீங்க என்னண்ணே பண்ணுவீங்க? அந்த இடத்துல குறைந்தபட்ச உணர்வே காதலுக்கு கீழ எதுவும் இருக்காது இல்லையா? நானும் அதத்தான் பண்ணேன்.

நீங்க போதைலதான் கேக்குறீங்கன்னு தெரியும். ஆனா 'ஒன் காதல் கதைய சொல்லு'ன்னு நீங்க கேட்டப்ப எனக்கு உடனே ஞாபகத்துக்கு வந்தது அந்தத் தெருதாம்ணே. ஒரு காதலுக்கு பின்னாடி, இல்ல இல்ல இவ்வளவு சித்ரவதைகளுக்குப் பின்னாடி அவ்வளவு அழகான ஒரு தெரு இருக்கும்னு உங்களால நம்ப முடியுதா? அதேநேரம் "எங்க தெருவுல ஒரு இஞ்ச் இடத்தைக் கூட தர மாட்டோம். ஆனா நீ என்னடான்னா இடம் வாங்கனும்னு ஆசைப்பட்டது மட்டுமில்லாம, எங்க வீட்டுப் பொண்ண வேறத் தூக்குறியா?"னு கேட்டு அடிச்சாங்கள்ல? அதுக்கு காரணம் என்ன? அந்தத் தெருதான? அங்க காலம் காலமா இருக்குற... சொல்லவே கூசுதுணே... அந்த ரெண்டு எழுத்து அசிங்கம்தான?

எனக்கு ஒண்ணு மட்டும்தான் புரிய மாட்டுதுணே. எங்க தெருவவிட அவங்க இருக்குற தெரு நல்லா பளிச்சினுதான் இருக்கும். சின்ன வயசுல "ஏண்டா இந்தத் தெருவுல வந்து பொறந்தோம்"னுகூட நான் பல நாள் யோசிச்சிருக்கேன். ஆனா எங்க தெருவுக்கு கதவு கிடையாது. யார் வந்தாலும் ஏத்துக்கும். யாரையும் தொரத்தி விடாது. யார் மிதிச்சாலும் தீட்டாவாது. யார் கீழ விழுந்தாலும் அதோட கை தூக்கிவிடும். யாருக்கு பசிச்சாலும் மூஞ்ச சுளிக்காது. எங்கத் தெரு கெணத்துல யார் வேணும்னாலும் தண்ணி குடிக்கலாம். எங்கள கண்டம் துண்டமா வெட்டிப்போட்டாலும்கூட பெட்ரோலையும், டீசலையும், பூச்சிகொல்லி மருந்துகளயும் எங்க எதிரிக தண்ணி குடிக்குற கிணத்துல கொட்ட மாட்டோம். அடுத்தவங்களுக்கு அரிசி, பருப்பு, மண்ணெண்ணை கெடைக்கக் கூடாதுன்னு ஒரு நாளும் நாங்க ரேஷன் கடை கியூவுல வேணும்னே நிக்க மாட்டோம். அவங்கள ஒதுங்கி நிக்கச் சொல்லிட்டு எல்லாத்தையும் காலி பண்ணி வெறுங்கையோட அனுப்ப மாட்டோம். பஞ்சாயத்துல வெறும் அய்யாயிரம் ரூபா அபராதம் கட்டாததுக்கு யாரையும் வெட்டிக் கொல்ல மாட்டோம். எங்கத் தெருவோடோ ஆடம்பரம் செங்கல், சிமெண்டலயோ இல்ல அந்த ரெண்டு எழுத்து வெறுப்புலயோ இல்லணே. அது சமமா நீளுற எங்க கைல இருக்கு. கீழ விழுறவன எந்த ஊரு, எந்தத் தெரு, யாரோட பிள்ளைன்னு விசாரிக்காம தூக்குற மனசுல இருக்கு.

ஆனா அந்தத் தெருவுக்குள்ள நுழையுற ‘வெளியாள்’ ஒவ்வொருத்தரோட கண்ணு முன்னாலையும் கதவு மட்டும் இல்ல, ஒரு இராட்சச மலையே இருக்கும். ஒவ்வொரு வீட்டுக்கு முன்னையும் இரும்பு மதில்கள் இருக்கும். இத எல்லாத்தையும் தாண்டி நாய்கள வேற நம்பியிருப்பாங்க. அது ஒவ்வொரு தடவையும் எங்களப் பாத்து உறுமிட்டு கொலைக்கும்போதும் “நினச்ச இடத்துலல்லாம் எல்லாராலையும் வாழ முடியாது தம்பி”னு சொல்ற மாதிரியே இருக்கும். அதையும் மீறி அந்தத் தெருவுக்கு சமமில்லாதவங்க செருப்பை கழட்டாம, சைக்கிள விட்டு இறங்காம ஓட்டீட்டு போனா, இல்ல அப்படி ஓட்டிட்டு போகச் சொல்லி போராட்டம் பண்ணா கொலை செய்யும். அந்தத் தெருவ விட்டு வெளியக் காதலிச்சவங்களுக்கு எல்லோர் முன்னாடியும் விஷம் கொடுக்கும்; வெட்டும்; எரிக்கும். அழுதுட்டும், பயந்துட்டும் அவங்க விஷம் குடிக்குறத, இரத்தம் சிந்துறத, எறியுறத வேடிக்கைப் பாக்கும். தற்கொலைன்னு சொல்லி போலீஸ் ஸ்டேஷன்ல கேஸை முடிக்கும். அந்தத் தெருவுல பொறந்துதுனாலேயே வயல் வேலைக்கு வந்தா எங்களைவிட அதிக கூலிய அது அவங்களுக்கு வாங்கிக் கொடுக்கும். அதக் கண்டிச்சு நாங்க அவங்கத் தெருவுக்கு சாவு மேளம் அடிக்க போகலைனா, எங்க வீடுக இடியும்; எங்க வைக்கோல் படப்புக எரியும்; எங்க ஆடு, மாடு, கோழி, குஞ்சுக காணாமப்போகும். மீன் வளக்க அவங்க எங்க கொளத்த குத்தகைக்கு எடுப்பாங்க. எங்களால அது முடியுமா?

இப்ப சொல்லுங்க அந்த ரெண்டு எழுத்துக்கு பின்னாடி அந்தத் தெரு இருக்குதா? இல்ல அந்த தெருவுக்கு பின்னாடி அந்த அசிங்கம் இருக்கா...? அழகும், அருவெருப்பும் எப்படிணே ஒரே இடத்துல இருக்க முடியும்? இப்ப வர என்னால அத நம்ப முடியல.

சாரிணே, எதையோ சொல்லவந்து எங்கயோ போய்ட்டேன்ல?

எங்களோட சின்ன வயசுல அது கொஞ்சம் மாறுச்சு. டயர் உருட்டி வெளையாடுறதுக்கு அந்தத் தெருவுக்குதான் போவோம். கொஞ்சநேரம்கூட விளையாட முடியாதுன்னு எங்களுக்கும் தெரியும். யாராவது வந்து தொரத்தி விட்ருவாங்க. ஏன்னா நாங்க அப்படி. நாங்க போட்ருக்க ட்ரெஸ் அப்படி. நாங்க பெறந்து வளர்ற இடம் அப்படி. எங்க அப்பா அம்மாக்கள்லாம் பாக்க கூடிய வேலை அப்படி. இருந்தாலும் அவங்க தொரத்த தொரத்த அந்த தெருவுல ஓடுறதுகூட எங்களுக்கு அவ்வளவு பிடிக்கும். சில சமயங்கள்ல அடிகூட வாங்கியிருக்கோம். ஓடி வந்து ஒரு

இடத்துல மூச்சு வாங்க உக்காந்தவுடனே நாங்க பேசுறது அந்தத் தெரு பத்திதான். எப்படியாவது அந்தத் தெருவுல ஒரு வீடு வாங்கிறனும்னு எங்களுக்கு பயங்கர ஆசை இருந்துச்சு.

வெவரம் தெரியாம அங்க வீடு வாங்கச் சொல்லி எங்கம்மாட்ட சண்டைலாம் போட்ருக்கேன். அப்பல்லாம் எங்களுக்கும் அவங்களுக்கு இடைல என்னென்ன சொவரு, மதிலு, மிருகங்க, எழுத்து, கோட்பாடல்லாம் இருக்குன்னுலாம் தெரியாது. இப்படி என்னை ஒருநாள் அது இங்க கொண்டு வந்து நிறுத்தும்னும் தெரியாது. படிச்சு சம்பாரிச்சா அந்தத் தெருவுல வீடு வாங்கிறலாம்னு ஒரு நெனப்பு. கனவு. வெறி. எல்லாம்.

ஏற்கனவே பாத்து வந்த முறுக்கு விக்குற வேலையோட சேந்து, எங்கம்மா அப்ப மொத்த வியாபாரிட்ட தேங்காய் எடுத்து தினமும் காலைலயும் சாயந்திரமும் தெரு தெருவா விக்குற வேலய கூடுதலா செஞ்சிட்டு இருந்தாங்க. முறுக்கு விக்குற வேல செஞ்சு வந்த வரை அந்த தெருவுல வியாபாரம் ஒண்ணும் பெரிசா நடக்காது. அதுனால எங்கம்மா அங்கப் போகுறது இல்ல. ஆனா தேங்காய் விக்க தொடங்கினதும் ஒண்ணு ரெண்டு பேரு வாங்க ஆரம்பிச்சாங்க. அதுனால பெருசா விக்கலைனாலும் ரெண்டு மூணு நாளைக்கு ஒரு தடவ அந்தத் தெருவுக்கு எங்கம்மா போக ஆரம்பிச்சது.

அப்ப நான் அஞ்சாவது படிச்சிட்டு இருந்தேன். காலைல ஏழு மணிக்கெல்லாம் வீட்ட விட்டு கிளம்பிரும். நானும் மூணு நாலு சின்னத் தேங்காய் இருக்கும் சின்னப் பையத் தூக்கிட்டு அம்மா கூடவேப் போவேன். அப்படி பையத் தூக்கிட்டு, தெரு தெருவா "தேங்கா தேங்காயி"னு அம்மாக்கூட சேந்து சத்தம் போட்டுட்டு போகுறது எனக்கு கொஞ்சநாள் பிடிச்சிருந்துச்சு. அப்புறமா அதுல ஒரு சலிப்பு வந்துருச்சு. என் வயசு பசங்களும், பொண்ணுகளும் பாக்குற பார்வையினால உருவாகுற கேவலம் அம்மா மேல கோவமா திரும்புச்சு. சில நாள் போக மாட்டேன். ஆனா அம்மா அவ்வளவு வெயிட்டையும் எப்படி தனியாளா சொமந்துட்டு போகும்?னு நினச்சவுடனே மூஞ்ச "உர்"னு வச்சிட்டு தூக்கக் கலக்கத்தோட கூடவேப் போவேன். "தேங்காய், முறுக்கு"னு எப்பயும்விட அதிகச் சத்தத்துல கத்துவேன். மகனுகளப் பத்தி அம்மாக்களுக்குத் தெரியாதா என்ன? இன்னொரு பையில இருக்குற பெரிய "அஞ்சு பிரி" முறுக்குல ஒண்ண எடுத்து தரும். ரெண்டு தடவை வேணாம்னு கோபமா தலையாட்டுவேன். மூணாவது தடவை எப்பவுமே தலையாட்டுனது கிடையாது.

என்னோட சின்ன உள்ளங்கையைவிட ரெண்டு மடங்கு பெருசா இருக்குற அந்த முறுக்க நான் சாப்ட்டு முடிக்குற வரை இடது கைல ரெண்டு பை, தலைல பெரிய தேங்காய் இருக்குற சாக்கு ஒண்ணுனு, அம்மா என்னோடதையும் சேந்து தூக்கிட்டு வரும். எப்பவுமே எனக்கு முறுக்குக இருக்குற அந்த பைமேல ஒரு கண்ணு இருந்துட்டே இருக்கும். என்கிட்ட கொடுத்தா சரியா அத கொண்டு வர மாட்டேன்னும், கீழ போட்டா எல்லா முறுக்கும் நொறுங்கிரும்னும் எப்பவுமே அந்தப் பைய அம்மாதான் வச்சிருக்கும். எல்லாம் முடிஞ்சு வீட்டுக்கு போறப்ப சிலநேரம் முழு முறுக்கு கிடைக்கும். பல நேரம் உடைஞ்ச முறுக்குதான் கிடைக்கும். அதுனாலேயே பல நாள் நான் வேணும்னே மூஞ்ச தூக்கி வச்சுக்கிருவேன். அது பொய் கோபம்னு தெரிஞ்சாலும் அம்மா முறுக்கு எடுத்து தரும்.

அப்படி கையில முறுக்கோட, மூஞ்ச உர்ன்னு வச்சிட்டு இருந்த ஒருநாள்தான் நானும் அவளும் ஒருத்தர ஒருத்தர் மொத முறையாப் பாத்தோம். பகல்ல அந்தத் தெரு எப்படி இருக்கும்னு உங்கள்ட்ட சொன்னேன்ல? ராத்திரி நேரம் அது எப்படி இருக்கும்னு சொல்லலையே... அவதான் அந்தத் தெருவோட ராத்திரி. அவ அந்த வீட்ல இருக்குற நேரமும், அந்தத் தெருவோட ராத்திரியும் ஒரே மாதிரிதான் இருக்கும்ணே.

பகல இரவு மறைக்குற மாதிரி, உடம்ப மறைக்குற அளவுக்கு அடர்த்தியான தலைமுடி அவளுக்கு. எல்லாத் தெருவுலயும் ட்யூப் லைட் இருந்தா, அந்தத் தெருவுல மட்டும் பெரிய பெரிய மஞ்சக் கலரு வெளக்கு எரியும். அந்த வெளக்குகள பாக்கும் போதெல்லாம் ஸ்டிக்கர் பொட்டும், சந்தனமும் எப்பவும் இருக்குற அவ நெத்திதான் எனக்கு ஞாபகத்துக்கு வரும். இதோ இந்த ரூம்ல இருக்குற குண்டு பல்ப பாக்குற இப்பக்கூட.. பெரிய ஆறு போகுற அளவுக்கு அகண்டு விரிஞ்சு கெடக்குற அந்தத் தெருவுல இருந்து நைட் நீங்க வானத்தைப் பாத்தா, உங்களுக்கு ஒண்ணு தோணும் பாருங்க! நாம ஏதோ அந்த அத்தனை நட்சத்திரங்களுக்கும், நிலவுக்கும் நடுவுல நின்னுட்டு இருக்குற மாதிரி ஒரு பிரம்மை தட்டும். ஒருவேளை என்னை நீங்க உயிரோட விட்டுட்டீங்கனா என்கூட வாங்க. நான் காட்டுறேன்.

ஆமா என்னை நீங்க விட்ருவீங்களாணே?

•••

சரி விடுங்க. உங்கள்ட்டயே இத நான் எத்தனை தடவக் கேக்க? எதுல விட்டேன்? ம். நைட் பாக்குற அத்தனை நட்சத்திரங்களயும், நிலவயும் அவ சிரிக்கும்போது பகல்லையே பாக்கலாம்ணே. சினிமா டயலாக் மாதிரி இருக்குதுனுதான நெனைக்குறீங்க? அப்படியெல்லாம் இல்ல. நிஜமாவே அவ அவ்வளவு அழகா இருப்பா.

இதுல வாசலை தொட்டு வலதுபுறமா இருக்குற ஒரு ரூம். பகல்லயே லைட் போட்டாத்தான் அங்க வெளிச்சம் கெடைக்கும். பழைய காலத்து வீடு. அதத்தான் அவங்க அப்பா காரைக்குடி வீடுக மாதிரி புதுப்பிச்சு வச்சிருந்தாரு. நான் பொறக்குறதுக்கு முன்னாடி அந்த வீட்ல சினிமா சூட்டிங் நடந்ததால்லாம் சொல்வாங்க. அப்ப இருந்துதான் அந்தத் தெரு ஊருக்குள்ள இன்னும் பயங்கர பேமஸ் ஆச்சுன்னும் சொல்வாங்க. அப்படி ஒரு தெருவுலருந்து, அந்த தெருவுல இருக்குறதுலையே பெரிய ஒரு வீட்லருந்து, மங்கலும், மஞ்சள் வெளிச்சமும் சமமா இருக்குற ஒரு அறைலருந்து அப்படி ஒரு அழகி வெளிய வந்து உங்களப் பாத்துச் சிரிச்சா, நட்சத்திரமும், நிலவும் என்னண்ணே? அதிகாலைல வெளியவர சூரியனும், சாயந்திரம் மேற்குல போய் மறஞ்சுக்குற சூரியனும் உங்க கண் முன்னாடி ஒரே நேரத்துல வந்து நிக்குற மாதிரி தோணாது?

பின்னாடி நான் பன்னெண்டு படிக்கும்போது, அவள மொத மொத பாத்ததுலருந்து அப்ப வரை உள்ள கதைய பக்கம் பக்கமா எழுதிக் கொடுத்து, ரெண்டு மூணு மாசம் கழிச்சு அவ என் காதல சம்மதிச்சு, நாங்க ஒருத்தருக்கு ஒருத்தர் விரும்ப ஆரம்பிச்சதுக்கு அப்புறம் அந்த அறைக்குள்ள இருந்து யாருக்கும் தெரியாம என்னை எட்டிப் பாக்கும்போதும், பார்த்துச் சிரிக்கும்போதும், கொஞ்சம் தைரியத்தை வரவழச்சிட்டு சைகை செய்யும்போதும், விரல் விட்டு எண்ணக்கூடிய சந்தர்ப்பங்கள்ல எப்பவாவது அங்கருந்து என்கிட்ட பேசும்போதும்... காலைல விரியுற அந்த சூரிய வெளிச்சமும், சாய்ந்தரம் பரவுற கருக்கிருட்டு நேரமும் அந்தத் தெருவுக்கு வரணுமா? வேண்டாமா?னு தினமும் என்னப்போலவே அவள்ட்ட கேட்டுட்டு வர்ரது மாதிரியே எனக்குத் தோணும்.

அவள அந்தத் தெருவுல இருந்து மனசில்லாமதான் பிரிச்சு கூட்டிட்டு வந்தேன்ணே. அந்த ஒரு வாரமும் ரொம்ப வருத்தமா இருந்துச்சு. ஆனா அது அவளோட முடிவும்தானேன்னு நெனச்சு மனச சரி பண்ணிகிட்டேன். “உனக்கு எப்பவும் என்னவிட அந்தத்

தெருதான் பிடிக்கும்''னு செல்லமா கோவிச்சுக்ககூட செய்வா. ரெண்டு பேரும் சிரிச்சுக்குவோம்.

அவளும் அப்ப அஞ்சுதான் படிச்சிட்டு இருந்தா. அப்ப நான் போட்ருந்த ட்ரெஸ்ஸ நினச்சா இப்பக்கூட சிரிப்பு வருது. அவளுக்கு வராதா என்ன? ஒரு கைல முறுக்கு. இன்னொரு கைல ஊக்கு விட்டுப்போய் அவுந்து விழ ரெடியா இருந்த டவுசர். ஸ்கூல் டவுசர் தெரியும்லாணே? வெறப்பா நீண்டுகிட்டு சாக்கு துணி மாதிரி இருக்கும். எங்கம்மா தலைல இருக்குற தேங்காய் சாக்குக்கும் அதுக்கும் கொஞ்சம்தான் வித்யாசம். அதுலயும் பின்னாடி "அருவாமனக் குண்டியால''னு எங்கம்மா திட்டுறதுக்கு தகுந்தாப்புல ரெண்டு ஓட்ட. ஜட்டியெல்லாம் அந்த வயசுல யாருணே போடுவா? மட்டுமில்லாம அத வாங்கிப் போடுற அளவுக்கு வசதியா இருந்துச்சு? அதேமாதிரி ஸ்கூல்ல கொடுத்த சைஸ் பெருசா இருந்த கருப்பு கலர் செருப்பு. சும்மா சொல்லக்கூடாதுணே... நடக்கும்போது "சர்க்கு சர்க்கு''னு சத்தம் கேக்கும். அம்மா நல்லு தாத்தாட்ட குடுத்து சுத்தி தச்சு கொடுத்ததுனால அது மட்டும்தான் என்கிட்ட உருப்படியா இருந்த ஒரே ஒரு பொருள். என்ன கலர் சட்டைன்னுல்லாம் ஞாபகம் வரல. இருக்குற ரெண்டு மூணு பட்டனையும் மாத்திப் போட்டுருந்தேன்னு மட்டும் ஞாபகம்.

டவுசரோட ஓட்டையைப் பாத்து சத்தமா சிரிச்சுட்டா.

போஸ்ட் ஆபிஸ்னு கிண்டல் பண்ணி சிரிச்சா யாருக்குத்தான் கோவம் வராது? கூடவே சேந்து எங்கம்மாவும் சிரிச்சுச்சு. கைல இருந்த முறுக்கப் போட்டுட்டு ஓடி வந்து தெரு ஓரமா நின்னுக்கிட்டேன். அப்புறம் எங்கம்மாதான் அத்தனையையும் தூக்கிட்டு வந்துச்சு. சிரிச்சதுக்கு இதுதான் தண்டனைன்னு நெனச்சுகிட்டேன். அப்பதான் மனசு ஆறுச்சு. அப்ப அவ மேல காதல்லாம் வரல. அந்த வயசுல அது என்னான்னுகூட தெரியாதுல்ல? கோவம்தான் வந்துச்சு. அவள பழி வாங்கணும்னு நெனச்சேன். "ஆனா அவள எப்படி பழி வாங்க?'' இத மட்டும்தான் அன்னைக்கு நைட் முழுசும் யோசிச்சேன்.

அவ வீட்ல கல்லத் தூக்கி எரியலாமா? அவங்க வீட்டு நாய அடிக்கலாமா? இல்ல அவ வெளிய வர நேரமா பாத்து தலைல கொட்டலாமா?னு என் சின்ன வயசுக்கு ஏத்த மாதிரி என்னல்லாமோ யோசிச்சிட்டு இருந்தேன். ஆனா ஒரு விசயத்துல மட்டும் உறுதியா இருந்தேன்.

என்னப் பண்ணாலும் நல்ல ட்ரெஸா ஒண்ண வாங்கிப் போட்டுட்டு போய் அவ முன்னாடி நின்னு காமிக்கனும்னு ஒரு வீறாப்பு மட்டும் மனசுக்குள்ள தொத்திக்கிச்சு. ஆனா நல்ல ட்ரஸ்க்கு நான் எங்கப் போக? அதுனால அந்தத் தெரு பக்கம் போனா அவ வீட்டுக்கு வெளிய கொஞ்சம் தூரமா நின்னுக்குவேன். நான் பக்கத்துல எங்கேயோ நிக்குறேன்னு அவளுக்கும் தெரியும்; அவ எட்டி நின்னு என்னத்தான் தேடுறான்னு எனக்கும் தெரியும். எங்கம்மாகிட்ட சத்தம் போட்டு 'போஸ்ட் ஆபிஸ்' எங்கன்னு கேப்பா. நான் எப்பவும்போல அந்தத் தெரு முக்குக்கு ஓடி வந்துருவேன். இப்படியே கொஞ்சநாள் போச்சு. என்னவோ தெரில, அவ அப்படி சொல்றதும் நான் ஓடுறதும் எனக்குப் புடிச்சிருந்துச்சு.

கூப்டாலும் வராத பையன் காலையிலே எந்துரிச்சு மேக்கப் பண்றதப் பாத்து அம்மாவுக்கு அந்த டைம்லல்லாம் அதிசயமா இருக்கும். எனக்கும்தான். "நாமதான் அவளுக்கு முகத்தையே காட்டப் போறது இல்லையே, பின்ன எதுக்கு கோகுல் சாண்டல் பவுடரை பொங்கலுக்கு வெள்ளையடிக்குற மாதிரி மூஞ்சுல அடிச்சிக்கிறோம்"னு நெனைச்சிக்குவேன். இப்படித்தான் அவளத் தேடிப் போக ஆரம்பிச்சேன். தேங்காய் விக்க, பசங்களோட வெளையாட, யாரும் இல்லைனா நானே தனியான்னு ரெண்டு நாளைக்கு ஒரு தடவை அங்கப் போக முடிஞ்சாலே அதிசயம்தான். ஆனா அதுவும் சில நேரங்கள்ல நடக்காது. அம்மாவுக்கும் அங்க பெருசா வியாபாரம் நடக்காது. ஆனா தினமும் எதாவது ஒரு காரணம் சொல்லி அந்தத் தெருவுக்கு அம்மாவ கூப்ட்டு பாப்பேன். பெரும்பாலும் திட்டுதான் கிடைக்கும். அவளப் பாக்காட்டலும் அவ வீட்ட தூரமா நின்னு பாக்குறதே ஏதோ ஒரு மாதிரி சந்தோசமா இருக்கும். ஆனா அந்தத் தெருவுக்குப் போகும்போதெல்லாம் யாரோ ஒருத்தர் என்னத் தொரத்திட்டு வர மாதிரியே இருக்கும். நானா ஓடி வந்துருவேன். இது எல்லாமே கொஞ்சநாள் கூத்துதான். அப்புறம் அந்த வயசுல பெருசா என்ன தோணிறப் போகுது? எப்பவும்போல பசங்களோட வேறெங்கல்லாமோ சுத்த ஆரம்பிச்சிட்டேன். ஆனா அந்த மொகம் மட்டும் மறக்கல.

கூடுதலா அந்த நேரத்துல இன்னொரு முக்கியமான விசயமும் எங்க வாழ்கைய மாத்துச்சு. நான் சின்ன வயசுல இருக்கும்போதே என் அப்பா இறந்துட்டாரு. இப்ப நினைக்கும்போது அவரும் என்னை மாதிரிதானோன்னு தோணுது. நடக்கக்கூடாத தெருவுல நடந்ததுனால நான் எப்படி இங்க இருக்கேனோ, அதேமாதிரி

கட்டக்கூடாத ஒருத்திய கட்டிகிட்டதால, காட்டக்கூடாத ஒரு இடத்தை போலீஸ்ட்ட காட்டுனதுனால கேஸாகி வெளிய வந்த அந்த ஆட்கள் அவரக் கொன்னுட்டானுக.

ரொம்ப நாளா நடந்த அந்தக் கொலை கேசுல, யாருமில்லாம அனாதையா நிக்குற எங்களுக்கு லட்ச ரூபா நஷ்ட ஈடா கொடுக்கச் சொல்லி கோர்ட் கவர்மெண்ட்டுக்கு ஆர்டர் போட்டுச்சு. ஆனா கோர்ட்ல எங்களுக்கு அந்தளவு பணம் தரமுடியாதுன்னு அது இதுன்னு சொல்லி அதுல பாதிதான் தந்தாங்க. அத வச்சு அம்மா எங்க வீட்ட புதுப்பிச்சுது. தனியா தேங்காய் கடை போட்டுச்சு. அதுவே கொஞ்ச நாள்ல எண்ணெய் கடையாவும் ஆச்சு. அப்புறம் பெரிய பலசரக்கு கடைன்னு நாங்க கொஞ்சம் பணக்காரங்களா ஆக அந்தப் பணம்தான் உதவுச்சு. இத எல்லாத்தையும் விட முக்கியமா எங்கம்மா என்னை அவ படிக்குற ப்ரைவேட் ஸ்கூல்லையே ஆறாம் வகுப்பு சேத்தும் விட்டுச்சு. அவளப் பாக்காம இருந்த ஆறேழு மாசத்துக்கும் சேத்து காலேஜ் வர நாங்க ஒண்ணா படிக்க ஆரம்பிச்ச கதை இப்படிதாம்ணே தொடங்குச்சு.

இப்ப எங்கள்டையும் பணம் இருக்கு. நானும் நல்ல சம்பாதிக்குறேன். அவளுக்கும் வேலை கிடைச்சிரும். அந்தத் தெருவுல இப்ப இல்ல அஞ்சு வருசத்துக்கு முன்னாடியேக்கூட இடம் வாங்குற அளவுக்கு எங்ககிட்ட காசு இருந்துச்சு. நானும் அவளும் சேந்து வாழ்ந்த இந்த ஒரு வாரத்துல என்னென்னவோ கனவுகள வளத்துக்கிட்டோம்.

நானும் அவளும் ஊர விட்டு போயிறலாம்னு முடிவெடுத்தது இப்பதான். அதுக்கு முன்னாடியே நானும் அவளும் இப்படி பண்ணா எங்களுக்கு என்னெல்லாம் நடக்கும்னு தெளிவாவே புரிஞ்சு வைச்சிருந்தோம். இதெல்லாம் நான் ஏன் உங்ககிட்ட சொல்றேன்னா, நீங்க என் கதை கேட்டதுனால மட்டும் இல்லை. நான் உயிரோட திரும்புவேனா? இல்லையா?னு தெரியல. என் கதை என்னோட முடிஞ்சு போகக் கூடாதுன்னு நினைக்குறேன். "என்னை அவள்ட்ட இருந்து பிரிச்சு கடத்திட்டு வந்தப்பவே, ஒன்னக் கொல்ல முடிவெடுத்தாச்சு. ஆனா அதுக்கப்புறம் அவள விட்டு பிரியுறதா நான் சம்மதிச்சா என்னை விட்டுடலாம்"னு முடிவெடுத்ததா சொன்னீங்கள்ள அதுக்கு பதில் இதுதாம்ணே.

இன்னைக்கோட நீங்க என்னைத் தூக்கிட்டு வந்து ஒரு நாலஞ்சு நாள் இருக்குமா? இது எந்த இடம்னுகூட எனக்குத் தெரியாது. உங்களத் தவிர எல்லாருமே என்னைக் கொன்னு

போட்டுருவேன்னு மிரட்டிட்டாங்க; அடிச்சிட்டாங்க. அவுங்க அடிக்குற நேரமும் சரி. மத்த நேரமும் சரி. ஒரு தடவையாவது "அவள மறந்துடுறேன்"னு என் வாயில இருந்து ஒரு சொல் சொல்லி நீங்க கேட்டீங்களா? ஏன் நீங்களுமே என்கிட்ட எத்தனை தடவ கேட்டுட்டீங்க? ஒரு வார்த்தை...? ம்கூம்... ஏன்னு சொல்லுங்கப் பாப்போம்? தனிமை எப்படி இருக்கும்னு அந்த ரெண்டு எழுத்து எப்பவுமே எனக்கு காட்டி வந்துருக்குணே. இதோ இப்பக்கூட பாருங்க... என்னைச் சுத்தி எதுவுமில்ல. அதுனால நான் பெருசா சாவுறத பத்தி பயப்படுறது இல்ல.

ஏன்னா சின்ன வயசுல இருந்தே அப்படித்தாம்ணே. எல்லா பாடத்துலயும் தோத்துருவேன்னு தெரிஞ்சாலும்கூட மொத மார்க் வாங்குறவன் காணுற கனவவிட அதிகமா கற்பனைய வளத்துகிட்டு ரிசல்டுக்காக காத்திருப்பேன். இன்னும் அஞ்சு நிமிசத்துல கெளம்பிருவாங்கன்னு தெரிஞ்சாலும் நிரந்தரமா என்கூடவேதான் தங்கப் போறவங்கபோல, திடீர்ன்னு வீட்டுக்கு வர தூரத்து சொந்தக்காரங்கள பத்தி ஆசைகள வளத்துக்குவேன். அப்புறம் எந்துரிச்சு கெளம்பும்போது அவங்கள அப்படி அப்பிப்பிடிச்சு அழுது பொரளுவேன். எப்படியும் ஊசி போடுவாங்கன்னு நல்லாவேத் தெரிஞ்சாலும் "சாதாரணக் காய்ச்சல்தான். மாத்திரை மட்டும்தான். நாளைக்கு விளையாடப் போய்டலாம்"னு அம்மா சொல்றத அப்படியே உண்மைனு நம்பி டாக்டர் அந்தச் சின்ன கண்ணாடிக் குப்பியோட தலையை கத்திரியால உடைச்சு மருந்த ஏத்துற அந்தக் கடைசி நொடிவரை அழாம இருப்பேன்.

நாலு பேருக்குமேல படுக்க முடியாத ஒரு ரூம். அதுல ரெண்டு ட்ரங்குப் பெட்டிக. அஞ்சாறு குடம். சில பாத்திரங்க. ஒரு குத்துப்போனி. ஒரு சிம்னி விளக்கு. 'மழையில சுவர் சரிஞ்சு விழுந்து இருவர் சாவு"னு செய்தி எப்ப வேணும்னாலும் பத்திரிக்கையில செய்தி வர வாய்ப்பு இருக்குற மாதிரி ஒரு வீடு. ஆனா நான் மட்டும் 'இபி பில்' கட்டுற நண்பன் ஒருத்தனோட வீட்டு மாடியில ஆகாயத்துல பறக்குற ஏரோப்பிளேன ரசிச்சிட்டு சொகுசா படுத்து கெடக்குற மாதிரி கனவு கண்டுட்டே ஒறங்கிப்போவேன்.

அப்புறம் நாட்கள் கொஞ்சம் கொஞ்சமா மாற ஆரம்பிச்சது. ஒரு கட்டத்தில வசப்படாத படிப்பு என் கைக்குள்ள சிக்குச்சு. எவ்வளவு முடியுமோ அவ்வளவு படிச்சேன். வீட்ல கரண்ட் வந்துச்சு. பீரோகூட வாங்கிக்கிட்டோம். சரிஞ்சு விழ பெருசா

வாய்ப்பில்லாத காங்க்ரீட் சுவர எங்கள சுத்தி எழுப்பிக்கிட்டோம். "மொய் வைக்க ஆக மாட்டான்"னு ஒரு காலத்துல ஒதுக்கி வச்சவங்கல்லாம் எங்க வீட்டுக்கு வர ஆரம்பிச்சாங்க; தங்கினாங்க. இனி எப்பவும் "அதுபோல" ஒரு மழைக்கால விபத்து செய்தியில நாங்க இடம்பிடிக்க வாய்ப்புகள் குறைவுன்னாலும்கூட, இப்பவும் அந்த நண்பனோட வீட்டு மாடியில படுத்து கனவுகள உற்பத்தி பண்ணுற மாதிரிதான் எல்லாத்து மேலயும் ஆசைய வளத்துக்கிட்டு, இந்த வயசுலகூட நான் அப்படித்தாம்ணே இருக்கேன்.

அப்பிப்பிடிச்சு அழ தகுதியில்லாதவங்க அவங்கன்னாலும் சொந்தக்காரவங்களோட செருப்பு ஏதாவது கண்ணுல படுதானு ஆசையோட தேடி பாத்துட்டுதான் வீட்டுக்குள்ள நுழைவேன். கண்ணவிட்டு அகல்றவரை வானத்துல பறக்குற விமானங்களப் பார்த்துட்டு அப்படியே நிப்பேன். வலியும், வேதனையும் என்னால தாங்க முடியாட்டாலும் ஒண்ணும் ஆகாதுங்குற நம்பிக்கையில இதோ ரெண்டு இரும்பு சேர்கள இழுத்துப்போட்டு நீங்க என்ன சொல்வீங்கன்னு எதிர்பார்த்து என்னென்னெவோ ஆசைகள வளத்துட்டு இருக்குறேன்.

உங்களப்போல, எல்லோரையும்போல சக மனுஷன்தான் நான்னு எந்த அங்கீகாரமும் கிடைக்கப்போகுறது இல்லைனு தெரிஞ்சிருந்தாலும்கூட... அவ அப்பா முன்னாடி, இதோ இப்ப உங்க முன்னாடி, எந்த நம்பிக்கையான வார்த்தையும் எனக்கு நீங்க சொல்லாட்டாலும்கூட, என்னை நானே சமாளிச்சிக்கிட்டு, தேத்திகிட்டு, உள்ள இருக்குற சோகத்த மறச்சிகிட்டு, அத உள்ளயே வச்சு புதைச்சு, முகத்துல சிரிப்போட என்னை நானே ஏமாத்திகிட்டு இப்பவும் அப்படித்தான இருக்கேன்?

இப்ப மட்டும் இல்லண்ணே; எப்பவுமே நான் அப்படித்தான் இருப்பேன்.

என்ன ஒண்ணு, அம்மாவையும், அவளயும் அப்படியே அந்தரத்தில விட்டுட்டு போற மாதிரி ஒரு நெனப்பு. அதுமட்டும்தான் எனக்குள்ள ஏதோ செய்யுது. அதத்தவிர வேற ஒண்ணும் முக்கியமா தோணல. அதுனால சாவப் பத்தி, இவங்கல்லாம் என்ன மிரட்டுறத பாத்து நான் பயபடுறதும் இல்ல, கவலப்படுறதும் இல்லணே.

சாவுங்குறது ஒரு நிரந்தர தனிமை. அவ்வளவுதான். முக்கியமா எப்பவும்போல இந்த தடவையும் அதுக்கிட்ட நான் தோத்துப்போக

விரும்பல. நான் உயிரோட இருந்து அவக்கூட சேந்து வாழாமப் போகுற ஒரு நிலமை வந்துச்சுனா நானே எப்படியும் தற்கொலை பண்ணிக்குவேன். இது அவளுக்கும் தெரியும். அவளும் அப்படித்தான் செய்வான்னு எனக்கும் தெரியும். இத மட்டும் அவ அப்பாட்ட சொல்லிருங்கணே. இதுக்கு மேல அவரு என்ன முடிவெடுத்தாலும் எனக்கு அது சம்மதம்தான்."

4

எரிந்தபின் எஞ்சிய கரிச்சான்றுகள்

இதுவோ, இதற்கு முன்பு நடந்தைவையோ அல்லது இதற்கு பிறகு நடந்தவையோ அஞ்சனம்மாள் நேரடியாகப் பார்க்காதவை. மகன் சித்ரவதை செய்யப்பட்ட லாக்கப்பில் சிந்திக்கிடந்த இரத்தத்தை, அது அவனுடையது என்று தெரியாமலேயே, அவன் அணிந்திருந்த பனியனாலும், சட்டையாலும் துடைத்ததைத் தவிர அங்கு, அன்று என்ன நடந்தது என்று எதுவும் அவளுக்கு தெரியாது.

அவன் இறந்துவிட்டான் என்ற செய்தி கேட்டு ஏற்பட்ட குற்றவுணர்ச்சியின் மிகுதியால் அந்தப் பெண் காவலர் பக்கத்து மாவட்ட இரண்டாம் எண் மஜிஸ்ட்ரேட் முன் வாக்குமூலம் கொடுக்கும்வரை... அந்த வாக்குமூலத்தினால் உடனடியாக அவள் விடுதலையாகி வெளிவரும்வரை... அதனால் அவன் உடலை போஸ்ட்மார்ட்டம் செய்ய உத்தரவு பிறப்பிக்கும் வரை... கார் சீட் முதற்கொண்டு பத்து லத்திகள், ஒரு பிளாஸ்டிக் பைப், சுவரில் இரத்தம் என மொத்தம் அறுபத்தி இரண்டு தடயங்கள் மற்றும் பொருட்கள் சேகரிக்கப்படும் வரை, ஏழு சிறைக் கைதிகளின் வாக்குமூலங்கள் வாங்கும்வரை, உயர் நீதிமன்றமே வெளியிலிருந்து ஒரு மஜிஸ்ட்ரேட்டை நியமித்து விசாரணை அறிக்கை ஒன்றை தாக்கல் செய்யச் சொல்லும்வரை... அஞ்சனம்மாளுக்கு எதுவும் தெரியாது. அப்படி தெரிய வந்தபோது அஞ்சனம்மாளின் கோர்ட் வாழ்க்கை தொடங்கியிருந்தது. அதற்கு பின்னும்கூட கூலிப்படை என்ற ஒன்று அவன் மகன் கொலையில் சம்மந்தபட்டிருந்தது என்பதுகூட அவளுக்குத் தெரியாது.

இப்படித்தான் அவள் கையில் அந்தப் பெண் காவலர் கொடுத்த வாக்குமூலம் வந்து சேர்ந்திருந்தது. எழுதப் படிக்கத் தெரியாத அவளிடம் மஜிஸ்ட்ரேட்டின் உதவியாளர், "நான் ஒன்பது மணியளவில் ஸ்டேஷனுள் நுழைந்தபோது 'அய்யோ, அம்மா

வலிக்குது, என்னை விட்ருங்க. நானே தற்கொலை செஞ்சுக்கத் தயாராத்தான் இருக்கேன். என்னை ஒரேடியா கொன்னுருங்க. அடிக்க மட்டும் செய்யாதீங்க. தாங்க முடியல சார்' என்ற அலறல் சத்தம் கேட்டது. காவல் நிலையத்தின் மரக்கதவுகள் உள்பக்கமாகப் பூட்டப்பட்டிருந்தது. காவல் நிலையத்தைச் சுற்றியிருந்த மின் விளக்குகள் அணைக்கப்பட்டிருந்தன. ஆனால் நிலையத்தினுள் மட்டும் விளக்குகள் எரிந்து கொண்டிருந்தன. 'என்ன நடக்கிறது' என்று நான் சுற்றி வந்து பார்க்க முயற்சித்தபோது, ஸ்டேஷனிலிருந்து கொஞ்சம் தள்ளியிருந்த காவலர் ஓய்வறையில் வலுகட்டாயமாக ஒரு பெண்மணி உட்கார வைக்கப்பட்டிருந்தார். பின்னால் விசாரித்து அறிந்து கொண்டதில் உள்ளே அலறிக் கொண்டிருந்தவரின் அம்மாதான் அவர் என்றும், அவள் பெயர் அஞ்சனம்மாள் என்றும் தெரிந்துகொண்டேன்" என்று படித்துக்காட்டத் தொடங்கிய அரை நிமிடத்தில், இரு கைகளையும் தூக்கி தன் தலையில் அடித்துக்கொண்டு கதறியழ அவள் ஆரம்பித்ததைக் கண்ட அவர் வாசிப்பதை நிறுத்தினார்.

அன்றோடு சரி. அதன்பின் எப்போதும் அந்த பத்து வரிகளுக்குமேல் தெரிந்துகொள்ள அவள் விரும்பியதே கிடையாது.

ஆனால் தான் விரும்பினாலும் விரும்பாவிட்டாலும் "தன் மகனுக்கு என்ன நடந்தது? எப்படி நடந்தது? யார் யார் என்னென்ன செய்தார்கள்? அப்போது அவனின் வலியின் அளவு எவ்வளவு ஆழமாக இருந்தது? வெளிப்பட்ட துயரத்தின் வேகம் எந்தளவு வளர்ந்து நின்றது? அதைப்பார்த்து சிரித்து நின்ற அவர்களின் இதயத்தில் இரக்கமும், ஈரமும் எங்கேனும் சிறிதளவாவது ஒட்டிக்கொண்டு இருந்ததா? அந்த நேரத்தில், அந்தச் சமயத்தில் பக்கத்து கட்டடத்தில் இருந்தும், அவன் சிந்திய இரத்தத்தை துடைத்தும் தன்னால் நெருங்க முடியாத தொலைவிற்கு அவனைக் கொண்டு சென்றது எது?" என்ற கேள்விகளுக்கு அந்தப் பத்து வரிகளுக்குமேலும் உள்ள பல பதில்களை இனி வரப்போகும் நாட்களில் நடக்கப்போகும் அந்த வழக்கு விசாரணையானது தெள்ளத்தெளிவாக அவளுக்கு விளக்கப்போகிறது என்று அன்று அவளுக்குத் தெரியாது.

இப்போது சொல்லுங்கள்... அஞ்சனம்மாளை மட்டுமல்ல, மொட்டக்கிடாவையும், அவர்களது மகனையும் நீங்கள் அனைவரும் பார்த்திருக்கிறீகள்தானே?

❖❖❖

தொல்பசி மகளிர்

பாகம் 1

பொதுவாக விரைவுப் பேருந்துகள் நிற்காத வள்ளிமாடத்து இசக்கியம்மன் கோவில் நிறுத்தத்தில், உடன் நிற்கும் மூன்று பேரின் சந்தேகப் பார்வையைக் கால் மணிநேரமாக சந்தித்துக்கொண்டும், "கிருத்திகா ஜவுளி மாளிகை" என்று ஆழ் சிவப்பில் அச்சடிக்கப்பட்டிருக்கும் பெயர் தாங்கிய பெரியதொரு பையின் சுமைகள் தரும் அசதியுடனும் நின்று கொண்டிருந்தவளுக்கு, எப்போதும்போல் அல்லாமல் இன்று தான் செல்லும் இடம் குறித்து தெளிவு இருந்தது.

எங்கெங்கோ முடிச்சுகள் போட்டு பாவாடையில்லாமல் இவள் கட்டியிருக்கும் வெள்ளைநிற பாலிஸ்டர் சேலையும், கீழிருந்து இரண்டு கொக்கிகள் மாட்டப்படாமல் மார்புகளையும், கைகளையும் இறுக்கிப் பிதுக்கிப் பிடித்துக்கொண்டிருக்கும் வெளிர் சாம்பல் நிறத்திலான ரவிக்கையும்... சரியாக பத்தொன்பது வருடங்களுக்கு முன்பு இவள் வேலைப் பார்த்த ஜே.எம். மருத்துவமனையில் நர்ஸாக இருந்த "சுபா அக்கா" என்று இவளால் அழைக்கப்பட்டவளின் வீட்டுக் கொடியில் இரண்டு நாட்களுக்குமுன் காய்ந்து கொண்டிருந்தவை.

அன்று கொடிகளில் காய்ந்து கொண்டிருந்த சுபாவின் துணிகளை தனது பைக்குள் திணித்துவிட்டு, அமைதியாக வீட்டிற்குள் நுழைந்தவளை என்ன செய்வதென்று தெரியாமல் ஒருவித அதிர்ச்சியில்தான் அவள் பார்த்துக்கொண்டிருந்தாள். கடந்த சில ஆண்டுகளில் இவள் வாழ்க்கை எப்படியெல்லாம் மாறியது என ஓரளவு அறிந்தும், கேள்விப்பட்டு வைத்திருந்ததுமே அதற்கு காரணம். இது எதுவும் அறியாத விடுமுறைக்கு வந்திருந்த சுபாவின் கணவன், கடைக்கு சென்றுவிட்டு தனது குழந்தையுடன் அப்போதுதான் வீட்டினுள் நுழைந்தான்.

அவனிடம் இவள் கைகளை நீட்டி அந்தக் குழந்தையை வாங்கி மடியில் வைத்து கொஞ்சியபோது சுபாவால் ஒன்றும் சொல்ல முடியவில்லை. அவனும் இவளை தனது மனைவியின் தோழி என்று நினைத்ததிலும் எந்தத் தவறுமில்லை.

ஆனால் அடுத்த சிலநொடிகளில் யாரும் எதிர்பார்க்காதபோது, முப்பது வயதிற்குமேல் திருமணமாகி, அதிலிருந்து ஐந்தாறு வருடம் தாமதமாகி பிறந்த சுபாவின் அந்த நான்கரை வயதான பெண் குழந்தைக்கு பால் கொடுக்க தான் அணிந்திருந்த சுடிதாரைத் திடுதிப்பென இவள் மேலேத் தூக்கி கழற்ற முயற்சித்தபோதுதான், நிலைமையை புரிந்துக்கொண்ட சுபாவின் சிஆர்பிஎஃப் கணவன், அகல விரிந்து காய்ப்பேறியிருந்த தனது வலது கையின் மூலம் இவள் முதுகில் ஆழமாக தடம் ஒன்றைப் பதித்து, அதே ஆவேசத்துடன் குழந்தையையும் இவளிடமிருந்து வெடுக்கென பிடுங்கிப் பறித்தான்.

முதுகுத் தோல் உரிந்ததுபோல வலியெடுத்தாலும்கூட, தன்னைச் சுற்றி என்ன நடக்கிறது? என்று புரியாமல் பயத்தில் மிரண்ட அந்தக் குழந்தையைப்போல 'ஓ'வென்று அழாமல், வெறும் கண்ணீரை மட்டும் சிந்தியபடி சுபாவைப் பார்த்து சிரித்துக்கொண்டேதான் அப்போதும் இவள் அந்த வீட்டை விட்டு வெளியேறினாள். யாரால் துரத்தப்பட்டாலும், எப்படியெல்லாம் விரட்டியடிக்கப்பட்டாலும் அவ்வளவு வலியிலும் சிரித்துக்கொண்டே அந்த இடத்தை விட்டு நகரும் இந்தப் பழக்கமானது, இரண்டு மூன்று வருடங்களுக்கு முன்னால்தான் இவளோடு ஒட்டிக்கொண்டது. அதற்குமுன் எங்கு கீழே விழுந்தாலும், அது எப்படிப்பட்ட மோசமான சூழலாக இருந்தாலும் விழுந்த இடத்தை தொட்டுக் கும்பிடும் பழக்கம் மட்டும்தான் இவளுக்கு இருந்தது.

சேலையும், ரவிக்கையும் தவிர கூடுதலாக இவள் அணிந்திருக்கும் நீலநிறக் கையுறையும், அதைவிட நீலம் குறைந்த முகக்கவசமும் சுபா வீட்டிற்கு செல்வதற்குமுன், தான் முன்பு வேலைப் பார்த்த ஜே.எம். மருத்துவமனையிலிருந்து அதன் காவலாளிகளால் அடிக்காமல் துரத்தி விரட்டப்படுவதற்கு முன்பு எடுக்கப்பட்டவை.

அந்தப் பேருந்து நிறுத்தத்தில் நின்றிருந்த மூன்றுபேரின் மனதிற்குள் நெளியும் விசித்திரமான அந்த எண்ணங்களுக்கும், கண்களின் வழியாக அவை வெளித்தள்ளும் சந்தேகங்களுக்கும் காரணம் இவை எல்லாம்தான். இறுதியில் அதற்கு விடைகள் கிடைக்காமலேயே அந்த மூவரும் வெவ்வேறு பேருந்துகளில்

அவரவர் காரண காரியங்களை நோக்கி தோல்வியுடன் ஏறிச் சென்றபோது, தான் ஆற அமர்ந்து பயணிக்க வேண்டிய பேருந்துகள் அவை அல்ல என்று உணர்த்தும்படி, மெல்லிய புன்னகையுடன் அவர்கள் ஒவ்வொருவரையும் வழி அனுப்பி வைத்தாள்.

அதற்குள் ஏறிச்சென்றவர்களின் இடத்தைப் பிடித்துக்கொண்டு இன்னும் மூன்றுபேர் இவளை வெறித்துப் பார்த்துக் கொண்டிருந்ததில், கூடுதலாக இருபது நிமிடங்கள் கடந்திருந்தது.

அப்போது பச்சைநிற எல்.இ.டி விளக்குகளால் அலங்கரிக்கப்பட்டு, நெற்றியில் தனது கடைசி நிறுத்தமான எழுநூறு கிலோமீட்டருக்கு அப்பாலுள்ள சென்னை என்ற ஊரின் பெயரைத் தாங்கியப் பேருந்து ஒன்று ஒளிகளைச் சிதற விட்டபடி வந்து கொண்டிருந்தது. அந்தப் பேருந்தைப் பார்த்தவுடன் திடீரென ஒருவித பரவச உணர்வு இவளது உடலெங்கும் பரவியது. அதன் கவர்ச்சிக்குள் ஆட்பட்டவள் உடனே வலது கையிலிருந்த பையை இடது கைக்கு இடம் மாற்றிவிட்டு, மண் தரையிலிருந்து கொஞ்சம் மேடாக, அதாவது சிறிய திண்டுபோல கறுப்பு மங்கிக் கிடந்த தார்ச் சாலையின் ஓரத்தின்மீது ஏறி நின்றவள், பேருந்தின் இடது பாதியை அளப்பதுபோல கையை மேலும் கீழுமாக ஆட்டி அசைத்தாள்.

தொலைதூர பயணிகள் மட்டுமே தனது பேருந்திற்கு கைகாட்டுவார்கள் என்ற நம்பிக்கையிலும், நோய்தொற்று பயத்தால் போதிய பயணிகள் இல்லாமல் இருக்கும் தனது பேருந்தின் ஒரு இருக்கைக்கு ஆள் கிடைத்துவிட்ட மகிழ்ச்சியிலும் எப்போதும் நிற்காத வள்ளிமாடத்து இசக்கியம்மன்முன் பேருந்தைப் பவ்யமாக நிறுத்தினார் ஓட்டுனர். எதற்கு பேருந்து நிற்கிறது? அதுவும் இந்த இடத்தில் ஏன்? என்ன நடக்கிறது? யார் ஏறுகிறார்கள்? என்று கவனிக்கும்முன் கம்பியிலிருந்து முதுகை அப்புறப்படுத்தியிருந்த நடத்துனரை ஒரு குலுக்கு குலுக்கிவிட்டு பேருந்து வேகமெடுத்தது.

அந்த மூன்று பேரைத் தொடர்ந்து நான்காவது ஆளுக்கான இடத்தைப் பிடிக்கப் போகும் ஓட்டுனரின் இடதுகை பக்கத்திலேயே இவளும் இடம் பார்த்து அமர்ந்து கொண்டாள்.

பின்புறம் டிக்கெட் கொடுத்துவிட்டு வருவதற்குமுன், அதாவது அடுத்த பத்தாவது நிமிடத்திற்குள், அதேப்போல விரைவுப் பேருந்துகள் நிற்காத அரசு மருத்துவனையின் அலங்கார

வளைவின் அருகில் இவள் பேருந்தை நிறுத்தச் சொன்னபோது, அந்த மூன்று பேருக்கும் இடையில் இறுதிவரை விடை காணப்படாமலே முடிந்துபோன கேள்வி ஒன்றிற்கும், தீர்த்து வைக்கப்படாத குழப்பம் ஒன்றிற்கும் விடை கிடைத்தது.

விடை கிடைத்த அதிர்ஷ்டசாலிகளான ஓட்டுனரையும், நடத்துனரையும் எதிரெதிர் திசையில் நிற்க வைத்துவிட்டு, அவர்களுடன் நிகழ்த்தி வந்த தொடர் விவாதத்தில் வெற்றிப்பெற்று, டிக்கெட்கூட எடுக்காமல், தாமதமாகச் செல்லும் ஒரு அரசு ஊழியர் நேரத்தைப் பார்த்துக்கொண்டே அவசரத்துடன் செல்வதைப்போல, கடிகரமில்லாத தனது மணிக்கட்டைப் பார்த்து விட்டு பேருந்திலிருந்து இவள் இறங்கி நடந்தபோது, இந்தமுறை நடத்துனரை தனியாக விடாமல், எழுந்து நின்று வேடிக்கைப் பார்த்துக் கொண்டிருந்த ஏழு பேரையும் சேர்த்து ஒரு குலுக்கு குலுக்கிவிட்டு நகர ஆரம்பித்தது பேருந்து.

கடந்துபோன சில நிமிடங்களாகத் தன்னைச் சுற்றி நடந்து முடிந்த விவகாரங்களுக்கும், தனக்கும் எந்தவிதச் சம்மந்தமுமில்லை என்ற உடல்மொழியோடு பேருந்திலிருந்து இறங்கியவள், அதே வேகத்துடனும், பரபரப்புடனும் அருகிலிருந்த ஒரு குறுக்குச் சந்தினுள் புகுந்தாள். தன்னிலிருந்து ஒரு மைல் தூரம் பின்னோக்கி சென்றுவிட்ட அரசு மருத்துவமனையின் அலங்கார வளைவை நோக்கி ஓட்டமும் நடையுமாக விரைந்து சென்றாள்.

இடையிடையே பாதைகளைத் தவறவிட்டாள்; பின் தவறவிட்ட பாதைகளை இழுத்துப் பிடித்தாள். பிடித்த அதேவேகத்தில் மறுபடியும் அவற்றை இழந்தாள். இப்படியாக இழுத்துப் பிடித்தவைகளுடனும், தவறவிட்டவைகளுடனும் இவள் நடத்தி வந்த தொடர் விளையாட்டுகளானது, அந்தப் பேருந்து போலல்லாமல் ஒரு வழியாக இவளை அரசு மருத்துவமனையின் பிரம்மாண்டச் சுற்றுச் சுவரின் அருகில் கொண்டு வந்து நிறுத்தியபோது இழந்த உற்சாகத்தை மீண்டும் அடைந்தாள்.

உடனே அருகிலிருந்த மற்றுமொரு குறுக்குச் சந்தினுள் நுழைந்தாள். அது இவளை மருத்துவமனையின் அலங்கார வளைவு இல்லாத பின்புற வாசலுக்குத்தான் அழைத்துச் சென்றது. இவளோ அதைப் பற்றி எந்த மனக்குறைவும் அடையவில்லை என்பது காவலாளி இல்லாத அந்த வாசலைப் பார்த்து, காம்பில்லா முலையென உப்பிப்போய்க் கிடந்த இவளது கன்னங்களை அசைத்த புன்முறுவலே காட்டிக்கொடுத்தது. அதனைத்

தொடர்ந்து குறைந்தபட்ச சோதனைக்குகூட ஆட்படுத்தாமல் அவளின் உள் நுழைவையும் அது வெற்றிகரமாக அறிவித்தது.

இவள் கண்களுக்குத் தெரிந்து கொண்டிருந்த ஒரே காரணத்திற்காக மட்டுமே ஓட்டுனரிடம் சென்னை என்ற ஊரின் பெயரைச் சொல்லி எப்படி அந்தப் பேருந்தில் ஏறினாளோ? அதேபோல அவள் திரும்பிப் பார்த்ததும் பச்சைநிற துணிகளால் சுற்றிலும் எல்.இ.டி விளக்குகள்போல சூழப்பட்டிருந்த அந்த எம்.எம்.டி வார்டு கட்டிடமும் ஏதோவொரு விதத்தில் இவளுக்கு ஆர்வத்தைத் தூண்டியது. உடனே அதற்குள் நுழைய இவள் ஆயத்தமானபோது வழக்கமான, அதேநேரம் கூடுதல் பாதுகாப்பு விதிமுறைகளின்படி ஆணா? பெண்ணா? என்று எந்த அடையாளமும் காணமுடியாத, ஆனால் பிணம் என்று மட்டும் உறுதியாக நம்பும்படியான விதத்தில் ஸ்ட்ரெச்சரில் மூடி வைக்கப்பட்டிருந்த ஒரு உடலை விண்வெளி செல்வதற்கு தயாரான வீரர்கள்போல உடை அணிந்தவர்கள் எம்.எம்.டி வார்டு முன்பு நின்றுகொண்டிருந்த ஆம்புலன்சில் ஏற்றிக் கொண்டிருந்தனர்.

தற்செயலாக அந்தச் சூழல் இவள் உள்ளே நுழைவதற்கு சாதகமாக மாற, பேருந்தில் ஏறுவதற்குமுன் பார்த்துக்கொண்டதைப்போல மீண்டும் தனது தோற்றத்தை ஒருமுறை பார்த்துக்கொண்டாள். இப்போது கையில் இருந்த பை இவளுக்கே அந்நியமாகத் தோன்ற, அதிலிருந்து மூடியில்லாத ஒரு பால் பாய்ண்ட் பேனாவையும், செய்தித்தாள்களினால் சுருட்டி மடக்கி வைக்கப்பட்டிருந்த கசங்கிய பேப்பர் கட்டு ஒன்றையும் எடுத்துக்கொண்டு நின்ற இடத்திலேயே அதைக் கைவிட்டாள்.

எம்.எம்.டி வார்டானது தொற்று பரவுவதற்குமுன், இவளால் சற்றுமுன் கைவிடப்பட்ட அந்தத் தோள்பையைப்போலவே, உபயோகமில்லாத ஒன்றாக, ஏன் கட்டப்பட்டோம் என்ற கேள்வியைத் தன்னை நோக்கியும், தன்னைக் கடந்து செல்பவர்களை நோக்கியும் எழுப்பியபடி புதர்மண்டித்தான் கிடந்தது.

அதுவோ இப்போது வைரஸ் கொடுத்த மறுவாழ்வினால், ஆங்கங்கே சிதறிக்கிடந்த எம்.எம்.ஏ, எம்.எம்.பி, எம்.எம்.சி வார்டுகளுக்கு மத்தியில், அதே மருத்துவமனை வளாகத்தில், “தொற்றுநோய் பிரிவு” என்று தமிழிலும், “*COVID-19 ISOLATION WARD RESTRICTED ENTRY - MMD*” என்று ஆங்கிலத்திலும் புதுப் பெயரோடு, புதுப்பொலிவோடு பச்சை, சிவப்பு

நிறங்களில் வெளியே பளபளவென அந்தப் பேருந்துபோலவே ஜொலித்துக்கொண்டிருந்தது.

வெளியே மட்டுமல்ல, அதிகளவிலான ட்யூப் லைட்கள், சி.எஃப். எல்கள் என உச்சிவேளையிலும் உள்ளேயும்கூட அப்படித்தான் பிரகாசித்துக் கொண்டிருந்தது. தொற்று பரவிய புதிதில் ஒவ்வொரு படுக்கையையும் சுற்றிப் போடப்பட்டிருந்த கொசுவலைகள் இப்போது இல்லையென்றாலும் மின்விசிறிகளும், சுத்தமான வெள்ளைப் படுக்கைகள் நிரம்பிய நீண்டு கிடக்கும் அந்த அறை பார்ப்பவர்களுக்குப் பளிச்சென்று பாதுகாப்பாகத்தான் காட்சியளித்தன.

தன்னைப் பார்த்து முடித்த அதே வேகத்தில், வெட்டப்பட்ட கழுத்தை ஒட்ட வைத்ததுபோல இருக்கும் தனது தலையை சுழற்றி சுற்றிலும் மீண்டும் ஒருமுறை நோட்டம் விட்டுக் கொண்டாள். எந்தச் செவிலியரும், மருத்துவரும் எங்கும் இல்லாதது அவளுக்கு நிம்மதியாக இருந்தது. முக்கியமாக காவலாளிகள் இல்லாதது கூடுதல் மகிழ்ச்சியைக் கொடுத்தது.

இதற்குமுன் சென்ற மருத்துவமனைகளில் இதைக் கவனிக்காமல் விட்டுத்தான் பிரச்சனைகளும், அடிகளும், வசவுகளும் எந்தவித சிரமமுமில்லாமல் கிடைத்து வந்தன என்பது இவளுக்குத் தெரியாமலில்லை. சிறுநீரகப் பழுதினால் ஏற்கனவே வீங்கியிருந்த இவள் முகம் கூடுதலாக வீங்குவதற்கும், உடலைச் சுற்றி காயங்கள் ஏற்பட்டதற்கும் காரணம் அதுதான். சேலையும், ரவிக்கையும் இருந்ததால் உடலில் இருக்கும் காயங்கள் பார்பவர்களுக்கு வெளித் தெரியாதது இவளுக்கு எவ்வளவு இன்பத்தைக் கொடுத்தனவோ? அதே அளவிலான ஒன்றை கையுறையும் கொடுத்துக் கொண்டிருந்தது. இப்போது கழற்றிக் கைகளில் வைத்திருந்த முகக்கவசத்தை எடுத்து மாட்டிக்கொண்டாள். இந்தமுறை அவை மீண்டும் நடக்காதவாறு உறுதி எடுத்துக் கொண்டிருந்தாள் என்பதும், அதிலிருந்து படிப்பினைகள் சில கற்றுக் கொண்டாள் என்பதும் இப்போது இவள் எடுத்துக்கொண்டிருக்கும் இந்த முன்னெச்சரிக்கை நடவடிக்கைகளே சாட்சி.

“ரெஸ்ட்ரிக்டேடு என்ட்ரி” என்று டிஜிட்டல் பேனரில் அச்சிடப்பட்ட பெருவடிவிலான செந்நிற வாசகத்தை கொஞ்சமும் பொருட்படுத்தாமல் வெடிப்புகளும், தழும்புகளும் நிரம்பியத் தனது செருப்பில்லாதக் கால்களைக் கொண்டு சைரன் இல்லாத

ஆம்புலன்ஸ்போல் பலத்த காற்று ஒன்று வீசும் வேகத்தில் வார்டிற்குள் நுழைந்தாள்.

அடுத்த பத்தாவது நிமிடத்தில் கைகொண்டு அடித்தாலோ, இழுத்துப் பிடித்தாலோ தொற்றாகிவிடுமென பயந்து, மருத்துவமனை வளாக காவல் நிலைய போலீசார்களுடன் சேர்ந்து, லத்தியின் துணையுடன் இவளை அடித்துத் துரத்த ஓடிக்கொண்டிருந்த காவலாளிகளை நோக்கி... கடைசிப் படுக்கையில் தனது அப்பாவுடன் பகல் நேரங்களைச் செலவிடும் மகன் ஒருவன் "உங்காளுகளவிட அது நல்லாவே செக் பண்ணுதுய்யா" என்று சொல்வதற்கு முன்வரையிலும் அவள் செய்து கொண்டிருந்ததும், சொல்லிக் கொண்டிருந்ததும் இதுதான்:

"தீந்துபோன இந்த சலைன் பாட்டில இன்னும் யாரு மாத்தாம வச்சிருக்கது?" என்று கத்தியபடியே இரண்டாவது படுக்கையை நோக்கி வேகமாகச் சென்றாள். அந்த பாட்டிலை அப்புறப்படுத்திவிட்டு படுக்கையின்கீழ் வைக்கப்பட்டிருந்த புதிதான ஒன்றை எடுத்து அவ்வளவு துல்லியமாக தொங்க விட்டு இயக்கினாள். வார்டு முழுவதும் நடந்து சென்றவள் ஆங்காங்கே கீழே கிடந்த துணிமணிகளைச் சுட்டிக்காட்டி "யார் இப்படி பொறுப்பில்லாம போட்ருக்கது?" என்று அதட்டினாள். இப்போது மீண்டும் முதல் பெட்டிற்கு வந்தவள் படுக்கையில் தொங்கவிடப்பட்டிருந்த அட்டையையும், அந்த அட்டைப்போலவே ஒட்டிப்போய்க் கிடந்த அந்தப் பாட்டியையும் பார்த்தாள். பின் தான் எடுத்து வைத்திருந்த பேப்பர் சுருட்டில் ஒன்றை உருவி சில மருந்துகளின் பெயர்களை எழுத முயற்சித்தாள். அவை நினைவிற்கு வரமறுக்கவே சிறிது நேரம் எதையோ யோசித்தபடி அப்படியே நின்றாள். பின் சத்தமாக முனங்குவதுபோல "சீனி போட்ட டீ, காபி, கடை தீவனம்னு எதும் சாப்டாண்டாம் பாட்டி" என்றாள். அதைச் சொல்லிவிட்டு அடுத்து எங்கு செல்வது என்ற குழப்பத்தில் ஆறாவது பெட்டிற்கு சென்றாள். அங்கு ஏற்கனவே நோயாளிக்கு பரிந்துரைத்த மருந்துகளின் அளவை மட்டும் கூட்டி எழுதியவள் "நேத்து வர நல்ல இருந்தும்மா... இன்னைக்கு எந்துரிச்சு ஒக்காந்தாலே மூச்சு வாங்குது" என்ற புலம்பல் வந்த பக்கத்து பெட்டிற்கு சென்றாள். நுரையீரல் எண்பது சதவீதத்திற்குமேல் அவருக்கு மோசமாகியிருந்தது. "பாட்டா நல்லா ரெஸ்ட் எடுத்தாப் போவும். ஒண்ணும் ஆவாது" என்றவள், அவரைப் பார்த்து மட்டும் சிரித்தாள்.

இவளின் சத்தத்தையும், வேலை செய்யும் சுத்தத்தையும் பார்த்த நோயாளிகள், வார்டின் வெளியே நின்றிருந்த அவர்களது உறவினர்கள் என யாரும்... பாதுகாப்பான உடை அணியாத இவளின் தோற்றத்தையும், கூடுதலாக இவள் "டாக்டரா? நர்ஸா?" என்ற குழப்பமும் அவர்களுக்குச் சேர்ந்து கொண்டிருந்ததில் "குழந்தைங்க ஒண்ணும் இங்க இல்ல. பாவம் அதுக. நல்லவேளை என்கிட்ட இருந்த ஒண்ணையும் அவன் கொன்னுட்டான். இல்ல அதுவும் இங்க வந்து மூச்சு வாங்கிட்டு இருக்கும்" என்று இடையில் விட்டுவிட்டு அவள் சொல்லிக் கொண்டிருந்ததையும் அவர்கள் கொஞ்ச நேரத்திற்கு கவனிக்கவில்லை. மாறாக யாரிடமும் எந்த சோர்வடையச் செய்யும் கேள்விகளையும் கேட்காமல், ஆணையிடுவது போல எதையும் சொல்லாமல், பொதுவாகவேயன்றி குறிப்பிட்ட எவர் ஒருவரையும் பார்த்து திட்டாமலிருந்த இவளின் நடவடிக்கைகள் அவர்களை ஆசுவாசம் கொள்ளச் செய்தன.

சர்க்கரை வியாதியினால் ஏற்பட்ட கால் புண்ணோடு வந்து சேர்ந்திருந்த அந்தக் கடைசி பெட் மனிதரிடம் "ஒரு நாளைக்கு ரெண்டு வாட்டி ட்ரெஸிங் பண்ணனும். அந்தப் புண்ணு சவ்வு அவ்வளவையும் வெட்டி எடுக்கணும். இல்லைனா ஆறாது" என்று சொல்லிவிட்டு மீண்டும் இவள் முதல் பெட்டை நோக்கி வந்து கொண்டிருக்கும்போதுதான் சத்தமில்லாமல் அவர்கள் அவளை நோக்கி வந்து கொண்டிருந்தார்கள்.

முகம் தெரியாத அந்த காக்கி உடை முதல் அடிக்கான முயற்சியில் லத்தியை முன்தொடையை நோக்கி வீசியபோது தப்பித்ததுபோல அடுத்தடுத்த அடிகளிலிருந்து இவளால் தப்பிக்க முடியவில்லை. தன் நடவடிக்கையில் எங்கே பிசிறு தட்டியது என்று தெரியாமல், தான் பேருந்து ஏறியதிலிருந்து தன்னைப் பின்தொடர்ந்து வரும் முத்து கருப்புதான் இத்தனைக்கும் காரணம் என்றும் அறியாமல், அடுத்தடுத்து தன் உடல்களில் எங்கெல்லாமோ விழுந்த அடிகளை வாங்கிக் கொண்டு முன்னிலும் வேகமாக ஓடத் தொடங்கினாள். ஒரு கட்டத்தில் துரத்தி வருபவர்கள் நின்றுவிட்டபோதும், அடுத்த இரண்டு நாட்கள் விடாமல் நீடித்த இவளின் அந்த ஓட்டம் மூன்றாம் நாள் இரவில்...

அந்த மருத்துவமனையிலிருந்து இருபத்தியிரண்டு மைல் தொலைவில் வெறிச்சோடிக் கிடந்த ஒரு நிலத்தில் அரைகுறையாக மூடப்பட்டிருந்த ஒரு நீரில்லா கிணற்றுக்குள், இன்னும் தன்னை யார் யாரோ துரத்திக் கொண்டிருக்கிறார்கள் என்ற

பயத்தில்... கால் தவறி விழுந்தும், விழும்போதே அங்கொன்றும் இங்கொன்றுமாக துருத்திக் கொண்டிருந்த பாறைக் கற்களில் தலை மோதியும், பின்பு சிதறியும், உடைகளும், அதைத் தொடர்ந்து அதனுள் உப்பிப்போய் சதுர வடிவில் இருந்த உடலும் கிழிந்து இறந்தபோது அல்லது அடுத்தநாளே இதையெல்லாம் கைகளை அசைத்து, வர்ணித்து முத்துக் கருப்பு என்னிடம் சொல்லியபோது... இவளுக்கு வயது நாற்பதுகூட ஆகியிருக்காது.

இந்தமுறை நிச்சயமாக இவள் சிரித்துக்கொண்டு ஓடியிருக்கவும் மாட்டாள்; குனிந்து தரையை முத்தமிடுவதுபோல விழுந்த இடத்தைத் தொட்டுக் கண்களில் ஒற்றியிருக்கவும் மாட்டாள்.

***

பட்டன்கள் போடாத சட்டை காற்றில் பறக்க, கைலியை மடித்துக் கட்டிக்கொண்டு, திட்டத் திட்ட இவளையேத் திரும்பிப் பார்த்தபடி, ஏதோ ஊருக்குச் செல்பவளை வழியனுப்ப வந்தவன்போல இவளுக்குக் கைகாட்டியும், சிரித்தும் தூரத்தில் ஓடிக்கொண்டிருந்தவனைப் பார்த்து இவள் கத்தியது எங்கள் எல்லோரது காதிலும் தெளிவாக விழுந்தது.

“லேய் புண்டச்சிவுள்ள... நீ வச்சுருக்க மட்டிப்பழக் குண்ணைக்கு இங்கோட்டு எவளாவது வருவாளால? ஒழுங்கா ஓக்கக் கழியாத ஒம்போதுத் தாயோலி... நான் வந்தேன்லா? அதுக்கப் பைசா யாரு பலவேரக் கெடந்த ஒங்கம்மையா சாமானத்த வித்து தருவா? அடுத்த மட்டம் அதத் தூக்கிட்டு வா... புளுத்தக் கூதியானே... அதையும் இல்லாம ஆக்குகேன்; நீ சுத்தி சுத்தி நக்கதுக்கு ஒன் நாக்கையும் இல்லாம பண்ணுகேன்... த்தூ... நாறத் தேவுடியாளுக்க மொவனுக்கு இதே ஒரு நீக்கம்பு எடவாடு...”

ஒரு பெண்ணிடமிருந்து, அதுவும் பதினெட்டு வயதுகூட நிரம்பியிருக்காத சிறுமி போன்ற தோற்றத்திலிருக்கும் ஒருத்தியிடமிருந்து இதுபோன்ற வார்த்தைகளை முதன்முறையாக கேட்டபோது நான் மட்டுமல்ல, அந்த இடத்தில் சிக்ஸ் ரூட் பேருந்துகளுக்காக காத்திருந்த அனைவருமே கொஞ்சம் திடுக்கிட்டுத்தான் போனோம். அன்று அவள் உச்சரித்த அந்த வார்த்தைகளைவிட, அதுபோன்ற வார்த்தைகளை உச்சரிக்க மனிதர்கள் நிர்ணயித்து வைத்திருக்கும் ஒலியளவு கொஞ்சம் அதிகமாகக் கூடியதுதான் ஒரு மிகப்பெரும் விவாதத்தையும், சலசலப்பையும் அந்த இடத்தில் சட்டென்று ஏற்படுத்தியது.

சிலர் காதுகளைப் பொத்திக்கொண்டனர். சிலர் முகங்களைச் சுழித்தனர். இன்னும் சிலர் அவள் ஓடிப்போனத் திசையை போலீசுக்குக் கைகாட்டிக் கொண்டிருந்தனர்.

இந்த மூன்று பட்டியல்களிலிருந்தும் விலகியிருந்த ஒருசிலர் "ஆனாலும் அவன் கழுவிட்டு போயிருக்கணும்", "இல்ல மாப்ள அது அழுவுன ஐட்டம்", "கழுவுனா அந்து கீழ வுழுந்துறாது?", "அது என்ன பழனி பஞ்சாமிருதமாடே சுத்தி சுத்தி நக்க", "பின்ன மட்டிப்பழ சைஸ வச்சிட்டு அவன் வேறன்ன பண்ணுவான் மக்கா?" என்று அவள் பாடியச் செய்யுளுக்குச் சிரித்துக்கொண்டே உரை விளக்கிக்கொண்டிருந்தனர்.

லத்தியைப் பலமாகத் தரையில் அடித்துக்கொண்டே ஓட்டமும் நடையுமாக வந்த இரு காக்கித் தொப்பைகள் அவளை நெருங்குவதற்குமுன், மங்கலான இளம் மாலை வெயில் சூழ்ந்திருந்த அந்த நெரிசலானக் கூட்டத்திற்கிடையில், தூரத்தில் கேட்ட ஒரு விசில் சத்தம்போல் சட்டென்று கலந்து மறைந்துப்போனாள். அவளை யாரோ ஒரு பெரிய பெண் கையைப் பிடித்து இழுத்துக்கொண்டு ஓடுவது மட்டும் என் கண்களுக்குத் தெரிந்தது. பின்னர் போலீசார் அவளைப் பிடித்தார்களா? அடித்தார்களா? என்றெல்லாம் எனக்குத் தெரியாது.

ஆனால் அவள் பேசிய அந்த வார்த்தைகளைக் கேட்டபோது, தெய்வத்தின் முன்நின்று, முன்கையைப் பிடித்துக்கொண்டு முன்பு கொடுத்த வாக்குறுதிகளை, சொன்னச் சொற்களைக் காப்பாற்றாமல் தலைவன் பிரியும்போது, அவனை எதிர்த்து காதற்பரத்தை "இனி நான் உன்னை விட மாட்டேன்" என்று கோபம்கொள்ளும் அகநானூற்றுப் பாடல் ஒன்றுதான் என் நினைவிற்கு வந்தது.

"தெறல் அருங் கடவுள் முன்னர்த் தேற்றி,
மெல் இறை முன்கை பற்றிய சொல் இறந்து,
ஆர்வ நெஞ்சம் தலைத்தலை சிறப்ப, நின்
மார்பு தருகல்லாய்; பிறன் ஆயினையே;
இனி யான் விடுக்குவென் அல்லென்"

•••

எம்.ஏ., முடித்துவிட்டு, டிஎன்பிஎஸ்சி தேர்வுகளுக்காக காலை முதல் மாலை வரை மாவட்ட மைய நூலகத்தில் அமர்ந்து படித்துக்கொண்டிருந்த நாட்கள் அது. எம்ஃபில் முடித்து,

அதன்பின் பிஎச்டி செய்ய போதிய கால அவகாசமும், பண வசதியும் இல்லை என்பதால் ஃபாதர் சம்மதிக்கவில்லை. அவருக்கும் வயதாகி வந்தது. அவரை விட்டால் எனக்கும் யாரும் இல்லையென்பதால் என்னை சீக்கிரமாகவே ஒரு அரசாங்க வேலையில் அமர்த்திவிட அவர் விரும்பினார்.

மற்றப் பாடங்களைப்போல "மக்கு" என்று பெயர் எடுக்க வாய்ப்பில்லாத தமிழில் எனக்கிருந்த ஆர்வம் "பொதுத் தமிழ்" பிரிவில் நான் நூற்றுக்கு நூறு வாங்குவதில் எந்த சிக்கலும் இருக்கப்போவதில்லை என்ற முடிவுக்கு அவரைக் கொண்டு வந்து சேர்த்திருந்தது. அதனால் "பொது அறிவு" பாடங்களில் மட்டும் என் கவனத்தை முழுமையாகக் குவித்து, ஆறாம் வகுப்பு முதல் பத்தாம் வகுப்பு வரையிலான ஆங்கிலம் தவிர்த்து அனைத்துப் பாடங்களையும் படிக்கச் சொன்னார். அதற்காகத்தான் ஒரு வருடத்திற்கும் மேலாக வாரம் ஐந்து நாட்கள் நூலகத்திற்கு சென்று வந்து கொண்டிருந்தேன். நான் வந்துபோகிறேனா? என்று கண்காணிக்க நூலகத்தில் ஆள்வேறு வைத்திருந்தார். இருந்தும் கடைசியாக சந்திந்திருந்த இரண்டு தேர்வுகளிலும் கோட்டை விட்டிருந்தேன்.

காரணம் சிக்கலும் மக்குத்தனமும் என் படிப்பில் மட்டும் இல்லை.

படித்து முடித்துவிட்டு விடுதிக்குச் செல்வதற்கு நகரப் பேருந்து நிலையத்திற்குதான் வரவேண்டும். அப்படி ஒருநாள் வந்தபோது நடந்த சம்பவம்தான் நான் மேலே சொன்னது. அன்றுதான் இவள் எனக்கு முதன்முதலாக அறிமுகமானாள். அதன்பின் கொஞ்ச நாட்களுக்கு இவளை அங்கு நான் பார்க்கவில்லை.

மீண்டும் ஒருநாள் இவளைப் பார்த்தபோது, பேருந்து நிலையக் கழிப்பிடச் சுவர்களுக்குப் பின்னால் இருந்த சிறியத் திண்டு ஒன்றில் அமர்ந்துகொண்டு, முட்டிவரையிலும் பாவடையைத் தூக்கி வைத்தபடி கால் விரல்களுக்கு நெய்ல் பாலிஷ் அடித்துக் கொண்டிருந்தாள். இரு சிறு பாறைகளுக்கு இடையே கொட்டும் ஒடிசலான அருவியென நீண்டு கிடந்தத் தாவணியைக் கொஞ்சமும் சரிசெய்யாமல் என்னை ஏறிட்டுப் பார்த்தவள், அருகில் வந்து அமருமாறு சிரித்தபடி சைகை செய்தாள்.

கடும் துர்நாற்றத்தைப் பரப்பிக்கொண்டிருந்த சாக்கடையோ, அவ்வப்போது அந்த இடத்தைச் சுற்றி நிகழ்ந்து கொண்டிருந்த ஆட்கள் நடமாட்டமோ மட்டும் இல்லாமல் இருந்திருந்தால் அன்று இவள் பக்கத்தில் அமர்ந்திருப்பேன்.

ஆனால் அடுத்த வாரத்திலேயே இவளுடன் எனக்கு நல்லதொரு பழக்கம் ஏற்பட்டுவிட்டது. அப்போதிருந்து முந்நூறு ரூபாய் கொடுத்துப் போய்க்கொண்டிருந்த குளித்தாலும் குளிக்காதவள்போல தோற்றமுடைய வேணியிடமிருந்தும், தான் வாழ்வது உணவினால் அல்ல என்று எல்லோருக்கும் பறை சாற்றுவதுபோல தோற்றத்தில் இருந்த, நூற்றைம்பது ரூபாய்க்கு சம்மதிக்கும் அவள் அம்மாவிடமிருந்தும் கொஞ்சம் கொஞ்சமாக விலக ஆரம்பித்தேன்.

ஆரம்பத்தில் பணம் கொடுத்துச் செல்வதும், பின்னர் ஆசை வார்த்தைகளை அல்லது ஜோடிக்கப்பட்ட என் துயரக் கதைகளைக் கூறி பணம் கொடுக்காமல் காரியத்தை முடிப்பதும், இறுதியாக, என் கதைகள் அவர்களிடம் காலாவதியாகி, என் அப்பாவி பிம்பம் சலிப்பை உண்டாக்கும் சமயத்தில், அதாவது அவர்கள் மீண்டும் என்னிடம் பணம் கேட்கத் தொடங்கும்போது, முகத்தைச் சுழிக்கும்போது அவர்களை விட்டு வேறு இடம் தேடிச் செல்வதுதான் என் வழக்கம்.

பேருந்து நிலையத்தில் அவளை நான் பார்த்தபோது, வேணி வீட்டில் என் நிலையானது மேற்சொன்ன இறுதிக்கட்டத்தில்தான் இருந்தது. “பொன் விலை மகளிர் மனம் எனக் கீழ் போய்” என்பதுபோல அவர்களது மனம்போலவே இழிந்த நிலைக்கு ஆளாகியும் “தலையும் ஆகமும் தாளும் தழிஇ, அதன் நிலை நிலாது” என்ற கம்ப இராமாயணம் பாடல்களுக்கேற்ப ஒரு போலியான வாழ்க்கையைத்தான் அவர்கள் மத்தியில் வாழ்ந்து வந்தேன்.

ஒருநாள் ஐந்து நிமிடம் கதவைத் தட்டியும் அவர்கள் திறக்கவில்லை. மறுநாள் கேட்டதற்கு தூங்கி விட்டதாகச் சொன்னார்கள். இன்னொருநாள் அம்மாவும் மகளும் ஒரே நாளில் விலக்காக இருப்பதாகச் சொன்னார்கள். மற்றொருநாள் அவள் குழந்தைகளுக்கு காய்ச்சல் என்று சொன்னாள். பிறகு ஒருநாள் வேணியின் ஓடிப்போன கணவன் வந்துவிட்டதாகவும், இனி வீட்டுப் பக்கம் வரவேண்டாம் என்று சொன்னார்கள். முடிவாக “என்ன சொன்னாலும் வெட்கமே இல்லாம வார... பணம் இருந்தா மட்டும் இந்தப் பக்கம் வா. இல்லைனா ‘மணிக்கூண்டு தயா’ட்ட சொல்லிடுவோம்” என்று மிரட்டினார்கள். அதையும் மீறி பணமில்லாமல் அங்குச் செல்ல எனக்குத் தைரியமில்லை.

இப்போது எனக்கு எதில் சிக்கலென்று உங்களுக்குத் தெரிந்திருக்கும். எதனால் நான் இப்படி ஆனேன் என்று எனக்கும் தெரியும்; இன்னாசிக்கும் தெரியும்.

•••

பத்தாவது படிக்கும்போது நாங்கள் இருவரும் சேர்ந்து ஒரு வீட்டுக்குச் சென்றோம். அந்த வீட்டில்தான் ஷகிலாபோல் ஒரு அழகி இருப்பதாக பனிரெண்டாம் வகுப்பு படிக்கும் அண்ணன்மார்கள் பேசிக்கொண்டார்கள். வீட்டிற்கு வெளியே உட்கார்ந்திருந்த ஒருவர் ஐம்பது ரூபாயை வாங்கிக்கொண்டு பதிலுக்கு அந்த இருட்டிலும் பளிச்செனத் தெரிந்த பலூன் மாதிரியான இரண்டை எங்கள் கைகளில் திணித்தார்.

"இதான் மாப்ள சாதனம்..." என்றான். அதுவரை கேள்விப்பட்ட ஒன்றாக இருந்ததை நேரில் பார்த்தேன். கையில் பிசுபிசுவென தவழ்ந்ததை மூக்கின் அருகில் கொண்டு சென்றேன். அழுகிப்போன ஒரு ரப்பரை தீவைத்து கொழுத்தியதுபோல வாடை வீசிக் குமட்டியது.

முதலில் என்னைத்தான் போகச் சொன்னான். குமட்டலுடனே எதிரெதிர் அறைகளுடன் நீளமாக இருந்த அந்த வீட்டிற்குள் சென்றேன். உள்ளே செல்ல செல்ல இருள் அதிகமாகிக்கொண்டே சென்றது. திடீரென்று ஒரு கை வந்து இழுத்துச் சென்ற அறையும் கும்மிருட்டாகவே இருந்தது. ஏற்கனவே நிர்வாணமாக இருந்த அந்த உடல் என்னை இழுத்து அதன் மேல் விழ வைத்தது. விழுந்த அந்தக் கணத்தில் நான் நினைத்த உடல் அதுவல்ல என்று தெரிந்துகொண்டேன். சாதாரணப் பெண்களுக்கு இருக்கும் மார்பு அளவோ, பருமனோக்கூட இல்லாத அந்த உருவத்தை என்ன செய்வதென்று தெரியவில்லை. அதன்பிறகு அங்கு என்ன நடந்ததென்றும் எனக்குப் புரியவில்லை.

ஐந்து நிமிடத்தில் வெளியே வந்த என்னை கேலிச் சிரிப்புடன் பார்த்துவிட்டு உள்ளே சென்ற அவன், இரண்டு நிமிடத்திலேயே வெளியே வந்தான். வந்தவன் வரும் வழி எங்கும் புலம்பினான்.

"மாப்ள இது தொடையடிதான் கேட்டியா? அதும் நாம நினைச்சவக்கூட இல்லை. இவ வேற ஒருத்தியாக்கும். ஒடம்புல ஒரு ஈர மண்ணும் கெடையாது. வெறும் சூப்பலு மட்டும்தாம் மிச்சம். நமக்கு நல்லா வாய்ல வச்சு விட்டானுக."

வீட்டிற்கு வெளியே அமர்ந்திருந்தவனின் நோய்க்கார மனைவியிடம்தான் நாங்கள் போய் வந்திருக்கிறோம் என்றும், நாங்கள் நினைத்தவள் வேறுவொரு அறையில் இருந்தாள் என்றும், சிறுவர்கள் என்பதால் எங்களை ஏமாற்றி இருக்கிறார்கள் என்ற விபரமும் சிலநாட்களுக்கு பின்னர்தான் எங்களுக்குத்

தெரியவந்தது. அந்த ஏமாற்றத்தை, அவமானத்தை எங்களால் தாங்கிக்கொள்ள முடியவில்லை; முக்கியமாக என்னால்...

பிறந்த நான்காம் நாளே சுற்றுச் சுவர் இல்லாத பணிக்கமார் சுடுகாட்டில் கைவிடப்பட்டு, அங்கிருந்து சுடுகாட்டு எல்கைக்குட்பட்ட காவல் நிலையத்திற்கு தூக்கிச் செல்லப்பட்டு, பின் உதவி ஆய்வாளர் காட்வின் அருள்தாஸால் ஃபாதர் ஜோஸிடம் ஆலோசனை கேட்கப்பட்டு, அவரின் உதவியால் "கிரேஸ் சாரிட்டபிள் டிரஸ்ட்" ஹோமில் வளர்க்கப்பட்ட இன்னாசியைப்போல சுடுகாட்டில் கிடக்காவிட்டாலும், காவல் நிலையம் தூக்கிச் செல்லப்படாவிட்டாலும் அதே ஃபாதர் ஜோசிடம் வந்து சேர்ந்த எனக்கும் ஒரு வரலாறு உண்டு; கதையும் உண்டு. ஆனால் கொஞ்சமும் சுவாரசியமில்லாத ஒன்றாக அது இருப்பதாலோ? என்னவோ? பெரும்பாலும் அதை நான் யாரிடமும் விவரிப்பது கிடையாது.

பின் அதே ஜோஸ் ஃபாதர்தான் எங்களை உள்ளூர் ஹாஸ்டலில் சேர்த்து பள்ளிப் படிப்பும் முடிக்க வைத்தார். மாலைகளில் அவர் தரும் சர்ச் மற்றும் டிரஸ்ட் சம்மந்தப்பட்ட வேலைகளை, செய்துகொண்டும், விடுமுறை நாட்களில் உள்ளூரில் எங்களைப் போன்றவர்களுக்கு மட்டுமே கிடைக்கும் வேலைகளைப் பார்த்துகொண்டும் நாட்களைக் கடத்தி வந்தோம். அடிக்கடி செலவிற்கு கைகளில் காசு கிடைத்தாலும், அவ்வப்போது சர்ச் உண்டியலில் இருந்தும், ஃபாதர் பாக்கெட்டிலிருந்தும் ஐந்தும் பத்தும் திருடும் பழக்கம் எங்களுக்கு எப்போதும் இருந்து வந்தது. அது அவருக்குத் தெரியுமோ? தெரியாதோ? பெரிதாகக் கண்டுகொள்ள மாட்டார்.

இப்போது எங்களுக்கு கூடுதல் பணம் தேவைப்பட்டது. பல திட்டங்களைத் தீட்டினோம். சர்ச் ஸ்டோர் ரூமில் குவிந்து கிடந்த உபயோகப்படாத, துருவேறிய இரும்பு, அலுமினிய பொருட்கள், பாத்திரங்கள் முதற்கொண்டு ஸ்டவ், டியூப் லைட் ப்ரேம்கள், அழுக்குத்துணிகள் என ஒன்றையும் விடாமல் களவாடி விற்றோம்.

அடுத்தடுத்து அந்த வீட்டிற்குச் சென்றோம். இரண்டாவது முறையிலிருந்து, பனிரெண்டாவது படித்து முடிக்கும் வரை சென்ற ஒவ்வொரு முறையும் நாங்கள் ஏமாறவும் இல்லை; அவர்கள் எங்களை ஏமாற்றவும் இல்லை. பலமுறை இன்னாசி இல்லாமலே அங்கு சென்று வந்தேன். அந்த போதை எனக்குப் பிடித்திருந்தது. மாதம் நான்கு, வாரம் நான்கு, தினமும்

ஒருமுறை, நாளில் இருமுறை என படிப்படியாக வளர்ந்த அந்த பிடித்தமானது ஒரு பித்தாகவே என்னைப் பிடிக்க ஆரம்பித்தது. பிடித்த அந்தப் பித்து பின் எப்போதும் தெளியவே இல்லை. அரும்பு முலை, ஓங்கி தழைத்து முதிர்ந்த முலை, தடித்த முலை, சாய்ந்த முலை, துவண்ட முலை முதல் ஒரு கையோடு சேர்ந்து ஒருபக்கம் மட்டும் சூம்பிப் போயிருக்கும் முலை வரை அதற்குள் நான் எத்தனையோ கடந்திருந்தேன்.

இன்னாசியோ வேறுவேறு போதைகளைத் தேடி, என்னவெல்லாமோ செய்து கல்லூரி வாசலிலே விழுந்து செத்துப்போனபோது, வேறு வழியில்லாமல் பயந்து இதிலேயே நான் தங்கிவிட்டேன். தங்கி விட்டேன் என்று சொல்வதைவிட, அதன்பின் உருவான முன்னிலும் மோசமான ஒரு சூழலுக்கு, என் தனிமைக்கு.... அழிந்தும், மறைந்தும், அதேநேரம் புதிது புதிதாக எனக்குள் உருவாகும் விதவிதமான நோய் அறிகுறிகளுக்கு ஈடுகொடுக்கும் வகையில் அல்லது அவற்றை ஆசுவாசப்படுத்தும் ஒரு மருந்தாக அதனிடம் என்னை முழுவதும் ஒப்படைத்து விட்டேன் என்று சொல்வதுதான் சரியாக இருக்கும்.

எனவே கையில் பணமில்லாத எனக்கு இவளைத் தவிர அப்போது வேறு வாய்ப்பில்லை. மீண்டும் இவளைத்தேடி அதே சாக்கடைத் திண்டிற்கு சென்றேன். பழக்கத்தை ஏற்படுத்திக்கொண்டேன். அதேநேரம் இவளின் அந்த உலகம் அந்த வயதில் என்னைக் கொஞ்சம் பதட்டமடையவும், பயங்கொள்ளவும்தான் வைத்தது.

நற்றிணையில் வரும் "தழை அணிந்து அலமரும் அல்குலோடு" தெருவில் நடந்து செல்லும் அழகான பரத்தைபோலவோ, "எழில் மா மேனி" மனைவிமார்களே தங்களது கணவர்களை காவலில் வைத்து காப்பாற்றும் அளவிற்கு அனைவரையும் கவர்ந்திழுக்கும் செயல்களை செய்பவளாகவோ இவள் இல்லை. திருவள்ளுவர் சொல்லும் "இருட்டறையுள் ஏதில் பிணந்தழிஇ யற்றாக" முன்பின் அறியாத ஒரு பிணத்தை இருட்டறையில் வைத்து தழுவுவதுபோல இருந்தது இவளுடனான அடுத்தடுத்து வந்த என் நாட்கள்.

•••

வேணிபோல வசதியாக வீட்டில் வைத்தே தொழில் பார்ப்பவளோ, அங்கேயே இருந்து ஆள் பிடிப்பவளோ இவள் அல்ல. "டவுண் பஸ் ஸ்டாண்ட், ராமசாமி ஐயர் பார்க், டிஸ்ட்ரிக்ட் கோர்ட் பின் வாசல் - சிலசமயம் அதன் பிரதான வாசல், போலீஸ் ஸ்டேஷன்

பின்புற டீ கடைகள், சர்க்கார் ஆஸ்பஸ்திரி ஆட்டோ ஸ்டாண்ட் பக்கம், இந்த இடங்களைச் சுற்றியுள்ள மூத்திரச் சந்துகள், தினசரி வாடகை லாட்ஜ்கள், ஒயின் ஷாப்கள் என நகரின் குறிப்பிட்ட இரண்டு, மூன்று கிலோமீட்டர் சுற்றளவுள்ள பகுதிகள்தான் இவளுக்கான ஆள் பிடிக்கும் இடங்கள்.

இப்படி இவள் ஆள் பிடிக்கும் இடங்களைவிட அழைத்துச் செல்லும் இடங்கள்தான் நம்மை திடுக்கிட வைப்பவை.

ஆரம்ப சுகாதார நிலைய கதவில்லா பாத்ரூம், அருண் லாட்ஜ் பின்புற சாக்கடை, அநாதை மடம் தண்ணீர் தொட்டி, கழுதை சந்தை பீ முடுக்கு, கைவிடப்பட்ட தாலுகா ஆபிஸ் வளாக புதர்கள்.

இவளை லாட்ஜிற்கு கொண்டு சென்றால் செலவு கூடுதலாகும் என்று அதையும் நான் வேறுவழியில்லாமல் ஏற்றுக்கொண்டேன்.

இந்த மாதிரியான இடங்களில் முழுமையாக நாம் அனுபவிக்க முடியாது என்பதோ, முழு நிர்வாணத்திற்கு துளியும் வாய்ப்பில்லை என்பதோ, இல்லை எப்போது வேண்டுமானாலும் யாரிடமாவது பிடிபட்டு விடுவோமோ என்பதோ மட்டும் பிரச்சனையல்ல. இவளிடம் கொஞ்சநேரம்கூட மனம் விட்டு பேச முடியாது. அதாவது என் பொய்க் கதைகளை இவளிடம் அளக்க முடியாது; அளந்து இவளை ஏமாற்றவும் முடியாது. குறைவான தொகைதான் என்றாலும் ஒவ்வொரு முறையும் பணம் கொடுக்க வேண்டியிருந்தது. அதற்கு நான் படாதபாடும் பட வேண்டியிருந்தது.

அதேநேரம் இவளை விட்டுவிடவும் எனக்கு வாய்ப்புகள் இல்லை. இன்னாசியைத் தவிர நெருங்கிய நண்பர்கள் இல்லாத, தற்போது அவனும் இல்லாத, முழு சிடுமூஞ்சிக்காரனாக மாறிப்போன என்னால் ஒரு மாதத்திற்கு மேல் யாரிடமாவது போகாமல் தாக்குப் பிடிப்பது சிரமம். இரவில் தூக்கம் சுத்தமாக நின்று போகும். அப்படியேத் தூங்கினாலும் தூக்கத்திலே சிறுநீர் போகும். அந்த உணர்வே தெரியாது. அரிதாக ஓரிருமுறை மலமும் போனது. பயந்து போனேன். காரணம் இது மட்டுமில்லை என்றும் தெரியும்.

எனவே இதனால் மட்டும்தான் என் இயல்பு வாழ்வை பெருமளவு சமாளிக்க முடிந்தது. தானாகவே அது மட்டும்தான் என் நோய்க்குறிகளை என்னிடமிருந்து அகற்றும் மருந்து

என்று நினைத்துவிட்ட என் மனம் அதைத் தேடியே சிக்கலான இதுபோன்ற என் நாட்களில் பரிதவிக்க ஆரம்பித்துவிடும்.

பிறந்ததிலிருந்து என் வாழ்வில் அல்லது சொல்லப்படாத என் கதையில் பெண்களுக்கென்று இருக்கும் ஒரே இடம் இது மட்டும்தான். உண்மையச் சொன்னால் நான் அவர்களுக்கு எப்போதும் ஒதுக்கி வைத்திருக்கும் இடமும் இது மட்டும்தான்.

எவ்வளவுதான் சிகரெட்கள் பிடித்தாலும், சுயஇன்பம் செய்து கொண்டாலும் சிலநேரங்களில் என்ன பேசுகிறேன்? என்ன செய்கிறேன்? கனவெது? நிஜமெது? என்னைச் சுற்றி யார் இருக்கிறார்கள்? என்று எதுவும் தெரியாமல், அவர்கள் முகம் சுழிக்கும் வண்ணம் ஏதாவது செய்துவிடுவேன். ஒருமுறை ஆடைகள் அவிழ்க்ககூட முயற்சி செய்துவிட்டேன். அப்போதிருந்து அதுமாதிரியான சமயங்களில் என் அறையை விட்டுக்கூட நான் வெளியேறுவதில்லை.

“நீண்ட நாள் குடிப்பழக்கம் உள்ளவர்களுக்குதான் இது மாதிரியான நரம்பு நோய்கள் வரும். அதிசயமாக உனக்கு வந்திருக்கிறது. எப்போதும் அமைதியாக இரு. எதையாவது யோசித்து மன அழுத்தத்தை அதிகமாக்காமல் பார்த்துக்கொள். நாளடைவில் தீர்ந்துவிட வாய்ப்பிருக்கிறது” என்றார் மருத்துவர்.

எப்போதும் புத்தகமும் கையுமாக இருப்பதினால்தான் இப்படி “மென்டலாக” நடந்து கொள்கிறேன் என்றனர் என்னைத் தெரிந்தவர்கள். அவர்களுக்குத் தெரியாத அல்லது என்னால் சொல்லப்படாத என் ஒட்டுமொத்த வாழ்வும் எனக்கு கொடுத்த என் பலவீனம் என்னவென்றும், எதிலென்றும் தெரியாமல் “மரியாதையான” ஒரு நோயினால் அவர்கள் மத்தியில் நான் அடையாளம் காணப்பட்டது ஒருவகையில் மகிழ்சியாகத்தான் இருந்தது. நானும் அதை எந்த வகையிலும் மாற்ற முயற்சி செய்யவில்லை.

இறுதியில் இவளை “மாட்டுச் சந்தை”யிலுள்ள நண்பனின் கடைக்கு கூப்பிட்டேன். “அது ‘பழனியக்கா’ ஏரியா. அங்க வந்தா அவங்க ஜோலி பாக்குற இடத்துக்கு நான் போட்டியா வந்துட்டேன்னு சண்டைக்கு வருவாங்க. அதுவுமில்லாம போலீசுக்கு ஒற்று வேலை பாக்குறவங்க அவங்க. சிக்கலாகிரும்” என்றாள் அடக்கமாக.

வேறு வழியில்லாமல் இவள் அழைத்த இடங்களுக்கே சென்றேன். அவசர அவசரமாக செய்து கொண்டோம். சொல்லி

வைத்ததுபோல எல்லா இடங்களிலும் ஆட்கள் வந்து எங்களை ஓடஓட விரட்டினர்; அல்லது கெட்ட வார்த்தைகளால் அர்ச்சனை செய்தனர். நான் ஓடுவதைப் பார்த்து இவள் சிரிக்கும்போது, திட்டமிட்டுதான் என்னை அதுபோன்ற ஆட்கள் நடமாட்டம் உள்ள இடங்களுக்கு அழைத்துச் செல்கிறாளோ? என்ற சந்தேகம் வந்தது. அது எனக்குள் இவள் மீதான அணைத்து வைக்கமுடியாத ஒரு வஞ்சகத்தை விதைத்தது. அதுவரை நான்தான் எல்லோரையும் ஏமாற்றி வந்திருக்கிறேன். முதல்முறையாக நான் ஏமாறுவதை என்னால் தாங்கிக்கொள்ள முடியவில்லை.

பின்னாளில் அது இவள் மீதான என் எல்லையை, அதிகாரத்தை முடிவற்ற ஒரு கோட்டை நோக்கியும், என்னாலேயே கட்டுப்படுத்த முடியாத ஒரு வரம்பற்ற தன்மையை நோக்கியும் இழுத்துச்சென்றது. முக்கியமாக இவளிடம் அப்போதே இருந்த அந்த பித்துநிலை பின்னாட்களில் முழுவதுமாக வெளிப்பட்டதை பார்த்தபோது, கேள்விப்பட்டபோது "இது நான் நினைக்கும் அத்தனைப் பெண்களுக்கும் ஏற்படாதா?" என்று நப்பாசையாக இருந்தது. அப்படி ஒன்று நடக்கப்போவதில்லை என்றாலும்கூட அப்படி நினைக்கும்போதே மனம் மகிழ்ச்சியில் ஆழ்ந்தது.

மாதங்கள் சில கடந்தன. குரூப்-4 எழுதிவிட்டு தேர்வு முடிவுகளுக்காகக் காத்திருந்தேன். மாதம்தோறும் ஃபாதர் அனுப்பிய பணத்தில் பெரும்பங்கு மாத்திரைகளுக்கே செலவானது. அந்த மோசமான நோய் என்னை முற்றாக அழித்துவிட முடியாதபடி தொடர்ந்து சிகிச்சை எடுத்துக் கொண்டிருந்தேன். ஆனாலும் அவ்வப்போது என் அசாதாரண நடவடிக்கைகள் வெளிப்படாமல் இருந்ததில்லை. அப்படி பொறுக்க முடியாத நாட்களில் அவளைத்தேடி சென்றுவிடுவேன்.

அன்றும் அப்படித்தான். ஆனால் கையில் சுத்தமாக பணம் இல்லை. என்ன செய்வதென்று தெரியாமல் பேருந்து நிலையத்தில் சுற்றிக் கொண்டிருந்தேன். ஆள் கிடைக்காமல் அவளும் அதே சாக்கடைத் திண்டில் அமர்ந்துகொண்டு எப்போதும்போல் தன்னைக் கடந்து செல்கிறவர்களின் காதில் விழும்படி சிரித்துக்கொண்டே ஆபாச வார்த்தைகளை அழகாக அள்ளி வீசிக்கொண்டிருந்தாள். ஆள் பிடிப்பதற்கு அவளுக்குத் தெரிந்த ஒரே வழி அது மட்டும்தான் என்று எனக்குத் தெரியும். நான் சென்றதும் கையசைத்து அருகில் வரச் சொன்னாள். நான் அவளை கோ ஆப்டெக்ஸ் கட்டிடத்தின் பின்புறம் வரச் சொன்னேன்.

என் கையில் சுத்தமாக பணம் இல்லை என்று தெரிந்தபின்னும்கூட என்னைத் திட்டாமல் கையில் வைத்திருந்த நெய்ல் பாலிஷை எடுத்து சிவப்பு வண்ணத்தில் இருந்த கால் விரல் நகங்களை பிங்க் நிறத்திற்கு மாற்றிக்கொண்டிருந்தது எனக்கு ஆச்சரியமாக இருந்தது.

கையில் பணமில்லாத ஆட்கள் போனால் முதலில் அவர்கள் செய்வதே திட்டுவதுதான். அவமானம் தாளாமல் நாங்கள் ஓடுவதைப் பார்த்து விழுந்து விழுந்து சிரிப்பார்கள். பின் ஆழமாக வெறுப்பார்கள். அடுத்தமுறை பணத்தோடு வரவேண்டும் அல்லது பணமில்லாமல் அவர்களை எப்படியாவது ஏமாற்ற வேண்டும் என்ற இருவிதமான மனநிலைகள் அதில் தோன்றிவிடும். தொடக்கத்தில் அவள் திட்டத் திட்ட ஓடியவன் இரண்டாம் ரகம். நான் முதல் ஒன்று.

அவள் தந்த ஆச்சரியம் விலகுவதற்குள் அன்று அதிசயமாக என்னிடம் அவளைப் பற்றி பேசவும் ஆரம்பித்தாள். என்னைப்போலவே ஆசை வார்த்தைகளை, கற்பனையான கதைகளை, இட்டுக் கட்டியப் பொய்களை கூறி "என்னை கல்யாணம் செய்துகொள்வாயா?" என்று கேட்கத்தான் போகிறாள் என்று ஆரம்பத்தில் நினைத்தேன். என் முந்தைய அனுபவமும் அப்படித்தான் எனக்கு கற்றுத் தந்திருந்தது. அதனால் என்ன? அப்போதைய என் தேவை இவள் மட்டும்தான் என்பதால் அப்படி கேட்டிருந்தாலும்கூட சம்மதித்திருப்பேன். அவ்வாறு பின் ஒருமுறை அதற்குச் சம்மதமும் தெரிவித்தேன் என்பது இப்போது நினைத்தாலும் சிரிப்பையும், அவமானத்தையும் எனக்குள் ஒருசேர வரவழைக்கும் ஒரு விஷயமாக இன்றுவரையும் இருந்து கொண்டிருக்கிறது.

இவள் மட்டுமல்ல பொதுவாக நான் சென்ற பெரும்பாலான பெண்கள் அவர்களின் கதைகளை மட்டுமல்ல, சொந்தப் பெயர்களைக்கூடச் சொல்ல மாட்டார்கள். வேணிகூட அப்படித்தான். இப்போது வரை அவள் உண்மையான பெயர் எனக்குத் தெரியாது. சிலர்தான் அதில் விதிவிலக்கு.

இவளோ நான் சென்ற அனைவரிடமிருந்தும் தலைகீழானவள். முதல் நாள் ஜோசப் கான்வென்ட் கிரவுண்ட் ஓரமாக எல்லாம் முடிந்தபின் என் பெயரைச் சொல்லி அவளிடம் அன்பாக பேச ஆரம்பித்தபோது, தொப்புளுக்கு மேல் ஏறிக்கிடந்த பாவாடையையும், சேலையையும் எவ்வளவு கீழ் இறக்கமுடியுமோ அவ்வளவு கீழாக இழுத்து விட்டுக்கொண்டு

இவள் உதிர்த்த வார்த்தைகள் இப்போதும் என் காதில் ஒலித்துக்கொண்டேயிருக்கிறது.

"வந்தியா... ஒத்தியா... நோட்டத் தந்துட்டு போய்டே இரி. ஒன் பேரு, ராசி, லச்சணக் கூதியெல்லாம் சொல்லி என்னையப் பொண்ணு பாக்கவா இங்க வந்துருக்க? வந்துட்டானுக பரிதாபக் குண்ணை மூஞ்சையும், லவ்வுப் புண்டையையும் தூக்கிட்டு."

> **"விளக்கொளியும் வேசையர் நட்பும் இரண்டும்**
> **துளக்கற நாடின் வேறல்ல..."**

நாலடியார் பாடலுக்கு பொருத்தமான, பணம் இல்லையென்றால் பக்கத்தில்கூட ஒருவரையும் அண்டவிடாத இவளோ அன்று தனது சிறு வயது அனுபவங்களை ஒவ்வொன்றாகச் சொல்ல ஆரம்பித்தபோது, அந்த நாளும் அவள் மனநிலையும் எனக்கு வித்தியாசமாக இருந்தது. வந்த காரியம் முடியாத வெறுப்போடும், பதட்டத்தோடும், இந்த நாடகம் எப்போது முடியும் என்ற சலிப்போடும் இருந்த எனக்கோ இது மேலும் எரிச்சலை ஏற்படுத்தியது.

இப்படித்தான் வேறு வழிகளும், வாய்ப்புகளும் இல்லாத என் காதுகள் இவள் சொன்னக் கதைகளைக் கேட்க ஆரம்பித்தது.

•••

இவளுக்கு அப்போது வயது ஏழு. பிளினியின் பயணக் குறிப்புகளிலும், "...கோட்டாறும் புகையால் மூட, வெந்த வனம் இந்த வனம் ஒக்கும் ஒக்கும்" என்று கலிங்கத்துப்பரணியில் இடம்பெற்றதும், பண்டைய வர்த்தக தலைமையிடம் என்று வரலாற்றாசிரியர்களின் கைகளினால் பெருமையாக புகழப்பட்டுக் கொண்டிருந்ததுமான, குமரிமுனையிலிருந்து சில மைல்கள் தொலைவில் அமைந்துள்ள சிறப்புமிக்க ஒரு ஊரின் பக்கமாக, அதன் ஓரமாக, அவ்வூரைச் சுற்றி ஓடும் வெள்ளாற்றைப்போலவே அவலட்சணமாகவும், ஒழுங்கற்றதாகவும் இருந்த தெருவொன்றில், ஒரே ஒரு சிறிய அறை கொண்ட தென்னை ஓலையால் வேய்ந்திருந்த செம்மண் குடிசையில்தான் இவள் வசித்து வந்தாள்.

ஊரின் ஒதுக்குப்புறமாக இருந்த இவள் தெரு, அந்தத் தெருவிலிருந்து எங்கோவொரு புதர் மறைவில் இருந்த ஒரு இரயில் நிலையம், அந்த இரயில் நிலையத்திற்கு ஒருமுறைகூட பயணிகளாகச் செல்லாத அம்மக்கள் என இவள் வசித்து வந்த

அந்தத் தெரு இன்று போலல்லாமல் அன்று காங்க்ரீட் கூரை காணாத பல வீடுகளைக் கொண்ட ஒன்றாகத்தான் இருந்தது.

அந்தத் தெருவைச் சுற்றி மண்பாண்டங்கள் செய்ய எண்ணற்றக் பிறைகளும், சக்கரங்களும், அதில் வேலைப் பார்ப்பவர்கள் தங்குவதற்கு பல குடிசை வீடுகளும் வைத்திருந்த சங்கரன் பிள்ளையிடம்தான் வேலை செய்தும், வாடகைக்கு குடியிருந்தும் வந்தார் இவளது அப்பா.

இடுப்பளவு உயரத்திலும், சுற்றளவிலும் இருக்கும் களிமண் குவியலில் குனிந்தவாறே கம்பியை விட்டு வாரத்தில் அறுபது மணிநேரம் இழுத்து, மீதி அறுபது மணிநேரம் பானை செய்யும் சக்கரங்களோடு சுற்றிச் சுழலும் அவருக்கு கொஞ்ச நாட்களில் அவரது பெயரான ஏனாசு'வுடன் "ஓதம்" என்ற ஒரு துணைப் பெயரும் ஒட்டிக்கொண்டது. சிலநேரங்களில் "ஓத" ஏனாசு என்ற அந்த பெயரானது பார்ப்பவர்களின் கற்பனை திறனுக்கேற்றபடி "அணுகுண்டு" ஏனாசு, "யானை விட்டை" ஏனாசு, "ஆட்டோ டயர்" ஏனாசு என மாறிக்கொண்டேயிருக்கும்.

எவ்வளவு இறுக்கிக் கட்டினாலும் வேட்டியைக் கீழ் நோக்கி இழுத்துக் கொண்டு வரும் ஓதம் வருவதற்குமுன் தான் வேலை செய்யும் இடத்திற்கு இவளை அழைத்துச் செல்வதை வாடிக்கையாகத்தான் வைத்திருந்தார். வெளியுலகம் அவ்வளவாகத் தெரியாத வயதுவரை அந்த மண்பிறையில் கிடக்கும் பானை செய்யும் திகிரியான தண்டச்சக்கரங்களில் ஏறி உட்கார்ந்தபடியும், சூடேறாத சூளைகளை தன் வயதையொத்த குழந்தைகளுடன் சேர்ந்து சுற்றி வந்தபடியும் விளையாடிக் கொண்டிருக்கும் இவளின் மீது அவருக்கிருந்த அன்பானது, சங்கரன்பிள்ளை நாளுக்கு நாள் இடுப்பளவிலிருந்து வயிற்றுக்கும்மேல் கள்ளத்தனமாக உயர்த்திக் கொண்டிருக்கும் களிமண் குவியலைவிட அதிகமாகப் பெருகிக் கொண்டேயிருந்தது.

பின்னர் தனது சங்கடமான நிலைமை மகளுக்குத் தெரிந்துவிடாமல் இருக்க, அங்கு அழைத்துச் செல்வதை முற்றிலுமாக அவர் நிறுத்தியபோதுதான் இவளுக்கு வயது சரியாக ஏழு.

அப்பாவின் இந்த செயலானது அவலட்சணமாகவும், ஒழுங்கற்றதாகவுமிருந்த அந்தத் தெருவைப்போலவே இருந்த மனிதர்களைப் பற்றி தெரிந்து கொள்வதற்கான முதல் கன்னியாக இருந்ததோ? என்னவோ? அடுத்த நான்கு வருடத்திற்குள், அதாவது தனது பதினோராவது வயதைப் பூர்த்தி செய்வதற்குள் இப்போது

தெரிந்துகொண்ட விபரங்களில் ஏறக்குறைய சரிபாதியை அப்போதே தெரிந்துக்கொண்டாள். தனது அப்பாவைத்தவிர ஊரில் யாருக்கும் தெரியாத "முத்துக் கருப்பு"வுடனான தனது தாயாரின் விசித்திரமான உறவு உட்பட.

அதை இவள் தெரிந்துகொள்ளவும், யாரிடமும் சொல்லிக்கொள்ளாமல் இவள் அப்பா ஊரைவிட்டு வெளியேறவும் சரியாக இருந்தது. சிலநேரங்களில் அவர் வாய் விட்டு அழுவார். அதைப் பார்க்கும் இவளுக்கு "அப்பா ஏன் அழுகிறார்?" என்றுத் தெரியாது; புரிந்து கொள்ளவும் முடியாது. "குடித்தால் இப்படித்தான் அழுவார்" என்று அம்மா சொல்வது மட்டும் இவள் காதில் அடிக்கடி விழுந்து கொண்டிருந்தது.

அந்த நடுத்தர வயதிலேயே அவருக்கு வந்த அந்த நோயும், அதனால் அவர் அடைந்த வேதனையும், இறுதியில் இந்த நோயினால் பாதிக்கப்படும் தனது மனைவியின் இளமை வாழ்க்கையையும் நினைத்து பார்த்த அவர், விருப்பம்போலவே அவளது வாழ்வை அமைத்துக்கொள்ள முடிவெடுத்து, ஒருநாள் யாரிடமும் சொல்லிக்கொள்ளாமல் அத்தெருவின் முதல் பயணியாக அந்த இரயில் நிலையத்திற்குச் சென்றார்.

அந்த வயதில், அந்தச் சூழ்நிலையில் அப்பா இல்லாத வாழ்க்கை இவளுக்கு எப்படி இருந்திருக்கும் என்று சொல்லித் தெரியவேண்டியதில்லை.

சலவை செய்யும் தொழில் குறைந்து இஸ்திரி பெட்டி போடும் தொழில் கொஞ்சம் உச்சத்தில் இருந்த காலம் அது. தனது ஊரைப்போல குறிப்பிட்ட சாதிதான் என்றில்லாமல், அந்தத் தொழிலை பக்கத்து ஊரில் இரண்டு மூன்று பேர் புதிதாகச் செய்யத் தொடங்கியிருந்தனர். அது இவளது அம்மாவிற்கு கொஞ்சம் கை கொடுத்தது. காலையில் எழுந்து பக்கத்து ஊரிலுள்ள சௌராஷ்டிரா சமுதாயத்தைச் சார்ந்த ஒருவர் கடைக்குச் சென்று மதியம் வரை தேய்த்துக் கொடுத்துவிட்டு வருவாள். நாளடைவில் இந்த வேலைதான் என்று முடிவானபின் அவரிடமே ஒரு தள்ளுவண்டியை கடன் வாங்கி வந்து மாலையில் ஊருக்குள் துணிகளை வாங்கித் தேய்த்துக் கொடுக்க ஆரம்பித்தாள் இவளது அம்மா.

அம்மாவுடனே எப்போதும் இருந்து வரும் இவளுக்கு தேய்த்தத் துணிகளை அந்தந்த வீடுகளுக்கு கொண்டு சேர்க்கும் வேலை. பின்னாளில் அதில்தான் சிக்கல் உருவானது.

ஒவ்வொரு சாதி துணிக்கும் ஒவ்வொரு சலவைக் குறிகள் உண்டு. அதேபோல இஸ்திரிக்கும் உண்டு. “தனது துணிகளுக்கு பதில் கீழ் சாதியைச் சேர்ந்த ஒருவரின் துணிகள் தனக்கு தரப்பட்டு விட்டதாகக்” கூறி சங்கரன் பிள்ளை ஒரு பிரச்சனையை உருவாக்கினார். கடன்களை அடைக்காமல் ஓடிப்போன இவளது அப்பாவை பழி வாங்கும் செயலாகவே அவர் அதைச் செய்தார் என்று சிலருக்கு தெளிவாகத் தெரிந்திருந்தபோதிலும்கூட, எப்போதும்போல அந்தப் பிரச்சனையை அவருடன் சேர்ந்து ஊதிப்பெருக்குவதிலே அவர்கள் ஆர்வம் காட்டினர். இறுதியாக இவளது அம்மாவிடம் எவரும் இஸ்திரிக்குத் துணி போடக்கூடாது என்று எல்லோரையும் சம்மதிக்க வைத்துவிட்டார் சங்கரன்பிள்ளை.

அவள் வேலை செய்யும் அதே பக்கத்து ஊரில் நாடார்களுக்கும், அருந்ததியினர்களுக்கும் இடையே ஏற்பட்ட இடத் தகராறுப் பிரச்சனை அப்போதுதான் வட்டாச்சியரின் அமைதிப் பேச்சுவார்த்தை வரைக்கும் சென்று ஓய்ந்திருந்தது. அதற்குள் புதிதான இன்னொன்று உருவாகிவிடாமல் இருக்க போலீசாரும் சங்கரன் பிள்ளைக்கே துணை நின்றனர். முடிவாக அந்த வேலை செய்ய அவளுக்குத் தடை விதிக்கப்பட்டது. துணைக்கு எவரும் இல்லாமலும், என்ன செய்வதென்று புரியாமலும் வேறு வழியின்றி இவளது அம்மா அந்தத் தொழிலைக் கைவிட்டாள். கிட்டத்தட்ட ஊரிலிருந்து ஒதுக்கி வைக்கப்பட்டதுபோல ஆனார்கள்.

நடக்கும் அனைத்தையும் பார்த்துக் கொண்டிருந்தாலும், இதுதான் நடக்கப்போகிறது என்று தெரிந்திருந்ததினாலும், கணவன் ஓடிப்போனப்பின் தன்னிடமிருந்து விலகியே இருந்த இவளது அம்மாவை முழுவதும் தனது கைவசம் எடுக்க, முன்னிலும் வலுவானதொரு சந்தர்ப்பத்திற்காக முத்து கருப்பு காத்துக் கொண்டிருந்தது வீண் போகவில்லை.

யார் கேட்டாலும் கொடுப்பதற்கு கைநிறைய வேலைகளை வைத்திருந்த, ஏற்கனவே திருமணமாகி ஒரு மகனையும் வைத்திருந்த, தனது அம்மாவைவிட ஐந்தாறு வயது குறைந்தவனுமான முத்துக் கருப்பு இப்படித்தான் இவளது வாழ்க்கைக்குள் இன்னும் வேகமாக நுழைந்தான்.

நீதிமன்றங்களில் பிணை கிடைப்பவர்களுக்கு ஜாமீன் கொடுக்க ஆள் பிடித்துக் கொடுப்பது முதல் இரயில்வே தண்டவாளங்களில் தலை வேறு, உடல் வேறாகக் கிடப்பவர்களை அப்புறப்படுத்துவது

வரை அவனிடமிருந்த ஏராளமான வேலைகளில் இவளது அம்மாவிற்கு ஏற்கனவே வைத்திருந்ததைவிட இன்னும் பெரிய தள்ளுவண்டி ஒன்றை தயார் செய்து அதில் பிரட், கேக், பழங்களை வைத்து விற்கும் வேலைக்கு ஏற்பாடு செய்தான். பெரும்பாலும் மாலை வேளைகளில் இவளும் இவளது அம்மாவும் பக்கத்து ஊர் தெருக்களில் தள்ளுவண்டிகளுடன் சுற்றித் திரிவார்கள். வேலைகளில்லாமல் இருக்கும் காலைப் பொழுதுகளை பிரயோஜனமாக மாற்ற, கடைகளிலிருந்து மொத்தத்திற்கு காய்கறிகள் வாங்கி அதே தள்ளுவண்டிகளில் வைத்து விற்கும் வேலைக்கும் அவனே ஏற்பாடு செய்தான். இவளது அப்பா ஓடிப்போயிருந்த அந்த ஒரு வருட காலமும் ஊரைச் சுற்றி வந்து கொண்டிருந்த "யாருக்குமே மடியாத ஏனாசு பொண்டாட்டி" என்ற ஒரு பேச்சு அத்துடன் தனது இறுதி மூச்சை விட்டது. இவளது அம்மாவைக் காதலும், காமமும்... இவளைக் குழப்பமும், பித்தும் ஒரு சேர பிடிக்க காரணமான நாட்கள் இவ்வாறுதான் தொடங்கின.

இவளும் அப்பாவைப்போல இல்லாவிட்டாலும் வாரத்தில் கணிசமான மணிநேரங்கள் அம்மாவுடன் சேர்ந்து உழைக்கத் தொடங்கியிருந்தாள். அம்மாவின் தூமைத் துணியைத் துவைக்கும் அளவிற்கு இவளுக்கு வெளியுலகம் தெரிய ஆரம்பித்திருந்தது. வயதும் பதினொன்றிலிருந்து ஒன்றிரண்டு கூடியிருந்தது. தன்னைவிட பாதி வயது குறைவான முத்துக் கருப்புவின் மகன் ஆறுமுகக் குமார் இவளின் நெருங்கிய நண்பனைப்போல ஆனான். ஆறுமுகமும் அவனது துணியை அழகம்மன் கோவில் குளத்திற்கு கொண்டு வந்து இவளுடன் சேர்ந்து துவைப்பான். இவர்கள் இருவரின் பழக்கமும்கூட அப்போதிருந்துதான் உருவானது. தெருவே நான்காக மடங்கிக் காதைப் பொத்திக் கொள்ளுமளவிற்கு இருவரின் அம்மாக்களுக்கும் சண்டைகள் போட்டுக் கொண்டாலும், இவர்கள் இருவரும் அதைக் கொஞ்சமும் கண்டு கொள்ளாமல், மடங்கியத் தெருவை எந்தவித கூச்சமில்லாமல் நாற்புறமும் சுற்றி வந்து கொண்டிருந்தார்கள்.

நாளடைவில் முத்துக் கருப்புவின் அதிகாரப்பூர்வமான இரண்டாவது மனைவி இடத்திற்கு இவளது அம்மா வந்து சேர்ந்தபோது, அது முதல் மனைவியின் ஸ்தானத்தைவிட அதிகாரமிக்கது அல்லது அந்தஸ்தானது என்று ஆறுமுகத்திற்கு அவனது அம்மாவின் நிலைமையின் வழியாக படிப்படியாக புரிய ஆரம்பித்தது. ஒரு வருடத்திற்குள், ஒரு பெரிய சண்டையின் முடிவில், இவனும், இவனது அம்மாவும் சில

இரத்தக் காயங்களுடன் முத்து கருப்புவினால் முற்றிலுமாக கைவிடப்பட்டார்கள்.

அப்போது அவனுக்கு வயது ஏழு.

அழகான சக்கரங்கள் சுழலும் களிமண் பிறையிலிருந்து, மோசமான மனிதர்கள் உழலும் இந்த உலகை தெரிந்தோ தெரியாமலோ "ஏனாசு" இவளுக்கு அறிமுகப்படுத்திய அதே வயது.

அரிசிச் சோறு சாப்பிட்டுக் கொண்டிருந்தவனின் பகல் பொழுதுகளை சந்தையில் விற்றதுபோக ஒதுக்கிப் போட்டிருக்கும் காய்கறிகள், மரவள்ளிகிழங்குகள் போன்றவைகள் ஆக்கிரமிக்கத் தொடங்கியிருந்தன. மதியம் பனிரெண்டு மணிக்குப் பிறகு ஊரைச் சுற்றியிருக்கும் மூன்று நான்கு சந்தைகளை நோக்கி ஓடத் தொடங்குபவன், ஒரு மணிக்குள் கையில் அகப்பட்டதையெல்லாம் கொண்டு வந்து அம்மாவிடம் கொடுப்பான்.

அரிசிச் சோறு சாப்பிட்டுவிட்டு கையிலிருந்து வீசும் சுவையின் மணத்தை முகர்ந்து பார்க்கும் பழக்கம் அவனுக்கு சுத்தமாக மறந்துபோன ஒருநாளில், சந்தைகளைத் தேடி ஓடிய இவனது கால்கள், குப்பைகள் சேகரிக்கும் ஒரு மாய நகரத்தின் பக்கமும் இவனைக் கொண்டு வந்து நிறுத்தியது. சேகரித்த குப்பைகளை, ஆக்கர் பொருட்களை பக்கத்து ஊர் "எஸ்.எஸ். ஸ்டோர் அண்ணாச்சி" ஆக்கர் கடைக்கு கொண்டு வந்து யாருக்கும் தெரியாமல் எடைக்கு எடை போட்டு பணம் சம்பாதிக்கும் ஆட்கள் இவனுக்கு அறிமுகமாயிருந்தனர்.

அவ்வளவுதான். சந்தைகளை நோக்கி ஓடிய அந்தக் கால்களானது "மந்திக்குமார்" என்ற அடைமொழி தனக்கு வந்து சேரும் அளவிற்கு, அதைவிட வேகமாக டன் கணக்கிலிருந்து கிலோ கணக்கு வரை குவியும் நகரின் ஒவ்வொரு குப்பைக் கூடங்களை, குவியல்களை, நோக்கி தாவிக் குதித்து ஓட ஆரம்பித்தது. விரைவிலேயே "எஸ்.எஸ். ஸ்டோர் அண்ணாச்சி"யிடம் அதிக உபயோகமுள்ள குப்பைகளை, பொருட்களை சேகரித்துக் கொடுக்கும் ஒருவனாக அவன் ஆனதில் யாருக்கும் எந்த ஆச்சரியமும் ஏற்படவில்லை.

இப்படி குப்பைகளைப் பொறுக்கிச் சம்பாதிப்பதற்கு முன் அவனது அம்மாவுடன் சேர்ந்து சோறு கேட்க வீடு வீடாக இறங்கிய நாட்களும், பெரும்பாலும் எல்லார் வீட்டிலும் கிடைக்காது என்றாலும் ஏதோ ஒரு வீட்டில் கிடைத்துவிடும்

என்ற நிச்சயமற்ற வாழ்க்கையும், அந்த மனநிலையும் அவனுக்கு என்னவெல்லாமோ, எதையெதையோ கற்றுக்கொடுத்துக் கொண்டிருந்தது என்பதை அவனைச் சுற்றி இருந்த யாரும் அப்போது அறிந்திருக்கவில்லை.

எப்படி முத்து கருப்புவினால் ஆறுமுகத்தின் அம்மா கைவிடப்பட்டு, சோற்றுக்குப் பிச்சையெடுக்கவிட்டு, மகனை இரண்டாம் வகுப்போடு பள்ளியிலிருந்து நிறுத்தி, பின்னர் அவன் குப்பைகளை பொறுக்குவதைக்கண்டு காணச் சகிக்காமல் ஒருநாள் பைத்தியமானாளோ அல்லது பைத்தியமாக்கப்பட்டாளோ?

எப்படி தனது கணவன் தன்னையும், மகளையும் கைவிட்டு ஊரைவிட்டு ஓடிப்போக தான்தான் காரணமாக இருந்துவிட்டோமோ? என்று தினம் தினம் புலம்பி, முத்துக் கருப்புவுடனான பழக்கத்தை முற்றிலுமாகத் துண்டித்து, பைத்தியமாகிப்போன அவனது மனைவியை நினைத்து... நினைத்து... ஒருநாள் அது ஏற்படுத்திய குற்றவுணர்ச்சியின் மிகுதியில் தூக்கு மாட்டிக்கொண்டு இவளது அம்மா எப்படி தற்கொலை செய்துகொண்டாளோ?

அதேப்போல அம்மாக்களாலும், அப்பாக்களாலும் கைவிடப்பட்ட இவர்கள் இருவரும் தங்களது வாழ்வை ஒருவர் மாற்றி ஒருவர் தலைகீழாக்கிக் கொள்வார்கள் என்றும், அதில் என் பங்கும் இருக்கும் என்றும்... இந்தக் கதைகளை என்னிடம் இவள் சொல்லிக்கொண்டிருந்தபோது இவளும் அறிந்திருக்கவில்லை; நானும் அறிந்திருக்கவில்லை. அவ்வளவு ஏன்? என்னிடம் சொன்னதுபோல எஸ்.எஸ். ஸ்டோர் அண்ணாச்சியிடமும் இதேக் கதைகளை இவள் சொல்லியிருந்தாலும் அன்று அவரும்கூட என்னைப்போலத்தான் நினைத்திருப்பார்:

"நாம் ஏன் இவளது வாழ்வில் தலையிடப் போகிறோம்? அங்கு தனக்கு என்ன வேலை இருந்துவிடப் போகிறது?"

ஒரு திட்டத்திற்கான தொடக்கப் புள்ளிகளோ, கோடுகளோ, உருவங்களோ வரையாமல் இருப்பதினாலேயே, அது நடக்காமல் போய்விடும் என்று யாரால்தான் சொல்லிவிட முடியும் இல்லையா? ஏற்கனவே சொன்னதுதான்.

"எந்த நொடி என்ன நடக்கப்போகிறது என்பதை யார்தான் அறிவார்கள்?"

❖❖❖

இன்று இதுபோதும் என்று நினைத்தவளாக, தனது கதையை பாதியிலேயே நிறுத்திவிட்டு, என்னிடம் எதுவும் பேசாமல் ஏதோ புதிய இடத்திற்கு அழைத்துச் செல்வதைப்போல, ரங்கா ஜூவல்லர்ஸ் பின்புறமாக கூட்டிச் சென்றாள். பேசி முடித்துவிட்டு என் கதையைக் கேட்பாள் என்று தயாராக இருந்த எனக்கு அது ஆச்சரியமாகத்தான் இருந்தது. பின்னால் இவளிடம் பல கதைகளை நான் அளந்தேன் என்றாலும், வழக்கம்போல பொய்யான ஒரு பெயரைச் சொல்லி, இல்லாத பெற்றோர்களை எனக்கு துரோகம் செய்ய வைத்து, பல லட்சம் மதிப்புள்ள சொத்துக்களை இழந்த அண்ணனாக, தம்பியாக, நண்பனாக, சொத்துக்கள் கைவிட்டுப்போனதால் காதலியால் ஏமாற்றப்பட்ட காதலனாக நான் இட்டுக்கட்டும் என் பல்வேறு புனைவுகளை இவளிடம் இஷ்டத்திற்கு ஒப்பிக்க வேண்டிய தேவை அன்று இல்லாமல் போனது ஒரு ஆசுவாசத்தைக் கொடுக்கத்தான் செய்தது.

படிப்படியாக இவள் இந்த வகையிலானவள்தான் என்று எனக்குள் அகப்பட ஆரம்பித்தாள். இவள் மற்றவர்களிடம் தன் கதையைச் சொல்பவளேத்தவிர; மற்றவர்களின் கதைகளைக் கேட்டு பரிதாபம் கொள்பவள் அல்ல என்று இவளைப் புரிந்துகொள்ள ஆரம்பித்ததும் அப்போதுதான். ஆனால் என்னைப்போல இரக்கத்தை வரவழைக்க அந்தக் கதையை இவள் என்னிடம் சொன்னதுபோலத் தெரியவில்லை. அந்த இடத்தில் நான் இல்லாமல் வேறு யார் இருந்தாலும் அப்படித்தான் அன்று இவள் தனது கதையைச் சொல்லியிருப்பாள் என்றும் தோன்றியது. அன்று ஏதோ ஒரு மோசமான மனநிலையில் இவள் இருந்திருக்க வேண்டும். இருந்தாலும் ஆரம்பத்திலேயே இது எனக்குத் தெரிந்திருந்தால் முதல்நாளே என் பெயரை சொல்லியிருப்பதற்குப் பதிலாக இவள் பெயரைக் கேட்டு என் நோக்கத்தை நிறைவேற்றியிருப்பேன். எப்படி பார்த்தாலும் மொத்தமாக இரண்டாயிரம் ரூபாய் செலவளித்திருக்க வேண்டிய அவசியமும் இருந்திருக்காது.

ஆனால் அன்று செலவில்லாமல் காரியம் முடிந்தது.

பின்னர் பல நாட்கள் இவள் கதைகளுக்கு செவிசாய்த்து, அதைவிட பல வாக்குறுதிகளை அளித்து, தொடர்ந்து எனக்கான தேவைகளை நான் இவளிடம் முடித்துக் கொண்டிருந்த ஒருநாளில் என்னை இவளது குடிசைக்கே அழைத்துச் சென்றாள்.

நான் ஏற்கனவே சொன்ன ஆரம்ப சுகாதார நிலையத்தின் கதவில்லா பாத்ரூம்போல, அதேநேரம் அதைவிட அதிகமான துர்நாற்றத்தை பரப்பிவிட்டுச் செல்லும் நகரின் ஒட்டுமொத்த கழிவுகளும் சென்று சேரும் அதே வெள்ளாற்றின் கரைகளில், எந்தப் பக்கம் கை, காலை நீட்டினாலும் சுவர் தட்டுப்படும் அளவிற்கு கட்டப்பட்ட சிலநூறு குடிசைகளில் ஒன்றில்தான் இவள் வசித்து வந்தாள்.

சீவக சிந்தாமணியில் வரும் "அழகிய பாதங்களில் அணிந்திருக்கும் சிலம்போசைகளும், இடையில் மேகலை எழுப்பும் இன்னொலியும், விரல்கள் மீட்டும் யாழிசையும், பவளச் செவ்வாய் வருந்தப்பாடும் பா இசையும், தேன் இனிக்கும் தீங்குழல் ஓசையும், முழவின் ஒலிகளும் நீக்கமற நிறைந்திருக்கும் பரத்தையர்கள் வாழ்ந்த இடம்" அல்ல அது. இவள் குடிசையும் "குங்குமத்தால் திண்ணையும், வாசலையும் மெழுகி, வீடு முழுவதும் சந்தன மணம் பரப்பி, மாலைகள் தொங்க விட்டு, மலர்கள் இட்டு, பஞ்சணைகள் விரித்து வைத்திருக்கும் வீடும்" அல்ல.

அதுவரை கதைகளிலேயே கேள்விப்பட்ட அருவருப்பான ஒரு காட்சியை நேரில் பார்க்கும்போது இன்னும் அதிகமான, விவரிக்கமுடியாத ஒரு எரிச்சல் மனதிற்குள் ஏற்பட்டாலும்கூட, அத்தனை நாட்களும் இவளுடன் ஒரு நாய்போல ஒவ்வொரு புதர் மறைவிலும், சந்து பொந்துகளிலும், கடுமையான துர்நாற்றம் வீசும் கழிவறைகளிலும் அவசர அவசரமாக புரண்டு எழுந்ததை, நினைத்தபோது, அதற்கு இது எவ்வளவோ பரவாயில்லை என்றுதான் தோன்றியது. அதேநேரம் இத்தனை நாள் என்னை இங்கே அழைத்து வராத இவளின் சிறு வயது அகங்காரம் மீது ஆற்றமுடியா ஒரு வெறுப்பும் தோன்றியது.

அந்த வெறுப்பினூடாகவே இவளை முதல்முறையாக நிர்வாணமாகக் கிடந்துப் புணர்ந்தேன். அதன்பின் தொடர்ச்சியாக பல நாட்கள் பணம் எதுவும் வாங்காமல் என்னுடன் இவள் கிடந்தாலும்கூட அந்த வெறுப்பு என்னிலிருந்து சிறு பொட்டும் அகலவில்லை.

பின்னால் ஃபிர்கா சர்வேயர் பணி நியமன உத்தரவு கிடைக்கும் வரை என் செலவிற்கு பணம் தந்துகொண்டிருந்தாள். நானும் விடாமல் இவள் கதைகளைக் கேட்டுக்கொண்டிருந்தேன்.

❖❖❖

சொல்லப்போனால் இவளுக்கும் அந்த வயது ஒன்றும் தினமும் அரிசிச் சோறு சாப்பிடும் அளவிற்கு சௌகரியமானதாக இருக்கவில்லை. தன்னைச் சுற்றி என்ன நடக்கிறது? நகரும் நாட்கள் தன்னை எந்தப் பக்கமாக இழுத்துச் செல்கிறது? என எதுவும் தெரியாமல் நமத்துப்போன கிழங்குகளை சாப்பிட்டுவிட்டு தெரு நண்பர்களிடம் கறிக்குழம்பு சாப்பிட்டதாக பொய் அளக்கும் ஒரு வாழ்க்கையைதான் இவளும் வாழ்ந்து வந்தாள்.

“இவளுக்கு மட்டும் எப்படி தினமும் கை மணக்க உணவு கிடைக்கிறது” என்று முகர்ந்து பார்க்காமலேயே அவர்கள் இவளை நம்பி வந்தனர். “தாங்களும் இவளைப்போல பள்ளிக்கே செல்லாமல் வேலை பார்த்தால் இப்படி பிடித்ததெல்லாம் சாப்பிடலாம்” என்று அடிக்கடி பேசிக்கொள்ளும் இவர்களுக்கு, அப்படியே முகர்ந்து பார்க்கும் சந்தர்பங்கள் ஏற்பட்டாலும்கூட எந்த மணமும் வெளிவராமல், வாசனையே வீசாத அந்த கரடுமுரடான பிஞ்சு உள்ளங்கையை அவர்கள் சந்தேகப்படத் தயாராக இல்லை. மேலும் எப்போதும் பிளாக்கில் கிடைக்கும் வண்டுகள் மொய்க்கும் பருப்பையும், பள்ளிக்கூட அரிசியையும் உண்டு வாழும் அவர்கள் அந்தப் பொய்யை ரசித்து, அந்த எண்ணையில் மிதக்கும் கறித்துண்டுகளை தாங்களே உண்டதாக எண்ணி சுவை மிகுந்த தங்களது எச்சில் நீரை விழுங்கிக் கொண்டனர்.

எனவே பொய்யாகவே அது இருந்தாலும்கூட இருவரின் பொதுவான நண்பர்களால் இவள் கைமணம் ஆறுமுகத்தின் காதுகளுக்குச் சென்றபோது, நுகரவே முடியாத துர்நாற்றமான ஒன்றாகத்தான் அவன் அதை நினைத்தானேயொழிய, தன்மீது அக்கறையாய், தன் துணிகளையும் சேர்த்து துவைக்கும் முன்பிருந்த ஒருத்தியின் கைகள் இவனுக்கு கொஞ்சமும் நினைவுக்கு வரவில்லை. இப்படி எதையுமே யோசிக்க நேரமின்றி குப்பைகளை நோக்கி இவனும், முடிவில்லா அயற்சியை வழங்கிக் கொண்டிருந்த தள்ளுவண்டியை நோக்கி இவளும் ஓடிக்கொண்டிருந்த வாழ்க்கையானது எப்போதும்போல அடுத்த சில வருடங்களுக்குள் சட்டென்று தலைகீழானது.

தனது “குப்பை” வாழ்க்கையும் சேர்ந்துதான் அம்மாவைப் பைத்தியமாக்கியது என்று முழுமையாக எண்ணிய அவன் “குப்பக்காரி”, “குப்பக் களவாணி” போன்ற பெயர்களைத் தங்களைவிட்டு அடியோடு அகற்ற எப்படி எப்படியோ

திணறினான். எதுவுமே இல்லாத தங்களுக்கு அது மட்டுந்தான் சோறு போடுகிறது என்ற எண்ணம் இருந்தாலும்கூட, குறைந்தபட்சம் அம்மாவைப் பார்த்து எல்லோரும் அந்த வார்த்தைகளைச் சொல்வதையாவது நிறுத்த வேண்டும் என்று வெகுவாக முயன்று பார்த்தான். அப்போது மட்டுமல்ல, பின் வந்த நாட்களிலும் அந்தப் பெயர்களை அவனால் கொஞ்சமும் மாற்றமுடியவில்லை. ஒருநாள் படிப்படியாக நினைவு தவறி இவனது அம்மா இறந்துபோனபோது, இதற்கெல்லாம் தான் மட்டுமே ஒரு காரணமாகிவிட்டோம் என்ற எண்ணம் அவனுக்குள் ஆழமாக பதிந்தது. ஆனாலும் அவனால் அந்த வேலையை முழுவதுமாக விட்டு ஒதுங்கவும் முடியவில்லை; தொடர்ந்து செய்யவும் முடியவில்லை. அப்போதுதான் ஏதோ ஒன்று முதன் முதலாக அவனுக்குள் தோன்ற ஆரம்பித்தது. யாருக்கும் தெரியாமல் அந்த வேலையை செய்ய வேண்டும் என்று அவன் யோசிக்க முடிவெடுத்ததும் அப்போதுதான்.

பின்னாளில் முத்துக் கருப்பு தனது மகனின் மோசமான வளர்ச்சியைப் பற்றி மேலேயுள்ள கதைகளைத் தள்ளி, அவனின் வேறு சில நடவடிக்கைகளைப் பற்றி என்னிடம் சொன்னபோது கிட்டத்தட்ட நான் மூர்ச்சையாகித்தான் போனேன்.

இது எதுவும் தெரியாத இவள், இறந்துபோன அம்மாவின் உடலும்கூட இல்லாத இரண்டாம் நாள் இரவில், அந்தச் செம்மண் குடிசையில், தனது பதிமூன்றாவது வயதின் இறுதியில், அணிந்திருந்த அழுக்குப் பாவாடை இரத்தத்தால் நனைய ஆரம்பித்ததைக்கூட உணர முடியாமல் அரைகுறையான வயிற்று வலியோடும், நுரையீரலில் தேங்கியிருந்த அளவுக்கதிமான சளி வாயிலிருந்து கோழையாக வெளியேறும் அளவிற்கு அந்த முழு நீள இரவும் சுயநினைவற்று கேட்பாரற்று கிடந்தாள்.

மறுநாள் காலை தெருக்கார பெண்கள் சிலர் இவள் கிடப்பதைப் பார்த்து அதிர்ச்சியுற்று இன்னும் பெரியதொரு மருத்துவமனையாக மாறாத பக்கத்து ஊரிலிருக்கும் ஜே.எம். க்ளினிக்கிற்கு கொண்டு சென்றனர்.

அப்பா இல்லாத பிள்ளைகளை, அம்மா இல்லாத பிள்ளைகளை அல்லது இரண்டுபேருமே இல்லையென்றாலும் சொந்தங்களாவது இருக்கும் பிள்ளைகளை மட்டுமே பார்த்து பழக்கப்பட்டு வந்த அந்தத் தெருவானது இப்படியொருத்தியை பார்த்தது அதுதான் முதல் தடவை.

பின் வந்த மோசமான நாட்களில் அந்த வெள்ளாற்றின் கரைகளில் இருக்கும் எத்தனையோ தெருக்களுக்கும், வீடுகளுக்கும் இவள் பைத்தியமாவதற்கு முன்பும், பின்பும் சென்று வரும் நிலை எற்பட்டாலும்கூட, தனக்கு படிப்படியாக மனநோய்க்குறிகள் உருவாக முக்கிய காரணமாக இருந்த அந்தத் தெருவிற்கும், அதிலிருந்த தன் வீட்டிற்கும் மட்டும் கடைசி வரை செல்லவேயில்லை.

இப்போது சொல்லிக்கொள்ள யாருமே இல்லாத இவளை வைத்துக்கொண்டு அந்தத் தெருவைப்போலவே என்ன செய்வதென்று தெரியாமல் குழம்பி நின்ற தெருக்கார பெண்களின் நிலையையும், இவளின் நிலையையும் பார்த்த அந்த பெண் மருத்துவர், க்ளினிக் இருந்த தனது வீட்டிலேயே இவளை வேலைக்கு அமர்த்தினார். அங்குதான் இவள் சுபாவை சந்தித்தாள். ரவியை சந்தித்தாள். அடிக்கடி இவளே என்னிடம் சொல்லிக் கொண்டிருந்ததைப்போல அடுத்துவந்த அவளின் மகிழ்ச்சிகரமான மூன்று ஆண்டுகள் அப்போதுதான் தொடங்க ஆரம்பித்தது.

***

நான் அப்படிச் செய்திருக்கக்கூடாதுதான். ஆனால் அப்படிச் செய்யாமல் என்னால் எப்படி இருக்க முடியும்? என் வாழ்வு என்பதே கூடாது என்று நினைத்து நான் செய்தவைகளின் சம்பவத் தொகுப்புகள்தானே? அதனால் அதைப்பற்றி எனக்கொரு யாதொரு வருத்தமுமில்லை; கவலையுமில்லை.

இவளும் நானும் நெருங்கிப் பழகிய அடுத்த நான்கு மாதத்தில் தேர்வு முடிவுகள் வந்தபோது, நினைத்ததுபோலவே பொதுத்தமிழில் நூற்றுக்கு நூறு கிடைத்திருந்தது. வழக்கம்போல பொது அறிவில் மதிப்பெண் குறைந்திருந்தாலும் வேலை கிடைப்பதில் அது சிக்கலை ஏற்படுத்தவில்லை. வேண்டுமென்றே தூரமான இடம் கேட்டு வேலை வாங்கிக்கொண்டேன்.

இவளிடம் ஒரு வார்த்தைக்கூட சொல்லாமல் கிளம்பியபோது, “இப்போது இவள் அம்மாவைப் போலவே இவளிடமும் ஏமாற்றம் தந்த இரண்டாவது கணவனைப் பற்றியக் கதை ஒன்றுச் சேர்ந்திருக்கும்” என்று நினைத்துக்கொண்டேன். இவளும் நானும் அந்தக் குறிப்பிட்ட காலத்தில் அப்படித்தான் வாழ்ந்து வந்தோம்.

பின்னாளில் ஐங்குறுநூறில் “தன் சொல் உணர்ந்தோர் அறியலன் – என்றும் தண் தளிர் வௌவும் மேனி, ஒண் தொடி முன் கை,

யாம் அழப் பிரிந்தே" என்ற பாடலை படித்தபோது, கூடிக் கழித்து, பின் அழ வைத்தும் பிரிந்து செல்லும் அன்பற்றவன் பட்டியலில் சேரும் முதல் நபர் நான் அல்லவென்று ஒருவாறு என்னை நானே நியாயப்படுத்திக்கொண்டேன். தனது பதினாறு வயதிற்கும் பதினெட்டு வயதிற்கும் இடையில் "தான் எங்கிருந்தேன்? என்ன செய்தேன்? தனக்கு அந்த நாட்களில் என்ன நடந்தது?" என்று என்னிடம் இறுதிவரை சொல்லாத அந்த இரண்டு ஆண்டுகளில் என்னைப்போல எத்தனையோ பேர் இவள் வாழ்வில் இருந்திருக்கலாம்.

என் உறுதி மொழியை நம்பி என்னை எதிர்பார்த்துக் காத்துக்கிடந்த இவளிடம் எதுவும் சொல்லாமல் கிளம்பிச் செல்லும் நாள்வரை அது தொடர்ந்து கொண்டுதான் இருந்தது. எத்தனை மருத்துவரிடம் ஆலோசனைகள் கேட்டாலும், எவ்வளவு மாத்திரைகளை உண்டு செரித்தாலும் பழிவாங்குதலை மட்டும் நான் எல்லாவற்றையும்விட அதிகமாகவே நேசித்து வருகிறேன் என்று அன்றுதான் முழுமையாக உணர்ந்துகொண்டேன். பின் அதை நான் உள்ளன்போடு எல்லோருக்கும் செய்யத் தொடங்கினேன்; என்னுடன் வேலைப் பார்ப்பவர்கள் வரை...

இல்லாவிட்டால் வரைபடங்களும், வில்லேஜ் பெயர்களும், புதிய, பழைய சர்வே எண்களும், பென்சிலும், ஸ்கெட்சும், ஸ்கேலும், அளவுகளும் மட்டுமே நிறைந்துள்ள எரிச்சல் மிகுந்த சோர்வைத் தரும் இந்த வேலையை இத்தனை ஆண்டுகளுக்கும் மேலாக என்னால் எவ்வாறு வெற்றிகரமாக நகர்த்த முடியும்? வெகு சீக்கிரமாக ஹெட் சர்வேயர் பதவியை அவ்வளவு விரைவாக எப்படி அடைந்திருக்க முடியும்?

இது அத்தனையும் செய்து முடித்த பின்தான், நான் எனது கொஞ்சமும் இரக்கமில்லாத எனது உண்மையான முகத்தை, சிடுமூஞ்சித்தனமான உடல்மொழியை, எப்போதும் எரிந்து விழும் அன்பற்ற எனது அடையாளத்தை அடைந்துள்ளேன். தங்களிடம் வரும் பொது ஜனங்களை கடுகளவும் மதிக்காத போக்கிரிகளான என் அலுவலக ஊழியர்களே எரிச்சல்படும் அளவிற்கு என் போக்கிரித்தனம் இருக்கிறதென்றால், இத்தனைக்காலம் எந்தளவு என்னை மற்றவர்களுக்காக மறைத்து வைத்துள்ளேன் என்பதை என்னாலேயே கற்பனை செய்துப் பார்க்க முடியவில்லை.

ஆசுவாசமாக இருப்பதென்றால் என்னவென்று இப்போதுதான் தெரிகிறது. மருந்து மாத்திரைகள் என்னை விட்டு கரைந்து சென்று வருடங்களாகிவிட்டன. என்னைப் பற்றி நானோ

அல்லது என்னைப் பற்றி மற்றவர்களோ என்ன மதிப்பீடு கொண்டுள்ளார்கள்? அது தற்போது எந்த நிலையில், என்னவாக இருக்கிறது? என்று சதா என்னை நானே அலைகழித்துக்கொண்டு, வெறும் அபத்தங்களை மட்டுமே சுமந்துகொண்டு வாழ்ந்து அலைந்த காலம் அல்ல இது. என் சக அரசு ஊழியர்கள் "நான் அவர்களைப் பற்றி என்ன நினைக்கிறேன்? உயர் அதிகாரிகள் மத்தியில் எனக்கிருக்கும் செல்வாக்கினால் தங்களுக்கு ஏதாவது மோசமாக நடந்து விடுமோ?" என்று தினம் தினம் அவர்கள் என்னைப்பற்றி அவதிப்படும் காலமாக அதை நான் மாற்றி விட்டேன். கூடுதலாக அவர்களின் அந்த பரிதவிப்பை, அங்கலாய்ப்பை இரசிப்பவனாக எனது தரத்தையும் நான் உயர்த்திக்கொண்டேன்.

அடிவாங்குவதில் எனக்கு தயக்கமோ, பயமோ, கூச்சமோ எந்த காலத்திலும் இருந்ததில்லை. ஒவ்வொரு முறையும் அப்படிப்பட்ட அவமானங்களை அள்ளி சேகரித்துகொண்டுதான் இருந்திருக்கிறேன். நான் கீழே விழும்போது, வாங்கும் ஒவ்வொன்றும் ஒருநாள் திருப்பிக் கொடுக்கப்படும் என்று திரைப்பட பாணியில் நான் ஒருபோதும் நினைத்துப் பார்த்ததும் கிடையாது. மோசமான செயல் ஒன்றை நிறைவேற்றச் செல்லும் பாதை, திரும்பி வரும்போது அதைவிட மோசமான ஒன்றாகத்தான் நம்மை வரவேற்கும் என்று எனக்கு நன்றாகவேத் தெரியும்.

ஆனால் இப்போது திருப்பிக் கொடுக்கும் அந்த "ஒருநாட்கள்" மீது சிறு நம்பிக்கை வர ஆரம்பித்திருக்கிறது. அதன் தொடர்ச்சிதான் இத்தனை வருட என் பழிவாங்கல்கள் என்றும் நினைக்கிறேன். முடிவில் அந்தப் பழிவாங்கல்களில் சின்னது, பெரியது என்று அளவில் மட்டும்தான் வேறுபாடு உள்ளதே தவிர, என்னைக் கடந்து செல்லும் ஒவ்வொருவரும் அதில் ஏதோ ஒன்றை எப்படியாவது தங்களுக்கான ஒன்றை வரித்துக் கொள்கின்றனர் அல்லது எடுத்துக்கொள்ளும்படி நிர்பந்திக்கப்படுகின்றனர்.

என் நோக்கமோ இது மட்டுமல்ல. வெகு சீக்கிரமாகவே என் துறையில் இருப்பதிலே உயர் பதவியை அடைய வேண்டும். அதற்கு என்னவெல்லாம் தேவையோ அது அனைத்தையுமே செய்து கொண்டிருக்கிறேன். அரசாங்கத்தின் அதிகராமிக்கவர்களுடனான, அரசியல்வாதிகளுடனான, என் பழக்கம் நாளுக்கு நாள் அதிகரிக்கவும், நெருக்கமாகவும் எதையெல்லாம் செய்ய வேண்டுமோ அதை அனைத்தையும்

செய்து கொண்டிருக்கிறேன். மட்டுமில்லாமல் நான் மேலும் மேலும் அதிகாரமிக்கவனாக நீடிக்க காவல்துறையினருடனும், தேவைப்படும் என் வருவாய்த்துறை நண்பர்களுடனும் எனது நட்பை சீராகப் பேணி வருகிறேன்.

இவர்கள் அனைவரும் விலைக்கு வாங்கும் இடங்களுக்கு நான்தான் வரைபடம் தயாரித்துக் கொடுக்கிறேன். சிலநேரங்களில் அவர்கள் வாங்காத சொத்துகளையும், அவர்களுக்கு உரிமையில்லாத சொத்துக்களையும் அவர்கள் சொத்துடன் சேர்த்து இணைத்து வைக்கிறேன். நீதிமன்றத்தில் வழக்கு வரும்பொழுது பொய் சாட்சி சொல்கிறேன். முடிந்தால் சர்வே ஆவணங்களை அவர்களுக்கு ஏற்றவாறு வளைத்து இழுக்க முயற்சிக்கிறேன்; முடியாத பட்சத்தில் போலிகளை உருவாக்க முயற்சிக்கிறேன். தனியாக செய்ய முடியாத இதுபோன்ற காரியங்களில் எங்களுக்கு உதவ யாரோ ஒருவர் எப்போதும் தயாராகத்தான் இருக்கிறார்கள் என்பது பணத்தின் மீதான என் கரிசனத்தை இன்னும் கொஞ்சம் கூட்டியிருக்கிறது.

இதோ என் சொந்த ஊரென்று நானே நினைத்துக்கொண்ட ஒன்றிற்கு பதவி உயர்வுடன் மாற்றலாகி வந்து கூடுதலாக சில வருடங்களும் ஓடிவிட்டன. ஆரம்பத்தில் கொஞ்சம் தயக்கமாகத்தான் இருந்தது.

அந்தத் தயக்கமானது, நான் வாழ்ந்து, அழிந்து, மீண்டும் உயிர்பெற்று பிழைத்துக்கிடந்த ஊரை, அதன் இடங்களை, அமைப்பை மீண்டும் பார்க்கும்போது ஒருவேளை என் பழைய பழக்க வழக்கமும், நோயும் மறுபடியும் என்னைத் தொற்றிவிடுமோ என்ற ஒரே காரணத்திற்காகத்தான் எற்பட்டதேத் தவிர; என் சீரழிவான வாழ்கையைத் தெரிந்திருந்தவர்கள் அதை என் நெருக்கமானவர்களுக்கு பரப்பி விடுவார்கள் என்பதினாலோ, இவளைப்போலவே நான் ஏமாற்றி சென்ற நபர்களை மீண்டும் பார்க்க நேரிடுமோ என்ற பயத்தினாலோ, இல்லை இவளே என்னைப் பார்த்துவிட்டால் அவளுக்கே உரித்தான வசைச் சொற்களைக் கொண்டு வசைபாடியும், அடிக்கவும் ஓடி வருவாள் அல்லது என் மனைவியிடம் எனது கடந்த காலங்களை ஒப்பித்து விடுவாள் என்பதினால் உண்டானது அல்ல.

பின் இது எனக்கு வைக்கப்பட்ட ஒரு சோதனை என்று முடிவுக்கு வந்தவனாக, அதை சந்திக்கத் தயாரானேன். ஆனால் அந்த சோதனை ஒருமுறை எனக்கு வைக்கப்பட்டபோது அதை

முன்பு இருந்த அதே தைரியத்துடன் சந்திக்க நான் சிறிதும் தயாராகியிருக்கவில்லை; விரும்பவுமில்லை.

கோர்ட் வாசலில் வைத்து இவளைப் பார்த்தபோது, பட்டன்கள் போடாத சட்டை காற்றில் பறக்க, கைலியை மடித்துக் கட்டிக்கொண்டு ஓடியவன்தான் சட்டென்று தலைக்குள் ஏறினான். "அவனுக்கு நடந்ததுபோல எனக்கும் நடந்துவிட்டால்?" என்று யோசித்த அடுத்த நொடியே என் முழு உடலும் பயத்தில், பதட்டத்தில், வியர்வையில் மூழ்கி நடுங்கத் தொடங்கியது. காரணம் நீதிமன்ற வளாகத்தில் எனக்குத் தெரிந்தவர்களைவிட, என்னைத் தெரிந்தவர்கள்தான் அதிகம். அவர்களில் பாதி பேர் அங்கும் இங்கும் என்னைச் சுற்றியும், என்னை சுற்றியுள்ளவைகளை சுற்றியும் எப்படியும் நடந்தும், கடந்தும் கொண்டிருப்பார்கள் என்று நிச்சயம் தெரியும். எந்நேரமும் அவர்களின் பார்வை என்மீது திரும்பலாம் என்று அந்நேரம் எனக்குள் உருவாகிய எண்ணமே, இதுநாள்வரை எதை தைரியம் என்று நான் நம்பி வந்தேனோ அதை அந்த இடத்திலேயே போலியான ஒன்றாக்கி காலில் மிதித்துக் கேலிக்குள்ளாக்கியது.

இத்தனையும் எனக்குள் நடந்துமுடிந்த ஒரு சில நொடிகளில், ஏன் இருவரது பார்வையும் சந்தித்துக் கொண்டபின்னும்கூட, என்னை இவள் அடையாளம் கண்டு கொள்ளாமல் இருந்துவிட மாட்டாளா? என்றவொரு முட்டாள்தனமான எண்ணமும் அப்போது தோன்றியது. ஆனால் அந்த எண்ணம் எனக்குள் தோன்றவும் இவள் என்னைப் பார்த்து கையசைத்து, அதை முழுமையடையக்கூட சந்தர்ப்பம் வழங்காமல் குழிக்குள் இழுத்து தள்ளவும் சரியாக இருந்தது.

•••

சிறியதொரு தள்ளுவண்டியே பெரிதாகக் காட்சியளித்த அந்த வயதில், படுக்கை வசதிகளுடன் க்ளினிக் இருந்த அந்த காங்க்ரீட் வீடானது பிரமாண்டமான ஒன்றாக இவளுக்குத் தோன்றியதில் என்ன வியப்பு இருந்துவிடப் போகிறது? பரிதாபப்பட்டு வேலையில் சேர்த்துக்கொண்டாலும் பரிவான ஒருவராக அந்த மருத்துவர் இல்லாதது குறித்து இவளுக்கு எந்தவொரு கவலையும் இருக்கவில்லை. காரணம் சுபா. தூங்கும் நேரம் தவிர்த்து எப்போதும் இருக்கும் வீட்டு வேலைகளையும், அவ்வப்போது க்ளினிக்கில் கொடுக்கும் துப்புரவு வேலைகளையும் பள்ளி விட்டு மாலை நேரங்களில் வரும் சுபா இவளுடன் சேர்ந்து பகிர்ந்து

கொண்டாள். பள்ளி விடுமுறை நாட்களிலோ பாதிக்கு பாதி இவளின் வேலைகளை அவள் குறைத்து விடுவாள். தன்னைவிட ஒன்றிரண்டு வயதே கூடுதலான அவள் இவள்மீது காட்டிய இந்த அக்கறை அனைத்தும் ஒன்று சேர்ந்துதான்... சுபாவை எக்காலத்திலும் தன்னால் எட்ட முடியாத ஒரு வயதுக்காரியாக, அந்த வீட்டைப் போலவே பிரமாண்டமான ஒருத்தியாக இவளுக்கு காட்டிக் கொண்டிருந்தது.

ஒருநாள் சுபா உட்பட எவரிடமும் சொல்லிக்கொள்ளாமல், க்ளினிக்கை விட்டு ரவியுடன் தனது அப்பா சென்ற இரயில் நிலையத்திற்கு செல்லும்வரை தன்மீது ஏன் இவ்வளவு அக்கறை காட்டுகிறாய்? என்று இவளும் கேட்கவில்லை; அவளும் சொல்லவில்லை. இரண்டு மூன்று வருடத்திற்கொருமுறை முன்னிலும் மோசமாக மாறிக்கொண்டிருந்த வாழ்க்கையால், தனது மனநிலையால் பின்னாளில் அது குறித்து கேட்பதற்கான சந்தர்ப்பமும் இவளுக்கு வாய்க்கவில்லை.

ஒருவேளை இறுதியாக இவள் சுபா வீட்டிற்கு சென்றதுகூட இதைக் கேட்க வேண்டும் என்ற ஆசையினால்கூட இருந்திருக்கலாம்.

குழந்தையைப் பார்த்தவுடன் சட்டென்று குழம்பிய அந்த மனநிலை ஒருவேளை சிதறாமல் இருந்திருந்தால்? அல்லது வலுமிக்க அந்தக் கை வந்து வேகமாக மோதியதில் விரும்பத்தகாத ஒரு சத்தம் தனது முதுகிலிருந்து எழும்பாமல், தீப்பற்றி எரிவதுபோல மிக மோசமான ஒரு வலி அதிலிருந்து உருவாகாமல் இருந்திருந்தால்? கேட்டிருப்பாளோ என்னவோ?

ரவி பதினாறு வயதுக்காரன்.

அதிகாலையே எழுந்து கீரை, காய்கறிகள் விற்கப்போகும் அம்மா சமைத்து வைத்தவைகளை சாப்பிட்டு விட்டு, அப்பாவின் முழுக்கை சட்டையைத் தோள்பட்டை வரை மடக்கி வைத்தபடி, கட்டிக்கொண்டிருக்கும் அவரின் கைலியை சட்டையின் மேலாக தொப்புளுக்குமேல் தானே அவிழ்த்தாலே தவிர அசையாத ஒரு முடிச்சு ஒன்றைப் போட்டுக் கட்டிக்கொண்டு, அடியில் நீலமும், மேற்பரப்பில் வெள்ளை நிறமாகவும் இருக்கும் அதே அப்பாவின் பாதி தேய்ந்துபோன ஒன்பதாம் நம்பர் லூனார் செருப்பை தனது ஏழாம் நம்பர் அளவுள்ள கால்களில் மாட்டிபடி, ஆறாம் வகுப்பில் மட்டும் இரண்டு முறை தோற்றுவிட்ட இவன் தனக்குகீழ் இன்னும் இந்தப் பள்ளியில் படிக்கிறானா? இல்லையா? என்ற சந்தேகத்தை ஹெட் மாஸ்டருக்கு ஈவு

இரக்கமின்றி ஏற்படுத்தும் விதமாக பள்ளியை தினமும் பலமுறை சுற்றிவந்து கொண்டிருப்பான்.

அவனது அப்பா இறந்து ஒருமாதம்தான் ஆகியிருந்தது. அப்போதிருந்து அவனின் அன்றாடம் இப்படித்தான் மாறிப்போயிருந்தது.

அவர் குடித்து அழித்ததுபோக மீதம் விட்டுச்சென்ற மேற்படி சொத்துக்களை அவன் இவ்வாறுதான் தனது கைவசம் எடுத்து ஊருக்குள் எல்லோருக்கும் தெரியும்படி அமைதியான முறையிலும், ஆர்ப்பாட்டமாகவும் அனுபவித்து வந்தான். "என்னதான் சுருட்டி மடக்கி தங்களை மூச்சடைக்க வைத்தாலும், மண்ணிலும், சாக்கடைகளிலும் கிடந்து உருண்டு புரளாமல் நிம்மதியாக நாட்களை கடத்தி வருவதில் அவைகளும் மகிழ்ச்சி அடைந்தவைகளாக அவன் உடலுடன் ஒட்டி உறவாடி வந்தன" என்று இவள் என்னிடம் ரவியைப் பற்றி விவரித்தபோது உண்மையிலேயே நீண்ட நாள் கழித்து கொஞ்சம் சிரிக்கத்தான் செய்தேன். அது ஒரு தூய்மையான மனம் விட்டு சிரித்த சிரிப்பு என்றெல்லாம் சொல்லமுடியாது. என்னால் ஒருபோதும் அது முடியவும் முடியாது. ஆனால் சிரித்தேன்.

இப்படிப்பட்டவன்தான் ஒருநாள் காலையில் அம்மா கொடுத்த பணத்துடன் காய்ச்சல் என்று அந்த க்ளினிக்கிற்கு தனியாக வந்தான். காய்ச்சல் ஒன்றும் அவ்வளவாக இல்லை. ஆனால் தலைவலி கடுமையாக இருந்ததால் ஊசி போட எழுதிக் கொடுக்கப்பட்டது. அதற்கான அறைக்கு அழைத்துச் செல்லப்பட்டு அவன்முன் சிறிதாக நீண்டுகிடந்த வரிசையின்பின் நிறுத்தப்பட்டான். அவன் முறை வரும்போது, எப்போதும்போல அவன் அணிந்திருந்த சட்டையை மடித்துவிட அவசியமில்லையென்றாலும், கையைக் காண்பித்த இவனிடம் இது "பின்னால்" போடக்கூடிய ஊசி என்று சொல்லப்பட்டது.

ஹெட் நர்ஸ் சொன்னதை என்னவென்று புரிந்து கொண்டானோ? அவளிடம் முதுகை காட்டியபடி சட்டென்று திரும்பி நின்றவன், அடுத்து என்ன நடக்கப்போகிறது என்று அங்கிருந்தவர்கள் ஊகிப்பதற்குள் ஒரே நொடியில் மடித்துக் கட்டியிருந்த கைலியை அப்படியே கொத்தாக மேலத் தூக்கியபடி பந்தை எதிர்கொள்ளும் பேட்ஸ்மேன்போல அவன் குனிந்து நின்றதுதான் தாமதம்... எதிர்பாராத, அதேநேரம் அந்த இடத்தில் பார்க்கக்கூடாத அப்படியொரு ஒரு காட்சியைத் தெள்ளத் தெளிவாக பார்த்த அதிர்ச்சியில் இருந்த ஹெட் நர்சை தவிர, வரிசையில் நின்றிருந்த

அனைவரும் சிரித்த சிரிப்பால் ஒட்டுமொத்த ஊசி போடும் அறையும் அதிர்ந்தபோதுதான் இவள் முதன் முதலாக இவனைப் பார்த்தாள்.

குடித்துவிட்டு கிடக்கும் அப்பனுக்கு ஜட்டி போடும் பழக்கம் இல்லை என்று தெரிந்த ஊர் மக்களுக்கு, அந்தப் பாரம்பரியம் மகன் விஷயத்திலும் தொடர்கிறது என்று அவர்கள் பேசிக்கொண்டபோது, அவனைப் பார்த்து சிரித்தவர்களில் இவளும் ஒருத்தி. அன்றிலிருந்துதான் இவனது அப்பாவித்தனத்தை இவள் ரசிக்கவும் தொடங்கினாள். எப்போதும்போல தலைகீழாக மாற ஒன்றிலிருந்து இரண்டு வருடங்கள் எடுத்துகொள்ளும் இவள் வாழ்க்கை எண்ணி ஆறே மாதத்தில் மாறியது; ஆனால் இந்தமுறை கொஞ்சம் மகிழ்ச்சியாக.

உலகில் எல்லாவற்றையும்விட அதிவேகமாக பயணிக்கக்கூடிய ஒரு சாதனம் காதல் அல்லவா? எப்போதும் டாக்டர் வீட்டை சுற்றிவர ஆரம்பித்த அவனும், அப்படி சுற்றி வருபவனோடு சுபாவைத் தவிர்த்து யாருக்கும் தெரியாமல் சுற்ற ஆரம்பித்த இவளும் அதைத் தெரிந்துகொள்ள இன்னுமொரு ஆறு மாதங்கள் தேவைப்பட்டது.

அவ்வளவுதான்.

இதற்குமேல் ஒரு வார்த்தைகூட இவள் என்னிடம் சொன்னதில்லை. அது நான் இவள்மீது இல்லாத காதலைப் பொழிந்து, போலியான நம்பிக்கைகளை அதீதமாக மனதில் விதைத்து, காமப்பித்து தலைகேறி இவள் மடியில் கிடந்த நிமிடங்களில்கூட அது அப்படியேதான் தொடர்ந்தது. நான் இவளை விட்டுச் செல்லும் வரை அதில் எந்த மாற்றமும் நிகழவில்லை.

அதன்பின் அவள் வாழ்வில் யாருக்குமே தெரியாத, ஏன் முத்துக் கருப்புவிற்குமேகூட ஒரு கட்டத்திற்குமேல் தெரியாத அந்த இரண்டு வருடங்கள் என்ன நடந்தது என்று இப்போதும் அவளைச் சுற்றியிருக்கும் எவருக்கும் தெரியாது.

ஊரில் அவர்களின் காதலை யாராவது எதிர்த்தார்களா? இல்லை யாருமே எதிர்க்கவில்லையா? பின் இரயில் ஏன் ஏறினார்கள்? அந்த வயதிற்கேயான கனவுகளை சுமந்துகொண்டு ஊர்விட்டு ஊர்போய் பிழைக்கச் சென்றார்களா? பெரும் பணக்காரர்களாகத்தான் ஊர் திரும்ப வேண்டும் என்ற எண்ணத்தோடு ஏறியிருந்தால், அவர்கள் சென்ற அந்த இரயில் எங்குபோய் நின்றது? எங்கு இறங்கினார்கள்? அங்கு என்ன

நடந்தது? ரவி என்னவானன்? அடித்தார்களா? கொன்றார்களா? அவனிடமிருந்து இவளை தூக்கிச் சென்றார்களா? தூக்கிச் செல்லப்பட்ட இவள் விபசார விடுதியில் சேர்க்கப்பட்டாளா? இல்லை இப்படி எதுவுமே நடக்கவில்லையா? பின் ஏன் அவன் மட்டும் திரும்பி வரவில்லை? வந்த இவளும் எல்லாம் தெரிந்தவள்போல எப்படி தொழிலில் இறங்கினாள்? அப்படி அங்கிருந்து திரும்பி வர யார் உதவியைப் பெற்றாள்? திரும்பியும் சொந்த ஊருக்கே ஏன் வர வேண்டும்? வந்தவளும் அதே வெள்ளாற்றின் கரைகளில் வீடு எடுத்து ஏன் தங்க வேண்டும்?

எனக்குத் தெரிந்து இவை எதற்குமே பதில்கள் இல்லை. இப்படியொரு அரைகுறையான வகையில் இவள் சொன்னக் கதைகள் திடீரென்று ஒருநாள் என்னிடம் முடிவுக்கு வந்தபோது, அதைப்பற்றி எனக்கு எந்தவொரு வருத்தமும் இல்லை. இப்போது நினைத்துப் பார்க்கும்போது இவளை ஏமாற்றாமலிருந்து இன்னும் கொஞ்சநாள் அந்தக் கதைகளையெல்லாம் கேட்டிருக்கலாமோ? என்று தோன்றுகிறது. பின் வந்த நாட்களில் நான் முத்துக்கருப்புவுடன் நெருக்கமான பின்பு ஒருமுறை இதைப் பற்றி அவனிடம் கேட்கும்போது அவன் சொன்னது இதுமட்டும்தான்.

"ரவி எங்கே என்று கேட்டு அவனின் அம்மா கொடுத்த புகாரின் பேரில் போலீஸ் மட்டும் ஒருமுறை இவளை அழைத்துச் சென்றது. பின் அங்கு என்ன நடந்தது? இவள் என்ன சொன்னாள்? பின் ஏன் அவனின் அம்மாவும், போலீஸ்காரர்களும் அமைதியானார்கள்? என யாருக்கும் எதுவும் தெரியாது"

"பெண்களால் ரகசியத்தைக் காப்பாற்ற முடியாது" என்ற சாபம் எந்த புராணத்தில், எந்த கடவுளால் விடப்பட்டது என்று இன்றளவும் எனக்குத் தெரியாது. ஆனால் பதினாறு வயது வரை ஜே.எம். க்ளினிக்கில் வேலைப் பார்த்து பின்பு சுபாவிடம்கூடச் சொல்லாமல், காணாமல்போய் மூன்று வருடங்கள் கழித்து மீண்டும் திரும்பி வந்தபோது, பெண்களின் மீதான அந்தச் சாபத்தை கேலிக்குள்ளாக்கும் வகையில் இவளிடம் எண்ணற்ற இரகசியங்கள் இருந்தது என்று மட்டும் எனக்குத் தெரியும்.

இப்போது யோசித்துப் பார்க்கும்போது கலித்தொகையில் வருபவனைப்போல "முன்பகல் தலைக்கூடி, நண்பகல் அவள் நீத்து, பின்பகல் பிறர்த் தேரும்" என்று ஒவ்வொரு வேளையும் ஒவ்வொருத்தியுடன் கூடியிருக்கும் நெஞ்சம் கொண்ட எனக்கு அது எந்த இரகசியமாக இருந்தால் என்ன? என்றுதான்

தோன்றுகிறது. மட்டுமில்லாமல் இடையில் காலங்கள்வேறு எவ்வளவோ மாறியிருந்தன.

...

காலை பத்து முப்பது மணிக்கு கோர்ட்டில் இருக்க வேண்டும் என்று சம்மன் வந்திருந்தது.

நீதிமன்றத்தில் சொத்து சம்மந்தமாக போடப்படும் வழக்குகளில் வாதி, பிரதிவாதிகளின் இடங்களை அளக்க சர்வேயர்களான எங்களை நீதிமன்றமே நியமித்து உத்தரவு போடுவதுண்டு. அப்படி ஒரு வழக்கில் சர்வேயராக இருந்து நான் தாக்கல் செய்த வரைபடம் குறித்து பிரதிவாதி வழக்கறிஞர் ஆட்சேபனை மனு ஒன்றைப் போட்டிருந்தார். உண்மையில் அந்த வழக்கில் நான் வாதி வழக்கறிஞரிடம் பணம் வாங்கிக்கொண்டுதான் வாதி, பிரதிவாதிகள் பொதுவாக பயன்படுத்தி வந்த பத்தடி அகலப்பாதையை வாதியின் சொத்து என்று குறிப்பிட்டு வைத்திருந்தேன். இருவருக்கும் பொதுவானதுதான் அந்தப் பாதை என்பது குறித்து முன் பத்திரங்கள் எதுவும் இல்லாத காரணத்தினால் அந்த வழக்கு வாதிக்கு சாதகமாகத்தான் முடியப்போகிறது என்று அப்போதே எனக்குத் தெரியும். பின்னால் தீர்ப்பும் அப்படித்தான் வந்தது. இப்போதுகூட அந்த வழக்கு உயர்நீதிமன்றத்தில் நிலுவையில்தான் இருக்கிறது. பிரதிவாதி வீட்டின் அருகில் இருசக்கர வாகனத்தைக்கூட கொண்டு செல்ல முடியாமல், பக்கத்து தெருவிலேயே நிறுத்திவிட்டு நடந்துதான் செல்கிறார் என்று கேள்விப்பட்டபோது, முன்பு சொன்னேன் அல்லவா... அளவு சிறியதாகவோ, பெரியதாகவோ இருந்தாலும் என்னைக் கடக்கும் ஒவ்வொருவருக்கும் அந்தப் பழிவாங்குதலில் ஏதோ ஒன்று கிடைக்கும் என்று, அதுதான் நினைவிற்கு வந்தது. அன்று அந்த வழக்கின் விசாரணைக்குத்தான் என்னை அழைத்திருந்தார்கள்.

இதே கோர்ட் வாசலில் இருந்து முன்பு எத்தனையோ முறை அவளை அழைத்துச் சென்றிருக்கிறேன். ஆனால் மாற்றலாகி வந்த காலத்திலிருந்து பல வழக்குகளுக்கு விசாரணைக்கு வந்திருந்தாலும் அங்கு வைத்து ஒருமுறைகூட அவளை நான் பார்த்தது கிடையாது. மட்டுமில்லாமல் நீதிமன்ற வாசலில் அப்படி நிற்பவர்கள் சுத்தமாக குறைந்தும் போயிருந்தனர். இவை எல்லாவற்றையும் தாண்டி அப்படியே அவள் அங்கு நின்றாலும் அதைப் பற்றி ஒருபோதும் பயப்பட போவதில்லை என்று நான் என்னை வெகுவாக நம்பியிருந்தேன். அந்த நம்பிக்கையில்தான்

தயக்கமில்லாமல் எனக்கு மனரீதியாகச் சிக்கலை ஏற்படுத்தும் எல்லா இடங்களுக்கும் சென்று வந்தேன். அந்த எல்லா தைரியங்களும் அவளைப் பார்க்கும் வரைதான் என்று அப்போது எனக்குத் தெரியாது.

பதினோரு மணி தாண்டிவிட்டது என்ற அவசரத்தில் வேகமாக பைக்கில் நுழைந்தாலும் இவளை நான் பார்த்தேன். நான் பார்த்ததை இவளும் பார்த்தாள். எனக்காகத்தான் காத்திருந்தாள் என்பது இவள் எனக்கு கைகாட்டிய அடுத்த சில நொடிகளிலே தெரிந்துவிட்டது. இவள் கைகாட்டவும் தன்னிச்சையாக பிரேக்கை அழுத்திய என்னிடம் "மனைவி பிள்ளைகள் நலமா?" என்று சைகையில் விசாரித்தாள். இவளிடமிருந்து கொஞ்சம் தூரத்தில் நான் நின்றிருந்ததால் வெறுமனே தலையாட்டிவிட்டு மட்டும் முன்னிலும் வேகமாக வண்டியைத் திருக்கினேன். இப்படி நாங்கள் பேசிக்கொண்டதை யார் யார் பார்த்தார்கள் என்றும் தெரியாது.

நான் மாற்றலாகி வந்தது, எனக்கு திருமணமாகி, குழந்தைகள் உள்ளது அவளுக்கு எப்படித் தெரியும்? தொழில் செய்யும் இடங்களின் பட்டியலில் தற்போது இல்லாதொழிந்துபோன இடத்தில் அவள் ஏன் நிற்க வேண்டும்? நான் வருவேனென்று இவளுக்கு எப்படித் தெரியும்? என்னைப்பற்றி தெரிந்துகொள்ளத்தான் இத்தனை நாட்கள் என்னைப் பார்க்க வராமல் இருந்தாளா? இல்லை "தலைவன் பிரிந்து சென்று எத்தனை நாட்களாகிவிட்டன" என்று கோடு கிழித்து காத்திருக்கும் அகநானூற்று தலைவியென இத்தனை நாட்கள் சுவற்றில் கோடுகள் இழுத்து எனக்காக காத்திருக்கிறாளா? அப்படி என்னைப் பார்க்க வேண்டுமென்றால் வேலை செய்யும் அலுவலகத்திற்கே வரலாமே? ஏன் இங்கே? நான் எப்போது எங்கே இருப்பேன் என்று அனைத்துமே தனக்குத் தெரியும் என்று என்னிடம் காட்டவா? இதன் மூலம் அவள் என்ன சொல்ல வருகிறாள்? அது காதலினாலா? இல்லை வெறுப்பினாலா?

என்னிடம் கை காட்டியபோது இவளுடன் நின்ற ஒருவனை அந்த ஒருசில நொடிகளில் நன்றாகவேப் பார்த்தேன். நன்கு பரிச்சயமான ஒரு முகம். அவனை ஒருமுறை அவளே எனக்கு காண்பித்துக் கொடுத்திருக்கிறாள்.

முத்துக் கருப்பு.

நிச்சயம் அவனாகத்தான் இருக்கும். நான் இல்லாத இந்தக் காலங்களில் அவனைப்போலவே நீதிமன்றங்களில் ஜாமீன் கொடுக்கும் வேலைகளில் இறங்கிவிட்டாளோ? என்ற சந்தேகம் அந்த நொடியே என்னை ஆக்கிரமிக்கத் தொடங்கியது.

பெயரைப்போலவே கருகருவென இருக்கும் மீசை, தாடியில்லா முகம். அடர்த்தியான கிருதாக்கள். ஒல்லியான உடம்பில் எப்போதும் ஒட்டிப்போய்க் கிடக்கும் மஞ்சள் நிற சட்டைகளில் ஒன்று. கருப்புநிற பான்ட். எம்.ஜி.ஆர் தொப்பிபோல எழும்பி நிற்கும் வாரி விடப்பட்ட இரும்புக் கம்பிகளைப் போன்ற முடிகள். சிரிக்கும்போது மட்டுமல்ல, பேசும்போதே பளிச்செனத் தெரியும் ஈறுகள், பற்கள். நாடியில் ஒரு பணக்கார குழி. விரல்களில் அணிந்திருந்த வெள்ளி மோதிரங்களை பார்க்காவிட்டாலும், காதுகளில் மின்னிக்கொண்டிருந்த வைரக் கடுக்கன்களைப் பார்க்காமலில்லை. அவனேதான்.

சோர்வைத் தரும் குறுக்கு விசாரணை கேள்விகளுக்கு பதில் சொல்லிவிட்டு சப் கோர்ட் சாட்சிக் கூண்டிலிருந்து இறங்கும்போது மணி இரண்டு தாண்டியிருந்தது. எப்படியும் இந்நேரம் அவர்கள் மஜிஸ்ட்ரேட் கோர்ட் ஏதேனும் ஒன்றில்தான் இருப்பார்கள் என்று நினைத்துக்கொண்டேன். அங்கு போகலாமா? வேண்டாமா என்று யோசிப்பதற்குள் என் கால்கள் கீழ் தளத்தை நோக்கி என்னை இழுத்துக்கொண்டுச் சென்றது. அதன்பிறகு நான் பார்த்த காட்சிகளை என் கண்கள் நம்புவதற்குள் என் கைகள் ஆனந்தத்தில் தாளமிட ஆரம்பித்தன.

"ஆதார் கார்டு, ஸ்மார்ட் கார்டு எல்லாத்துக்கும் ஒரிஜினல் தாங்க... உங்க பேரு என்ன?"

"மல்லிகா"

"கணவர் பேரு?"

"முத்து கருப்பு"

"எந்த ஊரு?

மாடனூர்"

"யாருக்கு ஜாமீன்?

"நயினாருக்கு"

"அவரு உங்களுக்கு யாரு?"

“தெரிஞ்சவரு”

“எப்படித் தெரியும்?”

“எங்க ஊருதான்”

“எவ்வளவு நாள் பழக்கம்?”

“சின்ன வயசிலேருந்து”

“அவருக்குமேல என்ன கேஸ்னு தெரியுமா?”

“தெரியும். அடிதடி கேசு”

“சரி வெளிய நில்லுங்க. கையெழுத்து போடணும். போட்டுட்டு போகும்போது மறக்காம எல்லாத்துக்கும் ஒரிஜினல் வாங்கிட்டுப் போயிருங்க” என்ற ஜுடிசியல் மஜிஸ்ட்ரேட் கோர்ட் அசிஸ்டன்ட்... “அடுத்தவங்க வாங்க” என்று இன்னொரு ஜாமீன்தாரரை அழைத்தார்.

ஆட்கள் கூட்டம் நிரம்பி வழிந்து கொண்டிருந்த இடதுபுற வாசலின் வழியாக, யாரோ வெளியே இருந்து உள்ளே தள்ளிவிட்டதுபோல கோர்ட்டினுள் நுழைந்தாள் இவள். பின் உறக்கத்திலிருந்து எழுப்பியதுபோல சோர்வுடன் இருந்த தனது முகத்தைத் திருப்பி, யாரையோ பார்த்துக்கொண்டு, அவர்கள் கூறும் வழிமுறைகளை கடைபிடிப்பதுபோல சாட்சிக் கூண்டின் அருகில்போய் நின்றாள்.

இவளது நடவடிக்கையில் சந்தேகம் அடைந்த மஜிஸ்ட்ரேட், டயஸ் மேலிருந்து வாசலை எட்டிப் பார்த்தார். அவர் பார்ப்பதைப் பார்த்து கோர்ட்டினுள் இருந்த சிலரும், வாசலில் நின்றிருந்தவர்களும் திரும்பிப் பார்த்தனர். அவர் பார்க்கும்போது அங்கு யாரும் இல்லை. பின் அவரும் கனவிலிருந்து நினைவிற்கு வந்தவர்போல சோர்வுடன் இருந்த தனது முகத்தைத் திருப்பி அவள் தாக்கல் செய்திருந்த பேப்பர்களின் மீது தனது பார்வையைத் திருப்பினார்.

இதற்கிடையில் மல்லிகாவிடம் விழுந்த அதே கேள்விகள் இவளை நோக்கியும் பாய ஆரம்பித்தன.

ஆனால் அந்தக் கேள்விக்கான எதிர்வினையாக இவளிடமிருந்து எந்தவொரு அசைவும் இல்லாததைப் பார்த்த உதவியாளர், இவள் காதுகளில் தான் கேட்டது விழவில்லையோ? என்ற சந்தேகத்தில் முன்னிலும் அதிக சத்தத்துடன் “உங்க கைல இருக்க ஆதார்

கார்டு, ஸ்மார்ட் கார்டு எல்லாத்துக்கும் ஒரிஜினல் தாங்க" என்றார்.

கையில் வைத்திருந்த ஆதார் அட்டையை முதலில் திருப்பித் திருப்பி பார்த்தாள். ஏதோ திருப்தி வராதவள்போல, அதை இடதுகை உள்ளங்கையில் வைத்துவிட்டு பழைய குடும்ப அட்டையை திறந்துப் பார்த்து மூடினாள். பின் மறுபடியும் திறந்து பார்த்தாள்.

ஏதோ சிக்கலான ஒன்று நடக்கப் போவதாகவும், அதை நடக்க விடாமல் சரி செய்யும் பொறுப்பு தனக்கு மட்டுமே இருப்பது போலவும் ஒரு முடிவுக்கு வந்த அவர், மின்னல் வேகத்தில் "குடுமா" என்று இவளிடமிருந்து பிடுங்காத குறையாக பறித்து இழுத்து மஜிஸ்ட்ரேட்டிடம் கொடுத்தார்.

சில நொடிகளில் நடந்து முடிந்த அந்தக் கூத்தைக் கவனிக்காத அவர், அவற்றை வாங்கிப் பார்த்து ஏற்கனவே தாக்கல் செய்திருந்த நகலுடன் ஒப்பிட்டு சோதனை செய்யும்படி க்ளர்க்கிடம் ஒப்படைத்துவிட்டு மேற்கொண்டு கேள்விகளை கேட்க உதவியாளரிடம் சைகை செய்தார்.

அதேப்போன்று சில நொடிகளிலேயே நடந்து முடிந்த இந்தக் கூத்துகளை கவனிக்காத இவள், தன்னிடமிருந்து உதவியாளரிடமும், அவரிடமிருந்து மஜிஸ்ட்ரேட், க்ளர்க் கைகளில் மாறி மாறிச் சென்றுகொண்டிருந்த அவைகளை ஒரு சிறு பரிதவிப்போடு மேலும் கீழுமாய் பார்த்துக் கொண்டிருந்தாள். அதற்கிடையில் இவள் பெயரை நீதிமன்றத்தில் சொல்லும்படி இரண்டுமுறை கேட்டிருந்தார் அவர்.

இவள் கவனிக்கவில்லை என்பது ஒருபுறம் இருந்தாலும், உண்மையிலேயே இவள் பெயர் அப்போது இவளுக்கு மறந்துதான் போயிருந்தது. மட்டுமில்லாமல் அந்தக் கேள்விகளுக்கு எந்தவொரு பதிலையும் சொல்லக்கூடாது என்றவொரு மனநிலைக்கும், இந்த உலகில் எப்போதும் யாரிடமும் தான் பேசுவதற்கான எந்தவொரு தேவையும் இனியும் இருக்கப்போவதில்லை என்றவொரு முடிவுக்கும் முன்பே வந்து விட்டவளாக உதட்டை பல் தெரியுமளவிற்குகூட திறக்காமல் கூண்டின் அருகினில் நின்றிருந்தாள். அப்போதும் இவள் பார்வையானது, தன்னிடமிருந்து பறிக்கப்பட்ட அந்த ஆவணங்கள் வைக்கப்பட்டிருந்த கேஸ் கட்டின்மீதே இருந்தது.

"பேரு என்ன?"

“.......”

“உங்க பேரச் சொல்லுங்க”

“.......”

“எம்மா உங்களத்தான்”

“.......”

ம்கூம். இவளிடம் சிறு மாற்றமுமில்லை; பார்வையில் சிறு அசைவுமில்லை. அதனாலேயே இவளைச் சுற்றி அசைவுகளும் சத்தங்களும் நீதிமன்றத்திற்கு உள்ளேயும் வெளியேயும் எழ ஆரம்பித்தன. “சத்தம் போடாதீங்க” என்ற நீதிமன்ற உதவியாளரின் சத்தம் அதை அடக்கியபோது, மஜிஸ்ட்ரேட் மீண்டும் இவள் தாக்கல் செய்திருந்த ஆவணங்களை சரி பார்த்தார்.

பின் இவளின் வழக்கறிஞரை அழைத்து சத்தம்போட ஆரம்பித்தார். சங்கடமான ஒரு நிலைமைக்குள் ஆட்பட்ட அவர் ஏதேதோ சொல்லிச் சமாளித்துக் கொண்டிருந்தார். அவரிடம் கேட்கப்பட்ட முக்கியமான அதேநேரம் பயமுறுத்தக்கூடிய ஒரு கேள்வி “பைத்தியத்த கூட்டிட்டு வந்து சூருட்டி கொடுக்குறீங்க என்ன சார்?”

அந்தக் கேள்வியைத் தொடர்ந்து அவள் தாக்கல் செய்திருந்த மனுக்கள் தள்ளுபடி செய்யப்பட்டன. அன்று மாலையே வெளியே வந்து விடலாம் என்று நினைத்திருந்த ஒருவன் சிறைக்குள்ளேயே இருக்கும் நிலைமை உருவானது. ரிமாண்ட் செய்யப்படாமல், மருத்துவமனைக்கு அனுப்பப்படாமல் கெஞ்சிக் கூத்தாடி இவள் நீதிமன்றத்திற்கு வெளியே அழைத்து வரப்பட்டாள்.

வெளியே சிறிதுதூரம் நடந்து வந்து, வழக்கமாக இவள் எப்போதும் அமரும் பேருந்து நிலைய சாக்கடை திண்டுபோல இருந்த ஒன்றின்மீது உட்காரப் போனவளின் வலதுபுற இடுப்போடும், வயிற்றோடும் சேர்ந்து, நிறம் மங்கி துருப்பிடிக்க ஆரம்பிக்கபோகும் இரும்புபோல் இருந்த ஒரு காலானது மிதி ஒன்றை பலமாக இழுத்துக் கொடுத்தது.

அது சிறிது நேரத்திற்குமுன் தன்னை நீதிமன்றத்திற்குள் அதேபோல பலமாக இழுத்து தள்ளிய முத்துக்கருப்புதான் என்று பார்ப்பதற்குமுன் அவள் அதே இடத்திலேயே மயங்கிச் சரிந்தாள். அதற்குள் பணம் செலவழித்து ஜாமீனுக்கு ஏற்பாடு செய்த

சிறைக்குள் இருப்பவனின் உறவினர்கள் முத்துக்கருப்புவை சூழ்ந்துகொண்டு அடிக்க ஆரம்பிக்க அங்கு நின்ற போலீஸ்காரர்கள் அவர்களை விலக்கிவிட்டார்கள். கடும் கோபத்திலிருந்த அவர்கள் மீண்டும் அவனை அடிக்க ஆரம்பிக்கவே அந்த இடம் மீண்டும் கலவரமானது. உடனே ஸ்டேஷனில் போய் பண மோசடி புகார் கொடுக்கப் போவதாகவும் சொன்னார்கள்.

அந்தச் சூழலை நான் எனக்கு சாதகமாக, நான் இல்லாத அவள் வாழ்க்கை எப்படி இருந்தது என்று அறிந்துகொள்ள உதவும் ஒரு சந்தர்ப்பமாக பயன்படுத்த நினைத்தேன். அதற்கு முத்துக் கருப்புவை விட வேறு யார் அதற்கு பொருத்தமாக இருந்துவிட முடியும் இல்லையா? அந்தச் சம்பவத்தை இப்போது நினைத்தாலும் அதிசயமாகத்தான் இருக்கிறது.

முத்து கருப்புவிற்கு புதிதாக ஒன்றிரண்டு மனைவிமார்கள் கிடைத்திருக்கிறார்கள் என்று நினைத்துக்கொண்டிருந்த நான், மீண்டும் மீண்டும் அடிக்க வந்த அவர்களை மற்ற சிலரோடு சேர்ந்து தடுத்து அவனை என் வண்டியில் வைத்து கோர்டிற்கு வெளியே கொண்டு விட்டதோடு, பயத்தில் இருந்த அவனிடம் “அவங்க எப்படியும் தேடி வருவாங்கன்னு நெனைக்கிறேன். எங்கயாவது கொண்டு போய் விடணுமா?” என்றேன்.

“ஆமா சார்... எப்படியாவது என்னை புது பஸ் ஸ்டாண்ட்ல விட்ருங்க சார்” என்று கெஞ்சினான். பைக்கில் அமர்ந்தபடியே ஃபோன் பேசிமுடித்ததும், தனது வக்கீல் கைவிட்டு விட்டதாக பதட்டத்தில் கூறிய அவனுக்கு ஒரு வக்கீல் எண்ணும் கொடுத்தேன். பின் அவர்கள் சொன்னதுபோலவே இவன்மீது புகார் கொடுத்தார்கள். எனக்குத் தெரிந்த போலீஸ்காரர்களை வைத்து அவர்கள் இவனிடம் கொடுத்திருந்தப் பணத்தை திருப்பிக் கொடுக்காமலேயே அந்தப் புகார் மனுவை முடித்து வைத்தேன். இவனுக்கு கிடைக்க வேண்டிய ஒரு மாத ஜெயில் வாழ்க்கையும், அங்கு கிடைக்கும் வர்மத்திற்கான மிதிகளும் இப்படித்தான் என்னால் தடுத்து நிறுத்தப்பட்டது. அந்தப் புகார் மனு நிலுவையில் இருக்கும்போதும்சரி, முடிந்தபின்னரும்சரி அவன் என்னை வந்து பார்க்குமாறு பல சந்தர்பங்களை உருவாக்கினேன். இப்படி படிப்படியாக அவனை எனக்கு விசுவாசமுள்ள ஒருவனாக மாற்றினேன்.

அதற்குமுன் பைக்கில் என்னுடன் அவன் இருக்கும்போதே, முதலில் இப்படித்தான் அவனிடம் ஆரம்பித்தேன்.

“அவ பஸ் ஸ்டாண்ட் கிராக்கில்ல? அவகூட நீங்க என்ன பண்றீங்க?”

இந்தக் கேள்வி அவனை ஒரு இழிவான பிறவியாக நான் நினைத்து வைத்துள்ளேன் என்ற எண்ணத்தை வெற்றிகரமாக அவனுக்குள் ஏற்படுத்தியது. எனக்கு வேண்டியதும் அதுதானே? பின்னர் அடிக்கடி இப்படி அவனை இழிவுபடுத்தும் துணைக் கேள்விகளை அவன் சொல்லும் கதைகளிலிருந்து நான் கேட்க கேட்க... அதை மறுக்கும் விதமாக எனக்குத் தெரிந்த, தெரியாத அல்லது தெரிந்த தகவல்களில் கற்பனைகள் பல கலந்து, இவளை மட்டுமல்ல இவளைப்போல பலரை தான்தான் மோசமான பல சூழ்நிலைகளிலிருந்து காப்பாற்றி இப்போது வாழ வைத்துக் கொண்டிருப்பதாக அவன் மனமுருகி என்னவெல்லாமோ கதைகளைச் சொல்ல ஆரம்பித்தான். அதில் எனக்கு உவகை அளித்த பகுதி...

“நான் இல்லாத இவளின் நாட்கள்”

“பின்னால் நடக்கப்போவதை யார்தான் அறிவார்கள்?” என்று முன்பு நான் சொன்னதை இனி கொஞ்சம் நினைவில் வைத்துக்கொள்ளலாம்.

பாகம் 2

“வாயும் மனசும் வேற வேறயா இருக்கதுக்கு அது என்ன சூதுவாது, வஞ்சகமெல்லாம் தெரிஞ்ச இத்துப்போன மனுச சென்மமாடா? அது பைத்தியம்டா. சாமி மாரி. அது வயித்துல அடிக்கிறீங்களே. மண்ணாத்தான்டா போவீங்க”

“நீயே ஒரு பைத்தியார நாயி. நீ இன்னொருத்திய பைத்தியம்னு சொல்ற. இதுல சாமி பட்டம் வேற. ஒன் நல்ல நேரத்துக்கு இன்னைக்கு காலைலயே நாங்க குடிக்கல. மண்டய பொளக்கதுக்குள்ள ஓடிரு”

சாராயப் பாட்டில்கள், அட்டைப்பெட்டிகள், பிளாஸ்டிக் டப்பாக்கள், தேங்காய் சிரட்டைகள் என காலை ஒன்பது மணியிலிருந்து மாலை நான்கு மணிவரை நான்கு பெரிய சீனி சாக்குகளில் சேர்த்து வைத்திருந்த பொருட்களை “எஸ்.எஸ். ஸ்டோர் அண்ணாச்சியின் ஆக்கர் கடை”யில் கொண்டு சேர்க்க அந்த மூட்டையின் அருகிலேயே தனது நான்கு வயது மகளை வைத்துவிட்டு, அண்ணாச்சிக்கு சொந்தமான ஆட்டோக்கள் ஓடும் பக்கத்து ஸ்டாண்ட்டிற்கு இவள் ஆட்டோ பிடிக்கப்

போயிருந்தாள். அப்போதுதான், இவள் சேகரித்து வைத்திருந்த மூட்டைகளை அபகரித்துக் கொண்டிருந்த "மந்திக் குமார்" கூட்டத்திற்கும், இவளைப்போலவே பைத்தியம் என்று அங்கீகரிக்கப்பட்ட தாத்தா ஒருவருக்கும் இடையில் மேற்படி உரையாடல் நடந்து கொண்டிருந்தது.

எப்போதும்போல முத்துக் கருப்புவிடம் சென்று மகனின் இதுபோன்ற ஒவ்வொரு சம்பவங்களையும் பற்றி அவர் சொல்லும்போது, சமீப காலமாக மகன் எடுத்து வரும் புதிய அவதாரமும், அவனால் தனக்கு போடப்பட்டிருக்கும் "ஸ்கெட்ச்" குறித்த தகவலும் சேர்ந்து முத்துகருப்புவை பீதியில் ஆழ்த்திவிடும். வழக்கம்போல அவன் பங்கிற்கு மகனைவிட மோசமாக அவரைத் திட்டித் துரத்தி விடுவான். இப்படி மகனிடமும் அப்பாவிடமும் மாறி மாறி திட்டு வாங்கிக் கொண்டிருந்தவரிடமிருந்து தெரிந்த தகவல்களைக் கொண்டுதான் இவளைப்பற்றி எனக்குத் தேவையான தகவல்களைச் முத்துக்கருப்பு சொல்லிக் கொண்டிருந்தான்.

"நாளொன்றுக்கு ஒருமுறையாவது செத்து விடலாமா என்று நினைக்கக்கூடிய ஒரு வாழ்வைதான் இவளுக்கேத் தெரியாமல் இவள் வாழ்ந்து வந்தாள்" என்று அவன் சொன்னதை வைத்துப் புரிந்துகொண்டபோது, அது எப்படி இருந்தது என்று தெரிந்துகொள்வதில் வழக்கம்போல ஒரு ஆர்வம் தொற்றிக்கொண்டது.

அப்படி இவளைப் பற்றி என்னிடம் அவன் விவரித்த அந்த சம்பவங்கள் இவளது இருபது வயதிற்கு பின்பு நடக்க ஆரம்பித்து, முப்பது வயது தொடங்குவதற்கு முன்பே முடிந்தவை. அப்போது இவள் மேலே சொன்னதுபோல மனச்சிதைவிற்கு மிக நெருக்கமானவளாக மாறியிருக்கவில்லை.

அவள் வாழ்வில் யாருக்குமே தெரியாத, ரவியுடன் ஊரைவிட்டு சென்றபின் வந்த அச்சுஅசலான அதேபோன்ற அந்த இரண்டு வருடங்கள்போலவே, நான் இவளை விட்டுச் சென்றபின் வந்த இரண்டு மூன்று வருடங்கள் வழக்கம்போல இவள் அலைந்து திரியும் இடங்களில் சுற்றிவந்து தொழில் செய்து கொண்டிருந்தாலும், அந்த நாட்களில் இவளின் மனதிற்குள் என்ன நடந்தது என்று இதுவரை எனக்குத் தெரியவில்லை...

முத்துக்கருப்பு சொன்ன கதைகளுமேக்கூட அதன்பின்தான் தொடங்குகின்றன.

❖❖❖

திருமண ஆர்டர்கள் போன்றவை மட்டுமில்லாமல், தனது சாதிக்காரரர்கள் வைத்திருந்த பள்ளி, கல்லூரிகளை கைக்குள் வைத்துக்கொண்டு அக்கல்லூரி மாணவர்கள் சுற்றுலா செல்லும்போது, கல்லூரி விழாக்களின்போது என அவர்களுக்கு சமையல் செய்து கொடுக்க இதே “எஸ்.எஸ். ஸ்டோர் அண்ணாச்சி” ஒரு மாஸ்டரும் ஐந்தாறு கையாட்களும் அடங்கிய சில குழுக்களை கைவசம் வைத்திருந்தார். தொடக்கத்தில் அதில் ஒன்றில்தான் பாத்திரங்களை கழுவும் ஒரு ஆளாக இவளைப்பற்றி எல்லாம் தெரிந்திருந்த போதும் அண்ணாச்சி சேர்த்தார். அதில் என்ன விதமான உள்நோக்கம் இருந்தது என்று அவருடன் இருந்தவர்களுக்கு மட்டும்தான் அப்போது தெரிந்திருந்தது.

ஏனோ அப்போது இவள் அந்தக் குடிசையைக் கைவிட்டிருந்தாள். பேருந்து நிலையங்கள், நடைபாதைகள், கடை வாசல்கள், கோவில் வாசல்கள் என இரவு எங்கெங்கோ தங்கினாள்; உறங்கினாள். அப்படி நகரின் குப்பைகளையெல்லாம் கொட்டி மேலாண்மை செய்யும் இடத்தின் அருகிலிருந்த அண்ணாச்சியின் ஆக்கர் கடையில் வந்து இரவு தூங்கி எழுவதை வழக்கமாக வைத்திருந்த இவளைப் பார்த்த அவர் கொடுத்த வேலைதான் மேற்படியானது.

அதிகம் பேசாத, பேசினால் என்ன பேசுகிறாள் என்று புரியாத, புரியாமலேயே மற்றவர்கள் பேசுவதை உன்னிப்பாக கேட்பதுபோன்ற இவளது பாவனைகளை, அதை நம்பிக் கொடுக்கப்படும் வேலைகளை அரைகுறையாக புரிந்து செய்து முடிக்கிற, புரிந்தாலும் அப்படியே அவர்கள்முன் சிலைபோல நிற்கும் அவளது மந்தமான செய்கைகளை முதல் நாளிலேயே புரிந்துகொண்ட மாஸ்டர் இவள் மார்பகங்களை கசக்கிச் சிரித்தபோது, இவள் அதையும் என்னவென்று புரியாதவாறு நின்றிருந்தாள். அதைப்பார்த்த மற்ற ஆறு பேரும் மாஸ்டரைப் போலவே இருமடங்கு செய்து சிரித்தனர். ஒருவன் மட்டும் அமைதியாக, கோவமாக, அருவெறுப்புடன் அந்த இடத்தை விட்டு நகர்ந்து சென்றான்.

அவன் அவளைவிட எட்டு வயது சிறியவன்.

இரண்டு வருடங்கள் கழித்து அவள் பெற்றெடுத்த குழந்தையின் தந்தைகளின் பட்டியலில், அண்ணாச்சி, மாஸ்டர் மற்றும் அந்த ஆறு பேரின் பெயர்களோடு, இவளைப்போலவே எல்லோரிடமும் “அரவட்டு” என்று பெயர் வாங்கிக்கொண்டிருந்த, பெரும்பாலும் பெயரற்ற ஒருவனின் பெயரும் கடைசியில் வந்துசேர்ந்தது.

அதைத் தங்களுக்குச் சாதகமாக பயன்படுத்திக்கொண்ட அந்த எட்டு பேரும் ஒன்றுமறியாத அவனைப் பலிகடாவாக ஆக்கினார்கள். என்ன செய்வதென்று தெரியாத வயதில், பயத்தில் அவளுக்கு முன்பே அவன் ஒருநாள் அந்த இடத்தை விட்டு ஓடினான். அவளுக்கு முன்பே முழு சித்தமும் கலங்கி, அதிலிருந்து எண்ணி வெறும் நான்கு நாட்களுக்குள் தனக்குத்தானே கழுத்தறுத்துக்கொண்டு இறந்தும் போனான்.

வயிற்றைத் தள்ளிக்கொண்டு, குழந்தையைப் பெற்றுக்கொண்டு, பெற்றக் குழந்தையைத் தூக்கிக்கொண்டு, அதையும் சேர்த்து பராமரித்துக்கொண்டு, முக்கியமாக குழந்தையைத் தவிர வேறு எதன்மீதும் கவனத்தைச் செலுத்தமுடியாத இவளது கலங்கிய மனநிலையினால், அண்ணாச்சியின் "டாட்டா ஏஸ்" லோடு ஆட்டோவில் பின்புறம் அமர்ந்தபடி உள்ளூர் வெளியூர் சென்று பாத்திரங்கள் கழுவ முடியவில்லை.

அதனால் அண்ணாச்சி இவளை ஆக்கர் கடையிலேயே வேலைக்கு அமர்த்தினார். ஆரம்பத்தில் கடைக்கு வரும் பொருட்களை தரம் பிரித்து குவித்து வைக்கும் வேலைகளில் அரைகுறையாக ஈடுபட்டாள். அது அவளுக்கு இதற்குமுன் பார்த்த எந்த வேலைகளையும்விட எளிதான ஒன்றாக இருந்தது. ஆனால் அண்ணாச்சிக்கு அது பெரும் தலைவலியாக இருந்தது.

முன்பாவது இவள் குழந்தைக்கு பேர் சொல்ல ஆறேழு பேர் இருந்தார்கள். இரண்டாவதுமுறை வயிறு வீங்கியபோது, எல்லோரின் கவனமும் அண்ணாச்சியின் பக்கம் திரும்பத் தொடங்கியது. அடித்துத் துரத்தவில்லை. எங்கெல்லாமோ, யாரிடமெல்லாமோ கேட்டு, விசாரித்து எதையெல்லாமோ வாங்கிக்கொடுத்தார்.

தனது பதிமூன்றாவது வயதின் இறுதியில், அணிந்திருந்த அழுக்குப் பாவாடை இரத்தத்தால் நனைய ஆரம்பித்ததைக்கூட உணர முடியாமல், வயிற்று வலியோடு ரத்த வெள்ளத்தில் அந்தச் செம்மண் குடிசையில் கிடந்ததைவிட ஒன்றிரண்டு நாட்கள் அதிகமாக அவளை நனையவிட்டு, சிறிதாக வீங்கிய வயிற்றை வெறும் வயிறாய் மாற்றி, தன்னைப் போலவே தொழில் செய்யும் ஒருவரிடம் புதிதான வேலை ஒன்றிற்கும், அங்கேயே தங்கும் இடத்திற்கும் ஏற்பாடு செய்து, துருப்பிடித்த தனது இடத்தை விட்டு வெளியே துரத்தினார்.

ஒருவகையில் இவளுக்கு மட்டுமல்ல, இவளது ஒன்றரை வயது குழந்தைக்கும் அண்ணாச்சியின் இடத்தைவிட அந்த இடம்தான் சுத்தமாகவும், மகிழ்ச்சியான ஒன்றாகவும் இருந்ததுபோல. இவர்களைப் போலவே அங்கு குப்பைகள் எடுக்க வருபவர்களுடன் ஒன்றி விட்டனர்.

அவர்களுக்கு நகரின் குப்பைக்கூடங்கள் அறிமுகமானதும், அங்கு சுற்றும் மனிதர்கள் பழக்கமானதும், பின் இரண்டரை வருடங்கள் கழித்து ஆறுமுகக்குமாராக இருந்து மந்திக்குமாராக மாறிய தனது சிறு வயது நண்பனை இவள் சந்தித்ததும் இப்படித்தான்.

தன்னைப் பற்றியோ, தன் கையில் இருக்கும் குழந்தை பற்றியோ என்னவென்று தெரியாத இவளுக்கு அவனைப் பற்றி மட்டும் என்ன நினைவுகள் இருந்துவிடப் போகிறது? சுத்தமாக நினைவில் இருக்கவில்லை; அவனுக்கோ ஒன்றுமே மறந்திருக்கவில்லை.

"யாருக்கும் தெரியாமல் இந்த வேலையை செய்ய வேண்டும்" என்று அவனது அம்மா இறந்தவுடன் முடிவெடுத்ததை, முடிந்தவரையில் நிறைவேற்றவும் செய்திருந்தான்.

வலை கம்பெனி வேலைக்கு செல்வதாக எல்லோரிடமும் காட்டிக்கொண்டு, காலை எட்டு மணிக்கு வீட்டிலிருந்து கிளம்புபவன் நேராக செல்லும் இடம், வீட்டிலிருந்து பதினைந்து கிலோமீட்டருக்கு அப்பால் இருக்கும் கூலக்கடை வீதி மார்க்கெட் அல்லது அதன் அருகிலேயே இருக்கும் டவுண் பஸ் ஸ்டாண்ட் டாய்லெட். அங்குபோய் தன் ஆடைகளை களைந்து, ஒழித்து வைத்திருக்கும் அழுக்குத் துணிகளை எடுத்து உடுத்திக் கொள்வான். பின் ஒவ்வொரு இடமாக சென்று வெறிகொண்டு குப்பைகளைச் சேகரிப்பான். ஆரம்பத்தில் இதே அண்ணாச்சியிடம் கொண்டு வந்துதான் அவற்றை எல்லாம் எடைக்குப் போடுவான்.

பின் சாயந்திரமானதும் அதேபோல இரண்டில் ஒரு இடத்திற்கு செல்பவன், அங்கேயே குளித்து உடைகளை மாற்றிவிட்டு வீடு திரும்புவான். எவ்வளவு சம்பாதித்தாலும் பார்த்து பார்த்து செலவழித்தான். கொஞ்சமாகக் குடிப்பான். நிறைய சேமித்தான். தன்னைப்பற்றி எந்த தகவலும் தெரிந்துக்கொள்ள முடியாத ஒன்றிரெண்டு ஆட்களை வைத்து இதேத் தொழிலை கொஞ்சம் கொஞ்சமாக விரிவுபடுத்த ஆரம்பித்தான். தொழில் செய்யும் இடத்திலிருந்து தனது இருப்பிடத்தை இன்னும் கொஞ்சம் தொலைவிற்கு மாற்றிக்கொண்டான். ஒன்றிரெண்டு

நபர்கள் நான்கைந்தாக மாறியபோதும்கூட யாருக்கும் தெரியாத அவனைப்பற்றிய தகவல்கள் ரகசியமாகத்தான் இருந்தது. ஆனால் நபர்களின் எண்ணிக்கை குழுக்களாக மாறத்தொடங்கியபோது அவனைப்பற்றிய தகவல்கள் முதலில் வதந்திகளாகவும், பின் ஊர்ஜிதபடுத்தபட்ட ஒன்றாகவும் அவனைச் சுற்றி இருப்பவர்களின் மத்தியில் பரவத் தொடங்கியது.

ஆனால் இது எல்லாவற்றையும் வெளியூர் பெண் வீட்டார்களிடம் மறைத்து திருமணம் ஒன்றை செய்துகொண்டான். எல்லோரிடமும் காட்டிக்கொண்டதுபோலவே தனது மனைவியிடமும் தன்னை வலை கம்பெனி சூப்பர்வைசர் என்று நம்ப வைத்தான். குறைவான சம்பளம் என்று சொல்லிக்கொண்டு வீட்டுச் செலவுக்குத் தேவையான தொகையை மட்டும் அவளிடத்தில் கொடுத்துவிட்டு மீதியை எங்கெங்கெல்லாமோ ஒளித்து வைத்துக்கொண்டான்.

தனது உழைப்புக்கூலியில் பாதியும், தனது மனைவியின் பகல்நேரத்தில் பாதியும் தன்னிடமிருந்து தினம்தினம் அவனால் சுரண்டப்படுவதை பொறுத்துக்கொள்ள முடியாமல் அவனிடம் வேலைப் பார்த்துவந்த ஒருவன், மந்திகுமார் மனைவியிடம் அவனின் தொடக்ககால பப்ளிக் டாய்லெட் வாழ்க்கையிலிருந்து, அதைவிட துர்நாற்றம் வீசும் நிகழ்கால வாழ்க்கை வரை ஒன்றுவிடாமல் ஒருநாள் ஒப்பிக்கும்வரை அவனைப்பற்றி ஒன்றுமே தெரியாமல்தான் வருடங்கள் இரண்டு அவனுடன் அவள் வாழ்ந்துதான் வந்தாள்.

அப்படி அவன் ஒப்பித்த நாளிலிருந்து எண்ணி இருபதாவதுநாள் இரவு குப்பைகளுடன் குப்பையாக சேர்த்துவைத்து "மந்திக்குமார்" அவனை எரித்துவிட்டதாகவும், அந்த வழக்கிலிருந்து தப்பிப்பதற்காக குப்பைகள் இருக்கும் எல்கைக்கு உட்பட்ட காவல்நிலைய ஆய்வாளர் முதல் ஏட்டு வரை பணத்தை குப்பைகள்போல வாரி இறைத்ததாகவும் வதந்தி அல்லாத ஒரு தகவல் உண்டு.

ஒரு கொலைக்கு பின்னராக, வேலைக்கு கொஞ்சமாக ஆட்களை வைத்து மீண்டும் இந்தத் தொழிலை முதலிலிருந்து செய்ய ஆரம்பித்த அவனை இவளால் அடையாளம் கண்டுகொள்ள முடியவில்லை. இது அவனுக்கு இன்னும் சாதகமானது. அவனிடம் அண்ணாச்சியைப் போலவே சிறு சிறு குழுக்கள் இருந்தது. நகரின் பல்வேறு இடங்களில் குவியும் குப்பைகள், நகர்புற வீடுகளிலில் இருந்து கிடைக்கும் துணிமணிகள்,

பொருட்கள், தொழிற்சாலைகளில் இருந்து கிடைக்கும் உபயோகமற்ற சாதனங்கள் என அவன் ஆட்கள் எந்தவொரு இடத்தையும் விடவில்லை.

சேமிப்பின் பெரும்பகுதி கைவிட்டுப் போனதினாலும், நீண்ட நாட்கள் தொழிலில் ஈடுபடாத சூழ்நிலையாலும், அவனிடம் வேலை பார்த்த பலர் தனியாக தொழில் செய்ய ஆரம்பித்தனர். தன்னால் நேரடியாக ஈடுபடாமல் தனது ஆட்களை வைத்து மட்டுமே வேலை செய்து சம்பாதிக்க முடியும் என்ற நிலை அவனை விட்டு சென்றிருந்தது. விட்ட தொகையை சம்பாதிக்கும் வெறியோடு, புதிது புதிதான பல தொழில்களுக்கான பட்டியலோடு, அவனைப்போலவே சமூக விரோதிகள், குடி நோயாளிகள் சுற்றும் குப்பை கிடங்கிற்கு இப்படித்தான் அவன் மீண்டும் வந்து சேர்ந்திருந்தான்.

அப்படி அவன் வந்த இரண்டாவது மாதத்தில் "தனது மோசமான வாழ்விற்கு காரணங்களின் ஒருத்தியாக" தன் மனதில் ஆழப்பதித்து வைத்திருந்த இவளும் அங்கு வந்துசேர்ந்தபோது, அந்தப் பழிவாங்கும் பட்டியலில் இவளையும் சேர்த்துக்கொண்டான். தான் சேகரிக்கும் குப்பைகளில் ஒன்றைப்போலவே தனது குழந்தையையும் தூக்கிச் சுமக்கும் இவளின் கலங்கிய மனநிலையையும், சிலநேரங்களில் அக்குழந்தையை தவற விட்டுவிட்டு தேடித்திரியும் இவளின் மோசமான மறதியையும் நன்கு அறிந்து வைத்திருந்த அவன், அப்படியான தவறவிடும் சந்தர்ப்பத்திற்காகவும், தன்மீது எவரும் சந்தேகம் கொள்ளமுடியாத நேர்த்தியானவொரு கடத்தலுக்காகவும் காத்திருந்தான்.

"வாயும் மனசும் வேறவேறயா இருக்கதுக்கு அது என்ன சூதுவாது, வஞ்சகமெல்லாம் தெரிஞ்ச இத்துப்போன மனுச சென்மமாடா?" என்று அந்த தாத்தா அவனிடம் சண்டை போட்ட அன்று அப்படியொரு சந்தர்ப்பம் அவனுக்கு கிடைத்தது.

ஆட்டோவில் வந்து இவள் இறங்கியபோது, மந்திக்குமாரிடம் வாக்குவாதம் செய்து கொண்டிருந்த மேல் சட்டையில்லாத வயதான அந்த மனிதர் அங்கு இல்லை. அவள் சேர்த்து வைத்திருந்த நான்கு குப்பை மூட்டைகள் இல்லை. மந்திகுமாரும் அவன் ஆட்களும்கூட இல்லை. முக்கியமாக இவளது நான்கு வயது பெண் குழந்தையும் இல்லை.

❖❖❖

முத்துக் கருப்பு என்னுடன் வருவதற்கு முன்பே, மல்லிகா பயத்தில் அந்த இடத்தை விட்டு நகர்வதைப் பார்த்தேன். அப்போதும் இவள் அதே சிறிய திண்டில்தான் வயிற்றைப் பிடித்துக்கொண்டு அரைகுறை மயக்கத்தில் இருந்தாள். அதன்பின்பு எங்கு போனாள் என்று யாருக்கும் தெரியவில்லை. நீதிமன்றத்தின் பிரதான வாசல் முன் வந்து நின்றவள் அதைப் பார்த்து தலைக்குமேல் ஒரு கும்பிடு ஒன்றைப் போட்டுவிட்டு போனதாக மட்டும் முத்துக்கருப்பு கேள்விப்பட்டிருந்தான்.

எங்கிருக்கிறாள்? என்னவானாள்? அடுத்து என்ன செய்யப் போகிகிறாள்? என்று எதுவும் தெரியாத பின் வந்த ஒவ்வொரு நாட்களிலும், எல்லா இடங்களிலும் இவளை எதிர்பார்த்து, சுற்றும் முற்றும் ஒருவித அச்சத்துடன் நான் கண்களைச் சுழற்ற ஆரம்பித்தது அப்போதுதான் தொடங்கியது.

“மாலை அணிய விலை தந்தான்; மாதர் நின் கால் சிலம்பும் கழற்றுவான்... நீ அன்பன் எற்கு அன்பன்... அவன் கள்வன்; கள்வி நான் அல்லேன்.”

வளையல்களையும், ஆரத்தையும் அவளுக்கு நான் கொடுத்ததில்லையே தவிர, “பரத்தையின் மறுமொழி” பற்றி பரிபாடலில் வரும் இந்தப் பாடல் எனக்காகவே எழுதப்பட்டுள்ளது என்றே எப்போதும் தோன்றும். ஒருநாள் இல்லை ஒருநாள் இவள் என்னைத் தேடி வருவாள். வந்து என் மனைவியிடம் “நீ அன்பு செலுத்தும் கணவன் உண்மையில் எனக்கே அன்பானவன். இப்போது சொன்னாலும் உன் கால் கொலுசை எனக்காகக் கழற்றித் தருவான். அந்தளவிற்கு அவன் எனக்கு கடமைப்பட்டவன். கவிதையையும், காதலையும், கதைகளையும் அடுத்தவர் நம்பும்படி கொட்டிவிட்டு ஏமாற்றிச் செல்லும் அவன் ஒரு கள்வன். ஒருபோதும் நான் அப்படிப்பட்டவள் அல்ல. வேண்டுமானால் அவனிடம் உண்மைகளைக் கேட்டுப்பார்” என்று சொல்வாள் என உறுதியாக நம்பிக்கொண்டுதான் இருந்தேன்.

அதுபோன்றதொரு பயம் எனக்கு இருக்கும் என்று இவளுக்கு நிச்சயம் தெரியும். ஆனால் அதை எனக்கெதிராக இவள் அப்போது மட்டுமல்ல, எப்போதுமே பயன்படுத்தியதில்லை.

ஒருவேளை அப்படி ஒன்று நடக்கும்முன் நானே இவளைத் தேடிச் செல்வேன் என்றவொரு எண்ணமும் அவளிடம் இருந்திருக்கலாம்.

இல்லை முன்புள்ள காலம்போல "ஆணே தன்னைத் தேடி வரட்டும்" என்று நினைத்தாலும் நினைத்திருக்கலாம்.

அப்படி ஒருவேளை நான் இவளைத் தேடிச்செல்லும்போது "எல்லோரும் பார்க்கும்படி என் கைகளைப் பிடித்து இழுக்க வேண்டும். நான் தப்பிப் போகாதபடி என் ஆடைகளை இறுகப் பற்றிக்கொள்ள வேண்டும். தன்னுடைய நீளமான கூந்தலை வைத்தே என்னைக் கட்டிப்போட்டு, மீண்டும் என்னை என் வீட்டிற்கு செல்லாதபடி சிறைபடுத்த வேண்டும். இப்படி எதுவுமே நடக்காவிட்டால் தன் தாய் வளர்த்த உடல் அழகு யாருக்கும் பயன்படாதவாறு அழித்துக்கொள்ள வேண்டும்" என்று அகநானூறு மணிமிடை பவளத்தில் வருவதுபோன்று ஒரு சூளுரையும்கூட இவள் மனதில் இருந்திருக்கலாம்.

ஆனால் நாட்கள் பல காத்திருந்தும் அவள் ஒருமுறைகூட என்னைப் பார்க்க வரவில்லை. நானும் அதன்பின் அவளைப் பார்க்கவில்லை. இரண்டு வாரங்கள் கடந்தன. ரவியுடன் சென்றதுபோல அதன்பிறகு இவள் எங்கு சென்றாள் என்றும் யாருக்கும் தெரியவில்லை. அந்த இரண்டு வாரங்களும் இரண்டு வருடங்களாக எனக்கு பதட்டத்திலேயே கழிந்தன.

அப்போதுதான் ஊரடங்கும் போடப்பட்டது.

❖❖❖

அப்படியே அந்த குப்பை மேட்டில் அமர்ந்தவள்தான், இரவும் பகலும் கடந்து அடுத்த நாள் இரவை நோக்கி குப்பைகள் அங்கு சுழன்று கொண்டிருந்தபோதும் அந்த இடத்தைவிட்டு இவள் நகரவேயில்லை. இடையிடையே எழுந்தவள் அந்த இடத்தைச் சுற்றி உறங்காத தனது கண்களைக் கொண்டு எதை எதையோ தேடிக்கொண்டிருந்தாள். விபரம் அறிந்து ஆட்கள் வந்து, இவளை அவர்கள் தூரமாகத் தூக்கிச் சென்றபின்னும்கூட அந்த இடம் மட்டும் இவள் கண்களிலிருந்து அகலவேயில்லை. அடுத்துவந்த இருபது இரவுகளிலும், அதற்கு நிகரான பகல்களிலும் இவளின் இமைகள் மூடினாலும், அந்த இடத்தை மட்டும் அவற்றால் மூடி மறைக்கவே முடியவில்லை. எங்கேயோ இருந்தபடி அப்போதும் அங்கு எதையோ அவை தேடிக்கொண்டிருந்தன.

குழந்தை தொலைந்த மகிழ்ச்சியில் நகரின் ஒதுக்குப்புறமாக இருந்த மனநல காப்பகம் ஒன்றில் தனது ஆட்களை வைத்து அண்ணாச்சி இவளைச் சேர்த்து விட்டார். மகனின் விரோதம் தன்மீது படியாமல் இருக்க இதையொரு சந்தர்ப்பமாக

பயன்படுத்த நினைத்த முத்துக்கருப்பு, அவ்வப்போது காப்பகம் சென்று இவளுக்கு தேவையான உதவிகளை செய்வது வந்தான். அதன் மூலம் "தனக்குத் தெரிந்த இரகசியத்தை தன்னுடனே வைத்துக்கொண்டு அவனுக்கு தான் எவ்வளவு நன்மைகள் செய்து கொண்டிருக்கிறேன்" என்று அவனுக்குச் சொல்லாமல் சொல்லிக்கொண்டிருந்தான்.

அந்த உதவிகள் என்பது குழந்தைப் பற்றிய ஞாபகம் இவளுக்கு எந்த வகையிலாவது வருகிறதா? என்பதைச் சோதனை செய்யும் ஒன்றாகவே இருந்தது. ஒவ்வொரு முறையும் அப்படிப்பட்ட ஞாபகங்கள் எதுவும் இவளுக்கு வராமல் இருக்கும்போது, அதை மகனிடம் யார் மூலமாவது தெரியப்படுத்தி "தான் அவன்மீது எவ்வளவு அக்கறையுடன் இருக்கிறேன்" என்பதைக் காட்டிக் கொண்டான்.

எடுத்துக்கொண்ட சிகிச்சைகள் இவளை தொடர்ந்து மந்தமாக்க யார் என்ன சொன்னாலும் அப்படியே செய்யும் ஒருத்தியானாள். பல்வேறு நெருக்கடிகளும், சிரமங்களும் இருக்கும் அந்த சிறிய காப்பகமும் ஒரு கட்டத்தில் இவளை வீட்டிலேயே வைத்து பராமரித்துக் கொள்ள சொன்னபோது, அண்ணாச்சியின் "இரகசியத்தைப்" பற்றி எல்லாம் தெரிந்திருந்த முத்துக்கருப்பு அவரிடமே சென்று அந்தப் பொறுப்பை தானே ஏற்றுக்கொள்வதாகக் கூறி கணிசமாக பணம் பெற்றான்.

நீதிமன்றத்தில் ஜாமின்தார்களை ஏற்பாடு செய்யும் மல்லிகாவுடன் முத்துக்கருப்புவிற்கு ஏற்பட்ட கள்ளத்தனமான உறவானது ஒருகட்டத்தில் முன்னேறி, அதுவரை அவளுடன் சேர்ந்து வாழ்ந்து வந்தவனை அடித்து துரத்திவிட்டு அதே வீட்டில் இவளை திருமணம் செய்துகொண்டு வசிக்கும் எல்லையை எட்டியிருந்தது. கூடுதலான ஒரு ஜாமின்தாராக இப்படித்தான் இவளும் மல்லிகாவிற்கு அறிமுகமானாள்.

மேற்படி காப்பகம் போலவே நகரின் ஒதுக்குப்புறமாக... மஞ்சள் நிறத்திற்கும், மரத்திற்கும் துருப்பிடித்தால் எப்படியிருக்குமோ அதுபோன்ற தோற்றத்தில் இருந்த "நடுவர் மற்றும் உரிமையியல் நீதிமன்றம்" என்ற பெயர் பலகையை ஏனோ தானோவென்று தாங்கியபடியிருந்த சிறியதொரு நீதிமன்றத்தில்தான் முதலில் இவளை அவர்கள் ஜாமின்தாராக சோதனை செய்து பார்த்தனர். அப்படி அவர்கள் அந்த நீதிமன்றத்தை தேர்ந்தெடுத்ததற்கும் ஒரு காரணம் உண்டு.

மதியத்திற்கு மேல் எப்போதும் நிரம்பி வழியும் வழக்குகள்.

ஒரு பக்கம் வழக்கு சம்மந்தமாக கூண்டில் ஒருவர் நின்றுகொண்டு சாட்சி சொல்லிக்கொண்டிருக்க, இன்னொரு பக்கம் அபராதம் விதிக்கும் அட்மிஷன் வழக்குகளை நடத்திக் கொண்டிருப்பார் மஜிஸ்ட்ரேட். இதற்கிடையில் இதுபோன்று வரும் ஜாமின் விவகாரங்களை க்ளர்க், கோர்ட் அசிஸ்டன்ட்களே பெரும்பாலும் பார்த்துவிடுவார்கள். அவர்களின் கையில் "சில நோட்டுக்கள்" மட்டும் திணித்தால் போதும். மஜிஸ்ட்ரேட்டிடம் கையெழுத்து வாங்கி விடுவார்கள்.

முதல் வழக்கில் மல்லிகாவும், முத்துக் கருப்புவும் என்ன சொன்னார்களோ அதை அப்படியேச் செய்தாள். வெளியே ஜாமீனுக்கு ஆள் பிடித்திருந்தால் கொடுக்கவேண்டிய தொகை அவர்களுக்கு அன்று மிச்சமானது. அன்றிலிருந்து பல வழக்குகளுக்கு ஜாமீன் கொடுக்க இவளை அவர்கள் பயன்படுத்திக் கொண்டார்கள். அதற்காகவே முத்துக்கருப்புவும் விலைகூடிய மாத்திரைகளை வாங்கிக்கொடுத்து இவளை தக்கவைத்துக் கொண்டிருந்தான்.

என்னைப் பார்க்கும் வரையிலான இவளது நீதிமன்ற நாட்களானது இப்படித்தான் எந்தவொன்றையும் இவளுக்கு ஞாபகப்படுத்தாமல் மிகமிக மெதுவாக நகர்ந்து கொண்டிருந்தது.

"அன்று நீதிமன்றத்தில் என்னை பார்க்காவிட்டால் இவளுக்கு எதுவுமே நினைவிற்கு வந்திருக்காது" என்று என்னால் உறுதியாக சொல்லமுடியாதுதான். அதேநேரம் அதிக ஆசையினால் இவளை அவர்கள் மாவட்ட நீதிமன்ற வளாகத்திற்கு அழைத்து வந்தது பெரும் தவறு என்று என்னால் உறுதியாகச் சொல்ல முடியும். அந்த நீதிமன்ற வாசல் இவள் தொழில் செய்த இடங்களில் ஒன்று. மல்லிகாவின் வீட்டிலிருந்து அந்த வாசலுக்கு பேருந்து வந்த வழி இவள் சுற்றித் திரிந்த இடங்கள். இதையெல்லாம் தாண்டிவந்து அங்கு நின்றபோதுதான் என்னையும் பார்த்தாள்.

இது அனைத்தும் ஒன்று சேர்ந்துதான், சிறுவயதில் நண்பனின் அப்பாவுடன் சேர்ந்து இறப்பு சொல்ல ஓடியதும், அம்மாவுடன் சேர்ந்து வருடம் ஒருமுறை நடக்கும் தாணுமாலையன் கோவில் தேர் திருவிழாவில் பிச்சை எடுத்ததும், அவளின் தூமைத் துணிகளை துவைத்ததும், அழும் தன் குழந்தைக்கு கொடுக்க பால் இல்லாமல் வற்றிப்போய் கிடந்த முலைகளும், மூலம் பவுத்திரம் நோட்டிஸ் ஓட்டச் சென்றதும் என அடுக்கடுக்காக

ஒவ்வொன்றாக இவள் நினைவிற்கு வந்திருக்கலாம்; வந்ததும் தான் என்ன செய்கிறோம் என்று தெரியாமலும் போயிருக்கலாம்.

"உயிரே போனாலும் பரவாயில்லனு என் மகன்ட்டருந்து இவளக் காப்பாத்தி அஞ்சாறு வருசமா தொடர்ந்து வைத்தியம் செஞ்சு தொழில் கத்துக் கொடுத்தா, என்னையவே இப்படி கோர்ட்ல மாட்டிவிடப் பாத்தா எப்படி சார்?" என்று முத்துக் கருப்பு இந்தக் கதையைச் சொல்லி முடித்தபோது "அந்தக் குழந்தை என்னவானது?" என்று கேட்டேன். "யாருக்குத் தெரியும்" என்றான் அவன். அடிமைத் தாயார்களிடமிருந்து குழந்தைகள் பிரிக்கப்படுவதுபோல நடந்த அந்த சம்பவம் "யாருக்குத் தெரியும்" என்ற ஒற்றை வார்த்தையில் முடிவுக்கு வந்தது எனக்கே பெரிய ஏமாற்றமாகத்தான் இருந்தது.

எது எப்படியோ நான் பயந்ததுபோல எதுவும் நடக்கவில்லை. என்மீது சிறிதும் கோபமில்லாமல் கோர்ட்டில் வைத்து பார்த்ததை வைத்தும், சிரித்துக்கொண்டே சைகையின் மூலம் நலம் விசாரித்ததை வைத்தும் "என்னை இவள் தனது கதைகளைச் சொல்ல மட்டுமே பயன்படுத்திக் கொண்டாள்" என்று எனக்கு நானே சமாதானம் சொல்லிக்கொண்டேன்.

◆◆◆

முதன்முதலாக இவளிடம் நான் பேசிப் பழகிய நாட்களில் "இரண்டு வருடம் கழித்து இப்போதுதான் இந்த ஊருக்கு வந்திருப்பதாகச்" சொன்னாள். அதைத்தவிர அவளும் எதுவும் சொல்லவில்லை; நானும் அந்த இரண்டு வருடம் குறித்துக் கேட்கவுமில்லை.

ஆனால் அப்போதே இவளது நோய்க்குறிகள் முற்றிப்போய்தான் இருந்திருக்க வேண்டும்.

இல்லாவிட்டால் முன்பே சொன்னதுபோல ஏன் அது மாதிரியான அருவருப்பான இடங்களுக்கு என்னை அழைத்துச் சென்றிருக்க வேண்டும்? விரிப்புகூட இல்லாமல் வெறும் தரையில், புதர் மறைவில், செடிகொடிகளுக்கு இடையில் படுத்துக்கொண்டு ஏன் என்னுடன் உறவு வைத்திருக்க வேண்டும்? ஒவ்வொரு முறையும் ஆட்கள் துரத்தும்போது அவ்வளவு விசித்திரமான சூழ்நிலைகளிலும் சத்தம் போட்டு ஏன் இவள் சிரித்திருக்க வேண்டும்?

எனக்கிருந்த தேவையில் இதையெல்லாம் அப்போது நான் கண்டு கொள்ளவுமில்லை. பணமும், நோயும் பிரச்சனையாக இருக்கும் ஒருவனுக்கு அது அந்தளவு முக்கியமான பிரச்சனையாகப் படவுமில்லை.

சொல்லப்போனால் இன்னும் விசித்திரமாக, “தொப்பி ராஜா, பி. ஆர். பிராண்ட்” என்று முன்னும் பின்னும் அச்சடிக்கப்பட்டிருக்கும் அழுக்கடைந்த அரிசி, சோப்பு விளம்பரங்களின் பனியன்களைகூட இவள் அந்த நாட்களில் அணிந்து என்னுடன் வந்திருக்கிறாள்.

அப்பாவுடன் பானை செய்யும் தண்டச்சக்கரங்களில் அமர்ந்து விளையாடியபோது அப்பாவின் சட்டையும், அம்மாவுடன் தள்ளுவண்டி தள்ளும்போது ஊர் மக்கள் கொடுத்த நைந்துபோன பாவாடை சட்டையும், நோயும், இறப்பும் அவளை துரத்துவதற்கு முன்பும் பின்னும் சுபா, அண்ணாச்சி, மல்லிகா என ஒவ்வொருவரும் கொடுத்த உடைகளையே அணிந்து வந்த இவளுக்கென்று சொந்தமாக உடைகள் வாங்கப்பட்டிருந்தால் அது ரவியினால் மட்டுமே நடந்திருக்க வாய்ப்புண்டு. இப்படி அந்த உடைகளுமேகூட எல்லாப் பெண்களையும்போல அந்தந்த வயதிற்கேற்ப உடுத்தும் ஆடைகள் போலல்லாமல், ஒவ்வொரு இரண்டு மூன்று வருடங்களுக்கும் ஒருமுறை அவளைப்போலவே ஒவ்வொரு விதமாக அது மாறித்தான் வந்திருக்கிறது.

சிலநேரங்களில் நானே திடுக்கிடும் வகையில் சத்தமாகச் சிரிப்பாள். அந்தச் சிரிப்பு முன்பு எங்களை ஆட்கள் துரத்தியபோது நான் ஓடியதைப் பார்த்து சிரிப்பதைப் போலவே இருக்கும். பெரும்பாலான நேரங்களில் நெருங்கிய யாரோ ஒருவர் இறந்து இரண்டு நாள்தான் ஆனதுபோல அது மாறியிருக்கும். இன்னும் சில சமயங்களில் பிடித்தவர்கள் கைகுலுக்கிவிட்டுப் போனபப்பின் அவர்களின் தடம் எதாவது படிந்திருக்கிறதா? என்று உள்ளங்கையையே நெடுநேரம் வெறித்துப் பார்த்தபடி அமர்ந்திருப்பாள். மற்றபடி எப்போதும் இவள் குடிசையில் கைக்குழந்தை ஒன்றிற்கு படுக்கை விரித்ததுபோல ஒரு போர்வை மடித்துப் போடப்பட்டிருக்கும். வழக்கம்போல நானாக அதைப்பற்றி இவளிடம் கேட்டதும் கிடையாது. அதேநேரம் குழந்தை பெற்றதற்கான எந்த அறிகுறியும் இவள் நிர்வாண உடம்பில் நான் பார்த்ததும் கிடையாது.

இதைத்தவிர நெடுநாட்கள் சங்கிலியால் பிணைக்கப்பட்டிருந்த கால்கள்போல இறுக்கமான ஒன்றாகவும், ஒன்றையொன்று

சந்திக்காமல் வெவ்வேறு தூண்களோடு இழுத்துப் பிடித்து கட்டி வைக்கப்பட்டிருக்கும் கைகள்போல ஒன்றுக்கொன்று சம்மந்தமில்லாமலும் இருந்த அக்கதைகளை இவள் சொல்லும்போதும், முடிக்கும்போதும் இவளிடம் எந்த உணர்ச்சியும் இருக்காது. உள்ளிருக்கும் எதையும் வெளிப்படுத்தவும் மாட்டாள்.

வேணியைப்போல, அவளது அம்மாவைப்போல அல்லது என் வாழ்வில் நான் கிடந்துறங்கிய எல்லா பெண்களும் வெளிப்படுத்தும் போலியான ஒரு உடல்மொழியை இவளிடம் நான் எப்போதும் கண்டதும் கிடையாது. அது இயல்பான ஒன்றா? விதிவிலக்கான ஒன்றா? அல்லது இதற்குப் பெயர்தான் மனநிலை பாதிப்பா? என்று நான் ஆராய்ந்து பார்த்ததும் இல்லை. சில சமயங்களில் இவளிடம் ஒரு நோய்க்கான அறிகுறி குணமாகும். நேற்று பார்த்ததுபோல இன்று இருக்கமாட்டாள். பின் குணமான அந்த நோயிலிருந்து புதிதான ஒன்று தோன்றும். அப்போது நேற்றே பரவாயில்லை என்று நினைக்கும்படியான ஒரு நிலையை அது இவளிடம் உருவாக்கியிருக்கும். அப்படி அந்த நோய்க்குறிகள் எப்போது தோன்றும்? எப்போது மறையும்? என்று இவளுக்கும் தெரியாது; எவருக்கும் தெரியாது; எனக்கும் தெரியாது.

அதுபோன்ற நாட்களில் அதிகமாக திக்கி திக்கிப் பேசுவாள். தலைமுடியை முன்னுக்கு இழுத்துக்கொண்டு வந்து, அதன் நுனியை வாய்க்குள் வைத்துச் சவைத்துக் கொண்டிருப்பாள். இருமலே வராமல் இருமிக்கொண்டேயிருப்பாள். எங்கோ வெறித்துப் பார்த்தபடி தான் கடைசியாக செக்ஸ் வைத்துக்கொண்டு ஐநூறு நாட்களுக்கு மேல் ஆகிவிட்டது என்று திடீரென்று சொல்வாள். எனக்கு எதுவும் புரியாது. காரணம் நான் அப்போதுதான் அவளைப் புணர்ந்து முடித்திருப்பேன்.

வெள்ளாற்றின் கரைகளில் அமைந்திருந்த இவள் ஊரும், அதன் தெருக்களும் எப்போது உருவானதோ அப்போதிருந்து ஒரே மாதிரியாகவே இருப்பதாக இவளுக்குத் தோன்றியது. தனக்கு வரும் கனவுகளில்கூட அது சிறிதும் மாறவில்லை என்று ஒருமுறை என்னிடம் சொன்னாள். இன்னொருமுறை "கனவுல எவ்வளவு அடிபட்டாலும் நிஜத்துலமாரி அது வலிக்க மாட்டுது. ஆனா நிஜத்துல நடக்காதது கனவுல நடக்கும்போது அது நிஜத்தவிட சந்தோசமா இருக்கு" என்று வார்த்தைகளில் இப்படி

இல்லையென்றாலும் கிட்டத்தட்ட இதேபோன்ற அர்த்தத்தில் ஏதேதோ சொல்லிச் சிரித்தாள்.

பின்னரும் இவளுக்கு இவள் விருப்பத்தை நிறைவேற்றிக்கொள்ள கனவுகள் வந்திருக்கக்கூடும். அதில் ஒன்றுதான் அவள் வாழ்கையில் ஒரே ஒருமுறை மட்டும் மகிழ்ச்சியாக இருந்த மருத்துவமனை வாழ்க்கை. அதை நிறைவேற்றிகொள்ளத்தான் இவள் எம்.எம்.டி வார்டிற்குள் நுழைந்திருப்பாள் என்று தோன்றுகிறது.

இவற்றையெல்லாம் வைத்து “இவளுக்கும் என்னைப்போலவே ஏதோ சிக்கல் இருக்கிறது” என்று மட்டும் நினைத்துக்கொள்வேன். ஆனால் ஒருபோதும் அதைக்குறித்து இவளிடம் நான் கேட்டுக்கொண்டதில்லை. இவளும் நான் கொடுத்தும், பரிசளித்தும், புன்னகை செய்தும் வழங்கி வந்த எண்ணற்ற போலியான வார்த்தைகளை, வாக்குறுதிகளைக் குறித்து ஒருபோதும் அது, அதற்கான ஏற்ற உணர்ச்சிகளை வெளிப்படுத்தியதும் கிடையாது.

ஆனால் இவளின் நோய்க்கு ரவி மட்டுமே ஒரே மருந்தாக இருந்திருக்க வேண்டும் என்று யோசித்துப் பார்க்கும்போது இப்போது தோன்றுகிறது. அவனைப் பற்றி எந்த ஒன்றும் சொல்லாதபோதும், “அவனைச் சுற்றிதான் தான் வாழ்கிறேன்” என்று நினைத்து இவள் தன் கதைகளை என்னிடம் சொல்லும்போது இவள் ஏதோ புது மாதிரியாக எனக்குத் தோன்றினாள். இவள் தனது ஜீவிதத்தை தொடர, தனது நோயைக் குணப்படுத்த ரவி என்ற மருந்தை இவள் என் மூலமாக எடுத்துக் கொண்டிருக்க வேண்டும். அதற்கு காரணம் என்னவென்றுதான் எனக்குத் தெரியவில்லை.

ஒருவேளை அவனைப்போலவே உருவத்தில் நான் இருந்திருக்கலாம். அவனிடம் சொல்வதுபோல இவளது கதைகளை என்னிடமும் சொல்லியிருக்கலாம். கடைசியில் இருவரும் இல்லாமலானபோது இவளுக்குள் அது தாங்கமுடியாத ஏதோ ஒன்றை உருவாக்கியிருக்கலாம். இப்படி இத்தனை நாள் கழித்து இதுகுறித்து நான் அடைந்திருக்கும் இந்த முடிவுக்கு இவள் அப்போதே வந்திருக்கலாம்.

அதனால்தான் யாருக்கும் கிடைக்காத சலுகையாக என்னை அவள் குடிசைக்கு அழைத்துச் சென்றாள். தீராத இவள் வியாதியைக் கொண்டு அதைவிட வலிமைக் குறைந்த என்

நோய்க்கான சிகிச்சையை இவளே எனக்கு அளித்தாள். நான் பேசும் வார்த்தைகளைக் கொண்டு, அதற்கு மெல்லியதொரு புன்னகையை மட்டும் எங்கோ பார்த்து உதிர்த்துவிட்டு கொஞ்சம் கொஞ்சமாக என் நோயை இவள் குணப்படுத்தினாள் அல்லது தனது நோயினாலே தன்னை அழித்து இன்னொருவனின் நோயை குணப்படுத்தும் கலை இவளுக்குள் உருவாகியிருக்க வேண்டும்.

இதையெல்லாம் வைத்துப் பார்க்கும்போது நான் எப்படிப்பட்டவன் என்று என்னைவிட இவள்தான் அதிகமாகப் புரிந்து வைத்திருந்தாள் என்றும், இப்படி எத்தனை எத்தனையோ "வேண்டும்" "இருக்கலாம்" என்பதுகளின்கீழ் வெவ்வேறு பாதைகளில் பயணித்து, சிதைந்து, உருக்குலைந்து எதிர் எதிர் துருவங்களாக வந்து நாங்கள் இருவரும் வந்து நின்ற புள்ளி இதுதான் என்றும் நினைக்கிறேன்.

இல்லையென்றால் இதுபோன்றதொரு அவலட்சணமான சமூகத்தின் பிரதிநிதியாக இருக்கும் இந்த அரசுகளின் பெருமைமிகு ஊழியனாக என்னைப்போன்ற ஒருவனை, வெற்றிகரமாக இத்தனை ஆண்டுகள் பித்துநிலையிலிருந்து யாரால்தான் காப்பாற்றியிருக்க முடியும்? சிறு வயது முதலே எந்த விளையாட்டில் கலந்து கொண்டாலும், எந்த காரியம் செய்தாலும் முதல் ஆளாக தோற்றுவிடும் இவள், என் விவகாரத்தில் மட்டும் வெற்றி பெற்றதின் இரகசியம் நிச்சயம் இதுவாகத்தான் இருக்கும்.

நான் அந்தளவுக்கு ஏமாற்றியிருக்காவிட்டால், கொஞ்சமாவது கருணையுடன் நடந்திருந்தால் இவளுக்கு இந்த முடிவு ஏற்பட்டிருக்காதுதான்.

ஆனால் நான்தான் எப்போதும் அப்படி இருந்ததில்லையே.

இவை எல்லாவற்றுடன் சேர்த்து தொழில் வழி நோய்களும், மூச்சிறைப்பும், இன்னும் சில புதிய புதிய நோய்க்குறிகளும் இவளுக்கு பின்னாளில் அறிமுகமானபோது, மனிதர்களின் உலகம் எங்கு முடிந்ததோ அங்கிருந்து இவள் உலகம் தொடங்க ஆரம்பித்தது.

நான் விட்டுச் சென்றபின் இனி எப்போதும் யாரிடமும் சொல்ல முடியாத அல்லது சொல்லக்கூடாத அந்த இரகசியங்களே அடுத்த இரண்டாவது மாதத்தில் ஓட்டுச் சாவடியில் தனது சேலையை உயர்த்தி அடியில் கட்டியிருந்த பாவடையை எவ்வித சுயநினைவின்றி இவளே அவிழ்க்கவும், அப்போது அதைப் பார்த்துக்கொண்டிருந்த அண்ணாச்சி அடுத்த சில நாட்களிலேயே,

இரவானால் எப்போதும் தனது ஆக்கர் கடையில் தூங்கி எழுவதை வழக்கமாக வைத்திருந்த இவளின் பாவடையை அவிழ்க்கவும் வழிவகுத்தது. இப்படி இவள் கதையில் முன்னும் பின்னுமாக மாறிப்போயிருந்த குழப்பமான இந்த இரண்டாம் பாகமானது என் மூலமாகவும், அண்ணாச்சியின் மூலமாகவும் ஒரு வழியாகத் தொடங்கியபோது....

இவளுக்கு சுயநினைவில்லை.

•••

நானும் இவளும் சுற்றித்திரிந்த அதே பேருந்து நிலையத்தில் புதிதாக தொடங்கியிருந்த இரண்டாவது சுரங்கப் பாதைக்கான நிலஅளவுப் பணிகள் நடந்து கொண்டிருந்தன. ஊரடங்கு அறிவித்ததால் அது பாதியில் நின்றுபோயிருந்தது. அதன்பிறகு மூன்று மாதங்கள்வரை பெரிதாக எந்த வேலையும் இல்லை. இப்போதுதான் விட்டுப்போன அந்தப் பணிகளை குறைவான ஆட்களுடன் மீண்டும் மெதுவாக தொடங்கியிருந்தோம்.

நான் படித்து வந்த நாட்களில் மழை பெய்தால் கால் வைக்க முடியாத அளவிற்கு சேரும் தண்ணீருமாகவும், வெயிலடித்தால் புழுதியும், மண்ணுமாகவும் நிரம்பி வழியும் நகரப் பேருந்து நிலையம் இப்போது எப்படியோ மாறிவிட்டிருந்தது. சுற்றிலும் புதிதாக முளைத்திருந்த வணிக வளாகங்கள், லாட்ஜ்கள், ஹோட்டல்கள் என விதவிதமான கட்டிடங்களானது பேருந்து நிலையம் உருவாக்கி வைத்திருந்த என் பழைய நோய்க்குறிகளை முற்றிலுமாக துடைத்தெறிந்திருந்தன. இவளை எப்போதும் சந்திக்கும் அந்த சாக்கடை திண்டும்கூட காங்கிரீட் கலவைகளினால் மூடப்பட்டிருந்தன. அந்த இடத்தில்தான் சுரங்கப் பாதைக்கான கூண்டும் அமையவிருந்தது. அந்த ஒரு வாரமும் அதன் வழியாகத்தான் வந்து போய்க்கொண்டிருந்தேன். இவளை மட்டுமல்ல, பழைய ஆட்கள் எவரையுமே அங்கு நான் பார்க்கவில்லை.

எப்போதும் தான் சுமந்து நிற்கும் மனிதர்களை, பேருந்துகளை, சத்தங்களை சுத்தமாகத் துடைத்தெறிந்துவிட்டு, வைரஸ்கள் படையெடுக்க முடியாத அளவிற்கு சுற்றிலும் தகரங்கள் அடிக்கப்பட்டு, கிருமி நாசினி மருந்துகள் தெளிக்கப்பட்டு வெள்ளையாக காணப்பட்ட பேருந்து நிலையம், பார்ப்பதற்கு கொடும் ஆயுதங்களுடன் கள்வர்கள் மறைந்திருக்கும் பாலை நிலம்போல காட்சியளித்தது.

இதே இந்தப் பேருந்து நிலையம்தான் ஒரு காலத்தில் என் வீடு, தெரு, ஊர் என எல்லாவுமாகவும் இருந்தது என்பதை என்னால் இப்போது நம்பக்கூட முடியவில்லை.

"...ஏண் இல், பொருந்திய பூண்முலையார் சேரிகைத்து இல்லான் பருத்தி பகர்வுழி நாய்" என்று சிறுபஞ்சமூலத்தில் சொல்லப்படும் அந்த நாய் நான்தான். இவளைப் போன்றோர் மீது வெறி பிடித்து இங்கே மூலை முடுக்கெல்லாம் ஒவ்வொரு இடமாக அலைந்து திரிந்த நாய். ஆனால் அவர்களைப்போலவே பலநேரங்களில் இந்தப் பேருந்து நிலையமும் என்னைப் புறக்கணித்திருக்கிறது; விரட்டி அடித்திருக்கிறது; உதாசினப்படுத்தியிருக்கிறது. இப்போதோ அதற்கு நான்தான் எஜமானன்.

சில நேரங்களில் நான் பிடித்து இழுத்து குறித்து வைக்கும் அளவுகளுக்குள் அவை அடங்கி ஒடுங்கிப்போய் மூச்சு காட்டாமல் கிடக்கிறது. சிலநேரங்களில் பரிதாபமாக என் காலைப் பிடித்துக் கதறுகிறது. நான் உடைக்கச் சொல்லி அளவு குறிக்கும் சுவர்களும், தூண்களும், நான் தோண்டச் சொல்லி குறித்து வைக்கும் இடங்களும், தரைகளும் இவ்வாறே தனது கடந்தகால தவறுகளுக்கு என்னிடம் மன்னிப்பு கேட்கின்றன.

இன்னும் சில நேரங்களிலோ அது "யாருமே இல்லாத என்னை என்ன வேண்டுமானாலும் செய்" என்ற ஒரு தோரணையில் அல்லது வீம்பில் படுத்துக்கிடப்பதுபோல காட்சியளிக்கும். உண்மையிலேயே அப்போதுதான் இந்த வைரஸை நினைத்து அதிகமாக வெறுப்பு மேலோங்கும். அது மட்டும் பரவாமல் இருந்திருந்தால் இதேபோல வெறிச்சோடி இல்லாமல், எப்போதும் ஆட்கள் நிரம்பி வழியும் இந்தப் பேருந்து நிலையத்தை இன்னும் அதிகமாக என்னால் காயப்படுத்தியிருக்க முடியுமே என்ற அங்கலாய்ப்பு தோன்றும்.

நான்காம் நாளே அந்த எண்ணவோட்டம் மெல்ல மெல்ல என்னை ஆக்கிரமிக்கத் தொடங்கியபோதுதான் "இங்கு தொழில் செய்தவர்கள் எல்லாம் எங்கு சென்றிருப்பார்கள்?" என்ற விசாரணையைத் தொடங்கினேன்.

இதே ஆட்கள் வந்து போகும் நெரிசல்மிக்க பழைய நிலையமாக இருந்திருந்தால், என்னைப்போன்ற நண்பர்கள் இல்லா சிடுசிடுப்பான, அதேநேரம் பரபரப்பான முகத்தோற்றத்துடன்கூடிய மனிதர்கள் எறும்புகள்போல் ஊர்ந்து சென்று சேரும் குகைகளை வைத்து எளிதாக தொழில் நடக்கும்

இடத்தைக் கண்டுபிடித்திருப்பேன். ஆனால் ஒன்றுமில்லாமல் நிர்வாணமாகக் கிடக்கும் ஒன்றில் புதிதாக எதைக் கண்டுபிடிக்க? அதன் மேற்குப்பகுதியில் ஏற்கனவே இருக்கும் சுரங்கப்பாதைதான் அவர்களின் புதிய இடம் என்று தேடிக் கண்டுபிடிக்க நாட்கள் ஆனதற்கு காரணம் இதுதான்.

மூன்று மாதமாக தொழில் இல்லாமல் இருக்கும் அவர்கள் இப்போது அங்கு வருவது குறைவு என்று அந்த இடத்தை பார்க்கும்போதே தெரிந்தது. பிச்சைக்காரர்கள்கூட சுரங்கப்பாதையின் நுழைவாயிலின் வெளியில்தான் மாஸ்க்கை கழுத்திற்கும், ஒற்றைக் காதிற்கும், கை விரல்களுக்கும் மாட்டியபடி அமர்ந்திருந்தார்கள். கலர் கலர் கண்ணாடிகளும், பலூன்களும், வளையல்களும், ரப்பர் பான்ட்களும் தொங்கிக்கொண்டிருந்த நடைபாதை வியாபாரிகளின் கைகளை, கம்பிகளை புதிதாகவொரு சந்தையை உருவாக்கியிருக்கும் மாஸ்க்குகள் ஆக்கிரமித்திருந்தன. அவர்களும் அதன் நுழைவாயிலிலேயே நின்றிருந்தார்கள். சுரங்கப்பாதை பூட்டிக்கிடந்ததால் வெளியே வந்து வியாபாரம் செய்யும் இவர்களுக்கும், நடைபாதை வியாபாரிகளுக்குமிடையே இடம் நெருக்கடி, வியாபார போட்டி என தொடர்ந்து பூசல்கள் நடந்து கொண்டிருந்தது.

குழந்தையை தொலைத்த இடத்திற்கு சென்றிருப்பாளோ? இல்லை பழைய இவள் வீட்டிற்கே சென்றிருப்பளோ? என்று என்னவெல்லாமோ யோசித்துக் கொண்டிருந்தேன். இதற்கிடையில் இவள் இனி எங்கே வரப்போகிறாள் என்று தோன்றவே இனி அங்கு நிற்பது வீண் என்று இடத்தைக் காலி செய்தேன்.

மறுநாள், அதற்கடுத்த நாள் என தொடர்ந்து வந்த நாட்கள் "இவளோ, அல்லது இவளுடன் தொழில் செய்த ஆட்களோ எப்படியும் இங்கு வந்தே தீருவார்கள்" என்ற என் எண்ணத்தை பொய்யென்று நிரூபித்தன.

இவளை விடுங்கள். அவர்கள் அப்படி வராதது "இப்போது அவர்கள் என்ன செய்வார்கள்?" என்ற ஒரு ஆர்வத்தையும், அவர்களைக் கண்டுபிடிக்க முடியாத என் அனுபவ அறிவு மீதான எரிச்சலையும் ஒருசேர உண்டு பண்ணியது. அந்த மனநிலை கொஞ்சம் கொஞ்சமாக எனக்குள் வேறுமாதிரியாக வேலை செய்ய ஆரம்பித்தது. போலீஸ் நண்பனிடம் பேசினேன். பேச்சுக்கு நடுவில் பொதுவாக கேட்பதுபோல அவர்களைப் பற்றிய தகவல்களைக் கேட்டேன்.

“அவளுகளுக்கு இது போதாத காலம்தான். போன மாசம்கூட வாடகை வீட்ல வச்சு விபச்சாரம் பண்ண அஞ்சு பொண்ணுகள கைது பண்ணோமே, நீ பாக்கலையா?” என்று சாதாரணமாக முடித்துக்கொண்டான். மேற்கொண்டு அவனிடம் அதைப்பற்றி கேட்க ஒரு தயக்கம் ஒட்டிக்கொண்டது.

“ஒருவேளை இவள் என் வீட்டிற்கு தேடிவந்து பிரச்சனை செய்தால், இவளுடனான என் பழக்கம் எல்லோருக்கும் தெரிய வரும். கிட்டத்தட்ட நெருங்கிய நண்பனான அவனுக்கும் இது தெரிய வரும். அப்போது இதைப்பற்றியெல்லாம் நான் இதற்காகத்தான் அவனிடம் விசாரித்தேன் என்று நினைத்துக் கொள்வான்.”

இப்படி மனதிற்குள் ஏதேதோ தோன்ற அந்தத் தயக்கத்தை அப்படியே நிலை நிறுத்திக்கொண்டேன். ஆனால் அடுத்த சில தினங்களில் ஒரு மதியப்பொழுதில் அவனிடமிருந்து அழைப்பு வந்தது. அன்று ஞாயிற்றுக்கிழமை. முழு ஊரடங்கு.

“மக்கா நீ அன்னைக்கு அவளுகல பத்தி கேட்டேல்லா? நேத்து நாங்க ஒரு கேங்க புடிச்சோம். அப்பவே உன்கிட்ட சொல்லனும்னு நினச்சேன். பிசில மறந்துட்டேன். நியூஸ் லிங்க் அனுப்புறேன் பாரு.”

நான் சாதரணமாக கேட்ட ஒன்று என நினைத்துக் கொண்டிருந்ததை அவன் நினைவு வைத்துச் சொல்லுவது பதட்டத்தை ஏற்படுத்தினாலும், சமீப நாட்களில் அவர்களைப் பற்றி தேடிக்கொண்டிருந்த எனக்கு அது முக்கியமானதாகவும் பட்டது.

எனக்கு எப்போதுமே ஒரு குருட்டு அதிர்ஷ்டம் இருக்கும். அப்பா அம்மா பெயர் தெரியாத அல்லது அவர்களைப் பற்றி என்னிடம் சொல்லப்படாத ஒரு வாழ்கையில் எப்போதுமே அந்த அதிர்ஷ்டம் என்னைப் பின் தொடர்ந்தே வந்திருக்கிறது.

அந்தச் செய்தியில் ஒன்றுமில்லை. வழக்கமான ஒன்றுதான். ஆனால் அதைப் பார்த்தபோது நான் அடைந்த மகிழ்ச்சியை சொல்ல வார்த்தைகளே இல்லை.

முகத்தை மூடியும் மூடாமலும் நின்றிருந்த அந்த நான்கு பெண்களில் இவளையும் பார்த்தபோது, பெரிதாக ஏதோவொரு சிக்கலில் இருந்து தப்பித்து விட்டதாக துள்ளிக் குதித்தேன்.

இனி இவளால் என் வாழ்வில் எந்தச் சிக்கலும் ஏற்படப்போவதில்லை என்று என்னதான் நான் திடமாக நம்பிக் கொண்டிருந்தாலும், ஒருவேளை எல்லாம் தெளிந்து இவள் பழைய வாழ்கையை கைவிட்டு புதிதாக ஒரு வாழ்க்கையை வாழ்ந்து வருவாளோ? அல்லது என்னை எதிர்பார்த்து மீண்டும் நீதிமன்றம் வந்தோ அல்லது என் வீட்டு வாசலில் நின்றுகொண்டோ நான் கொடுத்த உறுதிமொழிகளை நிறைவேற்றச் சொல்லிக் காத்திருப்பாளோ? போராட்டம் செய்வாளோ என்று என்னவெல்லாமோ என் மனதிற்குள் தோன்றிக்கொண்டுதான் இருந்தது. பழைய இடங்கள் எல்லாவற்றிலும் தேடியும் இவள் எங்கும் அகப்படாதபோது அந்த எண்ணம் இன்னும் என்னுள் வலுப்பெற்றது. ஏற்கனவே சொன்னதுபோல அதுதான் என் பயத்திற்கு காரணமாகவும் இருந்தது.

ஆனால் அந்தச் செய்தியைப் பார்த்தபோது, "இனி இப்படிப்பட்ட வாழ்க்கையை வாழக்கூடாது" என்று முன்பு என்னிடம் எப்போதோ சொன்னவள் இனி ஒருபோதும் அதிலிருந்து மீள முடியாது என்றும், அப்படிப்பட்ட வாழ்க்கையைத்தான் இனி எப்போதும் இவள் வாழ்ந்தாக வேண்டும் என்றும் நினைத்துக்கொண்டேன். இவளை எனக்கு நன்றாகத் தெரியும். இனி இவள் என்னைத் தேடி வர மாட்டாள். தேடி வந்தாலும் இந்த செய்தியை வைத்து நான் எல்லோரிடமிருந்தும் தப்பித்துக் கொள்ளலாம்.

அன்று இரவு நன்றாக உறங்கினேன். நல்லவர்கள், மகிழ்ச்சியாக இருப்பவர்கள், தீமை செய்யாதவர்கள் என இவர்கள் மட்டும்தான் நிம்மதியாக உறங்குகிறார்கள் என்று எல்லோரும் சொல்கிறார்கள். ஆனால் என் விஷயத்தில் அந்த விதி பெரும்பாலும் பொருந்தியதே கிடையாது. அவர்கள் சொல்லும் எந்த பண்புகளும் இல்லாத எனக்கு உறக்கமானது எந்தச் சிக்கலும் இல்லாமல் இத்தனை காலம் வந்து கொண்டுதானே இருக்கிறது? அவள்தான் அன்று உறங்கியிருக்க மாட்டாள் என்று நினைக்கிறன்.

> ***"காண்டகு மென்றோட் கணிகைவா யின்சொல்"***
> ***"புலைமயக்கம் வேண்டிப் பொருட் பெண்டீர்"***

இனிமையாகப் பேசி ஆண்களை கவர்ந்திழுக்கும், பணத்திற்காக எதுவும் செய்யும் இவர்களைப் பற்றி திரிகடுகம் கூறுவது உண்மை என்றுதான் எனக்கும் படுகிறது. பலரால் சீரழிக்கப்பட்ட, பலரை சீரழிக்கும் இவர்கள் பூமிக்கு அவசியமில்லாதவர்கள், ஒட்டுமொத்தமாக இவர்களை ஒருநாள் அழித்துவிட்டால்கூட நல்லதுதான் என்பது போன்ற நல்வழி சிந்தனைகள், கலவையான

எண்ணங்கள் எனக்குள் அன்று தோன்றியது. அது என்னை இன்னும் பரிசுத்தமானவனாக ஆக்கியதுபோல உணர்ந்தபோது, ஆழ உறங்கிப்போனேன்.

இருந்தாலும் ஒன்று மட்டும் புரியவில்லை.

எப்படி மனநிலை பாதிக்கப்பட்ட இவளை அவர்கள் கைது செய்தார்கள்? மஜிஸ்ட்ரேட் இவளை ரிமான்ட் செய்தார்? இல்லை உண்மையிலேயே இவளின் கலங்கிய மனம் தெளிந்துவிட்டதா? இவளிடம் மட்டும் ஏன் அது ஒரு முடிவுக்கே வர மாட்டேன் என்கிறது? கலங்கியும், தெளிந்தும், சிதைந்தும், அழிந்தும், மீண்டும் உருவாகி வரும் அது இவளிடத்தில் அல்லது என் வாழ்கையில் அது என்ன சொல்ல வருகிறது? என்று எனக்கு ஒன்றுமே புரியவில்லை.

விரைவிலேயே அதற்கும் ஒரு முடிவு வரப்போகிறது என்று அன்று எனக்குத் தெரியாது.

•••

பணிகள் முடிந்து ஆட்கள் பேருந்து நிலையத்தை விட்டு வெளியேறிக் கொண்டிருந்தனர். பல நாட்களாக இருந்துவந்த உற்சாகம் அன்றும் எனக்குத் தொடர்ந்தது. சுரங்கப்பாதைக்கான குழி தோண்டப்பட்டதிலிருந்து எனக்குப் பெரிதாக எந்த வேலையும் இல்லையென்றாலும்கூட இங்கு வருவதை வழக்கமாக வைத்திருந்தேன்.

தூரத்தில் ஒரு ஆணும் பெண்ணும் பேசிக்கொண்டிருந்தனர். அந்தப் பெண் ஒரு இளம் பெண்ணையும் கையில் பிடித்திருந்தாள். அவர்களுக்குள் ஏதோ வாக்குவாதம் நடப்பதுபோல இருந்தது. சிறிதுதூரம் நடப்பதும் பின் நின்று சண்டையிடுவதுமாக அவர்கள் நான் நின்றிருந்த திசையை நோக்கி நகர்ந்து வந்தபடி இருந்தனர். அந்த இளம் பெண்ணை எப்படியாவது அவளிடமிருந்து கைப்பற்ற அவன் செய்த முயற்சி தொடர்ந்து தோல்வியடைந்து கொண்டிருந்தது.

அவர்கள் என்ன பேசிக்கொள்கின்றனர் என்று தெரிந்துகொள்ள நானும் அவர்களை நோக்கி கொஞ்சம் கொஞ்சமாக நகர்ந்தேன்.

“பாடி வாங்கக்கூட பைசா இல்லை. அம்பது ரூவாய்க்குள்ளது ஒண்ணு வாங்குனா ஒரே வாரத்துல கிழிஞ்சிருகு. பாவாடையப் பாரு. ஒண்ணே ஒண்ணுதான் இருக்கு. எனக்கு வேற வழி தெர்ல”

அவள் உள்ளே எதுவும் போடவில்லை என்று அவளைப் பார்க்கும்போதே தெரிந்தது. மார்பும் எல்லோரையும் போல இல்லை. மேலிலிருந்து ஆரம்பிப்பதற்கு பதிலாக அது வயிற்றிலிருந்து தொடங்கி இடுப்பு வரை தொங்கிக் கிடந்ததுபோல இருந்தது. அவளும் அவ்வளவு தடியாக இருந்தாள். சேலை பாவாடையை விடவும் மேலேறி முட்டிவரை சுருங்கியிருந்தது. அவள் சொன்னதுபோல பாவாடை என்ன நிறம் என்றுகூட கண்டுபிடிக்க முடியாத அளவிற்கு அழுக்கேறிப் போயிருந்தது. வெயிலையும் மழையையும் குளிரையும் வருடங்கள் பல கண்டிருந்த அது அவ்வளவு விறைப்பாக இரும்பென அசையாமல் அவளைச் சுற்றியிருந்தது. இப்போது அவனிடம் அவள் கையைத் தூக்கி அக்குளைக் காண்பித்தாள். கைக்கிடையில் துணி கிழிசலாக அறுந்து கிடந்தது.

“இது லண்டன் ஒண்ணும் இல்ல கண்டாரவோலி. நீயே தொழில் பாத்துக்குவேனா நான் எதுக்கு? செல்லத் தாட்டி தேவுடியா”

மொபைலையும், அந்த சிறு பெண்ணையும் அவளிடமிருந்து பிடித்து இழுக்கவும், பிடுங்கிப் பறிக்கவும் முயற்சித்தான். அது ஒருபோதும் நடக்காது என்று அவள் இரண்டையும் தனது முதுகிற்கு பின்னால் கொண்டு சென்றாள். அவள் உடம்புவாகிற்கு அவனால் ஒன்றும் செய்ய முடியவில்லை. மட்டுமில்லாமல் அப்படி அவன் முயற்சிக்கும்போது அவள் கூடுதல் பலமும், ஆவேசமும் கொண்டவளாக அவனை நெட்டித் தள்ளினாள்.

“தெருவுல சும்மா நடந்து போனாலே போலீஸ் அடிக்கானுவ. அதக் கேக்கத் துப்பில்ல. பொம்பளைக்கிட்ட ஒனக்க வீரத்த காமிக்க?”

அவன் கொஞ்சம் சாந்தமானான்.

“ஏட்டி சொன்னா உனக்கு புரிய மாட்டேங்குவு. இப்ப முன்னமாரி இல்ல. நானே போலீஸ் ஷாடவ்லதான் இருக்கேன். உனக்கே தெரியும் ஒரு வாரமா அரஸ்ட் நடந்துட்டு இருக்கு. ஆனாலும் ஆளுவ கூடிட்டே போறாளுகளே தவுர கொறைஞ்ச பாடில்ல. என் கூட்டாளிகளே தனியா பிசினஸ் பண்ண ஆரம்பிச்சுட்டானுக. இந்த நேரத்துல நீயும் இத மாரி பண்ணா நானும்தான் மாட்டுவேன்”

“ஆள ரெடி பண்ணு. நான் வரேன். நீ சொல்லதெல்லாம் கேக்கேன். இப்ப என்னை என் தயவுக்கு விட்டுரு”

“அந்த எளவு கொண்டாட்டம்தான் பெரும்பாடா இருக்கே. மாஸ்க்கு, கைகழுவ மருந்து, அவ்வளவு ஏன் ரெயின்கோட்டுகூட இருக்கு, வான்னு கூப்டாலும் ஒருத்தனும் பயந்து வரமாட்டுகான். கஷ்டப்பட்டு நான் கொண்டு வரவனுகளுக்கும் என் வீடு சேப்டி கிடையாது. ஏற்கனவே நெருக்கடி. இப்ப எப்பவும் போலீஸ் சாடவ் வேற. உன் வீட்ல வச்சு மட்டும்தான் இப்ப பண்ண முடியும். சொன்னா புரிஞ்சுக்க”

அவர்கள் பேசுவது இன்னும் துல்லியமாக கேட்க வேண்டும் என்பதற்காக வேலை செய்வதுபோன்ற பாவனையுடன் அவர்களை நோக்கி தொடர்ந்து நகர்ந்துகொண்டேயிருந்தேன். சிறிதுதூரம் சென்றதுமே மாஸ்க் அணியாமல் நின்றிந்த அவனை அடையாளம் கண்டுகொண்டேன்.

மணிக்கூண்டு தயா.

நரைமுடியைத் தவிர அவன் ஒல்லியான உடலில் எந்த மாற்றமும் இல்லை. வேணியும், அவள் அம்மாவும் இவன் பெயரைச் சொல்லி என்னை மிரட்டிய நாட்கள் என என்னவெல்லாமோ நினைவிற்கு வந்தது. நான் அப்படியே நின்றுவிட்டேன். அவர்கள் பேசுவது மட்டும் தெளிவாகக் கேட்டது.

“அது மட்டும் நடக்கவே நடக்காது. நீ அனுப்புற ஆளுக எல்லாவனும் மனுசனுகளே கெடையாது. ரெண்டு பேரு வந்தாலே அவ முடியாம ஆகிருகா. மேக்கொண்டு ஒருத்தனும் பைசாவும் தர மாட்டுகான். கேட்டா உன்கிட்ட வாங்கச் சொல்லுகான். உன்கிட்ட கேட்டா போலீஸ் மாமுல்னு சொல்லுக. நான் எனக்குள்ள ஆளுகள வச்சு யாருக்கும் தெரியாம பண்ணிட்டு இருக்கேன். அதையும் நாசமாக்கிறாத. அதுவுமில்லாம வீடியோ கால்லயே அவ கொஞ்சம் கஷ்டப்படாம சம்பாதிக்கா. அதுவே எங்களுக்கு போவும். எங்கள விட்டுரு”

“முடிவா என்னதாம்டி சொல்லுக?”

“இந்த போன்தான் இப்ப எல்லாம். ஒருத்தனும் நேர்ல வரப் பயப்படுகான். இதுனால மட்டும்தான் தினமும் சோத்துக்கு சம்பாதிச்சிட்டு இருக்கேன். அத மட்டும் உன்கிட்ட தர மாட்டேன். நீ வாங்கி தந்த இந்த போனுக்கு ஏற்கனவே உனக்கு நான் சம்பாதிச்சு தந்துட்டேன். இப்பவும் சொல்லுகேன். நீ ஆள ரெடி பண்ணு. வீடியோ கால் மூலமா நானும் என் மவளும் என்ன செய்யச் சொல்லுகியோ செய்யேன். இல்ல ஆள்தான் அனுப்புறேன்னா என் வீடு செட் ஆவாது. வேற இடத்தக் காட்டு”

அவள் பேசுவது இப்போதுதான் புரிய ஆரம்பித்தது. அவர்களைத்தேடி செய்திகள் படித்த நாட்களில் வீடியோ கால்கள் மூலமாக விபச்சாரம் நடக்கிறது என்று படித்திருந்தேன். ஒரு நாளைக்கு பதினாறு மணி நேரம் ஆன்லைனில் இருக்கும் கொல்கத்தா பெண் ஒருத்தி அளித்திருந்த பேட்டி அது. தனது குழந்தைகள் தூங்கிய பிறகு வீடியோ கால்கள் செய்வதாகவும், இரண்டு மூன்று கஸ்டமர்கள் வந்தால் ஆயிரம் ரூபாய் கிடைப்பதாகவும், ரீசார்ஜ் செலவு, புரோக்கர் கமிஷன் போக கையில் பணம் கொஞ்சம் தங்குவதாகவும் அந்த பேட்டி சென்றது. வீடியோ கால்கள் மூலமாக என்ன செய்துவிடப் போகிறார்கள் என்ற ஆர்வம் மேலோங்க அது தொடர்பாக மேலும் படித்தபோதுதான் வெளிநாடுகள்போல இங்கும் ஆன்லைன் புரோக்கர்கள் இருப்பதாக அறிந்தேன். மாறிவரும் உலகம் மணிகூண்டு தயாவை சோதிக்கிறதுபோல. அவனால் அந்த நவீன உலகிற்குள் நுழைய முடியவில்லை என்று அவன் பேச்சிலிருந்தே தெரிந்தது.

“எல்லாத்துக்கும் காரணம் ஒனக்க மூத்த மகதான். அவதான் இப்படி என்னையவே நீ எதுத்து நிக்கதுக்கு உன்னத் தூண்டி விடுகா. அவ என் கைல கெடைக்கட்டும். அன்னைக்கு இருக்கு அவளுக்கு.”

“இங்கேரு அவளுக்கு ஒண்ணுன்னா நான் சும்மா இருக்க மாட்டேன்”

“என்னட்டி பன்னிருவ தேவுடியா” என்று சொல்லியபடியே அவளை எட்டி ஒரு மிதி மிதித்தான். அவள் கொஞ்சமும் நிலை குலையவில்லை. அவள் அருகில் நின்றிந்த அந்த சின்னப் பெண்தான் அவளைக் கட்டிப்பிடித்தாள். அவனிடம் முன்னிலும் மூர்க்கமாக அவள் பேச ஆரம்பித்தாள்.

“அன்னைக்கு அவள போலீஸ் புடிச்சிட்டு போய் உள்ள வச்சப்ப நீ என்ன பண்ண? ஊம்பிட்டுதான கெடந்த? உள்ள வச்சே அவள அவனுக மொலைய புடிச்சு கசக்கும்போது இப்ப உங்களுக்கு நோய் பரவாதான்னு நீயா கேட்ட? அவதான கேட்டா? எல்லா ஏஜண்டும் அவங்க அவங்க புள்ளைக இருக்குற வீட்டுக்கு வாடகை கொடுத்தப்ப நீ என்ன பண்ண? வீட்டு ஓனர்ட்ட கமிஷன் வாங்கிட்டு எங்களயே வாடகை கொடுக்க வைக்கல? கேவலம் கவர்மெண்டுல கொடுத்த நாப்பது கிலோ அரிசிக்கும் ஆளுக்கு அம்பது ரூவா வாங்கிட்டுப் போனவன்தான நீ? கலக்டர் ஆபிஸ் போய் மனு கொடுக்க நாங்க எத்தன நாளா

கேக்கோம். ஒரு நாளாவது அதுக்கு ஏற்பாடு பண்ணியா? எல்லா ஊர்காரனுகளும் போய் நிவாரணம் வாங்குகான். நீ எங்கள ஏச்சு வாழ்ந்துட்டு கெடக்க..."

அவள் தொடர்ந்து பேசிக்கொண்டிருந்தாள். அவன் இடையிடையே மறித்து ஏதேதோ சொல்லிக்கொண்டும், அடிக்கக் கை ஓங்கியபடியுமிருந்தான். பெரும்பாலும் பேருந்துகள் இல்லாத, அதிகமாக ஆட்கள் நடமாட்டமில்லாத பேருந்து நிலையம் அவர்களை எவ்வளவும் பேச அனுமதித்தது. எந்த இடைஞ்சலையும் ஏற்படுத்தாமல் அது எங்கோ வெறித்து பார்த்தபடி கிடந்தது. அவனுக்கு சொல்வதற்கு ஒன்றுமில்லை.

"ஒங்க ரேசன் கார்டு, ஆதார் அட்டை, வாடகை எக்கிரிமெண்டு எல்லாமே என்கிட்டே தான் இருக்கு. நீ போ நான் என்ன செய்யணுமோ செய்யேன். ரெய்டு வந்தா என்ன நடக்கும்னு தெரியும்லா? வீட்ல ஒரு பொருள் மிஞ்சாது. ஒன் புருசக்கமாரு எடுத்துட்டு போயிருவானுக"

நக்கலாக முகத்தை வைத்துக்கொண்டு இப்படி சொல்லிவிட்டு அவன் அவர்களிடமிருந்து விலகி நடக்க ஆரம்பித்தபோது, அவள் போட்ட சத்தம் என்னைத் தாண்டியும் எதிரொலித்தது. அது எனக்கு இவளையும், முதன் முதலாக இவளை சந்தித்த அந்த நாளையும் மீண்டும் நினைவுப்படுத்தியது.

"போலப் புண்டாமொவன, உன்னால முடிஞ்சத பாருல. என்கூதி அழுக்குல சம்பாதிச்ச நாயி நீ, நீ வந்து என்னை இல்லாம ஆக்குவியா? அது உங்கப்பனுக்கு அப்பன் வந்தாலும் முடியாது. சிலுக்குத் தேவுடியாளுக்கு மவன..."

சென்றவன் மீண்டும் இவளை நோக்கி நடந்து வந்துகொண்டே நாக்கைத் துருத்தி, இடுப்பில் வைத்திருந்த கத்தியை எடுத்து கழுத்தை அறுப்பதுபோல சைகை செய்தபோது அவள் பேசுவதை நிறுத்திவிட்டாள். பின் அவன் தன் வேட்டியைத் தூக்கிக் காண்பித்து "என் குண்ண மயிரக்கூட உன்னால புடுங்க முடியாதுட்டி பலவட்ற" என்று சொல்லியபடி மீண்டும் இரண்டு எட்டு அவளை நோக்கி வைத்தான். இருவரும் பயந்து போனார்கள் என்பது நான் இருக்கும் திசையை நோக்கி அவர்கள் வேகமாக வருவதிலிருந்தே தெரிந்தது.

அதுவரை நான் அவர்களை கவனித்து வந்ததை அவர்களும் கவனித்திருக்கிறார்கள் என்பது "நீங்களும் பாத்துட்டுதானே

சார் இருந்தீங்க? எப்படி பேசுறான்னு பாருங்க" என்று கேட்டபோதுதான் தெரிந்தது.

அவள் அருகில் வந்தபின்தான் கவனித்தேன். அவள் கட்டியிருந்த பாவாடையின் தழும்பு இடுப்பைச் சுற்றி படர்ந்திருந்தது தெளிவாகத் தெரிந்தது. இரு கைகளிலும் ஆங்காங்கே காயங்கள் இருந்தது. அவள் உடம்பே ஒரே உடல் போலல்லாமல், வெவ்வேறு உடல்களிலிருந்து தனித்தனியாகச் சதைகளை எடுத்து தைத்து வைத்தாற்போல இருந்தது. சிவப்பு நிறத்தில் பாடி ஒன்றை அணிந்திருந்தாள். அது இருவேறு நிறங்களில் இருந்தது. அதில் கருப்பு நிற துணி ஒன்றை கூடுதலாக இணைத்து தைத்து போட்டிருப்பது உன்னிப்பாக கவனிக்கும்போதுதான் தெரிந்தது. ஆனால் அதுவும்கூட டீ கடைகளில் இருக்கும் நீளமான தேயிலை அரிப்புபோல இருக்கும் அவள் முலைகளை நேர்நிறுத்தும் முயற்சியில் தோல்வியடைந்து தொளதொளவென கொக்கிகள் மாட்டப்படாமல் கிடந்தது. ஆனால் என் கவனம் முழுவதும் அவளிடம் மட்டும் இல்லை என்பதை இங்கே சொல்லியாக வேண்டும்.

"பைத்தியங்களக்கூட தேடிக் கண்டுபிடிச்சு ஒதவ அய்க்கோர்ட்டு ஆர்டர் போடுது சார். ஆனா அதுகளவிட அதிகமாக இருக்க எங்க நிலமை அதவிட மோசம் சார். இப்ப இந்த ஊரடங்கால இன்னும் அதிகமா பொம்பளைங்க தொழிலுக்கு வாராளுகளே தவிர கொறஞ்ச பாடில்ல. முன்னாடில்லாம் நாங்க அம்பது பேரு உண்டு. இப்ப இந்த டவுனுக்குள்ளயே ஆயிரத்தும் மேல கெடக்காளுக. இந்த காசாநோயி, எய்ட்ஸ் வந்தப்பக்கூட நாங்க இவ்வளவு சிரமப்படல. எங்களுக்கு மட்டும் உயிர் பயம் இருக்காதா சார்? நாங்க மட்டும் எப்படி உங்கள நம்பி வரது சொல்லுங்க?"

அவள் என்னைக் கூப்பிடுகிறாள் என்பதை "நாங்க மட்டும் எப்படி உங்கள நம்பி வரது சொல்லுங்க?" என்று சொன்னதுமே புரிந்து கொண்டேன். பதிலுக்கு நான் எதுவும் பேசாமல் கொஞ்சம் அழுக்கடைந்த பட்டுப் பாவாடையும், சட்டையும் அணிந்திருந்த அந்தச் சின்னப் பெண்ணை மேலிருந்து கீழாகப் பார்த்துக் கொண்டிருந்தேன்.

அது நான் அவளிடம் வைக்கும் கோரிக்கை.

"எங்களுக்கும் வெளிநாட்டுல தர மாதிரி பயிற்சி கொடுக்கணும் சார். இல்லைனா இந்த நோய்னால நாங்களும் செத்துருவோம். ஆனா என்ன பண்றானுக? அதுக்கு பதிலா எங்கள பிடிக்க

தனிப்படைலாம் வைக்கானுக. பியூட்டி பார்லர், மசாஜ் சென்டர், வாடகை வீடுனு எங்கப் போனாலும் பிடிக்குறானுக. காண்டம் மட்டும் இருந்த கைல இப்ப ஊருபட்ட மாஸ்க்கு, மருந்து, கண்றாவின்னு எல்லாம் தூக்கிட்டு அலையிறோம். சரி வீட்டு வேலைக்கு போகலாம்னு கேட்டா அதுவும் இப்ப புதுசா வரவங்களுக்கு கொடுக்குறதில்ல. புள்ள குட்டிகளோட ரோட்ல நடந்துபோறவங்கள புடிச்சு நியூஸ் போடுறாங்க. நாங்களும் இப்ப அப்படித்தான மோசமாக் கெடக்கோம். நெலக்கரி சுரங்கத்த தோண்டுகதவிட அபாயமாப் போச்சு எங்க பொழப்பு”

நிறைய படித்திருப்பாள்; இல்லை அவளுடன் இருப்பவர்கள் மாறிவரும் இவர்களின் வாழ்க்கை குறித்து நிறைய விவாதித்து இருப்பார்கள் என்று நினைத்துக் கொண்டேன். மட்டுமின்றி என் தோற்றமும், உடையும் வெளிப்படுத்தும் படித்தவன், பணக்காரன் என்ற பிம்பம் அவளை இதுமாதிரியான விவகாரங்களை பேச தூண்டியிருக்கலாம். தாங்கள் மிகுந்த பாதுகாப்பானவர்கள் என்று எனக்கு உணர்த்த விரும்பியிருக்கலாம்.

நானோ இன்னும் அந்தச் சிறு பெண்ணிடமிருந்து பார்வையை விலக்கவில்லை. அவளின் தோள் வரை வளர்ந்திருந்தப் அந்தப் பெண் கொஞ்சநேரம் என்னைப் பார்ப்பதும், பின் நிமிர்ந்தபடி அவளது முகத்தைப் பார்ப்பதுமாக இருந்தாள். அப்படி அவளை சிறிதும் கண்டு கொள்ளாமல், அந்தப் பெண்ணையே நான் பார்ப்பது அவளுக்கு பிடிக்கவில்லைபோல. அவளது பேச்சின் விவகாரம் சட்டென்று மாறியது.

“நேத்துக்கூட இவளுக்கு சரியான காய்ச்சல். இருமல். சளி. எந்த ஆஸ்பத்திரி போனாலும் எங்கள பாத்தாலே சேக்க மாட்றானுக. தொரத்தி அடிக்குறானுக. சர்கார் ஆஸ்பத்திரி போனா காலைலருந்து நைட் வர ஆயிருது. பாருங்க இப்பவும் ஒருமாதிரிதான் இருக்கா. இவளுக்கு அக்காகாரிதான் கெட்டிக்காரி. வீட்ல இருக்கா. வீடு இங்கதான், கட்டபொம்மன் சந்தி பக்கத்துல” என்று வழமையான ஒரு சிரி சிரித்தாள்.

அப்போதும் அவளைக் கண்டுகொள்ளாமல் மீண்டும் மீண்டும் அந்தச் சிறு பெண்ணையே பார்த்துக் கொண்டிருந்தேன்.

“இப்ப நிலைமை முன்ன மாதிரி இல்ல சார். சின்னப் பொண்ணுகல்லாம் தொழிலுக்கு வந்துருச்சுக. அரஸ்ட் பண்ண ஆயிரம் ரெண்டாயிரம் ஃபைனோட பொண்ணுகளகூட விட்றானுக. ஆம்பளைங்க பாடுதான் கஷ்டம்.”

“எனக்கே கோர்ட்டைப் பற்றிச் சொல்லிக் கொடுக்கிறாள்” என்று மனதுக்குள் சிரித்துக்கொண்டு அவர்களை விட்டு விலகி மெல்லமாக நடக்க ஆரம்பித்தேன். நடந்துகொண்டே பர்ஸில் இருந்த ஐநூறு ரூபாய் நோட்டுக்களை எடுத்து என் வெள்ளைச் சட்டையின் முன் பாக்கெட்டில் வெளியில் தெரியும்படி அரைகுறையாக வைத்தேன். அவர்கள் எப்படியும் வருவார்கள் என்று தெரியும்.

“இங்கல்லாம் இடமே இல்ல சார். வா சார் வீட்டுக்கு. எப்ப போலீஸ் வரும்னுகூட தெரியாது. வீடு வேணாம்னா நம்ம பையன் ஒருத்தன் இருக்கான். அவனுக்கு தெரிஞ்ச மினி பஸ் ஒண்ணு இருக்கு. இந்த காலத்துல பஸ் எங்க சார் ஓடுது. அதான் இப்படி ஒரு ஏற்பாடு. வாடகை பாத்துக்கலாம் சார்” என்று இறுதியாகவும், நேரடியாகவும் அழைப்பு விடுத்தாள்.

இந்த இடத்தை விட்டு எங்கு சென்றாலும் வருவது இவளின் மூத்த மகளாகத்தான் இருக்கும் என்று எனக்கு நன்றாகவேத் தெரியும். அங்கு சென்றால் நான் இவர்கள் கட்டுப்பாட்டில் போய் விடுவேன் என்றும் தெரியும்.

ஈவு இரக்கமில்லாமல் சாவுச் செய்தியை சொல்லி நகரும் ஒருவனைப்போல “இவதான் எனக்கு வேணும். எவ்வளவு வேணும்னாலும் தாரேன். இங்கப்பாரு” என்று சட்டைப்பையிலிருந்த நான்கு ஐநூறு ரூபாய் நோட்டுகளை எடுத்துக் காண்பித்தேன். கூடுதல் வேண்டுமென்றாலும் சம்மதம் என்பதுபோல பர்ஸை தட்டியும் காண்பித்துவிட்டு வேகமாக நடக்க ஆரம்பித்தேன்.

கெஞ்சல், அழுகை, மனிதநேயம் குறித்த விளக்கம் என பின்வந்த கால் மணிநேரம் என்னவெல்லாமோ நடந்தது. இறுதியில் ஆறு ஐநூறு ரூபாய் நோட்டுகள் அழுகையைத்தவிர மீதி எல்லாவற்றையும் மாற்றியது. அந்த அழுகையை நிறுத்துவது ஒன்றும் எனக்குப் பெரிய காரியமில்லை. அந்தப் பெண்ணை நான் தொடர்ந்து பராமரிப்பதாகவும், எப்போது வேண்டுமானாலும் என் உதவியைப் பெறலாம் எனக் கூறி என் கைவசம் இருக்கும் போலியான ஒரு விசிடிங் கார்டை எடுத்து நீட்டினேன். அகநானூறுபோலவே அழகான சிறு பெண்களும் எப்போதும் என் கவனத்தைக் கவர்ந்திருக்கிறார்கள்.

> ***“நாரைதன் அடிஅறி வுறுதல் அஞ்சி, பைபயக்***
> ***கடிஇலம் புகூஉம் கள்வன் போல,”***

ஆள் இல்லாத இருளாகக் கிடக்கும் அந்தச் சுரங்கப்பாதைக் குழிக்குள் அந்தச் சிறுமியை இறக்கினேன். வெளியே வேணி காவலுக்கு நின்றாள்.

•••

உண்மையைச் சொல்ல வேண்டுமென்றால் மணிக்கூண்டு தயாவை அடையாளம் காண்பதற்கு முன்பே வேணியைக் கண்டுகொண்டேன்.

மணிமேகலையில் வரும் குற்றம் செய்யும் பரத்தையர்கள் தலையில் ஏழு செங்கற்களை ஏற்றி ஊரைச் சுற்றி வரும் வழக்கம் ஏன் ஒழிந்தது என்று பலநாட்கள் நான் ஏங்கியதுண்டு. அவர்கள் என்னை அந்தளவு ஏமாற்றியிருக்கிறார்கள்; வெறுத்து ஒதுக்கியிருக்கிறார்கள். மோசமாக புறக்கணித்து, எள்ளி நகையாடி துரத்தியிருக்கிறார்கள். யோசித்துப் பார்த்தால் அவர்கள் மட்டுமல்ல; என்னைச் சுற்றி இருந்தவர்கள் ஒவ்வொருவருமே என்னை அப்படித்தான் கையாண்டிருக்கிறார்கள். இது என் சுற்று. அவர்களை ஒவ்வொருவராக பழி வாங்க இந்த உலகம் எனக்களித்த ஒரு வாய்ப்பு இது. அதில் ஒன்று இந்த நோய்த்தொற்று காலம். நான் பழி வாங்க நினைத்தது என்னைப் பழி வாங்கியவர்களை மட்டும்தான். ஆனால் இந்த உலகம் இன்று அவர்களின் ஒட்டுமொத்தத்தையுமே பழி வாங்கிக்கொண்டிருக்கிறது.

வேணியை தூரத்தில் கண்டதுமே அவசர அவசரமாக இரண்டு மாஸ்க்குகளை எடுத்து மாட்டிக்கொண்டேன். அவள் என்னிடம் வந்து பேசும்வரை எனக்கு அந்த யோசனையே வரவில்லை. ஆனால் அவள் என்னை அழைத்ததுமே நான் முடிவெடுத்து விட்டேன். அந்த நொடியில் என்னுள் கொஞ்ச காலம் புதைந்து போயிருந்த என் பழைய நோயின் அறிகுறிகள் எட்டிப்பார்த்தது.

அப்போது அந்த கொல்கத்தா பெண் அளித்த பேட்டிதான் மீண்டும் என் நினைவுக்கு வந்தது. "வீடியோ காலில் என் ஐந்து வயது இரட்டைக் குழந்தைகள் மட்டும்தான் தோன்றவில்லை. நான் நிர்வாணமாக நிற்பேன். அவர்கள் சொல்வதையெல்லாம் செய்வேன். ஒருமுறை என் வீடியோ ஓடிக் கொண்டிருக்கும்போது அம்மா என் பின்னால் நடந்து சென்றாள். அதைப் பார்த்த அவர்கள் அவளையும் வந்து நிர்வாணமாக நிற்கும்படி கூறினார்கள். "கூகுள் பே"யில் அவர்கள் அனுப்பிய பணம் எங்களை எல்லாவற்றிற்கும் தயாராக்கியது. பரிதாபமாக, எல்லோரும் நகைக்கும்படி ஒரு ஓரமாக வந்து அவளும் நின்றாள். என்னை என்னவெல்லாம் செய்யச் சொன்னார்களோ அதை அனைத்தையும் அவளையும்

செய்யச் சொன்னார்கள். அறுபத்தைந்து வயதுக்காரி அவர்கள் சொன்ன அத்தனையையும் செய்தாள். பின் அவள் எனக்கும், நான் அவளுக்கும் அதையே மாற்றி மாற்றி செய்தோம். அதைப் பார்த்து பார்த்து அவர்கள் இடைவிடாமல் பலமாகச் சிரித்தார்கள். அம்மாவையும் சிரிக்கச் சொன்னார்கள். அவளும் சிரித்தாள். என்னையையும் சிரிக்கச் சொன்னார்கள். நானும் சிரித்தேன். அடுத்தடுத்து வந்த நாட்கள் எங்கள் சிரிப்பின் அர்த்தத்தை, பாவனையை, வடிவத்தை, உணர்வை தலைகீழாக மாற்றியது. இவ்வாறுதான் நாங்கள் அழுகையை சிரிப்பாக மாற்றினோம். இந்த வைரஸ் எங்கள் வாழ்வையேப் புரட்டிப் போட்டு விட்டது. குடும்பத்தில் எல்லோரும் தொழிலுக்கு வந்தால்தான் தினமும் அடுப்பு எரிகிறது. எங்கள் வாழ்விலும், நாங்கள் வசிக்கும் இடங்களிலும் மட்டும், ஏன் இவ்வளவு பெரிய ஏற்றதாழ்வு என்று எவரும் கேள்வி கேட்பதில்லை"

இந்தப் பேட்டியைப் படிக்கும்போதும், அதைவிட அந்தச் சிறு பெண்ணை குழிக்குள் இறக்கும்போது நான் அடைந்த மகிழ்ச்சி அளவில்லாதது. அந்தப் பெண்ணின் குடும்பத்தில் இரண்டு பேர் தொழிலில் ஈடுபடுகிறார்கள் என்றால் ஒரே குடும்பத்தில், இங்கேயும் இருவர் வேலை செய்வது அவர்களுக்கு நன்மைதானே? அதில் ஒன்றும் தவறில்லையே? அதிலும் வேணியின் குடும்பத்தை இப்போதிருக்கும் எண்ணிக்கையில் எடுத்துகொண்டால் அவள் அம்மாவுடன் சேர்த்து மூன்று, நான்கு பேர் இருப்பார்கள். நினைக்கும்போதே மனம் துள்ளிக் குதித்தது. மனதிற்குள்ளே பலமுறை அந்தச் சிறு பெண்ணை மட்டுமல்ல; அவர்களின் ஒட்டுமொத்தக் குடும்பத்தையுமே அந்தக் குழிக்குள் இறக்குவதுபோல ஒத்திகை பார்த்தேன்; இறக்கினேன்.

> "**சேரிப் பரத்தையர் மகளிர் ஆகிக்**
> **காதல் புணர்வோர் காதல் பரத்தையர்**"

அந்தப் பெண் என் காதற்பரத்தையாக, இல்லை என் காமக் கிழத்தியாக இனிவரும் காலங்களில் இருப்பாள் என்று நீங்கள் நினைக்கலாம். ஆனால் அது ஒருபோதும் நடக்காது. அவளும் எல்லோரையும்போல ஊர் பரத்தையாகத்தான் ஆகவேண்டும். கதவைத் தட்ட தட்ட திறக்காத அல்லது ஒரு நாய்போல ஒவ்வொரு புதர் மறைவிலும், சந்து பொந்துகளிலும், கடுமையான துர்நாற்றம் வீசும் கழிவறைகளிலும் அவசர அவசரமாக புரண்டு எழ வைத்த இவர்களுக்கு இதுதான் நான் கொடுக்கும் பரிசு.

இலக்கியங்களில், ஆவணங்களில், நடைமுறையில், நீதிமன்றத்தில், காவல் நிலையத்தில், நம் மனங்களில் என அவர்களுக்குத்தான் எத்தனை எத்தனைப் பெயர்கள்? அவர்களுமே என்னிடம் அப்படித்தானே? என்றைக்கு தங்கள் பெயர்களின் உண்மை எழுத்துக்களை உச்சரித்திருக்கிறார்கள்? தங்கள் வெளி அடையாளத்தை, மனங்களின் போக்குகளை என்றைக்கு ஒன்றுபோலக் காட்டியிருக்கிறார்கள்? வைத்திருக்கிறார்கள்?

அதனால்தான் மெல்ல மெல்ல நானும் அவர்களிடம் அவர்களைப்போலவே காட்டிக்கொண்டேன். முற்றிலும் ஒரே பெயருள்ள ஒருவனாக நான் ஏன் என்னை அடையாளப் படுத்திக்கொள்ள வேண்டும்? அவர்களைப் பொறுத்த வரை என் பெயர்கள் என்னை அழைக்க அவர்கள் ஒருபோதும் பயன்படுத்தக் கூடாது. என் அடையாளமும் அதுபோலதான். என்னை அவர்கள் கண்டுபிடிக்க அது என்றுமே பயன்படக்கூடாது. ஒவ்வொருவரிடமும் ஒவ்வொரு மாதிரி. ஒவ்வொரு இடங்களிலும் வேறு வேறு மாதிரி.

அவர்களைப் பொறுத்தமட்டிலும் அல்ல. உங்களிடமும்கூட அப்படித்தான். நீங்களுமே எவ்வளவு முயற்சி செய்து தேடினாலும்கூட நான் யார் என்று உங்களுக்கு தெரியப்போவது இல்லை. என்னைப் பற்றி குறைவாக அல்லது ஒருவித மங்கலான தகவல்கள் இருப்பதாக நீங்கள் கருதலாம். உண்மையும் அதுதான். இந்தப் பழக்கம் எங்களைப் போன்ற ஆட்களிடமிருந்து தப்பித்துகொள்ள பாத்திமா என்றும், வேணி என்றும், சுகந்தி என்றும், மேரி என்றும் ஒவ்வொரு முறையும், ஒவ்வொருவரிடமும் மாற்றி மாற்றி கூறும் அவர்களிடமிருந்துகூட எனக்கு தொற்றியிருக்கலாம். காரணம், அவர்களில் உண்மையான பெயரைச் சொன்ன எவர் ஒருவரையும் நான் பார்த்ததுமில்லை; தங்களது கதைகளை முழுமையாக சொன்ன அவர்களில் எவர் ஒருவரையும் நான் சந்தித்ததுமில்லை.

இங்கே என் கதையிலும் அப்படித்தான். ஏன் நானுமே அதுபோல்தான். அவர்களில் ஒருவன்தான். அதனால்தான் எனக்கோ, இவளுக்கோ எந்த பெயரும் கிடையாது.

என்னிடம் இருப்பது ஒரேயொரு பெயர்தான். ஆனால் அதை நீங்கள் எத்தனை இலக்கியங்களிலும், ஆவணங்களிலும், நீதிமன்றங்களிலும், காவல்நிலையங்களிலும், மனிதர்களின் மனங்களிலும் தேடினாலும், படித்தாலும், ஆராய்ந்தாலும், தோண்டினாலும் உங்களால் அதை ஒருபோதும்

கண்டுபிடிக்கமுடியாது. அவர்களைப்போன்ற, உங்களைப்போன்ற ஆட்களிடமிருந்து தப்பிக்க என்னைப்பற்றி நான் என்ன சொல்கிறேனோ அதுமட்டும்தான் என் பெயர். அது மட்டும்தான் நான். சொல்லப்போனால் அது மட்டும்தான் உங்களுக்குத் தெரியவும் வேண்டும்.

அதனால்தான் இப்போது உங்கள்முன்னும்கூட, காலம்காலமாக அவர்களிடம் நான் கொடுத்துவந்த அதேப்போன்றதொரு போலி முகவரிகள், முன்னுக்குப்பின் முரணான தகவல்கள், காலமும், களமும் வேறுபட்ட, அதேநேரம் நீங்கள் சற்றும் விரும்பாத சின்னச்சின்னக் கதைகள் அடங்கிய அரைகுறையாய் நிரப்பப்பட்ட ஒரு வெற்று அடையாள அட்டையைத்தான் வீசியிருக்கிறேன். அதைக்கொஞ்சம் கூர்ந்துகவனித்தோ, இல்லை மேலோட்டமாக படித்தோ, அல்லது சற்றுமுயற்சித்து அதில் எதையாவதையோ தேட முயற்சிப்பீர்களேயானால், அங்கு நீங்கள் என்னையல்ல; உங்களைக் கண்டடையலாம்.

அதனால்தான் இவர்களுடனான என் கதையைச் சொல்லும்போது நான் வேறு ஒருவனாகவும், நான் அல்லாத இவர்களின் கதைகளைச் சொல்லும்போது அதே நான் இன்னொருவனாகவும் உங்களுக்குத் தெரிவதும்கூட, அதனால் எழும் மயக்கமாகவும்கூட இருக்கலாம்.

அதனால்தான் ஒரு முடிவுக்கு வந்தேன். மொத்தத்தில் இவளோ அல்லது இவர்களோ யார் எனக்கான நோய்க் குறிகளை இல்லாமல் ஆக்க? என் அழிவு யார் கைகளில் இருக்க வேண்டும் என்பதை நான்தானே தீர்மானிக்க வேண்டும்? நிஜ வாழ்க்கையைவிட கனவுகளிலேயே வாழ்ந்துவிட்ட ஒருவனுக்கு, அந்தக் கனவுகள் நிறைவேறும்போது அவன் கொஞ்சம் மூர்க்கமாக மாறுவதில் தவறில்லைதானே? அப்படித்தானே என்னைச் சுற்றிலும் இருப்பவர்கள் மாறிக்கொண்டிருக்கிறார்கள்? அவர்கள் வளர்த்த குழந்தை அவர்களைப் போலத்தானே இருக்கும்? நானும் அப்படித்தானே இருப்பேன்?

அதனால்தான் வள்ளிமாடத்து இசக்கியம்மன் கோவில் பேருந்து நிறுத்தத்தில் கையில் வைத்திருக்கும் "கிருத்திகா ஜவுளி மாளிகை" என்று ஆழ் சிவப்பில் அச்சடிக்கப்பட்டிருக்கும் பெயர் தாங்கிய பெரியதொரு தோள்பையின் சுமைகள் தரும் அசதியுடன் எப்போதும்போல் அல்லாமல் இன்று தான் செல்லும் இடம் குறித்து அத்தனை உறுதியுடன் இவள் நின்று கொண்டிருந்தபோது, நான் இவளின் மகளை குழிக்குள் இறக்கிக் கொண்டிருந்தேன்.

ஆம்... உங்களுக்கு ஒரு ஆர்வமிக்க, அதேநேரம் ஐம்பதிற்கு ஐம்பது வாய்ப்பிருக்கும் தகவல் ஒன்றைச் சொல்ல வேண்டுமென்றால் மணிக்கூண்டு தயா பிடித்து இழுத்துக் கொண்டிருந்தது வேணியின் மகளை அல்ல, அதேப்போன்ற சிறு உதட்டையும், உப்பியதொரு கன்னங்களையும், விரைவில் சிதைவதற்கு தயாராகியபடி இருக்கும் ஜோடி கண்களையும், அது உருவாக்கிக் கொண்டிருக்கும் துயரம் தோய்ந்த பார்வையையும் அச்சுஅசலாக அப்படியே நகலெடுத்தபடி வந்திருக்கும் இவளின் மகளை! இப்போது வேணியின் மகள்...

மூன்று தலைமுறை தொழில் இது. அதில் ஒன்றை நான் துவக்கி வைத்துள்ளேன்.

செவிட்டுக் கிழவி

செவிட்டுக் கிழவிக்கு இப்போதுகூட காது நன்றாக கேட்கும்.

ஆனாலும் "செவிட்டுக் கிழவி" என்ற பெயர் இருபத்தி நான்கு வருடங்களுக்கு முன்பு திடீரென ஒருநாள் எங்கள் மத்தியில் பரவத் தொடங்கியபோது, நாங்கள் ஆங்காங்கே விளையாடிக் கொண்டிருந்த எறிபந்து, டயர் உருட்டு, ஆக்கர், குழிக்குண்டு போன்ற விளையாட்டுக்களை உடனே நிறுத்திவிட்டு அந்தப் பெயரை உரக்கக் கத்தியபடி செவிட்டுக் கிழவியை நோக்கி ஓடினோம்.

அந்தக் கோடை விடுமுறை காலத்தில் ஊரையே கைகளில் தூக்கி வைத்துக்கொண்டு நிமிடத்திற்கொருமுறை டவுசர்களையும், பாவாடைகளையும் அழுக்காக்கிக் கொண்டிருந்த எங்களால் அந்தப் பெயர் அடுத்த இரண்டு மணிநேரத்தில் ஊரில் உள்ள ஒவ்வொருவரின் காதுகளிலும் குறைந்தது இரண்டு முறையாவது விழும்படி பார்த்துக்கொண்டோம்.

அந்தப் பெயரை அவளுக்கு வைத்த ஊர் பெரியவர்களில் சிலரோ எங்களுக்கு விளையாட இன்னுமொரு புதிய விளையாட்டு கிடைத்துவிட்டது என்ற எரிச்சலுடன் எங்களைத் திட்டியபடியும், எங்கள் வீடுகளில் சொல்லிவிடுவதாகக் கூறி மிரட்டியும் கடந்து சென்றனர். அதைச் சிறிதும் கண்டுகொள்ளாத நாங்களோ மீண்டும் மீண்டும் அந்தப் பெயரை சத்தமாகக் கத்திக்கொண்டும், அவர்களை நோக்கி உற்சாகமாக கையசைத்தபடியும், பதில் மரியதையைக்கூட எதிர்பார்க்காமல் காற்றில் பறந்து கொண்டிருந்தோம். அது அவர்களுக்கு இன்னும் கூடுதலான எரிச்சலை உண்டாக்கியது.

அடுத்த நான்கு மாதத்தில், தான் நீச்சல் பழகிய நாட்களிலிருந்து குளித்து வந்த தெருப்பள்ளிக் குளத்தில்

கால் வழுக்கி, பின்மண்டையில் அடிபட்டு இறந்துபோகவிருந்த தங்கமணி தாத்தாவால்கூட அப்போது எங்களைத் தடுத்து நிறுத்தவோ, அதைப் பொய்யென நிரூபிக்கவோ முடியவில்லை.

மறுநாளிலிருந்து அந்தப் பெயர் எங்களுக்கு இன்னுமொரு வகையில் கிளர்ச்சியை ஏற்படுத்தத் தொடங்கியது. செவிட்டுக் கிழவியைக் குறித்த கேளிக்கையான கதைகள் எங்களிடம் எப்படி வந்து சேர்ந்ததோ, அதேவேகத்தில் அவளைப் பற்றிய பல மாயாஜாலக் கதைகளும் எங்கள் மத்தியில் வந்து சேர்ந்தன. அதில் தன்னையும் ஒரு பாத்திரமாக நினைத்துக்கொண்டு, அந்த மாய உலகினுள் தினமும் சஞ்சரித்து வருபவன்போல அவற்றை எங்களிடம் கொண்டு சேர்த்தவன் "பவுன்டன்".

பள்ளியில் ஆசிரியர்களைத் தவிர்த்து அவனிடம் மட்டும்தான் அழகான ஒரு பவுன்டன் பேனா இருந்தது. விடுமுறை நாட்களில்கூட அது அவன் சட்டைப்பையில்தான் இருக்கும். ஃபாரின் பெரியப்பா அவனுக்கு தந்ததாக எங்களிடம் சொல்லிக்கொண்டான். ஆனால் அவனுக்கு மட்டுமே தெரிந்த 'இங்கிலீஷ் டீச்சருக்கு லவ் லெட்டர் கொடுத்த விவகாரம் குறித்து யாரிடமும் சொல்லக்கூடாது' என்பதற்காக மன்சூர் சார் கொடுத்ததுதான் அந்த ஃபாரின் பேனா என்று அவனது தம்பி எங்களிடம் அடித்துச் சொன்னான். நாங்கள் அதை நம்பாதபோது பவுன்டன் இல்லாத நேரமாக பார்த்து எங்களை அவன் வீட்டிற்கே அழைத்துச் சென்று மன்சூர் சார் அவனுக்கு கொடுத்த சாக்பீஸ் பாக்ஸ், அன்ரூல்டு பேப்பர் கட்டுகள், பரிட்சை அட்டை, டிராயிங் நோட்டுகள், பசை, மேப், பென்சில்கள் என வீட்டில் இருந்த அத்தனை பொருட்களையும் எடுத்துக் காண்பித்தான். புத்தம் புதிதாக இருந்த அதை எதையுமே அவனும் உபயோகிக்காமல் தனக்கும் தராமல் இருந்து வருவதாக எங்களிடம் குறைபட்டுக் கொண்டான்.

எது எப்படியோ தங்கமும் வெள்ளியும் கலந்த முள்ளும், மஞ்சளும் கருப்பும் கலந்த மரக்கட்டை உறையும், அதைக் கழற்றினால் உள்ளே தெரியும் பளபளப்பான சிறிய கண்ணாடி குடுவையும், அதனுள் மிதக்கும் கருநீல மையும் நிறைந்த அந்தப் பேனாவைப் போலவே, "பவுன்டன்" சொன்னக் கதையும் எங்களுக்கு கிறக்கத்தை வரவழைத்தன.

"அவள் குடிசையின் அடியில் லட்சக்கணக்கான பாதாள அரக்கர்கள் அடிக்கடி வந்து போகும் மிகப்பெரிய அறை ஒன்று இருப்பதாகவும், உலகை அழிப்பதற்கான வெடிகுண்டுகளும்,

டைம் பாம்களும் அங்குதான் அவர்கள் உற்பத்தி செய்து வைத்திருப்பதாகவும், அவர்களில் ஒரே ஒரு அரக்கன் பேசினாலும் அது ஆயிரம் பாம்கள் வெடிக்கும் சத்தம்போல இருக்கும் என்பதால், அவர்கள் பேசுவதை மனிதர்கள் கேட்க முடியாத வகையில் ஒரு மிஷினை கண்டுபிடித்து அதை அவரவர்கள் கழுத்துக்களில் அணிந்திருப்பதாகவும், எல்லோரும் அந்த மிஷினை அணைத்துவிட்டு ஒருமுறை பேசினால் இந்த உலகமே அழிந்துவிடும் என்றும், மிஷின் மாட்டாத ஒரு அரக்கக் குழந்தையின் வெறும் மூச்சு விடும் சத்தத்தைக் கேட்டதால்தான் செவிட்டுக் கிழவிக்கு காது மட்டும் செவிடாகிவிட்டதாகவும், இப்போது நாம் பேசுவது அவள் காதில் வெறும் மூச்சுவிடும் சத்தம்போல்தான் கேட்கும் என்பதால்தான் அவள் நமக்கு பதில் சொல்லாமல் நம்மையே வெறித்துப் பார்த்துக் கொண்டிருப்பதாகவும், ஆனாலும் சீக்கிரத்திலேயே அந்த மூச்சுக்காற்றின் சத்தமே அவளை அரக்கர்களின் எடுபிடியான பூச்சாண்டியாக மாற்றிவிடும்" என்று அவன் சொன்ன கதைகள் எங்கள் வீடுகளை இருளும் அமைதியும் நிரம்பிய பாதாள அறைகளாக மாற்றி, எங்களது இரவுநேர தூக்கத்தைப் பறித்தன. எங்கள் கனவுகள் முழுவதும் மிஷின் மாட்டிய அரக்கர்களால் நிரம்பி வழிந்தன.

"அந்த மிஷினை அணைத்து வைத்துவிட்டு அவர்கள் பேசினாலே உலகம் அழிந்துவிடுமே, பின் ஏன் அவர்கள் வெடிகுண்டுகளையும் டைம் பாம்களையும் கண்டுபிடித்து வைத்திருக்கிறார்கள்?" என்பதுபோன்ற தர்க்கரீதியான கேள்விகளை எழுப்பும் அளவிற்கு அப்போது எங்களுக்கு அறிவுமில்லை; அப்படிப்பட்ட அறிவை நாங்கள் அப்போது விரும்பவுமில்லை.

அதனால்தான்...

"அவன் சொல்லதெல்லாம் ஒரு கதைன்னு நம்பாதல. அவனே அஞ்சுல ரெண்டு, ஆறுல ரெண்டுன்னு விழுந்து விழுந்து படிச்சிட்டு கெடக்கான். இந்த வருசமும் தோத்தான்னா பாத்ரக் கடைக்குதான் அவனுக்க அம்ம அவன அனுப்பப்போறா.. அவன்கிட்ட போயி கதக் கேட்டுட்டு நைட்டு புல்லா காதப் பொத்திட்டு படுத்துக் கெடக்க. வட்டால நீ" என்று அம்மா என்னைத் திட்டும்போதும், அவன் சொன்னக் கதைகளிலிருந்த பல்வேறு ஓட்டைகளை எடுத்துச் சொல்லி எங்களது ஒவ்வொரு அம்மாக்களும் அவன் சொல்வது பொய் என்று எங்களிடம் நிரூபித்தபோதும், அவ்வளவு ஏன் ஒருபடி மேலே சென்ற

எங்களது அப்பாக்களில் ஒருசிலர் அப்பா இல்லாத பவுன்டனை அடிக்கவே பாய்ந்தபோதும்; அடிக்கு பயந்த அவனும், அரக்கர்களுக்கு பயந்த நாங்களும் கதை சொல்லும் இடத்தை மாற்றினோமே தவிர; கதைகளையோ, கதை சொல்லும் அவனுக்கு நாங்கள் கொடுத்து வந்த ஆதரவையோ ஒருபோதும் மாற்றவுமில்லை; நிறுத்தவுமில்லை. மாறாக கதைகளை சொல்வதற்காகவும், கேட்பதற்காகவும் பூட்டிய பள்ளிக்குள் தினமும் ரகசியமாக பலமுறை ஏறிக்குதித்தோம்.

இப்படி அந்தப் பெயரானது எங்களது தெருவைத் தாண்டியும் எங்கெங்கோ பரவியதில் என் பங்கு கொஞ்சம் அதிகம் என்றே நினைக்கிறேன்.

•••

அப்போது எங்கள் ஊரிலிருந்து முன்னூறு கிலோமீட்டருக்கு அப்பால் இருந்த ஒரு கிராமத்தில், பாட்டி வீட்டில் தங்கிப் படித்து வந்தேன். ஏதாவது நீண்ட விடுமுறைக்கு மட்டுமே ஊருக்கு வருவேன். இந்தமுறை ஆறாம் வகுப்பு ஆண்டு விடுமுறைக்காக வந்திருந்தேன். இப்படி ஊருக்கு வரும்போதெல்லாம் என் வயதையொத்த நண்பர்களிடமும், தோழிகளிடமும் “வெளியூரில் போய் படித்தாலும் உங்களுக்கு இந்த ஊரில் என்ன உரிமை இருக்கிறதோ, அதே உரிமை எனக்கும் இருக்கிறது” என்பதை நிரூபிக்க வேண்டிய கட்டாயம் எப்போதும் இருந்துகொண்டேயிருக்கும்.

என் வெளியூர் கதைகள் இரண்டொரு நாள்தான் அவர்களிடம் தாக்குப்பிடிக்கும். மூன்றாவது நாள் சின்னதொரு சண்டை என்றாலும் என் சொந்த ஊர் குறித்த கேள்வியும், நான் ஊரில் இல்லாத நாட்களில் அவர்கள் எவ்வளவு மகிழ்ச்சியாக இருந்தார்கள் என்ற கதையும், நான் வந்துதான் அவர்கள் மத்தியில் பிரிவினை உண்டாக்குகிறேன் என்ற குற்றச்சாட்டும்தான் முன்னணியில் வந்து நிற்கும்.

அதுபோன்ற சமயங்களிலெல்லாம் பயங்கரமாக அழ வேண்டும்போலத் தோன்றும்; ஆனாலும் அழ மாட்டேன். அந்த இடத்தைவிட்டு ஓடிப்போகவேண்டும் எனத் தோன்றும்; ஆனால் அதையும் செய்ய மாட்டேன். அப்படி ஓடியிருக்க வேண்டுமென்றால் பாட்டி வீட்டிலிருந்து எத்தனையோ முறை ஓடியிருக்க வேண்டும்!

வெளியில் சிரித்துக்கொண்டு கொஞ்சநேரம் அவர்களுடன் இயல்பாகவே இருப்பதுபோலக் காட்டிக்கொள்வேன். முடிந்தால் "நான் அப்படிபட்டவன் இல்லை" என்பதை நிரூபிக்க என்னைச் சீண்டியவனின் தோளின்மீதே கைப்போட்டுக் கொள்வேன். அவர்களும் அதை கொஞ்சநேரத்தில் மறந்து விடுவார்கள். பின் என்னிடமிருந்து அவர்கள் கவனம் திரும்பும்போது மெதுவாக அந்த இடத்தைவிட்டு நகர்ந்து ஓட்டமும் நடையுமாக வீட்டிற்கு வந்துவிடுவேன்.

வீட்டிற்கு வரும் வழி முழுவதும் "இனிமேல் விடுமுறை என்றாலும் இங்கு வரவே கூடாது. எவ்வளவு கொடுமைப்படுத்தினாலும் பாட்டி வீட்டிலேயே இருந்துவிட வேண்டும். அங்கு உள்ளவர்கள்தான் உண்மையான நண்பர்கள்" என்று என்னவெல்லாமோ நினைத்துக்கொள்வேன். பின் அங்கும் இதேபோன்று சொந்த ஊர் குறித்த கேள்விகளும், நடந்த சம்பவங்களும் நினைவிற்கு வரும்போது சுருங்கிப்போவேன்.

அப்படித்தான் எனக்கு முதன் முதலாக தற்கொலை செய்துகொள்ள வேண்டும் என்ற எண்ணம் தோன்றியது. பின் அடிக்கடி அது என்னிடமிருந்து மேலோங்கத் தொடங்கியது.

எப்போதும்போல, எனக்குத் தோன்றும் எல்லாவற்றையும்போல அதையும் செய்யமாட்டேன். "தூக்கு மாட்டினாலோ, மாடியிலிருந்து குதித்தாலோ கைகால், மண்டை உடைந்து பயங்கரமாக வலிக்கும்" என்ற காரணத்திற்காகவும், "கடைகளில் வாங்கிச் சாப்பிடும் இனிப்பான மிட்டாய்களை, தின்பண்டங்களை இனி எப்போதும் சாப்பிட முடியாமல் போய்விடுமோ?" என்ற பயத்தினாலும் உடனே அதை நிராகரித்துவிடுவேன்.

இதுபோன்ற எண்ணங்களை எவ்வளவுதான் வெளிக்காட்டிக் கொள்ளாமல் மறைத்தாலும், ஒன்றுமே நடக்கதாததுபோல நடித்தாலும் அம்மா மட்டும் அதை எப்படிக் கண்டுபிடிப்பாள் என்று தெரியாது.

"மூஞ்ச ஏம்ல ஓந்தான் கணக்க வச்சிருக்க.. என்ன எவன்கூடயாவது சண்டை போட்டியா?" என்றுதான் எடுத்தவுடனே ஆரம்பிப்பாள். என் பலவீனங்கள் எல்லாவற்றையும் நன்கு அறிந்த அவள், என்ன நடந்திருக்கும் என்று யூகித்திருந்தாலும் என் வீரத்தை அங்கீகரிக்கும் வகையிலும், நான் அவர்களைவிட ஒருபடிமேல் என்பதை உணர்த்தும் பொருட்டும், நான்தான் யாரிடமாவது சண்டை போட்டிருப்பேன் என்ற தொனியில் அவள் உதிர்க்கும்

அந்த வார்த்தைகள் கேட்பதற்குக் கொஞ்சம் ஆசுவாசமாகவும், காயங்களை ஆற்றுப்படுத்தி என் தற்கொலை எண்ணங்களைத் தவிடுபொடியாக்க உதவுவதாகவும் இருக்கும்.

“நீக்கம்பு ஒனக்கு இதே ஒரு எடவாடாப் போச்சு. ஒன் ஊச்சாளித்தனத்துக்கு இது ஊரு கெடையாதுப்போ? விட்டா எல்லாவனுக மண்டையும் ஒடைச்சு மாவெளக்கு யேத்திருவ போலயே.. வீட்டுல ஒருநேரம் அடங்கி ஒடுங்கி கெடப்பு கெடையாது. இனி கொஞ்சநாளைக்கு வீட்டுலயே கெடக்கணும் கேட்டியா? அப்பத்தான் ஒனக்கு புத்திவரும். இங்கன நான் குண்டிய திருப்புனவொடன அங்கோடி வெளிய ஓடுன.. ஒங்கப்பன் என்னக் கொன்னாலும் பாக்கமாட்டேன். கால ஓடச்சிருவேன் பாத்துக்க... காதுல ஏறுச்சா...”

பின் எதுவுமே நடக்காததுபோல நண்பர்களே வீட்டிற்கு வந்து விளையாட கூப்பிடும்வரையோ, அல்லது அம்மாவே அவள் சொன்ன வார்த்தைகளை மறுக்கும் பொருட்டு “கொமரியால நீ... சமஞ்சாக் கெடக்க...? எப்பயும் வீட்ட அடச்சிக்கிட்டு, எந்துரிச்சுபோல அங்கோட்டு” என்று துரத்தும்வரையோ வெளியில் செல்லமாட்டேன்.

•••

அம்மாவை பெற்றவள்தான் என்றாலும் என்னைப்போலவே அம்மாவுக்கும் பாட்டியைப் பிடிக்காது.

அப்போது அப்பா எழுத்துக்கள் கோர்க்கும் பழைய அச்சகம் ஒன்றை சொந்தமாக வைத்திருந்தார். அது ஆப்செட் பிரஸ்கள் பரவலாக உருவாக்கி வந்த நேரம். எந்த புது ஆர்டர்களும் வராமல் நீண்ட நாட்கள் அப்படியே கிடந்த அந்த அச்சகத்தை மூடிவிட்டு அப்பாவிடம் வேலைப்பார்த்த ஹரி அண்ணன் ஆரம்பித்த ஆப்செட் பிரஸ் ஒன்றிலேயே வேலையாளாகச் சேர்ந்திருந்தார். இருந்தாலும் எங்களது அன்றாட வாழ்க்கை மேலும் மேலும் நெருக்கடியானதே தவிர; ஒருபோதும் குறைந்தபாடில்லை.

அம்மா ஒரே பிள்ளை. பாட்டிக்கு ஊரில் கொஞ்சம் சொத்துக்கள் இருந்தது. அதிலிருந்து அவள் தேவைக்கும் அதிகமான வருமானம் வந்து கொண்டிருந்தது. அதைத்தவிர கூட்டுறவில் வேலை பார்த்து ஓய்வுபெற்றபின் இறந்துபோன தாத்தாவின் பென்ஷன் பணம்வேறு கிடைத்து வந்தது. ஆனாலும் என் நினைவுதெரிந்த நாள்முதல் அவள் எங்களுக்கு எந்தவொரு சின்ன உதவியும்கூட செய்ததாக ஞாபகமில்லை. எப்போதிருந்து

இப்படி அன்பில்லாத ஒருத்தியாக அவள் மாறிப்போனாள் என்றும் எனக்குத் தெரியாது. ஆனாலும் பாட்டியை ஒருநேரத்தில் திட்டினாலும்கூட கல்யாணம் ஆன புதிதில் அவள் வண்டி வண்டியாக கொண்டுவந்து இறக்கிய பொருட்களைப் பற்றியும், தன் மீது அவளது அன்பு எந்தளவு இருந்தது என்பதைப்பற்றியும் ஒரு பெரிய பட்டியலையே அம்மா போடுவாள்.

அந்தக் காலத்தில் கொடுத்த பத்து பவுன் நகையையும், பத்தாயிரம் ரூபாயையும், இருபத்தைந்து சென்ட் நிலத்தையும் மேலும் மேலும் பன்மடங்காக மாற்றத் தெரியாமல் சொந்த வாழ்க்கையில் தோல்வியடைந்திருந்த அப்பாவா? இல்லை அப்பா என்ன செய்தாலும் மறுவார்த்தை பேசாமல் எல்லாவற்றிற்கும் தலையை ஆட்டும் வெகுளியான அம்மாவா? இதில் யார் அல்லது எந்தக் காரணமானது பிறந்து இரண்டு வருடம் வரை என்னைப் பார்க்க வராமல் இருக்கும் அளவிற்கு பாட்டியை வெறுப்புக்குள்ளாக்கியது என்று இன்றுவரை எனக்குத் தெரியவில்லை.

அதனால்தான் இங்குள்ள நிலைமையை விளக்கி என்னை ஐந்திலிருந்து அங்கு படிக்க வைக்குமாறு பாட்டியிடம் அம்மா கெஞ்சியபோது, மாதம் ஆயிரம் ரூபாய் என் சாப்பாட்டு செலவுக்கு கேட்டிருக்கிறாள். இத்தனைக்கும் அரசு பள்ளிதான். வேறு வழியில்லாமல் சம்மதித்த அம்மாவோ அப்பாவோ நான் அங்கு ஒன்பதாம் வகுப்பு படித்து முடிக்கும் வரை ஒருமாதம்கூட அந்த ஆயிரம் ரூபாயை முழுதாக அனுப்பியது கிடையாது. சொல்லப்போனால் அந்த ஐந்து வருடத்தில் மொத்தமே அவ்வளவுதான் அனுப்பியிருப்பாள்.

எனவே காலையில் பழைய சோறும், மாவு வடையும், மதியம் பள்ளியிலும், மாலை பள்ளிவிட்டு பசியோடு ஓடி வந்தால் சாப்பிட ஒன்றுமில்லாமலும், இரவிற்கு அது என்ன சாப்பாடு? என்று யோசிக்கக்கூடத் தோன்றாமல் பசியில் சாப்பிட்டுவிட்டு எவ்வளவுதான் யோசித்துப்பார்த்தாலும் ஞாபகத்திற்கே வராத ஒரு குழம்பை சோற்றில் ஊற்றி பாட்டி தந்ததிலும் ஒரு நியாயம் இருக்கத்தானே செய்கிறது...?

அப்பாவுக்கு இதுவெல்லாம் தெரிந்தால் பாட்டியிடம் சண்டை போடுவார் என்பதால், ஆரம்பத்தில் இதையெல்லாம் அம்மாவிடம் மட்டுமே சலிப்புடன் சொல்லிக்கொண்டிருந்தேன். நான் சொல்வதையெல்லாம் கேட்டுக்கொண்டு ஒன்றும் செய்ய முடியாத எங்கள் நிலைமையை விளக்கி சமாதானம் சொல்வாள்.

பின் கறிக்குழம்புகளும், மீன் குழம்புகளும் எனக்குத் தெரியாமல் பாட்டியால் ஒழித்து வைக்கப்படும் விடுமுறை நாட்களானது, பள்ளி செல்லும் நாட்களைவிட இன்னும் மோசமான ஒன்றாக மாறிப்போனபோது, கிட்டத்தட்ட அம்மாவிடம் நான் பாட்டி பற்றி பேசுவதையே நிறுத்தியிருந்தேன்.

நீண்ட விடுமுறைக்கு ஊருக்கு வரும்போதோ... இல்லை மேலே நடந்ததுபோல நண்பர்களிடம் பிணக்கு ஏற்பட்டு மனதிற்குள் அழும்போதோ மட்டும்தான் "அம்மாவைப்போல ஏன் ஒற்றை பிள்ளையாக வீட்டில் பிறந்தோம்... அண்ணனோ அக்காவோ இருந்தால் எனக்காக என் நண்பர்களிடம் சண்டைப் போட்டிருப்பார்களே...?" என்று ஏதேதோ நினைத்தபடி அமைதியாக வீட்டிற்கு வந்துவிடுவேன். அப்போதும் அம்மாவிடம் எதுவும் சொல்லமாட்டேன்.

சொல்லாவிட்டலும்கூட, என் சின்ன சின்ன அசைவுகளில் தெரியும் கோபங்களை, விரக்தியை, இயலாமையை, வருத்தங்களை, மனதிற்குள்ளேயே புழுங்கிக்கொள்ளும் விவகாரங்களை என எல்லாவற்றையும் அறிந்துகொண்டு... மீதமிருக்கும் அந்த ஒருநாள் மாலைக்குள்ளேயே துடைத்தெறியும் வித்தை அம்மாவுக்கு எப்படி வாய்த்திருந்தது என்று அவள் என்னுடன் இல்லாத இந்த நாட்களில் நினைத்துப் பார்க்கும்போது ஆச்சரியமாகத்தான் இருக்கிறது.

அப்படி வீட்டிற்குள் முடங்கிக் கிடக்கும் சமயங்களிலெல்லாம் அம்மா வகை வகையாக சமைத்துத் தருவாள். நான் பாட்டியைப் பற்றி சொல்வதைப்போல, அவள் அப்பாவைப் பற்றிக் குறை நீட்டுவாள். நன்றாகப் படிக்க வேண்டும் என்று அறிவுரைப்பாள். குளிப்பாட்டிவிட்டு இருப்பதிலே புதுத்துணி ஒன்றை எடுத்துக் கொடுப்பாள். ஒரு நிமிடமேனும் என்னிடமிருந்து கண்களை அகற்றாமல் சமைக்கும்போதும், துணிகள் துவைக்கும்போதும், பாத்திரங்கள் விளக்கும்போதும் பக்கத்தில் அவளுடனே என்னை வைத்துக் கொள்வாள். சாய்ந்திரமானால் கோவிலுக்கு அழைத்துச்செல்வாள். பவுன்டன்போல இல்லையென்றாலும் அவள் அளவிற்கு தெரிந்த "சாமிகள் தோற்கடித்த பேய்களின் கதைகளை" விறுவிறுப்பாகச் சொல்வாள். உறங்கி நெடுநேரமானாலும் அவள் மடியில் கிடக்கும் என் தலையை வருடிக் கொடுத்துக் கொண்டேயிருப்பாள்.

அந்த வயதுகளில் எனக்குள்ளே இப்படி தேங்கிப்போய்க் கிடந்த பாட்டி வீட்டிலும் வெளியிலும் நான் அனுபவித்து

வந்த தொந்தரவுகளை, மன உளைச்சல்களை காலாண்டு, அரையாண்டு, முழு ஆண்டு விடுமுறைகளில் முற்றிலுமாக என்னிலிருந்து இவ்வாறுதான் அவள் துடைத்தெறிந்து வந்தாள். அவளின் அந்த அரவணைப்பும், அன்பும்தான் பாட்டி வீட்டில் எஞ்சியிருந்த என் பள்ளிப்படிப்பிற்கான மன உறுதியைக் கொடுத்ததோடு, இப்போதுவரை ஒவ்வொரு ஊராக படித்தும் வேலை பார்த்தும் நிரந்தரமாக எங்கேயுமே தங்கிக்கொள்ள முடியாத, திருமணத்தைப் பற்றி யோசிக்கக்கூட நேரமில்லாத என் அலைந்து திரியும் வாழ்க்கைக்கான நம்பிக்கையையும் கொடுத்துக்கொண்டிருக்கிறது.

எதையோ சொல்ல வந்து எதையோ சொல்லிக் கொண்டிருக்கிறேன் இல்லையா?

•••

“நம்ம எல்லாத்துக்குள்ளயும் ஒடக்க உண்டாக்கிட்டு, நாம சண்டை போடுற சமயத்துல அரக்கனுக வந்து நம்மள கொன்னுருவானுக மக்கா” என்று கதையோடு கதையாக பவுன்டன் சொன்னது எங்கள் எல்லோர் மனதிலும் ஆழமாகப் பதிந்துவிட்டது. அதனால் எங்களில் ஒருவரைக்கூட இழப்பதற்கு நாங்கள் தயாராக இல்லை. நாங்கள் விழித்திருந்த சர்வநேரமும் பாதாள அரக்கர்களின் பூலோகப் பிரதிநிதியாக இருந்த செவிட்டுக் கிழவியை அழிப்பதைப்பற்றி மட்டுமே சிந்தித்து வந்தோம். அவளை அழிக்க எங்களுக்கு கூடுதல் சக்தி தேவைப்பட்டது. என்னதான் ஊர் முழுக்க அவளின் பெயரை கொண்டு சேர்த்திருந்தாலும், பவுன்டன் கதைகளினால் பயந்துப் போயிருந்த நாங்கள் செவிட்டுக் கிழவியை நேருக்கு நேராக எதிர்கொள்ள எந்தவிதத்திலும் தயாராகவில்லை. இப்போது நானேகூட சண்டை போட்டாலும் என் நண்பர்களின் கவனம் முழுவதும் அவள் பக்கமே இருந்தது.

சிலநேரம் அவர்களின் கவனம் முன்புபோல என்மீது திரும்பும்போதும், நான் ஊரில் இல்லாத சமயங்களில் நடந்த கதைகளைப் பேசி என்னை அவர்கள் தனிமைப்படுத்தும்போதும், அவர்களை என்னிடமிருந்து திசைதிருப்ப இந்தச் சூழலைத்தான் ஒரு பொதுக்காரணியாக நான் பயன்படுத்தி வந்தேன். அந்தப் பெயரையும், அதை மையப்படுத்திய கதைகளையும் ஒருபோதும் எங்களைவிட்டு அகலாமல் எப்போதும் அது மட்டுமே எங்களின் பிரதான பேசுபொருளாக இருக்கும்படியும் பார்த்துக் கொண்டேன்.

எங்களது அந்த விடுமுறைக் காலம் முழுவதும் ஊரைப்போலவே அந்தப் பெயருக்கும் இரவில் மட்டும்தான் கொஞ்சம் ஓய்வு கிடைக்கும். ஆனாலும் விழித்திருப்பவர்களின் மனதிற்குள் அந்தப் பெயர் சத்தமில்லாமல் ஒலித்துக்கொண்டுதான் இருந்தது. அவர்களைவிட தைரியமாகவும், அதிகமான முரட்டுத்தனத்துடனும் செவிட்டுக் கிழவியை இப்படித்தான் நான் நெருங்க ஆரம்பித்தேன்.

ஆம், அப்படி நண்பர்களுடன் சண்டை வந்த ஒரு நாளில் அந்தப் பெயர் என் காதில் விழுந்தபோது செவிட்டுக் கிழவியை நோக்கி ஓடியது இன்றுவரை நினைவிருக்கிறது. அதற்குமுன்னே ஊர் பெரியவர்கள் மத்தியில் புழங்கி வந்தாலும், எங்களில் ஒருசிலருக்கு அந்தப் பெயரும், அதற்கு எந்தவித எதிர்வினையையும் ஆற்றாமல் ஒவ்வொரு தெருமுனையிலும் நெடுநேரம் வெறுமனே நின்றுகொண்டிருந்த கிழவியும் அறிமுகமென்றாலும்கூட, அன்று ஏன் எங்கள் எல்லோரின் கவனமும் குறிப்பாக என் கவனம் அவள் மீது திரும்பியது என்றுதான் இன்றுவரை எனக்குத் தெரியவில்லை.

ஒருவேளை நான் ப்ராய்ட் முன்னிலையில் இருந்திருந்தால் அவர் இவ்வாறுதான் சொல்லியிருப்பார்:

"நீ அவளை வெறும் செவிட்டுக் கிழவியாகவாப் பார்த்தாய்? கொஞ்சம் நினைவுபடுத்திச் சொல் பார்ப்போம். உன் கனவில் வந்த அந்தப் பாதாள அரக்கனின் குழந்தை காதில் பாம்படத்துடனும், முன்பல் ஒன்று இல்லாமல் விரித்துபோட்ட நரைத்த தலையுடனும்தானே இருந்தது? உன்னைக் கொடுமைப்படுத்திய உன் பாட்டியைத்தானே அது ஞாபகப்படுத்தியது? இப்போதுகூட உன் பாட்டியைப் பற்றி பேசியவுடன் உன் கை விரல்கள் ஒன்றுடன் ஒன்று எப்படி வெறுப்புடன் பிசைந்து கொள்கிறது பார்? 'என்னை இந்த உலகில் ஒருவராலும் ஒன்றும் செய்ய முடியாது' என்ற உன் பாட்டியின் அகந்தை மிக்க வார்த்தைகளை, மனிதர்களை துரும்பென நினைத்து எவரையும் கண்டுகொள்ளாமல் அலட்சியத்துடன் நிற்கும் செவிட்டுக் கிழவியுடன் பொருத்திப் பார்த்ததினால்தானே அன்று அவளிடம் நீ அவ்வளவு வன்மமாக நடந்துகொண்டாய்?"

இது அனைத்தையுமே நான் இல்லை என்று மறுத்திருந்தாலும் "இதோ இப்போதுவரை உன்னை நீயே ஏமாற்றிக்கொள்ளும் உன் தந்திரமானது வியர்வைப்போல உன் ஒவ்வொரு துவாரத்திலிருந்தும் எப்படிக் கசிந்து வெளியேறிக் கொண்டேயிருக்கிறது பார்.

உன் வாழ்வில் ஒவ்வொரு நொடியும் நீ வாழ வேண்டும் என்று யோசிக்கும் பொழுதெல்லாம் இதோ இப்படித்தான் ஏதோவொன்று மோசமாக நேர்ந்து கொண்டேயிருக்கிறது. அதற்குக் காரணம் வேறு யாருமில்லை; நீ மட்டும்தான். தந்தையைக் கொன்றவனைத் தேடி புறப்பட்ட அவன் கடைசியில் 'அது வேறு யாருமில்லை தான்தான் அந்தக் கொலைகாரன்' என்று எப்படிக் கண்டுகொண்டானோ? அதேப்போல நீயும் உன்னை ஒருநாள் கண்டுகொள்வாய்"

❖❖❖

நெடுநாட்களாகவே ஊரில் அங்கொன்றும் இங்கொன்றுமாக உலவி வந்தாலும், இப்போது எங்களாலும்கூட செவிட்டுக் கிழவி என்று தன் மனைவி அழைக்கப்படுவதை தாங்கிக்கொள்ள முடியாத தங்கமணி தாத்தா, அதைப் பொய்யென்று நிரூபிக்க அவசர அவசரமாக அவளை பெரியாஸ்பத்திரிக்கு அழைத்துச் சென்றார். அவர் நினைத்தது சரிதான். காதில் ஒரு பிரச்சனையும் இல்லை. ஆனால் பிரச்சனையானது மூளையில் இருந்தது. அதை செவிட்டுக் கிழவியை பார்த்தவுடனே சொன்ன டாக்டரம்மாவின் வார்த்தைகளும், கொடுத்த மாத்திரைகளும் தாத்தாவின் காதுகளையும், கைகளையும் நிறைக்க, வரும் வழி எங்கும் அவர் மட்டும் புலம்பிக்கொண்டே வந்தார்.

ஏற்கனவே தெரிந்த ஒரு தகவலுக்கு புதிதாக ஆச்சரியப்படுவதுபோல இருந்த அவர் புலம்பலுக்கு பதில் சொல்லும் விதமாக வழிநெடுக அவள் வேடிக்கைப்பார்த்தும், சிரித்துக்கொண்டும் மட்டுமே வந்தாள்.

பின்னாளில் செவிட்டுக் கிழவியை குறித்த பல்வேறு விபரங்களை நான் கேட்டு தெரிந்து கொண்டதுபோல, தங்கமணி தாத்தாவைப் பற்றியும், தான் இறக்கும்வரை அந்த நான்குமாத காலமும் புதுப்பெண்போல அவளைக் கையில் வைத்துத் தாங்கிய தகவலையும் அறிந்து கொண்டேன்.

❖❖❖

தங்கமணி தாத்தாவும் சிறுவயதிலே சொந்த ஊரில் வாழமுடியாமல் வெளியேறியவர்தான்.

அவருக்கு ஆறு வயது இருக்கும்போது ப்ளேக் நோய் அவர் கிராமத்தின் பாதியை வாரிக்கொண்டு போனது. முதலில் அவரது நான்கு வயது தங்கையை அதற்கு பலிகொடுத்தார். அவளை அடக்கம் செய்யக்கூட ஆள் கிடைக்கவில்லை. ஒற்றை ஆளாக

நின்று மகளை அடக்கம் செய்யும்போதே அவரது அப்பாவும் அந்த நோயால் தாக்கப்பட்டார். மனைவியையும் மிஞ்சியிருக்கும் ஒரே மகனையும் காப்பாற்ற யாரிடமும் சொல்லிக்கொள்ளாமல் அவராகவே ஊரை விட்டு இரவோடிரவாக வெளியேறினார்.

அந்தக் கொள்ளை நோயின் வீரியம் அறிந்து வசதியானவர்கள் உணவுப்பொருட்களை பதுக்கிக் கொண்டனர். விவசாயக் கூலிகள் நிறைந்த கிராமங்களோ கஞ்சியைக்கூட பார்க்கமுடியாமல் பாழடைந்து சுருங்கவும், கருகவும் ஆரம்பித்தன. அந்தச் சின்னஞ்சிறிய கிராமத்தில் எல்லாக் குடும்பமுமே நோயால் தாக்கப்பட்டது. எல்லா வீடுகளிலும் செத்த எலிகள் நிறைந்து கிடந்தன. அதை அப்புறப்படுத்தக்கூட ஒருவருக்கும் துணிவில்லை. நாள் ஒன்றுக்கு சிகிச்சைக்காக வருபவர்களின் எண்ணிக்கையானது அதிகரித்துக்கொண்டே சென்றதில், இருந்த ஒரே ஒரு உள்ளூர் மருத்துவரும் ஒரு கட்டத்தில் ஊரை காலி செய்து ஓடியிருந்தார்.

ஒன்றுக்கும் முடியாத பாவப்பட்டவர்கள் கற்பூரம் கலந்த தண்ணீர் குடித்தனர். அம்மனுக்கு பூஜைக்கு மேல் பூஜை செய்தனர். ஆனால் அது எதுவும் பலனளிக்கவில்லை. நாளுக்கு நாள் நிலைமை மோசமடைந்து சென்றதில், இருக்கும் மண்ணெண்ணையை மட்டும் உடம்பில் பூசிக்கொண்டு அவர்களால் ப்ளேக்கிலிருந்து தப்பிக்கவும் முடியவில்லை. வெறும் அடுப்பை பற்றவைத்து குளிர் காயலாம் என்றால்கூட அதற்கும் வழியில்லை. என்ன நடக்கிறது என்று ஒன்றும் புரியாமல் மரண பீதியில் எவ்வளவு தொலைவிற்கு ஓட முடியுமோ அவ்வளவு தூரம் சிதறி ஓடினர்; ஓடி தப்பித்தனர்; தப்பித்துப் பசியில் மாண்டனர்.

சொந்தக்காரர்கள் என்று சொல்லிக்கொள்ள ஒருவரும் இல்லாத நிலையில் எங்கே போவது என்ன செய்வது என்று யோசித்துக் கொண்டிருக்கும்போதுதான், இறுதியில் அது இவரிடமும் வந்து சேர்ந்திருந்தது. அதன் அறிகுறிகள் தென்பட்டவுடனே, இருக்கும் ஒரே மகனின் உயிரைக் காப்பற்ற தங்கமணி தாத்தாவின் அம்மா, வாழ்ந்த குடிசையைக்கூட திரும்பிப் பார்க்காமல் அவரின் ஒரு கையில் சத்துமாவை கொடுத்து விட்டு, இன்னொரு கையை பிடித்துக்கொண்டு எதிர்பட்ட திசையை நோக்கி நடக்கத் தொடங்கினாள்.

எவ்வளவு வேகமாக அல்லது எவ்வளவு தொலைவாக அந்த ஊரிலிருந்து விலக முடியுமோ அவ்வளவு வேகமாக, தூரமாக விலகினால்தான் மகனை காப்பற்ற முடியும் என்று நினைத்தவள்,

தனது ஒட்டுமொத்த பலத்தையும் திரட்டி, தனக்கு முன்பாக மைல்கள் பல நீண்டுகிடந்த அந்தச் சாலையின் பெரும்பங்கை ஓட்டமும் நடையுமாகவே கடந்து கொண்டிருந்தாள். பிளேக்கும் வெயிலும் ஒன்றுக்கொன்று நண்பர்கள் என்று எங்கோ கேள்விப்பட்டிருந்த அவள், பெரும்பாலும் இரவிலேயே உறங்காமல் நடந்தாள். பகலில் நடக்க நேர்ந்தால் சேலையால் அவரை பெரும்பங்கு மறைத்து வைத்துக்கொண்டாள். வழியில் எந்த ஊரிலும் நிரந்தரமாகத் தங்கிக்கொள்ளவில்லை. தனக்கு கிடைத்ததையும் மகனுக்கு கொடுத்து சத்தாக்கினாள். அவள் பாதங்கள் புண்ணானபோதும் நடப்பதை நிறுத்தவில்லை. டிடிடி பவுடர்களால் மூழ்கி இருந்த பிஞ்சுப் பாதங்கள் வெடித்தபோது அதைச் தூக்கிச் சுமந்தாள். எதிர்படும் சக்கடா வண்டிகளில் ஏறிக்கொண்டாள்.

கொஞ்சம் கொஞ்சமாக வெயில் குறைந்துவந்த, மல்லிகைப் பூக்கள் மலரும் ஒரு பின்னந்திமாலையில் இப்படித்தான் அவர்கள் எங்கள் ஊருக்கு வந்து சேர்ந்தார்கள். வந்து சேர்ந்தார்கள் என்று சொல்வதைவிட, மகனைக் கொண்டு வந்து சேர்த்தாள் என்று சொல்வதுதான் பொருத்தமாக இருக்கும்.

இரண்டொரு மாதத்தில் நெஞ்சுக்கூடு வறண்டு மூச்சடைத்து அவள் இறந்துபோனபோது, இரவும் பகலும் வேலை செய்து கையில் கொஞ்சம் காசு வந்தவுடன் கணவனைத் தேடிப் புறப்படவேண்டும் என்ற அவளின் கனவும், அம்மா எப்படியும் அப்பாவை அழைத்து வந்துவிடுவாள் என்ற தங்கமணி தத்தாவுடையதுமான இரு கனவுகள் நிரந்தரமாகக் கலைந்தன.

அவரின் கனவை நிஜமாக்க உதவி செய்யாவிட்டலும், இவர்களின் கதை தெரிந்த எங்கள் ஊர் மக்களில் சிலர், நாடோடிக் கூட்டங்கள் வந்தால் டெண்ட் அடிக்கும் ஊரின் ஒதுக்குப்புறமான பகுதியில் ஒரு இடத்தை நிரந்தரமாக ஒதுக்கி உதவி செய்தார்கள்.

“என்றாவது ஒருநாள் தன் சொந்த கிராமத்திற்கு திரும்பிச் செல்ல வேண்டும். தன் அப்பாவை தேடிக் கண்டுபிடிக்க வேண்டும். தங்கையை புதைத்த இடத்தில் மலர்கள் தூவ வேண்டும். ஊரில் இருந்த தன் சின்னஞ்சிறு குடிசையை புதுப்பிக்க வேண்டும். விட்டுப்போன நட்புக்களை, அறுந்துபோன உறவுகளை மீட்டெடுக்க வேண்டும்” என்று அந்தச் சின்ன வயதில் ஆசை ஆசையாக அவர் என்னவெல்லாமோ நினைத்திருப்பார்.

ஆனால் வாழ்க்கை அவரவர்கள் நினைத்ததுபோல, எந்தப் பிசகுமில்லாமல் ஒரே நேர்கோட்டிலா பயணிக்கிறது?

இப்படி இது அனைத்தும் சேர்ந்துதான் தங்கமணி தாத்தாவை குடிகாரராக மாற்றியிருக்க வேண்டும்.

ஐந்து மணிநேர உறக்கம் தவிர்த்து மற்ற நேரங்களில் குடித்துக்கொண்டேதான் இருந்தார். சாராயம் அருந்தத் தொடங்கும் இந்தியர்களின் சராசரி வயது பத்தொன்பதாக இருக்கிறது என பிரிட்டிஷ் அரசாங்கத்தின் புள்ளி விபரம் சொல்லிக்கொண்டிருந்த காலத்தில், பதிமூன்று வயதிலேயே குடிக்க ஆரம்பித்தார். ஆனாலும் அவரது கடுமையான உடல் உழைப்பினால் விரைவிலே பத்து ஆட்களை வைத்து வேலை செய்யும் அளவிற்கு தன் தொழிலில் முன்னேறினார். வீடுகள், கொட்டகைகள், விழா பந்தல்கள், மேடைகள் முதல் இறப்பு நடந்தால் தேவைப்படும் பாடைகள் வரை சுற்று வட்டார ஊர்களுக்கு பின்னப்பட்ட தென்னங்கீற்றுகள் அவரிடமிருந்துதான் போய்க்கொண்டிருந்தது. அந்தத் தொழிலில் கிடைத்த வருமானத்தை வைத்துதான் குடித்தார்.

பின் கொஞ்ச வருடங்களில் அது ஊரில் குடிசைத் தொழில்போல பெரும்பான்மையான வீடுகளில் படுவேகமாகப் பரவ ஆரம்பித்தது. கூலி கொடுத்து வேலை வாங்கும் நிலையில் தொழில் இல்லை என்பதை அவர் உணர்ந்தபோது, வேலை பார்த்து வந்த பெரும்பான்மையான ஆட்களை நிறுத்தினார்.

“ஒருத்தியைக் கட்டிக்கொண்டு அவளை வைத்து இந்த தொழில் செய்வதுதான் சாமர்த்தியம்” என்ற அவரின் நண்பர்கள் முன்பு சொல்லியிருந்த அறிவுரையானது அதன்பின்தான் அவரது காதுகளுக்கு மெதுமெதுவாக கேட்கத் தொடங்கியது. ஆனால் சாதி என்னவென்று தெரியாத ஒருவருக்கு... குடிப்பதைத் தவிர வேறொன்றுக்கும் மரியாதை கொடுக்கத் தெரியாத ஒருவருக்கு... யார்தான் பெண் கொடுப்பார்கள்!

ஏதோ ஒரு வேகத்தில் கட்டி முடித்திருந்த, தான் இறக்கும்வரை வாழ்ந்து வந்த அந்தக் குடிசை மட்டுமே அப்போது அவரது கையில் இருந்தது. கூலி இல்லாமல் வேலை செய்ய செவிட்டுக் கிழவியை திருமணம் செய்ய அவர் முடிவெடுத்த கதை இப்படித்தான் தொடங்கியது.

அதனால்தான் நான்கு பெண் மக்களை வைத்துக்கொண்டு அவர்களைத் திருமணம் செய்து கொடுக்க வழியில்லாமல்

பக்கத்து ஊரில் இருந்த செவிட்டுக் கிழவியின் பெற்றோர்கள், "அவள் இன்னும் பூப்படையவில்லை" என்ற விஷயத்தை மறைத்து அவருக்குத் திருமணம் செய்து வைத்த உண்மை தெரியவந்தபோதுகூட, மனைவியைக் கண்டு பரிதாபப்பட்டாரே தவிர; யார்மீதும் கோபப்படவில்லை.

"அந்த காலத்தில் ஊரில் இருந்த குடிசைகளிலே தங்கமணி தாத்தா குடிசைதான் பார்ப்பதற்கு அவ்வளவு அழகாக இருக்கும். சொல்லப்போனால் இப்போதுதான் அது குடிசை. அப்போது அது ஓட்டு வீடாகத்தான் இருந்தது. எல்லோரின் குடிசைகளுக்கும் கூரை அமைக்க தென்னங்கீற்று முடைந்து கொடுத்தாலும், தன் வீட்டிற்கு ஓடுதான் என்று செலவு செய்து அந்த வீட்டை அவர் பார்த்துப் பார்த்துக் கட்டினார். அந்த வீட்டிற்குத்தான் செவிட்டுக் கிழவியை திருமணம் செய்து அழைத்து வந்தார். பார்ப்பதற்கு மிகவும் சின்ன வயது பெண்போல இருந்தாலும் அவ்வளவு அழகாக இருப்பாள். ஆனால் அவளுக்குள் இப்படி ஒரு பிரச்சனை இருந்தது யாருக்கும் தெரியாது"

இப்படி அந்த வீட்டை எவ்வளவு ஆசை ஆசையாக அவர் கட்டினார் என்பது பற்றி பலர் சொல்லிக் கேட்டிருக்கிறேன். ஒருவேளை கூரை வேய்ந்தால் அது அவரின் சொந்த ஊரின் குடிசையை ஞாபகப்படுத்தும் என்பதால் அவர் ஓடுவேய முடிவெடுத்திருக்கலாம் என்றுகூட நான் நினைத்ததுண்டு.

நான்கு சுவர்களைப் பார்ப்பவர்களின் கண்களுக்கு வீடாகவோ இல்லை குடிசையாகவோ காட்டும் சக்தி ஓலைக்கூரைக்கும், ஓட்டிற்கும்தான் இருக்கிறது எனும்போது, தங்கள் ஏற்ற இறக்கம் நிறைந்த வெவ்வேறு காலகட்டங்களில் அந்த இரண்டிற்கும் கீழ் வாழ்ந்த அவர்கள் இருவரை மாற்றும் சக்தி மட்டும் அவைகளுக்கு இல்லாமலா போய்விடும்?

❖❖❖

செவிட்டுக் கிழவிக்குள் நிகழ்ந்த மாற்றங்களானது, ஏதோ எனக்கு நடந்ததைப்போல ஒருசில வருடங்களில் ஒன்றும் நிகழ்ந்துவிடவில்லை. தங்கமணி தாத்தாவை திருமணம் செய்யும்போது அவளுக்கு வயது பதினாறு. அப்போது அவள் பருவம் அடைந்திருக்கவில்லை

பருவம் அடைவது பற்றி அந்த வயதில் அவளுக்கு அரைகுறையாகத்தான் தெரியும். தங்கமணி தாத்தாவுக்கும் அதைப்பற்றி அவர்கள் சொல்லவுமில்லை. பத்தொன்பதில் அவள்

வயதிற்கு வந்தபோது, அந்த மூன்று வருடங்களில் அவள் உடல் அடைந்த வேதனைகளை நினைத்து பரிதாபப்பட்டு வயிறுமுட்ட குடித்தாரே தவிர, யார்மீதும் கோபப்படவில்லை.

பருவம் அடைந்தபோதிலும் கருப்பை சரிவர வளராமல் இருந்தது. மார்பகங்கள் மிகச்சிறியதாக இருந்தது. உடல் எடையுமே ஒரு குறிப்பிட்ட வயதிற்குமேல் பெரிதாக கூடவும் இல்லை. இப்போதுபோல கருமுட்டை தானம் பெற்று தாய்மையடையும் அளவிற்கு அப்போது மருத்துவ வளர்ச்சியும் இல்லை. ஒருவேளை அப்படி ஏதாவது இருந்திருந்தாலும்கூட அதை செய்ய அவர்களுக்கு வசதியும் இல்லை.

"திருமணமாகி நான்கு வருடங்களான பின்னும் குழந்தையில்லாமல் கோவிலுக்கு சென்றும், விரதமிருந்தும், ஊர் வாயில் விழுந்தும்தான் உன்னைப் பெற்றேன்" என்று செல்லமாகக் கொஞ்சிக் கொண்டும், ஒருவித அங்கலாய்ப்போடும் அம்மா அடிக்கடி என்னிடம் சொல்லிக் கொண்டேயிருப்பாள்.

செவிட்டுக் கிழவிக்கோ ஒன்பது வருடங்கள் கழித்துதான் குழந்தை பிறந்தது.

அவளுக்கு உடம்பில்தான் எந்த மாற்றமும் அவ்வளவு வேகமாக நிகழவில்லையென்றாலும், ஓடுகளும், கீற்றுகளுமாக மாறி வந்த அந்த வீட்டிற்குள் கிடந்த செவிட்டுக் கிழவியின் மனதிற்குள் அப்போதே ஏதோவொன்று நிகழத் தொடங்கியிருக்க வேண்டும்.

பிந்தைய ஆண்டுகளில், அதாவது அவளது நாற்பதுகளின் இறுதியில் தன் கண்முன் நிகழும் காட்சிகள் குறித்த கவனமின்மை ஏற்பட்டபோது, தங்கமணி தாத்தா கேட்கும் கேள்விகளுக்கு, விவாதிக்கும் விவகாரங்களுக்கு, சொல்லும் நகைச்சுவைகளுக்கு தாமதமாக பதில் சொல்லவும், எதிர்வினையாற்றவும், சிரிக்கவும் ஆரம்பித்தாள். எல்லாவற்றையுமே அவளது உடல் பலவீனத்துடனும் பொருத்திப்பார்த்து வந்த அவர் இதையும் அப்படியே நினைத்துக்கொண்டார்.

பின் அடுத்து வந்த ஒவ்வொரு மூன்று மாதங்களுக்கும் அவளுக்கு புதிதாக கடைபிடிக்கவோ அல்லது கைவிடவோ ஏதோவொரு பழக்கம் இருந்துகொண்டேயிருந்தது.

இதுவே பத்து ஆண்டுகளுக்கு பின்னர் நிலைமை கைமீறிச் சென்றபோதுதான், தங்கமணி தாத்தா அவளை பெரியாஸ்பத்திரிக்கு அழைத்துச் சென்றார். சிகப்பு, பச்சை, மஞ்சள் என விதவிதமான

நிறங்களிலும், சதுரம், செவ்வகம், நீள் உருண்டை என வெவ்வேறு வடிவங்களிலும் இருந்த மாத்திரைகள் அவளிடம் பெரிதாக எந்த மாற்றத்தையும் கொண்டுவரவில்லை. ஊருக்குள் அவளது நடமாட்டங்களை மட்டும் கொஞ்சம் குறைத்திருந்தது.

மாறாக வீட்டிற்குள்ளேயே அடைந்து கிடந்த அவளுக்கு மனஅழுத்தமானது தீவிரமாக அதிகரித்துக்கொண்டே சென்றது. அது மாதிரியான நேரங்களில் அவள் கத்துவது எங்கள் தெருவிற்கேகூட கேட்கும். அதனால் நாள் ஒன்றுக்கு காலையோ, மாலையோ ஏதேனும் ஒருபொழுது மட்டும் வீட்டைவிட்டு வெளியேவர அனுமதிக்கப்பட்டாள். அப்படியே வந்தாலும் தங்கமணி தாத்தாவும் உடன் வருவார். பின் இருவரும் ஒன்றாக கடைவீதியை நோக்கி நடக்கத் தொடங்குவார்கள்.

படிப்படியாக அதிகரித்து வந்த செவிட்டுக் கிழவியின் நகர்வலத்தில் அவளுக்கென்று சில நிற்குமிடங்கள், சிரிக்கும் இடங்கள், அறிவுரை சொல்லுமிடங்கள் அப்புறம் கொஞ்சம் ஓய்வுநேரம், டீ குடிக்கும் நேரம் என பல திட்டங்கள் இருக்கும். அந்தநாள் கொஞ்சம் உற்சாகமாக இருந்தால் அவளது நிகழ்ச்சி நிரலில் மனோகர் சவுண்ட் சர்வீஸ் கடையில் நின்று பாட்டு கேட்கும் திட்டமும் சேர்ந்துவிடும்.

"சின்ன வயதில் தான் இழந்த சந்தோசங்களை மீட்டெடுக்க வேறு வழியில்லாமல் தனக்கு மனநோய் என்று பொய் சொல்லி அவள் மற்றவர்களை ஏமாற்றி நாடகமாடுகிறாள்" என்றும், "இனி தங்கமணி தாத்தாவுடன் டூயட் பாடி ஆடுவது மட்டும்தான் பாக்கி" என்றும் ஊருக்குள் சிலர் சிரித்துப் பேசிக்கொண்டார்கள். மனோகர் மாமாவும் அவள் கடைக்கு வந்தவுடன் "ருக்குமணி ருக்குமணி அக்கம் பக்கம் யாரும் இல்லை. காது ரெண்டும் கூசுதடி கண்டுபிடி என்ன சத்தம்" என்ற பாட்டைத்தான் அவளைக் கிண்டலடிக்க போடுவார். நாங்கள் ருக்குமணிக்கு பதில் "செவிட்டுக் கிழவி"யை சேர்த்துக் கொள்வோம்.

அடுத்த ஒரு வாரத்திலேயே செவிட்டுக் கிழவியின் மீதான இதுபோன்ற ஊரின் வாயை, எங்களின் குரலை அடைக்க ஒரு சம்பவம் காத்திருந்தது. அதற்குமுன் நானும் ஒரு வாய்ப்பிற்காகக் காத்திருந்தேன்.

...

செவிட்டுக் கிழவி அடிக்கடி வீட்டை விட்டு வெளியே வராததும், அப்படியே வந்தாலும் தங்கமணி தாத்தாவும் உடன் வருவதும்

எங்களுக்கு பெருத்த ஏமாற்றமாக இருந்தது. இரண்டொரு நாட்கள் எங்களுக்கு ஒன்றுமே புரியவில்லை. எங்கள் திட்டம், இல்லை இல்லை என் திட்டம் முழுவதும் தோல்வியடையும் நிலையை நோக்கி நகர்ந்து கொண்டிருந்தது.

ஆம், அந்த நான்கு நாட்களில் நான் எங்கள் குழுவிற்குத் தலைவனாக மாறியிருந்தேன். "உலகையே அழிக்கும் திட்டத்தில், அவர்களுக்கு உதவ பூலோகத்தில் இருக்கும் ஒரே ஒரு ஆளான கிழவியை யாராவது அழித்தால், அவர்கள் உடனே அழித்தவர்களைக் 'கொன்று விடுவார்கள்" என்று பவுன்டன் சொன்னதையும் மீறி, செவிட்டுக் கிழவியை அழித்து உலகையே காப்பாற்றப்போகும் ஒருவனாக என்னை நானே அறிவித்துக்கொண்டது அவர்களை ஆச்சரியப்படுத்தியது மட்டுமில்லாமல், பாதாள அரக்கனுக்கு நிகரான பலமுள்ளவனாக என்னை அவர்கள் நினைக்கவும் உதவியது.

அறிவியலிலும் கணிதத்திலும் முட்டை மதிப்பெண்கள் எடுத்தாலும் பழைய ரேடியோ, குண்டு பல்புகள், பேட்டரிகள், செல்கள், சோக், காந்தம், ஒதுக்கி போடப்பட்ட ஒயர்கள் என எல்லாவற்றையும் எடுத்துக்கொண்டு நாங்கள் எப்போதும் ஏதாவதொரு ஆராய்ச்சி செய்து கொண்டிருப்போம்.

ஒருநாள் அப்படித்தான் பாட்டி வீட்டில் பழைய ரேடியோ ஒயர்கள், பேட்டரிகள், செல்கள் வைத்து ஒரு பல்ப்பை எரிய வைக்க எவ்வளவோ முயன்றும் தோற்றுப் போனபோது, நண்பர்களின் ஆலோசனையின் பேரில் அந்த ஒயர்களை ஒரு ப்ளக் பாய்ண்டில் சொருக முயற்சித்தேன். என் கல்லூரிக் காலத்தில் செல்போன் பரவலாக பயன்பாட்டிற்கு வந்தபோது, அதன் வைப்ரேட் ஆப்சனை பயன்படுத்த பயப்படும் அளவிற்கு ஒரு ஷாக் அப்போதுதான் எனக்கு அடித்தது.

வலது கையானது ஒயருடன் சேர்த்து வேகமாக வெட்டி இழுத்ததில், ப்ளக் பாய்ன்ட் அருகில் கிடந்த பாட்டியின் சிறிய தங்கச் செயின் ஒன்று அந்த ஒயர்களுக்குள் சிக்கி தீப்பொறி எழ அதன் ஒரு பாகம் புகையடித்து கரிந்து துண்டாகி, என்னுடன் சேர்ந்து கீழே விழுந்தது. ஒரு வினாடியைக்கூட தாண்டாத ஷாக் என்பதால் அதிர்ஷ்டவசமாக நான் உயிர் பிழைத்திருக்கலாம். கை மரத்துப்போனது. பெருவிரலிலும் ஆள்காட்டி விரலிலும் சிறிய தீப்புண் காயங்கள் ஏற்பட்டன. கண்கள் மங்கலாகி தொடர்ச்சியாக நீரை வெளியேற்றிக் கொண்டிருந்தன.

பவுன்டன் சொல்வதற்கு முன்பே அந்தப் பாதாள உலகத்தை அன்று ஒரு சில நொடிகள் பார்த்துவிட்டு வந்தேன்.

வழக்கம்போல உபயோகமில்லாமல் கிடந்த தாத்தாவின் கைப்பிடியை வைத்து தலையையும், முகத்தையும் தவிர மற்ற இடங்களில் பாட்டி அடிக்கத் தொடங்கினாள். உணவு மறுக்கப்பட்டது. என் அலறலும், பசியும் அவளுக்கு இன்பமானதாக, தகுந்த தண்டனையாகத் தோன்றவில்லைபோல! என்ன இருந்தாலும் தங்கச் செயின் அல்லவா? கூடுதலாக அதே உள்ளங்கையில் ஒரு சூடும் கிடைத்தது.

இருந்தும், எங்களிருவருக்கும் நடந்த அந்தப் போட்டியில் என்னை நான் தோற்கவிடவில்லை. “உஸ்” என்ற ஒரு சத்தம் மட்டுமே என்னிடமிருந்து வந்தது. கூடுதலான அலறலை, கண்ணீரை எதிர்பார்த்த அவளுக்கு இது பெருத்த ஏமாற்றத்தையும், சிறு விசும்பலைக்கூட வெளிவிடாமல், உதட்டைக் குவித்து, பல்லைக் கடித்த என் செய்கை சிறு பயத்தையும் அவளுக்கு ஏற்படுத்தியிருக்க வேண்டும். எப்போதும் நான் கேட்ட பின்பே பழைய சோற்றையும் பிழிந்து வைக்கும் அவள், மறுநாள் காலை அவளாகவே எடுத்து வைத்தபோது அதைப் புரிந்து கொண்டேன்.

அந்த ஐந்து வருடங்களாக, நான் ஒன்பதாம் வகுப்பு முடிக்கும் வரை, அந்த பழைய சோற்றுடன் தொடர்ந்து சாப்பிட்டு வந்த, என்ன பெயர் என்று கூட தெரியாத, அந்த ஊரில் எல்லோராலும் மாவு வடை என்று சொல்லும் ஒன்றை, இப்போது நினைத்துப் பார்த்தாலும் ஒரு வெறுப்பு வருகிறது. பிடிக்காத ஒன்றைப் பார்த்ததுபோல முகத்தை திருப்பிக் கொள்கிறேன். ஆனால் என் முதல் எதிர்வினை என்பதாலோ என்னவோ, அந்த வலது கை தீப்புண் காயத்தை மட்டும் எப்போது பார்த்தாலும் அப்படியொரு எல்லையற்ற மகிழ்ச்சி ஏற்படும். இதோ இப்போதுகூட.

அன்றும் அப்படித்தான். ஆனால் அது என் முறை.

***

போலீஸ், சிறை என்பது பற்றி மட்டுமில்லாமல், எல்லாவற்றைக் குறித்தும் அரைகுறையான அறிவுடன் இருந்த அந்த வயதில், அவளை எலெக்ட்ரிக் ஷாக் வைத்து கொன்று விட்டால் யாருக்கும் சந்தேகம் வராது என்று உறுதியாக நம்பியிருந்தேன். ஆனால் அந்த நாட்களில் என் வீட்டிலும், செவிட்டுக் கிழவியின் குடிசையிலும் மின்சார இணைப்பு இல்லை. எனவே அவள் வீட்டின் அருகிலே இருந்த மாடன் கோவிலை தேர்ந்தெடுத்தேன். அங்குதான் ஒரே

ஒரு குண்டு பல்ப் தொங்கிக்கொண்டிருக்கும். அந்த ஒரு பல்பிற்கு இரண்டு மூன்று துணை ஒயர்களும் இருந்தது. அதனால் அந்த ஒயர்களை ஒன்றுடன் ஒன்று இணைத்தோ அல்லது துண்டித்தோ அவள் மேல் ஷாக் வைத்துக் கொன்றால், போலீஸ் பிடிக்காது என்றும் நினைத்தேன். மேலும் அவள் நிகழ்த்தி வந்த விசித்திர நடவடிக்கைகள் நான் மாட்டிக்கொள்ளாமல் தப்பிக்க உதவும் என்பதிலும் முழு நம்பிக்கை இருந்தது. ஆனால் அந்த திட்டம் என் நண்பர்களுக்குத் தெரிந்திருந்தது என்பது பற்றியோ, அவர்களை விசாரித்தால் நான் மாட்டிகொள்வேன் என்பது குறித்தோ நான் யோசிக்கவேயில்லை.

ஆனால் அந்த அரைகுறையான திட்டம்தான் நண்பர்களின் மத்தியில் என்னைக் கதாநாயகனாக ஆக்கியது.

அவள் வீட்டிற்குள்ளே அடைந்து கிடக்க, நாங்களோ அவள் வீட்டை விட்டு எப்போது தனியாக வெளியே வருவாள் என்று, சிதிலமடைந்து கிடந்த மாடன் கோயில் பின்புற சுவற்றின் மேல் அமர்ந்தபடி எதிர்பார்த்துக் காத்திருந்தோம்.

இந்த திட்டம் நடக்கவில்லையென்றால் மீண்டும் நான் பழைய நிலைக்கே தள்ளப்படுவேன். ஒருவேளை நடந்துவிட்டால் இனி எத்தனை வருடங்கள் கழித்து வந்தாலும் நான்தான் அவர்களின் கதாநாயகன். எனவே அந்த வாய்ப்பை இழக்க நான் தயாராக இல்லை. ஆரம்பத்தில் விளையாட்டாக போடப்பட்ட இந்தத் திட்டம் மெல்ல மெல்ல என்னை ஆக்கிரமிக்கத் தொடங்கியதும் இப்படித்தான்.

இரண்டு மூன்று நாட்களின் முடிவில் எல்லோரும் சோர்ந்து விட்டாலும், என் கண்கள் மட்டும் அந்தக் குடிசையின் இரட்டைக் கதவை விட்டு ஒருபோதும் அகலவில்லை. ஐந்தாம் நாள் முடிவில் அதற்கு பலன் கிடைக்காமலும் போகவில்லை.

நினைத்துப் பார்த்தால் ஒரு பயங்கர இரவாகவே எனக்குள் முழுவதும் பதிந்துவிட்ட அந்த நாளின் பகல் பொழுதில் நான் என்ன செய்துகொண்டிருந்தேன் என்று இப்போதும் யோசித்துப் பார்த்தாலும் ஒன்றும் ஞாபகதிற்கு வரவில்லை. அந்த நாள் மட்டும் பகல் இல்லாத ஒரு இரவாகவே என் வாழ்வில் தங்கிப் போய்விட்டது.

இரவு ஒன்பது மணி இருக்கும். தெருவினுள் சின்ன சலசலப்பு. செவிட்டுக் கிழவி எங்கள் தெருவிற்குள் தங்கமணி தாத்தா இல்லாமல் தனியாக நடந்து சென்று கொண்டிருந்தாள். அதைப் பார்த்த பெண்களில் சிலர் அவளை அழைத்துச்சென்று அவள் குடிசைக்குள் விட்டுவிட்டு வந்தனர். இது வழக்கமாக நடக்கும் ஒன்றுதான். நானும் அவர்கள் பின்னாலேயே சென்றேன். அவளுடனே அமர்ந்திருந்தவர்கள் சிறிதுநேரம் கழித்து அவரவர்கள் வீட்டிற்குக் கிளம்பிச் சென்றனர்.

நான் கோவிலின் அருகிலேயே நின்றுவிட்டேன். மங்கிய வெளிச்சத்தில், அரக்கு சாந்து பூசிக்கொண்டு, நாக்கைத் துருத்தியபடி, தலைக்குமேல் வெட்டரிவாளுடன் யாரின்மீதோ கோபத்துடன் பாயப்போவதைபோல எட்டு வைத்து கம்பிகளுக்குள் நின்றிருந்த மாடன் கொஞ்சம் அதிகமாகவே என்னைப் பயமுறுத்தினாலும், “அரக்கர்களைக் கொல்வதுதானே அவர் வேலை? அம்மா அப்படித்தானே கதைகள் சொல்லியிருந்தாள்? மட்டுமில்லாமல் அந்த காலத்தில் அப்பாவைப் பெற்ற பாட்டிதானே இந்த மாடன் கோவிலை காலையிலும் மாலையிலும் கூட்டி, பெருக்கி, கழுவிச் சுத்தப்படுத்தினாள்? அப்படியானால் அவர் எனக்கு சாதகமாகத்தானே இருப்பார்?” என்று எனக்கு நானே என்னென்னவோ கேள்விகள் எழுப்பிக்கொண்டும், சமாதானம் சொல்லிக்கொண்டும், அம்மா சொன்ன கதையை மனதுக்குள் ஓட்டிக் கொண்டிருந்தேன்.

“ஒருமுறை பாட்டி அதிகாலை ஐந்து மணி என்று நினைத்து நடுஇரவு இரண்டரை மணிக்கு தண்ணீர் வாளியுடனும், துடைப்பத்துடனும் இந்த மாடன் கோவிலுக்கு வந்துவிட்டாளாம். அப்போது யாரோ ஒருவர் கோவில் நடையில் படுத்திருப்பதைப் பார்த்து திட்டியும், அரட்டியும் எழுந்து போகும்படி கூறினாளாம். அவர் பாட்டியை பார்த்துச் சிரித்துக்கொண்டே எழ ஆரம்பித்தவர், அருகில் இருந்த தென்னை மரத்தைவிட உயரமாக எழுந்துகொண்டே சென்றாராம். அப்படி அவர் எழுந்ததைப் பார்த்த பாட்டி வாயடைத்துப்போய் தண்ணீர் வாளியையும், துடைப்பத்தையும் தூர எரிந்துவிட்டு அப்படியே அவர் காலில் விழுந்து வணங்கினாளாம். வணங்கியவளுக்கு ஆசீர்வாதம் வழங்கிவிட்டு நடக்க ஆரம்பித்தவர் இரண்டே எட்டில் எங்கு சென்றார் என்றே தெரியவில்லையாம்.”

இப்போது நான் மீண்டும் மாடனைப் பார்த்தேன். அவர் என் உயரத்திற்குத்தான் இருந்தார். அவர் எடுத்து வைத்திருந்த

எட்டு என் கால் அளவே இருந்தது. நானும் நாக்கைத் துருத்திக் கொண்டேன். சிறிதுநேரம் கழித்து அதில் சிவப்பு அரக்கு தெரிகிறதா? என்று பார்த்தேன். கோவிலின் இரு தூண்களிலும் எரிந்து கொண்டிருந்த தீபத்தின் நுனியென அது சிவந்து இருப்பதாய் உணர்ந்தேன். மாடனிடம் இருந்த, என்னிடம் இல்லாத மீசையை தடவிப்பார்த்த நான், அப்போது ஒரு மாடனாகவே என்னை நான் பாவனை செய்து கொண்டேன்.

தாத்தா வீட்டில் இருந்தாரா? இல்லையா? என்றுத் தெரியவில்லை. அந்த இருட்டில், இருக்கும் கொஞ்சநஞ்ச நிலவொளியில் நகரும் ஒரு விட்டிலைப்போல அவள் மீண்டும் மெதுவாக வீட்டைவிட்டு வெளியே வந்தாள். வந்தவள் அப்படியே ஆள் நடமாட்டம் குறைந்திருந்த தெருவினுள் இறங்கி நடக்கத் தொடங்கினாள். பின் என்ன யோசித்தாளோ? தெரியவில்லை. கோவிலை நோக்கி வர ஆரம்பித்தாள்.

அவள் அவ்வளவு வேகமாக வருவது எனக்கே அதிசயமாக இருந்தது. அது மாடனின் செயல்தான் என்று நினைத்துக்கொண்டேன். நண்பர்களை அழைக்கத் தோன்றவில்லை. மாடன் இது எனக்குக் கொடுத்த வேலை. இதை நான் மட்டுமே செய்யவேண்டுமென அந்த நொடியில் தீர்மானித்தேன்.

வந்தவள் யாருமில்லை என்று நினைத்திருப்பாள்போல. ஒரு ஓரமாக நான் நிற்பதைக்கூடக் கவனிக்காமல், மாடனுக்கு முதுகுப் பக்கத்தை காண்பித்தபடி கம்பிபோட்ட அந்தக் கதவில் சாய்ந்தும், சாயாமலும் நின்றுகொண்டு, கால்களை அகலமாக பரப்பி சேலையை முட்டிவரை உயர்த்தினாள். அவள் என்ன செய்கிறாள் என்று நான் யூகிப்பதற்குள் அவள் தொடைகளோடு வழிந்த சிறுநீர் கால்களின்கீழாக தரையில்பட்டு சிதறிக் கொண்டிருந்தது. கண்களை மூடிக்கொண்டிருந்தாள்.

அப்போது அவளும்கூட மாடனைப்போலவேதான் எட்டு வைத்திருந்தாள். ஏதோ மாடனே சிறுநீர் கழிப்பதுபோல இருந்த அந்தத் தோற்றம் என்னை அப்போது சிறியதாகக் குழப்பி அதிர்ச்சிக்கு உள்ளாக்கியிருக்க வேண்டும்.

என்ன செய்ய வேண்டும்? என்று ஒன்றும் தோன்றவில்லை. ஸ்விட்சை அணைத்து, சுற்றிலும் மஞ்சளைக் கொப்பளித்துக் கொண்டிருந்த சூடான அந்த பல்ப்பை கழற்றி, ஒயரைப் துண்டாக்கி, அவள்மேல் வைத்து, மீண்டும் ஸ்விட்சைப் போடுவதென்பது இயலாத காரியம் என்று மட்டும் புரிந்தது.

இருந்தும் என் கைகளில் வசமாக சிக்கிய அவளை விடவும் மனது வரவில்லை.

அவள் சிறுநீர் எதிரில் இருந்த சாக்கடைக்குள் பாய்வதற்குமுன் விளக்கை அணைத்தேன். பல்ப்பை கழற்றாமல் இரண்டு ஒயர்களின் அருகிலே தேவையில்லாமல் சென்று கொண்டிருந்த உதிரி ஒயர் ஒன்றைப் பிய்த்து இழுத்தேன். பதட்டத்தில் அதைத் துண்டாக்க முடியவில்லை. செம்புக் கம்பிகள் மட்டும் நீளமாக வெளியேத் தெரிந்தது. அதுவே போதும் என்று திருப்தி வந்தவனாக நீளமான அந்த ஒயர்களை அவளை நோக்கி இழுக்க ஆரம்பித்தேன். அது எங்கோ சிக்கிக் கொண்டு மேலும் என்னை சித்திரவதை செய்தது. திடீர் இருட்டால் அவள் ஒன்றும் பயந்து போகவில்லை. எரிந்து கொண்டிருந்த தீபம் போதிய வெளிச்சத்தை எங்கள் மத்தியில் பரப்பிக் கொண்டிருந்தது. அந்த வெளிச்சம் இல்லையென்றாலும், ஏன் அந்த மாடனே வந்தாலும் அவள் பயப்பட்டிருக்க மாட்டாள் என்று இப்போது அந்த சம்பவத்தை நினைத்துப் பார்க்கும்போது தோன்றுகிறது.

முற்றிலும் எரிச்சலுற்றவனாக இருந்த நான் ஸ்விட்சைப் போட்டேன். வெளிச்சம் வந்த திசையில் திரும்பினாள். அவள் கண்களுக்கு நான் தெளிவாகவே தெரிந்தேன். பார்த்துச் சிரித்தாள். நின்ற இடத்திலிருந்து பிரசாதத்தை கொடுப்பதைப்போல கம்பிகளை நீட்டினேன். ஏதோ பெரிதாகக் கொடுக்கப்போகிறேன் என்று நினைத்து அவளும் நின்ற இடத்திலிருந்து இரு கைகளை நீட்டினாள். வலது உள்ளங்கையில் என் பாட்டி எனக்கு சூடு வைத்ததுபோல இரட்டையாக மடக்கப்பட்டிருந்த செம்புக் கம்பிகளை வைத்து அவளுக்கும் குத்த நினைத்தேன். இன்னும் கொஞ்சம் அந்த ஒயரை அவளை நோக்கி வெடுக்கென இழுத்தேன். அது அவளை ஏதோ செய்திருக்க வேண்டும். வெடுகென்று உதறியபோது அவள் வலதுகை மாடன்கோவில் கம்பியில்போய் பலமாக மோதியது.

ஒன்றுமே நடக்காதபோது, அவ்வளவு வேகமாக அவள் கையை உதறியிருக்க வேண்டாமோ என்று தோன்றியது. விரல் எலும்புகள் உடையாவிட்டாலும் மறுநாள் அது நிச்சயம் வீங்கும் என்று வெளிப்பட்ட அந்தச் சத்தத்தை வைத்து யூகித்துக்கொண்டேன். என்னைப்போலவே அவளுக்கும் கை மரத்துப் போயிருக்கவேண்டும். என்ன நடந்தது என்று அவள் யோசித்துக்கொண்டே அந்த இடத்தைவிட்டு நகரத் தொடங்கினாள்.

அந்த வயதில் எல்லா பக்கங்களிலிருந்தும் எனக்கு வந்து கொண்டிருந்த நெருக்கடிகள் அனைத்தையும் அந்த ஒரே நொடியில் எரித்து சாம்பலாக்க வேண்டும் என்று முடிவெடுத்தேன். அந்த சப் ஒயரை வைத்துகொண்டு ஒன்றுமே செய்யமுடியவில்லை என்றதுமே பித்துப்பிடித்தவன்போல் அவளின் மீது போர் தொடுக்க ஆரம்பித்தேன். என்னுடைய வெறி முழுவதும் ஒன்றுசேர்ந்து சரசரவென மரத்திலிருந்து இறங்கும் கோடி எறும்புகளென அவள்மேல் ஊர்ந்து செல்லத் தொடங்கியது.

அந்த நேரத்தில் ஏன் அப்படி நடந்துகொண்டேன்? அன்று எனக்கு என்ன நடந்தது? என்று இன்றுவரை எத்தனையோ முறை யோசித்துப் பார்த்துவிட்டேன். அந்த வயதில் எறும்புகள் முதல் எலிகள் வரை எல்லோரும் கொன்று குவித்து விளையாடிக் கொண்டிருக்கும்போதுகூட நான் அதன் அருகில்கூட நிற்காமல் தூரமாக நின்றுகொண்டு அவைகளுக்காக வருத்தப்பட்டுக் கொண்டிருப்பேன். அந்தப் பால்யம்தான் இப்போதுவரை என்னிடம் தொடர்ந்து கொண்டிருப்பதாக நான் நம்பிக் கொண்டிருக்கிறேன்.

ஆனால் அன்று...

அவள் நகரத் தொடங்கியதும் நான் வேகவேகமாக இரு சிறு தூண்களிலும் எரிந்து கொண்டிருந்த திரியை என் இரண்டு கைகளின் நான்கு விரல்களில் எடுத்துக்கொண்டு, ஒன்றை அவள் தலையிலும் மற்றொன்றை கழுத்திலும் விட்டெறிந்தேன். பிசுபிசுப்பும், அழுக்கும், அவள் மனதைப் போலவே சிக்கலான பல முடிச்சுக்களையும் கொண்ட தலைமுடியில் விழுந்த திரி பற்றிப்படர கொஞ்சநேரமானாலும், கழுத்தில் விழுந்த திரியும், அவள் சிறுநீர் போலவே அதிலிருந்து சிதறித் தெறித்த எண்ணைத் துளிகளும் அவள்மேல் விழுந்தவுடன் அலறத் தொடங்கினாள். அதை உதற முயற்சித்தாள். அவளின் பதட்டத்தையும், வேதனையையும் ரசித்தவனாக, வேறு திரிகள் இருக்கிறதா என்று சுற்றும் முற்றும் பார்த்தேன்.

அப்போதிருந்த வன்மத்திற்கு கையில் ஒரு தீப்பந்தம் கிடைத்திருந்தாலும் அவள்மேல் தூக்கிப்போட்டிருப்பேன்; வலு இருந்திருந்தால் தலைக்குமேல் சென்று கொண்டிருந்த உயரழுத்த மின்சாரக் கம்பிகளையும்கூட அவள்மீது வீசியிருப்பேன் என்றே நினைக்கிறேன்.

அதற்குள் தலையில் விழுந்த திரி முடிகளில் பற்றத் தொடங்கியது. அது அவளுக்கு பயங்கர சூட்டை ஏற்படுத்தியிருக்க வேண்டும். சட்டென்று தலையில் கை வைத்ததுதான் தாமதம். தீ அவளது உள்ளங்கையையும், உச்சந் தலையையும் ஒரே நேரத்தில் பதம் பார்த்தது.

மாடனைப் பார்த்த என் பாட்டிகூட அப்படி அலறியிருக்க மாட்டாள். ஏன் மாடனுமேகூட அப்படியொரு அலறலைக் கேட்டிருக்க மாட்டார். அவளது அடித்தொண்டையில் இருந்து கிளம்பிய அந்த அலறல் அவள் ஒருத்தியிடமிருந்து வெளிப்பட்டதுபோல எனக்குத் தெரியவில்லை. பத்துப் பதினைந்து பெண்கள் சேர்ந்து மொத்தமாகக் கத்தியதுபோல இருந்தது. நிச்சயமாக அது அழுகைக்கான அலறல் இல்லை என்பது மட்டும் தெரிந்தது.

யாராவது பார்த்து விடுவார்களா, இல்லை அவளே என்னை அடித்துக் கொன்றுவிடுவாளோ என்ற பயமும், பதட்டமும் ஒரே நேரத்தில் சூழ அந்த இடத்தைவிட்டு அப்படியொரு வேகத்தில் ஓடத் தொடங்கினேன். கால்கள் கனவுகளில் ஓடுவதுபோல நின்ற இடத்திலே நின்று ஓடியதுபோலவும், வீடு வந்து சேர வெகுநேரமானது போலவும் தோன்றியது.

யார் யார் பார்த்தார்கள்? என்று எதுவும் தெரியாத நான், வீட்டுத் திண்ணையின்மீது அமைதியாக வந்து அமர்ந்து கொண்டேன். சிறிதுநேரம் கழித்து வெளியே வந்த அம்மா, அப்பாவிடம் நெடுநேரமாக அங்கு உட்கார்ந்திருப்பதுபோல பாவனை செய்துகொண்டேன். ஆற்றின் அருகில் அமைதியான சூழலில் வாழ்ந்து வரும் மாடன், அந்த அலறலினால் கோபமுற்று என்னை இரவு கொன்றுவிடுவார் என்று நடுங்கினேன். தூக்கமே வரவில்லை. அதைப்பார்த்த அம்மா அன்று நான் கேட்காமலே கதை சொல்ல ஆரம்பித்தாள்.

என்ன கதை என்று அன்று மட்டுமல்ல இன்றுவரை புரியவில்லையென்றாலும், அந்தக் கதைகளில் வந்த பேய்கள்... ஓட்டு வீடுகள், குடிசைகள் மீது ஆற்று மண்ணை வாரித் தூற்றியது. என்ன சத்தம் என்று வெளியே வருபவர்களை தலையில் அடித்து ஒரேடியாக வீழ்த்திக் கொன்றது. பேய் என்று தெரிந்து திரும்பிப் பார்க்காமல் நடந்தவர்களை திரும்ப வைக்க "வெத்தலைக்கு சுண்ணாம்பாவது தந்துவிட்டு செல்லும்படி" கெஞ்சிக் கேட்டது. பாவம் பார்த்து திரும்பியவர்களின் கன்னத்தில் ஓங்கி அறைந்தது. அம்மா இல்லாத குழந்தைகளை வீட்டிற்கு வெளியே நின்று

179

அம்மா அழைப்பதுபோல பாசமாக கூப்பிட்டது; அந்தக் குரலை கேட்டு வெளியே வந்த குழந்தைகளை கடத்திக் கொண்டுபோய் பேய்களாக மாற்றியது; இல்லை தின்று செரித்தது.

இரவு வெகுநேரம் நான் வெளியே ஊர் சுற்றுவதை தடுக்க நினைத்த அம்மா என்னை பயமுறுத்துவதற்காக இந்தக் கதைகளை சொல்லியிருப்பாள் என்று இப்போது தோன்றுகிறது. இன்று பெரும்பாலும் எல்லா வீடுகளும் கான்கிரீட்களாகிவிட்டன. அம்மா இப்போது என்னோடு இருந்திருந்தால் அவள் கதைகளில் வரும் பேய்கள் என்ன செய்திருக்கும் என்று நினைத்துப் பார்க்கிறேன்.

வெத்தலைக்கு சுண்ணாம்பு கேட்காவிட்டாலும், அன்று அதிகாலை வந்த கனவில் செவிட்டுக் கிழவி மாடன் உயரத்திற்கு என் வீட்டின்முன் நின்று திரிகளை தூக்கி வீசிக் கொண்டிருந்தாள். கனவிலும் அவள் அழவில்லை. திடுக்கிட்டு விழித்து, பின் தூங்கினேன்.

அப்போது மட்டுமல்ல; எப்போதும்கூட அவள் அழுது நான் பார்த்ததில்லை. அவள் அலறல் சத்தம் மட்டும்தான் எப்போதும் ஊருக்கே கேட்கும். அழுவதற்கு பதிலாக அலறுகிறாளா? இல்லை அவள் பிறந்ததிலிருந்தே அழுததில்லையா? என்று கனவும், நிஜமும் மாறிமாறி என் மூளையை சுறுசுறுப்பாக்கிக் கொண்டிருந்தபோது, “செவிட்டுக் கிழவி” என்ற பெயரைத் தொடர்ந்து ஏதேதோ பேசிவிட்டு சிலர் வீட்டைக் கடந்துசென்றது காதில் விழுந்தது.

காலை மணி ஆறு இருக்கலாம். அவள் செத்திருப்பாள் என்று பயப்படத் தொடங்கினேன். அப்பாவும் அந்தச் சத்தத்தைக் கேட்டு ஓடியவுடன் பயந்த நான், எங்கு செல்வது என்று தெரியாமல் எல்லோரும் செல்லும் திசைக்கு எதிராக வீட்டிலிருந்து இறங்கித் தலைதெறிக்க ஓடினேன்.

எதிரில் வந்த பவுன்டனின் அம்மா “வேலைக்கு நேரமாச்சு மக்கா, இந்த ரெண்டு எழவுகளும் காலையிலே எங்கப் போய் தொலைஞ்சுதுகன்னு தெர்ல. கிருஷ்ணபுள்ள கடைல ரெண்டு ரசவடை மட்டும் வாங்கித் தாயேன்” என கையில் ஒன்றரை ரூபாயைத் திணித்தாள்.

அவளின் பரிதாபமான அந்த முகத்தைப் பார்த்த நான், என்ன நடந்தாலும் பரவாயில்லை என்று காப்பிக் கடைக்கு சென்றேன். அங்கு யாராவது என்னைக் கண்டவுடன் அடிக்க

வருகிறார்களா? இல்லை மறைந்திருக்கும் போலீஸ் என்னை பிடிக்க வருகிறார்களா? என்று நோட்டம் விட்டேன். ஒருவர்கூட என் பக்கம் திரும்பவில்லை. எப்போதும்போல விவாதத்தின் தலைவராக இருக்கும் கிருஷ்ண பிள்ளையின் மகன் பேசியதிலிருந்து நடந்த சம்பவத்தை தெரிந்துகொண்டேன்.

செவிட்டுக் கிழவியின் மனநோய் குறித்த ஊரின் சந்தேகத்தை, எங்கள் குரலை அடக்க ஒரு சம்பவம் காத்திருந்தது என்று சொன்னேன் அல்லவா? அதுதான் அப்போது நடந்து முடிந்து, என்னைக் காப்பாற்றியிருந்தது.

முந்தைய நாள் இரவு என்ன நடந்தது என்றோ, தங்கமணி தாத்தா எப்போது வீடு வந்து சேர்ந்தார் என்றோ எதுவும் தெரியவில்லை. எவ்வளவு குடித்தாலும் வீடு வந்து சேரும் மகன் இரண்டு நாட்களாக வீட்டிற்கு வராததைக் கண்டு பயந்து அன்று மாலை முதல் நடுச்சாமம் வரை தேடி அலைந்திருக்கிறார் என்று மட்டும் பின்னால் தெரிந்துகொண்டேன். அந்த நேரத்தைத்தான் நான் பயன்படுத்தியிருந்தேன்.

மறுநாள் காலை கதவைத் திறந்த செவிட்டுக் கிழவி அப்படியே நிற்க ஆரம்பித்திருக்கிறாள். சிரித்திருக்கிறாள். அந்தக் காட்சியுடன் ஏதேதோ பேசியிருக்கிறாள். எவ்வளவு நேரம் அப்படியே நின்றாள் என்று யாருக்கும் தெரியாது. ஆனால் பார்வையை மட்டும் அந்த உருவத்திருந்து கொஞ்சமும் விலக்கிக் கொள்ளவில்லை.

இரவெல்லாம் தங்கமணி தாத்தா தேடிய அவரது மகன்தான் அவர்கள் வீட்டின் முன் கிடந்தான். நிர்வாணமாக...

காலையில் ஒதுங்கச் சென்ற பெண்கள்தான் அந்த காட்சியைப் பார்த்து மிரண்டிருக்கிறார்கள். அடுத்த நிமிடத்திலிருந்து அந்தத் தகவல் ஊர் முழுக்க பரவ ஆரம்பித்தது.

அப்படி நிர்வாணமாக கீழே கிடந்தவன் பாம்பாட்டி. அவர்கள் மகன்.

எத்தனையாவது முறை என்று தெரியவில்லை. அன்றும் ஊரைவிட்டு ஓடிப்போகவேண்டும் என்ற என் முடிவு தோல்வியில் முடிய வீட்டை நோக்கி நடக்க ஆரம்பித்தேன்.

❖❖❖

ஊர் ஊராகச் சென்று கோவில்களில் மட்டும் திருடும் வழக்கத்தைக் கொண்ட கூட்டத்தில் விசில் அடிக்கும் பிரிவில்

இருந்தவர்கள்தான் செவிட்டுக் கிழவியின் பெற்றோர்கள். வெறும் சிலையும் அல்லது உண்டியலும் மட்டுமே இருக்கும் சின்னக் கோவில்களாக இருந்தாலும்சரி, பவுன் கணக்கில் தங்கம் கொட்டிக்கிடக்கும் பெரிய கோவில்களாக இருந்தாலும்சரி அவர்களுக்கு அதில் எந்த வேறுபாடும் கிடையாது. ஆனால் அது கோவிலாக மட்டும் இருக்கவேண்டும். அதேநேரம் அந்தந்த ஊர்களின் கோவில்களின் கள்ளச் சாவிகளை செய்து தருபவர்கள் இல்லாமலோ, கோவிலில் ஏதாவது ஒரு பொறுப்பில் இருக்கும் நபர்களின் ஆதரவோ அல்லது அவர்களின் அதரவு பெற்றுத் தரும் நபர்களோ இல்லாத ஊர்களுக்கு அவர்கள் திருடச் செல்லமாட்டார்கள்.

அப்படி ஒருமுறை எங்கள் ஊரிலிருந்து தெற்காக பதினெட்டு மைல் தொலைவிலுள்ள பகவதியம்மன் கோவிலிலும், மேற்காக நாற்பத்தைந்து மைல் தொலைவிலுள்ள வெள்ளாளர் ஊர்வகை சந்தன மாரியம்மன் கோவிலிலும் திருட வந்தபோதுதான் பக்கத்து ஊரில் வந்து தற்காலிகமாக டென்ட் அடித்து தங்கினார்கள் செவிட்டுக் கிழவியின் பெற்றோர்கள்.

ஒரு ஊரிலிருந்து இன்னொரு ஊருக்குச் செல்வதற்கு அவர்கள் தேர்தெடுக்கும் பயணம் பெரும்பாலும் இரயில் பயணமாகத்தான் இருக்கும். மொத்தம் நான்கு குழுக்களாக பிரிந்து கொள்வார்கள். ஒவ்வொரு பெட்டியிலும் ஒவ்வொரு குழு ஏறிக்கொள்ளும். பார்ப்பதற்கு படித்தவர்கள் போலவுமில்லாமல், பரதேசி போலவுமில்லாமல் இருக்கும் அவர்களின் தோற்றம் சுதந்திர இந்தியாவில் மட்டுமல்ல, பிரிட்டிஷ் இந்தியாவிலும்கூட பெரிதாக யாருக்கும் சந்தேகத்தை ஏற்படுத்தவில்லை.

டிக்கெட் எடுக்காமல் இரயிலில் பயணம் செய்யும்போது போலீஸ்காரர்கள் வந்தாலோ, கள்ளச் சாவி செய்து தருபவர்களையும், திருட்டிற்கு வேறுவகையில் உதவுபவர்களையும் சந்திக்கும்போது ஊர் காவலர்கள் வந்தாலோ, இறுதியாக திருடும்போதும், திருடிவிட்டு தப்பிக்கும்போது, தப்பித்தபின் வேறுவேறு ஊர்களுக்குச் சென்று தனித்திருக்கும்போதும் பொதுமக்களில் எவருக்கேனும் சந்தேகம் வந்தாலோ முதல் எச்சரிக்கையை விசில் மூலமே அவர்கள் தங்களுக்குள் பறிமாறிக் கொள்வார்கள்.

அப்படி ஒரு பெரும் திருட்டில் செவிட்டுக் கிழவி குடும்பம் செய்த தவறால் ஒட்டுமொத்த குழுவும் மாட்டிக்கொண்டு கொல்லப்படும் சூழ்நிலை ஏற்பட்டது. எனவே முடிவு

செய்தபடி செவிட்டுக் கிழவியின் குடும்பம் மட்டும் அந்தக் குழுவிலிருந்து நிரந்தரமாக பிரிக்கப்பட்டு கைவிடப்பட்டது. பின் என்ன முயன்றும் இவர்களால் அவர்களுடன் தொடர்பை ஏற்படுத்திக்கொள்ள முடியவில்லை.

நொச்சி பூக்கள் உதிரும் ஒரு நள்ளிரவு நேரத்தில் தற்காலிகமாக தங்க வந்த செவிட்டுக் கிழவியின் குடும்பம் பின் அந்த ஊரிலிருந்து நகரவேயில்லை. அப்போது செவிட்டுக் கிழவிக்கு வயது இரண்டு.

இதுபோன்ற கதைகளை சிறு வயதிலிருந்தே கேட்டு வளர்ந்தவன்தான் பாம்பாட்டி.

அவனுக்குள் அந்தக் கதைகள் என்ன செய்தது என்று தெரியவில்லை. அவர்களைப்போல கீழ் உதட்டை வெளிப்புறமாக இழுத்துப்பிடித்து, காற்றை ஒரே மூச்சில் வேகமாக வாய்க்குள் உறிஞ்சுக்கொண்டு அடிக்கும் விசிலைக் கற்றுக்கொள்ள முடியாவிட்டாலும், அந்த வயதில் கடைகளில் விற்கும் கலர் கலரான விசில்களை வாயில் வைத்துக்கொண்டு ஊதியபடி ஊர் சுற்றி வருவான் என்றும், விசில் இல்லாமல் அவனை வெளியேப் பார்க்கமுடியாது என்றும் நான் கேள்விப்பட்டிருக்கிறேன்.

குறை பிரசவம் என்று அவனை ஊரில் கிண்டலடித்தாலும், “ஒங்க அம்மா ஒரு தெய்வபிறவி சாமி. அழகாபுரி கருப்பசாமி தந்தவ. பல்லயும், நாக்கயும் கடிச்சிட்டு அவரு சொன்ன அருள்வாக்குல நாங்க நாடு எழப்போம், சாவத்தொட்டு திரும்புவோம், அவ எல்லாத்துக்கும் கஷ்டம் கொடுப்பா, ஆனா ஒருநா தரணி ஆளுவா, நூறு வயசிலயும் எளமையா இருப்பானு எல்லா சங்கதியும் இருந்துச்சுய்யா கண்ணா. சடங்காவதுக்கு முன்னாடியே அவள நாங்க புடிச்சுக் கொடுத்துட்டோம்னு ஒங்கய்யாவுக்கு வருத்தம் இருக்கலாம். ஆனா அது அவனோட தோசம் சாமி. பூ தோசம். அவன் மலராத பூவத்தான் பாப்பான்னு எங்க சோழி சொல்லுச்சு சாமி. அவ பச்சை மரகதம். ‘சாமி’ய்யா அவ. சும்மாவா அந்தப் பேர அவளுக்கு வச்சோம்” என்று அவன் பாட்டி சொன்னதை அப்படியே நம்பினான்.

கொஞ்சம் வளர்ந்தபோது எந்தக் காரியம் செய்யத் தொடங்கினாலும் அவர்களைப் போலவே சோழி உருட்டிப் பார்த்துக் கொண்டான். பின் ஒரு கைதேர்ந்த திருடனாக வேண்டும் என்பதை தனது வாழ்வின் லட்சியமாக வைத்துக்கொண்டான். சோழியும்

அதைத்தான் சொன்னது. அவன் பாட்டியும் அதைத்தான் சொன்னாள்:

“ஒங்க தாத்தா பெரிய கோளாறான ஆளுய்யா. ஒத்துழாம போராட்டம் நடந்தப்ப, ‘எல்லாரும் ஒண்ணா சேந்தா ஒரே வருசத்துல சொதந்திரம் வாங்கித் தாரேன்’னு காந்தி சொன்னப்ப எங்க ஊர்லருந்து காங்கிரஸ்க்கு மொத யாரு போனான்னு நெனக்க? ஒன் தாத்தன்தான்யா. டிசம்பர் முப்பத்தொன்னு நைட்டுக்குள்ள சொதந்திரம் கெடச்சிரும்னு அப்ப காந்தி சொன்னத எல்லாருமே நம்புனாங்க. இவரும் போராட்டத்துல வெறியா இருப்பாரு. போலீஸ் அடினா இப்ப மாரில்லாம் கெடையாது. டவுசரோட வரவனுக கைல இந்தா ஒன் தொடை தண்டிக்கு கம்பு இருக்கும். அடி வாங்குனா ஜென்மத்துக்கும் அந்த காயம் இருக்கும். சீக்கிரம் செத்துப் போவாக. போராட்டம் பண்ண இடத்துலயே செத்துப்போனவுக கொள்ளப்பேரு. அப்படி அடி வாங்கியும் ஒன் தாத்தா கல்லுபோல இருப்பாரு. ஊருக்குள்ள அவர மாதிரி ஒரு எளந்தாரியப் பாக்க முடியாது. செத்தநேரம்கூட சும்மா இருக்க மாட்டாக. எம்பது வயசிலையும் ஓங்க தாத்தாக்கு விழுந்த பல்லு மொளைச்சுன்னா பாத்துக்கய்யா. அப்ப லண்டன்லகூட ஜோசியம் செல்வாக்கா இருந்த காலம் சாமி. ஒன் அம்மா பொறக்கதுக்கு முன்னாடி. “வாழ்க்கைல எப்ப பணம் கொட்டும்? அதுக்கு இன்னும் எத்தன காலம் பொறுத்துருக்கணும்? இல்ல பரிகாரம் ஏதாவது செய்யணுமா?”னு நூத்துக்கு தொண்ணூறு பேரு அத்தன ஆர்வமா ஜோசியக்காரவுகள தேடி வந்துட்டே இருப்பாங்க. அடிபட்டு ஜெயிலுக்கு போன ஒன் தாத்தா அங்க வச்சுதான் மந்திரவாதம், சூனியம், செப்படு வித்தை செஞ்சு திருடுற நெறைய ஆளுகள பாத்துருக்காரு. ஆரம்பத்துல அவுகள நம்பாதவரு “ரெண்டு வருசத்துக்கு முன்னாடி கூட காந்திய யாருன்னு யாருக்கும் பெருசாத் தெரியாது. ஆனா இப்ப பாரு. எல்லாத்துக்கும் காரணம் நேரம், காலம், கோளுகளோட அனுக்கெரகம். அது சரியா அமைஞ்சா நடக்க வேண்டியது தானா நடக்கும்”னு காந்தியப் பத்தி சொன்னதும் அரகொறையா நம்பிருக்காரு. அப்ப நூறு ரூவா எவன் கைல இருக்கோ அவன்தான் ராஜாய்யா. வெளிய வந்த அவர திருப்பதில இருந்த ஒரு மடாதிபதிய பாக்க கூட்டிட்டு போயிருக்காங்க. அப்பவே அங்க மேல போறத்துக்கு படிக்கட்டு உண்டு. சொத்தும், பத்தும், ஆயிரம் ரூவா வரை வட்டிக்கு விடுற அவர வெசம் வச்சுக் கொல்லத்தான் கூட்டிட்டு போறங்கன்னும் இவருக்குத் தெரியாது; காரியம் முடிஞ்சு ஊருக்கு வரப்ப ஒன் தாத்தன் கைல

எத்தனை நூறு ரூவா இருந்துன்னும் அவருக்குத் தெரியாது. ஒன் கை அப்படிப்பட்ட கையாக்கும் கண்ணு. ஒன் கைக்காக சுத்த நீரோட்டம் உள்ள வெலை மதிக்க முடியாத ராஜா காலத்து கல்லு ஒண்ணு காத்து கெடக்குய்யா"

எப்படி அந்த மடாதிபதி கொல்லப்பட்டான் என்று அந்த வயதில் அவனுக்கு அவள் சொல்லவில்லை என்றாலும், மாதவிடாய் வந்த உள்ளூர் பெண்ணொருத்தியை அந்த மடாதிபதியை தொட வைத்து, பின் குளிக்கப்போன அவரை மெதுவாக தொடர்ந்துசென்று கொன்று, கொள்ளையடித்தார்கள் என்று பின்னாளில் அரைகுறையாக தெரிந்துகொண்டான். கூடுதலாக கோவில் திருட்டு என்பது நேரடியாகவோ, மறைமுகமாகவோ ஒரு பெண்ணின் துணையில்லாமல் நடக்காது என்றும் தெரிந்து கொண்டான். தான் ஒரு கொள்ளையர்கள் குழுவை கட்டமைத்தால் அதில் ஒரு பெண்ணை கண்டிப்பாகச் சேர்த்துக்கொள்ள வேண்டும் என்றும் அப்போது நினைத்துக் கொண்டான்.

அவன் ஊரில் இருந்த நாட்களைவிட இல்லாத நாட்களே அதிகமானது. அந்த நாட்களில் அவன் தாத்தா, பாட்டியை கைவிட்டுப்போன அந்த குழுவைத் தேடி எங்கெல்லாமோ அலைந்து திரிந்தான். திருப்பதி வரைக்கும்கூட சென்றான். எவ்வளவு தேடியும் அவனால் அவர்களைக் கண்டுபிடிக்க முடியவில்லை. நீண்டநாள் கழித்து அதுபோன்ற வழிமுறைகளை கடைபிடிக்கும் அப்படியொரு கூட்டம் இப்போது இல்லை என்று அவன் தெரிந்து கொண்டபோது, அவன் பாட்டி சொன்ன கதைகள் அவனை மெல்ல மெல்ல அரித்து தின்றத் தொடங்கியது.

பவுண்டன் சொன்னக் கதைகளில் வரும் கற்பனை உலகம்போல அவனுக்குள்ளும் ஏதோ ஒரு மாய உலகம் இருந்திருக்கலாம் என்று இப்போது அவனைப் பற்றி நினைத்துப் பார்க்கும்போது தோன்றுகிறது.

இதற்கிடையில் யார் துணையுமில்லாமல் சொந்தமாகத் திருட அவன் முயற்சி எடுக்காமலில்லை. ஆனால் தோப்புகளில் தேங்காய் திருடுவது, 407-ல் டயர்கள் திருடுவது, லாரிகளில், டெம்போக்களில் கொண்டு செல்லும் சாராயத்தைத் திருடுவது என எல்லாமே சின்னச் சின்னச் திருட்டுகளோடு அது முடிந்துபோனது.

அந்த நாட்களில் அவனைக் கைவிடப்பட்ட கட்டடங்கள் சூழ்ந்த இடங்களிலும், மனிதர்கள் நடமாட்டமில்லாத முள்காடுகள், பாறைகள், குளங்களில்தான் பார்க்கமுடியும். ஆந்தைகள்போல் நாளெல்லாம் எங்கெங்கோ சத்தமில்லாமல் மறைந்து வாழ்ந்தான். தன் பூ விழுந்த விழிகளைக் கொண்டு பல இடங்களை வேவுப் பார்த்தான். பின் பார்த்த இடங்களில் குறிப்பிட்ட சில இடங்களை குறிவைத்து மீண்டும் பார்த்தான். இப்படி பார்த்தான்... பார்த்தான்... பார்த்துக்கொண்டேயிருந்தானே தவிர, கடைசிவரை பொன்னும், பொருளும் கிடைக்கும் பெரியதொரு திருட்டை மேற்கொள்ள அவனுக்கு சூழலும் வரவில்லை; துணிவும் வரவில்லை.

இப்படி திருட நினைத்து கடைசிவரை திருடமுடியாமல் போனாலும், திருடர்களுடன் இவனுக்கு இருந்த தொடர்பினால் செய்யாத பல திருட்டுகளுக்கு போலீசில் அடிக்கடி மாட்டிக் கொண்டான். முடிந்தவரை ஒவ்வொரு முறையும் உடம்பிலுள்ள எல்லா பாகங்களையும் அவர்கள் வீங்கவைத்து அனுப்பினார்கள். வீக்கங்கள் குறையக் குறைய முன்னிலும் பாதியானான்.

இப்படி நினைத்தது எதுவும் நடக்காமல் ஆனபோது, திருமண வீடுகளில் காய்கறி நறுக்கும் வேலை மட்டுமே அவனுக்கு மிஞ்சியபோது, அம்மா வழியிலிருந்து எதுவும் கற்றுக்கொள்ள அல்லது பெற்றுக்கொள்ள முடியாமல் போனபோது அப்பாவிடமிருந்து ஒன்றைக் கற்றுக்கொண்டான்.

முன்னிலும் அதிகமாக குடிக்க ஆரம்பித்தான். பின் அதனிலும் அதிகமாகக் குடித்தான். பாதி உடம்பு இன்னும் பாதியாகி எக்ஸ்ரே ஷீட் போலானான். குடி உருவாக்கிய பாம்பாட்டி என்ற பெயருடன் "கொசு" என்று ஒரு பெயரும் கூடுதலாக அவனுக்கு வந்து சேர்ந்தது இப்படித்தான்.

அதில் ஒருநாள் அவரையே மிஞ்சினான். "தலைகேறியப் போதையில் உருவான வாக்குவாதத்தில் யாரோ அவனை அடித்து அவன் வேலை பார்க்கும் மண்டபத்தின் முன்னேயேப் போட்டிருக்கிறார்கள்" என்ற தகவல் தங்கமணி தாத்தாவிற்கு வந்திருக்கிறது. அவர் அங்கு போகும்போது அவன் இல்லை. எவ்வளவு தேடியலைந்தும் ஒரு பிரயோசனமும் இல்லாமல் வீட்டிற்கு வந்திருக்கிறார். அன்று இரவே மறுபடியும் எங்கோ போய் குடித்திருக்கிறான்.

மறுநாள் அதிகாலையில்தான் அந்த சம்பவம் நடந்தது.

வரும் வழியில் வேட்டி அவிழ்ந்து விழுந்ததுகூட தெரியாமல் வீட்டின்முன் பட்டன்கள் அவிழ்ந்த சட்டையுடன் போதங்கெட்டுப்போய் நிர்வாணமாக படுத்துக்கிடந்தான்.

முதலில் அந்த இடத்திலிருந்து செவிட்டுக் கிழவியைத்தான் அப்புறப்படுத்தியிருக்கிறார்கள். பின் அவள் வீட்டிற்குள்ளிருந்து தாத்தாவின் வேட்டியை எடுத்து அவன்மேல் போர்த்தியிருக்கிறார்கள். இப்படியொரு மகனையும் மனைவியையும் வைத்துக்கொண்டு இந்த வயதில் என்ன செய்வது என்று தெரியாத தங்கமணி தாத்தா கிருஷ்ணபிள்ளை கடைக்கு காப்பி குடிக்க என் எதிரில் நடந்து வந்து கொண்டிருந்தார்.

•••

பாம்பாட்டிக்கு போதையேறிய அதே இரவில்தான் பெயர் தெரியாத ஒரு மாய போதையால் நானும் பைத்தியமானேன்.

அந்த இரவில் அவளை அப்படியொரு அதிர்ச்சிக்குள்ளாக்காமல் இருந்திருந்தால் பிற்காலத்தில் அவள் நன்றாக இருந்திருப்பாளோ? அவளது நிலைக்கு நானும் ஒரு காரணம்தானோ? என எப்போதும் நினைப்பதுண்டு.

இப்போது நினைக்கிறேன். அதே இடத்தில் எங்கள் ஊரில் எல்லோராலும் "ஊத்தை" என்று அழைக்கப்பட்டு வந்த பிரபு அண்ணன் இருந்திருந்தால்? அவனும்தானே வாயினோரம் எப்போதும் எச்சில் வடித்துக்கொண்டு சதா எங்கள் தெருவை ஒழுங்கில்லாத மனநிலையுடன் சுற்றி வந்தான்? இத்தனைக்கும் செவிட்டுக் கிழவியைப்போல அவனுக்கு என்ன நடந்தது என்று அரைகுறையாகக்கூட சொல்லத் தெரியாது. அவனை என்றாவது நான் நெருங்கவாவது யோசித்திருக்கிறேனா? ஒருவேளை பவுன்டன் சொன்ன கதைகளில் அவன் இருந்திருந்தால்? முதலில் அவன் கைகள்தான் எனக்கு ஞாபகம் வந்திருக்கும். அதனுள் சிக்கி பவுன்டனின் தம்பி மூச்சுத் திணறியதை ஒருமுறை நான் நேரிலே பார்த்திருந்தேன். அவனை விடுங்கள், கேவலம்... ஒவ்வொரு உறுப்பிற்கும் ஒவ்வொரு வியாதியை அடைத்துக்கொண்டு பலவீனமாக குரலெழுப்பும் என் பாட்டியைக்கூட என்னால் எதிர்க்க முடியாதே?

நான் யாரையெல்லாம் பழி வாங்க வேண்டுமோ அவர்களிடமெல்லாம் அடங்கியும் குழைந்தும்தானே வாழ்ந்து வந்தேன். பாதாள உலகம், அரக்கர்கள், அவர்களின் உலகை அழிக்கும் திட்டம் எல்லாம் வேறெங்குமில்லை. அது

எனக்குள்தான் இருக்கிறது. அது அத்தனையிலும் எனது பயமும், கோழைத்தனமும் மட்டும்தான் இருக்கிறது.

பாம்பாட்டி செய்த களேபரத்தில் செவிட்டுக் கிழவியின் தீக்காயங்களை யாரும் கண்டு கொள்ளவில்லையா? இல்லை அவளுக்கு அந்தக் காயங்களை பற்றி சொல்லத் தெரியவில்லையா? என்று தெரியவில்லை. இத்தனைக்கும் நான் செவிட்டுக் கிழவியை "அடிப்பதுபோல ஏதோ செய்துகொண்டிருந்ததாக" அப்பாவிடம் யாரோ சொல்லியிருக்கிறார்கள் என்று பின்னர் தெரிந்துகொண்டேன். பொதுவாகவே அவள் அலறும் இயல்புடையவள் என்பதால், அந்த அலறலுக்கு "நான் காரணமில்லை" என்று அவர் நினைத்திருக்கக்கூடும். அதனால் தப்பித்தேன்.

இப்படி எந்தவித சிக்கலும் இல்லாமல் நான் தப்பித்துவிட்டேன் என்றுதான் நீண்ட நாட்கள் நினைத்துக்கொண்டிருந்தேன்; அந்தச் செய்தியைப் பார்க்கும்வரை...

அதுவரை நான் அளந்து வைத்திருந்த "நான்" என்பவன் வேறு ஒருவன் என்றும், அவன் வெளியே தெரிவதுபோல அத்தனை இளகிய மனது கொண்டவன் இல்லை என்றும் அதன்பின்தான் தெரிந்து கொண்டேன்.

நாங்கள் தனியாக நிறுவனம் ஒன்றை ஆரம்பித்து இரண்டு வருடங்கள் கடந்திருந்த ஒருநாள். இடது கையிலும், இடது நெஞ்சிலும் தீக்காயங்கள் பரவிய ஒரு எட்டு வயதுச் சிறுமியின் அசைவில்லாத புகைப்படம் ஒன்று சானல் ஒன்றில் பரபரப்பான அரசியல் செய்திகளுக்கு மத்தியில் பரிதாபமாக ஓடிக்கொண்டிருந்தது.

சில மாதங்கள் வீட்டு வாடகை கொடுக்காததால் பெரியவர்களை எதிர்கொள்ள முடியாதவர்கள் அவர்களது எட்டு வயது மகளுக்கு யாருக்கும் தெரியாமல் எலெக்ட்ரிக் ஷாக் வைத்துள்ளார்கள். வைத்தவன் வீட்டு உரிமையாளரின் மகன். அந்த ஷாக்கினால் அக்குழந்தையின் மார்பு பகுதியில் தீப்பற்றி எரிந்ததை அக்கம் பக்கத்திலுள்ளவர்கள் பார்த்துள்ளார்கள். விளையாடும்போது ஏதோ ஷாக் அடித்துவிட்டதாக நினைத்த அவர்கள் மருத்துவமனையில் சேர்த்துள்ளார்கள். பின்னர் நடந்த போலீஸ் விசாரணையில் உண்மை தெரியவர அவன் கைது செய்யப்பட்டான். அதிர்ஷ்டவசமாக அந்தக் குழந்தையும் செவிட்டுக் கிழவியைப்போல பிழைத்துக்கொண்டது.

அப்போது என் அறையில் இம்பீரியல் ப்ளூவில் அரை போத்தலுக்கும்மேல் குடித்துவிட்டு மீதியை வெறித்துப் பார்த்துக்கொண்டு எப்போதும்போல தனியாக அமர்ந்திருந்தேன்.

சொல்லப்போனால் சிறு வயதிலிருந்து இப்போதுவரை தனிமை மட்டும்தானே எனக்கு எல்லாவுமாக இருக்கிறது. நிழலாகவும், நிஜமாகவும், துணையாகவும், அணுக்கமாகவும் அதுதானே இருக்கிறது. நிறமிழந்த என் நினைவுகளை, கனவுகளை, நாட்களை அது மட்டும்தானே உருவாக்குகிறது. அதுதான் இப்போது என்முன் ஒரு கேள்வியையும் கொண்டுவந்து நிறுத்தியது.

"இப்போது நீ யார் பக்கம்?"

செவிட்டுக் கிழவிக்கு அப்போது அறுபது வயது இருக்கலாம். ஒருவேளை அன்று அவளுக்கு ஷாக் அடித்திருந்தால்? மாரடைப்புக்கூட ஏற்பட்டிருக்கும். வெறும் தீப்புண் காயங்களோடு தப்பித்திருக்க மாட்டாள்.

"அன்று ஏன் நான் அப்படி நடந்து கொண்டேன்?"

அந்த ஒரே நாளில் மட்டும் இந்தக் இரு கேள்விகளையும் எத்தனை முறை எனக்கு நானே கேட்டுக்கொண்டேன் என்று தெரியாது. பல வருடங்களுக்குப்பிறகு இப்படி மீண்டும் என்னை அவள் ஆக்கிரமிக்கத் தொடங்கியபோது, "இரண்டு பக்கமும் நிற்க தகுதியற்ற ஒருவன்தான் நான்" என்று உணர்ந்தேன். மீண்டும் அதுபோன்ற கேள்விகள் எழாமலிருக்க மீதியையும் குடித்தேன். உள்ளே சென்ற அது கேள்விக்கு பதிலாக இப்போது விடைகளை வெளியே தள்ளியது:

"நண்பனே... தப்பித்தல் என்பது வெளியிலிருந்து, சட்டத்திலிருந்து, காக்கி உடையிலிருந்து அல்ல; உள்ளிலிருந்து, உன்னிலிருந்து, உனக்கு நீயே உருவாக்கி வைத்திருக்கும் உன் போலி எதிரிகளிடமிருந்து"

•••

நாங்கள் இருவருமே தப்பித்த அந்தச் சம்பவத்திற்கு பின் நான் வீட்டை விட்டு வெளியேச் செல்லவில்லை. எஞ்சிய விடுமுறை நாட்களை பெரும்பாலும் வீட்டில் இருந்தபடியே கழித்தேன். விடுமுறை முடிவதற்கு ஒரு வாரமே இருந்ததால் அம்மாவும் என்னை எதுவும் சொல்லவில்லை.

எதற்கு அதைச் செய்தேனோ, யாரிடம் என்னை நிரூபிக்கச் செய்தேனோ, அதை அவர்களிடம் சொல்லி பாராட்டு வாங்கக்கூடத் தோன்றவில்லை. ஒருவேளை நான் அவளுக்கு ஏற்படுத்திய காயங்களை நண்பர்களிடம் சொல்லியிருந்தால் என்றென்றைக்கும் அவர்களால் மறக்க முடியாத ஒருவனாக மாறியிருப்பேன். செவிட்டுக் கிழவியை குறித்துப் பேசும் சந்தர்ப்பங்கள் ஒவ்வொன்றிலும் அவளுக்கு எதிரில் நான் நின்றிருப்பேன்.

ஏனோ அதை யாரிடமும் சொல்லத் தோன்றவில்லை. காரணம், பயமாகக்கூட இருக்கலாம்; அது இல்லாமலும் இருக்கலாம்.

அந்த ஏழு நாட்களில் வீட்டின் திண்ணையில் அமர்ந்து எனக்கு நானே ஏதாவது விளையாடிக் கொண்டிருக்கும்போது, இத்தனை கேடுகளை, தீக்காயங்களை அவளுக்கு ஏற்படுத்தியப் பின்னும்கூட அவள் என்னைப் பார்த்து சிரித்த சந்தர்ப்பங்கள் உண்டு.

என்னால் அந்தச் சிரிப்பை கொஞ்சமும் எதிர்கொள்ள முடியவில்லை. எல்லாம் இழந்தபின், கொடுப்பதற்கு எதுவுமில்லாமல், கடைசியில் கையில் வைத்திருக்கும் பொம்மையையும் நீட்டும் குழந்தையைப் போலிருந்தது, எங்கள் இருவருக்குமான விளையாட்டில் அவள் தரப்பிலிருந்து வந்த அந்தச் சிரிப்பு. அதன் வேகத்தைப் பார்க்கும்போது என்னிடம் கொடுக்க அவளிடம் நிறைய பொம்மைகள் இருந்ததுபோலத் தோன்றியது.

அதற்கு நாம் மனநோய் என்று பெயர் சூட்டலாம். ஆனால் இங்கு மாத்திரைகளானது பாதிக்கப்பட்டவர்களுக்கு கொடுக்கப்படுகிறதே தவிர; பாதிப்பை ஏற்படுத்தியவர்களுக்கு அல்ல இல்லையா?

***

ஒவ்வொருமுறையும் அப்பாதான் என்னைப் பாட்டி வீட்டில் கொண்டுபோய்விட வருவார். பாட்டிக்கும் அப்பாவிற்கும் கொஞ்சமும் ஆகாது. பேசிக்கொள்ள மாட்டார்கள். அவர்கள் பேசி நான் பார்த்ததும் கிடையாது. பாட்டியை ஒருமுறை அப்பா அரிவாள் எடுத்து வெட்டப் போயிருக்கிறார். "எங்கம்மையா இருந்தாலும், அன்னைக்கு அவச் சொன்ன சொல்லுக்கு அவரு வெட்டிருந்தாலும் நானு கவலப்பட்ருக்க மாட்டேன்" என்று அம்மா அடிக்கடிச் சொல்வாள். ஆனால் அது என்ன வார்த்தை?

என்ன பிரச்சனை? என்று இன்றும்கூட எனக்குத் தெரியாது. இதுவெல்லாம் நான் பிறப்பதற்கு முன்பு நடந்த சங்கதிகள்.

அப்பாவிடம் பணமில்லை, குடும்பத்தை நடத்த கஷ்டப்படுகிறார் என்று அந்த வயதிலேயே எனக்குத் தெரிந்திருந்தது. ஆனால் எப்போது என்னை வெளியே அழைத்துச் சென்றாலும் எனக்கு மட்டும் எப்படி அவ்வளவு செலவழிக்கிறார்? கேட்டதெல்லாம் வாங்கிக் கொடுக்க அவரிடம் அப்போது மட்டும் எங்கிருந்து பணம் வருகிறது? என்று யோசித்துக்கொண்டேயிருப்பேன்.

இந்தமுறையும் அப்படித்தான்.

காலை சாப்பாடுகூட வேண்டாம் என்று சொல்லிவிட்டார். கிளம்பும்போது அம்மாவும் நானும் அழுதோம். மாறி மாறி முத்தம் கொடுத்துக் கொண்டோம். அவளின் கண்ணீரும் சேர்ந்து என் கன்னத்தில் வழிந்தோடியது. அது என் முகத்தில் இருந்த பவுடரையும், நெற்றியிலிருந்த சந்தனத்தையும் இடம்மாற்றிக் கரைத்தது. அழுதுகொண்டே மீண்டும் பவுடரைப் பூசி, சந்தனமிட்டாள். இந்தமுறை முத்தம் மட்டுமே வந்து கன்னத்தை கொஞ்சமாக ஈரமாக்கியது.

இது விடுமுறை முடியும்போது வழக்கமாக நடக்கும் ஒன்றுதான். நாளை இரவு அவளுடன் இருக்கமாட்டேன் என்பதை நினைத்து நினைத்து, நான் கிளம்புவதற்கு முதல்நாள் இரவிலிருந்து நான் இல்லாத மறுநாள் இரவுவரை தொடரும் அவள் அழுகையில் விரக்தி, பரிதவிப்பு, இயலாமை என என்னவெல்லாமோ இருக்கும் என்று எனக்கு நன்றாகவேத் தெரியும். அது அடுத்த இரண்டு மூன்று நாட்களில் அவளிடமிருந்து எனக்கு வரும் இன்லேன்டிலும் தெளிவாகத் தெரியும். என்னைப்போலத்தானே அவளும்!

"தற்கொலை செய்தால் அவள் இதைவிட அதிகமாக அழுவாளே?" என்ற காரணத்தினாலும் சிலமுறை நான் அதைத் தவிர்த்திருக்கிறேன்.

செவிட்டுக் கிழவியைப் போலவே அப்பா அழுதும் நான் பார்த்தது கிடையாது. அம்மாவும் நானும் இதுபோன்று அழும் நேரங்களிலெல்லாம் அவர் வாசலுக்குச் சென்று நெற்றியை சுருக்கிக்கொண்டு வேறு எங்கேயோ வெறித்தபடி, வேடிக்கைப் பார்த்தபடி அமைதியாக திரும்பி நிற்பார். எல்லாவற்றையுமே மனதிற்குள் தேக்கி வைத்துக் கொள்ளாமல், தன்னைத்தானே வதைத்துக்கொண்டு வேதனைப்படாமல் அம்மாபோல் அடிக்கடி

அழுதிருந்தால்கூட ஒருவேளை அவர் தற்கொலை செய்திருக்க மாட்டாரோ? என்று பின்னாட்களில் நான் யோசித்ததுண்டு.

அப்பாவிற்கு பாராட்டவோ, கட்டிப் பிடிக்கவோ, முத்தம் கொடுக்கவோ இல்லை கடைகளுக்குச் சென்று எனக்கு பிடித்த ஏதோவொன்றை, விதவிதமான நிறங்களையுடைய வெல்வெட் பேப்பர்களில் பொதிந்து மறைத்து வைத்து பரிசாக கொடுக்கவோ எல்லாம் தெரியாது.

நான் ஒன்பதாவது வகுப்பு படிக்கும் வரை காலாண்டு, அரையாண்டு என ஒவ்வொரு தேர்விலும் என் நண்பர்கள் எல்லோரும் நானூற்றுக்குமேல், நானூற்றி ஐம்பதுக்கு மேல், அந்த பாடத்தில் நூறு, இதில் தொண்ணூற்றி ஐந்து என்று அவரவர்களது அப்பாக்களிடம் சொல்லி பெருமைப்பட்டு கொண்டிருக்கும்போது, "பாஸ் ஆயிட்டேன்ப்பா" என்ற என் இரண்டு வார்த்தைகள் மட்டுமே அவருக்கு எப்போதும் போதுமானதாக இருக்கும்.

அப்படி தேர்வு முடிவு வரும் சில சந்தர்பங்களில் நான் அவர் பக்கத்தில் இருந்ததுண்டு. நெற்றியைச் சுருக்கி அழுகையை அடக்குவதில் அவரது உதடுகள்கூட லேசாகத் துடிதுடிக்க ஆரம்பித்துவிடும். உடனே சட்டைப் பைக்குள் கைவிட்டு இருக்கும் பணத்தை எடுத்து அள்ளித் தந்தபடி "பிடிச்சத வாங்கி சாப்பிடு" என்று சொல்லிவிட்டு எனக்கு முன்பே அவர் வீட்டை விட்டு வெளியே சென்று விடுவார். காரணம், ஒருவேளை அவர் அழுது விட்டால் என்னால் அதை தாங்கிக்கொள்ள முடியாது என்று அவருக்குத் தெரியும். பெரும்பாலும் அவர் தனது உணர்ச்சிகளைக் கட்டுப்படுத்தும் விதம் இவ்வாறுதான் இருக்கும்.

பாட்டி வீட்டில் தங்கி படித்து வந்ததால் தட்டி கேட்க யார் இருக்கிறார்கள் இல்லையா? சின்ன சின்ன அடிதடி. ஓரிருமுறை சஸ்பென்ட். இது தவிர வீட்டிலும், வெளியே நண்பர்களுடன் சேர்ந்தும் அடிக்கடி சின்னச் சின்னச் திருட்டு என என் உலகம் அந்தப் பதினைந்து வயதிற்குள்ளேயே வேறு மாதிரியாக மாறிக் கொண்டிருந்ததை நான் உணரவில்லை.

ஒருவனின் ஒரு குற்றம் கண்டுபிடிக்கப்பட்டால் அவனது எல்லா குற்றமும் ஒவ்வொன்றாக வெளியே வரும் அல்லவா? அப்படித்தான் ஒருமுறை பாட்டியிடம் அகப்பட்டு எனது எல்லா குற்றங்களும், எல்லாவித அசிங்கங்களும் படிப்படியாக வீட்டிற்கு

தெரிய ஆரம்பித்திருந்தன. அம்மா பயங்கரமாக திட்டுவாள். சில நேரங்களில் பாட்டியை திருப்திபடுத்த என்னை அடிக்கவும்கூட செய்திருக்கிறாள். ஆனால் அவர்...

“இன்று கேட்பார்.. நாளை கேட்பார்... கேட்டதோடு நிறுத்தாமல்... அவர் சொன்ன எந்த அறிவுரையையும் கேட்காத என்னை பஸ் ஏறிவந்து அடிப்பார்...” என்றெல்லாம் ஏதேதோ நினைத்துவிட்டு அவமானத்திலும், பயத்திலும், குற்ற உணர்ச்சியிலும் ஒவ்வொரு நாட்களும் நான் காத்திருந்தபோது, அதைப்பற்றி ஒரு வார்த்தைக்கூட அவர் கேட்டது கிடையாது. இடையில் அவர் என்னை பார்க்க வந்தாலும்சரி அல்லது நான் ஊருக்கு போயிருந்தாலும்சரி வழக்கம்போல பேசிவிட்டோ, ஹோட்டல்களுக்கு அழைத்துச் சென்று விரும்பியதை வாங்கி கொடுத்துவிட்டு அமைதியாக இருப்பாரே தவிர, முகபாவனையில்கூட என்னிடம் கேட்பதற்கு பல கேள்விகளும், சொல்வதற்கு அதைவிட அதிக புகார்களும் இருக்கிறது என்பதைக் காட்டிக்கொள்ள மாட்டார். பின் அவரைப்போல அமைதியாக இருந்து எல்லாவற்றையும் யோசித்த ஒருநாளில்தான் எனக்கு எல்லாம் புரிந்தது..

“அவர்தான் எப்போதும் என்னை அடித்ததேயில்லையே!”

“பதிலுக்கு என்ன செய்தால் அவருக்கு பிடிக்கும்?” என்று என்ன யோசித்தாலும், எப்படி தேடினாலும் அதன் ஆரம்பத்திலிருந்து முடிவுவரை அவருக்குப் பிடித்த ஒன்று மட்டும்தான் எப்போதும் என் கண்முன் தோன்றும்.

“படிப்பு”

ஆனால் என்னை முதல் ரேங்க் வாங்கும் மாணவனாக நான் கனவில் கூட நினைத்துப் பார்த்தது கிடையாது. ஆனால் அவருக்காக படிக்க ஆரம்பித்தேன். ஒரு அரையாண்டு தேர்வின் முடிவில் மூன்றாவதாக வந்தேன்.

“க்ளாஸ் தேர்ட்ப்பா” என்றேன். அவருக்கு அதன் அர்த்தம் விளங்கவில்லையா? இல்லை அதை நான் சொல்வதால் நம்ப முடியவில்லையா? என்று தெரியவில்லை. திகைத்து நின்றவரைப் பார்த்து “பாஸ் ஆயிட்டேன்ப்பா” என்றேன்.

நான் என்ன செய்தபோதிலும், அத்தனைக்கும் பிறகும்... அவருக்கு அந்த இரண்டு வார்த்தைகள் மட்டுமே போதுமானதாக இருக்கும். அழுகையை அடக்கியதில் உதடுகள் துடிதுடிக்க

ஆரம்பித்தது. வேகவேகமாக சட்டைப் பைக்குள் கை விட்டார். வாங்கிவிட்டு இப்போது நான் அவரை முந்திக்கொண்டு வீட்டை விட்டு வெளியே ஓடினேன். காரணம், ஒருவேளை நான் அழுதுவிட்டாலும் அவரால் அதைத் தாங்கிக் கொள்ள முடியாது என்று எனக்கும் தெரியும்.

நான் ஆறிலிருந்து ஒவ்வொரு தேர்விலும் தேர்ச்சியடையும்போதும், ஒவ்வொரு வகுப்பிலிருந்து இன்னொரு வகுப்பிற்கு முன்னேறிச் செல்லும்போதும், நான் ஏதோ பெரிய பட்டங்கள் வாங்கியதுபோல அவர் ஏன் அவ்வளவு உணர்ச்சிவசப்பட்டு கொண்டாட வேண்டும்? என்று இப்போது யோசித்துப் பார்க்கும்போது புரிகிறது.

அது அத்தனையும் அவர் படிக்க விரும்பிய படிப்புகள். இழந்துபோன கனவுகள். தனக்கு கிடைக்காத ஒன்றை அடித்தோ, திட்டியோ ஒருவனை வாங்க வைக்க முடியாது என்று அவருக்கு நன்றாகவேத் தெரிந்திருந்தது. எப்போதும் எந்தவொரு சிறு வாக்குவாதமானாலும், சண்டையானாலும் வீட்டைவிட்டு ஓட எத்தனிக்கும் ஒருவனாக, பலவீனமான சிறுவனாக நான் இருந்திருக்கிறேன் என்று என்னைவிட்டு பிரிந்திருந்த அந்த சூழலிலும் முழுமையாக அவர் புரிந்து வைத்திருந்தார்.

தனது பரம்பரையில் முதல் தலைமுறை பட்டதாரியை இப்படித்தான் அவர் ஆகப் பொறுமையுடன் உருவாக்க முயற்சி செய்துகொண்டிருந்தார் என்று அப்போது எனக்குத் தெரியாது.

தெரு அற்றம் சென்று என் உருவம் மறையும்வரை எனக்கு கையசைத்து கொண்டிருந்தாள் அம்மா. கொஞ்சமாக கொடுத்தால் எல்லாவற்றையும் பாட்டியே எடுத்துக் கொள்வாள் என்பதால், ஒரு பெரிய பை நிறைய பலகாரங்கள் சுட்டுத் தந்திருந்தாள். அந்தப் பையை தோளிலும், என் உடைகள் இருக்கும் பையை வலது கையிலுமாகத் தூக்கிக்கொண்டு அப்பா எதுவும் பேசாமல் நடந்து வந்தார். இனி மூன்று நான்கு மாதங்கள் கழித்துதான் இங்கு வரமுடியும் என்பதால், கண்முன் தோன்றிய கட்டிடங்கள், அதன் சுவர்கள், சுற்றிலுமிருக்கும் மரங்கள், நடந்து செல்லும் மனிதர்கள் என ஊருக்குள் இருக்கும் எந்த ஒன்றையும் என் பார்வையிலிருந்து தப்பிக்க விடாமல் அடைத்துச் சிறைபிடித்தும், விட்டு விடுதலையாக்கியும் வந்தேன்.

கொஞ்சதூரம் நடந்து சென்றபின் இரண்டு பைகளையும் இடதுகைக்கு மாற்றி என்னை வலது கையில் மென்மையாக

பிடித்துக்கொண்டார். அது அவர் என்னுடன் பேச ஆரம்பிக்கும் முறை என்று எனக்கு நன்றாகவே தெரியும். பெரும்பாலும் என்னை மடியில் அமர்த்திக்கொண்டோ, தலையை வருடியபடியோ, இல்லை அவர் தலைக்குமேல் ஒன்றிற்கு இரண்டுமுறை தூக்கிப் போட்டுக்கொண்டுதான் பேசவே ஆரம்பிப்பார். அப்போதும் அப்படித்தான்.

"ப்பா நல்லா படிக்கனும்ப்பா. சொவரு இருந்தாத்தான் சித்திரம் வரைய முடியும். அது மட்டும்தான் உன்னக் காப்பாத்தும்"

"அவ வயசானவ, அப்படித்தான் நடந்துக்குவா. நீதான் பக்குவமாக நடந்துக்கணும். நீ இப்ப சின்னப் பையன் கிடையாது. ஏழான்ங் க்ளாஸ் போற.."

"எல்லாம் கொஞ்ச நாள்ல சரியாயிரும். அப்பா உன்ன பத்து இங்கதான் நல்ல ஸ்கூல்ல படிக்க வைப்பேன் என்ன? மூணு வருசம் இந்தா புடின்னு போயிரும்." என்று என்னைப் பார்த்து சிரித்தார்.

உடனே நான் "சத்தியமா?" என்றேன்.

இப்போது வலது கையினால் என்னை அணைத்துக்கொண்டு "ம்" என்றார்.

ரெகுபதி விலாஸ் ஹோட்டலுக்கு உள்ளே சென்றதுமே நான் உற்சாகமானேன்.

இப்போது அந்த ஹோட்டல் இருந்த இடத்தில் இரண்டு க்ளினிக்குகள் இருக்கின்றன. பார்க்கும்போது இதற்குமுன் அந்த இடத்தில் இருந்த கட்டடங்களை குறித்த நினைவுகள் யாருக்கும் தோன்றாதவாறு முழுமையாக இடித்துக் அது கட்டப்பட்டிருக்கிறது. அதைப் பார்க்கும்போதெல்லாம் கட்டடங்கள் என்பவை மனிதர்களின் மத்தியில் நினைவுகளை உருவாக்கி, பின் அதை அழித்து விளையாடும் விளையாட்டைத்தான் காலம்காலமாக செய்து வருகின்றனவோ? என்று எனக்குத் தோன்றும்.

ஹோட்டல்கள் என்பது நண்பர்களிடம் பெருமையாக சொல்ல வேண்டிய இடங்களில் ஒன்று அல்லவா? பெரிய பூரி ஒன்றையும், மெதுவடையில் பாதியும் சாப்பிட்டதாக நினைவு. மதியம் ஒரு ஹோட்டல். இரவு ஒரு ஹோட்டல் என பேருந்திலிருந்து இறங்கும் போதெல்லாம் என் வயிற்றில் கொஞ்சமும் வெற்றிடம் ஏற்படாதவாறு பார்த்துக்கொண்டார்.

நாங்கள் வீடு வந்து சேரும்போது பாட்டி உறங்கியிருந்தாள். நான்தான் கேட்டைத் தட்டி எழுப்பினேன். முன்பே சொன்னதுபோல அழும் விவாகரத்தை போன்று, அப்பாவுக்கு முத்தம் கொடுக்கவும் தெரியாது. உள்ளிருந்து ஏதோ எனக்கு இடம் மாற்றிவிடுவதுபோல, நெஞ்சோடு ஒருமாதிரி அணைத்துகொண்டும், தலையை முகர்ந்து தடவிக் கொடுத்துக்கொண்டும் என்னைப்பார்த்து சிரிப்பார். அவர் அப்படி செய்ததும் நானும் அழமாட்டேன். பாட்டி கதவைத் திறந்ததும் பைகளை வாசற்படியில் வைத்து விட்டு, என் கையில் ஐம்பது ரூபாய் தந்துவிட்டு "அப்பா போய்ட்டு வாரேன்ப்பா" என்று சொல்லிவிட்டு திரும்பிப் பார்க்காமல் வேகமாக நடக்க ஆரம்பித்து விடுவார். அன்றும் அப்படித்தான்.

நான் எப்படியும் அழுவேன் என்று அவருக்குத் தெரியும். அதை அவர் பார்க்க விருப்பமில்லாமலா? இல்லை அவர் அழுவது எனக்குத் தெரியக்கூடாதா என்பதாலா? என்று இன்றுவரை எனக்குத் தெரியாது; அவர் நடையின் அந்த வேகத்தையும் என்னால் புரிந்துகொள்ள முடியாது.

இப்போதுபோல அப்போது சாலை வசதியும் பேருந்து வசதியும் கிடையாது. அந்த நள்ளிரவு நேரத்தில், அந்தக் கிராமத்தில் பேருந்து இருக்குமா? இருக்காதா? இல்லை கடைசி பேருந்தும் போயிருந்தால் அவர் எங்கு படுத்து எழுந்து போவார்? இப்படி ஒரேடியாக அறுநூறு கிலோமீட்டருக்கும் அதிகமான பயணத்தை கொஞ்சமும் ஓய்வெடுக்காமல் எப்படி கடக்கிறார்? என்று அந்த வயதில் எனக்கு யோசிக்கத் தெரியாது. பாட்டியும் அவரை தங்கச் சொல்லமாட்டாள். அப்படிச் சொல்ல நினைத்தாலும்கூட அவரின் வேகமானது அந்த நொடிநேர வாய்ப்பைக்கூட அவளுக்கு வழங்காது.

நான் வளர்ந்தபின் எல்லாவற்றையும் உள்ளுக்குள் வைத்து பூட்டும் பழக்கம் அவரிடமிருந்து இப்படித்தான் எனக்கு வந்திருக்கவேண்டும். இப்போதுபோல, அன்று எதுவும் யோசிக்கத் தெரியாமல் அசதியில் உறங்கிப்போனேன்.

பாட்டியின் சிரிப்பில்லாத அந்த முகம் மறுநாள் காலையில் என்னை எழுப்பிவிடும்பொழுது, என்னுள் மாடனும் இருக்க மாட்டான்; நானும் இருக்க மாட்டேன். தீப்புண் காயங்களை வெளியே சொல்லத் தெரியாத, பாட்டியின் கண்களுக்கு பாதாள அரக்கனின் குழந்தையாய் தெரியும் அந்தப் பதிமூன்று வயது

செவிட்டுச் சிறுவன் ஒருவன் எழுந்து, எதை எதையோ நினைத்து அழுதபடி எழுந்து பள்ளிக்குச் செல்ல தயாராவான்.

•••

அந்த மூன்று வருடங்களும் ஒவ்வொரு முறையும் ஊருக்கு வரும்போது செவிட்டுக் கிழவியைப் பார்த்திருக்கிறேன். அவளிடம் பெரிதாக எந்த மாற்றமும் இல்லை. தங்கமணி தாத்தா இல்லாமல் வாழக் கற்றுக்கொண்டிருந்தாள். அதிக தூரம் நடக்கவும், நிற்கவும், சிரிக்கவும் ஆரம்பித்திருந்தாள். வயதின் காரணமாக நாங்களும் எங்கள் கவனத்தை வேறு பக்கம் குவித்திருந்தோம்.

பவுன்டனால் எவ்வளவு முயன்றும் எட்டாம் வகுப்பைத் தாண்ட முடியவில்லை. பாத்திரக்கடையில் சம்பளம் குறைவு. மட்டுமில்லாமல் பழைய பாத்திரங்களை அவ்வளவு பெரிய சுத்தியலை தூக்கி அவனால் உடைக்க முடியவில்லை. ஆகவே எங்கள் ஊர் பஜாரில் புதிதாக கட்டப்பட்டிருந்த நவீன கட்டண கழிப்பிடத்தில் காசு வாங்கிப்போடும் டேபிளில் அமர்ந்திருந்தான். அவன் கதைகளும்கூட இப்போது மாற்றத்தை சந்தித்திருந்தன. அவை பாதாளத்திலிருந்து பாலியலுக்கு மாறியிருந்தது. அரக்கர்கள் இருந்த இடத்தில் நிஜ மனிதர்கள் உலவத் தொடங்கியிருந்தார்கள்.

“மாப்ள விவேகானந்தரு நம்ம கன்னியாமரி வந்தாருல்லா. அப்ப கடலு புல்லா பாற மட்டும்தான் இருந்தாம். மாரி எப்படி நீந்துனாருன்னு நெனக்க?”

“லேய் நானும்தாம்ல போய்ருக்கேன். அங்க எங்கல அவ்ளோ பாற.”

“லேய் நான் சொல்லது பத்து ஐநூறு வருசம் முன்னாடி”

“ஓ சரி.. சரி.. சரி”

“அப்டியே ஒண்ணுக்கு இருக்கா மாரி பாற முன்னாடி போய் நின்னுட்டு சுத்திப் பாத்துருக்காரு. யாரும் இல்ல. கண்ண மூடிட்டு லைட்டா தொடைய தட்டுனதுதான் உண்டு. மத்தது பீச்சி அடிச்சு ஒவ்வொரு பாறையையும் ஒடஞ்சி தூளாக்கிட்டுல்லா? அவ்வளவு பவராக்கும் மாப்ள அவ்ருக்கு”

“ஆனா அவர விட பவரு கூடுனவராக்கும் நம்ம சவேரியாரு மாப்ள. ஒருக்கா எவ்ளவு சொல்லியும் வெளிநாட்டுல அவர

யாரும் சாமினு நம்பலையாம். அப்பல்லாம் டெஸ்ட் வச்சுதான் சாமி பட்டம் குடுப்பாங்க மாப்ள. அப்ப அவுருக்கு ஒரு டெஸ்ட் வச்சுருக்காங்க. அவரு முன்னாடி ஆயிரம் சூப்பர் சூப்பர் ஒலக அழகிகள முண்டத்தோட ஆட வுட்டுருக்கானுக. இவுரும் ட்ரெஸ்சே போடாம நின்னுட்டு இருந்தாராம். மாப்ள நாம ஒருக்கா நாலு படிக்கும்போது ஸ்கூல்லருந்து கேரளா டூர் போனப்ப, மத்தது குளுருல உள்ளப்போயி சுருங்கி கெடந்துல்லா... அதவிட அவருக்கு சுருங்கிட்டாம் கேட்டியா? எல்லாரும் ஒரு நிமிசம் அசந்துட்டானுகளாம். அதுல ஒருத்தன் அவர பொம்பளை மச்சான்னு கிண்டல் அடிச்சிருக்கான். இவுரு அவன கிட்ட கூட்ருக்காரு. போனதுதான் உண்டு, "பாக்கச் சகிக்காதவன் தேக்கத் தூக்குனானம்"னு நம்ம தமிழ் வாத்தியார் அடிக்கடி ஒரு பழமொழி சொல்வாருல்லா? அதமாரி மத்தது யான தும்பிக்கை அளவுக்கு எழும்பி அவன தூக்கி அடிச்சதுல, இங்கிருந்து நம்ம பஜார் முக்குல கணேசன்ணே கடை இருக்குல்லா, அவளவு தூரம் போயி வுழுந்தானம் மாப்ள. அப்புறந்தான் அவர சாமினு நம்பி இந்தியாக்கு அனுப்பி விட்டாங்களாம்."

அப்போதும் நாங்கள் "அவரு தொடை தட்டும்போது யாரும் பாக்கலைனா உனக்கு மட்டும் இந்தக் கதை எப்டில தெரிஞ்சு?" என்றும், "ஆயிரம் ஒலக அழகி, யான தும்பிக்கை, ஒன்றரை கிலோமீட்டர் கணேசன் கடை தூரம்!" என்பது குறித்தும் எந்தச் சந்தேகத்தையும் அவனிடம் எழுப்பவில்லை.

இந்தமுறை எங்களுக்கு சந்தேகம் வராமலிருந்ததற்கு காரணம், பாட புத்தகங்களை தவிர கையில் எது கிடைத்தாலும் எடுத்துப் படிக்கும் அவன் பழக்கமும், மன்னர் காலக் கதைகள் முதற்கொண்டு எம்.ஜி.ஆர் கால கிசுகிசுக்கள் வரை அவன் சொல்லும் தகவல்களும், எங்களுக்கு அவன் தரும் "மாங்காய் மாமி" கதைப் புத்தகங்களும்தான். அதை எங்களிடம் வெறும் கதையாக மட்டும் சொல்லாமல், அப்படியே சைகையுடன் அவன் நடித்துக் காட்டும்போது நாங்கள் விழுந்து விழுந்து சிரித்தோம்.

பாதாள உலகமோ, பாத்திரக் கடையோ, இல்லை பாலியல் கதைகளோ... சொல்லும்போது அந்த நேர்த்தியும், விறுவிறுப்பும் மட்டும் எப்போதும் அவனை விட்டு விலகவில்லை.

ஆனால் அவனுக்கும் ஒரு மறுபக்கம் இருந்தது. எம்.எஸ்.பீடியை இழுத்துக்கொண்டே இதை அடிக்கடி சொல்வான்.

“மாப்ள குண்டி கழுவன கைல இருக்க ஈரத்த தொடைக்காமலே காசை எடுத்து நீட்டுவானுகடே. பர்ஸ்ட் தொடும்போது ஒரு மாதிரி இருந்து, பின்ன பழகிட்டு கேட்டியா? அப்டீனா இந்த ஊர்ல, பக்கத்து ஊர்ல, வெளியூர்ல இருந்து வரவனுக எத்தனை பேரோட குண்டி ஈரத்த என் கை தொட்ருக்கும் சொல்லு பாப்பம்?” என்பவன் உற்சாகமே இல்லாமல் சிரித்துவிட்டு “கணக்கே கெடையாது இல்லியா மக்கா... அவ்ளவும் பீக் காசு. என் சம்பளக் காசுடே” என்பான்.

பின் முகத்தை ஒருமாதிரி கோணலாக வைத்துக்கொண்டு மீண்டும் மீண்டும் அதைச் சொல்லிச் சொல்லி சிரித்துக் காட்டுவான்; சில்லறைகளை பாக்கெட்டில் போட்டு நடந்து காண்பிப்பான்; அது குலுங்கும் ஓசையில் ஆடவும் செய்வான். சினிமா கதாநாயகர்கள்போல ஊரைவிட்டு ஓடி திரும்பி பெரிய பணக்காரனாக ஊருக்கு வரவேண்டும் என்று சொல்லிக் கொண்டேயிருப்பான்.

ஒருநாள் அப்படி ஓடியும் போனான்.

“முத்து இன்னும் பணக்காரனா ஆவலையோ, இல்ல திரும்ப வரமுடியாத தொலைக்கு போய்ட்டானோனு தெர்லயே மக்கா” என்று இன்றுவரை பவுன்டனின் அம்மாவும் அவனைப்போலவே முகத்தைக் கோணலாக வைத்துக்கொண்டு இதை என்னிடம் சொல்லும்போது, பதிலுக்கு என்ன சொல்வதென்று தெரியாமல் அப்பாவைப் போலவே பீறிட்டு எழும் அழுகையை அடக்கியபடி உதடுகள் துடிதுடிக்க அந்த இடத்தை விட்டு வேகமாக நகர்ந்து விடுவேன்.

இனி எப்போதுமே வரக்கூடாது என்று நினைத்த ஊருக்கு பின்னாளில் நான் வரக் காரணங்களில் ஒன்று அவளும்தான்.

•••

மீதமிருந்த மூன்று வருடமும் அப்பா சொன்னதுபோல பறக்கத்தான் செய்தது. என் மனநிலையை எப்படியெல்லாம் முடியுமோ, அந்த வகையிலெல்லாம் சிதைத்தபடி, பாட்டி என்னை பார்த்துப் பார்த்து உருவாக்கிக் கொண்டிருந்தாள். நானோ “ஒன்பதாம் வகுப்பு ஆண்டு விடுமுறை எப்போதுதான் வரும்” என்ற ஏக்கத்துடன், அதற்காகவே எல்லாவற்றையும் தாங்கியபடி காத்திருக்க ஆரம்பித்திருந்தேன்.

ஏன்தான் அதற்குக் காத்திருந்தேனோ? என்று பின்னர் பல நாட்கள் நான் நினைத்ததுண்டு. தேர்வுகள் முடிந்து ஊருக்குக் கிளம்புவதற்கு ஒருநாள் முன்புதான் அந்தத் தகவல் என்னை வந்து சேர்ந்தது.

"கூப்பிட அப்பா வரலையா" என்ற பதிலுக்கு பதில் சொல்லாமல் பாட்டிதான் என்னை ஊருக்கு அழைத்துச் சென்றாள். அதிசயமாக நான் கேட்காமலே சாப்பிடுவதற்கு நிறைய வாங்கித் தந்தாள். மடியில் கிடத்தி உறங்க வைத்தாள். அப்பாவைப் போலவே நெற்றியை சுருக்கி சோகமாக முகத்தை வைத்துக் கொண்டாள்.

"உடம்புல எந்தப் பிரச்சனையும் இல்லாம, மூச்சடைச்சு இருமல் வர மாதிரி இருக்குறதும், நெஞ்சு படபடனு அடிச்சிக்கிறதும், அந்த நேரத்துல பார்வை மங்குறதும், சுற்றி இருக்குறவங்கள, இருக்குறத பற்றிய உணர்வை இழக்குறதும் ஒருவித மன அழுத்தத்தால் உண்டாகுற நோய்ங்க" என்று எனக்கு மனநோய் என்பதை சுற்றி வளைத்து சொல்லி, செவிட்டுக் கிழவிக்கு தந்ததுபோல, கலர் கலர் மாத்திரைகளை தந்த இன்னொரு டாக்டரம்மாவை நான் சந்திப்பதற்கு அந்தக் காட்சிதான் எனக்கு முதல் சுழியைப் போட்டது. அவளுக்காவது அப்போது தங்கமணி தாத்தா இருந்தார். ஆனால் அன்று நான் யாருமில்லாமல் தனியாகத்தான் மருத்துவமனை போனேன்.

எங்கள் தெரு நெருங்க நெருங்க பாட்டியின் கைகளிலிருந்து என்னை விடுவித்துக்கொண்டு, மிகுந்த உற்சாகத்துடன் ஓடிவந்து, வேகமாக வீட்டை அடைந்து, கூடியிருந்த ஆட்களை குழப்பத்துடன் விலக்கிவிட்டு கிடத்தி வைக்கப்பட்டிருந்த அப்பாவை பார்த்ததும், நான் மேலே சொன்னது போலத்தான் என் உடம்பில் ஏதோ செய்தது.

சிறுவனாக இருந்த நான் அந்த ஒரே இரவில் பெரியவனானேன்.

•••

அப்பா சொன்னதுபோல பத்தாம் வகுப்பை சொந்த ஊரில்தான் படித்தேன்.

"இப்படித்தான் நடக்கும்னு எனக்கு அப்பவேத் தெரியும். கொடுத்த சொத்தையும் அழிச்சி, என் மக வாழ்கையையும் நாசமாக்கிட்டான்" என்று எல்லோரிடமும் சொல்லிக் கொண்டிருந்தாள் பாட்டி. அப்பாவை அப்படி தோற்றுப்போனவராக நான் நினைக்கவில்லை.

ஏன் என்று தெரியவில்லை. அந்த அறைக்கு எப்போது சென்றாலும், அந்தக் கொக்கியை நோக்கி தலை இயல்பாகவே மேலெழும்பிவிடும். எவ்வளவு முயற்சித்தும் என்னால் அதை மட்டும் தவிர்க்க முடிவதேயில்லை. அது நான் பிறந்தபோது தொட்டில் கட்ட அவர் அறைந்து வைத்தது என்று அம்மா சொல்லியிருக்கிறாள்.

அப்பா அதில்தான் தூக்கு மாட்டிக்கொண்டு இறந்து போயிருந்தார்.

திடீரென்று ஏதோ வெறுத்துப்போய் கைகளில் சிக்கிய துணியை வைத்தெல்லாம் அவர் தற்கொலை செய்துகொள்ளவில்லை. பல நாட்கள் அதற்காகவே யோசித்தவர்போல, புதிய கயிறு ஒன்றை வாங்கி தெளிவாகத்தான் அந்த முடிவை எடுத்திருக்கிறார். கடிதம்கூட எழுத முயற்சித்திருக்கிறார். சில வரிகளில் அம்மாவிடம் மன்னிப்பு கேட்டுவிட்டு "ப்பா..." என்று எனக்காக ஏதோ ஆரம்பித்து அதை தொடரவும் தெரியாமல், வெட்டவும் முடியாமல் அதேவேகத்தில் அழுதுகொண்டே சென்று தூக்கு மாட்டியிருப்பார்போல...

கழுத்து எலும்பு முறிந்துவிட்டதாக சொல்லிக் கொண்டார்கள். கயிறு அறுத்து, தோல்கள் பிய்ந்து, கருஞ்சிவப்பில் வீங்கியிருந்த கழுத்தை நானும் பார்த்தேன். உமிழ்நீரும் மலமும் வெளியே வந்திருக்கிறது என அவரை இறக்கியவர்கள் மறுநாள் பேசிக்கொண்டிருந்தது என் காதில் விழுந்தது. பிரபு அண்ணன்போல வாயில் எச்சில் வடிய அப்பா இருந்திருப்பாரோ? என்று நினைத்துக்கொண்டேன். இறக்கியவர்கள் கொஞ்சம் கவனித்திருந்தால் எப்போதும் வெளியேறாத அப்பாவின் கண்ணீரையும் அப்போது அவர்கள் கண்டிருக்கலாம்.

"கயிறு கழுத்தைச் சுற்றி இறுக்கும்போது நாக்கின் அடிப்பக்கம் அழுத்துவதோடு, அதன் பின்புறமும் மேல்புறமும் இழுத்துக்கொண்டு ரத்த நாளங்களில் அடைப்பை ஏற்படுத்தி, மூச்சுமுட்ட இறக்கும்போது உமிழ்நீர் வெளியேறும் என்றும், ஏற்கனவே இறந்தவரை தூக்கில் ஏற்றினால் உமிழ்நீர் வெளியேறாது" என்றும் பின்னர் படித்துத் தெரிந்துகொண்டேன். அவ்வப்போது வரும் மூச்சடைப்பு பிரச்சனையினால் நான் நிலைகுலையும்போதெல்லாம், அப்பா அந்த கணத்தில் எப்படியெல்லாம் சிரமப்பட்டிருப்பார் என்ற எண்ணம் என்னை அறியாமலேயே வந்துபோகும்.

சாவென்றால் எப்படி இருக்கும்? என்று அன்றுதான் உணர்ந்துகொண்டேன். செவிட்டுக் கிழவியை அன்று நான் கொன்றிருந்தால், தங்கமணி தாத்தாவும், பாம்பாட்டியும் என்னைபோலத்தானே அழுதிருப்பார்கள் என்று அப்போதுதான் உணர்வு தட்டியது.

அப்பா இறப்பிற்கு அவளும் வந்திருந்தாள்.

ஒருமுறை நான் பார்க்கும்போது அம்மாவின்முன் நின்று கொண்டிருந்தாள். ஆனால் அம்மாவின் பக்கம் அவள் பார்வை செல்லவில்லை. அம்மாவின் அழுகையையும், ஓலத்தையும் பார்க்காதவர்களோ, அதைக்கண்டு பரிதவிக்காதவர்களோ அன்று இல்லை. அம்மா மயங்கி விழுந்தபோதுகூட அவள் பக்கம் திரும்பவில்லை. அம்மாவை மட்டுமல்ல, சுற்றி நின்று அழுதவர்களின் கண்ணீரைக்கூட பார்க்க விருப்பமின்றி, அது வடியும் ஓசையைக்கூடக் கேட்க விருப்பமில்லாதவள்போல அப்பாவை மட்டுமே பார்த்துக்கொண்டே நின்றாள்.

என்னால் யாரையுமே பழிவாங்க முடியாது என நான் நினைத்திருந்த நேரத்தில் வந்தவள்தான் செவிட்டுக் கிழவி. ஆனால் பழிவாங்க அத்தனை சாத்தியங்கள் இருந்தபோதும் தான் இறக்கும்போதுகூட அதைச் செய்யாமல், கொடுத்த பணத்தை திரும்பப்பெற அவர் தற்கொலை மட்டுமே செய்திருந்தார். அப்பாவின் கடிதத்தில் ஹரி தரவேண்டிய தொகையை மட்டும்தான் எழுதியிருந்தார். பெரும்பாலும் தற்கொலை குறிப்புகளில் இருக்கும் “என் சாவிற்குக் காரணம்” என்று ஒரு வாசகம் மட்டும் அதில் தொடர்ந்திருந்தால்...

என்ன நினைத்தானோ என்னவோ அவனே மறுநாள் வந்து அப்பாவிற்குத் தரவேண்டிய தொகையை தந்துவிட்டுச் சென்றான். அப்போதுதான் உமிழ்நீரும் மலமும் அப்பாவுக்கு வெளியேறியதைப் பற்றி அவர்கள் பேசிக்கொண்டிருந்தார்கள்.

எனக்கு பவுன்டன் சொன்னதுதான் நினைவிற்கு வந்தது.

“அத்தனையும் பீ காசுடா மாப்ள”

•••

அம்மா அடிக்கடி சொல்வாள். “நீதான் அவருக்கு எல்லாம். உன் படிப்பு கெட்டுப்போய்றக்கூடாதுனு சொல்லிட்டே இருப்பாரு.”

அது உண்மைதான். எனக்கு எப்போது பரிட்சைகள் முடியும் என்று காத்திருந்தல்லவா தூக்குமாட்டினார்.

“சிரித்துக்கொண்டே எனக்கு அவர் ஹோட்டல்களில் சாப்பாடு வாங்கித் தந்த நாட்களில் அவர் எவ்வளவு நெருக்கடியில் இருந்திருப்பார்? நான் நன்றாக படித்து முடித்து பெரிய பதவியில் இருக்க வேண்டும் என்று என்னைப்பற்றி என்னவெல்லாம் கனவுகள் கண்டிருப்பார்?”

ஒருவேளை அந்தத் தற்கொலை கடிதத்தில் என்னிடம் ஏதாவது அவர் சொல்ல விரும்பியிருப்பாரேயானால் அது இப்படியாகத்தான் இருந்திருக்கும்:

“ப்பா... நல்லா படிக்கணும்ப்பா. அது மட்டும்தான் உன்னக் காப்பாத்தும். உன்கிட்ட சொன்ன மாதிரி பத்து உன்னை இங்கதான் அப்பா படிக்க வச்சிருக்கேன். நீ சரியாவே சாப்பிடறதில்லைன்னு அம்மா ரொம்ப வருத்தப்படுகா. மறுசோறு வாங்கி நல்லா சாப்பிடணும் சரியா? சொவரு இருந்தாதான்ப்பா சித்திரம் வரைய முடியும். பாட்டி உன்னை என்ன கஷ்டப்படுத்திருந்தாலும் மறந்துருப்பா. எல்லாத்துக்கும் காரணம் நான்தான். உனக்கு நீச்சல் கத்துக் கொடுக்கணும்லாம் நெனைச்சிருந்தேன். எல்லாத்தையும்போல அதுவும் என்னால முடியாமப்போச்சு. சாரிப்பா. நான் போனதுக்கப்புறம் பாட்டி என்னைப் பத்தி நிறைய சொல்லுவா. அவமேலையும் தப்புக் கெடையாது. ஆனா அவ சொத்தை நான் அழிக்கணும்னு அழிக்கல. என் கல்யாணத்துக்கு அவ கொடுத்த பத்தாயிரத்துலதான் இப்ப நாம இருக்குற வீட்ட வாங்குன கடத்த அடைச்சேன். ‘இவ்வளவு தொலைவுல இருந்தாலும், வெறும் அஞ்சாங்க்ளாஸ் படிச்சவனுக்கு ஏன் பொண்ணு கொடுத்தேன்? சொந்த வீட்டுக்காரன்னுதான?’னு அவ சொல்லுவா. ஆனா அப்ப எனக்கு வேற வழி தெரியல. அந்த இருவத்தஞ்சு சென்ட் சொத்துல பாதிக்கும் மேல ட்ரான்ஸ்போர்ட் டிப்பார்ட்மெண்ட்டுக்காக கவர்ன்மென்ட் எடுத்துக்கிச்சு. அதுக்கு நஷ்டஈடா கெடச்ச தொகை ரொம்ப சொற்பம்ப்பா. எல்லோரும் கோர்ட் போனாங்க. வழக்குக்குப் போக அப்பா கைல காசு இல்ல. மேக்கொண்டு ‘அந்தக் காசையும் தாண்ணே, உனக்கு கவர்ன்மென்ட் வேலை வாங்கித் தாரேன்’னு ஹரி சொன்னான். ஏற்கனவே அவன்கிட்ட கொடுத்திருந்த காசோட அவன நம்பிதான் அந்தப் பணத்தையும் கொடுத்தேன். நம்மூருக்கு கருணாநிதி, ஜெயலலிதா வந்தப்பகூட அவங்க அவங்க பிஏ, தெரிஞ்ச ஆளுன்னு எல்லாத்துகிட்டயும் கூட்டீட்டு போய் மனு குடுக்க வச்சான். அந்த பத்து வருசமும் அவன் சொன்னத அப்படியே செஞ்சேன். கிழிஞ்ச சட்ட, அழுக்கான வேட்டி, செருப்பில்லாத வெறுங்காலுனு ஒவ்வொரு மொறையும் அவங்க

முன்னாடி போய் நிப்பேன். கைல இருக்குற அவ்வளவு காசையும் கொடுப்பேன். திரும்பும்போது சில்றக்கூட மிஞ்சாது. செலவுக்கு என்ன பண்ணணும்னு தெரியல. அம்மாவோட நகைகள்ல கொஞ்சம் கொஞ்சமா அடகு வைக்க ஆரம்பிச்சது இப்படித்தான். ஆனா இப்ப நம்ம பிரஸ் மிசின், அது இதுன்னு வித்து எல்லா நகையும் திருப்பிட்டேன். அது சூட்கேசுல இருக்கு. அம்மாக்குத் தெரியும். என்னை எல்லா காலத்துலயும் புரிஞ்சுகிட்டவ அவ மட்டும்தான். உங்கம்மா தங்கம்டா. அவள மட்டும் எப்பவும் கை விட்றாத. நீ பொறந்தப்ப உனக்கு எது சாப்பிட்டாலும் வயித்துல போய்ரும். 'இது கொஞ்சம் பெரிய வியாதி, தொடர்ந்து ட்ரீட்மென்ட் எடுக்கணும்'னு டாக்டர் சொல்லிட்டாரு. அவ கைல மிச்சம் இருந்த நகைய எல்லாத்தையும் வித்து உன்னக் காப்பாத்துனது அவதான். இதெல்லாம் உன் பாட்டிக்குத் தெரியாது. சொன்னாலும் புரிஞ்சுக்க மாட்டா. 'ஹரி நான் கொடுத்த காச அவங்ககிட்ட கொடுக்கல. அத வச்சுதான் அவன் பேருல ப்ரெஸ் வச்சான்'னு அப்புறம்தான் தெரிஞ்சுகிட்டேன். அந்த நிலமைலதான் அவன்ட்ட காச கேக்க ஆரம்பிச்சேன். அவன் திருப்பி தரது மாதிரி இல்ல. கேட்டு கேட்டு இவ்வளவு வருசமும் எப்படி போனதுன்னே தெரில. எவ்வளவோ மனு எழுதி எழுதி இனி எழுதுறதுக்கு என்கிட்ட ஒரு எழுத்தும் இல்ல; கொடுத்த பணத்த கேக்குறத்துக்கு என்கிட்ட ஒரு வார்த்தையும் இல்லப்பா. நான் செத்தா எனக்கு நெருக்கமானவங்க கொஞ்ச பேரு அவன சும்மா விட மாட்டாங்கன்னு தெரியும். அதுனாலத்தான் இப்படி ஒரு முடிவ... எனக்கு வேற வழி தெரியல. சாரிப்பா. படிச்சு பெரிய ஆள் ஆகணும்ப்பா. நல்லா சாப்பிடணும். அப்பா பேச்சக் கேக்கனும்ப்பா. சொவரு இருந்தாதான்ப்பா சித்திரம் வரைய முடியும்..."

ஒன்பதாம் வகுப்பில் நான் தேர்ச்சியடைந்தபோது, சட்டைப் பைக்குள் கைவிட்டு கசங்கிய சில ரூபாய் நோட்டுக்களை எடுத்து கொடுத்துவிட்டு "பிடிச்சத வாங்கி சாப்பிடுப்பா" என்று சொல்ல அவர் என்னுடன் இல்லை. வரும் அழுகையை அடக்கிக்கொண்டு எனக்கு முன்பே அவர் வீட்டை விட்டு மட்டுமல்ல, எல்லாவற்றையும் விட்டு வெளியேறி எங்கோ சென்றிருந்தார்.

இரவின் கரியநிற இருளை கிழித்துவிட்டு, வேலை பார்க்கும் அச்சகத்திலிருந்து பூசியிருக்கும் தூசுக்களோடும், நுரையீரலுக்குள் திணித்துவிட்ட புகையோடும் அவர் வீடு வந்து சேரும் அந்த மங்கலான நாட்கள் போலவே, ஒருநாள் திடீரென்று

வீட்டுக்கு வந்து அரை உறக்கத்தில் இருக்கும் எனக்கு முத்தம் கொடுப்பார் என்ற நம்பிக்கையுடன் அவரைப்போல எங்கோ வெறித்து பார்த்தபடி அழுகையை அடக்கி வைக்கும் சூத்திரமும் தெரியாமல், தற்கொலை செய்து கொள்ள தைரியமும் இல்லாமல் அவருக்காக நான் காத்திருந்த நாட்கள் இப்படித்தான் தொடங்கியது.

அந்த நேரங்களிலெல்லாம் என் அரைத் தூக்கத்தின் நடுவில் இவ்வாறு நினைத்துக் கொள்வேன். "இனி அம்மா கதையில் வரும் எந்த பேயும் என்னிடம் நெருங்க முடியாது. கூன் விழுந்த முதுகில் தொங்கும் கோணிச் சாக்குடன் வரும் எந்தவொரு பிள்ளைக் கள்ளனும் என்னை ஏழு மலை தாண்டி ஏழு கடல் கடந்து கடத்திச் செல்ல முடியாது."

பகல் பொழுதுகளில் அவரின் அரைத் தூக்கத்தின் நடுவில் இதையெல்லாம் நான் உளறும்போது நான் நினைத்ததுபோல, "நான்தான் உன் வானம்" என்று என்னிடம் பெருமிதமாக சூளுரைக்கவுமில்லை; அப்படி சூளுரைத்து, அவரின் பெரிய வயது கூரைக்குள் என்னை அடைத்து திணிக்கவுமில்லை; முக்கியமாக "எல்லோரும் உனக்கு கீழ்தான்" என்பதுபோன்ற தன்னம்பிக்கை கதைகள் சொல்லி எவரையும் வெல்லச் சொல்லியும் கொடுக்கவில்லை.

இப்படித்தான் எப்பொழுதும் தனது கைகளில் எதுவுமில்லாமல் அவர் பார்த்துக்கொண்டார். பதிலுக்கு என் கைகளில் எப்பொழுதும் எல்லாம் இருக்கும்படி பார்த்துக் கொண்டார். ஆனாலும் அவர் என்னிடம் கட்டி எழுப்பாத அந்த பிரமாண்டம்தான் இன்றுவரை நான் எப்போதாகிலும், மோசமான ஏதோவொன்றிலும் சிக்கிக்கொள்ளும்போது அதிலிருந்து என்னை தூர இழுத்துச் செல்கிறது.

வேரோடு மரங்கள் தூர்ந்து சாயும்போது கூடுகள் இழந்து திசை தெரியாமல் வயல்வெளிகளில் பசியோடு பறந்து செல்லும் பறவைகளின் துயர்களை அவர் உறுதியாக அறிந்திருப்பார். மலரக் காத்திருந்த மொட்டுகளும், பழுக்க காத்திருந்த பழங்களும், தளிரக் காத்திருந்த செவ்வண்ண இலைகளும் பொம்மலாகி கீழ் விழுவதின் வலிகளையும் நிச்சயம் அவர் உணர்ந்திருப்பார்.

அதனால்தான் அவர் தூக்கிலிட்ட காரணத்தை, அதனால் கிடைக்கும் பணத்தில் நாங்கள் சந்தோஷமாக வாழ்வோம் என்று

ஒரு பறவை தன் குஞ்சுகளுக்கு இன்னொரு மரத்தை கை காட்டிச் செல்வதுபோல சென்றார் என்றும் நினைக்கிறேன்.

எல்லா மொட்டுகளும் மலரும் வரை, எல்லா பழங்களும் பறிக்கும்வரை, இலையுதிர் காலமாய் பார்த்து பார்த்து காய்ந்து சருகாகி இனி உதிர ஒன்றுமில்லை என்றானபோது, அதுவரை அவர் சுமந்ததை எதுவும் எங்கள் தோள்களில் இறக்காமல் வேரற்ற வெற்று மரமாய் சாய்ந்திருந்தார். எத்தனையோ தூங்கா இரவுகளை கடந்த அவர் அன்றுதான் அது எப்படி இருக்கும் என எங்களுக்கும் கற்றுக்கொடுத்திருந்தார்.

என் மீது அவர் காட்டிய வருத்தங்களை நான் அறிவேன். அவை கட்டற்ற வெறுப்பாக ஆழமான காயங்களாக மாறும்முன் அதற்கு அவரே மருந்திடுவதையும் பார்த்துச் சிரிப்பேன். அவரிடமிருந்து சிலவற்றை அவர்கள் பறிக்கும்போது நஞ்சென்று அறியாமல் வார்த்தைகளை அவர்கள் ஊட்டும்போது அவர் எவ்வளவு துயருற்றிருப்பார்? அவர் பேசாத வார்த்தைகள் இன்னும் எத்தனை எத்தனையோ? அப்பொழுதெல்லாம் சிறு சிறு துளியாய் என் வாழ்வெங்கும் நிரம்பி வழியும் அவர்தான் என் கடல் என்று, என் எல்லா பருவங்களிலும் தவறாமல் பொழிந்து என் தாகம் தீர்த்த மழைதான் அவர் என்று அறியாதவனல்ல நான்.

அவர் நடந்து முடித்த பாதையின் முடிவில் நின்று தந்திகளால் அவர் மீட்டிசென்ற அந்த இசையின் இறுதிக்கு வந்து அவர் இல்லாத இவ்வளவு நீண்ட காலத்தையும் அவர் இருப்பற்று கடந்த நான் ஒருநாள் மட்டுமாவது வழக்கம்போல் கதவின் ஓரமாக அந்த ரப்பர் செருப்புகளை வீசிவிட்டு அவர் வீட்டுக்குள் நுழையும் ஓசைகளை கேட்க எனக்காக அவர் திரும்பி வர வேண்டும் என்று, நண்பர்களுடன் விளையாடும் ஆசையில், அவர் தூங்குகிறார் என்று நினைத்து, மெதுவாக எழுந்து கதவினருகில் போகும்போது சொல்லி வைத்ததுபோல் திரும்பிகூட பார்க்காமல் என் பெயரை அவர் அழைக்கும் அந்தக் குரலை மீண்டும் கேட்க வேண்டும் என்று, என் எல்லா துடுக்குத்தனங்களையும் காட்டி பெருஞ்சுவரென இருக்கும் அவர் மார்பின்மீது மிதித்து மீண்டும் நான் குழந்தையாகி துள்ளி குதித்து விளையாடி அவரை முத்தமிட வேண்டும் என்று, பதிலுக்கு முத்தம் கொடுக்க அவருக்கு நான் சொல்லித்தர வேண்டும் என்று இப்போதும்கூட நான் யோசிப்பதுண்டு.

இப்படி நினைப்பதில் கொஞ்சம்கூட அர்த்தமோ, நியாயமோ இல்லை என்று எனக்குத் தெரியும். ஆனாலும் ஒன்று மட்டும் உறுதியாகச் சொல்ல முடியும்.

“எப்போதும் அவரையே எதிர்பார்த்து காத்துக் கொண்டிருந்த என் ஜன்னலோர பார்வை இப்போதும்கூட அவருக்காக மட்டுமே வாசலை வெறித்து பார்த்துக் கொண்டிருக்கிறது. சுவரில் தொங்கும் அந்த படத்தில் இருப்பவர் அவர் இல்லை. அவர் மூடிய இமைகளுக்குள் இருக்கும் கண்கள் இப்போதும் என்னைத்தான் பார்த்துக் கொண்டிருக்கும். என் கூரையின் மீது விழும் நட்சத்திரங்களின் ஒளி செல்லும் பாதையில் வானம் மின்னி முழங்கும் முகில்களின் நடுவில் அவர் என்னை நோக்கி அசைக்கும் கைகளை எந்த காற்றாலும் தடுத்து நிறுத்த முடியாது. அவர் குரலோ அவர் கவித்துவமான நினைவுகளோ, அவர் பெறுமதியான வாழ்வோ என்றென்றும் எப்போதும் எனக்கான அந்த உயர்ந்த மலைகளின் பின்னால் மறையப் போவதுமில்லை; முரட்டுத்தனமான என் கடல் அலைகளினால் அடித்துச் செல்லப் போவதுமில்லை; என் பூமிக்குள் ஆழமாக வேர்விட்டுள்ள மரங்களின் அடியில் புதைந்து போவதுமில்லை; வீசும் வாடை காற்றிலும் எரியும் சூரிய வெப்பதிலும் கரைந்து போவதுமில்லை”

•••

பின் வந்த நாட்களில் அவர் சொன்னதை எதையும் நான் நிறைவேற்றவில்லை. நன்றாகப் படிக்கவில்லை. நல்ல வேலைக்குச் செல்லவில்லை. நல்ல பழக்கங்களைப் பழகவில்லை. நன்றாகச் சாப்பிடவில்லை. முக்கியமாக ஒரு கட்டத்தில் அம்மாவைக்கூட கைவிட்டேன்.

பிபிஏ கடைசி வருடம் படித்துக் கொண்டிருந்தபோது சுகனுடன் எனக்கு பழக்கம் ஏற்பட்டது. சுகனுக்கு பிஇசட் சிஸ்டம்ஸ் கம்பெனியுடன் எப்படிப் பழக்கம் ஏற்பட்டது என்று எனக்குத் தெரியாது. ஆனால் அதற்கு முன்னரே, நாள் ஒன்றுக்கு ஒரே டவரில் ஐநூறு சிம் ஆக்டிவேஷன் செய்யச் சொன்ன அம்பானியையே அவன் ஏமாற்றிய கதைகள் எனக்குள் ஏதோ செய்தது. சிரிப்பை வரவழைத்தது. அப்போது கிட்டத்தட்ட தமிழகத்தின் அத்தனை இளைஞர்களும் தோள் பைகளை மாட்டிக்கொண்டு மருந்து, மாத்திரை, மொபைல், சோப்புபொடி என ஏதாவது ஒன்றை பைக்குகளில் பறந்தபடி விற்றுக்கொண்டிருந்தார்கள். சதாம் உசைனை தூக்கிலிட்ட அன்று அரியர்கூட எழுதாமல் நானும்

அவனுடன் சேர்ந்து இப்படித்தான் ரிலையன்ஸ் போன்களை விற்க ஆரம்பித்தேன். பின் அவ்வப்போது நானும் அம்பானியை ஏமாற்றினேன்.

இரண்டு வருட குப்பைக் கொட்டலுக்குப் பின் ஒருவழியாக அந்த சம்பிரதாய வாழ்க்கையானது சுகனால் ஒரு முடிவுக்கு வந்தது.

காலை ஏழரை மணி முதல் இரவு பத்தரை மணி வரை இருபது முப்பது முறை கால் செய்யும் எங்கள் சேல்ஸ் ஹெட் மண்டையை அவன்' உடைத்தபோது, அம்பானி மண்டையே உடைந்ததுபோல நாங்கள் மகிழ்ச்சியடைந்தோம்.

ஒவ்வொரு கம்பெனியை விட்டு வெளியேறும்போதும் அதிக தொல்லை தந்த ஒருவனின் மண்டையை உடைக்கும் பழக்கம் தனக்கு இருப்பதாக சொன்ன தகவலுக்கு மத்தியில்தான் பிஇசட் பற்றியும் அவன் சொன்னான்.

அப்போது அந்த நிறுவனம் அமெரிக்காவில் இருந்த ஒரு சாப்ட்வேர் நிறுவனம் ஒன்றின் பினாமி என்றோ, சாப்ட்வேர் நிறுவனத்திற்கு பெரியளவில் கடனுதவி கிடைக்காது என்பதால், இந்தியாவில் அப்போது பரவலாகி வந்த வைஃபை இன்டர்நெட் சேவை'யை பயன்படுத்தி அந்த நிறுவனம் "பிஇசட் சிஸ்டம்ஸ்" என்ற பெயரில் அரசாங்கத்தை ஏமாற்றி முந்நூறு கோடி கொள்ளை அடிக்கப்போகிறது என்றோ, பின் நிறுவனத்தின் ஷேர்களை அவர்களே போலியாக ஒரு விலை வைத்து விற்றும், அவர்களே வேறு வேறு நபர்களின் மூலம் அதிக விலைகொடுத்தும் வாங்கியும், அப்படி அதிக விலைக்கு அந்த ஷேர்கள் வாங்கப்படுவதை பார்த்து ஆசைப்பட்டு வாங்கியவர்களை ஏமாற்றியும், இறுதியில் அந்த நஷ்டத்தைக் காட்டி நிறுவனத்தை இழுத்து மூடி, அதை நம்பிப் போன எங்களையும் வெளியேத் துரத்துவார்கள் என்றோ அப்போது எங்களுக்குத் தெரியாது.

காரணம், அந்த நிறுவனம் இந்தியாவின் பெரிய நகரங்களில் இருந்த முக்கியமான அரசு நிறுவனங்களோடு வைஃபை கான்ட்ராக்ட் போட்டிருந்தார்கள். போட்டிருந்தவர்கள் பெரிய பெரிய அரசியல்வாதிகளின் உறவினர்கள். சொன்னதைப் போலவே இந்தியாவின் இருபத்தியோரு மாநிலங்களில் சென்னை, ஹைதராபாத், அகமதாபாத், மும்பை, கோவா,

டெல்லி, கல்கத்தா போன்ற பல பெருநகரங்களில் டவர் வைத்து வைஃபை கனெக்சன் கொடுத்திருந்தார்கள்.

பின் அவர்கள் ஆறு மாதத்திற்குமேல் சம்பளம் கொடுக்காமல் ஆயிரத்தி முந்நூறு பேரோடு எங்கள் ஆறுபேரையும் சேர்த்து ஏமாற்றியபோது, அதுவொரு பெரிய விஷயமாக ஒன்றும் தோன்றவில்லை; சுகன் எவர் மண்டையையும் உடைக்கவில்லை. காரணம் அந்த ஐந்து வருட காலத்தில் அந்த நிறுவனத்திற்காக மேற்படி எல்லா பெரிய நகரங்களிலும் வேலை பார்த்திருந்த நாங்களும் எவ்வளவோ கற்றுக் கொண்டிருந்தோம்; முக்கியமாக ஏமாற்ற.

மேற்படி எல்லா ஊழல்களிலும் முக்கிய பங்காற்றிய எங்கள் நிறுவனத்தின் ஜிஎம்களில் ஒருவரே பினாமியின் பெயரில் அந்தக் கம்பெனியை குறைந்த விலைக்கு வாங்கினார். இது அனைத்துமே ஏற்கனவே முடிவெடுத்ததுதான் என்று எங்களுக்கு அப்போதுதான் தெரியவந்தது.

இப்படி நஷ்டத்தில் உள்ள கம்பெனியை விலைக்கு வாங்கி என்ன செய்யப் போகிறார் என்று நாங்கள் புரியாமல் நின்றபோது, அவர் கையாண்ட முறை வேறுமாதிரியாக இருந்தது. அதற்கு அவர் நம்பியது எங்களை; முக்கியமாக சுகனை. அவனுக்கு பிஇசட் மட்டுமல்ல; இந்தியாவின் வரைபடமும், அதன் மொழிகளில் நான்கும் தெரியும்.

திடீரென்று நாங்கள் பேங்க் ஆஃபீசர்கள் ஆனோம். போலி நீதிமன்ற உத்தரவுகளை, வங்கி தாள்களை, ஐடி கார்டுகளைத் தயாரித்தோம். எங்களின் கைகளில் அத்தனை கஸ்டமர்களின் பெயர், முகவரிக்கான டேட்டாவும், லிஸ்ட்டும் தரப்பட்டது.

பிஇசட் இந்தியாவில் டவர் வைத்திருந்த மேலே சொன்ன நகரங்கள் எல்லாவற்றிற்கும் மீண்டும் சென்றோம். அந்தந்த நகரங்களின் உள்ளூர் மோசடிப் பேர்வழிகளை கண்டுபிடிக்க தேவையான இன்னொரு மோசடிப் பேர்வழியை சுகன் கண்டுபிடித்தான். அவனுக்கு டவர் ஏறும் ஆள் முதற்கொண்டு, எங்கள் கஸ்டமர்களில் யார் யார் சண்டை போடுவார்கள்? யார் யாரை சாதரணமாகப் பேசி முடித்துவிடலாம் என்று எல்லாம் தெரியும். ஆனால் அந்த லோக்கல் பேர்வழியை யாருக்கும் தெரியாது. அவன் அழைத்து வரும் எல்லோரையும் எங்களைப் போலவே, புதிதாக நாங்கள் ஆரம்பிக்கப்போகும் எங்கள் நிறுவனத்தின் பங்குதாரர்களாக, ஜீப்பிலே உட்கார்ந்து

நடப்பவற்றை வழிநடத்தும் கடன் கொடுத்த வங்கிகளின் அதிகாரிகளாக, சொகுசுக் கார்களை வைத்திருக்கும் முதலாளிகளாக மாற்றினோம். கூட்டங்கள் நடத்தினோம்.

அப்படி மீட்டிங் நடந்து கொண்டிருக்கும்போதே நாங்கள் எதற்குச் சென்றோமோ அதை நிறைவேற்ற, எங்களில் வேறு சிலரை ஏற்பாடு செய்து ஆள் இல்லாத, அல்லது யாரும் கவனிக்காத இடங்களிலிருக்கும் வைஃபை டவரிலிருந்து சுவிட்ச், ஆன்டெனாக்கள், ரவுட்டர்கள் என சில லட்சங்கள் மதிப்புள்ள கருவிகளைத் திருடினோம். அப்படித் திருட முடியாத இடங்களில் இருந்த டவரின் சொந்தக்காரர்களை, ஏமாற்ற முடியாத குறிப்பிட்ட ஏரியாக்களை கையில் வைத்திருந்த ஏஜென்சிக்களை, பிஇசட் நிறுவனத்தின் ஊழியர்களை அரசு உத்தரவு என்று சொல்லி மிரட்டினோம். பல ஆசை வார்த்தைகள் சொல்லி வசமாக்கினோம். அப்படியும் காரியங்கள் நடக்காதபோது சில லட்சங்கள் முதலீடுகள் செய்தோம். பாதிப் பணம் கொடுத்து எரிச்சலானோம்; இல்லை புதிதாக நாங்கள் சென்னையில் ஆரம்பிக்கப் போகும் நிறுவனத்தில் ஐம்பதாயிரம் சம்பளம் கொடுக்கிறோம் என்று உறுதி மொழியளித்து கையில் ஒரு தொகையை முன்பணமாகக் கொடுத்தோம்.

அதேநேரம் சில இடங்களில் முழுத் தோல்வியடைந்தோம்; போலீசிடமிருந்து தப்பித்தோம். ஒருமணிநேர இடைவெளிகளில் தப்பித்து விமானம் ஏறினோம். இறுதியாக ஜிஎம் கையிலிருந்து எங்கள் ஆறுபேருக்கும் முப்பது லட்சம் கிடைத்தது.

பின் எங்கள் ஜிஎம்'மின் நன்கொடையிலும், வழிகாட்டுதலிலும், பல லட்சம் மதிப்புள்ள அந்தக் கருவிகளில் சிலவற்றை விலைக்கு வாங்கி, தமிழகம் முழுவதும் முக்கியமான பத்து நகரங்களில், வெறும் ஐம்பதாயிரம் ரூபாயை அரசாங்கத்திற்கு கட்டணம் செலுத்தி இதோ ஜெம் நெட் சர்வீஸ்(பி) லிட் என்ற நிறுவனத்தை ஆரம்பித்தோம். நானே விரும்பிக்கொண்ட ஒரு பணியை அதில் தேர்ந்தெடுத்து, நிலையாக ஒரு இடத்தில் இல்லாமல் எல்லா ஊர்களுக்கும் பறக்க ஆரம்பித்தேன்.

பிஇசட் பெரிதாக என்ன செய்ததோ அதே ஒன்றையே சிறியதாகச் செய்து, எங்களுக்கு இன்டெர்நெட் கொடுக்கும் நிறுவனத்தை சிலவழிகளிலும், அரசாங்கத்தை பலவழிகளிலும் ஏமாற்றி வருகிறோம்; ஏமாற்றி வருகிறேன்.

இந்த நாட்களில்தான் அவர்கள் சொன்ன எதையும் நான் நிறைவேற்றவில்லை. பிஜி டிகிரி படிக்கவில்லை. நேர்மையான வேலைக்குச் செல்லவில்லை. முப்பத்தி ஒன்றை தாண்டியும் திருமணம் செய்து கொள்ளவில்லை. பசியில்லாத அந்த நாட்களில் குடிக்கப் பழகியிருந்தேன். பசித்து ஹோட்டல்கள் சென்றாலும் அப்பா சொன்ன அந்த "மறுசோறு" கூட வாங்குவதில்லை.

குறைந்தபட்சம் அவரைப்போல தற்கொலை செய்துகொள்ளலாம் என்றால் அதற்கும் தைரியமில்லை. ஆனால் இப்படி மோசடியான காரியங்களை செய்வதற்கான தைரியம் மட்டும் எப்படியோ, எங்கிருந்தோ எனக்கு வந்திருந்தது.

செவிட்டுக் கிழவியும் நானும் நேரில் சந்தித்த அன்றைய இரவில் நடந்த அந்தச் சம்பவம் போலவே, இப்போது நினைத்தாலும் இத்தனை வருடங்களில் நடந்த எதையும் என்னால் நம்ப முடியவில்லை.

ஒன்று மட்டும் புரிந்திருந்தது... பணம்.

ம்... பணம்... அதுவல்லவா என் மரணத்தை வெல்லும் ஆயுதம். தற்கொலையிலிருந்து என்னைக் காப்பாற்றப் போகும் தூக்குக் கயிறு. என்னை ஒருபோதும் ஏமாற்றாத என் தோழன். நான் வரையப்போகும் அத்தனை சித்திரங்களின் பிரமாண்ட சுவர்.

...

திடீரென்று அப்பா இல்லாமல் போகும் வீட்டின் ஆண் பிள்ளைகள் அப்படித்தான் உருவாகுவார்கள். அதற்குப் பெயர் தைரியமெல்லாம் இல்லை. பெரிதான ஒன்றையே இழந்துவிட்டபின் வரும் விட்டேத்தியான மனநிலை.

ஒன்றல்ல பெரிதான இரண்டை அப்போது நான் இழந்திருந்தேன். ஆகவே கடினமானதும் ஆபத்தானதுமான அப்படியொரு பயணத்தையும் வேலையையும் செயலையும் தேர்ந்தெடுத்ததில் என்ன ஆச்சர்யம் இருந்துவிடப்போகிறது?

சிறுவயதிலேயே திருமணமாகி முப்பத்தி ஆறு முடிவதற்குள் அம்மாவிடமிருந்து அப்பா நிறையவே எடுத்துவிட்டார். எடுத்ததைத் திருப்பியும் கொடுத்துவிட்டார். எடுத்தும் கொடுத்தும் வந்த அந்த விளையாட்டில், இறுதியாக அவர் இருந்த இடம் தூசுக்களால் நிரம்பியபோது, அம்மா செவிட்டுக் கிழவியைப்போல் காதுகளை வெறுப்பவளானாள்.

பத்து கேள்விகளுக்கு ஒரு பதில் வந்தது. தன்னைச் சுற்றி ஆறுதலாக பத்து குரல்கள் கேட்டாலும் பதினொன்றாவதாக வேறு எதையோ தேடிக்கொண்டிருந்தாள். விடிந்ததும் காணாமல்போகும் கனவுகள்போல அவள் மறக்க ஆரம்பித்தவைகளின் பட்டியல்கள் நாளுக்கு நாள் அதிகரித்துக்கொண்டே சென்றது. விரைவிலேயே அவள் மறக்கும் பட்டியலில் நானும் ஒருவனாக ஆனபோது அனைத்திற்கும் நான் பொறுப்பானவனானேன். நாட்களும், நானும், அவளும் நகர முடியாமல் நகர்ந்து கொண்டிருந்தோம்.

என்ன முயன்றும் அவளைப் புரிந்துகொள்ள முடியவில்லை. இரவில் எப்போது விழித்தாலும், உறங்க மறுத்த அவள் விழிகளை நான் பார்க்க முடிந்தது. மனதோ, என்னுடன் முன்பிருந்த அந்த விடுமுறைகால அம்மாவை எதிர்பார்த்துக் காத்துக்கிடக்க ஆரம்பித்தது. எந்த நாட்களை என் பால்யத்திலிருந்து நான் அழிக்க நினைத்தேனோ? அந்த வாழ்க்கையை நினைத்து அது ஏங்கத் தொடங்கியது.

இப்போது என் சொந்த ஊர் குறித்து எவரும் கேள்வி எழுப்பவில்லை. என்னை யாரும் கேலி செய்யவில்லை. நானும் யாரையும் கொடுமைப்படுத்தவில்லை. ஆனால் எனக்கு நானே ஒரு கேள்வியைக் கேட்டுக்கொண்டேன்.

“இதுவா நான் இத்தனை வருடங்கள் காத்திருந்து வாழ விரும்பிய இடம்?”

பவுன்டன் ஒருவேளை ஊரில் இருந்திருந்தால் லட்சக்கணக்கான பாதாள அரக்கர்கள் அடிக்கடி வந்து போகும் மிகப்பெரிய அறையை என் வீட்டின் அடியில் ஒருவழியாக கண்டுபிடித்திருப்பான். மெஷின் மாட்டாத எத்தனை அரக்கக் குழந்தைகளின் மூச்சு விடும் சத்தத்தை என் அம்மா கேட்டிருப்பாள் என்று உறுதியாக கணக்கெடுத்திருப்பான். நாள் ஒன்றுக்கு குறைந்தது இரண்டு முறையாவது “செவிட்டம்மா” என்ற பெயர் என் காதுகளில் விழுமாறு பார்த்திருப்பான். பவுன்டனின் அம்மா அவனை அடிக்க தெரு முழுவதும் துரத்தியிருப்பாள்.

பவுன்டனின் அம்மா எங்களைக் கைவிடவில்லை. இரண்டு டாக்டர் வீடுகளில் வீட்டு வேலை செய்து வந்த அவள், அம்மாவை தினமும் வந்து பார்த்து விடுவாள். மணிக்கணக்காக பேச்சுக் கொடுத்து அவளை மீட்டெடுத்துக் கொண்டிருந்தாள். ஏழு மாதங்கள் கழிந்த ஒரு நாளில். ஒரு பெண் நீதிபதி வீட்டில் சமையல் செய்ய ஆள் தேவை என்ற தகவலையும், உடனே

செட்டித்தெரு நாராயணன் குமாஸ்தா அண்ணாச்சியைப் போய்ப் பார்க்கும்படியும் அவள்தான் சொன்னாள்.

அம்மா உண்மையிலே திவ்யமாக சமைக்கக் கூடியவள்தான். எல்லா அம்மாக்களையும்போல அதில் விவரிக்க முடியாத ஏதோ ஒன்று விரவியிருக்கும். வெறும் பழைய சோறாகவே இருந்தாலும், பாட்டி வீட்டில் என்முன் இருக்கும் ஒன்றாக அது எப்போதும் இருந்ததில்லை. அவள் பரிமாறும் விதம் அப்படி என்று இப்போது யோசிக்கும்போது தோன்றுகிறது.

அப்போது எங்கள் ஊரில் பெரும்பாலானோர் வீடுகளில் மண்ணெண்ணெய் அல்லது ஏர் ஸ்டவ் இருந்தாலும் சமைப்பதற்கு விறகடுப்பைத்தான் பயன்படுத்துவார்கள். எங்கள் வீட்டிலும் செஞ்சாந்து பூசிய ஒரு களிமண் அடுப்பு இருந்தது. சமைப்பதற்குமுன் அவள் அந்த அடுப்பை தயார் செய்யும் விதமே ஒரு சிறந்த கட்டிடக் கலைஞரின் நேர்த்தியை ஒத்திருக்கும்.

மூன்று கொண்டைகள் கொண்ட அந்த வட்ட வடிவிலான அடுப்பின் நடுவில் சர்பத் பாட்டில் ஒன்றை வைப்பாள். அதைச்சுற்றி மரப்பொடிகளைக் கொட்டி இறுக்கமாகத் திணிப்பாள். அந்தப் பொடிகள் கீழே சரியாதபடி, பாட்டிலை அடுப்பைவிட்டு லாவகமாக வெளியே எடுப்பாள். பின் கடற்கரை மணல்களில் வீடு கட்டுபவர்கள் வீட்டினுள் நுழைவதற்கு ஏதுவாக துளை போடுவதுபோல, விறகை நுழைப்பதற்கு ஏதுவாக அடுப்பினுள் கைவிட்டு பொடிகளை அள்ளுவாள். இப்படி அவள் சமைக்கும்போது பெரும்பாலும் புகை வந்து நான் பார்த்ததில்லை. அதனால்தான் அவள் சமைத்துத் தந்த உணவுகள் அவ்வளவு ருசியாக இருந்ததோ என்னவோ?

அவள் சொன்னது இன்றும் என் காதுகளில் ஒலிக்கிறது. “அப்பா காசையே எடுத்து செலவழிச்சா கஷ்டமாயிரும் மக்கா. அம்மா நாளைலருந்து வேலைக்கு போறேன். இனி நைட் எட்டு மணிக்குதான் வருவேன். நீ பத்திரமா இருந்துக்கணும். இன்னும் நீ சின்னப் பையன் கெடையாது...”

மீண்டும் மீண்டும் அதே வார்த்தைகள்.

அம்மா இதைச் சொன்னபோது, அப்பா என்னிடம் சொல்லிவிட்டு தற்கொலை செய்து கொண்டிருந்தால் எப்படி இருந்திருக்குமோ அந்தளவு சோர்ந்து போனேன்.

என்னவெல்லாமோ யோசிக்கத் தொடங்கிவிட்டேன்.

“எந்த வயதிலாவது, எந்த இடங்கள் அல்லது எந்த ஊர்களிலாவது, குறைந்தபட்சம் பாட்டி வீட்டிலாவது நான் எப்போதாவது சிறுவனாக இருந்திருக்கிறேனா? ஏன் என் குழந்தைப்பருவம் மட்டும் ஒரு நிமிடமேனும் நான் சிறுவனாக இல்லாமலேயே கழித்து விட்டது? எல்லோரும் என்னை விட்டு தூரமாகச் செல்லும்போதும், என்னை அடிக்கும்போதும், தற்கொலை செய்துகொள்ளும்போதும் “இன்னும் நீ சிறுவன் கிடையாது” என இந்த வார்த்தையையே ஏன் திரும்பத் திரும்ப கூறுகிறார்கள்? தொடர்ந்து இந்த வார்த்தைகளால் மட்டும் என்னை இவர்கள் இட்டு நிரப்புவதின் நோக்கம்தான் என்ன?”

•••

அம்மா எட்டு வரை படித்திருந்தாள். மேலும் செவிட்டுக் கிழவிக்கு இருந்ததைவிட, யாராக இருந்தாலும் உடனே பரிதாபப்படக்கூடிய அதிக வாய்ப்புகளுள்ள கதைகள் எங்களிடம் இருந்தது. அதனால் மூன்று வருட சார்பு நீதிபதி பணி முடிந்து பதவி உயர்வில் வேறு மாவட்டத்திற்குப் போகும்முன்னர், அம்மாவிற்கு மாவட்ட நீதிபதியிடம் பேசி நீதிமன்றத்தில் அலுவலக உதவியாளர் பணியை அவர் ஏற்பாடு செய்திருந்தார்.

என் விடுமுறை நாட்களில் நானும் அம்மாவுடன் நீதிபதி வீட்டுக்குச் சென்றிருக்கிறேன். சமையல் முடிந்து அங்கிருந்து சாப்பாடு எடுத்துக்கொண்டு நீதிமன்றம் செல்ல, சரியாக மதியம் ஒரு மணியென்றால் நீதிமன்றத்திலிருந்து ஒரு அம்பசிடர் கார் வரும். நான் காரில் சென்றது அதுதான் முதல்முறை. காரில் செல்வதற்காகவே நான் அம்மாவுடன் அடிக்கடி அங்கு செல்வேன்.

உயரமான சிவப்புநிறக் கட்டிடங்கள் நிறைந்த அந்த வளாகத்திற்குள் கார் நுழையும்போது நானும் என்னை ஒரு நீதிபதியாக நினைத்துக்கொள்வேன். அவ்வளவு எளிதாக யாரும் நுழைந்துவிட முடியாத நீதிபதி அறையினுள் அம்மாவும் நானும் நுழைவதைப் பார்த்து வழக்கிற்காக வந்தவர்கள் வாய் பிளப்பார்கள். அது எனக்குள் இன்னும் கொஞ்சம் கிளர்ச்சியை உண்டு பண்ணியது. ஹெட் கிளார்க், செரஸ்தார், பிஏ, வக்கீல், ஜட்ஜ் என்று என்னென்னவோ பெயர்களையும், பதவிகளையும் சொல்லி கடைசியில் “மக்கா நீயும் ஒருநா இப்டி பிளசர்ல வரணும். நல்லா இங்லீசு பேசணும். எல்லாவனுகளும் ஒனக்கு சல்யூட்டு அடிக்கணும் கேட்டியா...” என்றபோது நானும் அதை உறுதிப்படுத்திக் கொண்டேன்.

பின் அம்மா நீதிமன்றத்தில் வேலைக்குச் சேர்ந்தபோது அவளுடன் செல்லும் வாய்ப்பைப்போலவே, அம்பாசிடரில் போகும் வாய்ப்பும் பறிபோனது. ஏதாவது நிகழ்ச்சி என்றால் மட்டும் என்னை அங்கு அழைத்துச் செல்வாள். அப்பா இல்லாத நாட்களில் எனக்கு ஹோட்டல் உணவு அப்படித்தான் கிடைத்துக் கொண்டிருந்தது.

அன்று ஏதோ ஒரு நீதிமன்ற ஊழியரின் பணி ஓய்வு நிகழ்ச்சி என்று என்னைக் காலையிலே அழைத்துச் சென்றிருந்தாள். வழக்கம்போல அம்மா வேலை செய்யும் நீதிமன்ற அறையின் வெளியே கிடந்த நீளமான மரபெஞ்ச் ஒன்றில் அமர்ந்திருந்தேன். அப்போது நான் கல்லூரி சேர்ந்திருந்த நேரம்.

ஒரு நிமிடம்கூட நிற்க நேரமில்லாமல் எப்போதும் ஏதாவது பேப்பர் கட்டுகளை தூக்கிக்கொண்டு அலுவலகமும், நீதிமன்ற அறையுமாக அலைந்து கொண்டிருந்தாள். அவள் ஒரு இடத்தில் நிற்க வேண்டுமென்றால் அது காலையில் நடக்கும் காலிங் அவர்ஸில் மட்டும்தான் என்று அவளே என்னிடம் பலமுறை சொல்லியிருக்கிறாள். அதுவும் ஒன்றரை மணிநேரம் நிற்க வேண்டும். நான் சென்றிருந்த நேரம் அதுபோன்று அவள் நிற்ககூடிய நேரம்தான் அது. மஞ்சளும் சிவப்பும் கலந்த பட்டையான துணி ஒன்றை அம்மா தோள்பட்டையிலிருந்து குறுக்காக போட்டுக்கொண்டு நீதிமன்றத்திற்குள் நின்றிருந்தாள்.

பொதுவாக அவள் என் நண்பர்களின் சிலரின் பெயர்களை உச்சரிக்கவே சிரமப்படுவாள். அப்படிப்பட்டவள் அன்று “மேரி அயர்ன் ஜெனலெட்” என்ற ரீதியில் ஆரம்பிக்கும் நீண்ட ஒரு பெயரை மேரியைத் தவிர வேறு எதையும் உச்சரிக்க முடியாமல் மூன்று முறையும் திணறிக் கொண்டிருந்தாள். வழக்கறிஞர்கள், குமாஸ்தாக்கள், வெளியே நின்றிருந்த அவர்களின் கட்சிக்காரர்கள் என அனைவரும் சிரித்தார்கள். ஒருவழியாக தன்னைத்தான் கூப்பிடுகிறார்கள் என்று புரிந்துகொண்டு வந்த மேரியும்கூட சிரித்துக் கொண்டேதான் உள்ளே நுழைந்தாள்.

இத்தனை ஆண்டுகளாக அம்மாவிடமோ, அப்பாவிடமோ உரத்துப் பேசக்கூடத் தெரியாதவள் கோர்டில் மட்டும் எப்படிப் பெயர்களைச் சத்தமாகக் கூப்பிட்டு விடமுடியும்?

ஆனால் அவளோ அதைக்குறித்து எந்தக் கவலையுமில்லாதவளாக, எப்போதும் நடக்கும் ஒன்றாக அந்தச் சம்பவத்தைக் குறித்த எந்தக் கூச்சமுமில்லாமல் வெளியே வந்தாள். நானோ எல்லோரும்

என்னைப் பார்த்துச் சிரித்ததாகவே கற்பனை செய்துகொண்டேன். அப்படி நினைத்தபோது எனக்கு அந்தச் சூழலே மூச்சு முட்டுவதாக இருந்தது. காதுகள் மந்தமானது. இங்கு நான் செவிட்டுக் கிழவியா? இல்லை அம்மாவா? என்ற குழப்பம் சூழ்ந்துகொண்டது. என்னை எப்படியும் அந்த வளாகத்தினுள் ஒரு மதிப்புமிக்க வேலையில் அமர்த்திவிட வேண்டும் என்ற அம்மாவின் கனவை அவளுக்குத் தெரியாமலே அன்றுதான் நான் கலைத்துக் கொண்டிருந்தேன்.

அதன்பின் நான் அம்மாவுடன் கோர்ட்டிற்குச் செல்வதை பெரும்பாலும் தவிர்த்து விட்டேன். வீட்டிலும் இருக்க பிடிக்கவில்லை. எப்போதும் நண்பர்களுடன் மட்டுமே நேரத்தைச் செலவளிக்கத் தொடங்கினேன். அம்மாவுடனான பேச்சு என்பதே கேள்விகளுக்கு பதில் சொல்லுவதாக மட்டும் சுருங்கிப்போனது. கல்லூரி வாழ்க்கை என்னை முற்றிலும் வேறொருவனாக மாற்றிக்கொண்டிருந்தது.

அம்மாவுக்குத் தெரியாமல் குடிக்க ஆரம்பித்திருந்தேன். நானும் நண்பன் ஒருவனும் ஒரே பெண்ணைக் காதலித்து சண்டை போட்டதில் விவகாரம் காவல் நிலையம் வரை சென்றிருந்தது. வேறு வேறு சம்பவங்களில் இரண்டுமுறை கல்லூரியிலிருந்து இடைநீக்கம் செய்யப்பட்டிருந்தேன். பழக்கம் எல்லாம் கல்லூரி நண்பர்களை கடந்து டோப்பு விற்கும் தாஸ் கிரிக்கெட் டீம் வரை சென்றிருந்தது. அங்குதான் சுகன் அறிமுகமானான். பணம் அறிமுகமானது. இறுதியில் அந்த விட்டேத்தியான மனநிலையும் ஒட்டிக்கொண்டது.

நான் மாறியதைப்போல, அவளையும் கோர்ட் மெது மெதுவாக மாற்றிக் கொண்டிருந்தது என்பது அப்போது எனக்குத் தெரியாது. பின்னால் அது கொஞ்சம் கொஞ்சமாக எனக்கு தெரியவந்தபோது அவளை நான் வெறுக்க ஆரம்பித்தேன்; பதிலுக்கு அவளை என்னை வெறுக்கும்படி செய்தேன்; அப்படி அவள் செய்யாதபோது அவளிடமிருந்து ஆயிரக்கணக்கான மைல்கள் விலகி தூரம் சென்றேன்.

கல்லூரி முடிந்து இரண்டு வருடம் சுகனுடன் சேர்ந்து ரிலையன்ஸ் கம்யூனிகேசனில் வேலை பார்த்துக் கொண்டிருந்த நேரம். "என்னப்பா பண்றீங்க? நேத்திருந்தே சொல்லிட்ருக்கேன். கே.பி ரோடு டவர்ல பெருசா ஒண்ணும் நம்ம சிம் ஆக்டிவேஷனே இல்ல, இன்னைக்குள்ள ஒரு ஐநூறு ப்ரீ சிம் கஸ்டமர்ஸ் புடிங்க. இல்ல வேலைக்கு வராதீங்க" என்ற சேல்ஸ் ஹெட் போனுக்கு

பதில் சொல்லும் விதமாக, நாங்களே ஒரு பத்து இருபது பேர் தினம் ஏதோ ஒரு மரத்தடியில் அமர்ந்துகொண்டு எங்களுக்குள்ளே மாறிமாறி சிம் ஆக்டிவேஷன் செய்து கொண்டிருந்த வழக்கமான ஒருநாள்...

அம்மா ஏதோ ஒரு முக்கியமான விஷயம் பேச வேண்டும் என்று என்னை அழைத்தாள். அவள் என்ன பேசப் போகிறாள்? என்று எனக்குத் தெரியும். வேண்டுமென்றே செல்லவில்லை. அதன்பின் பலநாட்கள் பல விதங்களில் அவளை நான் தவிர்த்திருக்கிறேன். அது அவளுக்கும் தெரியும். சொல்லப்போனால் நான் வீட்டிலிருக்கும் சொற்ப நேரத்தில்கூட அந்த விஷயத்தை அவள் என்னிடம் சொல்லாமல் இருக்க என்னவெல்லாம் செய்ய வேண்டுமோ? அதை அத்தனையும் செய்தேன். சில வாரங்கள் அவள் முகத்தையே நான் பார்க்கவில்லை. அது அவளைக் கூனிக் குறுகச் செய்திருக்க வேண்டும்.

ஆனால் நான் காத்திருந்தது பிஇசட் வேலைக்காக. அந்த இரண்டு மாதத்தின் முடிவில் அது கிடைத்தது. உடனடியாக நானும் சுகனும் சென்னைக்கு வர வேண்டுமென மெயில் வந்தது.

நான் கிளம்பும் நேரம் நேராக பவுன்டனின் அம்மாவிடம் சென்றேன்.

“எனக்கு அவரை நன்றாகத் தெரியும். கோர்ட்டிற்கு போகும்போது பார்த்திருக்கிறேன். அம்மா விருப்பப்பட்டால் அவள் டவுனுக்கே சென்று அவருடன் சேர்ந்து வாழட்டும். எனக்கு அதில் எந்த வருத்தமும் இல்லை. இதைத்தான் அவள் என்னிடம் இத்தனை நாட்கள் சொல்ல வருகிறாள் என்று எனக்கு நன்றாகத் தெரியும். ஆனால் நான் அவரைப்போல க்ளர்க் வேலைக்கு சேரவேண்டும், அவரை அப்பாவாகவும், அவர் மகளை தங்கையாகவும் ஏற்றுக்கொள்ள வேண்டும், ஒரே வீட்டில் வசிக்க வேண்டும் என்பது எல்லாம் என்னால் முடியாத காரியம். சென்னையிலிருந்து இரண்டு நாளில் குஜராத் போகப்போகிறேன். இனி நான் எப்போது இங்கு வருவேன் என்றுத் தெரியாது. இந்த வீட்டை அவள் விருப்பப்பட்டபடி என்ன வேண்டுமானாலும் செய்து கொள்ளலாம். அம்மா மீது எந்தக் கோபமும் இல்லை. தோன்றினால் நானே அவளுக்கு போன் செய்வேன். என்னை நினைத்து வருத்தப்பட வேண்டாம்”

இப்படி என்னவெல்லாமோ சொன்னேன்; இல்லை உளறினேன். எல்லாம் தெரிந்திருந்த பவுன்டனின் அம்மா, பவுன்டனை

நினைத்திருப்பாளோ? என்னவோ? எப்போதும்போல முகத்தைக் கோணலாக வைத்துக்கொண்டு அழுதாள்.

எனக்கோ கண்ணீர் வற்றிப்போனதால், பவுண்டனைப்போல "திரும்ப வரமுடியாத தொலைவை என்றோ ஒருநாள் அடைந்தே தீருவேன்" என்ற வீம்பில்...

எப்படிச் சொன்னாலும், எத்தனை வார்த்தைகளில் கூறினாலும் விவரிக்கவே முடியாத ஒரு பால்யத்தை எனக்குத் தந்த ஊரை விட்டு, எங்கள் தெருவை விட்டு, வீட்டை விட்டு, செவிட்டுக் கிழவியை விட்டு...

எவ்வளவு வேகமாக அல்லது எவ்வளவு தொலைவாக நடக்க முடியுமோ அவ்வளவு வேகமாக, தூரமாக நடந்தால் மகனை காப்பாற்ற முடியும் என்று நினைத்த தங்கமணி தாத்தாவின் அம்மாவைப்போல சில ஆயிரம் மைல்கள் என்முன் நீண்டு கிடந்த அந்தச் சாலையை நோக்கி...

"மூஞ்ச ஏம்ல ஓந்தான் கணக்க வச்சிருக்க... என்ன எவன்கூடயாவது சண்டை போட்டியா? நீக்கம்பு உனக்கு இதே ஒரு வேலையாப் போச்சு... வீட்டுல ஒருநேரம் அடங்கி ஒடுங்கி கெடப்பு கெடையாது. இனி கொஞ்சநாளைக்கு வீட்டுலயே கெடக்கணும் கேட்டியால... அப்பத்தான் உனக்கு புத்திவரும். இங்கன நான் குண்டிய திருப்புன ஒடன அங்கோடி வெளிய ஓடுன... கால ஓடச்சிருவேன் பாத்துக்க... காதுல வுழுந்தால..."

எப்போதும் நான் அடங்கிப் போகும் அம்மாவின் குரலுக்கு கொஞ்சமும் செவி சாய்க்காமல்...

•••

வேறு எப்படி என்னால் இதைக் கையாண்டிருக்க முடியும்? என்று இன்றுவரை தெரியவில்லை.

எனக்குத் தெரியும். அம்மா அழுதிருப்பாள். சுகனிடம் எத்தனையோ முறை பேசியிருக்கிறாள். அவனும் அம்மாவிடம் என்னை பேசச் சொல்லாத நாளில்லை. ஊரிலிருந்து நண்பர்களும் பேசுவார்கள். என்னையும் அம்மாவையும்தவிர எங்களைச்சுற்றி மற்ற அனைவரும் பேசிக்கொண்டேயிருந்தார்கள்.

இடையில் பாட்டி இறந்திருந்தாள். அம்மாவின் மகளாகிப்போன அந்தப் பெண்ணிற்கு திருமணம் நடந்திருந்தது. அரசு ஊழியர்களுக்கே உரித்தான ஒரு வயதில் சுகரும், இரத்த

அழுத்தமும், கூடவே ஒரு மெல்லிய மாரடைப்பும் அவருக்கு வந்து சென்றிருந்தது. குடித்து குடித்து வயிறு ஊதி, தன்னையறியாமலே சிறுநீரும், மலமும் கழித்து பாம்பாட்டியும்கூட செத்திருந்தான். பின் நாட்கள் சில கழிந்து பாட்டியின் வீட்டையும் சொத்துக்களையும், ஊரில் அப்பா கட்டிய வீட்டையும் என் பெயரில் அம்மா செட்டில்மென்ட் எழுதி வைத்தாள். எனக்கு ஒரு திருமணம் செய்துவிடவேண்டும் என்ற ஆசையால் தொடர்ந்து பல பெண்களைப் பார்த்தாள். அவர்களின் புகைப்படங்களை விடாமல் சுகனுக்கு அனுப்பி வைப்பாள்.

இவை எல்லாம் நடந்தபோது அம்மா தரப்பில் இருந்து அழைப்பு வரும். பாட்டி உட்பட யார்மீதும் கோபமில்லையென்றாலும் எதற்கும் சென்றதில்லை. அப்பாவிற்கு கொடுத்த வாக்குறுதிகளும், அதனால் உருவான குற்றவுணர்ச்சியும் என்னை சாவகாசமாகத் தின்று கொண்டிருந்தது. "அவன் என்னை பாக்க வரவேண்டாம். ஊருக்கு சும்மாவாவது ஒருதடவை வந்துட்டு போகச் சொல்லுப்பா" என்று மூன்று வருடத்திற்கு முன்பு ஒருநாள் சுகனிடம் சொன்னாள்.

எனக்கும் அதற்கான விருப்பம் உள்ளுக்குள் நெடுநாள் இருந்திருக்க வேண்டும். மெல்லமெல்ல ஊருக்குச் செல்ல வேண்டும் என்றவொரு ஆசை துளிர்க்க ஆரம்பித்தது. "அவள மட்டும் எப்பவும் கை விட்றாத" என்ற அப்பாவின் குரல் மீண்டும் கேட்கத் தொடங்கியது. அது பணத்திற்காக சொல்லப்பட்ட வார்த்தையில்லை என்றும் தோன்றியது.

பவுன்டனின் அம்மாதான் வீட்டைப் பராமரித்து வந்தாள். அவளுக்கு நான் அவ்வப்போது பணம் அனுப்புவதுண்டு. பவுன்டனின் தம்பியும் "அவள் உடல்நிலை மோசமாகி கொண்டிருக்கிறது" என்று அடிக்கடி சொல்வான். அவளையும் பார்க்க வேண்டும் என்று தோன்றியது.

முக்கியமாக செவிட்டுக் கிழவி.

"ஒருவகையில் பார்த்தால் அவளல்லவா நான்? முன்பே சொன்னதுபோல அவளைப்போலவே நானும் மாத்திரைகள் வாங்க ஆரம்பித்திருந்தேன். அவளைப்போலவே நானும் முறைவைத்து உயிர்களை இழந்துகொண்டிருந்தேன். தங்கமணி தாத்தா போனபோது, நான் அப்பாவை இழந்திருந்தேன். பின்னதாக என் பாட்டி இறந்தபோது, அவள் மகனை

இழந்தாள். வெளி உலகத்திற்கு எப்படியோ? எனக்கென்று யாருமே இல்லையென்று நான் முடிவெடுத்தப்பின், இப்போது எஞ்சியிருப்பது நான் மட்டும்தான். எனவே எங்களில் யார் முந்துவார் என்று தெரியவில்லை? அதற்குமுன் அவளைப் பார்த்துவிட வேண்டும்"

இந்த எண்ணவோட்டங்களுக்கு மத்தியில், இன்டர்நெட் துறையில் எங்களின் அடுத்தகட்ட நகர்விற்கு குழி தோண்டும் வகையில் மோடி மூலமாக அம்பானி மீண்டும் எங்கள் வாழ்வில் நுழைந்தார். அந்த நேரத்தில் எங்களுக்கு முழு அளவில் உதவியவர் எங்கள் அதே பழைய ஜிஎம். பிஇசட் நிறுவனம் நடத்திய ஊழல்களில் அவருக்கு இருந்த தொடர்பும், அதன் அமெரிக்க தலைமை நிறுவனத்தில் அவர் வகித்த பதவியும் சேர்ந்து, அரசாங்கத்தின் இதுபோன்ற அறிவிப்புகளை முன்னரே மோப்பம் பிடித்து அனுமானிக்கக் கூடியவராக அவர் இருந்தார்.

இந்த மூன்று வருடங்களில் ஜியோவும், பணமதிப்பிழப்பும், ஜிஎஸ்டியும் கொடுத்த நம்பிக்கையின்மையிலிருந்து, நெருக்கடியிலிருந்து, நாங்கள் மீள்வதற்குள் மார்ச் மாத மத்தியில் அவரிடமிருந்து சுகனுக்கு ஒரு ஃபோன்கால் வந்தது.

"ஊரடங்கு போடப் போகிறார்கள். குறைந்தது ஒரு மாதமாவது நீடிக்க வாய்ப்பு இருக்கிறது. முக்கியமான தலைவர்கள் சிலருக்கே தொற்று இருக்கிறது"

வழக்கமாக எனக்குள் இருக்கும் சாப்பாடு குறித்த ஒரு கேள்வியை அந்தத் தகவல் தூண்டிவிட்டுச் சென்றது. ஹோட்டல்கள் இல்லாத தீபாவளி பொங்கல் போன்ற பண்டிகை நாட்களில் என்றால் சமாளித்துக் கொள்ளலாம். என்னதான் நண்பன் என்றாலும் சுகன் வீட்டில் ஒரு மாதம் எப்படி சாப்பிட முடியும்? என் அறையிலேயே இருக்கலாம் என்றால் ஒரே இடத்தில் எத்தனை நாட்கள் கழிப்பது?

அதேநேரம் எட்டு வயதிலிருந்து அலைந்து திரிந்த என் வாழ்க்கை எனக்கே சின்னதாகவொரு சலிப்பை ஏற்படுத்தியிருந்தது. நாங்கள் மூவரும் வாழ்ந்த வீட்டை நோக்கி மனம் மெதுவாக திரும்ப ஆரம்பித்தது.

ஊரடங்கு அமலுக்கு வரும் முன்பாகவே காரில் ஊருக்கு கிளம்பிவிட்டேன்.

❖❖❖

இதோ ஊருக்கு வந்து ஒரு மாதம் கடந்துவிட்டது. எப்போதும் நான் வரும் அதே இளவேனிற்காலம்; ஆனால் உடன் யாரும் இல்லை.

பவுன்டனின் குடும்பம் என்னை நன்றாகவேப் பார்த்துக்கொள்கிறது.

அம்மாவுக்கு நான் வந்திருப்பது தெரியும். திருச்சியில் இருக்கிறாள். மகள் குழந்தையின் பிறந்தநாள் நிகழ்ச்சிபோல. நான் அவளிடம் இன்னும் பேசவில்லை. "நான் வரது வரை அவன போவ விட்றாத. அவன் வர நேரமா பாத்து இப்படி ஊரடங்குல மாட்டிக்கிட்டேனே..." என்று பவுன்டனின் அம்மாவிடம் புலம்பியிருக்கிறாள்.

கணக்குப் பார்த்தால் ஊரைவிட்டுச்சென்று, அவளின் குரலைக் கேட்டு பத்து வருடங்களுக்கும் மேலாகியிருந்தன. சிலநேரங்களில் பேசவேண்டும், பார்க்க வேண்டும் என்று தோன்றும். ஆனால் என்ன பேச? என்ற குழப்பத்தில் அமைதியாகி விடுவேன். அவளின் ஒரு புகைப்படம்கூட இல்லாத நிலையில் வெறுமையானது மனதிற்குள் முழுவதுமாகத் தொற்றிக்கொள்ளும்.

ஆனாலும் "அப்பாவின் மனைவியாக இருந்த ஒருத்தி" என்று மட்டுமே அவள் இப்போதுவரை என்னுள் பதிந்து போயிருக்கிறாள். நேரில் பார்த்தால் ஒருவேளை அந்த எண்ணம் மாறுமா? மாறாதா? எனக்கு நானே எழுதிக்கொண்ட கதைகளை கேட்டுவிட்டு, இரவு முழுவதும் காதுகளை அடைத்துக்கொண்டு தூங்கும் என் பழக்கத்தை அவள் மடி தரும் ஆசுவாசம் மாற்றுமா? மாற்றாதா? இல்லை அவள் பரிமாறும் சோற்றை உண்ணாமல், அவளை நேரில்கூட பார்க்காமல் மீண்டும் என் தனிமையான வாழ்விற்குத் திரும்பும் சந்தர்ப்பமே மீண்டும் வாய்த்து, எப்போதும்போல எதுவும் மாறாமல் போகுமா? போகாதா? என்று எதுவும் என்னால் சொல்ல முடியவில்லை.

ஆரம்பத்திலிருந்தே இன்டர்நெட் தொடர்பான வேலைகளுக்கு அரசு பெரிதாக தடை விதிக்கவில்லை என்பதால், அனுமதி பெற்றுக்கொண்டு நிறுவனம் இயங்கிக் கொண்டுதான் இருக்கிறது. அதேபோல ஊரடங்கும் இன்னும் எவ்வளவு நாட்கள் நீடிக்குமென்று தெரியாததால், சுகனுமே இப்போது அடிக்கடி அழைக்கத் தொடங்கிவிட்டான்.

நினைத்தால் உடனே பாஸ் கிடைத்துவிடும் என்ற சூழலிலும், அமைதியாக இருக்கும் என்னிடமும் ஏதோ ஒரு சிறு மாற்றம் இருக்கத்தான் செய்கிறது. இதுவே அவளுக்கும் பெரும் ஆறுதலாக இருந்தாலும், என் மனநிலையும், நிறுவனச் சூழலும் எப்போது வேண்டுமானாலும் மாறும் என்றும், அப்படி நான் கிளம்பிவிட்டால் மீண்டும் எப்போது வருவேன் என்று சொல்ல முடியாது என்பதும் அவளுக்கும் தெரியும்.

இருந்தும் அவள் என்னிடத்தில் ஏதோவொரு மாற்றத்தை உணர்ந்திருக்க வேண்டும். சின்ன வயதிலிருந்தே என்னை அதிகமாகப் புரிந்து வைத்திருப்பவளல்லவா அவள்!

இப்படி ஒரே இடத்தில் அடைந்துகிடக்கும் பழக்கம் சமீப வருடங்களில் எனக்கு எப்போதும் இருந்ததில்லை. இத்தனை நாட்களாக, இதோ ஒரே வீட்டில், அப்பா தூக்கு மாட்டிக்கொண்ட கொக்கியைப் பார்த்துக்கொண்டு அப்படியேத்தான் இருக்கிறேன். பொறுமை, பக்குவம் அல்லது பற்றின்மை என்று இதற்கு என்ன பெயர் வேண்டுமானாலும் வைத்துக் கொள்ளலாம்.

ஒவ்வொரு ஊராக படித்தும், வேலைப் பார்த்தும், நிரந்தரமாக எங்கேயுமே தங்கிக்கொள்ள முடியாத, ஒரு திருமணத்தைப்பற்றிக்கூட யோசிக்க நேரமில்லாத வாழ்க்கைச் சூழலினால் நான் எந்தளவு மாறிப் போயிருக்கிறேன் என்று ஊருக்கு வந்ததிலிருந்துதான் தெரிகிறது.

பார்த்தால் நான் மட்டுமல்ல, இங்கு எல்லோருமே, ஏன் ஊருமேதான் மாறிப்போயிருக்கிறது.

பைக் ஷோரூம்கள், தனியார் வங்கிகள், பைனான்ஸ்கள், ஹோட்டல்கள் என எல்லாம் சேர்ந்து, ஊருக்கு வெளியே இருந்த காளியம்மன் கோவிலை ஊருக்கு நடுவில் கொண்டுவந்து வைத்திருக்கிறது. வெளியூர் போகிறவர்கள் கும்பிட்டுச் செல்லும் எல்லை சாமியான அதை இப்போது யாரும் பெரிதாகக் கண்டுகொள்வதில்லை. பதினைந்து ஆண்டுகளுக்கு முன்னர் பெண்கள் ஒதுங்கும் பகுதியாக இருந்த இடங்களில்கூட வீடுகள், வணிக வளாகங்கள் பெருகியிருக்கிறது. எங்கள் வீட்டிலிருந்து கொஞ்சதூரத்தில் "ரிலாக்ஸ் பாய்ண்ட்" என்ற பெயரில் ஒரு பெரிய டீ கடை வந்திருக்கிறது. மனோகர் சவுண்ட் சர்வீஸ் இப்போது மொபைல் கடையாகிவிட்டது. அதிலும் பாட்டு போடப்படுகிறது என்றாலும்...

அவள் அங்கு நிற்பதில்லை என்று சொல்லிக் கொண்டார்கள்.

ஆம், இது அத்தனையிலும் செவிட்டுக் கிழவி மட்டும் மாறவில்லை. தீ வைத்து கொளுத்தினாலும் சிரிப்பவளிடம், உலகம் எப்படி தன் வெற்றியை நிலைநாட்டிவிட முடியும் இல்லையா?

என் கணக்கு சரியென்றால் எண்பது வயதை மூன்று, நான்கு வருடங்களுக்கு முன்பே அவள் தாண்டியிருக்க வேண்டும்.

ஊருக்கு வந்தவுடன் அவளைப் பற்றிதான் ஆர்வமாக விசாரித்தேன். நான் அலைந்து திரிந்த நாட்களில், அவளும் நடப்பதை நிறுத்தவில்லை என்று தெரிந்துகொண்டேன்.

என்னிடமும் ஏதோவொரு சிறு மாற்றம் நிகழ்ந்திருக்கிறதென்றால் அதற்கு காரணம் அவள்தான் என்று நினைக்கிறேன்.

•••

ஊரடங்கானது ஒரு மாதத்திலேயே எங்கள் ஊரின் சாதாரண மக்களின் கையிருப்பை முழுவதுமாகக் காலியாக்கி, எதிர்காலம் குறித்த அச்சத்தை, நம்பிக்கையின்மையை ஏற்படுத்தியிருந்ததே தவிர; அவர்களிடம் புதிதாக எந்தவொரு கட்டுப்பாட்டையும் அது கொண்டுவந்து விடவில்லை.

ஒரு வாரம் அமைதியாக இருந்து பார்த்தார்கள். பின் சிறியவர்கள் முதல் பெரியவர்கள்வரை அவரவர்களுக்கு விருப்பமானதை எப்போதும்போல செய்துகொண்டார்கள்.

கிரிக்கெட் ஆடினார்கள்; கூட்டாஞ்சோறு சமைத்தார்கள். ஊர்வம்பு பேசினார்கள். கூட்டமாகச் சேர்ந்து குடித்தார்கள். போலீஸ் வரும் நேரம் அறிந்து இடத்தை காலி செய்தார்கள். என்னைப்போலவே கொண்டுவந்த சரக்கு காலியானபோது, கன்னத்தில் கை வைத்து வேடிக்கைப் பார்த்தார்கள். எல்லாம் முடிந்தபின் எதிர்வரும் நாட்களின் கஷ்டத்தை நினைத்துப் புலம்பிய ஆண்களுக்கு பெண்கள் ஆறுதல் சொல்ல ஆரம்பித்தார்கள். ரேசன் கடைகளில் கொடுக்கும் வெறும் ஆயிரத்தை வைத்து ஒரு மாசம் என்ன செய்ய முடியும்? என்று வைரஸை, எடப்பாடியை திட்டித் தீர்த்தார்கள். பின் வெடித்தும் கீறியும், இரத்தமும் சீழும் வடிந்து கொண்டிருந்த அழுக்கடைந்தப் பிஞ்சுப் பாதங்கள், அழகான, அகலமான தார்ச் சாலைகள் நீண்டு கிடக்கும் இந்தியாவை குறுக்கும் நெடுக்குமாக அளந்து கொண்டிருந்ததைப் பார்த்தபோது, மோடியை விதவிதமான வார்த்தைகளில் சபித்தார்கள்; சபிக்கும்போதே நடக்கும் மனிதர்களில் ஒருவராக தாங்கள் இல்லை என்ற நிம்மதி

வரவே, அவரவர்கள் குழந்தைகளை அணைத்துக்கொண்டு சமாதானமடைந்தார்கள்.

அந்த நேரங்களிலெல்லாம் எனக்கு தங்கமணி தாத்தாவும், அவரை தூக்கிச்சுமந்த அவரது அம்மாவும்தான் நினைவுக்கு வந்தார்கள்.

அவர்களும் இப்படித்தானே நடந்திருப்பார்கள். பாதங்கள் புண்ணானபோதும் மகனை காப்பற்ற அவள் நடந்ததுபோலத்தானே இத்தனை மனிதர்களும் இன்று நடந்துகொண்டிருக்கிறார்கள்? அவர்களுக்காவது அவ்வப்போது மாட்டு வண்டிகள் கிடைத்தன; அதில் கொஞ்ச தூரமாகவாவது பயணித்தார்கள். சக மனிதர்கள் உதவினார்கள். சிறிது நேரமாகவாவது அவர்களின் வீடுகளில் இளைப்பாறினார்கள்.

இங்கு அரசே இவர்களுக்கு வண்டிகளை மறுக்கிறது. உதவ நினைத்தாலும் ஊரடங்கின் பெயரால் சக மனிதர்களை வீட்டுக்குள் வைத்துப் பூட்டுகிறது.

ஒவ்வொரு கொள்ளைநோயும் பரவும்போது, ஏன் ஒன்றுமில்லாதவர்களுக்கு மட்டும் எல்லாம் வந்துசேர்கிறது? அவர்கள் மட்டும் ஏன் எப்போதும் எல்லோராலும் கைவிடப்பட்டுக் கொண்டேயிருக்கிறார்கள்? நான் இந்தியா முழுவதும் சுற்றித் திரிந்தபோது, எந்த மாவட்டத்திற்குச் சென்றாலும், எல்லா நேரங்களிலும் கலெக்டர் அலுவலகத்தின்முன் நின்றுகொண்டு ஏதாவதொரு முழக்கத்தை எழுப்பிக்கொண்டிருக்கும் எதிர்கட்சியினரும்கூட இந்தநேரத்தில், கஞ்சி காய்ச்சவும், அரிசியையும், காய்கறிகளையும்தான் கொடுக்கிறார்களேதவிர; பாதிக்கப்பட்ட மக்களுக்கு நியாயம் கேட்கப் போய் நின்றதாகத் தெரியவில்லை.

இதையெல்லாம் யோசிக்க எனக்கு மட்டும் என்ன யோக்கியதை இருக்கிறது?

அந்த அரிசி, காய்கறிகளைக்கூட கொடுக்க திராணியற்று நானும்தானே வீட்டினுள் அடைந்து கிடக்கிறேன்? அவ்வளவு ஏன்... ஊரடங்கு அறிவித்தவுடன், அடுத்தவேளை சோற்றுக்கு உத்திரவாதமின்றி ஆங்காங்கே முட்டிக்கொண்டும், மோதிக்கொண்டும் சொந்த ஊர்களை நோக்கி பேருந்து ஏறியவர்களைப் பார்த்து, ஏதோ அவர்கள்தான் உலகமெங்கும் வைரஸை ஏற்றுமதி செய்பவர்கள்போல சமூக ஊடங்கங்களில் அனைவரும் எள்ளிநகையாடி கொந்தளித்தபோது, காரில் வந்த

நானும்தானே அந்தப் பதிவுகளுக்கு சிரிப்பையும், கோபத்தையும் மாறிமாறி வழங்கிக்கொண்டிருந்தேன்.

பின் அடுத்தடுத்த நாட்களில் இந்தியாவே கூட்டம் கூட்டமாக நடக்க ஆரம்பித்ததுபோது, திடீரென்று எல்லோருக்கும் பெரும் தார்மீக கோபம் ஒன்று ஏற்பட்டுவிட்டது. உடனே வழக்கம்போல சட்டத்திற்குட்பட்டு சமூக ஊடகங்களில் கண்ணீர் வடித்தார்கள். என் பங்கிற்கு நானும் வடித்தேன்.

இதோ மே மாதம் தொடங்கப்போகிறது. எப்போதும்போல என் விடுமுறைக் காலம் இது. அடுக்கடுக்கான, என்னென்னவோ நினைவுகள் மின்சாரத்தைவிட வேகமாக எனக்குள் பாய்ந்து கொண்டிருக்கிறது. பொதுவாக நான் இப்படி யோசிப்பவன் கிடையாது. பெரும்பாலும் கோபமும், விரக்தியும் என்னைச்சுற்றிதான் இருக்கும். இப்போது அது பொதுவான ஒன்றிற்காக ஏற்பட்டுள்ளதானது எனக்கே அதிசயமாக இருக்கிறது.

குற்றவுணர்ச்சி என்றெல்லாம் அதற்கு நான் பெயரிடவும் விரும்பவில்லை.

•••

பீகாரை, உத்திரப்பிரதேசத்தை, ஜார்கண்டை, மேற்குவங்கத்தை நோக்கி நடந்தவர்கள்போல் இல்லாவிட்டாலும், என் கண்முன்னும் ஒருத்தி நடந்துகொண்டிருந்தாள். அவள் என்னைப்போல நான்கு சுவர்களுக்குள் ஒருநாளும் அடைந்து கிடைக்கவில்லை. ஊரடங்கும், கட்டுப்பாடும் அவளை அந்த ஒருவாரம்கூட பாதிக்கவில்லை. சொல்லப்போனால் என்னைப் போன்றவர்கள் இல்லாத ஆள் அரவமற்ற அந்த உலகம் அவளுக்கு பிடித்திருந்ததுபோல.

ஆரம்பத்தில் போலீஸ்காரர்கள் அவளைக் காலில் அடித்துத் துரத்தினார்கள். முகத்தை சுழித்துக்கொண்டு கொஞ்சதூரம் நடந்து சென்று மீண்டும் அவர்களிடமே வருவாள். மறுபடியும் அவர்கள் அடிக்கப் பாய்ந்தபோது, ஊர்காரர்கள் சிலர் “சார் அவ கொஞ்சம் ஒருமாதிரி” என்று சைகை செய்து காண்பித்தனர். அதிகாரமில்லாதவர்கள் பேசும் வார்த்தைகளை அவர்கள் என்று கணக்கில் எடுத்தார்கள்? மீண்டும் ஒரு அடி விழுந்தது.

ஏற்கனவே சொன்னதுபோல தீ வைத்துக் கொளுத்துபவனைப் பார்த்தே சிரிப்பவளல்லவா அவள்.

அடுத்தடுத்த நாட்களில் சோர்வுற்ற அவர்கள் "எங்கே அடிக்கும்போது செத்துவிட்டால், வேலைக்கு பிரச்சனையாகிவிடும்" என்ற பயத்தில் அவள்மீது வேறுவகையில் வன்முறை செலுத்தினார்கள். நாங்களாவது அவளை செவிட்டுக் கிழவியாகத்தான் ஆக்கினோம். அவர்களோ அவளை "செவிட்டுக் கூதி, குருட்டுக் கூதி, மெண்டல் கூதி" என்று ஒவ்வொரு பெயர்களாக வைத்துக்கொண்டே சென்றார்கள்.

அம்மாக்கள் கண்முன் மகனை, மகனின் கண்முன் அப்பாவை, மருத்துவரை, ஆசிரியரை, காய்கறிகள் கொண்டுசெல்லும் விவசாயிகளை, சாதாரண உழைக்கும் ஜனங்களை என வாட்சப்பில் வரும் போலீஸ்காரர்கள் அடிக்கும் வீடியோக்களை அவளிடமே காட்டி பயமுறுத்தினர். இயல்பாகவே வன்முறை பிடிக்காத அவள் அவர்களிடமிருந்து விலக ஆரம்பித்தாள்; அவர்கள் சிரிக்க ஆரம்பித்தனர்.

இப்போது "யார் ஒருமாதிரி?" என்று எங்கள் ஊர்காரர்களுக்கே சந்தேகம் வந்துவிட்டது.

பெரும்பாலும் இந்த நாட்களில் அவள் குடிசைக்கே செல்வதில்லை. வெளி மாவட்டத் தொழிலதிபர் ஒருவர் எங்கள் ஊரில் புதிதாகக் கட்டிவந்த பள்ளி கட்டிடத்தில் வேலைபார்த்து வந்த அரவாணிகளோடு சேர்ந்து தங்க ஆரம்பித்திருந்தாள். கடைகள் அடைக்கப்பட்டுவிட்டதால், பாதிக்கப்பட்ட அரவாணிகளும் அங்கு வந்து குழுமியிருந்தனர். தன்னார்வலர்கள் கொடுக்கும் அரிசி, காய்கறிகளை வைத்து அவர்கள் சமைத்து சாப்பிட்டு, இவளுக்கும் கொடுத்தனர். அவர்களே இவளுக்கு அதிகப்படியான முக கவசங்களையும் கொடுத்திருந்தனர்போல.

எப்போதும் இவளைப் பார்த்து குரைத்து வந்த நாய்கள் மாஸ்க்குடன் இவளைப் பார்த்தபின் குரைப்பதை நிறுத்தின. அதை அவள் கழற்றும்போது சிறிது குழம்பின; பின் மெதுவாகக் குரைத்தன. இதை கண்டுகொண்ட அவள் அதன்முன் நின்றுகொண்டு மாஸ்கை அணிந்தும் கழற்றியும் விளையாடுவதைப் பழக்கமாக்கிக் கொண்டிருந்தாள்.

"மன நோயாளிகளைப்போலவே ஆரம்பத்தில் மாஸ்க் அணிந்தவர்களை பார்த்தும் குரைத்த நாய்கள், போகப்போகப் மாஸ்க் அணிந்தவர்கள் யாரும் மனநோயாளிகள் இல்லை என்று ஒரு முடிவுக்கு வந்துவிட்டனபோல" என்று ஊரிலுள்ளவர்கள் சொல்லிச் சிரித்துக்கொண்டனர்.

அந்தச் சிரிப்பைக் கண்டுகொள்ளாத அவளோ, நாய்களைப்போலவே எங்களையும் பரிகசிக்கக் கிடைத்த ஆயுதமாகவே அதைப் பயன்படுத்த ஆரம்பித்தாள் என்றே நினைக்கிறன்.

அதன்பின் கொஞ்சநாட்களுக்கு அவளை மாஸ்க் இல்லாமல் நான் பார்த்ததேயில்லை. முகத்தில் அணியாவிட்டாலும் கைகளில் வைத்துக்கொண்டு இல்லாதவர்களுக்கு அதைக் கொடுத்து வந்தாள்.

அப்படி ஒருநாள் முரளி அண்ணனிடம் பிரிக்கப்படாத ஒரு பாக்கெட்டையே கொடுத்தாள்.

தங்கமணி தாத்தா இறந்துப்போன ஒரு மாதத்திலிருந்து முரளி அண்ணன் டீ கடையின்முன்தான் வந்து நிற்க ஆரம்பித்தாள். தினமும் காலை பத்தரை மணியென்றால் வந்துவிடுவாள். அவரும் எந்தவித உணர்ச்சியுமின்றி டீ போட்டு கொடுப்பார். இருபது வருடங்களுக்கும் மேலாக நீடித்த அந்தப் பழக்கம் கடை பூட்டிக்கிடந்த இந்த நாட்களிலும் தொடர்ந்து கொண்டிருந்தது. பூட்டியிருக்கும் கடைமுன்வந்து நிற்பதும், பின் அரைமணிநேரம் கழிந்தபின் சென்றுவிடுவதுமாக இருந்தாள். ஆனால் மாஸ்க் கொடுத்த சம்பவத்திற்குப் பின் அவளின் மீது பரிதாபம் ஏற்பட, வீட்டிலிருந்தே அவர் டீ போட்டுக் கொடுக்க ஆரம்பித்துவிட்டார்.

தொடக்கத்தில் அவள் பேச ஆசைப்பட்டபோது, நேரமின்மை காரணமாக எல்லோரும் அவளை ஒதுக்கியதுபோல, இப்போது யாரும் அவளை ஒதுக்கவில்லை. அவள் அரைகுறையாகப் பேசுவதைக் கேட்க ஆர்வமாக இருந்தார்கள். அவளும் ஒருவித சைகையுடனும், குரலுடனும் பேசத்தொடங்கியிருந்தாள்.

பின் திடீரென்று அவர்களே ஒருநாள் கை தட்டினார்கள்; இன்னொருநாள் விளக்கை அணைத்தும், போட்டும் விளையாடினார்கள்.

இது அனைத்தும் அவளுக்குச் சிரிப்பை வரவழைத்ததுபோல, கூடுதல் உற்சாகத்தையும் தந்தது. ஏதோ ஊரையே தான்தான் நிர்வகிப்பதுப்போல நடந்துகொண்டாள்.

அவளுக்கு எப்போது போலீஸ்காரர்கள் வருவார்கள்? போவார்கள்? என்பது தெரியுமென்பதால், அது தெரியாமல் வெளியே வருபவர்களை எச்சரித்து கிளம்பச் சொல்வாள். அவர்களும் அதற்குக் கட்டுப்பட்டுக் கிளம்பி விடுவார்கள்.

யாராவது செவிட்டுக் கிழவி என்று சொன்னாலும்கூட, வேறு யாரையோ அவர்கள் திட்டுவதுபோல "அப்படியெல்லாம் சொல்லக்கூடாது" என்று உதடுகளின் நடுவே கைவைத்து தலையசைத்து சிரிப்பாள்.

இடையில் ஒருமுறை ஆம்புலன்சில்கூட ஒரு சுற்று சுற்றினாள். பக்கத்து ஊரில் மனநலம் பாதித்த ஒருவர் சாதாரண காய்ச்சலில் இறந்திருந்தார். அதனைக் கேள்விபட்ட எங்கள் ஊர் ஆரம்ப சுகாதார நிலையத்தினர் இவளையும் ஆம்புலன்சில் அழைத்துச்சென்று ஒருநாள் பரிசோதித்தனர். அவள் வேனில் சென்றது அதுதான் முதல்முறை. அது அவளுக்கு இன்னும் மகிழ்ச்சியைத் தந்தது.

•••

இப்போது எங்கள் ஊரே ஒரு பாதாள உலகம் போலவும், நாங்கள் அனைவரும் மாஸ்க் அணிந்த அரக்கர்கள் எனவும் அவளுக்குத் தோன்றியிருக்கவேண்டும் என்று நினைக்கிறேன். அரசாங்கம் வைரஸோடு வாழப் பழகிக்கொள்ளுங்கள் என்று சொல்வதற்கு முன்பாக இப்படித்தான் அவள் எங்களுடன் வாழத் தொடங்கினாள்.

அவளைப் பரிசோதித்த அடுத்த ஒரு வாரத்தில் மாவட்டத் தலைமை மருத்துவமனையிலிருந்து ஒரு மருத்துவக் குழு எங்கள் ஊருக்கு வந்தது. பக்கத்து மாவட்டத்திற்கு ஒரு சாவு வீட்டிற்கு சென்றிருந்த சிலருக்குத் தொற்று இருந்ததாகக் கண்டுபிடிக்கப்பட்டது. எங்கள் ஊரைச்சார்ந்த ஒருவரும் அங்கு சென்றுவந்திருந்தார் என்பதால் அவர் வசித்து வந்த அந்தத் தெருவே யாரும் உள்ளே செல்லாதபடியும், வெளியேற முடியாதபடியும் சுற்றிலும் அடைக்கப்பட்டது.

அந்தத் தெருவிற்குள் சென்று வந்தவர்கள் பட்டியலில் இவளும் இருந்தாள். அவர்கள் அனைவருக்கும் இருமல், சளி, காய்ச்சல், மூச்சிரைப்பு என நோய் அறிகுறிகள் ஏதாவது இருக்கிறதா? என்று பரிசோதனை செய்துகொண்டிருந்தார்கள். அந்த வரிசையில், வட்டமிடப்பட்ட வளையத்தில் மீண்டும் ஒரு பரிசோதனைக்காக இவளும் நின்றுகொண்டிருந்தாள்.

அவள்முறை வரும்போது அவளைப்பற்றி தெரியாத மருத்துவர் ஒருவர் "உங்க பேர் சொல்லுங்கம்மா" என்றார்.

இரண்டு முறையும் கேட்டும் பதில் வராததைப் பார்த்து, சுற்றி நின்றவர்கள் "அவளுக்கு அதெல்லாம் சொல்லத் தெரியாது" என்று வாயெடுப்பதற்குள், எங்கோ தூரத்திலிருந்து காற்றில் மிதந்துவரும் பாடல் ஒன்று மனதை மெல்லியதாக வருடிவிட்டுச் செல்வதுபோல, அவளது குரல் உச்சரித்துவிட்டு மறைந்த, நெடுங்காலமாக எல்லோராலும் மறக்கப்பட்டிருந்த பெயர் ஒன்று சுற்றி நின்ற அனைவரது காதுகளிலும் இதமாக நுழைந்து கடந்தது.

திடீரென்று அவள் செவிட்டுக் கிழவியாகவோ, பைத்தியக்காரியாகவோ அல்லது எங்களைப் போன்ற இளசுகள் புதிதாக வைத்த வைரஸ் பாட்டியாகவோ, முகமூடி கிழவியாகவோ அல்லாமல் வேறொன்றாக மாறினாள்.

அவள் சொன்ன அந்தப் பெயர் இப்போது அனைவரது காதிலும் ஒலிக்க ஆரம்பித்தது.

உற்சாகத்தில் துள்ளிக் குதித்த நாங்கள் ரெட் சோன் பகுதி என்று எங்கள் ஊர் அடையாளப்படுத்தப்பட்டிருந்தாலும், நாங்கள் இன்னும் சிறுவர்கள் அல்ல என்று தெரிந்திருந்த போதும், எங்கள் எல்லா வேலைகளையும் அப்படியே போட்டுவிட்டு, அடுத்த அரைமணிநேரத்தில் அந்தப் பெயரை ஊரில் உள்ள ஒவ்வொருவரது காதிலும் குறைந்தது மூன்று முறையாவது விழுமாறு பார்த்துக்கொண்டோம். பவுன்டனின் தம்பி எங்கள் தெரு, பக்கத்து தெரு என்று ஒவ்வொரு வீடாக ஏறி இறங்கினான்.

∴

மறுநாள் காலை தாமதமாகவே விழித்தேன்.

வழக்கமாக வரும் இடங்களுக்கு அவள் வரவில்லை என்று கேள்விப்பட்டேன். மறுநாள் வருவாள் என்று நினைத்தேன். மூன்றாம் நாள் எதிர்பார்த்தேன். நான்காம் நாளும் காத்திருந்தேன். வரவேயில்லை.

"வாழ்வில் இதுவரை நடந்தது போதும்" என்று முடிவெடுத்துவிட்டாள்போல" என்று நினைத்துக்கொண்டேன். அவளின் மாற்றம் எனக்குள்ளும் ஏதோ செய்தது.

ஐந்து நாளாகியும்கூட அவள் பெயர் சொன்ன விதம் குறித்துதான் ஊரெல்லாம் பேசிக்கொண்டார்கள். அதை நேரில் பார்க்க முடியவில்லையே என்ற ஒரு வருத்தம் அப்போது என்னை

ஆக்கிரமித்துக் கொண்டது. அலைக்கழித்தது; பெரிதாக ஏதோவொன்றை இழந்துவிட்டதுபோல விரக்தியில் தள்ளியது.

அழுவேன் என்று தெரிந்துகொண்டு அதற்கு இடம்கொடுக்காமல், நெஞ்சோடு அணைத்துக்கொண்டும், தலையை முகர்ந்து தடவிக்கொடுத்தபடி என்னைப்பார்த்து சிரித்துக்கொண்டும், "அப்பா போயிட்டு வாரேன்பா" என்று சொல்லியபடி, பைகளை வாசற்படியிலும், என் கையில் ஐம்பது ரூபாயையும் தந்துவிட்டு, திரும்பிக்கூட பார்க்காமல் வேகமாக நடந்துசென்ற அப்பாவை நினைத்துக்கொண்டே பயண அசதியில் உறங்கிப்போவேனல்லவா...?

அதுபோன்றதொரு அசதியில், தனிமையில், ஒரு சிறுவனாக ஆறாம் நாள் உறங்கிப்போனேன்.

ஏழாம் நாள் அதிகாலையில் வந்தக் கனவில், என்னவென்று தெரியாத ஏதோவொன்றை யோசித்தவனாக அம்மா மடியில் தலைசாய்த்துப் படுத்துக்கிடந்தேன்.

அவள் அப்போது கதைகள் எதுவும் சொல்லாமல் வேறெங்கோ வெறித்துப் பார்த்தபடி சுவரில் சாய்ந்து அமர்ந்திருந்தாள். என் கையில் அப்பா தூக்கு மாட்டிக்கொண்ட அந்தக் கொக்கி இருந்தது. திடீரென்று மாடன்போல எங்கிருந்தோ ஒரு எட்டு எடுத்துவைத்து பூட்டிய வீட்டினுள் வந்த செவிட்டுக் கிழவி, குனிந்து அதை அமைதியாக என்னிடமிருந்து பிடுங்கினாள். பயந்துபோன என்னை சாந்தமாக்கும் பொருட்டு நெற்றியில் வருடிக்கொடுத்தபடி, குழந்தைகள் தூக்கத்தில் சிரிப்பதுபோல கண்களைமூடி அவ்வளவு சின்னதாக ஒரு சிரிப்பை உதிர்த்துவிட்டு, காதருகே வந்து மெதுவாகச் சொன்னாள்:

"மரகதச் செல்வி"

சிறுகதைகள்

ஒரு ஓய்வுபெற்ற குற்றப் புலனாய்வாளரின் தாக்கல் செய்யப்படாத அறிக்கை

23/03/1969

“கவர்னர் பெருமான் உரையிலே புதிய காகிதத் தொழிற்சாலை, பெரிய கலப்பு உருக்குத் தொழிற்சாலை, ரசாயன உரத்தொழிற்சாலை, புதிய மூன்று சர்க்கரை ஆலைகள் இவைகள் எல்லாம் தனியார் துறையில் அமைய இருக்கின்றன என்று குறிப்பிடப்பட்டிருக்கிறது. தனியார் துறை, பொதுத்துறை இரண்டும் இருப்பதுதான் நடைமுறை சமதர்மம் என்று நம்முடைய சர்க்கார் கருதிக்கொண்டிருக்கிறது. சமதர்மத்திற்கு இது முற்றிலும் முரண்பாடான கருத்தாக இருக்கிறது. இப்படிப்பட்ட தொழில்கள் தேசியமயமாக்கப்பட வேண்டும்”

அன்பார்ந்த உழைக்கும் மக்களே.... இதோ இப்ப நான் உங்களுக்கு படிச்சு காமிச்சது ஏதோ கம்யூனிஸ்ட் கட்சியோட சட்டசபை உறுப்பினர் யாராவது பேசிருப்பாங்கன்னு நீங்க நினைச்சிருந்தா, அந்த எண்ணத்தை அடியோட மாத்திக்கோங்க. ஏழு வருசத்துக்கு முன்னாடி இப்படி பேசினது யாரு தெரியுமா?

“போக்குவரத்து உட்பட தனியார்ட்ட இருக்குற முக்கியத் துறைகள் எல்லாம் அரசுடமையாக்கப்படணும், இந்திய யூனியன்லருந்து தமிழகம் பிரிஞ்சு தனிச்சு இயங்குற உரிமையை கொடுக்குற அரசியலமைப்பு திருத்தம் வேணும்”னு பல்வேறு கோரிக்கைகளோட, வாக்குறுதிகளோட 1962 தேர்தலை சந்தித்திருந்த திமுகவுலருந்து ரெண்டாவது முறையா சட்டசபைக்குள்ள நுழைஞ்சிருந்த, அதாவது இப்ப முதலமைச்சரா இருக்குற அதே கருணாநிதி அவர்கள்தான். அப்ப 50 சட்டசபை உறுப்பினர்கள்தான் திமுகவுக்கு.

பின்னாடி இந்தி எதிர்ப்பு போராட்டம், தொழிற்த்துறையில கோடிகளை முதலீடு செய்யுற சில இடைநிலை சாதிகளுக்கான புதிய பிரதிநிதித்துவத்தோட தேவை, மாநிலத்துக்கான தனிக்கொடி, அதிகளவு மாநில அதிகாரத்துக்கான கோரிக்கைகனு தமிழக அரசியலோட போக்கு மாறுது. உள்ளூர் தொழிலதிபர்கள், பிராமணரல்லாத மேல்தட்டு வர்க்கங்களோட ஆதரவுனு திமுக 1967 தேர்தல்ல ஜெயிச்சு பெரும்பான்மை பலத்தோட சட்டசபைக்குள்ள நுழையுது. இந்தியாவுல முதன்முதலா ஒரு மாநில கட்சியோட ஆட்சி. மத்தியிலயும், மாநிலத்திலயும் வேறுவேறு அரசு. உண்மையிலேயே முதலாளிகளும், காங்கிரசும், ஏன் கம்யூனிஸ்டுகளான நாங்களும்தான் என்ன நடக்குதுனு புரியாம குழம்பித்தான் போனோம். அந்த குழப்பம் தெளியுறதுக்குள்ள போன மாசம் முதலமைச்சர் அண்ணாவும் இறந்துட்டாரு.

இப்ப திரும்பவும் தொழிலதிபர்களோட வட்டத்தில சின்ன சின்ன சலசலப்பு கேக்குது. இதோ கருணாநிதிய அறிவிச்சு, அவரும் முதல்வரா சட்ட சபைக்குள்ளவும் வந்துட்டாரு. நமக்கு சிக்கல் அதுல இல்ல. எப்படி ஏழு வருசத்துக்கு முன்னாடி நடந்துச்சோ அதே மாதிரி இப்பவும் ஆளுநர் உரைமேல சட்டசபையில விவாதம் சூடு பிடிக்குது. இந்த ரெண்டு வருசத்துக்குள்ள “தமிழகத்தோட தொழில்வளம் நசிஞ்சிருச்சு, தொழிற்சாலைகளெல்லாம் அலங்கோலமா மாறி மந்தமாகிருச்சு”னு குற்றச்சாட்டுகள் வைக்கப்படுது. முன்னபோல இப்ப கருணாநிதி சமதர்ம கொள்கையோட வரல; சில புள்ளிவிபரங்களோட வராரு. அதே பழையக் காட்சி இப்ப மறுபடியும் அப்படியே அரங்கேறுது. ஆனா இந்தமுறை ஆசான் மார்க்ஸ் சொன்னதுபோல கேலிக்கூத்தா...

போன பிப்ரவரி மாசம் இருபத்தஞ்சாம் தேதி சட்ட சபைல நடந்தத அப்படியே படிக்கிறேன் கேளுங்க. “மத்திய அரசின் மூலம் தனியார் துறையில் 57 கோடியே 67 லட்சம் முதலீட்டில் 52 தொழில் திட்டங்களும், மாநில அரசின் மூலம் தனியார் துறையில் 25 கோடியே 57 லட்சம் முதலீட்டில் 32 திட்டங்களுக்கான உரிமங்கள் வழங்கப்பட்டுள்ளது.”

இதுக்கு ஆதாரமா சில பேப்பர்களை அவரு எடுத்துக் காட்றாரு. ஆனாலும் எதிர் கட்சிக்கராங்க திருப்தி அடையல. அப்ப அவங்களோட சந்தேகத்தைப் போக்குற மாதிரி ஒரு வாக்குறுதி கொடுக்குறாரு. அதுவும் என்னான்னு படிக்கிறேன் கேளுங்க.

“நமது சுதந்திரா காங்கிரஸ் கட்சி சட்டமன்ற உறுப்பினர் ஆதிமூலம் அவர்கள் ‘தனியார் முதலாளிகளை, தொழில் அதிபர்களை நீங்கள் வரவிடமாட்டீர்களா?’ என்று கேட்டார்கள். நான் தமிழக அரசின் சார்பாகச் சொல்கிறேன், பொதுத்துறையிலே தமிழக அரசுக்கு, திராவிட முன்னேற்றக் கழகத்தின் அரசுக்கு அக்கறை இருக்கிறது என்றாலும், பொதுத்துறை பிலாக்காய் என்றால், இன்றைக்கு வருகிற தனியார் துறை என்ற கிளாக்காயை நாங்கள் வெறுப்பவர்கள் அல்ல. தனியார் துறையினர், தொழில் அதிபர்கள் தைரியமாக நம்பிக்கையோடு தமிழ்நாட்டில் தங்களுடைய தொழில் வளர்ச்சிக்கான திட்டங்களை நிறைவேற்றலாம். அவர்களுக்கு தமிழக அரசின் ஆதரவு பரிபூரணமாக உண்டு என்பதை இந்த மாமன்றத்தின் மூலமாக நான் தெரிவித்துக் கொள்கிறேன்.”

பாருங்க தோழர்களே... காமராஜர், பக்தவச்சலம் ஆட்சிகாலத்துல அதிகரிச்சு வந்த எந்த தனியார் நிறுவனங்களோட முதலீடுகளை அவங்க எதுத்தாங்களோ... அது இன்னும் கூடுதலா இப்ப அனுமதிக்கப்படுது. மட்டுமில்லாம படிப்படியா மாநிலங்களோட அதிகாரத்தைப் பறிக்குற மத்திய அரசின் கொள்கைக கண்டும் காணாம விடப்படுது. மாநிலத்திற்கென தனிக்கொடி, தனி யூனியன்னு ஒவ்வொன்னும் மக்களோட சிந்தனையில இருந்து மறக்கடிக்கப்படுது. அண்ணா ஆட்சி தொழிலதிபர்கள் ஆதரவுடன் இப்படித்தான் காப்பாற்றப்படுது. சொல்லுங்க இதுவா நம்ம ஆட்சி... இது மொதலாளிங்க ஆட்சி... பண்ணையார்களோட ஆட்சி... இவங்களோட சேந்து கூடியச் சீக்கிரம் இது உலக வங்கியோட ஆட்சியாவும் மாறப் போகுது...

தோழர்களே இது இப்ப நேத்து நடக்குற சங்கதிக இல்ல... இந்த தெருமுனை கூட்டத்தோட தலைப்பையும், நோக்கத்தையும் நீங்க புரிஞ்சுக்கணும்னா கொஞ்சம் பின்னோக்கிப் போகணும்.

(இதற்கிடையில் தெருமுனை கூட்டம் நடந்து கொண்டிருக்கும்போது குமரன் காலனியைச் சார்ந்த ஏழுமலை மகன் சாந்தகுமார், முருகையன் மகன் ஆனந்தன், அமலதாஸ் மகன் துரையும் மற்றும் பின்னால் விசாரித்துத் தெரிந்து கொண்டதில் கோடங்கிபுரம், நடுத்தெருவை சார்ந்த பரமன் மகன் கூடலிங்கமும் என்னிடம் வந்து “அந்தக் கூட்டத்தில் பேசப்படுவதை நான் குறிப்பு எடுத்துக்கொள்ளக் கூடாது என்றும், நான் ஆளும் வர்க்கத்தின் கைக்கூலி என்றும், என்னைப் போன்றவர்கள் மக்களின் விரோதிகள் என்றும் கூறி என்னை

அந்தக் கூட்டத்தில் இருந்து வெளியேற்ற முயற்சித்தனர். அப்போது சிறப்புரை ஆற்றிக்கொண்டிருந்த இந்திய கம்யூனிஸ்ட் கட்சி (மார்க்சிஸ்ட்)லிருந்து சமீபத்தில் விலகியிருந்த முன்னாள் அப்பகுதி பொறுப்பாளர் சாகர் (கட்சிப் பெயர்) "சொந்த நாட்டு மக்களின்மேல் எப்போதும் அரசாங்கத்திற்கு நம்பிக்கை இருப்பதில்லை என்பதற்கான வாழும் உதாரணங்கள் அவர்கள். பிரிட்டிஷ் ஆட்சியின் கள்ளக் குழந்தைகள். அங்கீகரிக்கப்பட்ட கருப்பு நூற்றுவர்கள். அவரை வெளியேற்றி ஒன்றும் ஆகப் போவதில்லை. இங்கு நடப்பதை அரசாங்கத்தின் காதுகளில் போய் அவர் சேர்க்க வேண்டும் என்பதே நம் ஆசை. அவரை உளவு வேலை செய்ய விடுங்கள்" என்று கூறியதும் என்னை அக்கூட்டத்தில் இருந்து வெளியேற்ற வந்தவர்கள் கலைந்து சென்றனர். நான் அந்த இடத்தை விட்டு நகராமல் மீண்டும் குறிப்பெடுத்த சாகர் உரையின் தொடர்ச்சி பின்வருமாறு)

ரெண்டாம் உலகப்போரோட பேரழிவிலருந்து கடந்த 20 வருசமா அமெரிக்க ஆளும் வர்க்கங்கள் இந்த உலகத்த தொடர்ந்து சுரண்ட புதுபுது உத்திகளோட, முகமூடிகளோட, திட்டங்களோட, தங்களோட கடந்தகால அனுபவங்கள்லருந்து தங்களை உறுதியா நிலைபடுத்திக்க தேவையான படிப்பினைகளோட வேலை செஞ்சுட்டு இருக்காங்க. இப்ப கூடுதலா அடுத்த 20 வருசத்துக்கும் சேத்து பலமா வேலை செய்ய ஆரம்பிச்சிருக்காங்க. ஆயுத விற்பனை, சுரங்கங்கள், வேளாண்மை, ஆயில், மருத்துவ சந்தைனு மிகப்பெரிய வலைப்பின்னல் கொண்ட அடித்தளத்துக்கு இந்தியா மாதிரியான 70 க்கும் மேற்பட்ட மூன்றாம் உலக நாடுகளோட சந்தை அதுக்கு இப்ப தேவைப்படுது.

உள்கட்டுமானம் செய்றேங்குறபேர்ல ஏற்கனவே அமெரிக்கா உலகவங்கியோட வடிவுல இந்தியாவுக்குள்ள நுழைஞ்சிருச்சு. "இந்தியா இந்தியாவுக்கானதை உற்பத்தி செய்யணும். ஆனா அந்த உற்பத்தியும், உற்பத்தி சாதனங்களும், அதோட சந்தையும் எப்போதும் தங்களோட கைவசம் இருக்கணும்" இதுதான் அவங்களோட திட்டம். நீங்க நினைக்கலாம்... நேரு அரசாங்கம் சோவியத் யூனியன் பக்கம்தான சாஞ்சி இருந்துச்சுன்னு... ஆனா அது ஒரு போலியான தோற்றம். உண்மையிலேயே அமெரிக்கத் தலைமையின் கீழ இந்தியா உலக வங்கி பக்கமும், உலக வங்கி இந்தியா பக்கமும்தான் சாஞ்சி இருந்துச்சு. அதுக்கு ஒரு உதாரணம் சொல்றேன் கேளுங்க.

உலகவங்கி 1944-ல் மறுகட்டமைப்பு மற்றும் வளர்ச்சிக்கான சர்வதேச வங்கிங்குற பேர்ல செயல்படும்போதே இந்தியா அதோட உறுப்பு நாடா ஆயிருச்சு. சுதந்திரத்திற்கு அப்புறமும் அதோட உறவுநிலையில எந்த மாற்றமும் இல்லை. 1948 ஜூலை மாசம் உலக வங்கியில மொத ஆலோசனைக் கூட்டம் நடக்குது. அதுல இந்தியாவிலிருந்து யார் போனான்னு நினைக்குறீங்க? நம்ம சர்.சி.வி.ராமன்தான். இந்த காலகட்டத்துலதான் காங்கிரஸ் கட்சி மாகாணங்கள் தோறும் 'இந்தியாவை சோஷலிச நாடாக்குவோம்'னு தீர்மானம் போட்டு ஊர ஏமாத்திட்டு இருந்துச்சு. அதோட தொடர்ச்சியா இங்ககூட காமராசர் தலைமையில் நடைபெற்ற மாநாடு ஒண்ணுல பெரும் முதலாளியான கோவை டி.எஸ்.அவினாசிலிங்கம் செட்டியார் இந்தியாவை சோஷலிச நாடாக்குவோம்னு தீர்மானம் ஒண்ணைக் கொண்டுவந்து நிறைவேத்தினார்.

கதை எப்படினு பாருங்க? இன்னும் கொஞ்சம் என் கைல இருக்குற புள்ளி விபரம் தாரேன். கவனமா கேளுங்க.

1949-ல உலக வங்கி தனது நடவடிக்கைகளை தொடங்க இந்தியாவுல நிலவுற பொருளாதார நிலைமைகளை ஆய்வு செய்ய ஒரு பொதுவான வரைமுறைகளை வடிவமைக்குது. அந்த வருசத்துலதான் நேரு அமெரிக்கா போறாரு. அதே வருசத்துலதான் உலக வங்கியோட வழிகாட்டுதல்படி பாராளுமன்றத்தில அந்நிய மூலதனம் மீதான கொள்கை அறிக்கையை முன்வைத்து நிறைவேற்றுறாரு; 1949 ஆகஸ்ட் மாதம் முதன்முதலாக உலக வங்கி இந்தியாவிற்கு 34 மில்லியன் டாலர் ரயில்வே துறைக்கு கடன் அளிக்குது. அதத்தொடர்ந்து அடுத்த வருசமே "இந்தியாவிற்கான உதவி அமைப்பு"னு ஒண்ண உடனே நிறுவுது. அது மூலமா இந்தியாவுக்கு நிதி கொடுத்து உலக வங்கி செயல்பட ஆரம்பிச்சதுலருந்துதான் மிகப்பெரிய திட்டங்களுக்கெல்லாம் இங்க அடித்தளம் போடப்படுது. அதுதான் 1949-50 பட்ஜெட்ல பிரதிபலிக்குது. அப்புறம் தொடர்ச்சியா நிதி அளிக்க ஆரம்பிக்குது. உலக வங்கியோட அப்போதைய தலைவர் யூஜின் ப்ளாக் இந்தியா வாராரு. இந்தியாவுக்கு பலவகைகளில் கடன் அளிப்பது மிகுந்த சந்தோசமளிக்குதுனு பேட்டி கொடுக்குறாரு. அப்புறம் ஐஎம்ப் தனது ஆட்களை அனுப்புது. அறிக்கை அளிக்குது. இப்படி 1949-1959 காலகட்டத்தில மட்டும் உலகவங்கி இந்தியாவிற்கு கொடுத்த தொகை எவ்வளவு தெரியுமா தோழர்களே? மொத்தம்

611 மில்லியன் டாலர். இந்திய மதிப்புல எவ்வளவுன்னு நீங்களே கணக்கு பாத்துக்கோங்க...

இதுதான் இந்திய தொழிற்துறையின் மீது அமெரிக்கா செல்வாக்கு செலுத்த காரணமா ஆகுது.

இதுக்கு இடைலதான் 1958ல வாஷிங்டன்ல வச்சு இந்திய உதவி கழகத்தோட கூட்டம் இந்தியா அடைக்க வேண்டிய கடன் முதலிய விவகாரங்கள் தொடர்பா ஒன்னு நடக்குது. அதுல பல நிபந்தனைகள் விதிக்கப்படுது. தொடர்ந்து பல முதலீட்டு நிறுவனங்கள் ஆரம்பிக்கப்படுது. நிறைய தொழில் கொள்கைகள் அறிவிக்கப்படுது. அந்நிய மூலதனம் மீதான வரிகள் படிப்படியாக குறைக்கப்படுது; அப்புறம் சுத்தமா விலக்கப்படுது. தனியார் பன்னாட்டு நிறுவனங்கள் இப்படித்தான் இந்தியாவுக்குள்ள தாராளமா நுழையுது. உணவு உற்பத்தி, சுகாதாரம், ஊட்டச்சத்து, கடல்நீரை சுத்திகரிக்கும் நிலையங்கள், தொழில்நுட்பம், அணைகள், மின் உற்பத்தினு எல்லா துறை சார்ந்த உலகவங்கியின் நிபுணர்களும் இந்தியாவுக்குள்ள வாராங்க. இந்த நிபுணர்கள் எல்லாம் இந்த திட்டங்களோடு மட்டும் தொடர்புடையவங்க கிடையாது. ஆட்சியிலிருக்குற ஒவ்வொரு அரசாங்கத்துடனும் அது வகுக்குற அரசியல், பொருளாதார கொள்கைகளுடனும் தொடர்புள்ளவங்களா இருக்குறாங்க. அப்புறம் அணிசேராக் கொள்கை பொருளாதாரப் பிரிவில இருந்து முழுவதுமா விலக்களிக்கப்படுது. உலகவங்கி எப்பல்லாம் அமெரிக்க மூலதனத்தை, ஜெர்மன் மூலதனத்தை, ஜப்பான் மூலதனத்தை, பிரிட்டிஷ் மூலதனத்தை அனுமதிக்க இந்தியாவை வலியுறுத்துதோ அதை அப்படியே இந்திய அரசு நிறைவேற்றுது.

இப்படி 1960-1969 காலகட்டத்தில் உலகவங்கி இந்தியாவுக்கு கொடுத்த மொத்தக் கடன் 1.8 பில்லியன் டாலர். இதையும் நீங்களே கணக்கு பாத்துக்கோங்க. இது இன்னும் அசுரவேகத்தில் எதிர்காலத்தில் அதிகரிக்கும். அதாவது சோவியத் பாணியிலான ஐந்தாண்டு திட்டங்கள்; அதை நிறைவேற்ற அமெரிக்க தலைமையிலான உலகவங்கி கடன்கள். இப்ப உங்களுக்கு புரிஞ்சிருக்கும்னு நினைக்கிறேன். இன்னும் புரியலைனா ஒண்ணு சொல்றேன் நல்லா கேட்டுக்கோங்க.

இதே காலகட்டத்துலதான் அதாவது போன வருஷம் 1968-ல போர்டு நிறுவனத்தோட தலைவராவும், கென்னடி மற்றும் நிக்ஸன் அரசின் உள்துறை அமைச்சராவும் இருந்த ராபர்ட்

மெக்னமாரா உலக வங்கியோட தலைவரா வந்துருக்காரு. உலக வங்கியோட செயல்பாடுகளை வேளாண்மை, கல்வி, மருத்துவம், சுற்றுசூழல், கொள்ளை நோய் பரவுதலை தடுத்தல், பசியை ஒழித்தல், குழந்தை நலம், அனைவருக்கும் கல்வி, பாலின சமத்துவம்னு விரிவாக்குற திட்டம் வச்சிருக்காராம். இப்ப இந்தியா வந்து உணவு உத்தரவாதத்துக்கான தேடல்ல அமெரிக்க ஃபோர்டு பவுண்டேஷனோட கைகோர்க்க போகுதாம்.

அவங்களோட அடுத்தகட்ட நகர்வு தமிழகத்த நோக்கித்தான் இருக்கப்போகுது. விவசாயத்துக்காக கிணறு தோண்டுறது, பம்ப்செட் வைக்குறது, அதுக்கு மின்சாரம் கொடுக்குறனு பல திட்டங்களுக்கு கடன் கொடுக்குறது மூலமா உலகவங்கி இங்க நுழையப் போகுது. தமிழகப் பொருளாதாரம் சேவைத்துறை, தொழிற்துறையோட பெரும்பாலும் விவசாயத்துறை அடிப்படையா கொண்டது. தமிழ்நாடு இந்தியாவோட நாலாவது பெரிய பொருளாதாரத்தை வச்சிருக்குற மாநிலம். இனி இது எல்லாம் அவன் கைல போகப்போகுது. இதப் பத்தி இங்க யாருக்கும் சரியான பார்வை இல்ல. ஒரு லிஸ்ட் சொல்றேன் பாருங்க. இது என்னோட லிஸ்ட் இல்ல. அவங்களோடது...

நெசவாலைகள், ஆடை ஏற்றுமதி, இரும்பு உருக்கு ஆலைகள், கோழிப் பண்ணைகள், குழாய்க் கிணறு அமைக்கும் தொழில், கனரக வாகனங்களை இயக்கும் தொழில்கள், தோல் தொழில்கள், வாகன உற்பத்தி, தொழில் நுட்பம் சார்ந்த தொழில்கள், சிறிய, பெரிய துறைமுகங்கள், மின்னுற்பத்தி நிலையங்கள், அது சார்ந்த தொழில்கள், உர, உலோகத் தொழிற்சாலைகள், பேருந்து, கனரக வாகனங்களுக்கு கூடு கட்டும் தொழில்கள், அது சம்மந்தமான தொழிற்சாலைகள், மற்ற இயந்திரத் தொழிற்சாலைகள், அனல்மின் நிலையங்கள், மின்னணுவியல் தொழில்கள்னு இனி எதிர்காலத்தோட தமிழக பொருளாதாரத்தை தீர்மானிக்கப் போறது அவங்கதான்.

இது இப்ப நேத்து நடக்குற விஷயம் இல்லை. "உலகவங்கியும், தமிழகமும்"ங்குற இந்த தெருமுனை கூட்டத்தோட தலைப்ப புரிஞ்சுக்கணும்னா இன்னும் கொஞ்சம் பின்னோக்கி நாம போகணும்.

பத்தொன்பதாம் நூற்றாண்டோட முதல் பாதியிலேயே மெட்ராஸை தலைமையிடமா வச்சு இந்திய - ஐரோப்பிய நிறுவனங்கள் பருத்தி, அரிசினு கிடைக்குற எல்லாத்தையும் ஏற்றுமதி செய்யத் தொடங்குனப்பவே ஆரம்பிச்சிருச்சு. 1858-ல பிரிட்டிஷ்

ஆட்சி தன்னோட ஆதரவுபெற்ற ஐரோப்பிய நிறுவனங்களை இந்தியாவுல தொழிற்துறை மற்றும் விவசாய துறையில் அனுமதிக்கத் தொடங்கினதும் அப்பத்தான். அப்புறம் முதலீடுகள் மெட்ராஸிலும் அதிக அளவில குவிஞ்சது. வெளிநாட்டு வணிகர்கள் மெட்ராஸிலும் இந்திய வணிகர்கள் வெளிநாட்டிற்கும் குடியேறுனாங்க. 1825-ல கிழக்கிந்திய கம்பெனியோட முன்னாள் ஊழியர் மெக்டெவல் மெட்ராஸ்ல வைன் வியாபாரத்தை தொடங்கினாரு. ஜி.ஏ.சேம்பர்ஸால பல்லாவரத்தில தோல் பதனிடுதல் தொழிற்சாலை தொடங்கப்படுது. அது இராணுவம், ஆலைகள், போக்குவரத்து துறைக்கு தோல் தேவையை பூர்த்தி செய்யுது. இதுலருந்துதான் குரோம் லெதர் கம்பெனி மெட்ராஸோட மிகப்பெரிய நிறுவனமாகுது. மெட்ராஸ் முக்கிய மையமாக இருந்தாலும், சிறிய துறைகள் தூத்துக்குடி பக்கமும் நகர்ந்து, ஒரு நம்பமுடியாத சரக்கு வர்த்தக அமைப்பு இங்க உருவாகுது.

பல வெளிநாட்டு நிறுவனங்களோட தொடர்பு வச்சிருந்த மெட்ராஸ் தென்னிந்திய ஏற்றுமதி நிறுவனம் நிலக்கரி இறக்குமதி போன்ற பல தொழில்கள்லயும் ஈடுபட்டு வந்துச்சு. 1867-ல இந்தியாவுல நுழைஞ்ச ஆஸ்பின்வால்&கோ நிறுவனம் நிலக்கடலை ஏற்றுமதியை இங்க இருந்துதான் தொடங்குது. மெட்ராஸ்லருந்து புகழ்பெற்ற ஏற்றுமதி நிறுவனமான அர்புட்நாட் போன்ற பல பல ஆங்கிலேய நிறுவனங்கள் ஏற்றுமதியை செய்து வந்ததும் அப்பதான். மெட்ராஸ்ல முதலீடுகளை கொட்டுன அத்தனை நிறுவனங்களும் தங்களோட ஒரு அலுவலகத்தை இங்கயே வச்சிருந்தது. பதினாலாம் நூற்றாண்டுலருந்து வர்த்தக தலைமையிடமா இருந்து வந்த சூரத், மசூலிப்பட்டினம், ஹூக்ளியிலிருந்து மூலதன குவிதல் மெட்ராஸ் போன்ற நகரங்களுக்கு இப்படித்தான் மாறுச்சு. 1920-கள்ல மெட்ராஸ் மாகாணத்தில் தேயிலை மற்றும் காபி தோட்டங்களும், சில பருத்தி, அரிசி, ஆலைகளும் சில இயந்திர தயாரிப்பு நிறுவனங்களும் இருந்துச்சு. இது தவிர மை, கோந்து, காகிதம், எழுதுகோல், சோப், எண்ணெய் தயாரிப்பு நிறுவனங்களும் இருந்துச்சு. இது பெரும்பாலும் பிரிட்டிஷ் வியாபாரிகளோட கட்டுப்பாட்டுல இருந்துச்சு.

1930-கள்லருந்து வீட்டு உபயோகப் பொருட்கள், அழகு சாதனங்கள்ல ஆர்வம் காட்டுற உயர் வர்க்க நுகர்வோர்களின் எண்ணிக்கை மெட்ராஸ் மாதிரியான நகரங்கள்ல அதிகரிச்சிப்ப, பன்னாட்டு முதலீட்டிற்கு ஒரு புதிய வடிவிலான வெளிநாட்டு

முதலீடும் இங்க உருவாகுது. அதத்தொடர்ந்து யுனிலைவர் அல்லது இம்பீரியல் கெமிக்கல் இண்டஸ்ட்ரீஸ் போன்ற உற்பத்தியாளர்கள் இந்திய வர்த்தகத்தில நுழையுறாங்க. இந்த நிறுவனங்கள் சில்லறை விற்பனையின் வலைப்பின்னல்கள நகரங்கள்ல அப்பத்தான் வலுப்படுத்த ஆரம்பிக்குது. அப்பத்தான் வங்கிகள், ரயில் நிலையங்கள், தகவல் தொடர்பு மையங்கள் போன்ற உள்கட்டுமானங்களால இவைக மிகப்பெரிய நகரங்களாக மாறுச்சு.

அதே சமயம்தான் கந்து வட்டியாளர்களாக, வணிகர்களாக இருந்த நாட்டுகோட்டை செட்டியார்களின் ஆதிக்கம் தென்கிழக்கு ஆசிய நாடுகள்லயும், இலங்கை, பர்மா, மலேசியா, சிங்கப்பூர் நாடுகள்லயும் பரவியிருந்துச்சு. அந்த காலகட்டத்தில அவங்களோட மூலதன மதிப்பு மட்டும் சுமார் 14 கோடி வரை இருந்துச்சு. பல பருத்தி ஆலைகளையும் வச்சிருந்தாங்க. எ.எப். ஹார்வி மில் ஆலைகள்ல முதலீடு செஞ்சுருந்தாங்க. தென்னிந்திய சேஷசாயி குழு ஜெர்மன் தொழில் நிபுணர்களின் உதவியோட மார்வாரிகளால் தொடங்கப்பட்ட மேட்டூர் ரசாயன தொழில்துறை கழகம் என்ற நிறுவனத்தை வாங்கினாங்க. இந்த மார்வாரி குழுக்களுக்கு சொந்தமான ஒரு சில சணல் ஆலை தொழில்கள் ஸ்காட்லாந்து நாட்டவர்களால நிர்வகிக்கிப்பட்டும் வந்துச்சு. அமெரிக்காவுக்கும் பிரிட்டனுக்கும் இந்திய தொழிலதிபர்கள் அடிக்கடி பயணம் பண்ணிட்டு இருந்தாங்க.

1930 பெருமந்தத்தில் ஐரோப்பிய நிறுவனங்கள் போட்ட வரிகளால மக்களுக்கு பலமான அடி விழுந்துச்சு. கடுமையான வறுமையை நோக்கி மக்கள் தள்ளப்பட்டாங்க. பர்மாவுலருந்து தூத்துக்குடி வழியா தஞ்சாவூருக்கு மலிவான பர்மா அரிசில்லாம் கொண்டு வந்தாங்க. பிரிட்டிஷ் அல்லாத பொருட்களுக்கு வரி கூடுதலாக போட்டாங்க. அது சுதேசி நிறுவனங்கள அடியோட அழிக்க ஆரம்பிச்சது.

இப்பவும் அப்படிப்பட்ட ஆட்சி நம்மள விட்டு போகல. அது வேறு வகைல, வேற நாட்டோட பேர்ல தொடர்ந்துட்டுதான் இருக்கு. நம்மட்ட இருக்குற கொஞ்ச நஞ்ச வளங்களையும் உருவத்தான் அவன் இப்ப இங்க நுழையுறான். நாம ஒண்ணா நின்னு போரடலைனா ஏற்கனவே இங்க பண்ணையார்களும், முதலாளிகளும் தினம் தினம் நமக்கு என்ன பண்றானுகளோ, அதவிட அதிகமா அவன் நம்மள சுரண்டுவான்.

•••

இன்றிலிருந்து ஐம்பத்தொரு ஆண்டுகளுக்கு முன் நடந்த அந்த தெருமுனை கூட்டத்தில்தான் சாகரை நான் கடைசியாகப் பார்த்தது.

“தலைவர் மாவோ சொல்வதுபோல, துப்பாக்கியின் வலிமை மூலமே உழைக்கும் வர்க்கமும், உழைக்கின்ற மக்கள் திரளும் ஆயுதங்கள் தரித்துள்ள முதலாளித்துவ வர்க்கத்தினரையும், நிலப்பிரபுக்களையும் வீழ்த்த முடியும் என்பதுதான் ஏகாதிபத்திய யுகத்தில் பெறப்படுகின்ற வர்க்கப் போராட்ட அனுபவம் நமக்குப் போதிக்கின்ற பாடமாகும். அந்த வகையில் துப்பாக்கிகள் மூலமாக மட்டுமே ஒட்டுமொத்த உலகையும் மாற்ற முடியும் என்று நாம் கொள்ளலாம். நாம் போர்கள் ஒழிக்கப்படுவதை ஆதரிப்பவர்கள்; நாம் போரை விரும்புபவர்கள் அல்ல; ஆனால் போரின் மூலமாகத் தான் போரை ஒழிக்கமுடியும்; துப்பாக்கியை ஒழிக்க வேண்டுமெனில் துப்பாக்கியை ஏந்தியே ஆகவேண்டும்”

இந்த மேற்கோளையும், இறுதியாக அவர் பேசிய பிரச்சனைக்குரிய பகுதியையும் வழக்கம்போல கூடுதலாக ஹைலைட் செய்து, மேற்படி உரையுடன் சேர்த்து உயரதிகாரிகளிடம் ரிப்போர்ட் செய்தேன்.

மேலும் அவர் எங்கிருந்து வந்தார்? எந்த தோழரின் வீட்டில் தங்கியிருந்தார்? எப்படி வந்தார்? அல்லது எத்தனை பேருடன்... எப்போது வந்தார்? எங்கு சென்றார்... எதில் சென்றார்? என்பதெல்லாம் பற்றி விரிவாக அதில் சொல்லியிருந்தேன். ஆனால் என் உயரதிகாரிகள் அதைப் பெரிதாகக் கண்டுகொள்ளவில்லை. காரணம் எங்கள் ஒட்டுமொத்த காவல்துறையும், உளவுத் துறையும் அப்போது தேடிக்கொண்டிருந்தது ஒரு கொள்ளையனையும், அவனால் தலைமை தாங்கப்படும் ஒரு கொள்ளையர்கள் குழுவையும்.

தேவையா? இல்லையா? நல்ல பழக்கமா? கெட்டப் பழக்கமா என்றெல்லாம் தெரியாது. மற்றவர்கள் போல சுருக்கமாகவோ, இல்லை பிரச்சனைக்குரிய பகுதியை மட்டுமோ குறிப்பு எடுக்கும் பழக்கம் எனக்கு கிடையாது. ஒட்டுமொத்த பேச்சையும் எழுதி விடுவேன். அப்படி எழுதியதைத்தான் நீங்கள் படித்தீர்கள். நான் அப்படி எழுதுவதே ஏதோ அவர்களுக்கு எதிராக அரசுடன் சேர்ந்து பயங்கர சதியில் ஈடுபடுவதுபோல தோன்றும். அதனால் அதில் குறிப்பிட்டபடி பல பிரச்சனைகளும் நடக்கும். அதேநேரம் எனது உயரதிகாரிகளும் அதன் முக்கியத்துவத்தை அறியவும் மாட்டார்கள்.

அந்த வகையில் எனக்கு இருதரப்பையும் பிடிக்காது. என்றாலும் எனது இந்தப் பழக்கத்தை யாருக்காவும் எப்போதும் நான் மாற்றிக்கொண்டதும் கிடையாது.

இப்போதும் அந்த பேச்சைப் படித்தாலும் அவர் அடுத்தடுத்து வந்த நாட்களில் மேற்கொண்ட செயல்களுக்கும், அவர் அன்று பேசிய பேச்சிற்குமான தொடர்பை என்னால் கண்டுபிடிக்கவே முடியவில்லை. அந்த நாட்களிலும்கூட இந்த உரையில் எனக்கான "ஏதாவதொன்றை" விட்டுச் சென்றிருக்கிறாரா? என்று பலமுறை படித்துப் பார்த்திருக்கிறேன்.

ம்கூம்.. எதுவும் கிடைக்கவில்லை.

காரணம், அன்று கம்யூனிஸ்ட் கட்சியிலிருந்து வெளிவந்தவர்கள்போல இவரும் பாராளுமன்றத் தேர்தலைப் புறக்கணித்து மக்களை புரட்சிக்காக அணிதிரட்டுவது பற்றி பேசினாலும், செய்ததோ அதற்கு முற்றிலும் மாறான இன்னொன்று.

அவரின் கட்சியோடு அவருக்கு பல விவகாரங்களில் முரண்பாடு இருந்தது என்று எனக்குத் தெரியும். சாரு மஜும்தார் குழுவில் சேர்ந்து விட்டார் என்றும், அவர் இங்கு இன்னொரு நக்சல்பாரி கிராமத்தை உருவாக்க இரகசியமாக முயற்சி செய்துகொண்டிருந்தார் என்றும்தான் நானும் நினைத்தேன். அப்படி நம்புவதற்கான காரணமும் இருந்தது. வெண்மணி படுகொலையிலிருந்தே அவர் வேறு ஒருவராகத்தான் மாறி இருந்தார்.

எங்களை ஏமாற்றுவதற்குதான் முதல் கொள்ளையை முடித்தப் பிறகு அந்த தெருமுனை கூட்டத்தில் அவர் பங்கேற்றார் என்று பின்னாளில் உறுதியாக நான் நம்பினேன். காரணம்... தொடர்ச்சியாக ஆயுதப் போராட்டம் பற்றி பேசி வந்தது, இளம் வயது, அரசியலை எல்லா பக்கத்திலிருந்தும் ஆராய்ந்து பேசுவது, அதை பரப்பும் வகையில் சின்ன சின்ன வெளியீடுகளை அவரே கொண்டு வருவது, எங்கள் கண்ணிலிருந்து அடிக்கடி வெற்றிகரமாக தப்பித்து விடுவது.

ஆனால் நாங்கள் தேடும் அந்தக் கொள்ளையனும், தெருமுனைக் கூட்டத்தில் பேச பேச நான் குறிப்பெடுத்துக் கொண்டிருந்த அந்த நபரும் ஒரே ஆள்தான் என்று அப்போது எனக்குத் தெரியாது. இதோ, இப்போது ஒருவாறாக தெரியவரும்போது நான் என் வாழ்வின் இறுதியில் இருக்கிறேன்.

இன்று இந்தக் கடிதம் எப்படி என் மேஜையில் யாருக்கும் தெரியாமல் வந்து சேர்ந்ததோ, அன்றும் அதேபோலத்தான் சப் இன்ஸ்பெக்டர் மேஜையில் படிப்பதற்கேற்றவாறு அப்படியே விரித்து வைக்கப்பட்டு, காற்றில் பறந்து விடாமலிருக்க கார்பன் பேப்பர் கட்டு ஒன்று அதன்மேல் வைக்கப்பட்டிருந்தது.

நான் ஸ்டேஷனை நோக்கி ஓடினேன்.

•••

“உங்கள் எஜமானர்களின் ஏவல்களுக்கேற்ப, நீண்டுகறுத்த பாம்புகளைப்போலத் தோள்களில் தொங்கிக்கொண்டிருக்கும் துப்பாக்கிகளோடும், கொள்ளிக்கட்டைகள்போல சிவந்திருக்கும் கண்களோடும் எங்களைச் சுட்டுப்பொசுக்க எப்போதும் நீங்கள் தயாராக இருக்கிறீர்கள் என்பது எங்களுக்கு நன்றாகவேத் தெரியும். அதேநேரம் நாங்கள் இருக்கும் வெளியைத் துப்பறிய முடியாதவாறு உங்களது மூக்குகளின் துவாரங்கள் பாழடைந்த பாசிக்களால் நிறைந்துபோய்க்கிடக்கிறது. எங்கள் காலடி ஓசைகளைக் கேட்கமுடியாதவாறு உங்களது காதுகளின் ஓட்டைகளில் ஏற்கனவே ஆந்தைகள் பல குடியேறிவிட்டது. உங்களின் குழிவிழுந்த கண்களும்கூட ஏற்கனவே குகைகளின் வடிவில் வந்துவிட்டது. எனவே நீங்கள் எங்களை ஒருபோதும் நெருங்கமுடியாமலும், தங்குவதற்கு இடமில்லாமலும் அங்குமிங்கும் அலைந்துதிரியும் வவ்வால்களைப்போல அனுதினமும் எங்களைத் தேடித்திரியப் போகிறீர்கள் என்பதுதான் உண்மை. இனி உங்களின் பற்கள் மண்வெட்டியின் இலைகளையும், கலப்பைகளையும் ஒன்றுக்கொன்று அடுத்தடுத்து நட்டுவைத்ததுபோல மாறும். உங்கள் கழுத்துகள் ஓணான்களாலும், பாம்புக்களாலும் கோர்த்துத் தைக்கப்படும். உங்கள் தலைகளை நீங்களே ஆகாயத்தைநோக்கி பெயர்த்து வீசுவீர்கள். தாகத்தால் வறண்டுபோகும் உங்களின் உதடுகள் மார்பின் கீழ்வரை நீண்டுதொங்கும். உங்கள் சொந்தக் குழந்தைகளாலேயே நீங்கள் அடையாளம் காணமுடியாதவாறு மூங்கில்களைப்போல சுருங்குவீர்கள்; ஒட்டகங்களைப்போல ஒடுங்குவீர்கள். ஆனாலும் எங்களின் நிழல்களைக்கூட உங்களால் கற்பனை செய்யமுடியாது.”

•••

இந்தக் கடிதம் என்ன மாதிரியான அர்த்தத்தில் எழுதப்பட்டிருக்கிறது என்பது எங்களுக்கு விளங்கினாலும்,

அதில் பயன்படுத்தப்பட்டிருக்கும் உவமைகள் கலிங்கத்துப்பரணியிலிருந்து எடுத்தாளப்பட்டிருக்கிறது என்பது எங்களுக்குப் பின்னர்தான் தெரியவந்தது. ஆனால் எங்களை எள்ளி நகையாடியிருக்கும் அந்த அத்தனை வரிகளையும்விட "எங்கள் நிழல்களைக்கூட உங்களால் கற்பனை செய்யமுடியாது" என்ற பரணியில் இல்லாத அந்த வரிகள்தான் எங்களின் ஆணவத்தை முழுமையாகச் சீண்டியது; பைத்தியம் பிடிக்கவும் வைத்தது.

கொஞ்சம் பொறுமையாக விசாரணை நடத்தினால் அகப்பட்டுவிடக்கூடிய கொள்ளையர்கள்தான் என்றாலும், இது உலகத்தில் இதுவரை ஒரு உவமை இல்லாத கொள்ளையாகத் தோன்ற எங்களுக்கு வேறு சில காரணங்களும் இருந்தது.

பெரும்பாலும் வீடுகளில் பாதுகாப்புகள் குறைந்த நாட்களில்தான் அவர்கள் கொள்ளையில் ஈடுபட்டார்கள். வேறுசில சந்தர்ப்பங்களில் கொள்ளையடித்தாலும்கூட அவர்களில் ஒருவரைக்கூட பண்ணையார்களாலோ, காவலுக்கு நிற்கும் அடியாட்களாலோ, வேலையாட்களாலோ, வீட்டில் இருப்பவர்களாலோ அடையாளம் காணமுடியவில்லை. வீட்டில் நுழைந்து வெளியேறும்வரை அங்கு கட்டப்பட்டிருக்கும் நாய்களின் கண்களில்கூட அவர்கள் அகப்படுவது கிடையாது. அவர்களுக்கு பண்ணையார்கள் மட்டும்தான் இலக்கு. அவர்களை குறிவைத்துத் தூக்கிச் சாவியோடு அந்த இடத்திற்கு கொண்டு சென்றுவிடுவார்கள். எல்லாம் முடிந்தபின் மயக்க மருந்தால் பண்ணையாரைக் கிடத்திவிட்டு தப்பிச்சென்று விடுவார்கள். சில நேரங்களில் அவர்களை நிர்வாணமாகப் புகைப்படம் எடுத்துக்கொண்டு, ஊர் மத்தியில் அதை பெரிதாக அச்சிட்டு ஒட்டப்போவதாக பயமுறுத்திவிட்டுச் செல்வார்கள் என்றும் ஒரு வதந்தியைக் கேள்விப்பட்டோம். அதனால்தான் அரண்டுபோகும் சில பண்ணையார்கள் பெரிதாக வாய் திறப்பதில்லை என்ற சந்தேகமும் எங்களுக்கு இருந்தது. இதனால் அவர்கள் வந்து சென்றதற்கான முக்கிய தடயங்கள் எதுவும் எங்களுக்கு கிடைக்காது; கிடைப்பதும் எந்த வகையிலும் பயன்படாதவையாகத்தான் இருக்கும். முக்கியமாக கை ரேகைகள் இல்லை.

அதேபோல குற்றச் செயல்களுக்காக பதியும் வழக்குகள் எண்ணிக்கையில் அதிகமாக இருந்த கிராமங்களிலிருந்து அவர்கள் தங்களுக்கான ஆட்களைத் தேர்ந்தெடுக்கவில்லை; அல்லது அப்படிப்பட்ட சூழ்நிலையிலிருந்து அவர்கள் உருவாகவில்லை.

அதேபோல கொள்ளையடிக்கும் பகுதியாகவும் அதுபோன்ற கிராமங்களை அவர்கள் பயன்படுத்தவில்லை. எப்படி விசாரித்தும் அங்குள்ள குற்றவாளிகளிடமிருந்தும், அப்பகுதியிலிருந்தும் நாங்கள் எதையும் தெரிந்துகொள்ள முடியவில்லை. இதை விடவும் அவர்களைப் பார்த்து நாங்கள் குழம்ப பல காரணங்கள் இருந்தன.

ஒரு கொள்ளை குழு இருந்தால் அவர்கள் ஏதாவதொரு சூழ்நிலையில் இன்னொரு கொள்ளை குழுவை, அல்லது திருட்டுக் கும்பலை சந்திக்க வேண்டிய நிலை வரும். ஆனால் இங்கு அப்படி இரண்டு விதமான கொள்ளை கும்பல் நேருக்கு நேர் சந்திக்கும் வாய்ப்புகளே இல்லாமல் இருந்தது மட்டுமல்ல, சொல்லப்போனால் அப்படியொரு கொள்ளைக் குழு இருக்கிறது என்பதே வேறு எந்த சட்டவிரோதமான கும்பல்களுக்கும் தெரியவில்லை. அந்தக் குழுவில் இருந்த அத்தனைபேரும் குற்றப் பின்னணி இல்லாதவர்கள். முன்பின் கொள்ளையில் ஈடுபடாதவர்கள்.

பொதுவாக கொள்ளையர்கள் என்பவர்கள் படுமோசமான அவர்களின் வாழ்க்கைச் சூழ்நிலையால்தான் உருவாகுவார்கள். அதனால் நாங்களும் வேலைவாய்ப்பற்ற இளைஞர்கள், கிராமங்கள், நிலமற்ற கூலி விவசாயிகள், நாடோடி வாழ்க்கை வாழ்பவர்கள், வருடத்தில் பாதி நாட்களை பசியால் நகர்த்துபவர்கள் என இவர்களை மட்டுமே கணக்கில் எடுத்துக் கொண்டிருந்தோம். ஒரு அரசியல்மயப்படுத்தப்பட்ட கொள்ளையைப் பற்றி அப்போது நாங்கள் யோசிக்கவேயில்லை.

இதுதவிர தங்களின் விசுவாசத்திற்கு உட்பட்ட வக்கீல்களிடமும், டாக்டர்களிடமும், சொந்தக்காரர்கள் வீடுகளிடமும் ரொக்கப் பணங்களையும், நகைகளையும், தங்க கட்டிகளையும் பதுக்கியிருந்த சில பண்ணையார்களைக் கவனித்து, அப்படி சூட்கேஸ்கள் கொண்டு செல்லும் வழியிலும், பதுக்கிய இடங்களிலும் வேறுசில கொள்ளையர்கள் செய்த குற்றங்களையும் சேர்த்து இவர்கள் கணக்கிலேயே நாங்கள் எழுத ஆரம்பித்தபோது, படிப்படியாக பல குழப்பங்கள் எங்களைச் சூழத்தொடங்கின. இன்னும் தீவிரமாக விசாரித்துப் பார்த்ததில், அவர்கள் தகவல்களைப் பெறுவதற்கு வெளியிலிருந்து எவரையும் நம்பி இருக்கவில்லை என்றும், ஒரு கொள்ளையின் தொடக்கம் முதல் முடிவு வரை அவர்கள் மட்டுமே அதில் சம்மந்தப்பட்டிருந்தனர் என்றும் தெரிந்துகொண்டபின் எங்கிருந்து தொடங்குவது என்பதில் பெரும்

சிக்கலே உருவானது. இதனால் காவல்துறைக்கு தெரிந்து நடக்கும் கொள்ளையையே நிறுத்தி வைக்கும் சூழல் உருவானது.

இதில் இன்னொரு விஷயமும்கூட அந்தக் கொள்ளையைக் கண்டுபிடிக்க எங்களுக்கு பெரும் சவாலாக இருந்தது.

அது கடவுள் மற்றும் மூட நம்பிக்கை.

கடவுள் நம்பிக்கை உள்ளவர்கள் அந்தக் குழுவில் இருந்தார்களா? இல்லையா? என்றுத் தெரியவில்லை. ஆனால் மற்ற கொள்ளைக் குழுக்களைப்போல நல்ல நேரம் பார்த்து, சில உக்கிரமான தெய்வங்களை வணங்கி, சாமியாடி, தங்களது கையையோ அல்லது விலா எலும்பின் அருகிலோ லேசாகக் கீறி வெளியேறும் இரத்தத்தையோ அல்லது பசு, சேவல், கோழிகளையோ காளிக்கும், பேய்களுக்கும் பலிக்கடன் செலுத்தும் கொள்ளைக்கு முன்பும் பின்புமான எந்தவொரு சடங்குகளும் அவர்களிடம் இல்லை. ஒரு நிரந்தரமான அல்லது தற்காலிகமான பலிபீடமோ அவர்களுக்கு எங்கும் இல்லை. அவர்களின் வழிபாட்டிற்கும், கொண்டாட்டத்திற்குமான எந்தவிதமான தோல் கருவிகளும் அவர்களிடம் இல்லை. அவர்களின் ஒருவரது சாதி தெரிந்தால்கூட எங்களுக்கு ஒரு தெளிவான பாதை கண்முன் தெரிந்திருக்கும். ஆனால் அதற்கான சிறு தடயம்கூட கிடைக்கவில்லை.

இன்னும் சில கொள்ளைக் குழுக்களைப்போல, தேவைப்பட்டால் ஒரு அதிகார வர்க்கத்திற்காக இன்னொரு அதிகார வர்க்கத்தை கொள்ளையடிக்கும் குழுவாகவோ, அல்லது இன்னொரு கொள்ளைக் குழுவுடன் ஏதாவதொரு சந்தர்ப்பத்தில் இணைந்துகொண்டு கொள்ளையடிப்பவர்களாகவோ அவர்கள் இல்லை.

இடையில் எங்கள் உளவுப் பிரிவு, அந்தக் குழு வன்புணர்வு செய்வதாகவும், கொலை செய்வதாகவும், குழந்தைகளை கடத்துவதாகவும்கூட பல வதந்திகளைப் பரப்பியது. ஆனால் அவர்கள் மக்கள் மத்தியில், அந்தக் குறிப்பிட்ட பகுதிகளில் எவ்வளவு செல்வாக்கு பெற்றிருந்தார்கள் என்பது அப்போதுதான் எங்களுக்கு உரைத்தது. சாதாரண ஜனங்கள் அதைக் கண்டுகொள்ளவேயில்லை. எவ்வளவு சிக்கலான சூழ்நிலைகள் வந்தாலும் அமைதியாகவும், நிதானமாகவும் செயல்பட்ட அவர்களுக்கு அது எந்தவிதமான பாதிப்பையும் ஏற்படுத்தவில்லை என்பது அதற்கடுத்து நடந்த தெளிவான ஒரு கொள்ளையில்தான் நாங்கள் கண்டு கொண்டோம்.

இந்த இடம்தான் என்னை ஒருவரின் பக்கம் திருப்பியது.

∴

அந்தக் கடிதம் வந்த சமயத்தில் சாகர் தலைமறைவாகி வருடம் இரண்டை நெருங்கியிருந்தது. அவர் சாரு குழுவோடு இணைந்திருக்கத்தான் வாய்ப்பு அதிகம் என்று நினைத்தேன். ஆனால் அதற்கான எந்த ஆதாரமும் என் கைவசம் இல்லை. முதன்முறையாக எனக்கு அப்போதுதான் அவர்மேல் சந்தேகம் வர ஆரம்பித்தது. அந்த சந்தேகத்தில் ஏதோ ஒன்று சரியாக இருப்பதாகவும் எனக்கு தோன்றியது. காரணம் நான் அவரை எல்லோரையும்விட மிக நெருக்கமாக அறிந்திருந்தேன். கிட்டத்தட்ட மூன்று வருடங்கள் மிக நெருக்கமாக பின் தொடர்ந்திருக்கிறேன். பின்னாளில் அந்தக் கொள்ளைக் குழுவைக் கண்டுபிடிக்கும் சிறப்பு உளவுப்பிரிவில், முக்கியமான பதவியில் என்னை அமர்த்தும் அளவிற்கு சாகரைப் போன்றவர்களின் புத்திசாலித்தனத்தை நான் அறிந்து வைத்திருந்தேன்.

அவர் பேச்சில் நிறைந்திருக்கும் தர்க்கப் பூர்வமும், மற்றவர்களிடமிருந்து வேறுபட்டு ஒரு பிரச்சனையைப் பார்க்கும் விதமும், அதைக் கையாளும் முறையும், பல நாட்கள் எங்கிருக்கிறார்? என்ன செய்கிறார்? என்று என்னையையே குழப்பத்தில் ஆழ்த்தி, பின் அவர் நினைத்தால்தான் நாங்கள் அவரைப் பின்பற்ற முடியும் என்ற அளவிற்கு கொண்டு செல்லும் கெட்டிக்காரத்தனமும்தான், படிப்படியாக என் சந்தேகத்தை வலுக்கச் செய்தது.

அதன்பின்னர்தான் சில கம்யூனிட் கட்சி ஆட்களிடம் அவர் சம்மந்தமாகவும், இப்படியான கொள்ளைகள் சம்மந்தமாகவும் விசாரிக்கத் தொடங்கினேன். பெரிதாக எந்த பிரயோசனமும் இல்லையென்றாலும் அதுவொரு "அரசியல்மயப்படுத்தப்பட்ட கொள்ளை" என்றொரு முடிவுக்கு நான் வருவதற்கு அது உதவியது.

அதிலிருந்து நான் தெரிந்து கொண்டது இதுதான்:

"விவசாயிகளின் புரட்சிக்கு கொள்ளை என்பது அதன் முன்நிபந்தனையாக இருக்கலாம். ஆனால் அதன்மூலம் மட்டும் புரட்சியை கொண்டுவரமுடியாது என்பதில் அவர்கள் தெளிவாக இருக்கிறார்கள். ஏனென்றால் சில குழுக்கள் அப்படி நினைத்து பண்ணையார்களை, மில் முதலாளிகளை கொலை செய்தும், தாசில்தார்கள், காவல்துறையினர் போன்ற அதிகாரம்

குவிந்துள்ளவர்களை தாக்கியும் மாட்டிக்கொண்டன. இரயில் கொள்ளையிலும், வங்கிக் கொள்ளையிலும் ஈடுபடுபட்டு குண்டடிக்கு பலியாகின. முக்கியமாக சாரு மஜும்தார் குழுபோல இது செயல்படவில்லை. 'அழித்தொழிப்பில், கொள்ளையில் முதற்கட்டமாக துப்பாக்கியை தூக்குவது என்பது உழைக்கும் மக்களிடமிருந்து நம்மை தனிமைப்படுத்திவிடும். எனவே முதலில் மக்களின் மரபுவழி ஆயுதங்களுடன்தான் அத்தகைய வர்க்கப் போராட்டத்தில் கலந்துகொள்ள வேண்டும். அந்தப் புரட்சி ஒரு கட்டத்தை அடைந்தபின்தான் துப்பாக்கியைத் தூக்க வேண்டும். அதேபோல ஒரு குறிப்பிட்ட பகுதி என்றில்லாமல் எல்லாப் பகுதிகளிலும் அதை விரிவுபடுத்த வேண்டும். இப்படிபட்ட ஒழுங்குமுறையை கடைபிடிக்காதவர்களுக்கு கட்சியில் இடமில்லை' என்று அவர் சொல்லியிருந்தார். ஆனால் இங்கு அவர்கள் துப்பாக்கியைத் தூக்கினார்கள். ஆனால் கொலைகள் செய்யாமல் அதை வேறுவிதமாக அரசியல்மயப்படுத்தி இருக்கிறார்கள். அதேநேரம் அதை அவர்கள் புரட்சியாகவும் நினைக்கவில்லை; வர்க்கப் போராட்டமாகவும் பார்க்கவில்லை. ஆனால் இது இன்னும் எவ்வளவு நாட்கள் நீடிக்குமென்றுதான் எனக்குப் புரியாமல் இருந்தது. கம்யூனிஸ்ட்கள் ஒரு கொள்ளை குழுவைக் கட்டுகிறார்கள் என்றால், அதுவும் அவர்கள் கொரில்லாக்களாக பயிற்சி எடுத்திருந்தால், அவர்களைக் கண்டுபிடித்து அழிப்பது சிரமம் என்று அறிந்திருந்த எனக்கு, மலைப் பகுதிகள், காடுகள், நகரத்திலிருந்து துண்டிக்கப்பட்ட தொலைதூர கிராமங்கள், சில மேய்ச்சல் நிலப்பகுதிகள் என அவர்கள் இதுபோன்ற இடங்களில்தான் தங்களை நிலைப்படுத்திக் கொண்டிருக்கிறார்கள் என்பதில் மட்டும் உறுதி இருந்தது. கொள்ளையடிக்க வரும்போதும், திரும்பி தப்பிச் செல்லும்போதும் அவர்கள் வாகனங்கள் எதையும் பயன்படுத்தாதது, பெரும்பாலும் வாகனங்கள் எதுவும் பின் தொடராத பாதைகளை விரைவில் அடைவதற்கு ஏற்றவாறு இருக்கும் பண்ணைகளைத் தேர்ந்தெடுத்தது என இது அனைத்தும் அதைத்தான் எனக்கு உணர்த்தியது. அதேநேரம் எல்லா கொள்ளையர்களும் பணத்துடன், நகைகளுடன், விலையுயர்ந்த பொருட்களுடன் பெண்களையும், அதிகாரத்தையும் தேடி அலைந்து கொண்டிருந்தபோது இந்தக் குழு வேறு எதையோ தேடிக்கொண்டிருந்தது. அது புரட்சியாக இல்லாத பட்சத்தில், வேறு என்னவாக இருக்கும் என்பதிலும் எனக்கு குழப்பம் நீடித்தது."

இதை அனைத்தையும் தொகுத்து விரிவாக விளக்கி என் மேலதிகாரிகளிடம் ஒரு அறிக்கை தாக்கல் செய்தேன். கனரக வாகனங்கள் முதற்கொண்டு அனைத்து வகையான நான்கு சக்கர வாகனங்களும் ரோந்துப் பணிக்கு பயன்படுத்தக்கூடிய அளவிற்கு புதிய சாலைகள் போட்டு, அந்தக் குறிப்பிட்ட பகுதிகளில் முகாம்கள், செக்போஸ்ட் அமைத்து, அந்தப் பகுதிகளின் அருகில் இருக்கும் காடுகளின் பக்கமும் கவனத்தைத் திருப்ப வலியுறுத்திய அந்த அறிக்கையையும், என்னையும் அவர்கள் ஏளனமாக பார்த்தார்கள்.

அப்படி அவர்கள் பார்த்ததிலும் தவறில்லை. ஏனென்றால் அப்போது சில கொள்ளைகள்தான் அவர்களால் செய்யப்பட்டிருந்தன. அதிலும் உயிரிழப்பு ஒன்றும் இல்லை. எனவே சட்டம் ஒழுங்கு பிரிவும், உளவுப் பிரிவும் அதிக மெத்தனதுடன் இருந்ததில் ஆச்சரியமில்லை. எனக்கும் சாகருக்கும் மட்டுமல்ல; எனக்கும் என் துறைக்குமே முதன் முதலாக ஒரு பெரிய இடைவெளியும், வெறுப்பும் ஆழம் காணத் தொடங்கியது அப்போதிருந்ததுதான்.

தோட்டாக்களினால் காயம்படாத ஒரு கொள்ளைக்குழு இருப்பதையும், அவர்களின்மேல் அவற்றால் சல்லடையிட முடியாமல் ஒரு வக்கற்ற காவலர்குழு இருப்பதையும் என்னால் ஏற்றுக்கொள்ள முடியவில்லை. நாளாக ஆக நான் சாகரை பின் தொடர்கிறேனா? இல்லை அவர் நான் செல்லும் பாதையைத் தீர்மானிக்கிறாரா? என்று எனக்கேத் தெரியாமல் போனது.

அந்த காலத்தில் மட்டுமல்ல, எந்த காலத்திலும் போலீசை, உளவுத் துறையைப் பொறுத்தவரை எல்லா சட்டமும் சட்டவிரோதம்தான். நானும் அதை எத்தனையோ முறை உபயோகித்திருக்கிறேன். கூடுதலாக அந்த சமயத்தில்...

காரணம் அப்போதைய அரசு நக்சல்பாரிகள் விஷயத்தில் எங்களுக்கு முழு சுதந்திரம் கொடுத்திருந்தது. அந்த விவாகரத்தில் பிரதம மந்திரிக்கே யோசனை சொல்லும் அளவிற்கு இங்குள்ள முக்கிய மந்திரி இருந்தார். அதற்கு காரணம் நாங்கள்தான். நான் சொன்ன அதே சட்ட விரோதம்தான்.

இப்போதும்கூட அன்று செய்ததில் எனக்கு வருத்தமோ, முரண்பாடோ என ஒன்றுமே இருந்தது இல்லை.

என் வழிகாட்டலின் பேரில்தான் சாகர்மீது எந்தவித குற்ற வழக்கும் நிலுவையில் இல்லாதபோதும், அவரது அப்பாவையும், சில

நெருங்கிய உறவினர்களையும் காவல்நிலையம் கொண்டுவந்து அடித்து உதைத்து விசாரித்தார்கள். சின்னச் சின்ன வழக்குகளை ஜோடித்து சிறையில் தள்ளினார்கள். மாதக்கணக்கில் நிபந்தனை கையெழுத்துப்போட காவல் நிலையத்திற்கு அலைக்கழித்தார்கள். ஆனால் அப்படிப்பட்ட ஒவ்வொரு விசாரணையின் முடிவிலும் அவர்களுக்கு அவரைப்பற்றி ஒன்றுமே தெரியவில்லை என்ற முடிவுக்குத்தான் நான் வரவேண்டியிருந்தது. இப்படிச் செய்வதின் மூலமாக சாகர் தனது வீட்டிற்கு என்றாவது ஒருநாள் வர வாய்ப்புண்டு என்ற ஒரு நம்பிக்கை மட்டுமே என்னிடம் இருந்தது. ஆனால் அதுவும் கடைசிவரை நடக்கவில்லை.

இந்த நிலைமையில்தான் "அந்தக் குழுவை வழிநடத்துவது சாகர்தான், வேண்டுமென்றால் அவரின் தொடர்ச்சியான உரைகளைப் படித்துப் பாருங்கள், அதில் எல்லோரையும்விட அவர் வேறு ஏதோ ஒன்றை தனித்து செய்யும் நோக்கத்தில் இருப்பது தெரியவரும்" என்று திரும்பத் திரும்ப நான் சொல்வதைக்கேட்டு என் சக நண்பர்களே சிரித்தார்கள். அதற்கு அவர்கள் சொன்ன காரணமும் சரியாய் இருந்தது.

இருந்தாலும் என் திருப்திக்காக, என் வழிக்கே வந்த அவர்கள், நான் குறிப்பெடுத்த அதே உலகவங்கி குறித்த பேச்சைக் காண்பித்து "இப்படி பேசக்கூடிய ஒருவன் எப்படி ஒரு கொள்ளைக் குழுவைக் கட்ட முடியும்? நிச்சயமாக சாரு குழுவில்தான் இணைந்திருக்க வேண்டும்" என்றனர். கூடுதலாக சித்திரவதைப் படுத்தப்பட்ட சாகரின் குடும்பத்தைக் காண்பித்து, இவர்களுக்குத் தெரியாமல் அவனால் அப்படி ஒரு கொள்ளைக் குழுவை சத்தியமாகக் கட்டியிருக்க முடியாது என்று உறுதியாக சொன்னார்கள். அவர்கள் சொன்னக் காரணமும் சரியாகத்தான் இருந்தது.

ஆனால் நானும் பதிலுக்கு அவர்களிடம் அதே உலக வங்கி உரையைப் படித்துக் காண்பித்து "இப்படிப்பட்ட ஒருவனால்தான் இப்படியொரு கொள்ளைக் குழுவைக் கட்ட முடியும் என்றும், அதையும் வீட்டுக்குக்கூட தெரியாமல் பார்த்துக்கொள்ள முடியும்" என்று வாதிட்டேன். இப்போது என் காரணமும் எனக்குச் சரியாகத்தான் இருந்தது.

ஆனால் அடுத்தடுத்து வந்த நாட்களில் நான் சொன்னதுபோல குறிப்பிட்ட பகுதிகளில் நடக்காவிட்டாலும், அவர்கள் தங்கு தடையின்றி கொள்ளைகளில் ஈடுபட்டபோது, நான் தாக்கல் செய்திருந்த அறிக்கையின்மீது கிடந்த தூசியை அதிகாரிகள்

மெதுவாகத் தட்டத் தொடங்கினார்கள். ஆனால் அப்போதும் அது சாகர்தான் என்பதை மட்டும் அவர்கள் நம்பவில்லை. காலம் கடந்து அதை அவர்கள் செய்தபோது இன்னும் அவர்களுக்கும் எனக்குமான இடைவெளி அதிகரித்ததே தவிர, குறையவில்லை.

இன்னும் கொஞ்சம் "எங்களுக்கான சட்டப்படி" சாகரை சுற்றியுள்ளவர்களை விசாரித்தால் அந்தக் கொள்ளை குழுவை கண்டுபிடிப்பதில் ஏதாவது உதவிகரமாக கிடைக்கும் என்று ஒரு குறிப்பிட்ட கட்டம் வரை நானும் நம்பினேன். அந்த காலகட்டம் முழுவதும் சாகரை நான் அந்தக் கொள்ளைக் குழுவிலிருந்து பிரித்துப் பார்க்கவே இல்லை. அந்த நாட்கள் முழுவதும் அவர்கள் எங்களிடமிருந்து முழுவதும் மறைந்து நின்றார்கள். ஆனால் நாங்களோ மரம், செடி, கொடிகள் இல்லாத மொட்டையான மலைபோல இருந்தோம்.

அந்த நேரத்தில்தான் சுற்றுவட்டார மக்கள் பட்டினில் வாடும்போது, நகரத்தில் திரையரங்கம் ஒன்றை கட்டி வந்த நிலக்கிழார் ஒருவரின் வீட்டில் ஒரு கொள்ளை நடந்திருந்தது. அதுதான் அவர்களின் கடைசி கொள்ளை என்று அப்போது எங்களுக்குத் தெரியாது. ஆனால் அந்தக் கொள்ளையே அவர்கள் செய்தது அல்ல என்றும், அவர்கள் கடைசியாக செய்தது ஒரு இரட்டைக் கொலை சம்பவம்தான் என்றும் இப்போதுதான் எனக்கு தெரிய வந்திருக்கிறது.

பின் வருடங்கள் மெல்ல மெல்ல கரைந்து சென்றது. பாழடைந்த வீட்டிற்கு பூட்டு எதற்கு என்பதுபோல, அந்த கொள்ளை வழக்கு சில வருடங்கள் கழித்து கைவிடப்பட்டபோது, என் சக காவலர்களைபோல நானும் சாகரை விட்டு விலகினேன்.

அவர்கள் சொன்னது சரிதான். இன்றுவரை அவர்களது நிழல்களைக்கூட எங்களால் கற்பனை செய்ய முடியவில்லை....

எப்போதும் மிக நீளமாக இருக்கும் அவரது உரையைப்போலவே, இந்த நீண்ட கடிதம் இன்று மதியம் என் மேஜைக்கு வந்து சேர்ந்தப்பின்னும்கூட...

• • •

புதிதாய் முளைக்கின்ற செடிகளும் வெப்பத்தால் கருகியே வளரும் நிலம். அங்கு மரங்களும், வீடுகளும், கட்டிடங்களும் மனிதர்களும், விலங்குகளும், குழந்தைகளும் காய்ந்தும், உலர்ந்தும், உரிந்தும், பிளந்தும், சிதைந்தும், அழிந்துமே

இருக்கும்; இருப்பார்கள். பஞ்சமும், வெப்பமும், கானலும், கனவுகளும் மட்டுமே செழித்து முளைக்கும் விதைகளாக அச்செந்தரை பரப்பெங்கும் தூவப்பட்டிருக்கும்.

"இன்னும் ஏன் இவற்றை அள்ளி வாரிச்சுருட்டிக்கொண்டு எங்கும் செல்லாமல் இருக்கிறது" என்று பார்ப்பவர்களை சந்தேகம் கொள்ளச் செய்யும் அளவிற்கு சுடு சாம்பலென கொதிக்கும் புழுதியோடு அடிக்கடி சுழன்று வீசும் காற்றும், பசியால் வற்றிப்போய் உலவும் கொள்ளிவாய்ப் பிசாசுகளும்... வேலையும், விவசாயமும் இல்லாமல், பண்ணையார்களால் ஏற்கனவே கொள்ளையடிக்கப்பட்டு பள்ளம் விழுந்துபோன தங்கள் வாழ்க்கையினால் பக்கத்து ஊர்களை மட்டுமே நம்பி வாழும் வறண்ட நில மனிதர்களும் நிறைந்திருக்கும் ஊர்களைத்தான் கொள்ளையடித்த பணத்தையும், நகைகளையும் பங்கிட்டுக்கொடுக்க நாங்கள் தேர்ந்தெடுத்தோம்.

இன்னொருபுறம் வாங்கிய கடனுக்கு ப்ரோநோட் எழுதிக் கொடுத்து, பண்ணையாரின் இடத்திலேயே குடியிருந்து, பண்ணையில் சோறு போட்டாலும் அதற்கும் கூலியிலிருந்து காசு பிடிக்கப்பட்டு, அந்தச் சோற்றையும் இலையிலோ, பித்தளை பாத்திரத்திலோ சாப்பிட முடியாமல், அவர்கள் கொடுக்கும் மண்சட்டியில் அல்லது இரும்புச்சட்டியில் சாப்பிட்டுக்கொண்டு, உடம்பு சரியில்லாமல் இருந்தாலும்கூட வேலை செய்துகொண்டு, அப்படியும் வேலை செய்யமுடியாமல் துவண்டுக் கிடந்தால் அவர்களிடமிருந்து அடிகளை வாங்கிக்கொண்டு, "அடிக்காதீர்கள்" என்று சொல்லக்கூட உரிமை இல்லாமல், "ஐயா" என்று மட்டுமே சத்தம் எழுப்பும் உரிமையோடு, அவர்கள் கொடுக்கும் மாட்டுச் சாணக் கரைசலை குடித்தபடி, பிள்ளைகளையும் படிக்க வைக்க முடியாமல், மரவேலையானாலும் சரி, முடி வெட்டுபவர் என்றாலும், சலவைத் தொழிலாளியானாலும் கூலி பெறாமல், பண்ணையார் குடும்பத்திற்கு வெறும் கோவணத்தை கட்டிக்கொண்டு 'வெட்டி வேலை' செய்தபடி தமது நிலங்களை உழுவதற்கு முன்னால் ஜமீன்தார்களின் நிலங்களுக்கு 'தண்ட வேலை' செய்து உழுதபடி "கப்பலில் வெள்ளையன் ஏறியும் நம் கவலை இன்னும் தீரலையே" என்று புரியாமல் பாட்டுக் பாடிக்கொண்டு புலம்பும் தாடைகளும், கன்னங்களும், உள்ஒடுங்கிப்போய் கிடக்கும் மனிதர்களுக்கு மத்தியில், அவர்களை அனுதினமும் சுரண்டிக்கொண்டு அலங்கரிக்கப்பட்ட ஒரு பிரமாண்ட கள்ளுக்கடைபோல ஊரின் மத்தியில் ஒரு பண்ணையார் வீடு மட்டும் எப்போதும் குடியும், கும்மாளமும்,

பணமும், நெல்லும், அதிகாரமும், செல்வமும், செல்வாக்குமாக குவிந்து கிடந்தால்?

இப்போது எப்படி காவல் நிலையத்தின் அருகில் ஒருவர் குடியிருந்தால் எப்போதும் அலறல் சத்தங்களை கேட்பாரோ, அதேபோன்றுதான் அன்று பண்ணையார்களின் வீட்டைச் சுற்றி எழும் அழுகுரலும், அலறலும் ஒரு கிராமத்தின் ஓசையாக இருந்தது. அப்படிப்பட்ட பண்ணையார் வீடுகளைத்தான் கொள்ளையடிக்க நாங்கள் தேர்ந்தெடுத்தோம்.

அப்படி தேர்வு செய்த வீட்டை கொள்ளையடிப்பதில் உள்ள எங்கள் தரப்பு பலத்தை, பலவீனத்தை ஆராய்ந்தபின், அங்கு வசிப்பவர்களின் நடமாட்டத்தை, உள்ளூரிலிருந்தும், வெளியூரிலிருந்தும் அவ்வீட்டிற்கு வந்து செல்பவர்களை என இரைக்கு கொத்தித் தின்ன எந்தவொன்றும் கிடைக்காமல் கொலைக் கண்களோடு வெறுமனே வட்டமடித்துக் கொண்டிருக்கும் பருந்துகளைப்போல தினம் இருபொழுதும் எந்தெந்த வகையிலெல்லாம் முடியுமோ அந்தந்த வகையிலெல்லாம் கண்காணித்தோம்.

முடியாத பட்சத்தில் மட்டும்தான் அந்த வீடுகளைக் கண்காணிக்க உள்ளூர் ஆட்களிலும் ஒருவரைத் தேர்ந்தெடுப்போம். அந்த ஒருவரும்கூட ஏற்கனவே எங்கள் கொள்ளை பணத்தை பங்கிட்டுக் கொடுக்க ஏதோவொரு வகையில் உதவியவராகத்தான் இருப்பார். அதேநேரம் அவரை நாங்கள் கொள்ளையில் பங்கேற்க அனுமதிப்பதும் இல்லை.

தொடக்கத்தில் இந்தத் திட்டங்களை எல்லாம் நிறைவேற்ற இரண்டு மாதங்கள் கூலிக்குச் சென்று, அதில் கிடைத்த நெல்லை வைத்து கத்திகளையும், எங்களுக்குத் தேவையானவைகளையும் வாங்கியிருக்கிறோம். செலட்டின் குச்சிகள் வாங்க நூறு ரூபாய்கூட இல்லாமல் வெறும் தகர டப்பாக்களோடு மலைகளை தகர்க்கும் இடங்களுக்கு வெறும்கையோடு அலைந்திருகிறோம். அப்படி நாங்கள் அலைந்த, வேலைப் பார்த்த ஊர்களையும் கொள்ளையடிக்க நாங்கள் தேர்வு செய்வது கிடையாது.

உங்களிடம் அகப்பட்டுவிடுவது பற்றியோ உங்கள் கைகளால் அடி வாங்குவது குறித்தோ, சிறைக்கு அல்லது சுட்டுக்கொல்லப்படுவது சம்மந்தமாகவோ எங்களுக்கு எந்தக் கவலையுமில்லை; பயமுமில்லை. அதேபோல, காலம் காலமாக மக்களின் மத்தியில் எங்களின் சாகசங்களைக் குறித்த பாடல்கள்

நீடித்து நிலைக்க வேண்டும் என்ற எண்ணங்களும், அவர்களின் மத்தியில் கடவுளாக நாங்கள் வலம் வருவது குறித்த எந்தவிதத் திட்டங்களும் எங்களிடம் இல்லை. எங்களின் குறிக்கோள்களில் ஒன்று உங்களால் ஒருபோதும் கண்டுபிடிக்க முடியாத ஒரு குழுவாக அது இருக்க வேண்டும்.

ஆரம்பத்தில் நாங்கள் இது புரட்சிக்கான ஒரு தூண்டுகோலாக இருக்கும் என்றுதான் நினைத்தோம். அதுவரை இருந்த ஆளும் வர்க்கங்கள் மிகப்பெரும் சரிவுகளை சந்தித்திருந்தது. ஒரு தலைகீழ் மாற்றம் எதுவுமில்லாமல் தங்களை நிலைநிறுத்த முடியாது என்றளவிற்கு அதற்குள் நெருக்கடி சூழ்ந்திருந்தது. அடித்தட்டு மக்களின் வாழ்க்கை வழக்கத்தைவிட மோசமாகச் சீர்குலைந்திருந்தது. அதைப் பிரதிபலிக்கும் விதமாக எட்டு மாநில தேர்தல்களில் காங்கிரஸ் தோல்வியைச் சந்தித்திருந்தது. மக்கள் கொள்ளைகளை எதிர்ப்பின்றி சந்திக்கக்கூடிய அளவிற்கு கோபத்தில் இருந்தனர். "வன்முறைதான் புதிய சமூகத்தை பிரசவிக்கப் போகும் பழைய சமூகத்தின் மருத்துவச்சி" என்று நம்பினோம்.

ஆனால் எங்களால் எல்லைப் பாதுகாப்பு படைகளையோ, இராணுவத்தையோ, ஆயுதப் பிரிவையோ, மிகப்பெரும் போலீஸ் பட்டாளத்தையோ எதிர்கொள்ள முடியாது என்று தெளிவாகவேத் தெரிந்தது. தொடக்கத்திலிருந்த அந்த உற்சாகம் எங்களிடமிருந்து படிப்படியாக குறையத் தொடங்கியதும் அப்போதுதான். விவசாயிகளின் புரட்சிக்கு கொள்ளை என்பது ஒரு முன் நிபந்தனை என்ற ஒரு கோட்பாடு இருக்கிறது என்றாலும் நாட்கள் செல்ல செல்ல எங்களின் திட்டம் ஒரு பெரியதொரு புரட்சிக்கு கொண்டு சேர்க்காது என்று உணர்ந்து கொண்டோம். அதன்பிறகுதான் எங்களின் கொள்ளை வடிவத்தை நாங்கள் மாற்றினோம்.

எங்களுக்கு எப்போதுமே இரகசிய கொலைகள்மேல் நம்பிக்கையில்லாமல் இருந்தாலும், இரகசிய கொள்ளைகளின்மேல் ஒரு நம்பிக்கை இருந்தது. அதனால்தான் எங்கள் குழுவை நாங்கள் விரிவுபடுத்தவில்லை. எண்ணிக்கையை எவ்வளவு முடியுமோ அவ்வளவு சிறியதாகவே வைத்துக் கொண்டோம். அதேநேரம் அதை ஒரு கட்சியாக பாவிக்கவும் இல்லை; அமைப்பாக நினைக்கவும் இல்லை. சொல்லப்போனால் ஒரு கொள்ளை குழுவிற்கு வசதியான உடைகளைகூட நாங்கள் அணியவில்லை. இயல்பான தோற்றத்தில் என்ன செய்ய முடியுமோ அதை மட்டும்

செய்தால் போதும் என்பதிலும், தெளிவான திட்டங்கள் மட்டுமே கைகொடுக்கும் என்பதிலும் உறுதியாக இருந்தோம்.

கொள்ளையடிக்கும் நகைகளை நாங்களே உருக்கி, விற்று, பணமாக மாற்றித்தான் கொடுத்தோம். நகைகளையும், பணத்தையும் தவிர வேறு எதையும் நாங்கள் கொள்ளையடிப்பதும் கிடையாது. அதேபோல நாங்கள் கொள்ளையடிக்கும் ஒரு ஊருக்கும் எங்கள் குழுவுக்கும்கூட எந்தவொரு சம்மந்தமும் இருக்காது. அந்த ஊரிலிருக்கும் ஒரு நபர்கூட எங்கள் குழுவில் இருக்க மாட்டார்கள்.

இன்னும் சொல்ல வேண்டுமென்றால், கொள்ளையடிக்கும் பணத்தை, நகைகளை நாங்கள் கொள்ளையடித்த ஊர் மக்களுக்கு பங்கிட்டுக் கொடுப்பதும் கிடையாது.

மாதங்கள் பல கடந்து விசாரணைகள் ஓய்ந்த பிறகு, மெதுவாக வேறொரு ஊரில் நம்பிக்கையான சில இளைஞர்களிடம் தொடர்பு ஏற்படுத்தி, அவர்களுக்கு நகரத்தில் கூலி வேலைகள் ஏற்படுத்திக் கொடுத்து, பின் அவர்களிடமிருந்து எங்களைத் துண்டித்துக்கொண்டு, அதுவரை அவர்களிடம் முகம் காட்டாத எங்களில் வேறு சிலர் மூலம் அதே இளைஞர்களை தொடர்புகொண்டு அவர்கள் மூலமாக வேறெங்கோ கொள்ளையடிக்கப்பட்ட பணத்தை அந்தெந்த ஊர்களுக்குள் கொஞ்சம் கொஞ்சமாக இறக்கினோம்.

சிலநேரங்களில் ஒரு கிராமத்திலிருந்து ஐந்தாறு நபர்களை நாங்கள் தேர்ந்தெடுக்கிறோம் என்றால், "இவன் எப்படி அவனுடன்?" என்ற "மேல் கீழ்" குழப்பமே பலமுறை உங்களை அடுத்தக் கட்டத்தை நோக்கிச் செல்லவிடாமல் தடுத்திருக்கிறது.

அதனால்தான் எங்களில் ஒருவர் நாங்கள் கொள்ளையடித்த பணத்தை வைத்து வெளியூர் கந்துவட்டிகாரர் போன்ற தோற்றத்துடன், ஒரு கிராமத்தில் நடித்து அங்கு கஷ்டப்படுபவர்களுக்கு கடன் கொடுத்து, பின் யாரிடமும் பணம் வசூல் செய்யாமல் ஒருநாள் மாயமாக மறைந்தபோதும், அவருக்கு தொழுநோய் என்று எல்லோரையும் நம்ப வைத்தபோதும் உங்களுக்கும்கூட எந்த சந்தேகமும் வரவில்லை. இப்படி அந்த ஒருவரின் மூலம் பக்கத்து பக்கத்து ஊர் மக்களுக்கும் பணம் கொடுத்தோம்; அவரை வைத்தே அந்த ஊர் பண்ணையார் வீட்டை கண்காணித்து சிறிது நாட்கள் கழித்து அங்கேயும் கொள்ளையடித்தோம்.

இப்படி எங்கள் ஆட்கள் நடித்தது மட்டுமில்லாமல், எங்கள் கொள்ளையில் உண்மையான சில கந்துவட்டிக்காரர்களும் அவ்வப்போது சிக்குவதுண்டு. அதில் சிலரை மிரட்டி கொடுத்த பணத்தை வசூல் செய்யாமல் ஊரைவிட்டு ஓட வைத்த சம்பவங்களும் உண்டு. “உயிருடன் விட்டால் மட்டும் போதும்” என்ற நிலைக்கு அவர்களைக் கொண்டு வந்த பின்னர் அவர்கள் எப்படி போலீசிடம் எங்களைப் பற்றிச் சொல்வார்கள்? நிச்சயமாக இதையெல்லாம் நீங்கள் யோசித்திருக்க மாட்டீர்கள்.

இது மாதிரியான நேரங்களில்தான் “தமிழ்நாடு அரசு” என்ற தலைப்பில் எங்களின் தலைக்கு உங்களின் “அரை கோடி பரிசு” அறிவிப்பும், நாங்கள் யாரென்று தெளிவாகச் சொல்லக்கூட முடியாத அரைகுறை சுவரொட்டிகளும் எங்கள் கண்களில் படும்; காதுகளில் விழும். அதில் “தொடர்புக்கு” என்று நீங்கள் கொடுக்கும் தொலைபேசி எண்களில் நாங்கள் உங்களிடம் எத்தனையோ முறை பேசியிருக்கிறோம். நாங்கள் சொல்லும் தகவல்களை உண்மையென நம்பும் அளவிற்குதான் நீங்கள் அப்போது இருந்தீர்கள். “அஞ்சுமுக்கு ரோடு” என்போம்; வருவீர்கள். “மம்பட்டியான்” பாறை என்போம்; வருவீர்கள்.

இப்படியெல்லாம் நாங்கள் இருந்தபோது நீங்கள் எப்படி எங்களைக் கண்டுபிடித்திருக்க முடியும்?

பல் விளக்க எருவு சாம்பல். சாப்பிட அணா பைசாக்களில் அவல், ஆசைக்கு பச்சை நெல் குத்தி எடுக்குற தவுடு. பூசாத செங்கல் சுவரில் வரட்டி அடித்து சம்பாத்தியம். இப்படி பொதி சுமக்கும் கழுதைகளையும், கடைகளுக்கு தண்ணீர் எடுத்துக்கொடுக்கும் வேலைக்கும் புதிதாக சேரும் படிக்காத சிறுவர்களையும் சகஜமாக பார்க்கும் ஊர்களில்தான் நாங்கள் பிறந்து வளர்ந்து வந்தோம்.

அந்த வாழ்க்கையை எந்த நிலையிலும் நாங்கள் மறக்கவில்லை. சொல்லப்போனால் அப்படியொரு திட்டத்தை யோசித்தபோது அதுதான் எங்களை வழிநடத்தவும் செய்தது. கைநிறைய கொள்ளையடித்தப் பணம் வந்தபோதும் அதைத்தான் நாங்கள் கடைபிடித்தோம். எங்களின் குடும்பத்திற்கு அதிலிருந்து எதையும் நாங்கள் எடுத்துக்கொடுக்கவில்லை. எப்போதாவதுதான் கடைகளில் சாப்பிடுவோம். வீட்டுச் சாப்பாடும் அப்படித்தான். வெளிவீட்டு சாப்பாட்டு எதிலும் நம்பிக்கை வைக்கக்கூடாது என்று முன்னரே நாங்கள் முடிவெடுத்து விட்டோம். கள்ளும், மதுவும், தடை செய்யப்பட்டிருந்தது. புகையிலைக்கு அனுமதி

இல்லை. பெண்களிடம் செல்வது, அவர்களை பாலியல் துன்புறுத்தல் செய்வது மரண தண்டனையாக வகுத்துக் கொண்டோம்.

சிறுவயதில் எப்படியோ அதைப்போலவே அவலும், கற்கண்டும், பழங்களும், தேங்காயும், பொரிகடலையும் என சமைக்காத உணவிற்கே முன்னுரிமை கொடுத்து வந்தோம். சொல்லப்போனால் அதுதான் உங்களின் தேடுதல் வேட்டையிலிருந்து எங்களைப் பாதுகாத்தும் வந்தது. ஒருவர் தங்கியிருக்கும் தடயம் அவரின் உணவுப் பழக்கத்தால்தான் முதலில் அடையாளம் காணப்படும் என்பதை நீங்கள் மட்டுமல்ல நாங்களும் அறிவோம். அதனால்தான் ஒரு கூலி விவசாயின் உணவைக்கூட நாங்கள் எங்களுக்கான முன்னுதாரணமாக எடுத்துக் கொள்ளவில்லை. “நீங்கள் தேடிக்கொண்டிருக்கும் கொள்ளைக் குழுவிற்கு இப்படியொரு உணவுப் பழக்கம் இருக்கிறது” என்று அந்த சமயத்தில் எவராவது வந்து உங்களிடம் சொன்னால்கூட நம்புவதற்கு நீங்கள் சிரமப்பட வேண்டும் என்பதில் தெளிவாகவும், உறுதியாகவும் இருந்தோம்.

அதேநேரம் நாங்கள் சமைத்த உணவுகளை, அசைவ உணவைத் துறந்ததொரு வாழ்க்கையையும் வாழவில்லை. எங்களுக்கு எப்போதெல்லாம் அப்படி சாப்பிடத் தோன்றுகிறதோ, அப்போதெல்லாம் நாங்கள் உங்களைத் தேடித்தான் வந்தோம். ஆம்... “எங்கெங்கு காவல்நிலையங்கள் இருக்கிறதோ, அதனருகினில் இருக்கும் கடைகள்தான்” எங்களுக்கு எப்போதும் பாதுகாப்பானவைகளாக இருந்தது. காரணம், நீங்கள் உங்களையும், உங்களைச் சுற்றி இருப்பவைகளையும் எப்போதுமே சந்தேகப்படுவதில்லை. உங்கள் அகராதியைப் பொறுத்தவரை விசாரணை என்பது சம்பவ இடத்தைச் சுற்றி செய்யப்படுவது. எங்களைப் பொறுத்தவரை அது உங்கள் காவல் நிலைய சுற்றுச்சுவரின் அருகிலிருந்தே தொடங்கப்படுவது. இப்படித்தான் அந்த நாட்களில் உங்கள் நிலையத்தின் எல்கை எங்கு தொடங்குகிறதோ? எங்கு சென்று முடிகிறதோ? அங்கிருந்து நீங்கள் மட்டுமல்ல, நாங்களும் உங்களுடனேதான் தொடர்ந்து வந்தோம்.

அந்த நம்பிக்கையில்தான், இங்குள்ள மக்களை மட்டுமின்றி மலேசிய, பர்மிய விவசாய மக்களையும் சுரண்டி கொழுத்த செட்டியார் முதலாளிகளையும் கொள்ளையடிக்க ஒரு திட்டம் வகுத்திருந்தோம். அது எங்கள் கணக்கிலிருந்து நழுவிச்

சென்றதற்கு காரணம், ஐந்தாண்டுகள் என்று திட்டம் வகுத்திருந்த எங்களின் கால அளவு நான்காண்டுகளில் முடிந்துபோனதுதான்.

அதற்கு காரணம் நாங்கள் கடைசியாகக் கொள்ளையில் ஈடுபட்ட பண்ணையார் வீடு. ஒரு மாதம் அந்த வீட்டை சல்லடையாக துளைத்து வந்தபோதும் அங்கு எங்கள் கண்ணுக்கு புலப்படாத ஒன்று இருக்கிறது என்பதும், நாங்கள் எதை மரண தண்டனைக்குரிய குற்றமாக கருதி வந்தோமோ அதை அவன் பன்மடங்கு செய்து வந்தான் என்பதும் அப்போதுதான் எங்களுக்குத் தெரிந்தது. ஆனாலும் அவனை நாங்கள் அன்று கொல்லவில்லை.

•••

வழக்கம்போல, வீட்டின் முன்னும் பின்னும் காவல்காத்துக் கொண்டிருந்த இருவரும் அயர்ந்திருந்த நேரத்தில் வீட்டிற்குள் நுழைந்தோம். கட்டிலில் உறங்கிக்கிடந்த பண்ணையாரின் முகத்தைச் சிறிதுநேரம் மூச்சடைக்கும்படி துணியால் பொத்தி, அருகில் படுத்துக்கிடந்த மனைவியிடமிருந்து தனிமைப்படுத்தினோம். சிறிது ரத்தம் வரும் அளவு முன்கழுத்திலும், வயிற்றிலும் கத்தியை அழுத்திப்பிடித்து, படுக்கைக்குக்கீழ் அவன் மறைத்து வைத்திருந்த கத்தி ஒன்றை அப்புறப்படுத்தினோம். அவன் ஆடைகளை அவிழ்த்து நிர்வாணமாக்கி, வீட்டில் எவரையும் தொந்தரவு செய்யாமல், யாருக்கும் தெரியாமல், கொஞ்சம் கொஞ்சமாக மூக்கிலிருந்தும், கண்ணிலிருந்தும் துணியை விடுவித்தோம். பின் நாங்கள் எந்த இடத்தை தேடுகிறோமோ அந்த இடத்திற்கு அவன் முன்னால் செல்ல, அவன் கழுத்தை கையாலும், கத்தியாலும் இறுக்கிப் பிடித்தபடி நாங்கள் அனைவரும் அவன் பின்னால் சென்றோம்.

போகும் வழியில்தான் அந்தச் சிறிய கதவைப் பார்த்தோம். எங்களுக்கு அந்த வீட்டில் எது எங்கிருக்கும் என்று ஓரளவுதான் தெரிந்திருந்தது. “ஒருவேளை அவன் எங்களை வேறு எங்கோ இழுத்துச் செல்கிறானோ?” என்று தோன்ற, பணம், நகைகளை ஒளித்து வைக்கும் இடத்தில் இதுவும் ஒன்று என நினைத்து, அதன் பூட்டைத் திறக்கச் சொன்னோம். அவன் அந்தக் கதவைத் திறக்கத் தயங்கியது கூடுதல் சந்தேகத்தை ஏற்படுத்தியது. அவன் கழுத்தில் வைத்திருந்த கத்தியை இன்னும் கொஞ்சம் அழுத்தினோம்.

அந்த அறையின் கதவு ஒரு பெரிய ஜன்னலின் அளவில் இருந்ததுதான் எங்கள் சந்தேகத்திற்கு முதல் காரணம். அதுவும் இரும்பாலான தடிமனான கதவுவேறு.

குனிந்துதான் உள்ளே சென்றோம். அந்தக் கதவிற்கு பின் அதேபோன்று தடிமனான ஒரு அழுக்கடைந்த திரைச்சீலை. அறைக்குள் ஒரு சிறிய எண்ணெய் விளக்கு. அந்த எண்ணெயின் மூச்சடைக்கும் மணம் அறையெங்கும் பரவியிருந்தது. அந்த விளக்கினால் அங்கு எந்த பயனும் இல்லை. நிச்சயமாக பகலிலும்கூட இந்த இடத்தின் இருட்டில் ஒரு பொட்டும் குறையாது என்பது பார்த்தவுடனே தெரிந்தது. அருகிலோ, எதிரிலோ நிற்பவர்கள் யார் என்றுகூட தெரியவில்லை. ஒரு விளக்கு இருக்கும் அறைக்குள்ளும்கூட இருட்டானது தன்னை இப்படி நிரப்பிக்கொள்ள முடியும் என்று அன்றுதான் கண்டோம்.

முடிந்தவரை எங்கள் டார்ச்சுக்களை எரியவிடாமல் கொள்ளையடிக்கவே முயற்சித்தோம். ஆனால் அதற்கு துளியும் வாய்ப்பில்லை என்பதை அடுத்த ஒரு எட்டு அந்த அறைக்குள் எடுத்து வைத்தபோது தெரிந்தது. என் கால்களில் எதுவோ தட்டுப்பட சட்டென்று விலகி நின்றேன். “மோசமான வேறு ஏதோ இடத்தில் வந்து சிக்கிவிட்டோம்” என்ற எண்ணத்தில் சட்டென்று தட்டுப்பட்ட இடத்தை நோக்கி என்னிடமிருந்த டார்ச்சை ஒளிரவிட்டேன்.

அதிர்ச்சியில் திகைத்துப் போனதைத் தவிர வேறொன்றும் நடக்கவில்லை.

அது ஒரு பெண்ணின் உடல். சுருங்கி மடங்கி ஒரு ஓரத்தில் அந்த எண்ணெய் விளக்குபோல இருளடைந்து கிடந்தது.

மொத்தமாக பத்துபேர்கூட நிற்கமுடியாத அந்த அறை அப்போதுதான் எங்களுக்குப் பிடிபட்டது. அந்தப் பெண்ணைத் தவிர அந்த அறையில் ஒன்றுமேயில்லை. எங்கள் கால்பட்டும், முகத்தில் டார்ச் அடித்தும் அசையாமல் கிடந்த அந்த உடலைப் பார்த்து, செத்துப்போன ஒருத்தியைத்தான் யாருக்கும் தெரியாமல் இந்த அறையில் அடைத்து வைத்திருக்கிறான் என்று நினைத்தோம்.

கையில் கத்தியையும், துப்பாக்கியையும் எடுத்துக்கொண்டு அவனது கண்ணை மறுபடியும் மூடினோம். பின் “சத்தம்போடக்கூடாது” என்ற எச்சரிக்கையை “உஷ்” என்ற சத்தத்தின் மூலம் அவனுக்குத் தெரியப்படுத்திக்கொண்டு துணியால் அடைக்கப்பட்டிருந்த அவனது வாயைத் திறந்தோம். அவனை அந்த இடத்தில் வைத்துக் கொல்லத்தான் போகிறோம் என்று நினைத்திருப்பான்போல, “அந்தப் பொண்ண நான் கொல்லல, அது இன்னும் உயிரோடத்தான் இருக்கு” என்று

எங்கள் கால்களில் விழுந்தவன், அந்த நிர்வாணத்துடனே சென்று அந்த உடலைப் பிடித்து உலுக்க ஆரம்பித்தான்.

அந்த உடலில் அசைவு இருந்தது. அந்த அசைவு மெதுமெதுவாக கண்களின் வழியாக நகர்ந்து வெளிச்சம் வந்த திசையை நோக்கித் திரும்பியதும், அந்த வெளிச்சத்தை எதிர்கொள்ள முடியாமல் மீண்டும் சுருங்கிக்கொண்டது.

எங்கள் கொள்ளை சம்பவத்தில் அப்படியொருக் காட்சியை நாங்கள் பார்த்ததும், வெளியொரு நபர் எங்களைப் பார்த்ததும் அதுதான் முதல்முறை.

உடனடியாக ஒரு முடிவு எடுக்க வேண்டிய நிலைக்குத் தள்ளப்பட்டோம். எங்களுக்கு வேறு வழியில்லை. நுழைந்த வேகத்தில் சட்டென்று அந்த அறையிலிருந்து வெளியே வந்தோம். எங்கு செல்ல வேண்டுமோ, அங்கு சென்று எங்களுக்குத் தேவையானதை எடுத்துக்கொண்டு வழக்கத்தைவிட வேகமாகத் தப்பித்தோம். இது அனைத்துமே வெறும் இருபது நிமிடத்தில் நடந்து முடிந்திருந்தது.

ஏன் அன்று மட்டும் அவ்வளவு வேகமாக செயல்பட்டோம்? என்று இன்றுவரை எனக்குப் புரியவில்லை. ஒருவேளை அந்த இடத்தின் பயங்கரமான சூழல் ஒருவரின் கற்பனைக்கும் அப்பாற்பட்ட கொடூரமான எண்ணங்களினால் உருவாக்கப்பட்டதாக இருந்ததும், அந்த எண்ணங்களுக்குச் சொந்தக்காரனான ஒருவனை அதிகநேரம் எங்கள் கைகளில் உயிரோடு வைத்திருப்பது எங்களுக்கு மிகப்பெரிய ஆபத்தைக் கொண்டுவரலாம் என்பதும் ஒரு காரணமாக இருந்திருக்கலாம்.

அல்லது... எந்த நொடி நாங்கள் ஒருவனின் கண்கட்டை அவிழ்க்கிறோமோ, அப்போதிருந்து நாங்கள் பிடிபடும் வாய்ப்பு ஆயிரம் மடங்கு அதிகரிக்கும் என்பதால் எப்போதும் அவர்களை மருந்தினால் மயக்கமடையச் செய்துவிட்டுத்தான் போவோம். அன்றும் அப்படித்தான் என்றாலும் ஆரம்பத்திலேயே அப்படியொரு காட்சியை எதிர்பாராமல் பார்த்துவிட்டதால் ஏற்பட்ட அதிர்ச்சியும்கூட அந்த அவசரத்திற்கான ஒரு காரணமாக இருக்கலாம்.

இரண்டுநாள் கழித்து நாங்கள் அந்த வீட்டிலிருந்து சுமார் இருநூறு மைல் தொலைவிலிருந்தோம்.

ஒரு கொள்ளை சம்பவத்திற்குப் பின்னர் எங்களின் முக்கியப் பிரச்சனையாக இருப்பது, ஏற்கனவே நாங்கள்

தீர்மானித்து வைத்திருக்கும் ஒரு பாதுகாப்பான இடத்தை நோக்கி நகர்வதில் உள்ள சவால்கள்தான். அந்த இடங்கள் பெரும்பாலும் இதுபோல வெகுதொலைவில்தான் இருக்கும். கொள்ளையடிக்கப்பட்டவைகளை இப்படி இரண்டு மூன்று நாட்கள் கைகளில் வைத்து சுற்றுவது ஆபத்தானது என்று எங்களுக்குத் தெளிவாகத் தெரிந்திருந்தாலும், கொள்ளையடிக்கப்பட்ட இடத்தின் அருகில் இருந்து பிடிபடுவதற்கு உண்டான வாய்ப்பின் அளவு இதில் குறைவு என்பதால் எப்போதும் இந்த வழிமுறைகளையே நாங்கள் தேர்ந்தெடுத்தோம்.

அந்த இரண்டு நாட்களும் அந்த அறையையும், அந்தப் பெண்ணையும் குறித்து யோசிக்க எங்களுக்கு நேரம் இல்லை. எல்லாம் முடிந்து நிம்மதியாக தூங்கிய மூன்றாம் நாள் கனவிலிருந்து, நான்காம் நாள் தூங்காமல் கழித்த இரவுவரை, நான் டார்ச் அடித்தும் அசையாமல் கிடந்த அந்த உடலும், பின் மெதுமெதுவாக அசைந்து திறந்த அந்தக் கண்களும் என்னை ஆக்கிரமிக்கும்வரை என்னையும் அது பெரிதாகப் பாதிக்கவில்லை.

அந்த அறைக்குள் நாங்கள் நுழைந்தபோது, அங்கிருந்து சின்ன சின்ன கதவுகள் இல்லாத நுழைவாயிலின் மூலம் ஒன்றையடுத்து ஒன்று என சில அறைகள் நீளமாக நீண்டுசென்று கொண்டிருப்பதைப் பார்த்தோம். எங்களின் கணக்குப்படி "அதில் ஒவ்வொன்றிலும் ஒவ்வொரு பெண் இருக்க வேண்டும்" என்று பேசிக்கொண்டோம். அப்படி நாங்கள் பேசிக்கொள்ளும்வரை அங்கு மீண்டும் செல்வது குறித்து எங்களுக்கு எந்தத் திட்டங்களும் இல்லை.

ஒருவேளை வெறும் ஆண்களால் மட்டுமே எங்கள் குழு இருந்திருந்தால் அன்று அப்படி நாங்கள் அப்படி முடிவு எடுத்திருப்போமா? என்றுத் தெரியவில்லை. எங்கள் குழுவில் இரண்டு பெண்களும் இருந்தனர். அதில் ஒருவர் நேரடியாக கொள்ளைகளில் ஈடுபடுபவர். இன்னொருவர் மறைமுகமாக; அதாவது துப்பாக்கிகள் அவரின் மூலமாகத்தான் எங்களுக்கு வந்து கொண்டிருந்தது. இருவருமே ஆந்திராவைச் சேர்ந்தவர்கள்.

இப்போது எனது கனவுகளுடன், எங்கள் குழுவில் இருந்த அந்த இருவரின் கதைகளும், "அந்தப் பெண்ணை ஏன் காப்பாற்ற வேண்டும்" என்ற விளக்கங்களும், அதற்காக தங்களது கடந்தகால அனுபவங்களிலிருந்து அவர்கள் முன்வைத்த காரணங்களும் சேர்ந்துகொண்டது. அந்தக் கதைகளையும் இங்கு சொல்லலாம்தான். ஆனால் அது இந்தக் கடிதத்திற்கு

எந்த வகையிலும் தொடர்பில்லாத ஒன்று என்பதால் தவிர்த்து விடுகிறேன்.

அதன்பின்னர் எங்கள் ஒவ்வொருவருக்குமே அன்று அப்படி நாங்கள் செய்ததில் உடன்பாடு இல்லாமல் போனது. அந்தப் பெண்ணை அப்படி விட்டுவிட்டு வந்திருக்கக் கூடாது; காப்பாற்றியிருக்க வேண்டும் என்று நொந்துகொண்டோம். அதேநேரம் அன்று வேறு வழியில்லை என்பதையும் நாங்கள் அறிந்திருந்தோம். அதற்கு ஈடாக அந்தப் பெண்ணை அங்கிருந்து காப்பாற்றலாம் என்று முடிவு செய்யப்பட்டது; அதுவும் அடுத்து வரும் பத்து நாட்களுக்குள்.

எப்படி சட்டென்று ஒரு முடிவு எடுத்து அந்த அறையிலிருந்து வெளியே வந்து எங்களுக்குத் தேவையானதை எடுத்துக்கொண்டு தப்பித்தோமோ? அதேபோல இது அனைத்துமே வெறும் இருபது நிமிடத்தில் நடந்து முடிந்திருந்தது.

"ஆனால் இதை எப்படி செய்து முடிப்பது?"

இந்தக் கேள்வி மட்டும்தான் அதன்பின் எங்கள்முன் இருந்தது.

"கொள்ளையடித்த இடத்திற்கு மீண்டும் நாங்கள் வருவோம்" என்று அந்த வீட்டை காவல்காப்பவர்கள் முதற்கொண்டு காவல்துறைவரை எவரும் ஒரு சதவீதம்கூட நினைத்திருக்க மாட்டார்கள் என்பதைத்தவிர மீதி எல்லா நிலைமைகளும் எங்களுக்கு எதிராகவே இருந்தது.

அதேநேரம், அந்தப் பெண்களை ஒளித்து வைத்து சித்ரவதை செய்வது அந்த வீட்டைத் தவிர வெளிநபர்கள் யாருக்கும் தெரிந்திருக்க வாய்ப்பில்லை என்பதால், எங்களின் மூடிய முகங்களைப் பார்த்த அவளை நிச்சயமாக போலீசிடம் விசாரணைக்கு அவன் ஆஜர்படுத்தமாட்டான் என்ற நம்பிக்கையும் இருந்தது.

மட்டுமில்லாமல் அதே ஊரில் இவனைப் பிடிக்காத, அடிக்கடி வயல் வரப்புகளில் தகராறு செய்யும் இன்னொரு நிலக்கிழார் இருந்தார். சந்தேகத்தின் கோணம் அவன்மீதும் திரும்பியிருந்தது. மகன்கள் இல்லாமல் இரு மகள்கள் இருந்ததும், அவர்கள் இருவரையும் வெளியூரில் கட்டிக் கொடுத்திருந்ததும், கணவன் மனைவி தனியாக இருந்ததும் எங்களுக்கு கொஞ்சம் சாதகமாகத்தான் இருந்தது. இதே காரணங்களுக்குத்தான் ஏற்கனவே அந்த வீட்டை நாங்கள் தேர்வும் செய்திருந்தோம்.

எனவே இந்தமுறை எங்களது திட்டத்தை எங்களின் பலத்தை நம்பி அல்லாமல், எதிரியின் பலவீனத்தை நம்பியே முழுமையாக அமைத்துக்கொண்டோம். இப்படித்தான் ஒரு கொள்ளையல்லாத ஒரு சம்பவத்திற்கு முதல்முறையாக திட்டம் வகுத்தோம். அந்தத் திட்டத்தில் எங்களிடம் இரண்டே இரண்டு நோக்கங்கள் மட்டும்தான் இருந்தன.

ஒன்று, நாங்கள் செல்லும்வரை அந்தப் பெண்ணும், அவளைப்போல வேறு ஏதாவது பெண்களும் உயிரோடு இருந்தால் அவர்களைக் காப்பாற்ற வேண்டும். இரண்டு, அவர்கள் உயிரோடு இருந்தாலும், இல்லாவிட்டாலும் அவனைக் கொல்ல வேண்டும்.

இந்த நோக்கங்களை நிறைவேற்ற காவலுக்கு நிற்கும் இருவரை சுயநினைவு போகும்வரை தாக்கவேண்டும். அவன் வளர்க்கும் நாய்கள் இரண்டையும் கொல்லவேண்டும். இதை நாங்கள் கண்டிப்பாகச் செய்தே ஆகவேண்டும். இல்லாவிட்டால் எங்கள் திட்டமும் நிறைவேறாது; நாங்களும் சிக்கிக்கொள்வோம்'' என்று எங்களுக்குத் தெரிந்திருந்தது. எனவே இதில் எவருக்கும் கருத்து வேறுபாடு எழவில்லை.

•••

அதிக பலம் கொண்ட ஒரு காவலாளியைக் கொல்லாமல் அந்த வீட்டிற்குள் நுழையமுடியாது என்ற நிலைமை உருவான அடுத்த நொடி அவன் கழுத்தில் கத்தி இறங்கியது. அவனோடு சேர்த்து அந்த இரண்டு நாய்களையும் கொன்றோம். அவன் மனைவியை எப்போதும்போல மருந்தினால் மயக்கமடையச் செய்திருந்தோம்.

கடைசியாகத்தான் அவனிடம் வந்து சேர்ந்தோம்.

அவனோடும், சாவியோடும் மறுபடியும் அந்த அறைக்குள் நுழைந்தோம். அதிக வெளிச்சம் அந்தக் கண்களுக்கு வேதனையைத் தரும் என்பதால், டார்ச்சை மேல்நோக்கி அடித்தேன். அந்த உடல் இப்போதும் அசைந்தது. அந்தப் பெண்ணை அந்த அறைக்கு வெளியே கொண்டுவர முயற்சித்தபோது, வலது பக்கத்தை நோக்கிக் கை காட்டினாள்.

அவள் கைகாட்டிய திசையில் நாங்கள் சென்றபோது, சாப்பிடும் தட்டுக்களும், மண்பானையும், கழிவறையும் இருந்தது. கூடவே ஒரு திருநங்கையும். அந்த அறையில் சிறு விளக்கும்கூட இல்லை. அதுதான் அந்த இரண்டு அறைகளுக்கும் இருந்த ஒரே வேறுபாடு.

அந்த உடலும் அசைந்தது. இப்படி ஒவ்வொன்றையும் தாண்டிச் செல்ல செல்ல மொத்தம் ஆறு அறைகள் இருந்தன. அந்த ஆறும் காலியாக இருந்தது.

இரண்டு வருடங்களுக்கு முன்புவரையும் அது அத்தனையும் நிரம்பியிருந்ததாகவும், தான் இனிப்பு பலகாரங்கள் நன்றாக செய்வதால், தன்னை முதலில் சமையலுக்கு அழைத்து வந்து, பின் தனது வேலைகளை வேறு சில சமையல்காரர்களும், அவர்களின் வீட்டுப் பெண்களும் கற்றுக்கொண்டபின் இந்த அறைக்குள் தன்னை அடைத்து வைத்துவிட்டதாகவும், இப்படி தன்னைப்போல வேலைக்காக வரும் சிலரையும், அவர்களே எங்கிருந்தாவது கடத்திக்கொண்டு வருபவர்களையும் கடைசியில் இந்த இடத்திற்கு கொண்டுவந்து அடைத்துவைத்து சித்ரவதை செய்வார்கள் என்றும், எங்களைத்தவிர மீதியிருந்த மூன்றுபேரையும் கண்ணைத் தோண்டி ஒரு மாதத்திற்கு முன்புதான் கொன்றார்கள்" என்றும் நாங்கள் கேட்காமலேயே அனைத்தையுமே சொன்னவள், கொஞ்சம் இடைவெளி விட்டுவிட்டு, "அதோ அவளுக்குகூட நாக்கு இல்லை; அவன்தான் வெட்டினான்" என்றாள்.

உறைந்துபோய் நின்ற எங்களைப் பார்த்து "ஒரு நாளாவது சூரியனையும், நிலவையும் பாக்கணும்னு கேட்டதுக்குதான்" என்றாள். சொல்லி முடித்துவிட்டு, அரைகுறை உயிருடன் கிடந்த அவள் கைகாட்டிய திசையில் இப்போது அந்தப் பெண் இருந்தாள்.

இருவரையும் ஒரு பாதுகாப்பான இடத்திற்கு கொண்டு சேர்த்தோம். வயிறும், பசியும் சுத்தமாக அவர்களை விட்டு எங்கோ மறைந்துவிட்டதுபோல இருந்தார்கள். எதையும் சாப்பிடக் கேட்கவில்லை; கொடுத்ததையும் சாப்பிடவில்லை. இந்தமுறை நாங்கள் தப்பிச் செல்வதற்கு ஒரு டெம்போவை ஏற்பாடு செய்திருந்தோம். அதை ஊரின் வெளியே நிறுத்தி வைத்திருந்தோம். முதலில் அவர்கள் இருவரையும் அங்கு கொண்டுபோய் சேர்க்கும் முயற்சியில் ஈடுபட்டபோது, அந்தப் பெண் அவன் படுக்கையறையைக் காட்டி அங்கு அழைத்துச் செல்லுமாறு சைகை செய்தாள்.

அது ஒரு பெரிய மர அலமாரி.

நான்தான் திறந்தேன். அதனுள்ளும் சின்னச் சின்ன மர கதவுகள் இருந்தது. எல்லாவற்றையும் திறந்து பார்க்கும்படி கை அசைத்தாள். எல்லாமே அகலம் குறைந்த நீளமான அறைகள்.

அதில் ஒன்றில்தான் அது இருந்தது. அதன் உறை மன்னர்கால வேலைப்பாடுகள் நிறைந்து காணப்பட்டது. அவிழ்த்து உள்ளேயிருந்து உருவினேன்.

வைரங்களினால் அலங்கரிக்கப்பட்ட வாள்.

"தனது வாள்தான் அது. இந்த வாளை வைத்துதான் எனது நாக்கை அறுத்தான்" என்று சைகை செய்தவளிடம் இன்னும் சிந்துவதற்கு கண்ணீர் துளிகள் மிச்சம் இருந்தது.

•••

அத்தனை ஆண்டுகள் அடக்கி வைத்திருந்த ஏதோவொன்றை வெளித்தள்ளும் முயற்சியில் நான் இறங்கியிருந்ததுபோல எனக்கேத் தோன்றியது. முற்றிலுமாக என் கட்டுப்பாட்டை இழந்திருந்தேன்.

இதற்குமுன் எத்தனை பெண்கள் அங்கு இப்படி இருந்தார்கள் என்று தெரியாது. "அது தெரிந்தால் இன்னும் கட்டுப்பாட்டை இழக்க வேண்டிவரும்" என்ற காரணத்தினால் அதை அவனிடம் கேட்கவுமில்லை. எங்கோ காணாமல் போகிறவர்கள் இங்கு இப்படி வந்து அடைபட்டுக் கிடக்கிறார்கள் என்பதை என்னால் கொஞ்சமும் பொறுத்துக்கொள்ள முடியவில்லை.

சூரிய வெளிச்சத்தைக் காணாமல் அந்த அறைகளில் செத்துப்போன அத்தனை பெண்களுக்குமாகச் சேர்த்து அவனை நான்தான் தலைவேறு உடல்வேறு என்று அதே வைர வாளினால் இரண்டாக்கினேன். அப்படியொரு அறை இருக்கிறது என்று எல்லோருக்கும் தெரியட்டும் என்று, அவனை இழுத்துச்சென்று அந்த அறைக்குள்போட்டு பூட்டி சாவியையும் எடுத்துக்கொண்டேன். "காணவில்லை என்று தேடும்போது அவனின் அழுகிய பிணம்தான் அவர்கள் கையில் கிடைக்கவேண்டும்" என்பதில் உறுதியாக இருந்தேன்.

இன்னொரு விதத்தில், உள்ளே அடைபட்டுக் கிடந்தவர்கள்தான் அவனை வெட்டிவிட்டு கிளம்பியிருக்கிறார்கள் என்று சந்தேகம் கொள்ளும்படி சில தடயங்களையும் ஜோடித்தோம். அந்த வாளைக்கூட நாங்கள் கொள்ளையடிக்கவில்லை. உங்களில் அனைவரும்தான் அந்த வாளிலுள்ள வைரங்களைப் பங்கிட்டு கொண்டீர்கள் என்று பின்னர் கேள்விப்பட்டேன். அந்தவொரு காரணமும்கூட "அந்தக் கொலைகளை நாங்கள் செய்யவில்லை" என்ற எண்ணத்தை உங்களிடம் தோற்றுவித்திருந்தது.

சொல்லப்போனால் அந்தத் திட்டத்தில் நாங்கள் நிறைய தவறுகள் செய்திருந்தோம். முறையாக அந்த ஊரில் உள்ளவர்களை விசாரித்திருந்தால்கூட எங்களை நீங்கள் ஒருவாறு அறிந்திருக்க முடியும். நடக்க முடியாத அந்த இருவரையும், எங்களில் இருவர் தூக்கிக்கொண்டு டெம்போவிற்கு கொண்டுசென்றபோது ஊரில் ஒருவர் பார்த்திருந்தார். பயந்துபோனதால் அவர் அருகில் வரவில்லை. அவரைப் பிடித்திருந்தால் அந்த டெம்போவை நீங்கள் தொட்டிருக்கலாம். ஆரம்பத்தில் எல்லாக் கொள்ளை சம்பவங்களின் கொலைகளையும் எங்கள் பெயரில் எழுதி கோட்டை விட்ட நீங்கள்தான், கடைசியில் நாங்கள் செய்த அந்த இரட்டைக் கொலைகளையும் கண்டுபிடிக்க முடியாமல் தோல்வியடைந்தீர்கள்.

நல்வாய்ப்பாக அந்த சமயத்தில் கிராமத்தில் விவசாயிகளின் உயிரை உறிஞ்சி எடுத்துக்கொண்டு நகரில் திரையரங்கம் ஒன்றை கட்டி வந்த நிலக்கிழார் ஒருவரின் வீட்டில் ஒரு கொள்ளை நடந்திருந்தது. அதை வழக்கம்போல நீங்கள் எங்கள் கணக்கில் எழுதியதாலும் நாங்கள் காப்பாற்றப்பட்டோம்.

இப்போது அந்த நாட்களை நினைத்துப் பார்க்கும்போது கொஞ்சம் பிரமிப்பாகத்தான் இருக்கிறது. அந்த நான்கு ஆண்டுகளில் மிகமிகக் குறைவான கொள்ளைகளில்தான் நாங்கள் ஈடுபட்டோம். ஆனால் நீங்கள் ஆசையுடன் வளர்க்கும் “பொய் வழக்குகள்” என்ற செல்லக் குழந்தையின் பெயரில் வழக்கம்போல எத்தனையோ வழக்குகளை எங்கள்மீது திணித்தீர்கள். உங்களுக்கு ஞாபகம் இருக்குமென்றால், ஆந்திராவிலும், கர்நாடகாவிலும் செய்யப்பட்ட கொள்ளைகளையும்கூட, தெரியாத எங்கள் பெயர்களில் நீங்கள் எழுதியதை மறந்திருக்க மாட்டீர்கள் என்று நினைக்கிறேன்.

கூடுதலாக மேற்கத்திய காவல்துறையினர்போல எங்களுக்கு ஒரு பெயர்கூட வைத்திருந்தீர்கள். பின்னாளில் வீரப்பனுக்குகூட அப்படியொரு பெயரை நீங்கள் சூட்டவில்லை.

“மலைக் கொள்ளையர்கள்”

அப்போது நாங்கள் காடுகளில் மட்டுமல்ல, நூறு ரூபாய் அட்வான்ஸ், ஆறு ரூபாய் வாடகையும் கொடுத்து சில வீடுகளிலும்கூட தனித்தனியாக தங்கியிருக்கிறோம். உங்களின் தாக்குதல்களை சந்திக்காத, உங்கள் துவக்குகளினால் குண்டு காயங்கள் ஏற்படாத உலகின் ஒரே கொள்ளைக் குழு நாங்கள்தான்

என்பதை உங்களால் ஏற்றுக்கொள்ள முடியவில்லை. பதிலுக்கு என்ன செய்தீர்கள்? நாங்களே கிராமங்களில் இளைஞர்களை கொள்ளைக்கு அழைக்குமாறு சுவரொட்டி ஒட்டினீர்கள். அதில் ஒன்று இப்படி இருந்ததாக நியாபகம்:

"ஒரேநாளில் நீங்கள் பண்ணையார்கள் ஆக வேண்டுமா?
உங்களுக்குக்கீழ் நூறு விவசாயிகள் அடிமைகளாக இருக்க வேண்டுமா?
நினைத்தநேரத்தில் நினைத்த காரியம் செய்யும் மலைகளின் ராஜாக்களாகிய நாங்கள்
இரத்தத்தினால் சமவெளிகளை ஆளுவதுபோல நீங்களும் ஆள வேண்டுமா?
விரைவில் நாங்களே உங்கள் ஊர்களைத் தேடி வருவோம்;
இரவுகளில் எங்களுக்காக காத்திருங்கள்"

நாங்கள் யார்? எத்தனை பேர் இருந்தோம்? அதில் எத்தனைபேர் கொள்ளைகளில் ஈடுபட்டோம்? அதில் திருமணம் செய்தவர்கள் இருக்கிறார்களா? இளைஞர்கள் எத்தனை பேர்? என எதுவும் தெரியாத நீங்கள்தான், நாங்கள் யார் என்ற வரையறையை உருவாக்கினீர்கள். மக்களிடயே, எங்களை குழந்தைகளைக் கடத்துபவர்கள், கற்பழிப்பு செய்பவர்கள் என்று பீதியைக் கிளப்பினீர்கள்.

நான் சாகரா? இல்லையா? என்று தெரியாமலேயே அந்த வயதானவரைப் பிடித்து விசாரணை என்ற பெயரில் நாட்கணக்கில் நீதிமன்றத்தில் ஆஜராக்காமல் அவரின் உள்ளங்கைகளில் கட்டில் கால்களை நிறுத்தி அதன்மேல் ஏறி அமர்ந்து சித்தரவதை செய்தீர்கள். கள்ளிறக்கும் தொழிலாளர் யூனியனில் வேலை செய்து உரமேறிப்போயிருந்த, இரயில்வே டிக்கெட்டுகளுக்கும் பஞ்சம் இருந்த காலத்தில் உங்கள் கண்களுக்கு அகப்படாமல் தலைமறைவு வாழ்க்கையில் ஈடுபட்டிருந்த ஒருவரிடம், அதற்கு மேலும் ஒன்றும் பெறமுடியாது என்று தெரிந்துகொண்டு "என் மகன்தான் நக்சல்பாரி" என்று ஒருமுறையும், "என் மகன்தான் கொள்ளைக் குழுவின் தலைவன்" என்றும் இரண்டு தனித்தனி வாக்குமூலங்களை வாங்கி வைத்துக்கொண்டீர்கள்.

ஒரு வழக்கில் ஆறுமாதங்கள் சிறையில் தண்டனை அனுபவித்து வெளியே வந்தபோது, சிறை வாசலில் வைத்தே இன்னொரு வழக்கில் கைது செய்து உள்ளே தள்ளினீர்கள். அப்படி காவல்நிலையங்களில் பெறப்படும் வாக்குமூலங்களை நம்பக்கூடாது என்று தெரிந்தும், முன்னுக்குப்பின் முரணாக தகவல்கள் இருக்கிறது என்று தெரிந்தும் அவரை ரிமாண்ட் செய்த நீதிபதியையும் எங்களுக்குத் தெரியும். நீங்கள் தயார்

செய்த பொய் சாட்சிகளையும் எங்களுக்குத் தெரியும். உங்களையும் நன்றாகத் தெரியும். ஏற்கனவே சொன்னதுபோல உங்களின் எல்லைக்குட்பட்டுதான் நாங்களும் சுற்றித் திரிந்துக்கொண்டிருந்தோம். உங்கள் அனைவரையும் என்ன வேண்டுமானாலும் செய்ய முடியும் என்ற வாய்ப்புகளும் எங்களுக்கு இருந்தது.

"பாவப்பட்ட மனிதர்களை அடிப்பதில் தவறில்லை. அவர்களின் குடும்பங்களை சித்ரவதை செய்வதில் தவறில்லை. அவர்கள்மீது பொய் வழக்கு போடுவதிலும் தவறில்லை. பறிமுதல் செய்ய எங்களிடம் சொத்துக்கள் இல்லை என்பதால் பதிலுக்கு எங்கள் உயிர்களைப் பறிப்பதிலும் தவறில்லை" என்ற முடிவில் இருந்த உங்களுக்கும், எங்களுக்கும் இடையில் வேறுபாடுகள் நிறைய இருந்தும், நாங்கள் ஏன் அன்று அவ்வளவு பொறுமைக் காத்தோம்? பண்ணையார்களுடையது மட்டுமல்ல, உங்கள் ஒவ்வொருவரின் உயிரும் பல்வேறு சந்தர்ப்பங்களில் நாங்கள் எட்டிப் பிடுங்கும் தொலைவில்தான் இருந்தன. ஆனாலும் அதை ஏன் நாங்கள் செய்யவில்லை?

ஒரு ஆயுதம் தாங்கிய எதிரியை அழிக்க வேண்டுமென்றால் அவன் கடைப்பிடிக்கும் வழிமுறைகளுக்கும், செல்லும் பாதைகளுக்கும், பயன்படுத்தும் உத்திகளுக்கும் நேர் எதிரானதை கடைபிடிக்க வேண்டும் என்று எங்களுக்குத் தெரிந்திருந்தது. அதனால்தான் உங்களைப்போல எங்கள் குழுவை நிரந்தரமான, கால காலத்திற்கும் நிலைத்திருக்கும் என்ற மிதப்பில் ஒரு அமைப்பாக நாங்கள் வடிவமைக்கவுமில்லை; பதிலுக்கு உங்களைபோல எதுவும் செய்யவுமில்லை.

ஆயுதம் தாங்கிப் போராடுபவனை கைது செய்ய வாய்ப்பிருந்தும், தண்டனை வாங்கிக் கொடுக்க வாய்ப்பிருந்தும், அல்லது இறக்கும் தருவாயில் இருக்கும் அவனைக் காப்பாற்ற வாய்ப்பிருந்தும் அதை எதையும் செய்யாமல், அந்த மரணத்தை உங்கள் சட்டவிரோத நடவடிக்கைக்கு பயன்படுத்தும் உங்களிடமிருந்தும், சட்டப்படி மக்கள் தங்கள் உரிமைகளுக்காக போராடும்போது, வேன்மீது ஏறிநின்று அவர்களின் தலைகளையும், முகங்களையும், இதயங்களையும் குறிபார்த்து சுட்டுக்கொல்ல உங்களை ஏவிவிடும் அரசாங்கத்திடமிருந்தும் நாங்கள் வேறுபடும் புள்ளி இதுதான்.

அந்த சமயத்தில் மக்களுக்குத் தெரியாமல் மக்களுக்காக போராடுபவர்கள் நிறையபேர் வந்தனர். அதில் ஒருசிலர்தான்

நாங்கள். அதேநேரம் ஒரு குறிப்பிட்ட காலம்வரைதான் இந்தக் கொள்ளையை நிகழ்த்த முடியும் என்றும் அறிந்திருந்தோம். அதனால்தான் ஐந்து வருடங்கள் என்று அதை நாங்கள் வரையறுத்தும் வைத்திருந்தோம். ஆனாலும் தொடக்கத்தில் நாங்கள் அதிகமாகக் குழம்பித்தான் இருந்தோம்.

அழித்தொழிப்பும் ஆயுதப்போராட்டமும் தவறு, மக்கள்திரள் அமைப்பும் போராட்டமும்தான் தேவை என்று ஒரு குழு சொன்னது. இன்னொரு குழு அழித்தொழிப்பும் ஆயுதப்போராட்டமும் சரி என்றது. மற்றொரு குழு அழித்தொழிப்பும், ஆயுதப் போராட்டமும், மக்கள்திரள் அமைப்பு என எல்லாமே வேண்டும் என்றது. இதற்கிடையில் எங்களில் சிலர் உறுப்பினராக இருந்த கட்சியைவிட்டு வெளியேறியதும் அவர்கள் பெயரை வெளியிட்டு உளவுதுறைக்கு கட்சியே உதவியபோதுதான் நாங்கள் வேறுவகையில் யோசிக்கத்தொடங்கினோம். எனவே எப்போது வேண்டுமானாலும் நாங்கள் கொல்லப்படலாம், காட்டிக் கொடுக்கப்படலாம், எங்கள் இடங்கள் உங்களால் சுற்றி வளைக்கப்படலாம், எங்களை மிதித்துக் கொல்ல யானைகளையும் அடித்துக் கொல்ல ஆட்களையும் வைத்திருக்கும் ஜமீன்தார்கள் எப்போது வேண்டுமானாலும் அதில் வெற்றியடையலாம் என்ற சூழ்நிலைகளை முதலில் நாங்கள் நூறு சதவீதம் மாற்ற வேண்டும் என்று நினைத்தோம். அப்போதுதான் இந்த மூன்றிலிருந்தும் விலகி அல்லது மூன்றிற்கும் நடுவில் நாங்கள் வேறொன்றை உருவாக்க முயற்சித்தோம். எல்லா விதத்திலும் ஆராய்ந்தபின், முடிவில் அது ஒரு கொள்ளையர் குழுவிற்கான வடிவமைப்பில் வந்துதான் நின்றது.

முதற்கட்டமாக மாநிலம் முழுவதும் வெகு சில கிராமங்களை, ஊர்களை, பகுதிகளை கொள்ளையடிக்கவும், கொள்ளையடித்தவைகளைக் பங்கிட்டுக் கொடுக்கவும் இதற்காக நாங்கள் தேர்வு செய்தோம். அப்போதும்கூட பண்ணையார்களை கொள்ளையடித்த எங்களுக்கு உங்கள் அரசாங்கப் பணத்தை கொள்ளையடிக்க வெகு நேரமாகியிருக்காது. அதற்கான திட்டங்களும் எங்கள் கைகளில் இருந்தது. ஆனால் அதன் விளைவுகள்தான் எங்களை அதை கைவிடச் செய்ததேத்தவிர, உங்கள் பாதுகாப்பு வளையம் அல்ல.

விவசாயத்தில் ட்ராக்டரை கொண்டுவந்து அவர்கள் வயிற்றில் அடித்த ஒரு பண்ணையாருக்கு எதிராக போராடியதற்காக சிலரை கட்டிவைத்து அவர்கள் அடித்தார்கள். அதே பண்ணையார் வீட்டில்தான் முதன்முதலாக கொள்ளையடித்தோம். அவன்

நாற்றமடிக்கும் வாயில் அதேபோல மாட்டுச் சாணத்தை கரைத்து ஊற்றினோம்.

நீங்கள் சம்பவ இடத்திற்கு எதுவுமில்லாமல் வந்து, எதுவுமில்லாமலேயே திரும்பிச் செல்லும் வழக்கம் தொடங்கியது அன்றிலிருந்துதான்.

அதேநேரம் எங்களுக்கு "யாராலும் பிடிக்க முடியாத மனிதர்கள்" என்ற எண்ணம் ஒருபோதும் இருந்ததும் கிடையாது. எப்போதும் பிடிபடும் சூழலிலேயே நாங்கள் சிக்கியிருப்பதாகவே எங்கள் மனநிலைமையைப் பழக்கப்படுத்தி வைத்திருந்தோம்.

ஒரு மாதத்தில் முன்னூறு மைல்களுக்கும்மேல் எங்குமே தங்காமல் சுற்றி வந்த நாட்களும் உண்டு; எங்கேயும் அசையாமல் ஒரே இடத்திலே ஒரு மாதம் தங்கியிருந்த நாட்களும் உண்டு. இந்த காலம் முழுவதும் நாங்கள் கொன்றது பாம்புகளைத்தானே தவிர; உங்கள் முதல் தகவல் அறிக்கைகளில் வருபவர்களையல்ல.

காரணம் எப்போதுமே எங்களின் தனிப்பட்ட விருப்பு, வெறுப்பிற்கு உட்பட்டு நாங்கள் எதுவுமே செய்தது கிடையாது. புற நிலைமைகள்தான் எங்களின் செயல்களைத் தீர்மானித்தன. அதனால்தான் காணாமல்போன கட்சி உறுப்பினர்கள், நக்சல்பாரிகளாக ஆனார்களா? இல்லை கொள்ளையர்களாக மாறினார்களா? உயிரோடு இருக்கிறார்களா? இறந்து விட்டார்களா? இங்கு இருக்கிறார்களா? இல்லை மேற்குவங்கம் சென்றுவிட்டர்களா? என்றக் குழப்பத்தில் நீங்கள் மேற்கொண்ட ஒவ்வொரு தேடுதல் வேட்டையிலும் எங்களின் சொந்த குடும்பங்கள் பாதிக்கப்பட்டும்கூட, அது எதுவும் எங்கள் கொள்ளை திட்டங்களின்மேல் எப்போதும் செல்வாக்கு செலுத்தவில்லை. அதற்கு காரணம், என்னென்ன நடக்கும் என்று நாங்கள் முன்கூட்டியே அறிந்து வைத்திருந்ததுதான். அதனால்தான் தெளிவாகத் திட்டமிட்டு அந்த நான்கு வருடங்களில் அத்தனைக் குறைவான கொள்ளைகளை மாட்டிக்கொள்ளாமல் நடத்தினோம். ஒரு கொள்ளைக்கும், இன்னொன்றுக்கும் நான்கு மாத இடைவெளி இருந்ததற்கும், சிலநேரங்களில் ஒரே மாதத்தில் நான்கு கொள்ளைகளை நாங்கள் மேற்கொண்டதற்கும் இதுதான் அடித்தளமாக இருந்தது.

பின் ஏன் ஐந்து வருடங்கள் என்று நாங்கள் நிர்ணயித்து வைத்திருந்த கால அளவு நான்கு வருடத்தில் முடிந்தது என்றக் கேள்வி இப்போது உங்களுக்கு எழலாம்.

எப்போது ஒரு கொள்ளையை கைவிட்டு கொலையை நோக்கி எங்கள் திட்டம் நகர்ந்ததோ, அப்போதிருந்து நாங்கள் பிடிபடுவதற்கான வாய்ப்புகளும் உருவாகின்றன என்பதை அறிந்து வைத்திருந்தோம். ஆனால் அப்போதும்கூட நீங்கள் எங்களை தவறவிட்டீர்கள்.

அந்தத் திட்டத்தை வகுக்கும்போதே, இதுதான் எங்களின் கடைசி நடவடிக்கை என்பதையும் தீர்மானித்துக் கொண்டுதான் அதே வீட்டில் மறுபடியும் இறங்கினோம். அந்த நடவடிக்கை முடிந்த ஒரு மாதத்திற்குள் தேவையான ஏற்பாடுகளை செய்துவிட்டு நாங்கள் பிரிவது என்று முடிவெடுத்திருந்தோம். எங்களில் யார் எங்கே செல்கிறார்கள்? என்பதை யாரும் தெரிந்திருக்கக்கூடாது என்பது அதில் முக்கியமான ஒரு முடிவு. அதன்படிதான் நாங்கள் பிரிந்தோம். அந்த திருநங்கை அந்த இருவருடனும் ஆந்திராவிற்கே சென்று விட்டார்.

இன்னும் யார் யார் எங்கெங்கு சென்றோம்? என்பதை சொல்லமுடியாவிட்டாலும், உங்களுக்கு சுவாரசியம் தரும் இன்னொரு முடிவைப் பற்றிச் சொல்லவேண்டுமானால் அந்தப் பெண்ணை நான்தான் திருமணம் செய்துகொண்டேன்.

நீண்டநாள் கழித்து எங்களுக்கு ஒரு மகனும் பிறந்தான். அவன்தான் இப்போது இந்தக் கடிதத்தை உங்கள் மேஜையில் வைத்தவன். நீங்கள் எடுத்துப் படிக்கிறீர்களா? என்று பார்த்து உறுதி செய்தபின்தான் அவன் அங்கிருந்து நகர்ந்தான். உடனே எழுந்திருக்க வேண்டாம். இப்போது அவன் உங்களிடமிருந்து கொஞ்சம் தொலைவில் இருப்பான்; என்னைப்போல.

ராஜஸ்தானில் ஒரு அந்தப்புரத்தில் முறைதவறி பிறந்த இவளை... வெட்டிக் கொன்றுவிட்டு அரண்மனைக்கு வந்தாலும்சரி, இல்லை அந்தக் குழந்தையுடன் எங்கேயாவது சென்று அந்த வாளின் வைரங்களை விற்றுப் பிழைத்துக்கொண்டாலும்சரி என்ற தாராள மனதுடன் அந்த வைரவாளை வேலைக்காரிகளில் ஒருத்தியான இவளது அம்மாவிடம் அரண்மனை வாரிசுகளில் ஒருவன் கொடுத்தபோது, இரண்டையுமே அவள் செய்யவில்லை. ஏதோ சில இரயில்களில் ஏறி, ஏதோ ஒரு நாளில் பாண்டிச்சேரி வந்து இறங்கி, ஏதோ ஒரு கட்டத்தில் தனது உடலை வாடகைக்குவிட்டு பிழைக்கும் ஒருத்தியானபோதும், அந்த வாளினால் வாழக்கூடாது என்ற பிடிவாதத்தில்தான் இருந்தாள்.

பின் மகளுக்கு விபரம் தெரிய ஆரம்பிக்கும் வயதுகளில், அந்த வாழ்க்கையிலிருந்து முழுவதுமாக மீண்டு, தெரிந்த ஒருவரின் மூலமாக கும்பகோணம் வந்து, சிறிய பெட்டிக்கடை ஒன்றைப்போட்டு வாழ்ந்து கொண்டிருந்தவளிடம் அந்த வைரவாள் குறித்த கதைகளைக் கேட்டு வந்து சேர்ந்தவன்தான் நான் இரண்டாக்கிக் கொன்ற அவன். மெல்ல மெல்ல எவ்வளவு முடியுமோ அந்தளவிற்கு "அந்த தெரிந்த ஒருவன்" முதற்கொண்டு எவரையும் அவளிடம் அண்ட விடாமல், அப்படியே தனிமைப்படுத்தி, அன்பினால் உருகுவதுபோல அடிக்கடி வந்தவனது மனதில் அந்த வைர வாளுக்கு என்ன மதிப்பு இருந்ததோ? அதைவிட அதிகமான ஆசை இவளின்மீது இருந்தது.

இவளுக்கு பதினான்கு வயது இருக்கும்போது, அதாவது நான் இவளைச் சந்திப்பதற்கு எட்டு வருடங்களுக்கு முன்பு, நாங்கள் அவனுக்குக் கொடுத்ததுபோலவே ஒரு மருந்தினால் மயக்கமடையச் செய்துவிட்டு, அந்த வாளுடன் அவர்கள் இருவரையும் கடத்திக்கொண்டு வந்தவன், சிறிது காலம் அவனுக்குச் சொந்தமான இன்னொரு பண்ணை வீட்டில் அடைத்துவைத்தான். பின் மகள்களைத் திருமணம் செய்துகொடுத்தப் பின்பு, இவர்களையும், இவர்களைப் போன்றவர்களையும் சித்தரவதை செய்யவதற்காகவே நாங்கள் கொள்ளையடித்த பண்ணை வீட்டு மேல்மாடியில் ஒரு அறையை நீளவாக்கில் ஆறாக பிரித்து அடைத்து வைத்துள்ளான். உயிருக்கு பயந்து அவனது மனைவியும் அதை யாரிடமும் சொல்லாமல் அவனது எல்லா செயல்களுக்கும் துணையாக இருந்திருக்கிறாள். இப்படி அந்த ஆறு அறைகளில் இவளது அம்மாவும் ஒருத்தியாக இருந்திருக்கிறாள் என்பதையும், இவளை அடைய இவளது அம்மா இடையூறாக இருப்பதைக்கண்டு அவளையும் கொலை செய்துள்ளான் என்பதையும் பின்னர்தான் தெரிந்துகொண்டேன்.

பின் நாளாக ஆக, எதுவும் செய்ய முடியாத தனது வயதை, வயதிற்கேயுரிய நோய்களை வெளிக்காட்டாமல், தனியாகக் கிடந்து, கிடந்து... இந்தச் சித்ரவதையில் சுகம்கண்டு, காணாமல் போனாலும் கண்டுபிடிக்க வக்கற்ற, வழியற்ற குடும்பத்தைச் சேர்ந்த பாவப்பட்ட பெண்கள் சிலரைக் கடத்தி வந்து தனது குரூரத்தை வெளிப்படுத்தியிருக்கிறான்.

நாங்கள் அவளை மீட்கும்போது நாக்கு துண்டிக்கப்பட்டதை மட்டும்தான் அறிந்திருந்திருந்தோம். ஆனால் நாக்கு

துண்டிக்கப்பட்ட பின்பும் முழங்காலிட வைத்து, பின்னங்கால்களின் பக்கவாட்டில் கம்பைத் திணித்து, அந்தக் கம்போடு கைகளையும், கால்களையும் கயிற்றால் கட்டி, ஒரு நாள் முழுவதும் காலை முதல் மறுநாள் காலை வரை மொட்டை மாடியில் நிர்வாணமாக தூக்கிப் போட்டிருக்கிறான். சூரியனையும், நிலவையும் அவளை அவன் இப்படித்தான் அன்று பார்க்க வைத்திருக்கிறான். ஒருநாள் அந்த அறையிலிருந்து அவளது இடதுகை வெளியே நீண்டதற்காக அதன் விரல்களில் ஒன்றைத் துண்டித்திருக்கிறான்.

அவள் அழகில் ஊர் கண்படும் என்று தினமும் திருஷ்டி சுற்றி, உப்பு மிளகாய் அடுப்பில் போட்டு, அது வெடிக்கும் சத்தம் கேட்டப்பின் தூங்கச் செல்லும் ஒரு வாழ்க்கையை வாழ்ந்து வந்த அவளை, அவர்களை அவன் இப்படித்தான் அணுவணுவாகச் சிதைத்திருக்கிறான். எத்தனையோ நாட்கள் அவளை கொல்லப்போவதாகக் கூறி, எமதூதனின் வருகைக்காக அவளையே கீதைப் பாராயணம் செய்யச் சொல்லும்போது அவள் மகிழ்ச்சியடைந்தாளேத் தவிர, வருத்தம் கொள்ளவில்லை.

ஆனால் அவள் என்ன நினைத்துப் படித்தாளோ? தெரியவில்லை; எமதூதனுக்கு பதிலாக நாங்கள்தான் அந்த வீட்டிற்குள் நுழைந்தோம். கட்டிலில் உறங்கிக்கிடந்த அவனது முகத்தைச் சிறிதுநேரம் மூச்சடைக்கும்படி துணியால் பொத்தி, ரத்தம் வரும் அளவு முன்கழுத்திலும், வயிற்றிலும் கத்தியை அழுத்திப்பிடித்து, அவன் ஆடைகளை அவிழ்த்து நிர்வாணமாக்கி, எண்ணெயின் மூச்சடைக்கும் மணம் நிரம்பியிருந்த அந்த அறைக்குள் நுழைந்தோம். சுருங்கி மடங்கி ஒரு ஓரத்தில் அந்த எண்ணெய் விளக்குபோல இருளடைந்து கிடந்த அவளை அன்றுதான் பார்த்தோம்; பின்பு காப்பாற்றினோம். இனிமேலும் இதைப்பற்றி சொல்வதற்கு ஒன்றுமில்லை என்றே நினைக்கிறேன்; ஒன்றைத்தவிர...

இத்தனை வருடங்களுக்குப் பிறகும் அந்த அறையின் எண்ணெய் வாசனை அவள் நாசியைவிட்டு அகலவில்லை,

•••

அன்று நாங்கள் பிரிந்தபோது எங்கள் எல்லோரின் கைகளிலும் ஒரு துப்பாக்கி இருந்தது. எந்த சந்தர்ப்பத்திலாவது மாட்டிக்கொண்டால் எங்களை நாங்களே சுட்டுக்கொள்வதற்காகவும், தேவைப்பட்டால்

உங்களை நாங்கள் சுட்டுக் கொல்வதற்காகவும். ஆனால் அது கடைசிவரை நடக்கவில்லை.

அதேநேரம் ஒரு வேலையும் எனக்கு ஒதுக்கப்பட்டிருந்தது. உங்களை அவ்வப்போது கண்காணிக்கும் பொறுப்புதான் அது. ஆனால் நான் உங்களைப்பற்றி நினைத்ததுபோலவோ, நீங்கள் எங்களைப்பற்றி நினைத்தது போலவோ எதுவும் நடக்கவில்லை என்பதால் அந்தக் கண்காணிப்பிற்கு ஆரம்பத்திலிருந்தே வேலையில்லாமல் போனது. எங்களின் வழக்குகளையும் சில வருடங்களில் நீங்கள் கைவிட்டுவிட்டீர்கள்.

"பின் ஏன் இன்னும் உங்களை பின்தொடர வேண்டும் என்றும், இத்தனை வருடங்கள் கழித்து எதற்காக இந்தக் கடிதம் எழுதப்பட வேண்டும்" என்றும்தானே உங்களுக்குப் புரியவில்லை?

அந்தப் பொறுப்பு மட்டுமின்றி கூடுதலாக இன்னொரு விஷயத்தைப் பொருத்தும் நாங்கள் ஒரு முடிவு செய்திருந்தோம். எங்கள் தரப்பு நியாயங்களையும், அதை யாருக்காக செய்தோம்? என்பதை முதலில் உங்களுக்கும், பின் எல்லோருக்கும் நாங்கள் வெளிப்படுத்த வேண்டும் என்பதுதான் அந்த முடிவு.

உங்களை அவ்வப்போது கண்காணித்து வருவதின் மூலம் எங்கள் குழுவிலிருந்த எவராலும் அப்படியொரு கடிதம் எழுதப்படவில்லை என்பதை தெரிந்துகொண்டேன். நாட்கள் செல்ல செல்ல அது ஒரு பாரமாக என்னை அழுத்தத் தொடங்கியது. வருடங்கள் பல கடந்ததாலும், வயதாகிவிட்டதாலும் எங்கள் குழுவில் இப்போது யார் உயிருடன் இருக்கிறார்கள்? யார் இல்லை? என்ற தகவல்களையும் என்னால் சேகரிக்க முடியவில்லை.

எனவே எங்களின் முடிவின்படி முதலில் அதை உங்களுக்கு வெளிப்படுத்த முடிவு செய்தேன். அதற்கு இந்த ஊரடங்கு காலம்தான் சரியாக இருக்கும் என்றும் நினைத்தேன். ஒரு மாவட்டத்திலிருந்து இன்னொரு மாவட்டம் செல்லவே சிரமம் இருக்கும் இந்தச் சூழ்நிலையில், வேறு மாநிலத்திலிருந்து உங்களை தேடிவந்து திரும்பிச்செல்ல இப்போதுகூட எங்களால் முடிந்திருக்கிறது என்பதைக் காட்டவும் விரும்பினேன். முன்புபோல ஒரு சின்ன நினைவூட்டல். அவ்வளவுதான்.

எனவே, இந்தக் கடிதத்தை வைத்து நீங்கள் ஒரு அறிக்கை எங்களைப் பற்றிக் கொடுப்பீர்கள் என்று நம்புகிறேன். அந்த அறிக்கையின்படி உங்கள் துறையும் சில நடவடிக்கைகளையும் மேற்கொள்ளும். இன்னும் என்னைப்போல சிலராவது எங்கள்

குழுவில் உயிரோடு இருப்பார்கள் என்று நம்புவதால், அந்த நடவடிக்கையை அவர்கள் அறிந்துகொள்வார்கள். அப்படி அவர்கள் அறிந்து கொள்ளும்பட்சத்தில், என்னைப்போலவே உங்களை பின்தொடரத் தொடங்குவார்கள்.

அப்படி பின்பற்றும்போது மீண்டும் நாங்கள் ஒருவரையொருவர் சந்தித்துக்கொள்வோம். அப்படி நாங்கள் மீண்டும் சந்தித்துக்கொள்வது, இன்னொரு நான்கு அல்லது ஐந்து வருடங்களுக்காகவோ, அதற்காக புதிய குழு ஒன்றை உருவாக்குவதன் பொருட்டோ, இந்தக் கடிதத்தை அதற்கு ஒரு தொடக்கமாக நாங்கள் பயன்படுத்தப் போகிறோம் என்றோ நீங்கள் நினைப்பீர்கள் என்றால் நிச்சயமாக என்னால் அதை மறுக்கமுடியும். அதற்கு இப்போது சூழலும், வாய்ப்பும் இல்லை என்றும் எனக்குத் தெரியும்.

ஆனால், உங்களுக்கு தனிப்பட்ட முறையில் நான் எழுதியிருக்கும் இந்தக் கடிதம்போல எல்லோருக்காகவும் பொதுவில் ஒரு கடிதம் எழுதப்படும் நாளும் ஒன்று உண்டு.

அப்போது அதைப் படிப்பவர்கள் நான் நினைத்ததைப்போல இருப்பார்கள் என்று என்னால் உறுதியாகச் சொல்லமுடியாது. மாறாக, புதிதாக ஒரு சூழலை அவர்களே உருவாக்கிக் கொள்ளலாம்; எங்களைப்போலவே அவர்களுக்கான ஐந்தாறு வருடங்களை தங்கள் கட்டுப்பாட்டில் எடுத்துக் கொள்ளலாம்; முக்கியமாக நாங்கள் எழுதியதுபோலவே கலிங்கத்துப்பரணியைப் போல ஏதோ ஒரு இலக்கியத்தை, பாடலை, கவிதையை மேற்கோள் காட்டி ஒரு கடிதமும்கூட அவர்களால் உங்களுக்கு எழுதப்படலாம்.

இந்த இடத்தில் நான் உங்களுக்கு இன்னொன்றையும் சொல்ல வேண்டும். இப்போதுவரை நான் சாகரா? இல்லையா? நான் சாகடிக்கப்பட்டேனா? உயிருடன் இருக்கிறேனா? என்ற குழப்பம் உங்களுக்கும்கூட இருக்கலாம். இனி அது தேவையில்லை என்று நினைக்கிறேன். உலக வங்கிப் பற்றியும், தமிழக ஆளும் வர்க்கங்கள் பற்றியும் ஆய்வு செய்வதைவிட அப்போது எங்களுக்கு உடனடி தீர்வாக இன்னொன்று தேவைப்பட்டது. ஏற்கனவே சொன்னதுபோல அதை ஒரு புரட்சி என்று நாங்கள் நினைக்கவில்லை. எங்களால் ஒரு இருபது கிராமங்கள் பலன் பெற்றது. அவ்வளவுதான்.

அதேநேரம் இந்தக் கடிதத்தை வைத்து என்னை நீங்கள் மீண்டும் தேட முயற்சிப்பதில் எந்த பிரயோசனமும் இல்லையோ? அதேப்போல இனி அந்தக் கிராமங்களைக் கண்டுபிடித்து

நீங்கள் விசாரித்தாலும் உங்களுக்கு அங்கு கிடைக்கப்போவது எதுவுமில்லை.

உங்களுக்கு இந்த வயதிலும் நினைவுத்திறன் நன்றாக இருக்குமென்றால், நீங்கள் ஒட்டியதுபோல அல்லாமல், நாங்கள் ஒட்டிய சுவரொட்டி வாசகங்கள் இன்னும் உங்கள் நினைவை விட்டு அகன்றிருக்காது என்று என்னால் உறுதியாகச் சொல்ல முடியும்.

"பண்ணையார்களாகிய உங்களின் கொல்லைப்புறம் விரைவில் சூறையாடப்படும்.
பசியில் நாங்கள் சாகும்போது கண்டுகொள்ளாத இந்த அரசாங்கம்
இனி எங்களைக் கண்டுகொள்ளும்"

இப்படி யார் என்று சொல்லாமல், பெயர் எதுவும் இல்லாமல் ஒரு கிராமத்தின் மையப்பகுதியான சாவடியின் பக்கமோ அல்லது பேருந்து நிறுத்தத்தின் அருகிலோ திடீரென்று ஒருநாள் இரவில் இப்படியான வாசகங்கள் அடங்கிய ஒரு சுவரொட்டி ஒன்று முளைத்திருக்கும் அதே சமயத்தில், அந்த சுவரொட்டி ஒட்டிய அன்று அந்த கிராமத்திற்கு சிறிதும் சம்மந்தமில்லாத வெகு தூரத்திலிருக்கும் இன்னொரு ஊரில் ஏதோவொரு பண்ணையாரின் வீட்டை நிலவொளியின் வெளிச்சத்தில் கொள்ளையடித்திருப்போம். நீங்கள் குழம்பித்தான் போனீர்கள். அடுத்தமுறை இப்படியான சுவரொட்டி ஓட்டப்படும்போது எங்கே? எப்போது? எப்படி பாதுகாப்பு கொடுப்பது? என்று தெரியாமல் இன்னும் இன்னும் குழம்பிப்போனீர்கள்.

இப்போதும்கூட அப்படித்தான். நான் இந்தக் கடிதத்தை, அதில் சொல்லியிருக்கும் தகவல்களை, கதைகளை உங்களுக்குத்தான் எழுதியதாகவே நீங்கள் நினைத்துக்கொண்டிருக்கிறீர்கள். அதனால்தான் இப்போதும் சொல்கிறேன்

உங்களின் முதுகுகள் வற்றல்போல காய்ந்து, திருப்பி வைத்த படகின் பின்புறம்போல மாறினாலும், பாம்புகளும், உடும்புகளும் உள்ளே புகுந்து உறங்குவதற்குரிய ஒற்றைத் துவாரமாக உங்களின் உடல் புற்றாகிப்போனாலும், தாலிக்கயிறுகள்போல உங்கள் குடல்கள் நூலாகித்தேய்ந்து, அதில் ஓணான்கள் தங்களைச் சுற்றிக்கொண்டு வாசம் செய்தாலும்...

“எங்களின் நிழல்களைக்கூட உங்களால் கற்பனை செய்ய முடியாது.”

❖❖❖

செக்சன் 32(1): இன்டியன் எவிடன்ஸ் ஆக்ட் 1872

1

உலகமே மாஸ்க் அணிந்து கொண்டிருந்த ஒருநாளில்தான் அவளை மீண்டும் பார்த்தேன்.

அப்போது இரவு சுமார் இரண்டு மணி இருக்கும். அன்று நாயக்கன்புரம் தேசிய நெடுஞ்சாலையில் இரண்டு கான்ஸ்டபிள்களுடன் ரோந்துப் பணியில் இருந்தேன். உயர் அதிகாரிகளுக்குத் தெரியாமல், இருபது நாட்களுக்கும் மேலாக இந்த வேலையை நாங்கள் மூவரும் செய்துவந்தோம். இதற்காக ஒவ்வொரு நாளும் இரவு குறைந்தது மூன்று நான்கு மணிநேரங்கள் தூங்காமல் விழித்திருந்தோம். புரியும்படி சொல்ல வேண்டுமென்றால் காவல்நிலைய நாட்குறிப்பில் பதிவு செய்யப்படாத வேலை.

மூன்று வாரத்திற்கு முன்பு இரவு இரண்டரை மணிக்கு "ஸ்பீட் வட்டி" நாகலிங்கம் அண்ணாச்சியிடமிருந்து "குமாரபுரம் ஜங்ஷனுக்கு உடனே வரச் சொல்லி" என்னுடைய எண்ணிற்கு அழைப்பு வந்தது. நாங்கள் மூவரும்தான் ஸ்டேஷனலிருந்து கிளம்பினோம்.

இரண்டு குடும்பங்கள் ஒரு டெம்ப்போவுடன் பிடித்து வைக்கப்பட்டிருந்தது. பாய்கள், தலையணைகள், இரும்புக் கட்டில்கள், பீரோக்கள் மற்றும் தட்டுமுட்டு சாமான்கள் டெம்ப்போவிலிருந்து எடுத்துக் கீழேவீசப்பட்டு சாலையினோரம் தாறுமாறாகக் கிடந்தன. அதைச் சுற்றி நின்றுகொண்டிருந்தவர்களைப் பார்க்கும்போது வீடுகளைக் காலி செய்துவிட்டு வேறு ஊருக்குச் செல்பவர்கள்போல் இருந்தனர்.

அப்பாவின் தோளில் கிடந்த கைக்குழந்தை ஒன்று, அண்ணாச்சியிடம் கெஞ்சிக்கொண்டிருந்த தன் அம்மா அழுவதைப் பார்த்து மீண்டும் வீறிட்டு அழும் ஆயத்தத்தில் இருந்தது. அவர்களிடமிருந்து கொஞ்சம் தள்ளி வயதான

அம்மாவும் அப்பாவும் ஒரு மகனுமாக டெம்போ அருகிலேயே நின்றிருந்த இன்னொரு குடும்பம் எதுவும் பேசாமலிருந்தது.

உடைக்கப்பட்டிருந்த ஒருபக்க ஹெட் லைட்டுடனும், கிழிக்கப்பட்டிருந்த நீளமான முன்சீட்டுடனும் பிடித்து வைக்கபட்டிருந்த அவனது டெம்போவைப் போலவே, முகத்தில் இரத்தக் காயங்களுடன், கிழிந்து தொங்கிய சட்டையுடனும் டிரைவர் பரிதாபமாக தரையில் உட்கார வைக்கப்பட்டிருந்தான்.

அனைவரையும் அங்கிருந்த நாகலிங்கம் அண்ணாச்சியின் விசுவாசிகள் அடித்திருந்தார்கள். மண்ணும் அழுக்கும் படிந்திருந்த அவர்களின் உடல்கள், உடைகள் இயல்புக்கு மாறாக அசைந்து கொண்டிருந்தன.

இது வழக்கமாக நடக்கும் ஒன்றுதான் என்றாலும், அவ்வப்போது நடக்கும் இந்த சம்பவங்கள் இப்போது அடிக்கடி நடக்க ஆரம்பித்திருந்தன. தப்பிச் செல்ல முடியாத இந்தக் காலத்தில் அதற்கான முயற்சிகள் இன்னும் கூடுதலாக நடந்து கொண்டிருப்பதாக எனக்கும் தகவல்கள் வந்தன.

அவர்கள் பங்கிற்கு எல்லாம் செய்து முடித்தப்பின் “இவர்களை என்ன செய்யலாம்?” என்று அண்ணாச்சி என்னிடம் கேட்டார்.

திருட்டு வழக்கு என்ற என் யோசனையை நிராகரித்தவர் “இவனுக ஜெயிலுக்கு போனா என் காசை யார்ட்ட வாங்க?” என்றவர், வந்த வழியிலே அவர்களைத் திரும்பி அனுப்ப முடிவெடுத்தார். தன்மீது மட்டும் வழக்கு போடப் போகிறார்கள் என்பதைத் தெரிந்துகொண்ட டிரைவர் ஓடிவந்து என் காலில் விழுந்தான். பாதியில் கலைந்துபோன என் உறக்கத்திற்காக, அவனது வலது தொடையில் ஏறிநின்று இடதுபுற இடுப்பினோரம் பலமாக ஒரு மிதி மிதித்தேன். வயிற்றைப் பிடித்துக்கொண்டு, சிறியதொரு முனகலுடன், மெதுவாகச் சரிந்து விழுந்த அவனைத்தவிர, அவன் அழைத்து வந்த அனைவரிடமிருந்தும் ஒரு பெரிய அலறலே வெளிவந்தது. என்னிடமிருந்து தொடர்ச்சியாக விழுந்த மிதியில் அவனது சிறுநீரகம் கண்டிப்பாக பாதிக்கப்பட்டிருக்கும். ஒண்ணுக்குப் போய்விட்டான்.

கொலை வழக்காகிவிடும் என்று பயந்தாரோ? என்னவோ? மீண்டும் ஒரு மிதி கொடுக்கப்போன என்னை வேகமாக வந்து இழுத்துப் பிடித்தவர், இன்னொருமுறை இது போன்றவர்களுக்கு உதவக் கனவிலும் நினைக்கக்கூடாது என்பதற்காகவும்,

தப்பிச் செல்பவர்களுக்கு உதவும் அவனைப்போன்ற மற்ற டிரைவர்களுக்கு பயத்தை ஏற்படுத்தவும் ட்ரைவரின் முகத்தில் அண்ணாச்சி மூத்திரம் மட்டும் பெய்தார்.

வழக்கிலிருந்து தப்பித்த நிம்மதியா? இல்லை உயிர் பிழைத்த சந்தோஷமோ? அவன் மூத்திரத்தால் நனைந்திருந்த கைலியைக்கொண்டு, அவர் மூத்திரத்தால் நனைந்திருந்த முகத்தை துடைத்தபடி வண்டியை நோக்கி ஓடிய அவனைப் பார்த்து நாங்கள் அனைவரும் சிரித்தோம்.

அன்று காலை ஒன்பது மணிக்கு நாகலிங்கம் அண்ணாச்சி முதற்கொண்டு சுற்று வட்டாரத்தை சேர்ந்த ஐந்து பெரிய வட்டி முதலாளிகள் என் வீட்டிற்கு வந்தனர். கூடவே “கிரேட் கார்ப்பரேஷன்” முதலாளி அப்பணசாமியும் வந்திருந்தார். வந்த அவர்கள் என்னிடம் வைத்த கோரிக்கைதான் இந்த இரவுநேர ரோந்துப் பணி.

ஆய்வாளர் இதுபோன்ற வேலைகளில் கமிஷன் வாங்கிக்கொள்வதோடு சரி. எந்த வேலையும் பொறுப்பாக எடுத்துக்கொண்டு செய்யமாட்டார். இது அனைவருக்கும் தெரியுமென்பதால் கடந்த இரண்டு வருடமாக இவர்கள் முழுமையாக நம்பி இருப்பது என்னை மட்டும்தான்.

ஆண்டுக்கு பல ஆயிரம் கோடி அந்நியச் செலவாணி ஈட்டித்தரும் தொழிற்சாலைகளும், தொழில்களும் நிறைந்துள்ள இங்கு பல வெளி மாவட்ட, மாநில தொழிலாளர்கள் வந்து கூலி வேலைகளுக்காகக் குவிந்துள்ளனர். மாவட்டத் தலைநகரிலிருந்து முப்பது கிலோமீட்டர் தொலைவில் நான் உதவி ஆய்வாளராக இருக்கும் இந்த ஊரிலும் அவர்களுக்குப் பஞ்சமில்லை.

அவர்களில் நூற்றுக்கணக்கான வெளி மாநில தொழிலாளர்களை அப்பணசாமி அவரது ஒவ்வொரு தொழிற்சாலையிலும் இவர்களின் உதவியோடுதான் அடைத்து வைத்திருந்தார். இடையில் இந்த விவகாரம் கசிந்து ஒரு மாலை பத்திரிக்கையிலும் வெளிவந்தது. அத்தோடு சரி. அரசியல்வாதிகள், அரசாங்க அதிகாரிகள், மீடியாக்கள் முதல் எங்கள் வரைக்கும் அதற்கான கமிஷன் மறுநாள் காலைக்குள் கொடுக்கப்பட்டிருந்தது.

அண்ணாச்சி மட்டும்தான் தொழிலாளர்கள் பெரும்பாலானோருக்கு வட்டிக்கு கொடுத்துள்ளார் என்று அதுவரை நினைத்திருந்தேன். அண்ணாச்சி வழியாக மற்ற ஐந்து வட்டிகாரர்களின் பணமும்

இங்கு சுற்றி வருகிறது என்ற விபரத்தை அன்றுதான் தெரிந்துகொண்டேன்.

“நிறைய குடும்பங்களுக்கு தினம், வாரம், மாத வட்டிக்குக் கடன் கொடுத்திருந்தாலும், இரண்டு லட்சத்திற்கு மேலாக கடன் பெற்றவர்கள்தான் பெரும்பாலும் தப்பிக்கிறார்களேத் தவிர, அதற்குக் குறைவாக வாங்கியவர்கள் அல்ல” என்று அண்ணாச்சி எங்களிடம் குறிப்பாகச் சொல்லியிருந்தார். தனித் தனி ஆட்களுக்குக் கொடுக்காமல் பெரும்பாலும் குடும்பங்களுக்கே கடன் கொடுத்து அவர்களை எங்கும் தப்பிக்காதவாறு தனது கட்டுப்பாட்டிலே வைத்துக்கொண்டிருக்கும் அண்ணாச்சியின் தந்திரம் வியப்பைத்தான் ஏற்படுத்தியது.

ஆனாலும் அதையும் மீறி, பொதுப் போக்குவரத்து தடை செய்யப்பட்டு, தப்பிப்பது என்பது மிகுந்த சிரமமான ஒன்றாகவும், எல்லா தூரப் பயணங்களுக்கும் பாஸ் கேட்கும் நடைமுறையும் இருக்கும் இந்த நோய்தொற்று காலத்திலும், ஒரே ஒரு குடும்பம் விருதுநகருக்கு தப்பிச்சென்றதும், அதைப்பார்த்து இரண்டு குடும்பங்கள் தப்பிக்க முயற்சி செய்து மாட்டிக்கொண்டதும் அண்ணாச்சிக்கு உதறலை ஏற்படுத்தியிருந்தது. பிடிபட்ட அந்த டெம்போ டிரைவரை எப்படி அடித்துப் பார்த்தும் அவர்கள் எப்படி தப்பிச் சென்றார்கள் என்று தனக்குத் தெரியாது என்று சொல்லிவிட்டான். உண்மையிலே அவனுக்கு அது தெரிந்திருக்கவில்லைதான். அதனால்தான் அன்று அவனை அத்தோடு அவர்கள் விட்டார்கள். இல்லை தப்பித்த அவர்கள் திரும்பி வரும்வரையோ அல்லது கொடுத்த பணம் திருப்பிக் கிடைக்கும் வரையோ அவனை ஒரு வழி பண்ணியிருப்பார்கள்.

அதற்கும் அவர்கள் கைவசம் பல வழிகள் இருந்தது.

இவர்களைப்போல இடையில் வந்து சிக்கிக் கொள்பவர்களுக்கும், ஜாமீன் கையெழுத்து போட்டு மாட்டிக் கொண்டவர்களுக்கும் மட்டும் அல்ல; பணத்தைத் திருப்பிக் கொடுக்க முடியாத அனைவருக்கும் இதே வழிமுறைதான்.

அவர்களின் கையில் எப்போதும் பாண்ட் பேப்பர்கள், முன் தேதியிட்ட பத்திரங்கள், ரெவென்யூ ஸ்டாம்ப்கள், நிரப்பப்படாத காசோலைகள் என கடன் கொடுப்பதற்கான சகல சாதனங்களும் இருக்கும். அங்கேயே, அப்பொழுதே அவர்கள் விரும்பும் தொகையை நிரப்பி கையெழுத்தும் வாங்கி அன்றுமுதல்

அவனையும் அவர்களின் கட்டுப்பாட்டிற்குள் கொண்டுவந்து விடுவார்கள்.

பின் நினைக்கும் போதெல்லாம் அவன் வீட்டிற்கு, வேலை செய்யும் இடத்திற்கு, அவன் போகும் இடங்களுக்கு அவர்கள் செல்வதுடன், அவனைத் தெரிந்த அனைவரிடமும் அவன் கடன் வாங்கியிருக்கும் விவகாரத்தைச் சொல்வார்கள். அடிக்கும் சூழல் ஏற்பட்டால் அதையும் செய்வார்கள். பிறகு முடிவாக, அண்ணாச்சியின் வக்கீலை வைத்து நோட்டிஸ் அனுப்புவார்கள். பயந்து ஓடி வருபவனிடம் இன்னும் ஒரு பாண்ட் பேப்பரில் விரும்பும் தொகையை எழுதி வாங்குவார்கள். நோட்டீஸ்க்கு பயப்படாதவர்களை கோர்ட்டிற்கு இழுப்பார்கள்.

வக்கீல் வைக்க வசதியிருந்தால் அவர்கள் ஏன் அண்ணாச்ச்சியிடம் வட்டிக்கு வாங்கப் போகிறார்கள்? ஒரே மாதத்தில் அவர்களுக்கு எதிராக நீதிமன்றத்தில் ஒருதலைப்பட்ச தீர்ப்பாணை பிறப்பிக்கப்பட்டுவிடும். நீதிமன்றத்தின் வழியாக அந்தத் தீர்ப்பை நிறைவேற்ற இன்னும் கூடுதல் காலமும், மனுக்களும் தேவைப்படும் என்பதால் அதை எடுத்துக்கொண்டு நேராக என்னிடம்தான் வருவார்கள்.

யூனிஃபர்ம் போடாமல் நானே அந்த தீர்ப்பு கடனாளிகளின் வீட்டிற்குச் செல்வேன். என் அனுபவத்தை வைத்து அவர்கள் குடும்பமே இந்தத் தீர்ப்பால், கடனால், என்னால், வட்டிக்காரர்களால் எப்படி சீரழியப்போகிறது என ஒவ்வொன்றாக எடுத்துச் சொல்லி நாசுக்காக மிரட்டுவேன். வாங்காத கடன், வக்கீல் பீஸ், கோர்ட் செலவு கடைசியாக என்னுடைய கமிஷன் என எல்லாம் சேர்த்து தீர்ப்பில் வந்திருக்கும் தொகையைவிட குறைவான ஒன்றைச் சொல்லி இறுதியாக அவர்களை சம்திக்க வைப்பேன்.

உடனே கொடுக்க அவர்களிடம் பணம் இருக்காது என்று எங்களுக்கும் தெரியும். எனவே அவர்கள் வேலைப்பார்க்கும் தொழிற்சாலைகளிலிருந்து முதலில் வெளியேறச் சொல்வோம். வெளியே வருபவர்களை நாகலிங்கம் அண்ணாச்சிக்கு வேண்டப்பட்ட அப்பணசாமி கம்பெனியில் வேலைக்குச் சேர்ப்போம். வேலைநேரம் இரட்டிப்பாக்கப்படும். ஓவர் டைம் அல்லது டபுள் டூட்டி என அதற்கு பெயர்கள் வைப்பார்கள். ஆனால் அதற்கான கூலி வட்டி கணக்கில் சேர்ந்துவிடும். இது

எதுவும் நடக்காத போதுதான் அடியும், கிரிமினல் வழக்குகளும் அவர்கள் மீது பாயும்.

வாங்கிய கடன்களை திரும்பச் செலுத்த முடியாதவர்கள், அவர்களுக்கு உதவி செய்து டெம்போ டிரைவர்போல எக்குத்தப்பாக சிக்குபவர்கள் மீது நாங்கள் கையாளும் உத்தி இதுதான்.

கிரேட் கார்பரேஷன் எப்படி இயங்கி வருகிறது என்று இப்போது உங்களுக்குத் தெரிந்திருக்கும்.

இதையெல்லாம் மீறி பாவப்பட்ட வக்கீல்களை, இளம் வழக்கறிஞர்களை, சட்ட உதவி மையத்தின் மூலம் வரும் வழக்கறிஞர்களை வைத்து தங்கள் மீது போடப்பட்ட வழக்கு பொய்யென்று நிரூபிக்க கோர்ட்டிற்கு வருபவர்களின் கதியைப் பற்றிச் தனியாகச் சொல்ல வேண்டுமா என்ன? கோர்ட்டிற்கு செல்லும் நாட்களில் ஏற்படும் கூலி இழப்பு, வக்கீல், குமாஸ்தா ஃபீஸ்கள், மன உளைச்சல்கள், மேல்முறையீடுகள், இதையெல்லாம் கடந்து நீதி என்ற ஒன்று வரும்போது...

நினைத்துப்பாருங்கள் இதற்கு அண்ணாச்சியும், கிரேட் கார்பரேஷனும் எவ்வளவோ பரவாயில்லை இல்லையா? இதை ஆரம்பத்திலே உணர்ந்து அண்ணாச்சியிடம் சரண் அடைபவர்கள் புத்திசாலிகள் அல்லவா?

பகலில் தப்பிப்பவர்களை அவர்களின் ஆட்களே பார்த்துக் கொள்வார்கள் என்பதால் நடுஇரவில் அதுவும் பனிரெண்டு மணி முதல் அதிகாலை நான்கு மணி வரை மட்டும் எங்களின் உதவி அவர்களுக்குத் தேவைப்படுவதாகக் கூறினர். "இந்த ரோந்துப் பணியை ஒரு மாதம் மட்டும் செய்தால் போதும் என்றும், இப்படி ரோந்தில் போலீஸ்காரர்களும் ஈடுபட்டிருக்கிறார்கள் என்று அவர்களுக்கு தெரிந்தாலே அவர்கள் தப்பிச்செல்ல முயற்சிக்க மாட்டார்கள்" என்றும் அவர்கள் நம்பினர்.

அவர்கள் நம்பிக்கையை நாங்கள் மறுக்கவில்லை. அந்த ஒருமாத காலமும் நாங்கள் ரோந்தில் ஈடுபடும் ஒவ்வொரு நாளுக்கும் எனக்கு முவாயிரமும், மற்ற இருவருக்கும் சேர்த்து முவாயிரமும் பேசப்பட்டதுடன், முன்பணமாக எனக்கு இருபதாயிரமும், அவர்கள் இருவரின் கையில் மொத்தமாக இருபதாயிரத்தையும் திணித்தனர். இதுதவிர இந்த காலம் கொஞ்சம் இயல்பானவுடன் கூடுதலாகக் கவனிப்பதாகவும் கூறினர்.

எப்போதும் செய்து வரும் வேலையைக் கொஞ்சம் சிரமத்துடன் பார்த்தால் மட்டும் போதுமென்பதால் தயக்கமில்லாமல் அவர்கள் ஆறுபேரும் முன்வைத்த வேண்டுகோளுக்கு சம்மதித்தேன். அதுவுமில்லாமல் அண்ணாச்சியின் மீதும், அவருக்கு வேண்டப்பட்டவர்கள் மீதும் வரும் புகார்கள், வட்டி வசூலிப்பதில் ஏற்படும் கைகலப்புகள், அவருக்கு வேண்டாதவர்கள் மீது வேண்டுமென்றே பதியப்படும் வழக்குகள் என அவரை வைத்து மட்டும் மாதம் ஒரு பெரிய தொகை எங்களுக்கு வந்து கொண்டிருந்தது. இப்போது அண்ணாச்சியுடன் ஐந்து வெளியூர் முதலாளிகளும்வேறு வந்து சேர்ந்திருந்தது, எனக்கு இன்னும் உற்சாகத்தைக் கொடுத்தது.

அண்ணாச்சியோடு சேர்ந்து அந்த ஐந்து பேரையும், தப்பித்துச் செல்பவர்களையும், பிடிபடும் வாகனங்களையும் வைத்து மனதுக்குள் பெரிய கணக்கு ஒன்றையும் போட்டுக்கொண்டேன். ஆனால் நடந்ததோ வேறு.

சுற்றுவட்டார ஊர்களிலிருந்து எந்தப் பாதை வழியாக வெளியேறினாலும் இறுதியில் வந்து சேரும் இடத்தில் ஒன்று குமாரபுரம் ஜங்ஷன், அதையும் தாண்டினால் நாயக்கன்புரம் தேசிய நெடுஞ்சாலை. இதுதவிர நடந்தே ஊர்களை விட்டு வெளியேறும் சில பாதைகளும் இருந்தன. பொருட்கள், துணிமணி மூட்டைகளோடு கிளம்புபவர்கள் பெரும்பாலும் அந்தப் பாதைகளைத் தேர்ந்தெடுக்க மாட்டார்கள் என்பதால் அவ்வப்போது அங்கு ஒரு சிறிய பார்வை பார்த்து வருவதோடு சரி.

பிடிபட்டால் அடியும், அவமானமும், வழக்கும் நிச்சயம் என்று பயந்த பல டிரைவர்கள் ஒதுங்கிக் கொண்டனர். மாற்று வழிகளில், திட்டங்களில் நம்பிக்கை வைத்த சிலர் மூன்று நான்கு மாதங்களுக்கும் சேர்த்து அண்ணாச்சி வசூலிக்கும் வட்டியைவிட அதிகமான தொகையை வாடகையாகக் கேட்டனர். பெரிதாக வருமானம் இல்லாத, நோய் தொற்றின் எண்ணிக்கை நாளுக்கு நாள் அதிகரித்து வரும் மோசமான இந்த நாட்களில் எல்லோருக்கும் பணம் தேவையென்பதால் சிலர் துணிந்து செய்தனர். வேறு சிலரோ, தப்பிக்கும் திட்டம் வைத்திருந்தவர்களை, முயற்சி செய்தவர்களை முதலாளிகளிடம் காட்டிக்கொடுத்து அவர்களிடமிருந்து சிறிது பணமும் பெற்றனர். மொத்தத்தில் என் கணக்கு தலைகீழானது. எதிர்பார்த்த

தப்பியோடல்கள், வாகனப் பிடிபடல்கள் இல்லை. கமிஷன்கள் இல்லை.

இதற்கிடையில் இரவு ரோந்தில் இருந்த எங்கள் கண்களைத் தப்பி ஊரை விட்டு வெளியேறிய குடும்பம் ஒன்றை அண்ணாச்சியின் ஆட்கள் பிடித்துவிட்டனர். அதுவேறு எங்களுக்குப் பெருத்த அவமானமாகிவிட்டது. இந்தத் தோல்வியின் காயம் ஆறுவதற்குமுன் இந்த எல்லாக் கெடுபிடிகளையும் தாண்டி புதிதாகத் திருமணமாகியிருந்த ஒரு இளைஞன், கர்ப்பமாயிருந்த தன் மனைவியை விட்டுவிட்டு தப்பியோடியிருந்தான். அவள் என்னிடமே வந்து அண்ணாச்சியின் ஆட்கள் தொந்தரவு செய்வதாகக் கூறி காவல்நிலையம் முன்பே தீக்குளிக்க மண்ணெண்ணெய் ஊற்றிக்கொண்டாள். வேறு வழியில்லாமல் அவளை நானே ஊருக்கு அனுப்பி வைக்கும் நிலையும் ஏற்பட்டது.

இது எல்லாமே நாடகம் என்றும், அந்த இளைஞனும் அவளும் சேர்ந்துதான் இதுபோன்ற ஒரு திட்டத்தை நிறைவேற்றி இருக்கிறார்கள் என்றும் அண்ணாச்சி என்னிடம் கோபப்பட்டுக்கொண்டார். மூன்று வருடம் முன்பு திருநெல்வேலி கலெக்டர் அலுவலகத்தில் இசக்கிமுத்து என்ற இளைஞன் தன் மனைவி, இரண்டு குழந்தைகளுடன் தீக்குளித்ததை என் கண்ணாலேயேப் பார்த்தேன். அந்தச் சம்பவம் எவ்வளவு பெரியச் சிக்கலை உருவாக்கியது என்று எனக்குத்தான் தெரியும். அப்போது அந்தக் காட்சிதான் என் கண்முன் வந்துசென்றது.

அதேபோன்ற ஒரு சம்பவம் இங்கு நடந்தால்? என் தலையில் வந்துதான் எல்லாம் விழும். அத்தோடு என் கதி அவ்வளவுதான். இதையெல்லாம் சொன்னாலும்கூட அண்ணாச்சி புரிந்துகொள்ளமாட்டார். என் மீது கோபத்தில் இருந்தார். ஒன்றும் செய்யாமல் அவரிடம் பணம் வாங்குவது எனக்கும் ஒருமாதிரியாகத்தான் இருந்தது.

இப்படி எரிச்சலும், கோபமும், அவமானமும் சூழ்ந்திருந்த ஒரு இரவுநேர ரோந்தில்தான் அவளை மீண்டும் பார்த்தேன்.

இரவு மணி ஒன்றரை இருக்கும். எப்போதும்போல நாயக்கன்புரம் தேசிய நெடுஞ்சாலையில் இரண்டு கான்ஸ்டபிள்களுடன் ரோந்துப் பணியில் இருந்தேன். தூரத்தில் ஒரு குட்டி யானை ஆட்டோ ஒன்று வந்துகொண்டிருப்பதாக அவர்கள் என்னிடம் சொன்னார்கள். நிறுத்தி சோதனை செய்யச் சொல்லிவிட்டு நான் ரோந்து வாகனத்திற்குள்ளே இருந்தேன்.

“அய்யா”

இந்தக் குரலுக்கு என்ன அர்த்தம் என்று தெரியும். கையில் வண்டிக்கான பேப்பர்களை எடுத்துக்கொண்டு வந்த டிரைவரை கடந்தபடி ஆட்டோவை நோக்கிச் சென்றேன். ஸ்டீல் பீரோவிற்கும், டிவி ஸ்டாண்டிற்கும் இடையில் ஒட்டுமொத்தக் குடும்பமும் ஒடுங்கிப்போய் படுத்திருந்தது. குடங்களும், துணி மூட்டைகளும், பிளாஸ்டிக் சேர்களுமாய் அவர்களைச் சுற்றி நிறைந்திருந்த ஒவ்வொன்றையும் இழுத்து கீழே போட்டபோது அரைகுறை உறக்கத்திலிருந்து அவர்கள் மூவரும் திடுக்கிட்டு எழுந்தனர்.

“சார்... சார்... ஏன் இப்படி பண்றீங்க?” என்று கேட்டபடி முதலில் இறங்கிய அவளது அம்மாவை “எறங்குடி கள்ள முண்ட” என்று முதுகில் இரண்டு போடுபோட்டுத் தள்ளிவிட்டார்கள் கான்ஸ்டபிள்கள். அதைப்பார்த்து ஆத்திரமடைந்து அவர்களுடன் தள்ளுமுள்ளில் ஈடுபட்ட அவளது தம்பியின் கன்னத்தில் பெருத்த ஓசையோடு என் வலது கை மோதியது. சுருண்டு விழுந்தவனைப் பார்த்து அதிர்ச்சியுடனும், அவ்வளவாக சத்தமில்லாத அலறலுடனும் ஆட்டோவிலிருந்து இறங்கி வந்தபோதுதான் அவளைத் தெளிவாகப் பார்த்தேன்.

ஏற்கனவே அவள் முகத்தில் அரைகுறையாக ஆறிப்போன சில காயங்களுக்கான தழும்புகள் இருந்தன. எதிர்பாராமல் தன்னைச்சுற்றி என்னவெல்லாமோ நடக்கிறது என்ற அதிர்ச்சியிலிருந்த அவளால் என்னை அடையாளம் கண்டுகொள்ள முடியவில்லை. எனக்கும் அவள்தானா? என்றவொரு சிறிய சந்தேகம் இருந்தது. கீழே விழுந்த தம்பியையும், அவன் அருகில் அமர்ந்து அழுது கொண்டிருந்த அம்மாவையும் நோக்கி அவள் ஓடினாள்.

இப்போது டிரைவருக்கு நெஞ்சோடு ஒன்று வைத்தேன். நெஞ்சையும், வாயையும் பொத்திக்கொண்டு பின்னால் சென்ற அவனுக்கு கான்ஸ்டபிள்கள் கொடுத்த அடுத்தடுத்த இரண்டு மிதிகள் மீண்டும் என் முன்னாலேயே அவனைத் தள்ளியது.

மீண்டும் அடி கிடைத்துவிடக்கூடாது என்ற பயத்தில் மாஸ்க்கை அணிந்தான்.

“தேவுடியாளுக்க மொவன... எந்த ஏரியாலருந்து இந்த பலவட்டறைகள கள்ளத்தனமா கூட்டிட்டு வார?” என்ற என்

கேள்வியை புரிந்து கொள்ளாமல் நின்ற அவனைப் பார்த்து மீண்டும் கை ஓங்கினேன்.

“சார்... சார்... கள்ளத்தனமா இல்ல. இவுங்க பிள்ளையார்புரத்துல இருந்து பொன்நெல்லி போறாங்க. ஒரே மாவட்டம்னால பாஸ் எடுக்கல சார்”

எனக்கு முகம் மாறியது. டிரைவரிடம் பேப்பர்களை வாங்கிப் பார்த்தேன். இன்சூரன்ஸ் புதுப்பிக்கப்படாமல், எஃப்சி காட்டப்படாமல் இருந்ததைப் பிடித்துக்கொண்டேன்.

“சார் இந்த நோவு காலத்துல...” என்று இழுத்தவனைக் கடந்து, பார்வை அவர்கள் மூவரின் பக்கம் சென்றது.

தம்பிக்குத் தண்ணீர் கொடுத்துக் கொண்டிருந்தாள். என் சந்தேகம் இன்னும் அகலவில்லை. அவர்களிடம் சென்று விசாரிக்கச் சொன்னேன்.

சென்றவர்கள் கையில் ஒரு பத்திரத்தோடு வந்தார்கள். “அய்யா அந்தப் பொண்ணுக்கு டைவர்ஸ் ஆகிருக்குப்போல. புருசன் வீட்ட விட்டு அவ சொந்த ஊருக்கு பொருட்கள எடுத்துட்டு போயிட்டு இருக்காங்கபோல...”

ஐம்பது ரூபாய் பத்திரத்தில் நோட்டரி அட்வகேட் சீல் வைத்த ஒரு விவாகரத்து பத்திரம். அதை எடுத்துக்கொண்டு வெளிச்சத்திற்காக காரின் அருகில் சென்றேன். இரண்டு கான்ஸ்டபிள்களும் சுற்றியுள்ள ஊர்களில் நடக்கும் தப்பியோடும் சம்பவங்களை விளக்கி அவர்களை விசாரித்துக் கொண்டிருந்தார்கள்.

ஆட்டோ அருகில் மூவரும் கீழே அமர்ந்திருந்தார்கள். சாலையில் செல்லும் ஒன்றிரண்டு கார்களில் இருப்பவர்கள் அவர்களைப் பார்த்தவாறு கடந்து கொண்டிருந்தனர்.

பத்திரத்தில் அவள் பெயரைப் படித்தவுடன் ஏதோ நியாபகம் வந்தவனாக அவளை மீண்டும் பார்த்தேன். ஆரம்பத்திலேயே தோன்றியதை இப்போது உறுதிப்படுத்திக் கொண்டேன்.

ஆம் அவள்தான்.

“பால் மாடு” என்ற பெயர் மனதுக்குள் தோன்றியவுடன் வெறுமையான ஒரு சிரிப்பும், ஆழ்ந்த ஒரு வெறுப்பும் ஒருசேர கலந்து என்னுள் ஏதோ செய்தது. இப்போது அவள் மாஸ்க் அணிந்திருந்தாள். படிக்கும்போது இருந்த அழகு இப்போது

இல்லையென்றாலும், பார்த்த நொடியில் ஆண்களைக் கவரும் வடிவோடுதான் இருந்தாள்.

இன்னும் அவளால் என்னை அடையாளம் கண்டுகொள்ள முடியவில்லை. இப்போது அதை நான் எனக்குச் சாதகமாகப் பயன்படுத்தத் தொடங்கினேன்.

என் முகம் சரிவரத் தெரியாத அளவிற்கு ஒரு அரை இருளில் நின்றபடி அவளைத் தவிர்த்து, அவர்கள் இருவரையும் ரோந்துக் கார் அருகில் வரச் சொன்னேன். வந்தவர்களிடம் "உண்மையைச் சொல்லுங்க. யார ஏமாத்த இந்தப் பத்திரத்தை தயார் பண்ணிருக்கீங்க? விவாகரத்துனா கோர்ட்டுல இருந்து தீர்ப்பு வாங்கிட்டு வரணும். இந்தப் பேப்பர் செல்லாது. இவங்க எல்லோரோட ஆதார் ஐடி வாங்குங்க. இவங்க சொல்றது உண்மையானு நல்ல விசாரிங்க" என்று கான்ஸ்டபிள்களிடம் கத்தினேன்.

உடனே ஓடிவந்த அவள், நான் விசாரிக்கச் சொன்னவரிடம் கோர்ட்டில் தாக்கல் செய்யப்பட்ட விவாகரத்து மனுவைக் கொடுத்தாள். அதையும் வாங்கிப்பார்த்தேன். அது நகல் மனு. "இது ஜெராக்ஸ். கோர்ட் அட்டஸ்டடு காப்பி இல்லை. நல்லா விசாரிங்க. தரவா அவங்கள செக் பண்ணுங்க." மீண்டும் மீண்டும் கத்தினேன். அவர்களை, குறிப்பாக அவளை பயமுறுத்திக் கொண்டேயிருந்தேன். அதிகாரமுள்ள ஒருவன் குற்றம் செய்தால் அது எப்படி இருக்கும் என அவளுக்கு காட்ட வேண்டும் என்ற முடிவில் இருந்தேன்.

அவள் என் கைக்கெட்டும் தூரத்தில்தான் இருந்தாள். உணமையான சுதந்திரம் என்னவென்று அப்போது நான் உணர்ந்தேன்.

"நியாயம் என்பது வேறொன்றுமில்லை; என்னை உயர்த்தி மற்றவர்களை தாழ்த்துவது. இரவையும் பகலையும்போல, சிகரமோ? பள்ளமோ? எல்லாம் இப்போது ஒன்றே ஒன்றுதான் என்று தோன்றியது. என்ன நடந்தாலும் அவளை இன்று ஒரு வழி பண்ணிவிட வேண்டும் என்று நினைத்தேன். உயரத்தில், அதிகாரத்தில் இருந்து பார்க்கும்போது அவள் அற்ப புழுவாக என் கண்களுக்குத் தெரிந்தாள். நட்சத்திரங்களும்கூட என் காலின் கீழ்தான் இருப்பதுபோல உணர்ந்தேன். கண்ணுக்குத் தெரியாத ஒன்றுதான் எல்லோரையும் கட்டுபடுத்துகிறது; அது அதிகாரம். நான் எப்படி என் மேலே உள்ளவர்களுக்கு பணிகிறேனோ

அதேபோல என் கீழே உள்ளவர்கள் எனக்கு. அதைத்தான் அப்போது செய்ய ஆரம்பித்தேன். பணிதல், பணிய வைத்தல்"

இதை யோசித்து முடித்ததும் சட்டென்று ஒன்று தோன்றியது. அந்த எண்ணமே வித்தியாசமான ஒரு உணர்வை, புல்லரிப்பை என் உடல் முழுவதும் பரவச் செய்தது. என்னைப் பார்த்தவாறு நின்று கொண்டிருந்த டிரைவரை நான் லத்தியை காண்பித்த பக்கமாகச் செல்லுமாறு நாக்கைத் துருத்தினேன்.

நெடுநாள் மனதில் ஆறா வடுவாக இருக்கும் அந்தச் சம்பவத்திற்காக, அவளைப் பழி வாங்க எனக்கு இதுவொரு நல்ல சந்தர்ப்பம். சோதனை செய்வதற்காக அவளை மட்டும் என்னிடம் அனுப்புமாறு கான்ஸ்டபிள்களிடம் சைகைச் செய்தேன். இப்போதும் அவள் மார்பு பார்ப்பதற்கு எடுப்பாக இருந்தது போலத்தான் தோன்றியது. வந்தவளை திரும்பி நிற்கச் சொன்னேன்.

சிறிதும் தாமதிக்காமல் சோதனை செய்யும் சாக்கில் இடுப்பையும், பிட்டத்தையும் வேகவேகமாக இறுக்கித் தடவினேன். உடல் குலுங்க அதிர்ச்சியுற்றவளாக என்னிடமிருந்து அவள் நழுவிச்செல்ல எத்தனித்தபோது, இரண்டு கைகளையும் மேலே கொண்டுச் சென்று அவள் நகர முடியாத அளவிற்கு முலைகளைப் பிடித்துக் கசக்க ஆரம்பித்தேன்.

ஒரு காலத்தில் மிகப்பெரிய ஏக்கமாக என் மனதில் இருந்த ஒன்றை பாதியாக நிறைவேற்றி, மீதியையும் நிறைவேற்றிக் கொண்டிருந்த அந்தத் தருணத்தை நான் ரசித்துக் கொண்டிருந்த சில நொடிகளில், என் பிடியிலிருந்து ஆவேசமாக விலகிய அவள்..

•••

2

இப்படித்தான் பதினெட்டு வருடங்களுக்குப் பிறகு என் தம்பியை மிருகம்போல அடித்த அந்த நொடியில் மீண்டும் அவனைப் பார்த்தேன்.

பகலில் கிளம்பினால் ஊரில் உள்ளவர்களின் இழிவான அல்லது பரிதாபமான பார்வைகளையும், வார்த்தைகளையும் சந்திக்க நேரிடும் என்ற அவமானத்தில், நடுஇரவில், நினைத்துப்பார்க்கவே அருவெருப்பூட்டும் ஒரு திருமண வாழ்வை கடந்த பதினொரு வருடங்களாக வாழ்ந்துவிட்டு, அதற்கான எந்த பலனும்

இல்லாமல், இன்னும் என் வாழ்வில் என்னவெல்லாம் நடக்கப் போகிறதோ? என்ற விரக்தியில், ஆட்டோவின் பின்புறத்தில் ஒரு ஓரமாக ஒடுங்கிப்போய் தூங்காமல் அமர்ந்துவரும் என் மனதில் குழப்பமான, அவநம்பிக்கையான பல விஷயங்கள் தோன்றியும் மறைந்தும், வளர்ந்தும் அழிந்தும் வருவதை என்னால் தடுக்க முடியவில்லை.

டிவி இல்லாத வெறும் ஸ்டாண்ட், பூட்டினாலும் திறந்து கிடக்கும் இந்த ஸ்டீல் பீரோ, எப்போதோ பழுதாகிப்போன டிவிடி பிளேயர், நான்கு பிளாஸ்டிக் குடங்கள், அதில் ஒன்றில் பாதிக்குமேல் நீர் நிறைத்தால் ஒழுகும். அம்மா வீட்டில் கேஸ் இணைப்பு இல்லை. ஆனாலும் புதிதாக வாங்கிய இந்த அடுப்பு. முக்கியமாக இந்த இரண்டு பிளாஸ்டிக் சேர்கள். என் அக்காவின் முன்னாள் கணவரும், தற்போதுவரை நீதிமன்றத்தால் என் கணவராக கருதப்படும் அவனால் உடைக்கப்பட்ட இந்த இரண்டிலும் தலா ஒரு கால் இல்லை.

இப்படி என்னைச் சுற்றி கிடக்கும் இந்தப் பொருட்களைப் பார்த்தால் எனக்குச் சிரிப்புதான் வருகிறது. இதையெல்லாம் நான் எதற்கு எடுத்து வருகிறேன்? இதை வைத்து என்ன செய்யப் போகிறேன்? மொத்தத்தில் இவைகளையெல்லாம் கொண்டு போய் வைக்க அம்மா வீட்டில் இடம்தான் இருக்கிறதா? சத்தியமாகத் தெரியவில்லை.

ஆனால் இந்தப் பொருட்களின் மீதான ஒரு வீம்பு மட்டும் எப்போதோ, எங்கிருந்தோ, எப்படியோ எனக்குள் ஒட்டிக்கொண்டது. அந்த ஒரு வீம்பிற்காக... ஆம் வெறும் ஒரு வீம்பிற்காக மட்டும்தான் இதை நான் செய்தேன்.

டிவியும், மர பீரோவும், “அம்மா” லேப்டாப்பும், சில்வர் குடங்களும், சோபா செட்களும், கட்டிலும் அவன் வாங்கியது என்று வக்கீல் அலுவலகத்தில் அவனுடைய ஒவ்வொரு பொருட்களுக்கும் லிஸ்ட் எழுதியபோது, அக்காவின் பத்து பவுன் நகை குறித்த என் கேள்விக்கு அவன் சொன்ன பதில்:

“மூத்தது ஒரு பைத்தியத்தையும், அவ போய்ச் சேந்தக் கணக்குக்கு மலட்டு முண்ட உன்னையையும் கட்டிக்கிட்ட புண்ணியத்துக்கு, பத்து பவுன் இல்ல; நூறு பவுன் போட்டாலும் கணக்கு சரிவராது. வேணும்னா உன் ஆத்தாள படுக்க அனுப்பு. அவ மட்டும்தான உன் குடும்பத்துல பாக்கி? அப்ப ஒருவேளை நீ சொல்ற கணக்கு சரிவருதானுப் பாப்போம்”

கோபத்தில் என்ன செய்வதென்று தெரியாமல் அவனது அம்மா, அக்கா, வக்கீல், குமாஸ்தா என அனைவரின் முன்னிலையிலும் அவன் முகத்தில் காறி உமிழ்ந்தேன். பதிலுக்கு அவன் என் அடி வயிற்றில் எட்டி மிதித்தபோது சிரித்துக்கொண்டுதான் இருந்தேன். அந்தச் சிரிப்பு அவனை ஏதோ செய்திருக்க வேண்டும்.

எப்படி அடித்தால் வெளியே தெரியாத அளவிற்கு காயங்களை ஏற்படுத்தலாம்? வழக்கிலிருந்து தப்பிக்கலாம்? என்று அவனது வக்கீலிடம் யோசனை கேட்டு வந்திருப்பான் என்று நினைக்கிறன். அன்று இரவே என் வீட்டிற்கு வந்தவன் என் வயிற்றிலும், தொடையிலும் எட்டி உதைத்தான். கீழே விழுந்த என்னை முழங்கை வைத்து முதுகிலும், பின்னந்தலையிலும், கழுத்திலும் விடாமல் குத்தினான்; அடித்தான். மயக்கமடைந்து விட்டேன். அத்தோடு வீட்டில் இருந்த பாத்திரங்களை தூக்கி தெருவில் எறிந்தான். மீண்டும் உபயோகிக்க முடியாத அளவிற்கு முந்நூறு லிட்டர் தண்ணீர் ட்ரம்மை உடைத்தான். இந்த பிளாஸ்டிக் சேர்கள் தங்களது கால்களில் ஒன்றை இழந்தது அன்றுதான்.

பல மாதங்களுக்கு முன்பே அவன் என்னை முற்றிலும் கைவிட்டுவிட்டபோதும், நகரங்களில் நான் தனியாக வேலை செய்து பிழைக்க வழி இல்லாமலில்லை. எத்தனைப் பின்னலாடை தொழிற்சாலைகள் அங்கு இருந்தன...!

"தான் அடித்ததற்கு போலீசில் புகார் கொடுத்தால் விவகாரத்து மனுவில் கையெழுத்து போடமாட்டேன்" என்று மிரட்டி விட்டுச் சென்றவன், அவனது இன்னொரு திருமணத்திற்கு நான் எந்தவிதத்திலும் தடையாக இருக்கக்கூடாது என்ற முடிவில், "ஊரைவிட்டு நான் போகவில்லையென்றால் இன்னும் கொஞ்சநாளில் என்னைக் கொன்று விடுவதாக" எனக்குத் தெரிந்த ஒவ்வொருவரிடமும் சொல்லி வந்தான்.

என்னை பயமுறுத்த செய்தானோ? என்னவோ? ஒருநாள் நான் வேலை விட்டு வரும் வழியில் ஆட்கள் நடமாட்டம் இல்லாத ஒரு சந்தில் என்னைக் கத்தியோடு துரத்தினான். என்னைத் துரத்திய தகவலையும் எப்படியோ என் வீட்டிற்கும் கடத்திவிட்டான். எல்லோரும் பயந்து போனார்கள். பயந்த அவர்களுக்கு எப்போதும்போல என்னால் தைரியம் மட்டும்தான் சொல்லமுடிந்தது.

எல்லா அம்மாக்களையும்போல என் அம்மாவும் "தனியாக வாழ்ந்தால் ஊர் ஒருமாதிரியாக பேசும்" என்றவளிடம், "சேர்ந்து வாழ்ந்தபோது மட்டும்?" என்றேன்.

"பிறந்தவுடனே அப்பாவைத் தின்றவள்", "கோலப்பன் சார் வீட்டு வேலைக்காரி", "பால் மாடு", "பைத்தியத்துக்குத் தங்கச்சி", "இரண்டாம் தாரம்", "புழு பூச்சி இல்லாத வயித்துக்காரி"

இந்த முப்பத்தி ஏழு வயதிற்குள் இப்படி எத்தனை எத்தனை பட்டங்கள் எனக்கு? இத்தனைக்கும் பிறகு ஊர் கடைசியாக வைக்கப்போகும் "வேசி" என்ற அந்தவொரு பெயருக்காகவா நான் என்னை மீண்டும் இழக்க வேண்டும்...?

அப்படியொரு முடிவில்தான் "அவன் கொன்றாலும் பரவாயில்லை, அந்த ஊரிலே, அதே வீட்டிலே இருக்க வேண்டும்" என்று நினைத்தேன். ஆனால் என்னைப்போன்ற ஒருத்தி நினைப்பது நடக்கும் காலமா இது?

இரண்டு மாத வேலையிழப்பும், மூன்றாம் மாதத்தில் கூலி குறைப்பும், நீதிமன்றம் அடைக்கப்பட்டு விவாகரத்து மனு தாக்கல் செய்ய முடியாமல் போனதும் என எல்லாம் சேர்ந்து, அவனைப்போலவே வந்த உயிர்க்கொல்லியான இந்த கொள்ளை நோய் என் வாழ்வை முன்பைவிட இன்னும் தலைகீழாக்கி விட்டது.

எத்தனை நாட்கள் ஒருநேர உணவோடு உங்களால் பட்டினி கிடக்க முடியும்? கிடந்தேன். எத்தனை நாட்கள் தனியாக ஒரே அறைக்குள் உடைந்துபோன நாற்காலிகளைப் வெறுமனே பார்த்துக்கொண்டு உங்களால் அடைந்து கிடக்க முடியும்? கிடந்தேன். நீங்கள் கொலை செய்யப்படுவதை அல்லது உங்கள் தற்கொலையை நீங்களே எதிர்பார்த்து எத்தனை நாட்கள் உங்களால் யோசித்துக் கிடக்க முடியும்? நான் கிடந்தேன்.

இப்படி ஒருமாதிரியாக பேசும் ஊர்களில், ஒவ்வொரு பருவத்திற்கும் ஏற்ற வகையில் பட்டங்களை வாரி வழங்கும் ஊர்களில், அப்படி கைகாட்டிப் புறம் பேசாதவர்களும், அந்த பட்டங்களை செருப்பின் கீழ் வைத்து மிதிப்பவர்களும் இருக்கத்தானே செய்வார்கள்? அவர்களில் ஒரு சிலர்தான் எனக்குத் தெரியாமல் என் நிலையைப் பற்றி வீட்டிற்கு தகவல் சொன்னார்கள் என்று பின்னாளில் தெரிந்துகொண்டேன்.

“வருவதாகச் சொன்னால் நான் சம்மதிக்க மாட்டேன்” என்று தெரிந்து என்னிடம் சொல்லாமலேயே ஊரடங்கு தளர்த்தப்பட்டவுடன் அம்மாவும் தம்பியும் கிளம்பி வந்துவிட்டார்கள்.

என் தனிமையான வாழ்க்கை இதோ இப்படித்தான் ஒருவழியாக முடிவுக்கு வந்தது. நினைத்ததற்கு மாறாக இதோ இரவோடிரவாக எப்போதும்போல் எதுவுமற்ற ஒரு வெளியை நோக்கிப் பயணம் போய்க் கொண்டிருக்கிறேன். அதேநேரம் மோசமான, பயத்தைவிட கூடுதல் துன்பம் தரும் ஒன்றை நோக்கித்தான் செல்கிறேன் என்றும் தெரியும்.

ஆனால் அது இவ்வளவு சீக்கிரம் என்னிடம் வந்து சேரும் என்று கொஞ்சமும் நினைத்துப் பார்க்கவில்லை.

தொடக்கத்தில் “பால் மாடு” என்று ஒரு பெயர் சொன்னேன் அல்லவா? அந்தப் பெயரை எனக்கு வைத்தது வேறு யாரும் அல்ல. இதோ என் தம்பியை மிருகம்போல அடித்து கீழே தள்ளினானே இவன்தான்.

கல்லூரியில் முதல் வருடம் மட்டும்தான் படித்தேன். கல்லூரி சேரும்வரை எனக்கு ஒரு முழு புகைப்படம்கூட இருந்தது இல்லை. ப்ரதீப்சிங்தான் முதன்முதலாக என்னை ஒரு புகைப்படமாக எடுத்துக் காண்பித்தான். என்னை நான் அப்படி பார்த்தது அதுதான் முதல் முறை. என்னை அவன் எடுத்த முதல் புகைப்படமாகவும் அது இருந்ததால் அவனே அதை வைத்துக்கொள்வதாகக் கேட்டுக்கொண்டான். ஆனால் என்னுடைய கடைசி புகைப்படமாகவும் அதுமட்டும்தான் அவனிடம் இருக்கப்போகிறது என்று அப்போது எனக்குத் தெரியாது.

வெளியூரில் ஒரு டாக்டரம்மா வீட்டில் வேலை செய்தபடியே அப்போது நான் படித்துக் கொண்டிருந்தேன். அதிகாலை எழுந்து எல்லா வேலைகளையும் முடித்துவிட்டு கல்லூரிக்கு வேகவேகமாக ஓடிக்கொண்டிருந்த நாட்கள் அது. அவர்கள்தான் நான் படிக்கவும் கொஞ்சம் உதவி செய்தார்கள். அக்காவிற்கு சிறு வயதிலே படிப்பு வரவில்லை என்பதால் அம்மாவுடன் சமையல் வேலைகளுக்குச் சென்று வந்தாள்.

நான் ஒன்பது படிக்கும்போதே அக்காவிற்கு திருமணம் ஆகிவிட்டது. ஆரம்பத்திலிருந்தே அவள் மனமும் வாழ்க்கையும் ஒன்றுடன் ஒன்று மோதிக்கொண்டு சிக்கலை

ஏற்படுத்துவதாகத்தான் இருந்தது. கருவுற்று எட்டாம் மாதத்தில் உள்ளுக்குள்ளே இறந்து பிறந்த குழந்தை, அதை மேலும் சிக்கலாக்கியதில் அடுத்த ஒரே வருடத்தில் அவள் பைத்தியமானாள்.

அவள் வயிற்றுக்குள் எட்டு மாத குழந்தை ஒன்று இன்னும் இருக்கிறது என்று ஒருநாள் இரவிலிருந்து அவள் நம்பத் தொடங்கியபோது, குழந்தை இறந்து பிறந்த அதே ஆரம்ப சுகாதார மையத்திற்கு மறுநாள் காலை சென்று, வயிற்றில் உள்ள குழந்தையை எடுத்துத் தருமாறுக் கூறி ஒரு ஓரமாகப் படுத்தபடி சேலையைத் தூக்கிக் காண்பித்தாள்.

உடனடியாக அங்கிருந்து மாவட்டத் தலைமை மருத்துவமனைக்கு கொண்டு செல்லப்பட்ட அவள் மிகப்பெரிய அந்த வளாகத்தின் அத்தனை கழிவுகளும் சென்று சேரும் இடத்திலிருந்த அழுக்கடைந்த ஒரு கட்டிடத்தில் தற்காலிகமாக சேர்க்கப்பட்டாள். அது நிரந்தரமானபோது அவளுக்கென்று பச்சை, நீலம் போன்ற வண்ண வண்ண ஆடைகள் கொடுக்கப்பட்டன. அந்த உடைகளோடு ஒரு மூலையிலிருந்து இன்னொரு மூலைக்கு வேகமாகச் சென்று சுவற்றில் மோதிக்கொண்டிருந்த காட்சிதான் அவளைப் பற்றிய கடைசி நினைவாக இப்போதும் என்னுள் தங்கிப் போயிருக்கிறது.

பின் அவள் கொஞ்சம் தேறிவிட்டதாக மருத்துவர் சொன்னதும், அம்மாவிற்கும் அந்த நம்பிக்கை வந்து அவள் வீட்டிற்கு அழைத்து வரப்பட்டதும், வந்த ஒரே வாரத்திற்குள், ஒருநாள் அதிகாலை மூன்று மணிக்கு, இதோ என் இடதுகை ஓரமாக கிடக்கும் இதேபோன்ற ஒரு அரிவாள்மனையால் கழுத்தை அறுத்துக்கொண்டு அவள் செத்துப்போனதும் நான் கேள்விப்பட்ட சங்கதிகள் மட்டும்தான். நேரடியாக ஒன்றுமே பார்க்கவில்லை.

ஏற்கனவே நான் சொன்னதுபோல அப்போது நான் அவளிடமிருந்து ஐம்பது கிலோமீட்டர் தொலைவிலிருந்த ஒரு ஊரில் தங்கி வேலைப்பார்த்து படித்து வந்தேன். கல்லூரியில் சேர்ந்திருந்த நேரம். அடுத்த ஆறே மாதத்திற்குள் அக்கா கணவர் அம்மாவிடம் வந்து பேச ஆரம்பித்தான்.

அவனுடைய பாசாங்கான பேச்சும், பரிதாபம் வரவழைக்கும் நடிப்பும் அவளிடம் எடுபட்டது; நம்பினாள். எதைப்பற்றியும் முடிவெடுக்க அதிகாரமும், அவகாசமும் இல்லாத நான்... முதல் வருட செமஸ்டர் தேர்வுகள்கூட எழுதாமல், இதோ நான்

வெளியேறிக் கொண்டிருக்கும் இந்த நகரத்திற்குள் அவனுடன் "இரண்டாம் தாரமாக" வந்த கதை இதுதான்.

என்னை நினைத்து நானே பரிதாபப்படும் சூழ்நிலை எப்போதுமே எனக்கு வாய்த்திருந்ததினால், அந்தப் பிரிவு ஏற்படுத்திய துயர எண்ணங்களானது புதிதான அல்லது வேறுபட்ட எந்தவொன்றையும் எனக்குள் தோற்றுவிக்கவில்லை. எப்போதும்போல அந்த வாழ்கையையும் ஏற்றுக்கொண்டேன். ப்ரதீப்சிங்கை நினைக்கும்போது மட்டும்தான் பாவமாக இருந்தது. அவன் என்னை நிஜமாகவே விரும்பினான்.

என்னைவிட அதிகமான, நூற்றுக்கணக்கான கிலோமீட்டருக்கு அப்பால் இருந்து வந்து தங்கி வேலைப் பார்த்துப் படித்துக்கொண்டிருந்த அவனுக்கும் எனக்கும் இடையிலிருந்த அந்த ஒற்றுமைதான் எங்களை ஏதோ ஒரு புள்ளியில் இணைத்திருக்க வேண்டும் என்று நினைக்கிறன்.

அதுவொரு அழகான அதேநேரம் மிக மிகச் சிறியதொரு காதல்.

வகுப்புகள் முடிந்ததும் அவரவர் பார்த்து வந்த வேலைகளை நோக்கி ஓடும் அவசரத்தில், வெறும் ஆறுமாதத்தில் அப்படி என்ன பெரிதாக காதல் வந்துவிடப் போகிறது? அவன் என்னைப் பார்ப்பதும் நான் அவனைப் பார்ப்பதும் மட்டும்தான் எங்கள் இருவருக்குமிடையில் இருந்த அதிகபட்ச பரிமாற்றம். யாருக்கும் தொந்தரவில்லாத ஏன் சம்மந்தப்பட்ட எங்களுக்கே தொந்தரவில்லாத அதைக் காதல் என்று உணர்ந்தபோது உள்ளுக்குள் ஏதோ இதமாகத்தான் இருந்தது. அத்தோடு சரி. அதற்கு மேல் அதை எவ்வாறு கையாள வேண்டும் என்று எனக்கும் தெரியவில்லை; அவனுக்கும் தெரியவில்லை...

அந்த சம்பவம் நடக்கும் வரை...!

என் உடல் அமைப்பு என் வயதிற்கு மீறிய ஒன்றாக இருந்தது என்பதை இங்கு நான் சொல்ல வேண்டும்.

"எப்போதும் கையில் கிடைத்ததையெல்லாம் சாப்பிட்டதினால்தான் இப்படி இருக்கிறேன்" என்று அம்மா அடிக்கடி சொல்வாள். "பின் எப்போதும் பசியிருக்குமாறு வரம் வாங்கி வந்த ஒருத்தியின் நிலைதான் என்ன?" என்று எதிர் கேள்வி கேட்டாள் அமைதியாகிவிடுவாள்.

அதனால் என் உடலைப்போலவே என் மார்பும் பெரியதாக இருக்கும். எவ்வளவு இறுக்கமான உள்ளாடைகள் அணிந்தாலும் அதுவொரு கல்லூரி மாணவிக்கு இருக்கும் அளவைவிட பெரிதாகவே இருக்கும்.

"பால் மாடு" என்று அவன் ஏன் எனக்கு அப்படியொரு பெயர் வைத்தான் என இப்போது உங்களுக்கு புரிந்திருக்கும். என் வகுப்பில்தான் அவனும் படித்தான். அவனும் அவன் நண்பர்களும் அந்தப் பெயரைச் சொல்லி அழைக்கும்போது அதற்கு எப்படி எதிர்வினை புரிய வேண்டும் என்றுகூட எனக்குத் தெரியாது. அமைதியாக கடந்து விடுவேன். நாளாக ஆக அதை அவர்கள் தங்களுக்குச் சாதகமான ஒன்றாக நினைத்திருக்க வேண்டும்.

சிறுவயதிலிருந்து கோலப்பன் சார் முதல் என்னைத் திருமணம் செய்து கொள்வதற்கு முன் என் அக்காவின் கணவராக இருந்த அவன் வரை எத்தனையோ பாலியல் சீண்டல்களை சந்தித்து வந்த நான், ஒருநாள் கல்லூரியின் மதிய இடைவேளையில் கை முட்டியை வைத்து என் மார்பில் அவன் இடித்தபோது எப்போதும்போல விலகியேச் சென்றேன். ஆனால் ப்ரதீப் அப்படி கடந்துபோகும் ஒரு சம்பவமாக அதைப் பார்க்கவில்லை.

அன்று சாயந்திரம் நடந்த சண்டையில் அவனும், அவனது நண்பர்களும் தாக்கியதில் மயங்கி விழுந்த ப்ரதீப்பின் கன்னச் சதை கிழிந்திருந்தது. தாடை எலும்பில் கடுமையான உள்காயங்கள் ஏற்பட்டிருந்தது. பயந்துபோன அவர்களே அருகிலிருந்த மருத்துவமனையில் அவனைச் சேர்த்துவிட்டு ஓடியிருக்கின்றனர்.

போலீஸ்காரனின் மகனாக அவனது மூளை அப்போதுதான் வேலை செய்துள்ளது. தனது அப்பாவை அவனிடம் தூது அனுப்பி சமாதானம் பேசியுள்ளான். மருத்துவச் செலவை ஏற்றுக்கொள்வதாகவும், பதிலுக்கு வழக்கு பதியாமல் விட்டுவிடும்படியும் கெஞ்சியுள்ளான். பாவப்பட்ட ப்ரதீப் அவன் அப்பா எழுதிக்கொண்டு வந்த பேப்பரில் கையெழுத்துப் போட்டான்.

மறுநாள் காலையில்தான் எனக்கு எல்லாமே தெரியவந்தது. அபில் வேண்டாம் என்று சொல்லியும் கல்லூரி முதல்வரிடம் புகார் கொடுத்தேன். கல்லூரி முழுவதும் தகவல் பரவியது. எல்லோரின் பார்வை என்மீதும், ப்ரதீப் மீதும், அவன் மீதும் பரவியது. அவன் எழுதிக் கொடுத்த அப்பாலஜி ஏற்றுக்கொள்ளப்படாமல்

இன்னும் இரண்டு மாதத்தில் நடக்கவிருந்த செகண்ட் செமஸ்டர் தேர்வுகளை அவன் எழுத முடியாதபடி மூன்று மாதம் அவன் கல்லூரியிலிருந்து சஸ்பென்ட் செய்யப்பட்டான். இன்னும் இரண்டு வருடத்தில், அதாவது இறுதி வருடத்தில் நடக்கும் கல்லூரி தேர்தலில் போட்டியிட்டு சேர்மனாக ஆகவேண்டும் என்ற அவனது கனவிற்கு முதல்வர் கொடுத்த அந்த சஸ்பென்ட் லெட்டர் தடையாக இருக்கும் என்றும் பேசிக்கொண்டார்கள்.

நானும்கூட அந்தத் தேர்வுகளை எழுதாமல் ப்ரதீப்பை விட்டு எங்கோ மறைந்துபோகப் போகிறேன் என்று அப்போது தெரியாது. நானும் அவனும் காதலிக்கத் தொடங்கினோம். அப்படி வெளிப்படையாகக் காதலிக்கத் தொடங்கிய அடுத்த வாரத்தில்தான் அவன் என்னை ஒரு போட்டோ எடுத்துக் காண்பித்தான். அது நடந்த அடுத்த மாதத்தில்தான் அக்கா தற்கொலை செய்து கொண்டாள். அவள் தற்கொலை செய்து கொண்ட அடுத்த ஒரு வருடத்தில்தான் எல்லாம் தலைகீழானது.

ஊருக்குச் சென்ற நான் அதன்பின் டாக்டர் வீட்டில் வேலைக்கும் வரவில்லை. கல்லூரிக்கும் வரவில்லை. தம்பியின் படிப்பு செலவிற்காக ஊரிலேயே, அம்மாவுடனேயே சமையல் வேலைகளுக்குச் செல்ல ஆரம்பித்தேன். ப்ரதீப்பை பற்றி நினைக்க முடியாத அளவிற்கு நெருக்கடிகள் பெருகியது.

“இருக்கும் சூழ்நிலையில் என்னை எப்படிக் கட்டிக்கொடுப்பது?” என்ற பயம் அம்மாவைத் தொற்றிக்கொண்டது. அதை, இறந்துபோன அக்காவின் கணவனாக இருந்த அவன் பயன்படுத்திக் கொண்டான். பின் நடந்துதான் நான் மேலே சொன்னது.

நினைத்துப்பார்க்கையில் கடந்தகாலமும் எதிர்காலமும் இல்லாத என் வாழ்க்கையில் அந்த ஒரு வருடத்திற்கும் குறைவான கல்லூரி நாட்களில்தான் ஏதோ நான் எனக்காக வாழ்ந்ததாக நினைக்கிறன். ஆனால் அந்தக் காலத்தை நினைவில் வைப்பதற்குக் குறைந்தபட்சம் என்னிடம் ஒரு புகைப்படம்கூட இல்லை.

“கல்யாண ஆல்பதிற்குக்கூட தன்னால்தான் பணம் கொடுக்கப்பட்டது” என்று கூறி வக்கீல் அலுவலகத்திற்கு வெளியே வைத்து என் கண்முன்னாலேயே அதை அவன் தீ வைத்துக் கொளுத்தியபோது, தள்ளி நின்று என் வாழ்வை

நானே வேடிக்கைப் பார்ப்பதைப்போல பார்த்ததைத் தவிர வேறொன்றும் நான் செய்யவில்லை.

தேர்வுகளுக்காக எடுக்கப்பட்ட புகைப்படங்களை ஒரு காலத்தில் சேகரித்து வைத்து வந்தேன். ஆனால் அந்தப் புகைப்படங்கள் ஒருபோதும் வீட்டின் சுவர்களை அலங்கரிப்பதில்லை அல்லவா? அவைகளும்கூட அனுபவிப்பதற்கு முன் திடீரென கலைந்து செல்லும் இனிய கனவுகளென... நீண்ட காலத்திற்கு முன்னே என்னிடமிருந்து எங்கோ மறைந்துவிட்டது. இன்றுவரை "என் கடந்த காலத்தில் நான் எப்படி இருந்தேன்?" என்று பார்ப்பதற்கு என் நினைவுகளையோ அல்லது என்னைச் சுற்றிக் கிடக்கும் இதுபோன்ற பொருட்களையோதான் நான் துணைக்கு அழைக்க வேண்டியதாயிருக்கிறது.

அந்தக் கோபத்தில், ஒரு வீராப்பில் நான் எடுத்து வருபவைதான் எல்லோராலும் எள்ளி நகையாடப்பட்ட, ஊனமாகிப்போய் என்னைச்சுற்றிக் கிடக்கும் இந்தப் பொருட்கள்.

இதையெல்லாம் யோசித்துப் பார்க்கும்போதுதான் கடந்தகாலம் என்ற ஒன்று எப்போதாவது எனக்கு இருந்திருக்கிறதா? என்ற சந்தேகம் தோன்றுகிறது. சொல்லப்போனால் எதிர்காலம் என்ற ஒன்று இருக்குமா? என்றுகூட தெரியாத ஒரு வாழ்வில், கடந்த காலத்தைப் பற்றி கவலைப்படுவது கொஞ்சம் அதிகப் பிரசங்கித்தனம்தான் இல்லையா? அதனாலேயே என் ஒவ்வொரு காலங்களையும் பிரதிபலித்த எனது முகம் எப்படி இருந்தது என்று பதிவு செய்யாதது நல்லதுதானோ என்றுகூட இப்போதெல்லாம் நான் அடிக்கடி நினைப்பதுண்டு.

பின் நினைவு வைத்து பார்க்க என் முகமும், கண்களும், கனவுகளும் என்ன அத்தனை சிறப்பான காட்சிகளையா பார்த்து ரசித்தும், சிரித்தும், பிரதிபலித்தும் கொண்டிருந்தது - கொண்டிருக்கிறது? உண்மையில் எல்லோரும் என்னை ரசித்துப் பார்த்த பால் மாடாகக்கூட இப்போது நான் இல்லை என்பதுதான் நிஜம்.

கொஞ்சநேரம்தான் நிம்மதியாகத் தூங்கினேன். அதுவும்கூட ஒரு அசதியில்தான். கனவில் யாரோ என்னை சத்தம்போட்டு எழுப்புவதுபோல இருந்தது. அரை மயக்கத்தில் எழுந்த என் கண்முன் நடந்த காட்சிகளை நான் தெளிவாகப் புரிந்து கொள்வதற்கு என் அம்மாவும் தம்பியும் சுருண்டு கீழே விழ வேண்டியிருந்தது.

இப்படித்தான் பதினெட்டு வருடங்களுக்குப் பிறகு மீண்டும் அவனைப் பார்க்கிறேன்.

மாஸ்க் அணிந்திருந்தபோதும் அவனைக் கண்டுபிடிப்பதில் சிரமமேதும் எனக்கு இருக்கவில்லை. இன்னும் சொல்வதென்றால், அவனுக்கு முகமே இல்லாவிட்டாலும்கூட அல்லது என் கண்களே ஒருவேளை குருடாகிப்போயிருந்தாலும்கூட அவனை கண்டுபிடிக்க எந்தவித சிரமும் அடைந்திருக்கமாட்டேன். இப்படி என் வாழ்வில் முகமில்லா மனிதர்கள் சிலரை கண்டுபிடிக்க எனக்குப் போதிய அனுபவம் இருந்தது. அதில் நான் எப்போதும் திணறுவதுமில்லை; தோற்றதுமில்லை. இவனும் அவர்களில் ஒருவன்.

தண்ணீர் எடுத்துக்கொண்டு தம்பியிடமும், அம்மாவிடமும் மாறி மாறி ஓடினேன். என்ன நடக்கிறது என்று புரிந்துகொள்ள முடியாத பதட்டத்தில், விசாரித்துக் கொண்டிருந்தவர்களிடம் அவசர அவசரமாக விவாகரத்து பத்திரத்தை எடுத்து நீட்டிக் கொண்டிருந்தாள் அம்மா.

அதை வாங்கிக்கொண்டு அவன் ரோந்துக் காரின் அருகில் செல்லும்போது, அந்த இரண்டு கான்ஸ்டபிள்களிடம் அம்மா கெஞ்சிக்கொண்டிருந்தாள். அவர்களும் எங்களைப் போலியாகச் சமாதானப்படுத்திக் கொண்டிருந்தார்கள். நாங்கள் அனைவருமே சாலையின் ஒரு ஓரத்தில் அமர்ந்திருந்தோம். கார்களில் செல்பவர்கள் எங்களையேப் பார்த்தவாறு கடந்து கொண்டிருந்தனர். உலகத்திலே இதுபோன்ற மோசமான பார்வைகளை அதிகமுறை சந்தித்தவள் நானாகத்தான் இருப்பேன் என்று அப்போது நினைத்துக்கொண்டேன்.

அவனுக்குத்தான் என்னை அடையாளம் கண்டுக்கொள்ள முடியவில்லைபோல? அதனால் மனதிற்கு கொஞ்சம் நிம்மதியும் ஏற்பட்டது.

அம்மாவையும் தம்பியையும் அழைத்து அவர்கள் முகத்தில் அந்தப் பத்திரத்தை வீசியெறிந்து அந்த கான்ஸ்டபிள்களிடம் "அது செல்லாது" என்ற ரீதியில் என்னென்னவோ சொல்லிக்கொண்டிருந்தான்.

உடனே நான் ஆட்டோவிற்குச் சென்று என் பையிலிருந்த கோர்ட்டில் தாக்கல் செய்யப்பட்ட விவாகரத்து மனுவை அவர்களிடம் கொடுத்தேன். அதையும் வாங்கிப் பார்த்து

"ஜெராக்ஸ்" என்று சொல்லிக் கொண்டிருந்தான். சட்டென்று என் மனதில் ஒன்று தோன்றியது.

"அவன் என்னை அடையாளம் கண்டுகொண்டான்"

அந்த எண்ணமே என் உடலில் ஒரு நடுக்கத்தை உண்டு பண்ணியது. ஆட்டோ டிரைவரை நாக்கைத் துருத்தி தள்ளிப்போகச் சொன்னான். "இப்படி மாட்டிக்கொண்டு தான் அடி வாங்கியதற்கு நாங்கள்தான் காரணம்" என்பதுபோல எங்களைத் திட்டிக்கொண்டே அவன் நகர்ந்து சென்றான்.

இரு போலீசார்கள் அம்மாவையும், தம்பியையும் நகைகள், பணங்கள் ஏதாவது எடுத்துவிட்டு வந்திருக்கிறார்களா? என்று சோதனை செய்ய ஆரம்பித்தார்கள். உண்மையைச் சொல்லாவிட்டால் திருட்டு வழக்கு போடப்போகிறோம் என்று பயமுறுத்திக் கொண்டிருந்தார்கள். அவர்களையேப் பார்த்து கொண்டிருந்த என்னை "அய்யா கூப்பிடுறாரு போ" என்றார்கள்.

எந்தளவு மறைக்க முடியுமோ அந்தளவு என்னை நான் மறைத்துக்கொண்டேன். முக்கியமாக என் மார்பை. என்னைப் பார்க்காமலே திரும்பி நிற்கச் சொன்னான். நடக்கப்போவதை முன்பே அனுமானித்ததோ? என்னவோ? திரும்பி நின்றதும் என் உடல் கூச ஆரம்பித்தது. கூசத் தொடங்கிய அடுத்த நொடியில் அவன் கைகள் சட்டென்று என் இடுப்பிற்குள் நுழைந்து வெளியேறி பின்புறமாகச் சென்றது. அதிர்ச்சியில் குரலெழுப்ப முடியாமல் விக்கித்து நின்ற நான் அவனிடமிருந்து நழுவிச்செல்ல எத்தனித்தபோது, இரண்டு கைகளையும் மேலே கொண்டுச் சென்று இரும்புப் பிடியுடன் என் மார்பைப் பிடித்துக் கசக்கத் தொடங்கினான்.

திணறிப்போன நான், என் வாழ்வில், என் வயதில், எப்போதும்போல எனக்கு நடக்கும் எல்லாவற்றையும் வெறுமனே வேடிக்கைப் பார்த்துக் கொண்டிருந்த அந்த இரவில் என் உடல் அதுவரை சேர்த்து வைத்திருந்த அத்தனை வலிமையையும், கோபங்களையும், வெறியையும் ஒருசேரத் திரட்டிக்கொண்டு ஆவேசமாக...

வெள்ளையன், மணி மற்றும் ஒரு பின்குறிப்பு

அப்போது வெள்ளையனுக்கு வயது: 17.

குற்றம்: சாராயக் கடத்தல்.

ஆண்டு: 1971.

துரத்திய போலீசிடமிருந்து தப்பிக்க, ஓடும் டெம்போவிலிருந்து குதித்தும்கூட மாட்டிக்கொண்டான். இது அவனுக்கு மூன்றாவது முறை. அதுவும் ஒரே வருடத்தில். மாட்டிக்கொண்டதும் முதல் முறைபோல வெறும் அடியுடனோ, இரண்டாம் முறைபோல பதினெட்டு வயது என பொய்யாகக் காண்பித்து சிறைக்குள்ளோ மட்டும் தள்ளவில்லை; இன்னொன்றையும் செய்தான் இன்ஸ்பெக்டர் பீட்டர்பால்.

இரும்புக்கம்பியில் வெள்ளையனது சட்டையை இரண்டு சுற்றுச்சுற்றி, அவனது உச்சந்தலையில் இரட்டைச் சுழிகளுக்கு மத்தியில் மண்டையோட்டை பெரிதாக பிளக்காத வண்ணம் இரண்டு போடுபோட்டான். பின் அந்தச் சட்டையை ரத்தம் வடிந்தபடி இருந்த தலையைச் சுற்றிக்கட்டினான். மற்ற காயங்களோடு சேர்த்து இதுவும் டெம்போவிலிருந்து குதித்தபோது ஏற்பட்ட காயமாக எழுதப்பட்டது.

மறுநாளும் அப்படியே மயங்கிக் கிடந்தவனை அரசு மருத்துவமனைக்கு இழுத்துச் சென்று மருத்துவரிடம் எதையோ சொல்லவும், உள்நோயாளியாக சேர்க்கப்படாமல் அவன் எழுந்து நிற்குமளவிற்கான சிகிச்சைகள் மட்டும் செய்யப்பட்டது. "இன்னும் எவ்வளவு நேரம் அவனால் தெளிவாக இருக்கமுடியும்" என்ற இன்ஸ்பெக்டரிடம், "முக்கால் மணிநேரம்" என்று மருத்துவரிடமிருந்து வந்த பதிலில் திருப்தி ஏற்பட அப்போதே, அந்த இரவே அவன் நடுவர்முன் ஆஜர்படுத்தப்பட்டான்.

எண்ணி மூன்று வாரத்திற்குள் இரத்தத்தில் சீழை உருவாக்கும் கிருமிகள் வெள்ளையனை கொன்றுவிடும் என்ற நம்பிக்கையில் அவனைச் சிறைச்சாலை நோக்கி அழைத்துச் சென்ற பீட்டர்பாலின் மனதில், அவன் மீதுள்ள கொலைவெறி மட்டும் இன்னும் அடங்காமல் இருந்தது.

இந்தளவிற்கு அவன் வெறி கொள்வதற்கு காரணம், வெள்ளையன் எந்த அச்சமுமில்லாமல் மீண்டும் மீண்டும் சாராய கடத்தலில் ஈடுபடுவதோ, இல்லை ஒரே வருடத்தில் மூன்று முறை மாட்டிக்கொண்டதோ அல்ல.

ஒரு வார்த்தை... ஒரே ஒரு வார்த்தை.

அவன் நினைவு திரும்பும்போதெல்லாம், அவனைப் பார்த்து உச்சரிக்கும் வார்த்தைகளில் முதல் வார்த்தை அதுவாகத்தான் இருக்கும். ஒரு கட்டத்தில் "தான் அவனை அடித்த அடிகளைவிட, அவன் தன்னை நோக்கி உச்சரித்த அந்த வார்த்தைதான் எண்ணிகையில் அதிகமோ?" என்ற குழப்பமும்கூட பீட்டர்பாலுக்கு வந்ததுண்டு; அதுதான் வெள்ளையனை கொலை செய்யும் அளவிற்கு சூட்டையும் கிளப்பியது.

இந்தளவிற்கு இன்ஸ்பெக்டர்மீது வெள்ளையன் வெறி கொள்வதற்கு காரணம், அவன் தன்னை மீண்டும் மீண்டும் கன்னம் வைத்துப் பிடிப்பதோ, பிடித்துக் காட்டுத்தனமாக அடிப்பதோ அல்ல. கடந்தமுறை சிறைக்கு சென்றபோது, அங்கே அவன் சந்தித்த சில மோசமான சம்பவங்கள்தான். அதில் ஒன்று "சிறுவன் சிறையில் இருந்த நாட்களில் அவனை பாலியல் சித்ரவதைச் செய்த ஜெயில் வார்டன்" என்ற பத்திரிகையில் வராத செய்தி.

"பலவரோலிக்க மவனே... நெஞ்சூக்கம் இருந்தா ஒத்தைக்கு ஒத்த வால பொட்ட பட்டி. கட்டிப் போட்டு அடிக்க வெக்கி நாணிக்கணும்... ஒனக்க அம்மைக்கோ, பொண்டாட்டிக்கோ நல்ல ஆம்பள வேணும்னா, பொறத்த எங்கையும் தேடாத. நா இருக்கேன்"

இதன்பின்தான் அவனது இடதுகை கட்டப்பட்டது; முதல் அடி காதின் பின்புறமாக வழுகிச் சென்றது. இரண்டாவது அடி உச்சந்தலையில் இரட்டைச் சுழிகளுக்கு மத்தியில் மண்டையோட்டை பெரிதாக பிளக்காத வண்ணம் விழுந்தது.

அதனால் என்ன? எத்தனை பலமான அடிகள் விழுந்தாலும், எத்தனை முறை அவன் மயங்கி விழுந்தாலும், பேசமுடியாமல் பலவீனமாக சுருண்டு விழுந்து கிடந்தாலும்கூட, கண்களை மெல்ல திறந்து பார்ப்பான். எதிரில் பீட்டர்பால் நின்றால், உடனே அவனது உதடுகள் சத்தமில்லாமல் அந்த வார்த்தையை காற்றின் துணையுடன் மேலும் கீழுமாய் மிகுந்த சிரமத்துடன் உச்சரிக்கத் தொடங்கிவிடும். யார் காதிலும் அந்த ஓசை சென்று சேராவிட்டாலும், ஏதோ காதை அடைக்கும் சத்தமாக அது அவனுக்குள் தொடர்ந்து கேட்கத் தொடங்கிவிடும்.

“பலவரோலிவுள்ள...”

.....

“ஏன்டா கிறுக்குகூதியான, பேப்பர்ல படிச்சுதான் ஒன் பொண்டாட்டி ஓடிப்போனான்னு ஒனக்கு தெரிஞ்ச்சுக்கணுமால? என்னதாம்ல நடக்கு ஒனக்க வீட்ல?”

“எனக்க என்ன அண்ணாச்சி தெர்யும் ஏதோ நடக்குவு”

“அப்படி படிக்கணும்னா அந்த பேப்பரு மயிற ஒத்த ரூவா குடுத்து வீட்ல வாங்கி வச்சு படிச்சா என்னவாம்? இங்க டீ கடைல வந்துதான் படிக்கணுமோ? இல்ல அந்த கண்றாவிய இன்னைக்கு தொடாம இருந்தாதான் குடியா முழுவப்போது?

“அதான் முழுசும் முங்கி முத்தெடுதாச்சுல்லா?” என்றார் எம். எஸ் பீடியின் புகையை தன் நுரையீரலுக்கு கொஞ்சமும், வெள்ளையனிடம் பேசிக்கொண்டிருந்த டீ கடைக்காரரின் நுரையீரலுக்கு கொஞ்சமுமாக அனுப்பிக்கொண்டிருந்த வடை மாஸ்டர்.

“நேத்தைக்க நடந்த மார்னிங் ஷோ’ல சாரத்த தூக்கிக் காமிச்சு கவுன்சிலருக்கு பி.ஏ பொண்டாட்டிய நல்ல ஒரு கலர் ஃபோட்டோ எடுத்தியாம்லடே...? அறிஞ்சேன்.”

தன்னைச் சுற்றி என்ன நடக்கிறது என உண்மையிலேயே வெள்ளையனுக்குத் தெரியாதுதான். அதேநேரம் கடையில் இருப்பவர்கள் முதற்கொண்டு ஊரில் உள்ள அனைவருக்கும் “அவனுக்கு என்ன நடந்தது” என்று அவனுக்கு முன்பே தெரியும். ஆனால் எதுவும் தெரியாததுபோல எல்லோரும் அவனிடம் துக்கம் விசாரித்தனர்; இல்லை இதேபோலத் திட்டி இன்னும் சிறிது நல்லவர்களாகிக் கொண்டனர்.

மூன்றாவது நாளாகவும் இம்மி பிசகாமல் நடக்கும் இதுபோன்ற காட்சிகளுக்கு எப்போதும்போல, எந்தப் பதிலும் சொல்லாமல், வெட்கப்பட்டுச் சிரிப்பதுபோல முகத்தை வைத்துக் கொண்டு பேப்பரை முறுக்கும், தேங்காய் பன்னும் இருந்த பாட்டில்களுக்கு இடையில் சொருகி வைத்தபடி வெள்ளையன் நகர்ந்தபோது "என்ன எளவு ஜெம்மமோ?" என்றார் டீ கடைக்காரர்.

கடையிலிருந்த நான்கு பேரில் பெரியவர்கள் இருவர் நக்கலாக "ம்" கொட்டிச் சிரித்தனர். இளைஞன் ஒருவன் நடந்த கூத்தை தன் கூட்டாளிகளுடன் பகிர கடைசி வாய் உண்ணியப்பத்தை முழுங்கிவிட்டு கிளம்பினான். எதுவும் புரியாமல் கையில் தூக்குவாளியுடனும், இடுப்பில் டவுசருடனும் நின்றிருந்த சிறுவன் "அண்ணே அப்பா மூன்றுவாய்க்கு காப்பி வாங்கிட்டு வரச் சொன்னாரு. பைசா அப்புறமா வந்து தருவாராம்" என்று சொன்னதையேச் சொல்லிக் கொண்டிருந்தான்.

இதையெல்லாம் அரைகுறையாகப் பார்த்தும், கேட்டும்விட்டு கடைக்குள் நுழைந்து கொண்டிருந்த ஐந்தாவது ஆள் "குருட்டுப் பயலப்போயி ராசபார்வை பாருன்னு சொன்னா அவன் என்னத்தடே செய்யுவான்" என்றார்.

∴

வெள்ளையன் சாகவில்லை. ஒருவாறு பிழைத்துக்கொண்டான்.

ஆனால் பிழைத்து வெளியே வந்தவன் முன்புபோல இல்லை. அவனுடன் பழகியவர்கள் அவனைப் பார்த்து பரிதாபப்பட்டனர். எந்த வேலையையும் வேகமாகச் செய்யமுடியாத அளவிற்கு மந்தமானான். சட்டென்று அவனால் எதையுமே புரிந்துகொள்ள முடியவில்லை; அதிகநேரம் அவகாசம் எடுத்துக்கொண்டான்.

"இனியும் இங்கிருந்தால் எஸ்.ஐ தன் பையனை உயிரோடு விடமாட்டார்" என்று புரிந்துகொண்ட வெள்ளையனின் அப்பா, "புல்லட்" அன்புவுடனான தனது நெருங்கியப் பழக்கத்தை வைத்து அவனது ஊருக்கு அனுப்பி வைத்தார். அனுப்பி வைத்தவர் அந்த மூன்றரை வருடங்களில் ஒருமுறைகூட அவனைப் பார்க்க வரவில்லை. வயது மூப்பும், அறுநூற்றி ஐம்பத்து இரண்டு கிலோமீட்டரையும் தவிர அவர் பார்க்க வராமல் இருந்ததிற்கு விசேஷமான காரணம் ஒன்றுமில்லை. பின் அவர் இறந்தும்போனபோது அன்புவின் முழு கட்டுப்பாட்டிற்குள் வெள்ளையன் வந்தான்.

கட்டுப்பாடு என்பது வேறொன்றுமில்லை. வீட்டு வேலைகள், வொர்க் ஷாப் வேலைகள் கொடுப்பது, இரவு தூங்க தனது வீட்டு பக்கத்திலேயே காலியாகக் கிடந்த ஷெட்டை குடிசைபோல மாற்றிக் கொடுத்தது, பழைய துணிமணிகளை உடுக்கக் கொடுப்பது, பின் மூன்று வேளைகள் இல்லாவிட்டாலும் மதியமும் இரவும் மீதமிருக்கும் சோற்றைக் கொடுப்பது.

வீட்டு வேலைகளை ஒழுங்காகச் செய்பவன், வொர்க் ஷாப் வேலைகளை ஒரு மாதிரியாகச் செய்து முடிப்பான். அதற்காக அடி வாங்கி அந்தக் குறைகளை ஈடு கட்டிக்கொள்வான். வொர்க் ஷாப்பில் இருந்த ஸ்பேனர், பைக் செயின் முதற்கொண்டு அவன் உடலை வேகமாகத் தீண்டாத ஒரு உதிரி பாகங்களும் கிடையாது என்று மட்டும் நிச்சயமாக சொல்ல முடியும். இது அன்பு இறக்கும்வரை நடந்தது.

மற்றபடி வெள்ளையன் நடவடிக்கைகளில் மாற்றம் ஒன்றுமில்லை. தொடக்கத்தில் கொஞ்சம் அமைதியாக குடிப்பதும், குடிசையில் போய் உறங்குவதுமாக இருந்தவன், பின்னர் பதினேழு வயதில் சுய உணர்வோடு என்ன செய்தானோ அதையே முப்பது வயதிற்குப்பின் வேறுமாதிரியாகச் செய்யத் தொடங்கினான்; சாராயக் கடத்தலைத்தவிர.

ஆரம்பத்திலிருந்தே அன்பு உட்பட யாருக்குமே அவன் பயந்தது கிடையாது. குடிப்பான், நடுத்தெருவில் விழுந்து கிடப்பான். நாளொன்றுக்கு ஒரு முறையாவது கோவப்பட்டுக்கொண்டு வொர்க் ஷாப்பை விட்டு வெளியேறுவான். இப்படி தனக்கு எப்போது என்ன தோன்றுகிறதோ அது அத்தனையும் செய்வான்.

இப்படி என்ன செய்தாலும் அன்பு அவனைப் பெரிதாகக் கண்டுகொள்ளாமல் இருந்ததிற்கு காரணம், எங்கு சென்றாலும் மறுநாள் வொர்க் ஷாப் வந்துவிடுவான் என்பதினாலும், வீட்டு வேலைகளை மிச்சமில்லாமல் செய்து முடித்துவிடுவான் என்பதினாலும் மட்டுமல்ல; போலீஸ் வாகனங்களிலிருந்து மீட்டர் திருடிய வழக்குகளில் தனது சொந்தக் கைக்காசைப் போட்டு தனக்கு பெயில் வாங்கித்தந்த வெள்ளையனின் அப்பா மீதிருந்த விசுவாசமும் சேர்ந்துதான் அவன் செய்யும் அத்தனை அட்டூழியங்களிலிருந்தும் அவனைக் காப்பாற்றிக் கொண்டிருந்தது.

எல்லோரும் சொன்னதைக் கேட்டு "திருமணம் செய்து வைத்தால் மாறிவிடுவான்" என்று நினைத்து அன்பு குடும்பத்தினர்

கோலப்பொடி விற்கும் மேரியின் மகளைக் கட்டி வைத்தார்கள். கொஞ்சம் மாறித்தான் போனான். ஆனால் அந்த மாற்றம் ஒரு வருடம் நீடிப்பதற்குள் அவள் வயிறு வீங்கி இறந்துபோனாள். பெயர் தெரியாத பெரியதொரு நோயை மறைத்து திருமணம் செய்து வைத்ததாக மேரிமீது எல்லோரும் பழி சுமத்தினார்கள். ஆனால் கடைசிவரை "தனது மகளுக்கு என்ன நோய் இருந்தது" என்று மட்டும் அவள் யாரிடமும் சொல்லவேயில்லை.

தான் அடிவாங்கும்போது என்ன செய்வானோ அதையேத்தான் அப்போதும் வெள்ளையன் செய்தான். துட்டி வீட்டிலிருந்து வேகமாக வெளியேறியவன் போதம் கெடும் அளவிற்கு குடித்துவிட்டு மனைவிக்கு முன்பே சுடுகாட்டிற்குப்போய் அம்மணமாகக் கிடந்தான். அவளைப் புதைப்பதை அரைகுறையாய் பார்த்தவனை அங்கிருந்து தூக்கிக்கொண்டு வந்துதான் குடிசையில் போட்டார்கள்.

அதுவரை குடித்துவிட்டு வெறுமனே விழுந்து கிடக்கும் அவனுக்கு, அம்மணமாகக் கிடக்கும் பழக்கம் அன்றிலிருந்துதான் தொற்றிக்கொள்ள ஆரம்பித்தது. தொடக்கத்தில் அதைப் பார்த்து முகம் சுழித்த பெரியவர்கள், அவனின் உடையைச் சரி செய்தார்கள். பெண்கள் கண்டும் காணாமல் சென்றனர். இளைஞர்கள் சிலர் சரியாகக் கட்டப்படிருந்தாலும் வேண்டுமென்றே லுங்கியை அவிழ்த்து விட்டுச் சென்றார்கள். ஆனால் நாளாக ஆக பெரியவர்கள் கண்டும் காணாமல் சென்றனர். பெண்கள் சிரித்து விட்டு நகர்ந்தார்கள். இளைஞர்கள் எப்போதும்போல அவனது நிர்வாணத்தை உறுதிப்படுத்திக் கொண்டார்கள்.

இப்படியாக அவனது அம்மணம் அந்த ஊருக்கு இயல்பாகிப்போனது; குடிசை மீண்டும் ஷெட்டானது; வெள்ளையன் தனது வேலைகளில் கூடுதலாக தவறு செய்ய ஆரம்பித்தான்.

குடிபோதையில் உருளும் வெள்ளையனைச் சுற்றி, தங்களது தேவை என்னவென்றுத் தெரியாமல் சுருங்கி, மடங்கிக் கிடக்கும் அவனது ஆடைகளைப்போல, என்ன செய்வதென்று புரியாமல் அன்புவும், வருடங்கள் நான்கும் ஒட்டாமல் உருண்டோடியது.

...

அந்த நான்கு வருடங்களில் வெள்ளையன் அன்புவிற்கு தீராத் தலைவலியானான். ஊரில் அவன் செய்யும் அத்தனை

அலம்பல்களும், அதைப் பற்றிய புகார்களும் முதலும் கடைசியுமாக அன்புவிடம்தான் வந்துசேர்ந்தன.

ஏற்கனவே கைவசமிருக்கும் அதிர்ச்சிகரமான பல பழக்க வழக்கங்கள் போதாதென, மறந்துபோன சில விசயங்களும் வெள்ளையனுக்கு அந்த சம்பவத்திற்குப்பின் நினைவிற்கு வர ஆரம்பித்தது. அதிலொன்று பதின்ம வயதுகளில் அவன் அடிக்கடி பயன்படுத்திய அந்த வார்த்தை. எல்லாச் சித்ரவதைகளுக்கும் சிகரம் வைப்பதுபோல இரும்புக்கம்பி தனது தலையை இரண்டுமுறை பதம் பார்த்தபோதும் விடாப்பிடியாக அவன் உச்சரித்த அதே வார்த்தை.

இப்போது அவன் யாரை நோக்கியும் அதைச் செலுத்தவில்லை; முன்புபோல் அவ்வளவு திமிருடனும் அதை உச்சரிக்கவில்லை. சொல்லப்போனால் தெருவில் கிடக்கும் அவனை அடித்து எழுப்புவர்களை பார்த்தும் சிரிக்க மட்டுமே செய்தான். பின் ஏன் திடீரென அந்த வார்த்தை அவனுக்கு நினைவிற்கு வந்தது என்று அவனைப்போலவே யாருக்கும் தெரியவில்லை.

இத்தனை வருடங்களுக்குப் பிறகும், எதிரில் இன்னும் பீட்டர்பால் நின்று கொண்டிருப்பதுபோல நினைத்துக்கொண்டு, ஆள் இல்லாத வெளியை நோக்கி, உதடுகள் ஆவேசமில்லாமல் மேலும் கீழும் அசைய, கொஞ்சம்கூட பலமேயில்லாத குரலால், கேட்பவர்கள் சிரிக்கும் அளவிற்கு, சொல்லி முடித்தப்பின் அவனே சிரிக்கும் அளவிற்கு அதைச் சொல்லிமுடிப்பான் அல்லது முணுமுணுப்பான்.

"பலவரோலிவுள்ள"

ஆனால் அதன் தொடர்ச்சியாக உச்சரிக்கும் மீதியுள்ள வார்த்தைகளை அவன் மறக்காவிட்டாலும்கூட, அதன்பின் வந்த எப்படிப்பட்ட சூழ்நிலையிலும் அவற்றை அவன் சொல்லவேயில்லை.

அவன் முன்புபோல இல்லை என்பது குடித்துவிட்டு மறுநாள் வொர்க் ஷாப் வராமலும், வீட்டு வேலைகளை சரிவர செய்யாமல் இருந்ததிலிருந்தும் மட்டுமல்ல, சங்கிலி அறுக்கும் கும்பலோடு ஏற்பட்ட பழக்கத்தில் ஒரு கொலை வழக்கில் பிரதியாகும் சந்தர்ப்பத்திலிருந்து அவன் தப்பித்து வந்த அந்தநாளில்தான் அன்புவிற்கு முழுதாக தெரியவந்தது. "இடுப்பில் வைத்திருந்த குவாட்டர் பாட்டில் உடைந்து குடல்

அறுபட்டுதான் அக்கும்பலில் ஒருவன் இறந்துபோனான்" என விசாரணையில் முடிவான பின்புதான் போலீஸ் வெள்ளையனை வெளியேவிட்டது. அவன் லாக்கப்பில் இருந்த அந்த இரண்டரை நாட்களும் அன்புவிற்குள் உருவாகிய வெறியானது, அவன் போலீஸ் ஸ்டேஷனை விட்டு வெளியே வந்ததை பார்த்தபோது ஒன்றுமில்லாமல் போனது.

பல்லை நறநறவென கடித்தபடியே, கையை முறுக்கிக்கொண்டும், தலையைக் குனிந்துகொண்டும் அன்புவின் முன்வந்து நின்ற வெள்ளையனுக்கு, வாங்கிய அடியினால் நெற்றியிலும் உதட்டிலும் ஏற்பட்டிருந்த காயங்களின்மேல் இரத்தம் காய்ந்து போயிருந்தது. எப்போதையும்விட அடியும் உதையும் கூடுதலாக கொடுக்கவேண்டும் என்று நினைத்து வந்த அன்புவினால் அவனை ஒன்றும் செய்ய முடியவில்லை. ஊற்றெடுத்துக்கொண்டிருந்த இரத்தமானது கிழிந்த பாதங்களுக்கும், செருப்புகளுக்கும் இடையில் பிசுபிசுவென ஒட்டி விலகியபோது வலியினால் முனங்கிய வெள்ளையனை, தூக்காத குறையாக அன்புவின் ஆட்கள் சுமந்துச் சென்றனர்.

இரண்டு நாட்களாகியும் அந்த பல்லை நறநறவென கடிக்கும் பழக்கமும், கையை முறுக்கிக்கொண்டு பிசையும் செய்கையும் அவனை விடாமல் துரத்தவே, செய்து வந்த கொஞ்சநஞ்ச வேலைகளும் அவனால் செய்யமுடியாமல் போனது. ஆனால் குடியை மட்டும் வெள்ளையனால் நிறுத்த முடியவில்லை.

இப்படி எதற்கும் உபயோகமற்றுப்போன வெள்ளையனும், அவனின் இதுபோன்ற நடவடிக்கைகளும் ஒருபுறம் அன்புவிற்கு எரிச்சலூட்டினாலும், பலநேரங்களில் அதனால் கோபமுற்று அவனை அடித்து அதட்டினாலும், இன்னொருபுறம் அவன் வாழ்வு மீண்டும் ஒரு சுற்று மோசமாவதற்கு தான் செய்து வைத்த திருமணம்தான் காரணமாக இருந்து விட்டதோ? என்ற எண்ணம் அன்புவை உறுத்திக்கொண்டேயிருந்தது. அந்த உறுத்தல்தான் எத்தனையோ காரணங்கள் இருந்தும் வெள்ளையனை ஊரைவிட்டு துரத்தாமல் அன்புவை இழுத்துப் பிடித்தும் வைத்திருந்தது.

மிதமிஞ்சிய குடியும், அதனையொட்டி ஏற்பட்ட அதிர்ச்சிகரமான சம்பவங்களும்தான் வெள்ளையனின் இந்த மாற்றத்திற்கு காரணம் என்றும், இது குடிநோய் முற்றிப்போதலின் ஒருவகையான "ஏ" சிம்டம் எனவும், வொர்க் ஷாப்பிற்கு புல்லட்டை சர்விஸ்

விட வந்த டாக்டர் அன்புவிடம் கூறினார். இது இப்படியே தொடர்ந்தால் "என்ன செய்கிறோம் என்று தெரியாமலேயே சிறுநீரும், மலமும் கழித்து அதை வீடெங்கும் தடவி வைக்கும் மனநோய் வரை கொண்டு செல்லும்" என்றும் அவர் சொன்னது அன்புவிற்கு கிலியை ஏற்படுத்தியது.

அப்படி ஒன்று நடப்பதற்குமுன் அவரிடமே சில மருந்து மாத்திரைகளை கேட்டு வெள்ளையனுக்கு வாங்கிக் கொடுத்ததுடன், அவன் வொர்க் ஷாப் வருவதும் முற்றிலுமாக அன்புவினால் தடுத்தும் நிறுத்தப்பட்டது. சாப்பாடு மட்டும் வழக்கம்போல அன்பு வீட்டிலிருந்து சென்றது. அதேநேரம் குடிசைக்குள்ளேயே அவனை முழுவதுமாக முடங்கவிடாமல், தோமையார் பஜாரில் உள்ள இருபது கடைகளின் வாசல்களை காலையும் மாலையும் தூர்த்துப் பெருக்கி துப்புரவு செய்யும் வேலையும் அவனுக்கு அன்புவினால் ஏற்பாடு செய்யப்பட்டது.

அங்குதான் வெள்ளையன் நீலம்மையைப் பார்த்தான்.

•••

வெள்ளையன் ஆள் கருப்புதான். எப்படி வேலை தெரியாமல் மெக்கானிக் ஆனானோ, அதேபோலத்தான் கருப்பான அவனுக்கு வெள்ளையன் என்ற பெயரும் வந்து சேர்ந்திருந்தது. எங்கு கிளம்பினாலும் முகம் நிறைய பவுடரை அள்ளிப் பூசியபடி வெளியேறும் அவனுக்கு இந்தப் பெயரானது, அன்புவிடம் வருவதற்கு முன்பே வந்துவிட்டது. வெள்ளையனின் அப்பாவே அந்தப் பெயரை சொல்லித்தான் மகனை அன்புவிடம் விட்டுச்சென்றார்.

அதிகாலையில் கடை வாசல்கள் அனைத்தையும் சுத்தம்செய்து முடித்தபின் பெரிதாக வேலை ஒன்றும் இல்லாமலிருக்கும் அவன், மதியம் பனிரெண்டு மணி வரை, அதாவது நீலம்மை கொண்டு வந்த மீன்களில் முக்கால் பங்கு விற்றுத்தீரும்வரை அவள் அருகில்தான் அமர்ந்திருப்பான். சர்ச் வாசலில் மீன் விற்கக் கூடாதென ஒருநாள் ஊர் டிரஸ்டிகள் வலுக்கட்டாயமாக அவளை இழுத்துக்கொண்டுபோய் ரோட்டில் தள்ளிய அன்று, முதன் முதலாக அந்தப் பெயர் குறித்த கதையை அவனிடம் கேட்டுவிட்டு சத்தம் போட்டுச் சிரித்தாள்.

அதன்பின் நீலம்மை மீன் விற்கும் இடம் வெள்ளையனின் குடிசை முன்பு என்றானது.

மீனைவிட வெள்ளையனின் ஷெட்டிலிருந்து வெளிவரும் ஒருவித நாற்றம்தான் தனக்கு தாங்க முடியாத ஒன்றாக இருப்பதாக அவள் உணர்ந்தாள். அதன் அருகில் சென்றாலே யாரோ அங்கு தீராத வியாதியோடு நீண்டநாள் வசித்து வருவதுபோல ஒரு மனப்பிரமை ஏற்பட்டுவிடும். புதிதாக அதனுள் நுழைபவர்கள் யாராக இருந்தாலும் கொஞ்சம் பயந்துதான் போவார்கள். நீலம்மை மட்டும் விதிவிலக்கா என்ன? நுழைந்ததைவிட வேகமாக வெளியேறினாள். பின் மனதை திடப்படுத்திக்கொண்டு மறுநாள் உள்ளே சென்றவளின் காலில் இடிபட்ட ஒரு பெட்டியைப் பார்த்தாள். அந்த குடிசையில் இருந்த ஒரே பொருள் அந்த பெட்டி மட்டும்தான். அதைத் திறந்து பார்த்தவளுக்கு குமட்டிக்கொண்டு வந்தது.

அதனுள்தான் வெள்ளையன் எல்லாவற்றையும் போட்டு வைத்திருந்தான்.

எலிப்புழுக்கைகள் மிதமிஞ்சி சிதறிக்கிடந்த அந்தப் பெட்டியில்தான் முகம் கழுவும் சோப்பு, ஒரு சாப்பிடும் தட்டு, அழுக்கில் கருப்பு நிறமாகிப்போன சீப்புகள் நான்கு, தாடி மயிர்களோடு சேவிங் செட்டில் சொருகியிருந்த ப்ளேடு, பெரும்பங்கு துர்நாற்றத்தைக் கிளப்பிக்கொண்டிருந்த போர்வையும், தீ வைத்துக் கொளுத்தினாலும் எரியாத அளவிற்கு விறைத்துப்போய்க் கிடந்த அழுக்குத் துணிகளும், குறைந்தது ஒரு வருடமாவது வண்டுகளும், புழுக்களும் தங்களது ஜீவிதத்தை நடத்திக் கொண்டிருந்த ஐந்து கிலோ புழுங்கல் அரிசியையும், பிய்ந்துபோன செருப்பும், கல்யாணத்தின்போது இருவருக்கும் போடப்பட்ட மாலைகளும் என எல்லாவற்றையும் அதனுள்தான் போட்டு வைத்திருந்தான்.

உடுக்கும் உடைகளை சோப்பு போடாமல் வெறும் தண்ணீரிலே துவைத்துப் போடுவதினால் வெள்ளையனிடமிருந்து கிளம்பும் ஒருவிதமான மூச்சடைக்கும் நாற்றம் உருவாகும் இடத்தை அல்லது காரணத்தை அன்றுதான் அவள் கண்டுகொண்டாள். வெள்ளையனின் ஒரு புகைப்படம்கூட இல்லாத அந்த குடிசையைப் பார்க்கும்போது, தண்ணீர் இல்லாமல், வாய் பகுதி உடைந்துபோய் ஒரு மூலையில் காய்ந்து கிடந்த அந்த மண்பானையை போலவே அது அவளுக்குத் தோன்றியது. இரண்டொரு நாளில் ஏதேதோ செய்து மீண்டும் அந்த ஷெட்டை துர்நாற்றமில்லாத குடிசையாக்கினாள்.

விஷயம் எப்போதும்போல அன்புவின் காதுகளுக்குச் சென்றது. நிம்மதியோ, தொல்லை தீர்ந்தது போன்ற உணர்வோ... உள்ளுக்குள் ஏதோ ஒன்று தோன்றி மறைந்தது.

வெள்ளையனும் எதையுமே தீவிரமாகப் பார்க்கும் மனநிலையிலிருந்து வெளிவந்தவன்போலக் காணப்பட்டான். முதல் மனைவியின் இறப்பினைத் தொடர்ந்து புதிதாகவும், வேறொருவனாகவும் மாறிப்போன பழைய வெள்ளையன் இப்போது இல்லை. பெயருக்கேற்ற மாதிரி வெள்ளை என்று சொல்ல முடியாவிட்டாலும் வேட்டி, சட்டை என கொஞ்சநாள் மாறித்தான் பார்த்தான். ஒரு வாரம் தாண்டுவதற்கு முன்பே அது ஒத்துவரவில்லை என்று எங்கோ கிடைத்த இரண்டு ஜீன்ஸ்களுக்கு மாறினான். பின் அதுவே காலத்துக்கும் அவன் அடையாளமாகிப் போனது.

எட்டு மாதங்கள் கடந்திருந்தது. நீலம்மைக்கு ஒரு பாட்டி மட்டுமே உண்டு. "தன் பேத்தியை அபகரித்து விட்டான்" என்று வெள்ளையனை அரைமணிநேரமும், "அரிப்பெடுத்து ஓடி வந்துவிட்டாள்" என நீலம்மையை ஒரு அரைமணிநேரமும் வசைபாடிவிட்டுப்போன பின்புதான் திருமணமாகாமலேயே நீலம்மையும் வெள்ளையனும் சேர்ந்து வாழ்கிறார்கள் என்று ஊரில் உள்ளவர்கள் உறுதிப்படுத்திக் கொண்டார்கள். அவர்களும் அதை மறைக்கவில்லை.

மட்டுமில்லாமல் பெருமளவில் ஓட்டைகளைச் சுற்றி மட்டுமே அமைந்திருக்கும் அந்த கதவினருகில் சென்றாலே பார்த்துவிடக்கூடிய ரகசியம் அது.

அவர்கள் வாழ்வில் இன்னும் எட்டு மாதங்கள் கடந்தபோது, இருவருமே பக்கத்து ஊரில் கட்டிட வேலைக்கு சென்று கொண்டிருந்தார்கள். எப்போதும் ஏதாவதொரு போஸ்டரில் தனது பெயர் வருமாறு பார்த்துக்கொள்ளும் பக்கத்து ஊர் கவுன்சிலரின் 'பி.ஏ'வுடன் அப்போதுதான் அவளுக்கு பழக்கம் ஏற்பட ஆரம்பித்தது. அவன் தலைமையில்தான் அந்த "நவீன கட்டணக் கழிப்பிட" கட்டிடத்திற்கான வேலையும் நடந்து கொண்டிருந்தது. கட்டிட வேலை நடந்து முடிந்த பின்னும்கூட, அதே கழிப்பிடத்திற்கு பின்புறம் வைத்து அவர்கள் தொடர்ந்து சந்தித்துக் கொண்ட அந்தப் பழக்கம், அதுவரை தெரியாமலிருந்த வெள்ளையனுக்கு ஒருநாள் தெரிய வந்தபோது அதைப்பற்றி

அவன் ஒன்றுமே அவளிடம் கேட்கவுமில்லை; கேட்க எதுவும் அவனுக்குத் தோன்றவுமில்லை.

கொஞ்சம் கொஞ்சமாக இந்த விவகாரம் ஊர்காரர்களுக்கு தெரியவந்தபோது "இந்தானிக்குதான் நடக்கும்னு அப்பவே தெர்யும்வே... ஒரு மனுசி இங்க இருந்து அங்கப் போயா வெளிக்கு இருப்பா?" என வெள்ளையனின் காதுபடவே அவர்களில் சிலர் பேசிச் சிரித்துக்கொண்டார்கள். அதன்பின்னும் அவன் கடைப்பிடித்து வந்த அமைதியானது அனைவருக்குமே ஆச்சரியத்தை ஏற்படுத்தியபோது, நீலம்மைக்கு அது பயத்தை உண்டு பண்ணியது.

வெள்ளையனின் அந்த அமைதியை வெறும் ஆச்சரியத்துடன் மட்டுமே கடந்து செல்ல விரும்பாத ஊர்காரர்களில் சிலர் 'அவள் வயிற்றில் வளர்ந்துகொண்டிருந்த கரு வெள்ளையனுடையதா? அல்லது அந்த பி.ஏ'வுடையதா? என்பது போன்ற அடுத்தகட்ட விவாதங்களுக்கு தயாரானார்கள். இன்னொருபுறம் நீலம்மையின் அந்த பயத்தை ரசித்த அவர்கள் "உப்பத் தொட்டுட்டு ஒரலயே முழுங்கக் கூடியவாளாக்கும் அவ" என்ற பழமொழியை ஊருக்குள் பிரபலமாக்கி எப்போதும் யாருக்கும் அஞ்சாமல் இயங்கும் அவள் உடல்மொழியை கூனி குறுகச் செய்தார்கள். எப்போதும் வெள்ளையன் உச்சரித்து வந்த "பலவரோலிவுள்ள" என்ற வார்த்தை இப்போது அவர்கள் அனைவரும் அவனைப் பார்த்தும், நீலம்மையைப் பார்த்தும் உச்சரிக்கத் தொடங்கினார்கள்.

இப்படி அந்த நாட்களில் நீலம்மையை அல்லது அவனைச் சுற்றி நடந்து கொண்டிருந்த அதிர்ச்சிகரமான பல விவாதங்களுக்கும், சம்பவங்களுக்கும் மத்தியிலும் வெள்ளையன் கடைபிடித்து வந்த அந்த அமைதியில் எவர் ஒருவராலும் எந்தவிதமானதொரு சிறு மாற்றத்தையும் கொண்டுவர முடியவில்லை; அதைச் சீர்குலைக்கவும் முடியவில்லை. மாறாக, அந்த அமைதியின் அடர்த்தி நாளுக்கு நாள் கூடிக்கொண்டேதான் சென்றது.

பின்னாளில் அவள் அதிகாரப்பூர்வமாக ஓடிப்போன இரண்டு நாட்களுக்கு பின்னர், அதாவது அந்தச் செய்தியானது நாளிதழ்களில் இடம்பிடித்த மூன்றாம் நாளில், இரண்டு பிள்ளைகளை தவிக்கவிட்டு ஓடிப்போன தனது கணவன்மீது அடைந்த கோபத்தைவிட வெள்ளையன் மீது ஏற்பட்ட கோபத்தினால் "பொண்டாட்டிய ஒழுங்கா வச்சுக்க துப்பில்லாத நாய்க்கு எதுக்குல குண்ணை? அத அறுத்து தூக்கி எரியாம்ல"

என அவன் குடிசையின் முன்பு நின்றுகொண்டு பி.ஏ மனைவி சண்டை போட்டபோதும் அமைதியாகத்தான் நின்றான்.

அந்த அமைதியை அவள் தனக்கு சாதகமாகப் பயன்படுத்திக்கொண்டு வெள்ளையனின் அம்மாவை நோக்கி அவள் தனது பேச்சைத் திருப்பியபோது, யாரும் எதிர்பார்க்காத வண்ணம், ஏன் அவளே எதிர்பார்க்காதபோது லுங்கியைத் தூக்கிக் காண்பித்தான்.

அந்த சண்டையானது முடிந்த அடுத்த ஒரு மணி நேரத்தில்தான் பஜார் முக்கில் டீ கடை வைத்திருக்கும் எல்லாம் தெரிந்திருந்த மூர்த்தி, அவனிடம் ஒன்றும் தெரியாததுபோல அந்தக் கேள்வியை கேட்டார்:

“ஏன்டா கிறுக்குகூதியான, பேப்பர்ல படிச்சுதான் ஒன் பொண்டாட்டி ஓடிப்போனான்னு ஒனக்கு தெரிஞ்ச்சுக்கணுமால? என்னதாம்ல நடக்கு ஒனக்க வீட்ல?”

கூடவே வடை மாஸ்டர் கிண்டலும் செய்தார்:

“காலம்பற நடந்த மார்னிங் ஷோ’ல சாரத்த தூக்கிக் காமிச்சு கவுன்சிலருக்கு பி.ஏ பொண்டாட்டிய நல்ல ஒரு கலர் ஃபோட்டோ எடுத்தியாம்லடே? அறிஞ்சேன்.”

•••

நீலம்மை அவனிடம் சொல்லிவிட்டுதான் வெளியேறினாள். ஏதோ யோசித்துக்கொண்டே தலையாட்டினான்.

இப்படி அவன் வாழ்வை புரட்டிப் போடும் ஒவ்வொன்றும் நடக்கும்போதெல்லாம் அவனுடன் சேர்ந்து அந்த குடிசையும் மாறியது. இப்போது அது மீண்டும் ஷெட்டானது. வேலையும் குடியும் இல்லாத அந்த நாட்களில் ஏதாவது சந்து பொந்துகளில் போய் உட்கார்ந்திருப்பான். பெரும்பாலும் “அழுவுணி” பாட்டா பெட்டிக்கடைதான் அவன் வீட்டு வாசல் என்றானது. அவர் தரும் கஞ்சியும், மாங்காய்களும், புளிச்சங்காய்களுமே அவன் உணவானது. கஞ்சத்தனத்திற்கும், அழுவுணித்தனத்திற்கும் பெயர் பெற்ற தொண்ணூறை நெருங்கிக் கொண்டிருந்த அவர் அவனுக்கு கொடுத்த அந்த அடைக்கலமானது, சிறையில் அவனுக்கு வைத்தியம் பார்த்து பிழைக்க வைத்த ஒரு கொலைக் குற்றவாளியிடமிருந்து தொடர்ந்துவரும் அவனது அதிர்ஷ்டமாகவே ஊரில் அனைவராலும் பார்க்கப்பட்டது.

நாட்களும், வாரங்களும், மாதங்களும் வருடத்தை நோக்கி சென்றபோது, வெள்ளையன் முன்பைவிட அமைதியானான். அந்த அமைதியானது அவனை மற்றவர்கள் ஊமை என்று நினைக்கும் அளவிற்கு கொண்டு சென்றபோது, அன்புவினால் அவன் மீண்டும் வொர்க் ஷாப்பிற்கு அழைக்கப்பட்டான். முதல் திருமணத்தில் தன்னால் ஏற்பட்ட தவறுகளுக்கு ஒரு பரிகாரம் தேடிகொள்வது போலவே இருந்தது அன்புவின் அந்த அழைப்பு. அதேநேரம் "நல்லவேளை இரண்டாம் திருமணத்தை நீ செய்து வைக்கவில்லை" என்று பார்ப்பவர்களும் அன்புவிடம் சொல்லிக் கொண்டிருந்தனர். எனவே வெள்ளையனை மறுபடியும் வேலைக்கு எடுத்துக்கொண்டபோது எல்லோரின் மத்தியிலும் அன்புவின் மதிப்பு அதிகரித்தது.

வாயும் கையும் பொசுங்க பொசுங்க நீலம்மை சமைத்து போடும் சாப்பாடுபோல இல்லாவிட்டாலும் மீண்டும் ஒருவிதமான வீட்டு சாப்பாடு சாப்பிட ஆரம்பித்தான். சாராயம் இருந்த இடத்தில் இப்போது டீ வந்திருந்தது. ஒரு நாளைக்கு பதினெட்டு டீ குடித்தான். குடிசையைவிட வொர்க் ஷாப் சுத்தமாக இருந்ததினால் சில நாட்கள் அங்கேயே தங்கியிருந்தவன், பின் ஒருநாள் ஏதோ ஒன்றை எடுக்க குடிசைக்கு வந்தவன் என்ன நினைத்தானோ என்னவோ அதிலேயே தங்கிவிட்டான்.

ஒன்றன் பின் ஒன்றாக இவை எல்லாம் நடந்து கொண்டிருந்த வருடங்களில் அவனது கையில் கொஞ்சம் பணமும் சேர ஆரம்பித்தது. அப்போது யாரிடமிருந்து அந்த யோசனை பிறந்தது என்று தெரியவில்லை. மூன்றாவதாகவும் ஒரு முயற்சி அவனுக்குத் தெரியாமலேயே அன்பு வீட்டில் நடக்க ஆரம்பித்தது. "ஊரில் ஓடிப்போன ஒரு பெண்ணை திருமணம் செய்யவே ஒருவன் இருப்பான் அல்லவா? அவன் வேறு யாருமில்லை, வெள்ளையன்தான்" என்ற முடிவுக்கு அவர்கள் வந்திருந்தார்கள்.

முதல் மனைவியை நோய்க்கும், இரண்டாவது மனைவியை பக்கத்து ஊர்காரனிடமும் இழந்திருந்த அவன் மூன்றாவது ஒருத்தியையும் இழக்கத் தயாராக இல்லை. தனது அப்பாவிற்கு நடந்ததுபோலவே தனக்கும் நடந்த ஓடிப்போதல்கள் இத்துடனே ஒரு முடிவுக்கு வந்து விடட்டும் என்று நினைத்தவன் ஒரேடியாக மறுத்துவிட்டான். அந்த உறுதி அன்புவையே திகைக்க வைத்தது.

ஊரில் ரவுடியாக இருந்தவர்களெல்லாம் கல்யாணம் ஆனவர்கள் ஒரு பக்கமாகவும், ஆகாதவர்கள் ஒரு பக்கமாகவும் மாலை

நேரங்களில் எப்போதும் ஊர் ஆற்றுப்பாலத்தில் இருந்துகொண்டு அவரவர்களது தற்போதைய பாடுகளை எல்லாம் சொல்லிச் சிரித்துப் பேசிக் கொண்டிருப்பார்கள்; அல்லது தங்களது கடந்தகால கதைகளை, வீர தீர சாகசங்களை பெருமையடித்துக் கொண்டிருப்பார்கள்.

தான் திருமணம் செய்தவனா? செய்யாதவனா? ரவுடியா? இல்லை ஒன்றுமில்லாதவனா? என எதுவும் புரியாமல், எந்த பக்கமும் சேரவும் முடியாமல் என்ன செய்வதென்று தெரியாத வெள்ளையன் எப்போதும்போல தண்ணீர் இல்லாத அந்த ஆற்றுப் பாலத்தில் எந்தப் பக்கமும் பார்க்காமல் கடந்துவிடுவான்.

அன்றும் அப்படித்தான். "பலவரோலிவுள்ள மட்டும் கெட்ட வார்த்தையா இல்லாம இருந்திருந்தா அரசியலமைப்பு சட்டத்திலே சேர்த்திருக்கலாம்டே" என்றுச் சொல்லிச் சிரித்துக் கொண்டிருந்த "ஈச்சி" பாபுவை கடந்தவன் மனதில், அந்த வார்த்தையை தொடர்ந்து வரும் "நெஞ்சூக்கம் இருந்தா ஒத்தைக்கு ஒத்த வால. இல்ல ஒனக்க அம்மைக்கோ, பொண்டாட்டிக்கோ நல்ல ஆம்பள வேணும்னா, பொறத்த எங்கையும் தேடாத. நா இருக்கேன்." என்ற வாக்கியங்கள் மட்டும் நினைவுக்கு வரவேயில்லை...

பிறகு எப்போதும்.

***

பின்குறிப்பு:

பல மாதங்களுக்கு முன்பு வெள்ளையன் குறித்த சில கதைகளில் ஒரு கதையாக இந்தக் கதையை நான் எழுதியபோது, ஒரு வாழ்க்கை, ஒரு சம்பவம், ஏன் எனக்குத் தெரியாத ஒரு சின்ன அசைவுகூட வெள்ளையனுக்கு இருந்திருக்க வாய்ப்பில்லை என்று உறுதியாக நம்பி வந்தேன். எப்பொழுதும் என் கைகளுக்குள்ளேயும், என் கதைகளுக்குள்ளேயும் அடைபட்டு, அகப்பட்டுக் கிடந்த அவனின் ஒவ்வொரு நகர்வும் நான் முடிவு செய்ததுபோலத்தான் நடந்து வந்தது.

ஒரு கட்டத்தில் 'வெள்ளையன் என்பவன் வேறு யாருமல்ல; நான் கதைகள் எழுதுவதற்காகவே பிறந்தவன்' என்றவொரு அதீத நம்பிக்கையும் எனக்குள் உருவானது. அது படிப்படியாக வளர்ந்து, பெரியதொரு போதையாக என்னை ஆக்கிரமிக்கத் தொடங்கியபோது, முத்தாய்ப்பாக நான் சொன்ன வெள்ளையன்

குறித்த தீர்க்கதரிசனம் இம்மி பிசகாமல் அப்படியே நடந்து என்னையே திக்குமுக்காடச் செய்தது.

சில வருடங்களுக்கு முன்பு இரவுக் காற்றில், தனித்த சத்தத்துடன், திக்கு தெரியாமல் நகர்ந்து செல்லும் எடையற்ற ஒரு சருகென ஒருநாள் அவன் ஊரைவிட்டு எங்கோ சென்றபோது, அவனது எஞ்சிய நாட்கள் குறித்து ஊர்காரர்கள் பல்வேறு ஊகங்களை தங்களுக்குள் பரிமாறிக்கொண்டனர். எந்த சுவாரசியமுமில்லாமல் வாழ்ந்து கொண்டிருந்த அவனது அந்த இறுதிக் காலம், சாவைத் தவிர வேறொன்றையும் புதிதாக அவனைச் சந்திக்கவிடாது என்ற முடிவில் நான் பலமாக கால் ஊன்றி நின்றேன். வெள்ளையனுக்கும் எனக்கும் பொதுவானவர்களிடம் அதையே அடித்துப் பேசியும் வந்தேன்.

இனி அவன் வாழ்வில் எஞ்சி இருப்பது ஒன்றுமில்லை என்ற முடிவுக்கு வந்தபிறகுதான், இந்தக் கதையையும் நான் எழுதத் தொடங்கினேன். இதுதான் அவனைப் பற்றி நான் எழுதும் கடைசி கதை என்பதிலும் அவ்வளவு உறுதியாகவும் இருந்தேன்.

அதை எழுதி முடித்தபோது என் இலக்கிய நண்பர்கள் "வெள்ளையனை உன்னைத்தவிர உள்வாங்கியவன் எவனுமில்லை" என்றனர். "உன் கதைகளின் மூலம் அவனை நீ பரிசுத்தப்படுத்திவிட்டாய்" என்று எனக்கும் புனித பட்டம் கட்டினர். நான் மனதுக்குள் பறக்க ஆரம்பித்தேன்.

ஆனால் மேற்சொன்ன என்னுடைய எல்லா தீர்க்கதரிசனங்களும், அடித்துப்பேசும் ஆருடங்களும், அதீத நம்பிக்கைகளும், எதற்கும் அடங்கா என் ஈகோ போதைகளும் இரண்டு நாட்களுக்குமுன் ஒருவழியாக முடிவுக்கு வந்தபோது, அதுவரை வெள்ளையனை நான்தான் என் கட்டுப்பாட்டிற்குள் வைத்து ஆண்டு வந்ததாக நினைத்துவந்த எனது அத்தனைப் போலிப் பெருமைகளும் ஒருவழியாக தங்களது இறுதி மூச்சை விட்டன.

பெயர் தெரியாத யாரோ ஒருவன் "மணி அண்ணன்" என்ற தலைப்பில் எழுதியிருந்த நீண்ட முகநூல் பதிவுகள் எப்படியோ நான் இருக்கும் ஒரு வாட்ஸ்அப் குழுவிற்கு பகிரப்பட்டபோது, நான் படித்த வரிகளை என்னால் கொஞ்சம்கூட நம்ப முடியவில்லை. திருமண வாழ்க்கை உட்பட தன்னுடைய தனிப்பட்ட பல விஷயங்களை வெள்ளையன் அவனிடம் மறைத்திருக்கிறான் என்றாலும், சிறு வயது வாழ்க்கை முதற்கொண்டு ஒட்டுமொத்தமாக அவனைக் குறித்து நான்

அறியாதவைகள் எத்தனையோ இருந்த அந்தப் பதிவை இப்போதும்கூட நம்புவதில் ஒரு சிறு தயக்கம் அல்லது ஒரு வீம்பு இருந்துகொண்டேதான் இருக்கிறது.

உண்மையில் அவன் எங்களுடன் வாழ்ந்த காலத்தில் என்னை மட்டுமல்ல, ஒட்டுமொத்த ஊரையுமே அவன்தான் தனது கட்டுப்பாட்டிற்குள் வைத்திருந்தான் என்று மெல்லமெல்ல நான் உணர்ந்தபோது, அவனுக்குள் இருந்த அந்த இன்னொரு முகமும், வாழ்வும், அசைவும் என்னை அப்படியே நிலைகுலைய வைத்தது. முக்கியமாக எங்கள் இருவருக்குமே தெரியாத வெள்ளையனுடைய இறுதி நாட்கள்...

எழுதியவனை என்னைவிட ஒரு பெரிய எழுத்துக்காரனாக நான் நினைக்கவுமில்லை; என் கதையைவிட சிறந்த ஒன்றாக அதை நான் கருதவுமில்லை. ஆனால் சொந்த ஊர்க்காரனான எனக்குத் தெரியாத வெள்ளையனின் மறுபக்கத்திற்கு அவன் எப்படி உரிமையாளனாக ஆக முடியும்? வெள்ளையனும்கூட வெற்றிகரமாக என்னிடமிருந்து அதை எப்படி மறைத்து வைத்திருக்க முடியும்? அல்லது அவனுடனான வெள்ளையனின் பழக்கம் எனக்கு ஏன் தெரியாமல் போனது?

இந்தக் கேள்விகளை எப்படியெல்லாமோ தலைகீழாக திருப்பிப்போட்டுப் பார்த்துவிட்டேன்; வேறு வேறு அர்த்தங்களை அதற்கு சூட்டி மறுபெயரிட்டு அழைத்தும் விட்டேன். ஆனால் எந்த பக்கத்திலிருந்தும் அல்லது எந்தக் கோணத்திலிருந்தும் யோசித்துப் பார்த்தாலும் வெள்ளையன் என்னை மட்டுமல்ல, ஊர்காரர்கள் அனைவரையுமே ஏமாற்றிவிட்டான் என்ற எண்ணத்தையே அது எனக்குள் ஆழ விதைக்கிறது.

முக்கியமாக "இனிமேலான அவனது வாழ்வானது சாவைத்தவிர வேறொன்றையும் புதிதாக அவனைச் சந்திக்கவிடாது" என்று வெள்ளையனின் இறுதி நாட்கள் குறித்து நான் எள்ளி நகையாடியிருந்த என் திமிரை... "பிறகு எப்போதும்" என்று நான் முடித்திருந்த என் கதையை... விவரித்திருந்த அவனது வாழ்க்கையை... வெள்ளையன் சுக்குநூறாக கிழித்து, தீயிட்டு கொளுத்தியிருந்தான்.

என் இலக்கிய நண்பர்களுக்கு இது தெரியவரும்போது அவர்கள் அதை எப்படி எடுத்துக்கொள்வார்கள் என்று எனக்குத் தெரியாது. வெள்ளையன் மீதான என் முன்முடிவுகள் ஒருவகையில் பொய்யென்றாகி, அதுவொரு இறுதி முடிவுக்கு வந்ததில் ஒரு

மறைமுகமான மகிழ்ச்சியானது அவர்களின் மத்தியில் நிச்சயம் உருவாகக்கூடும்.

ஆனால் சீண்டப்பட்ட என் "நான்"... அது அப்படியேதான் இருக்கிறது.

அப்படி சீண்டியது எனக்குத் தெரியாத இன்னொரு பக்கத்திற்கு சொந்தக்காரனான வெள்ளையனா? இல்லை வெள்ளையனை எழுதியவனா? அல்லது இருவருமேவா? என்றுதான் இப்போதுவரை எனக்குத் தெரியவில்லை; அல்லது புரியவில்லை. எத்தனை முறை படித்தாலும் அது மட்டும்தான் என்னிடம் அகப்படமாட்டேனென்கிறது.

இதோ இப்போதுகூட மீண்டும் அந்தப் பதிவை வாசிக்கப் போகிறேன். இந்தமுறையாவது அது பிடிபடுகிறதா? என்று பார்ப்போம்.

•••

"மணி அண்ணனப் பாக்கணும்"

"எது அண்ணனா?" என்று எல்லோரும் சிரித்தார்கள்.

மணி அண்ணனை "மணி அண்ணன்" என்று யாரும் அங்கே கூப்பிட மாட்டார்கள். டேய் "கிறுக்குத் தயோலி, வாடா முட்டாக்கூதி, அடக்கேனப் புண்டை", கொஞ்சம் மகிழ்ச்சியாக இருந்தால் "டேய் வெள்ளையா".

இப்படி ஒவ்வொரு வார்த்தைக்கும் பின் ஒரு உறுப்பைச் சேர்த்து வைத்து கூப்பிடுவார்கள். புதிதாய் வேலைக்குச் சேரும் பையன்கள் முதற்கொண்டு.

அவர் எங்கள் பக்கத்து ஊர் "அன்பு" புல்லட் வொர்க் ஷாப்பில் வேலைப் பார்த்து வந்தார்.

மணி அண்ணனுக்கு அப்போது ஒரு நாற்பத்தைந்து வயது இருக்கலாம். ஆனால் பார்ப்பதற்கு முப்பதைத் தாண்டாதவர்போல்தான் இருப்பார். வயதில் மட்டுமல்ல, அனுபவத்திலும்தான்.

பழைய ரஃப் அன்ட் டஃப்பையும், மூன்று ஆள் நுழையும் சட்டையை ஒற்றை ஆளாகப் போட்டுக் கொண்டும், கால்களில் கோயில் ரசீதுகளின் அடிக்கட்டை சைசிற்கு தண்டியான பூட்களை அணிந்து கொண்டும் சைக்கிளில் அவர் எதிர்க்காற்றில்

பறக்கும்போது யாரோ பாராஷூட்டிலிருந்து குதிப்பதுப்போலவே இருக்கும்.

பெரும்பாலும் அவர் பேசுவது கிடையாது. சொல்லப்போனால் அவரை யாரும் பேச அனுமதிப்பதும் கிடையாது. ஆனால் மற்றவர்கள் பேசும்போது அவர் தலை ஆடுவதை மட்டும் எவராலும் தடுத்து நிறுத்தமுடியாது.

உதாரணத்திற்கு நீங்கள் அவரிடம் முகவரி கேட்டு விசாரித்தால், ஏதோ அவரிடம் நீங்கள் கதை சொல்வதுபோலத்தான் தலையாட்டிக்கொண்டே கேட்பார். இறுதியில் உங்களுக்கு சரியான வழி கிடைத்துவிடும் என்றாலும்கூட ஒரு கட்டத்தில் உங்களுக்கே அப்படியொரு சந்தேகம் வந்துவிடும்.

ஊருக்குள் அவருக்குத் தெரியாத இடம் கிடையாது; ஆட்கள் கிடையாது; முக்கியமாக அவர்களோடு எந்தப் பிரச்சனையும் கிடையாது.

சிறுவயதில் எங்கோ இருந்து பசியோடு இந்த ஊருக்கு வந்தவருக்கு சோறு போட்டவர்களல்லவா அவர்கள்? பின் எப்படி எல்லோரையும் தெரியாமல் இருக்கும்?

ஆனால் ஒன்று மட்டும் தெரியாது. அன்பு அண்ணன் வொர்க் ஷாப்பில் வேலை செய்யத் தெரியாது. புல்லட்டும் ஓட்டத் தெரியாது. என்றாலும் அந்த வொர்க் ஷாப்பிலேயே வளர்ந்தும், வேலையும் பார்த்து வந்ததினால் அன்பு அண்ணனால் மணி அண்ணனைத் துரத்த முடியவில்லை. அதை மணி அண்ணனே என்னிடம் ஒருமுறை சொல்லியிருக்கிறார்.

பின் மணி அண்ணனுக்கு என்னதான் தெரியும் என்றா கேட்கிறீர்களா?

பஞ்சர் ஓட்டுவார். ப்ரேக் சூ டைட் பண்ணுவார். செயினுக்கு, ஆக்சிலேட்டர் கேபிள்களுக்கு ஆயில் விடுவார். சிரமப்பட்டு சைலன்சர் மாற்றுவார். இன்டிகேட்டர் போன்றவைகளுக்கு ஸ்குரு திருக்குவார். இதுதவிர அன்பு அண்ணன் வீட்டு வேலைகள் எல்லாமே அவர்தான் செய்வார். இதில் எல்லாவற்றிலும் தப்பும் தவறுமாக ஏதோ கொஞ்சம் செய்தும் வைப்பார்.

அன்பு அண்ணனுக்கு இதிலெல்லாம்கூட கவலையில்லை. இன்னும் அவர் வடிவேலுக்குகூட வாராமல் கவுண்டமணியோடு நிறுத்திக் கொண்டதைத்தான் அவரால் தாங்கிக்கொள்ள முடியவில்லை.

கவுண்டமணி என்று வாயெடுத்தாலே சிரிக்கும் அவர், அன்பு அண்ணன் எத்தனையோ முறை வொர்க் ஷாப் டிவியில் நேசமணி காமெடி போட்டும்கூட அவர் முகத்தில் எந்தவிதச் சலனமும் இல்லதாதைக் கண்டு திகைத்துவிட்டார்.

விஜய்யைப்போல தனியாக, சத்தமாகச் சிரித்துவிட்டு திரும்பிய அவர் கண்களுக்கு மணி அண்ணன் ராதாரவியைப்போல தெரிந்ததில் என்ன ஆச்சரியம் இருந்துவிடப் போகிறது?

இத்தனைக்கும் அன்பு அண்ணன் வொர்க் ஷாப்பில் அவர் உடைத்த பழங்கால ஸ்பேர் பார்ட்ஸ்கள் எத்தனையோ உண்டு.

மணி அண்ணனுக்கு தினமும் சம்பளம் அப்போது ஐம்பது. சாப்பாடு அன்பு அண்ணனின் வீட்டில். தங்குவதற்கு அவர் வீட்டின் பக்கத்திலிருக்கும் ஒரு ஷெட்.

வறுமை சூழ்ந்திருந்த பெண்களை அவருக்கு பார்த்தபோதும் திருமணம் வேண்டாம் என்று சொல்லி விட்டார். இதிலும் அன்பு அண்ணனால் மணி அண்ணனை புரிந்துகொள்ள முடியவில்லை; எனக்கும்தான். ஏன் திருமணம் செய்துகொள்ளவில்லை என்று பலமுறை கேட்டிருக்கிறேன். பெரும்பாலும் சிரிப்புதான்.

எழுத்துக்கூட்டி கொஞ்சம் படிப்பார். பள்ளியில் படிக்கும் மாணவர்களை கண்டால் பயங்கர உற்சாகத்தில் பேச்சுக் கொடுப்பார். கொஞ்சநேரத்தில் அவர்கள் இவரைப் புரிந்துகொண்டு கிண்டல் செய்யத் தொடங்கினாலும் கோபப்படமாட்டார்.

அப்படித்தான் எனக்கும் மணி அண்ணன் அறிமுகமானார்.

அப்போது நான் பிளஸ்ஒன் படித்துக் கொண்டிருந்தேன். அவரை ஒரு ஞாயிற்றுக்கிழமைதான் முதன்முதலாக சந்தித்தேன். பூட்டப்பட்ட ஆளில்லா வொர்க் ஷாப்பில் அதே தொளதொள உடையில் சிகரெட் பிடித்தபடி நின்றிருந்தார்.

என்னைப் பார்த்ததும் ஏதோ அவர் அவ்வளவு நேரம் எனக்காகத்தான் காத்திருந்ததுபோல என்னை அழைத்துப் பேசத்தொடங்கினார். எங்கு செல்ல வேண்டும் என்று தெரியாமல், எங்கெங்கோ சுற்றிக் கொண்டிருந்த நானும் அவருடனே நின்றுவிட்டேன்.

பின் ஒவ்வொரு ஞாயிற்றுக்கிழமையும் நாங்கள் பேசிக்கொண்டோம்; இல்லை இல்லை என்னைப் பேசவிட்டார். என்னைப்பற்றி தெரிந்து கொண்டார்.

ஒருநாள் கிளம்பும்போது கையில் ஐம்பது ரூபாய் தந்தார். இன்னொருநாள் அழைத்துச் சென்று நடைபாதை கடையில் மூன்று செட் துணி வாங்கித் தந்தார். மற்றொருநாள் ஒரு பெரிய ஹோட்டலுக்குள் கூட்டிச்சென்று பிரியாணி வாங்கித் தந்தார். வீட்டிற்கும் ஒரு பார்சலை வாங்கி கையில் திணித்தார்.

பின் ஒவ்வொரு ஞாயிற்றுக்கிழமையையும் எதிர்பார்த்து நான் ஏங்கத் தொடங்கினேன்.

"யாரு எவருனு தெரியாம பழக்கம் அதிகம் வைக்காத மக்கா. தூக்கிட்டுப்போயி கண்ண நோண்டிருவானுக" என்று வீட்டில் அம்மா பயமுறுத்தினாள்.

அந்த பீதியில் ஒரு ஞாயிற்றுக்கிழமை நான் போகாமல்கூட இருந்திருக்கிறேன்.

ஞாயிற்றுக்கிழமைகூட ஸ்கூல் யூனிபர்ம் போடுமளவிற்கு எனக்கிருந்த வறுமையை அவர் எப்படி அன்று கண்டறிந்தாரோ? அதேப்போல இதையும் அவர் அறிந்திருந்திருந்தார். அடுத்தமுறை போகும்போது கையில் பணம் தரவில்லை; அன்பாக பேசவில்லை; சாப்பாடு வாங்கித்தரவில்லை. ஆனால் நான் கிளம்பும்போது ஒன்று மட்டும் சொன்னார்.

"நீ படிப்பெல்லாம் நிறுத்த வேண்டாம். நான் காசு தாரேன் படி; எதுவரைக்கும்னாலும்"

ஏன் இதையெல்லாம் எனக்குச் செய்தார் என்று இன்றுவரை தெரியவில்லை.

ஒருவேளை என்னைப்போல அவருக்கு ஒரு தம்பி இருந்திருக்கலாம். இவர் பிரிந்ததது போலவே அவனும் ஏதோ ஒரு நாடோடி வாழ்க்கை வாழ்ந்திருக்கலாம். அவன் முகச் சாயல் என்னைப் போலவே இருந்திருக்கலாம். இல்லை அவர் படிக்க நினைத்தப் படிப்பை என் மூலமாக நிறைவேற்ற நினைத்திருக்கலாம் என்று என்னென்னவோ நினைத்துக் கொண்டேன்.

இப்படித்தான் முதல்நாள் "மணி அண்ணனப் பாக்கணும்" என்று அங்குபோய் நான் நின்றேன்.

நான் தொடக்கத்தில் சொன்னதுபோல "எது மணி அண்ணனா?" என்று எல்லோரும் என்னைப் பார்த்துச் சிரித்தது அன்றுதான். அவரும் அவர்களுடன் சேர்ந்து சிரித்துக்கொண்டே வெளியில் வந்து கையில் பணத்தை திணித்தார்; யாருக்கும் தெரியாமல்.

அதன்பின் பெரும்பாலும் நான் அவர் வேலைபார்க்கும் இடத்திற்கு சென்றது கிடையாது. அதைப் புரிந்துகொண்டவர் வார இறுதி நாட்களிலோ அல்லது மாதத்திற்கு ஒருமுறையோ எனக்குத் தேவையான பணத்தை மொத்தமாக தர ஆரம்பித்தார்.

இப்படித்தான் நான் படித்தேன். சென்னையில் மாதம் ஐம்பதாயிரம் சம்பளம் கிடைக்கக்கூடிய ஒரு வேலைக்கான தகுதி வரும்வரை தொடர்ந்து படித்தேன். பின் வேலையும் கிடைத்தது; சேர்ந்தேன்.

கையில் பணம் வந்த தைரியத்தில் என்னுடனே வந்து தங்கும்படி அவரை அழைத்தேன். "திருமணம் ஆகும்வரைதான் இந்த அன்பு கிடைக்கும்" என்று அவருக்கும் தெரிந்திருக்கும்போல. மறுத்துவிட்டார்.

அவரிடம் வாங்கிய பணத்தைத் திருப்பிக் கொடுக்க நினைக்காவிட்டாலும், அது அப்படிப்பட்ட ஒரு உறவு இல்லையென்றாலும், மனம் அவருக்கு ஏதோ ஒன்றை செய்ய வேண்டுமென்று பரிதவித்தது.

நான் வைத்த அத்தனை கோரிக்கைகளையும் நிராகரித்துவிட்டார்.

இடையில் பனிரெண்டு வருடங்கள் அவருடன் பெரிதாக தொடர்பில்லாமல் நான் கழித்த வருடங்களை நினைத்துப் பார்க்கும்போது இப்போது அதிசயமாகத்தான் இருக்கிறது.

அந்த நாட்களில் என்னைப்போல ஞாயிற்றுக்கிழமையிலும் ஸ்கூல் யூனிபர்மோடு அலைந்த ஒரு சிறுவனுக்கு அவர் உதவியிருக்கலாம்; "படி" என்று உறுதியளித்திருக்கலாம்; சாப்பாடு வாங்கிக் கொடுத்திருக்கலாம்; என்னைப்போலவே அந்தச் சிறுவனுக்கும் ஹோட்டல் டேபிளில் அமர்ந்து சாப்பிடுவது அதுதான் முதல் தடவையாகக்கூட இருந்திருக்கலாம்.

தொடர்பு அறுந்துபோன இந்த வருடங்களில் இரண்டாம் வகுப்பு படிக்கும் மகளோடு சென்னையிலேயே வசிக்கத் தொடங்கியிருந்தேன். அம்மாவும் இறந்திருந்தாள். எதையோ துரத்தியபடி, துரத்தியதை பிடித்தாலும் அதிலும் திருப்தியற்றபடி,

ஏன் என்றே தெரியாமல் எங்கெங்கோ ஓடிக்கொண்டிருக்கும் உலகம் யாரைத்தான் நினைவில் வைத்துக்கொள்ள விரும்புகிறது?

என்னவோ தெரியவில்லை, இந்த பெரும் ஊரடங்கு காலத்தில் அவரைப் பற்றிய நினைவுகள் அதீத வேகமெடுத்து என்னை நிலைகுலையச் செய்துகொண்டிருந்தன. அவர் சம்மதிக்காவிட்டாலும் அவரை என்னுடனேயே அழைத்து வந்துவிட வேண்டும் என்ற ஆவலானது, எதிலும் கவனம் செலுத்த முடியாமல் அலைகழிக்கத் தொடங்கியிருந்தன.

அந்த நாட்களில் அவர் அவ்வப்போது, அங்கொன்றும் இங்கொன்றுமாக சொல்லியும் சொல்லாமலும், விரும்பியும் விரும்பாமலும், கொஞ்சமும் சோகமில்லாமல் சொன்ன அவரது சிறு வயது கதைகளானது, இப்போது தீர்க்கமுடியாததவொரு பெரும் கடனாக மாறி என்னை எங்கும் அசையவிடாமல் என் நிம்மதியை விலை பேசிக்கொண்டிருந்தன.

அதுபோன்ற கதைகளை, பெரும்பாலும் அன்றைய நாளின் ஊர் சுத்தல்கள் எல்லாம் முடிந்து அவரைவிட்டு நான் கிளம்பத் தயாராகும்போதுதான் திடீரென ஏதோ ஞாபகம் வந்தவராக சொல்லத் தொடங்குவார். பின் மீண்டும் ஏதோ நினைவு வந்தவராக அதை எந்த ஒழுங்குமின்றி நிறுத்திவிட்டு எனக்கு கை காட்டியபடி கிளம்பி விடுவார்.

எப்போதும் பாதியிலேயே நின்றுபோகும் அல்லது எப்போதும் பாதியிலேயே தொடங்கும் அவரது கதைகளை தொகுத்துச் சொன்னால் அது இப்படித்தான் இருக்கும்.

♦♦♦

“அப்ப எங்க ஊர்ல பள்ளிகூடம்கூட வராத டைம். நான் ரொம்ப சின்னப் பையன். என்னோட அப்பாவும், சித்தப்பாவும் கடுவா ஆட்டம் ஆடுறவங்க. அதாவது புலி ஆட்டம். ஒருத்தர் ஒப்பன போட்டு ஆடணும். இன்னொருத்தர் ஒப்பன போடாம ஆடனும். அப்பாதான் எப்பவும் புலி வேஷம் போடுவாரு. சித்தப்பா வேஷம் போடாம ஆடுவாரு. இன்னும் ஒருத்தரோ ரெண்டு பேரோ வேட்டைக்காரனுக்கான ஒப்பன போடணும். புலி வேஷம் போடுறது இப்ப மாதிரி ட்ரெஸ் போட்டுட்டு ஆடுறது கெடையாது. மூணு மணிநேரம் அப்படியே நின்னு உடம்பு பூரா பெய்ண்ட் அடிக்கணும். இதுல ஏதாவது நாம ஏமாத்தி இருக்கோமானு வேடிக்கை பாக்குற மக்கள் தொட்டு

செக் பண்ணிவேற பாப்பாங்க. ஆட்டமும் அப்படித்தான். அஞ்சு மணிநேரம்கூட விடாம ஆடச் சொல்வாங்க. இதுலயும் சுத்தி நிக்குறவங்க நம்மளோட தனித் திறமைய காட்டச் சொல்லி வற்புறுத்துவாங்க. அப்ப அதுக்கும் சேத்து வித்தியாசமா உறுமி, கொட்டு எல்லாம் அடிச்சு ஆடித்தான் ஆகணும். பெரும்பாலும் முஸ்லிம் பண்டிகைக்குதான் ஆடக் கூப்பிடுவாங்க. ஏப்ரல், மே மாசத்துலயும் நடக்கும். வேஷம் போட்டுட்டு வெயில்ல நின்னு ஆடுறது தீ வச்சுட்டு சாவாம இருக்குற மாதிரி. வேடிக்கை பாக்குறவங்க பெரும்பாலும் இந்துக்களா இருப்பாங்க. இப்ப மாதிரி காவி, குங்குமம் எடுத்து முஸ்லீம்கள் ஏரியாவுல எறியுற பழக்கம்லாம் அப்ப இல்லை. இதுல எனக்கு என்ன வேலைனா வேடிக்கை பாக்குறவங்ககிட்ட காசு பிரிக்கிறது. டவுசர் மட்டும்தான் போட்டுருப்பேன்."

"இப்படி புலி வேஷம் இல்லாத நேரத்துல 'சைக்கிள் சுத்து' நடத்துவோம். ஊருக்கு நடுவுல இருக்குற ஒரு தூணையோ, கொடி கம்பத்தையோ, இல்ல சின்ன மேடையையோ தேர்ந்து எடுத்துக்குவோம். ட்ரங்கு பெட்டி மாதிரி ஒரு ஸ்பீக்கர், சீரியல் செட் எல்லாம் எங்க கைவசமே இருக்கும். ஒரு படத்துல சத்யராஜ்கூட சைக்கிள் சுத்து நடத்துவாரே அதே மாதிரி அந்த இடத்த சுத்தி சைக்கிள் ஓட்டிட்டே இருக்கணும். அப்பாதான் சைக்கிள் சுத்துவாரு. அப்படி சைக்கிள்ல சுத்தும்போது சுத்தி நின்னு பாக்குறவங்ககிட்ட கல்லக் குடுத்து அடிக்கச் சொல்வோம். அது தன்மேல படாம லாவகமா அப்பா தப்பிப்பாரு. நைட் பகல்னு எப்பவும் அப்பா அந்த இடத்தைச் சுத்தி சைக்கிள் ஓட்டிட்டே இருப்பாரு. அந்த சுத்தோட விதியே அதுதான். ஊர்காரங்க நைட் ரெண்டு மணிக்கு வந்து பாத்தாலும் அவரு சுத்திட்டுதான் இருப்பாரு. நானும் சிலநேரங்கள்ல நைட் முழிக்கும்போது அப்பா சுத்திட்டுதான் இருப்பாரு. எப்ப தண்ணி குடிப்பாரு? சாப்டுவாரு? கக்கூஸ் போவாருன்னு எனக்கும் தெரியாது. சிலநேரம் சைக்கிள் சுத்திட்டே சாப்டுவாரு, தண்ணி குடிப்பாரு. அப்புறம் இன்னொரு நாள் நிகழ்ச்சியா குழி தோண்டி தலை மட்டும் வெளிய தெரியுற மாதிரி அப்பாவ மண்ணுக்குள்ள பொதச்சி வைப்பாங்க. நாள் கணக்கா அப்பா அப்படியே இருப்பாரு. அப்பவும் எப்ப சாப்டுவாரு? தண்ணி குடிப்பாருன்னு யாருக்கும் தெரியாது. சுத்தி நிக்குறவங்ககிட்ட டியூப்பு லைட் கொடுத்து அப்பா தலைல அடிக்கச் சொல்வாங்க. சில நேரங்கள்ல தல முகத்துலருந்து ரத்தம்லாம் வரும். எத்தன

லைட் உடைச்சாலும் அப்படியே இருப்பாரு. அங்கயும் எனக்கு வேல என்னான்னா வேடிக்கை பாக்குறவங்ககிட்டயும், ஊருக்குள வீடு வீடா போயி காசு பிரிக்கிறதுதான். ஒரு பெரிய ஓலப் பெட்டி ஒண்ணு என்கிட்ட சித்தப்பா தருவாரு. அத வச்சுதான் பணம் வசூலிக்கணும். அப்ப மக்கள்ட்ட எங்க பணப் பொழக்கம் பெருசா இருந்துச்சு? இருக்குறதப் போடுவாங்க. பெரும்பாலும் அரிசி, காய்கறிகதான் கிடைக்கும். அதுக்கு அந்த ஓலப் பெட்டிதான் வசதி. என்னோட பத்து பன்னெண்டு வயசு வர இதுதான் என் வேல. இதுல ஸ்கூலுக்கு எங்க போக?"

"அப்பதான் எங்க ஊர்ல ரெண்டு விஷயங்க வேகமாக வளந்து வந்துச்சு. ஒண்ணு கட்சிக் கொடிக. இன்னொன்னு சாராயக் கடத்தல். நான் ரெண்டாவது உள்ளத தேர்ந்தெடுத்தேன். அப்ப நான் சின்னப் பையன்ங்குறதுனால சின்ன சின்ன வேலைதான் கொடுத்தாங்க. அம்மா வளப்பு இல்லாத பிள்ளைனால ஆரம்பத்துல அப்பா என்ன அடிக்காம சொல்லிப் பாத்தாரு; கேக்கல. அப்புறம் அடிச்சாரு; அப்பவும் கேக்கல. பட்ட கஷ்டம்லாம் போதும், இனிமேலும் அப்படி வாழ முடியாதுன்னு நான் உறுதியா இருந்தேன். அப்புறம் அவரும் 'தன்ன மாதிரி தன் பையனும் ஆக வேண்டாம்'னு நினைச்சவரு, என்னை என் போக்குல விட்டுட்டாரு. சட்டங்கள்லாம் மூணு வருசம், நாலு வருசம், ஏழு வருசம்னு சாராயக் கடத்தலுக்கு தண்டனை கொடுத்துட்டு இருந்துச்சு. யாரப் புடிக்கனுமோ அவங்கள விட்டுட்டு, எங்க கிராமத்துல இருந்த சாதாரண மக்கள் சரிபாதி பேர் மேல... ஆம்பள, பொம்பளனு எந்த வித்தியாசமும் இல்லாம சாராய கடத்தல்னு பொய் வழக்கு போட்டாங்க. நானும் ரெண்டு தடவ வழக்கு வாங்குனேன். மூணாவது தடவ போலீசுக்கு எதாவது செய்யணும்னு நெனச்சேன். உடல்ல வலு இல்லை. ஆனால் உள்ள இருந்துச்சு. நான் மொத மொதலா எங்க சித்தப்பாட்டா இருந்து கேட்டு பழகுன வார்த்த அதுதான். அதையேச் சொன்னேன். அடிச்சானுக. எனக்கு சந்தோசமாத்தான் இருந்துச்சு. சாவத் தயாரா இருக்கவண்ட ஒரு விஷயத்தை செய்யாதன்னு சொல்லி அடிச்சா அவன் சிரிக்காம என்ன செய்வான்? திரும்பத் திரும்ப சொன்னேன். அவன் ஒரு வழியா என்ட்ட தோத்துப் போய்ட்டான்"

"அப்ப எனக்கு வயசு பதினேழு, பதினெட்டு இருக்கும்.

நான் செஞ்ச குத்தம் சாராயம் வித்தது.

வருஷம் எழுவத்தி ஒண்ணு, எழுவத்தி ரெண்டு இருக்கும்னு நெனைக்கிறேன்"

"அப்புறம் ஒண்ணு ரெண்டு வருசத்துக்குள்ள அரசாங்கமே ஆயிரக்கணக்கான சாராயக் கடைகளுக்கு அனுமதி கொடுத்தப்ப என்னால சிரிக்குறதத் தவிர வேற எதுவும் செய்ய முடியல. "போதையால நீங்களும், உங்கள் குடும்பமும், இந்த தேசமும் அழியப் போகிறது"ங்குற வசனத்த அப்பமட்டும் ஏன் மறந்தாங்கன்னு தெரியல"

•••

அவரது இந்தக் கதைகளும், நினைவுகளும்தான், மாதங்கள் சில கடந்து பொதுப் போக்குவரத்து தொடங்கியவுடன் நான் ஊருக்கு வர முதல் காரணமாக இருந்தது.

பேருந்து ஊரை நெருங்கிக்கொண்டிருந்தது. நல்ல மழை. ஆனால் இறங்கும்போது அந்தளவு இல்லை. யாரோ தண்ணீருக்குள் கைவிட்டு தெளித்து விளையாடுவதுபோல மாறியிருந்தது. சரியாக அடைக்க முடியாத ஜன்னலோரம் இருந்ததால் என் இடது கை முழுவதும் நனைந்து குளிரினால் விறைத்துப் போயிருந்தது. பேருந்தை விட்டு இறங்கியதுமே கைகளை இறுகக் கட்டிக்கொண்டு ஒதுங்கும் இடம்பார்த்து வேகவேகமாக நடக்கத் தொடங்கினேன்.

பேருந்து நிலையமே மாறிப்போயிருந்தது. அந்த மாற்றம் வெறும் வைரசினால் மட்டுமல்ல என்று மட்டும் தெரிந்தது. அந்த அதிகாலை நேரத்தில் டீ கடைகளின் குண்டு பல்புகளின் வெளிச்சத்தால் புதிதாக கட்டப்பட்ட அந்த பேருந்து நிலையம்கூட இன்னும் கூடுதலாக மஞ்சள் பூத்தாற்போல இருந்தது. அதைச் சுற்றி நின்ற மனிதர்களும்கூட மஞ்சளாக மாறிப் போயிருந்தனர். இப்படியெல்லாம் இந்த இடத்தை நான் இதற்குமுன் பார்த்ததேயில்லை.

மழை வருமா? வராதா? என்ற குழப்பத்தில் நடைபாதையில் தலையோடு கம்பளிகளை இழுத்து மூடிவிட்டு குத்தவைத்தே உறங்கிக் கொண்டிருந்தவர்களையும், புயல் வந்தாலேயொழிய தூக்கத்தை கலைக்க மாட்டோம் என்ற உறுதியில் அழுக்கினால் என்ன நிறம் என்று கண்டுபிடிக்க முடியாததொரு கம்பளிகளுக்குள் சுருண்டு கிடந்து உறங்கிக் கிடந்தவர்களையும் கடக்கும்போது

ஊரைப்பற்றிய, அவரைப் பற்றிய என் பழைய நினைவுகளை எனக்கு நானே மீட்டெடுத்துக் கொண்டிருந்தேன்.

அதற்குள் அழைத்துச் செல்ல நண்பன் வந்து சேர்ந்திருந்தான். பேருந்து நிலையம் மட்டுமல்ல, ஊருமே மாறிப்போய்தான் இருந்தது.

காலை உணவு முடிந்ததும் முதல் வேலையாக அன்பு அண்ணன் வொர்க் ஷாப்தான் சென்றேன். அன்பு அண்ணன் வொர்க் ஷாப் இருந்த இடத்தில் அவரது மகன் இப்போது புல்லட் ஷோரூம் வைத்திருந்தான்.

அதிர்ச்சியையும், பதட்டத்தையும் அடக்கிக்கொண்டு உள்ளே நுழைந்து வரவேற்பறையில் இருந்த ஒரு பெண்ணிடம் கேட்டேன்.

“மணி அண்ணனப் பாக்கணும்”

“எது மணி அண்ணனா?”

அவள் சிரிக்க மட்டும்தான் இல்லை.

அங்க அடையாளங்கள் முதற்கொண்டு எனக்கு அவரைப்பற்றி தெரிந்த அத்தனையையும் சொன்னேன்.

“ஓ அந்த தாத்தாவா? அவர் இங்கதான் கேட் டோக்கன் வாங்குற வேலைல ஒரு வருசம் இருந்தாரு. அப்புறம் உடம்பு சரியில்லாம வேலைய விட்டுட்டு யார்ட்டயும் எதுவும் சொல்லாம எங்கையோ போய்ட்டாரு” என்றாள்.

எனக்கு மீண்டும் ஒருமுறை அம்மா இறந்ததுபோல இருந்தது.

யாருக்கும் அவர் எங்கு சென்றார் என்று தெரியவில்லை. அலுவலகத்தில் நான்கு நாட்கள்தான் விடுப்பு கேட்டிருந்தேன். அந்த நான்கு நாட்களும் ஒன்றுமில்லாத தகவல்களினால் வீணாகின. மீண்டும் சென்னைக்கு வந்துவிட்டேன்.

இப்போது என்னை நான் கண்ணாடியில் சிறிதுநேரம் பார்த்துக்கொண்டேன். லூயி பிலிப் உடலுடன் உரசிக்கொண்டிருந்தது. கொஞ்சம் கடன் வந்தாலும் பரவாயில்லை என்று சொந்தமாக ஒரு ப்ளாட் வாங்கவும் உத்தேசித்துள்ளேன்.

இப்போது இருக்கும் ப்ளாட் ஒரு அப்பார்ட்மெண்டின் பதினான்காவது மாடியில் இருக்கிறது. எவ்வளவு குனிந்து

பார்த்தாலும் ஞாயிற்றுக்கிழமையிலும் ஸ்கூல் யூனிபர்மோடு அலையும் சிறுவர்கள் என் கண்களுக்கு தெரிய மாட்டார்கள்.

அவர் இன்னும் அந்த பழைய ரஃப் அன்ட் டஃப்பையும், மூன்று ஆள் நுழையும் தொளதொள சட்டையையும் போட்டுக்கொண்டு அவர்களைத்தேடி சைக்கிளில், எதிர்காற்றில் பாராஷூட்டிலிருந்து குதித்ததுப்போல பறந்து கொண்டிருக்கலாம்.

ஒருவேளை அவரைத் தேடி நான் மீண்டும் செல்வேனா? மாட்டேனா? என்றுத் தெரியவில்லை. ஆனாலும் மனம் இன்றும் அந்த ஞாயிற்றுக் கிழமைகளுக்காகத்தான் ஏங்கிக் கொண்டிருக்கிறது.

❖❖❖

குற்ற எண் : 360/2027

உறக்கம் கலைந்தவன் அறையைவிட்டு வெளியே வந்தான். மணி ஐந்து முப்பது தாண்டியும் விடியாமல் கிடந்த அந்தக் காடு, பெரும்போதையில் கழிந்த முந்தைய இரவின் தொடர்ச்சியாகவே அவன் கண்களுக்கு காட்சியளித்துக் கொண்டிருந்தது. அதனால் எந்த இடத்தில் தனது சிந்தனைகளை உறக்கத்தின் பொருட்டு நேற்று அவன் கைவிட்டானோ, அதே இடத்திலிருந்து அவனை மீண்டும் அது பற்றிக்கொண்டபோது, "நாம்தான் நள்ளிரவில் தவறுதலாக விழித்து வெளியே வந்துவிட்டோமோ?" என்றக் குழப்பத்தில் மீண்டும் ஒருமுறை கைப்பேசியைப் பார்த்தான். மணி 5:49.

அவன் நின்றிருந்தது நான்காவது மாடியின் பால்கனி. சுற்றிலும் பார்த்தவனின் கண்களுக்கு வசதியாக அமர்வதற்கு ஒரு இருக்கையும் இல்லை. வேறு வழியின்றி வேலையாட்கள் போட்டுவிட்டுச் சென்றிருந்த இரண்டு இரும்பு நாற்காலியில் ஒன்றில் அமர்ந்தவன், மற்றொன்றை "க்ரீச்" என்ற சத்தத்துடன் இழுத்துக் காலுக்குப் போட்டுக்கொண்டு சிகரெட் ஒன்றைப் பற்ற வைத்தான்.

இரவின் அதீதக்குடியானது காலையில் அவனுக்கு எந்த அசதியையும் கொடுக்கவில்லை. எழுந்தவுடன் எப்போது இருக்கும் சைனஸ் தலைவலி சுத்தமாக இல்லை. இதயம் சீராகத் துடித்துக் கொண்டிருந்தது. கூடுதலாக எப்போதும் அடைத்திருக்கும் வலது மூக்கின் துவாரத்திலிருந்து மூச்சுக்காற்றுவேறு வந்துகொண்டிருந்தது. ஆச்சரியமும் மகிழ்ச்சியும் கலந்த கலவையுடன் சிகரெட் புகையை மூக்கு வழியாக விட்டு தொடர்ந்து சோதனை செய்து பார்த்தான். அப்படி அவன் செய்ததைப் பார்த்தபோது, நீண்டநாள் நிறைவேறாத ஆசை ஒன்றை, கிடைத்த

சிறிதுநேர சந்தர்ப்பத்திற்குள் இடைவிடாமல் நிறைவேற்றிக் கொண்டிருந்ததுபோல இருந்தது.

அவனது இந்த விளையாட்டை இருவாச்சிகளின் ஓசை கலைத்துவிட்டு பறந்தபோது காடு விடிந்திருந்ததைப் பார்த்தான். இப்போது அவனது சிந்தனையானது நேற்று இரவில் சென்ற அதே திசையை நோக்கி மீண்டும் மெதுவாக நகர ஆரம்பித்தது.

தமிழக - கேரள எல்லையிலுள்ள தலையம்பாறையில் அடுத்த வாரம் திறப்பு விழா காணவிருக்கும் "தன்யா" ஜங்கிள் ரெசார்ட் அவனுடையதுதான். நீச்சல் குளத்திற்கான டைல்ஸ் பதிக்கும் வேலைகளும், பெயிண்டிங் வேலைகளும் மட்டுமே மிச்சம் இருந்தன. சுற்று வட்டாரக் காட்டில் இருக்கும் ஒரே ஒரு ரெசார்ட் இது மட்டும்தான் என்பதால், வரப்போகும் டிசம்பர் மாத சீசனுக்கான புக்கிங் அவன் நினைத்ததைவிட நன்றாகவே போய்க் கொண்டிருந்தது.

ஆனாலும் நீண்ட நெடுங்காலமாக ஒற்றை இலக்க கோடிகளிலே இருந்துவரும் தனது சொத்து மதிப்பானது, சக நண்பர்களோடு ஒப்பிடும்போது தனது நிலையை எப்போதும் கொஞ்சம் தாழ்வானதாக வைத்திருப்பதாகவே அவனுக்குத் தோன்றியது. என்னதான் அவர்களுடன் சேர்ந்து விருந்துகளில் பங்கேற்றாலும், வெளிநாடுகளுக்கு பறந்தாலும் ஒருவித இறுக்கமான மனநிலையிலேயே அவனை அது வைத்துக் கொண்டிருந்தது. இது போதாதென்று புதிதாக கட்டப்படும் இந்த ரெசார்ட்டிற்காக, கேட்டால் கொடுத்துவிடும் நண்பர்களுக்குத் தெரியாமல் வாங்கிய எண்பத்தைந்து லட்சம் கடன்வேறு அவ்வப்போது அவனது மனநிலைமையை தலைகீழாக்கிக் கொண்டிருந்தது. அது அவன் அடகு வைத்திருந்த சொத்துப் பத்திரங்கள் இருக்கும் வங்கியின் இருட்டறைகள்போல ஒருவிதமான மரண அமைதிக்கு அவனை தயார்படுத்திக் கொண்டிருந்தது.

இதே மனநிலையுடன் ஊரில் இருந்தால் தன் முகத்தை வைத்தே அனைவரும் கண்டுபிடித்துவிடுவார்கள் என அவனுக்குத் தெரியும். சிலர் கேட்கவும் செய்துவிட்டார்கள்.

எப்போதும் நண்பர்களுடன் இருக்கும் சூழ்நிலையை மாற்றி தனியாக இந்தக் காட்டுக்குள் வந்து, இன்னும் திறக்கப்படாத தனது ரெசார்ட்டில், அறை எண் 206-ல் இப்போது அவன் இருக்க காரணமும் அதுதான். வெறும் இரண்டு நாட்களில் சரியாகிவிடும் என்று நினைத்துதான் வந்தான். ஆனால் பாதுகாப்புமிக்க,

ரகசியமான, அவ்வளவு சீக்கிரமாக எவராலும் நெருங்க முடியாத இடத்தில் இருக்கும் இந்த இருட்டறை அமைதியானது, ஐந்தாவது நாளாக அவனை இங்கேயே அடைத்துப் போட்டிருந்தது.

நேற்று இரவிலிருந்து மட்டுமல்ல, கடந்த ஒரு மாதமாகவே அவனை விடாமல் வெறிகொண்டு ஆக்கிரமித்து வைத்து, எந்தப் பக்கமும் அவனது கவனத்தை சிதறவிடாமல் பிடித்து வைத்திருக்கும் மனநிலை இதுதான். அந்த மனநிலைதான், எது காலை? எது இரவு? என தூங்கி எழும்போதெல்லாம் அவனை சோதனை செய்ய வைக்கிறது; எப்போதும்போல ஒன்று போதாமல் தொடர்ச்சியாக இன்னொரு கிங்க்ஸை எடுத்துப் பற்ற வைக்கவும் சொல்கிறது.

பற்ற வைத்தவன் கண்களுக்கு, தூரத்திலிருந்த சாம்பிராணி மரம் ஒன்றின்கீழ் சுற்றியிருந்த செடிகளுக்கிடையில் ஏதோ அசைவதுபோல மங்கலாகத் தோன்றியது. உடனே அணிச்சையாக கண்களுக்குச் சென்ற இடது கையின் விரல்களில் இரண்டு அதை வேகமாக கசக்கித் திறந்தன. திறந்த கண்களுக்கு அந்தக் காட்சி இன்னும் மங்கலாகத் தெரிய, நேற்றைய இரவில் மூன்று குவாட்டர்களையும் தாண்டிச்சென்ற போதையானது இன்னும் முழுமையாகத் தெளியவில்லை என்பதை உணர்ந்து கொண்டான்.

இருந்தாலும் தொடர்ச்சியாக தன்னை சூழ்ந்திருந்த ஏதோவொரு மாய உலகத்திலிருந்து இன்னொரு மாய உலகத்திற்குள் திடீரென்று நுழைந்தது அவனுக்கு மகிழ்ச்சியாகவும், இதமாகவும், கொஞ்சம் சுறுசுறுப்பாகவும் இருந்தது. அதனால் அந்த மனநிலையை அவன் இழக்க விரும்பவில்லை.

அறைக்குச் செல்லாமல் அவ்வளவு குளிர்ந்தபோதும் அருகிலிருந்த குழாயைத் திறந்து முகத்தைக் கழுவினான். வெறும் கைகளாலேயே நெற்றியிலிருந்து கீழ்நோக்கி தண்ணீரை வழித்தெடுத்தவன் துடைக்க நேரமின்றி முகம் முழுவதும் அப்பியிருந்த குளிர்ந்த நீருடனும், காற்றுடனும் மீண்டும் அதே இருக்கையில் வந்து அமர்ந்தான். அமர்ந்த வேகத்தில் அதே இடத்தை அவசர அவசரமாகவும், அதேநேரத்தில் இன்னும் கொஞ்சம் கூர்மையாகவும் பார்த்தான். எந்த அசைவும் அங்கு இல்லை. ஆனால் அங்கு இருப்பது அவன் ஆர்வத்தை கவரும் ஒரு விஷயம்தான் என்று உறுதியாக நம்பினான். தனது நடவடிக்கைகள் இவ்வளவு வேகமெடுப்பதற்கு காரணமும் அதுதான் என்று நினைத்தான்.

அவன் பார்வையை அந்த குறிப்பிட்ட இடத்திலிருந்து கிஞ்சித்தும் அசைக்கவில்லை. இந்த விசயத்தில் தனது உறுதியும், நம்பிக்கையும் வீண்போகாது என்று திண்ணமாக இருந்தான். இரண்டொரு நிமிடங்கள்தான். அப்படி அவன் காத்திருந்ததிற்கு பலன் கிடைத்தது; இல்லை வரமே கிடைத்தது. ஆரம்பத்திலேயே தான் நினைத்தது சரிதான் என்று தனக்குத்தானே சபாஷ் போட்டுக் கொண்டான்.

ஒரு ஆணும் பெண்ணும். இருவருக்குமே இளவயது. ஒட்டுத் துணிகூட இல்லாமல் முழு நிர்வாணமாக.

ஆனால் ஏன் இத்தனை அதிகாலையில்? அதுவும் இந்த இடத்தில்? இவ்வளவு குளிரில்? என தொடர்ந்து எழுந்த கேள்விகள் அவன் மூளைக்குள் சுழல, ஒன்றுமே புரியாமல் அவர்கள் உடலுறவில் ஈடுபடுவதைப் பார்த்துக் கொண்டேயிருந்தான். அவர்கள் மீதான குழப்பங்களே இன்னும் விளங்காமல் இருக்க, அவன் கண்கள் இன்னொரு குழப்பத்தை அடுத்த இரண்டொரு நிமிடங்களுக்குள் சந்தித்தது.

அவர்கள் அரைகுறையாக மறைந்திருந்த புதரிலிருந்து கொஞ்சம் மேலாக இன்னொரு மரத்தில் ஒளிந்து கொண்டிருந்த மனிதன் ஒருவன், தனது கைகளில் நீளமான ஒரு ரைபிளை வைத்துக்கொண்டு அவர்களை நோக்கி குறி பார்த்துக் கொண்டிருந்தான்.

தனது வாழ்நாளில் அப்படியொரு காட்சியைப் பார்க்காத, அல்லது பார்ப்போமென்று கற்பனையிலும் நினைக்காத ஒன்றை அவன் பார்த்தபோது, நொடியில் அவனது உடலெங்கும் வெப்பம் பரவி குப்பென்று வேர்த்துக்கொட்டியது. அந்த வேர்வைத் துளிகள் பல்கி பெருகி, முழுமையடைந்து அவனது உடைகளை நனைக்கும் நுண்ணிய இடைவெளிக்குள் இரு தோட்டாக்கள் முறையே அவர்களது இருவரின் முன்பின் மண்டைக்குள் அடுத்தடுத்து சீறிப்பாய்ந்தது.

சிதறிய இரத்தத் துளிகள் ஏதோ தன்னை நோக்கித் தெறிப்பதுபோல தலையை வெடுக்கென திருப்பியவனுக்கு கழுத்துச் சுளுக்கிக்கொண்டது. கூடவே உடம்பும் சேர்ந்து சட்டென்று திரும்பியதில் அமர்ந்திருந்த நாற்காலி தடுமாறிச் சரிந்தது. வலது கையை தரையில் ஊன்றி அரைகுறையாக விழுந்தான். வழுகிச்சென்று கைப்பிடி சுவரில் மோதிய இருக்கையின் சத்தம் “கொலைகாரனுக்கு கேட்டிருக்குமோ?” என்ற சந்தேகத்தில் மெதுவாக குனிந்து கொலை நடந்த இடத்தைப் பார்த்தான்.

உயிர் இருந்த ஒன்றும், உயிரில்லாத இரண்டுமென மூன்று உடல்களுமே அங்கு இல்லை.

விழுந்து எழுவதற்குள் நடந்த அந்த அதிசய மாற்றத்தை, அந்தக் கொலையைப் போலவே புரிந்துகொள்ள முடியாத அவன், ஏதோ ஒன்று மோசமாக நடக்கப்போகிறது என்ற உள்ளுணர்வு உண்டாக்கிய படபடப்புடன் வேகவேகமாக படியிறங்கி அறைக்குள் நுழைந்து கதவைச் சாத்திக்கொண்டான்.

அது இன்னும் அவனுக்கு பீதியை ஏற்படுத்தியது. நான்கு பக்கமும் சுவரும், அதில் மரக்கதவுகளும் இருக்கும் அறையாக இருந்தால்கூட அவனுக்கு அந்தப் பயம் ஏற்பட்டிருக்காது. புதுமையாக இருக்கட்டும் என எல்லா அறைகளிலிருந்தும் அந்தந்த தளத்தில் அமைந்திருக்கும் பால்கனிக்கு வர ஒரு பெரிய கண்ணாடி கதவை ஒரு சுவர் போலவே அமைத்திருந்தான். வெளியே இருந்து பார்த்தால் ஒன்றுமே தெரியாது என்றாலும், "எப்போது வேண்டுமானாலும் அந்த கொலைகாரன் தனக்குமுன் இருக்கும் அந்த கண்ணாடியின்முன் வந்து நின்று, நின்ற நொடியே அவன் கையில் இருக்கும் அந்த நீளத் துப்பாக்கியினால் அதை உடைத்து உள்ளே வந்து, தனது தலையை சுக்குநூறாக்கி விடுவான்" என்று நினைத்தபோதே, அவனது தலை உஷ்ணத்தால் தீப்பற்றி எறிவதுபோல சூடேறியது.

அந்தச் சூட்டின் மரண பயத்தை தாங்கிக்கொள்ள முடியாதவன் ஓடிப்போய் கழிவறைக்குள் ஒழிந்து கொள்ளலாமா? என யோசித்தான். ஆனால் அதற்குமுன் அவன் செய்ய வேண்டிய சில முன்னேற்பாடுகள் இருந்தது.

கண்ணாடிக் கதவின் திரைச்சீலை புயல் காற்றிலும் அசையாத வண்ணம் இருப்பதற்கு அதன் இருபுறமும் இரண்டு சோஃபாக்களை இழுத்து வந்து அழுத்தி அடை கொடுத்தான். பிரதானக் கதவை உடைத்தாலொழிய திறக்க முடியாத அளவிற்கு கட்டிலை நகர்த்தி அதனுடன் ஒட்டிப்போட்டான். அந்த கட்டிலும் நகராதபடி மூன்றுபேர் அமரும் சோஃபாவை, அதன் ஓரங்கள் நசுங்கி கிழியும் என்று தெரிந்தபோதும் அலமாரிக்கு நடுவில் பெரும்பாடுபட்டு திணித்து வைத்தான். கூடுதலாக ஒரு பீரோ மட்டும் இருந்திருந்தால் அந்தக் கண்ணாடிக் கதவையும் சேர்த்து அடைத்திருக்காலமே என்ற ஒரேயொரு குறையத் தவிர வேறொன்றும் அவனுக்கு இல்லை.

இப்போது பொருட்கள் ஒன்றுமேயில்லாத ஹாலில், மெதுவாகச் சுற்றிக்கொண்டிருந்த மின் விசிறிக்கு நேர்கீழாக நின்றிருந்த அவன் மனதிற்குள்... திருப்தியும், பயமும் ஒருசேர சுழல வியர்வையுடன் கட்டிலில் அமர்ந்தான்.

“நான் உன்னைத் தாயின் வயிற்றில் உருவாகும்முன்னே அறிந்தேன். நீ கர்ப்பத்திலிருந்து வெளிப்படும்முன்னே நான் உன்னை பரிசுத்தம் பண்ணி, உன்னை ஜாதிகளுக்குத் தீர்க்கதரிசியாகக் கட்டளையிட்டேன். -எரேமியா 1:5” என்ற வாசகங்கள் அச்சிடப்பட்ட நாட்காட்டி மட்டும், அந்த மின்விசிறிக் காற்றில் ஆணியைவிட்டு நகரமுடியாமல் படபடக்கும் அவனது மனதைப்போல அங்குமிங்கும் பக்கவாட்டில் அசைந்தபடி சுவற்றோடு உரசி சத்தத்தை எழுப்பிக் கொண்டிருந்தது.

இப்போது அவனது சிந்தனையானது சம்பந்தமேயில்லாமல் தனது மூக்கின் இரு துவாரங்களிலிருந்தும் இப்போதும் சீராக காற்று வருகிறதா? இல்லையா? என்று சோதனை செய்ய வலியுறுத்தியது. அவனும் தனது கவனத்தை மூச்சுக்காற்று மீது குவிக்க ஆரம்பித்தபோது, “எவ்வளவு பெரிய ஒரு சம்பவம் நடந்திருக்கிறது அல்லது நடக்க காத்திருக்கிறது! இந்த நேரத்தில் நீ என்ன யோசிக்கிறாய்?” என அவனை மீண்டும் அந்த பயங்கரத்திற்குள் இழுத்துச் சென்று தள்ளிவிட்டது அவனது மூளை.

தண்ணீர் அடைத்த காதுக்குள் விழும் வேட்டுச் சத்தம்போல அந்த கொலைகாரனின் துப்பாக்கியிலிருந்து வெளியேறிய தோட்டாக்களின் தூரச் சத்தமானது இப்போதும் அவனுக்கு தொடர்ந்து கேட்டுக்கொண்டேயிருந்தது. ஒவ்வொருமுறையும் அந்தச் சத்தமானது கேட்கும்போதும் பயத்தில் அவன் உடலானது தன்னிச்சையாகக் குலுங்கிக் கொண்டிருந்தது. அந்த நடுக்கத்தை குறைக்கும் பொருட்டு நேற்று மீதமிருந்த இரண்டு லார்ஜ்களை ஒன்றாக உள்ளே தள்ளி கட்டிலில் வந்து சாய்ந்தவனுக்கு, அந்தக் கொலையைப் பார்த்தவுடன் வெடுக்கென திரும்பி இருக்கையிலிருந்து நழுவி கீழே விழுந்ததில் சுளுக்கிய கழுத்தும், அடிபட்ட வலதுபுற இடுப்பும் தத்தமது வலிகளை சட்டென்று உடல் முழுவதும் பரப்பியது.

வலி பரவிய அதேநேரத்தில் ஜன்னல் தட்டப்படும் ஓசையும் அவனுக்குக் கேட்டது.

"தனது பிரமையா? அல்லது வேறெங்கோ கேட்கப்படும் சத்தமா?" என்று அவனை கொஞ்சநேரமும் ஆசுவாசப்படவோ அல்லது யோசிக்கவிடவோகூட விடாமல் ஜன்னல் தட்டப்படும் சத்தமானது இப்போது அவனது அறையெங்கும் பரவி நிறைந்தது. அந்தச் சத்தம் அவனுக்கு கொடுத்த நடுக்கமானது ஒரு மரணத்திற்கான ஒத்திகை போலவே இருந்தது. மரணமாகவே இருந்தாலும் "சட்டென்று நடந்து முடிந்துவிட்டால் போதும்" என்ற மனநிலைக்கு அவனை அது கொண்டுவந்து நிறுத்தியது.

"என்னதான் அறைக்கு வந்து இத்தனை ஏற்பாடுகள் செய்தாலும் அந்தக் கொலையை நான் பார்த்ததை அந்தக் கொலைகாரன் கவனித்திருக்கவும் மாட்டான், தன்னைத் தேடி அறைக்கு வரவும் மாட்டான், என்னுடைய இந்தக் கோமாளித்தனத்தை எல்லாம் இன்னும் கொஞ்சநேரத்தில் நானே நினைத்து நினைத்து சிரிக்கப்போகிறேன்" என்று அடி மனதில் அவனுக்கிருந்த ஒரே ஒரு குறைந்தபட்ச நம்பிக்கையும் அந்த நொடியில் அடியோடு தகர்ந்துபோனது.

உள்பக்கமாக இரும்பு கதவுகள் கொண்டு அடைக்கப்பட்டிற்கும் ஜன்னல் வழியாக எப்படி சுட முடியும்? என்ற அலட்சியம்தான் அதை தான் கவனிக்காமல் விட்டதற்கு காரணம் என்று அவனுக்குத் தெரியாமலில்லை. இப்போது அதை மறைக்கவும் ஏதாவது செய்யவேண்டும் என்று நினைத்தவன், கட்டிலில் கிடந்த மெத்தையை கீழே இழுத்துப் போட்டான். பின் அதை அப்படியே ஜன்னலுக்கு அருகில் இழுத்துச்சென்று அதை நேராக நிமிர்த்தி வைக்க அவன் முயற்சி செய்துகொண்டிருந்தபோது, ஜன்னலோரத்தில் இருந்த சிறிய இடைவெளியின் வழியாக ஒரு பலமான தட்டலைத் தொடர்ந்து நீளமான வெள்ளைத்தாள் ஒன்று அறைக்குள் வேகமாக வீசப்பட்டது.

ஏதோ குண்டொன்று அந்த அறைக்குள் வீசியதுபோல பதறியவனின் உடலானது பயத்தில் சட்டென்று வேர்த்துக்கொட்ட, நெற்றியிலிருந்து விழுந்த அவனது வியர்வைத் துளியைப்போல அப்படியே, அந்த இடத்திலேயே சிதறி நின்றான். அதைத் தொடர்ந்து வந்த அடுத்த இரண்டு நிமிடங்கள் சுற்றிலும் எந்த அசைவும், சத்தமும் இல்லாமல் நிசப்தமானது. அது மட்டும்தான் அவனுக்கு கொஞ்சம் நிதானத்தை ஏற்படுத்தியது.

மனதிற்குள் உண்டான அந்த உணர்வின் பெயர் ஆசுவாசமா? இல்லை பதட்டமா? என்று எந்த முடிவிற்கும் வரமுடியாமல்,

பயமும், தைரியமும் கலந்த கலவையான ஒரு மனநிலையோடு சுற்றும்முற்றும் பார்த்துவிட்டு கீழே குனிந்தவன், தூங்கிக்கொண்டிருக்கும் கைக்குழந்தையை... பார்த்து, பதமாக அள்ளித் தூக்குவதைப்போல அந்த வெள்ளைத்தாளை நடுங்கும் தனது கைகளால் மெதுவாக எடுத்தான்.

அதில் இவ்வாறு எழுதியிருந்தது:

“இருபது நிமிடங்கள் அவகாசம். முடிந்தால் கடந்தமுறைபோல் தப்பிச்செல். இல்லாவிடில் இரண்டு தோட்டாக்கள் உன் அகலமான நெற்றிக்காக வழக்கம்போல காத்திருக்கின்றன” –சந்ரு.

“ஒட்டுமொத்தமான அழிவிற்கு தன்னை தயார்படுத்திக் கொள்ளத்தான் இயல்பிற்கு மாறாக தனது உடலானது இன்று காலையிலிருந்து இவ்வளவு ஆரோக்கியமாக இருந்ததா?” என்று நினைத்தவனுக்கு, பயத்தைவிட விவரிக்க முடியாததொரு உணர்வும், விட்டுப்போன இதுவரை இல்லாத அத்தனை நோய்களும் தனது உடலுக்குள் குடியேறிவிட்டதாகவும் உணர்ந்தான். அப்படி அவை குடியேறியதின் அடையாளமாக ஒரு மாயத்தோற்றமும் அவனுக்குள் உருவாகவே மயங்கிவிழ மட்டும்தான் இல்லை. கண்களை மூடினான்.

அந்த அரைகுறை பலத்தோடு என்ன சொல்ல வருகிறான் என்று ஒன்றும் புரியாமலேயே அந்தக் கடிதத்தை மீண்டும் மீண்டும் படித்துக்கொண்டேயிருந்தான். கடிதம் மட்டுமல்ல அதிலிருந்த பெயரும் அவனுக்கு குழப்பத்தை ஏற்படுத்தியது.

காரணம் அது அவனது பெயர்.

•••

தொடர்ச்சியாக அல்லாமல், துண்டு துண்டாகவும், விட்டுவிட்டும் ஏதோ நீண்ட நாட்கள் நடந்ததுபோல ஒரு உணர்வை ஏற்படுத்திய அந்தக் கனவிலிருந்து சந்ரு திடுக்கிட்டெல்லாம் விழிக்கவில்லை. அந்தக் கடிதத்தைப் படிக்கும்போதே பாதி முழித்தும், பாதி கனவிலுமாகத்தான் அவன் அலைபாய்ந்து புரண்டு கொண்டிருந்தான். அப்போதே அவனுக்கு இது கனவுதான் என்று தெரிந்துவிட்டதால், அவன் எந்தவித அதிர்சியுமில்லாமல் சாதாரணமாகத்தான் விழித்தான். ஆனால் அந்தக் கனவில் அவன் போதையாக இருந்ததுபோல உணர்ந்ததும், பின் தெளிந்து, இரசித்து, பயந்து, ஆசுவாசமாகி, மீண்டும் பயந்ததுபோலவுமான உணர்வுகளும், சம்பவங்களும் ஏதோ

உண்மையாக நடந்ததுபோலத்தான் அப்போது அவனுக்குத் தோன்றியது.

பின் உறக்கமானது மெல்ல மெல்ல கலைந்து, கனவிலிருந்து அவன் சுத்தமாக விடுபட்ட பின்னர், அவை அனைத்தும் வேறு எவருக்கோ நடந்த சம்பவங்களை வேடிக்கைப் பார்த்தது போன்ற உணர்வைத்தான் அவனுக்கு ஏற்படுத்தியதே தவிர, அவனுக்கு நடந்ததுபோல தோன்றவில்லை. அந்த மனைநிலையோடுதான் அவன் படுக்கையை விட்டும் எழுந்தான்.

இப்போது நேரமானது அதேபோல காலை ஐந்து நாற்பத்தைந்து ஆகியிருந்தது. இன்று மாவட்ட நீதிமன்றத்தில் அவனுக்கு ஒரு குறுக்கு விசாரணை இருந்தது. அதற்கு இன்னும் கொஞ்சம் படிக்க வேண்டியிருந்தது. எழுந்தவன் அருகில் கிடந்த அந்த வழக்கு கட்டை பிரித்தான்.

பிரித்துப் படிக்கும்போதே கனவிலிருந்த கடன் தவிர ஜங்கிள் ரெசார்ட், கோடியில் சொத்துக்கள், எந்த தொந்தரவுமில்லாமல் இருக்க ஒரு இடம் என அந்த வாழ்க்கையை நினைத்து சிரித்துக்கொண்டான். அந்த மெல்லிய சிரிப்பானது அவனை இன்னொரு விதமான சிந்தனைக்குள் தள்ளியது.

“ஒரு கனவு காணும்போது, அதில் தான் இன்னொருவனாக உணரும்போது, எப்படி தனது கடந்தகாலமும் இன்னொன்றாக புதிதாக மாறிவிடுகிறது? அவனின் அத்தனை கால அனுபவங்களும் தனக்குள் எப்படி புகுந்து விடுகிறது? அது எப்படி அந்தக் கனவில் பிரதிபலிக்கிறது?”

எப்படி யோசித்தபோதிலும் அந்தக் கனவில் வந்ததுபோன்ற ஒருவனை, அந்தக் காட்டை, அந்தக் கட்டிடத்தை தன் வாழ்நாளில் சந்தித்த மாதிரியான சிறு நினைவுகூட சந்ருவுக்கு எழவில்லை. ஆனால் தன்னைக் கொல்ல வந்தவன் மட்டும் ஏன் தன்னைப்போலவே இருந்தான்? என்பது மட்டும்தான் அவனை மீண்டும் மீண்டும் குழப்பியது.

பின் சிறிதுநேரம் கழித்து அதற்கு ஒருவாறாக ஒரு காரணத்தையும் கண்டுபிடித்தான். அது வேறொன்றுமில்லை... “அதிகமாக டைம் ட்ராவல், டைம் லூப் சம்மந்தமான படங்களை பார்ப்பது; அது சம்பந்தமாக அதிகமாகப் படிப்பதுதான் பிரச்சனை”

டைம் மிஷினில் ஏற்பட்ட ஒரு பெரிய தவறினால் ஒருவனே இரு வெவ்வேறு காலங்களுக்கு பயணமாவது, பின் பலமுறை

முயற்சித்தாலும் அவனால் சரியான காலகட்டத்திற்கு திரும்ப முடியாமல் போவது, அப்படியான சந்தர்பத்தில் அவனே ஒரே நேரத்தில், ஒரே இடத்தில் இருப்பது, அப்படி இருக்கும்போது, தான் சரியான காலத்திற்கு திரும்ப தனது எதிர்காலத்தையும், கடந்தகாலத்தையும் அழித்துவிட்டு நிகழ்காலத்திற்கு திரும்ப, ஒருவரை மாற்றி ஒருவர் சுட்டுக்கொல்ல சண்டை போடுவது, கனவில் இளமையாகவும், விழித்ததும் முதுமையாகவும் இருப்பது போன்ற படங்களை தொடர்ந்து பார்க்கும் பழக்கம் அவனுக்கு உண்டு.

அதேபோல, பிரபஞ்சத்தின் ஒரு பக்கத்திலிருந்து இன்னொரு பக்கம் வரை ஓரிரு வாரங்களில் பயணிப்பது குறித்தும், ஒரு வார்ம்ஹோல் வழியாக பயணித்து இன்னொரு வார்ம்ஹோல் வழியாக புறப்பட்ட காலத்திற்கு முன்னதாகவே திரும்பி வருவது குறித்தும், கருந்துளைக்குள் விழுந்து எதிர்காலத்திற்கு மட்டுமல்ல, கடந்த காலத்திற்கும் திரும்ப முடியும் என்பது பற்றியும், அப்படி திரும்புவதன் மூலம் இறந்த நபர்களையும் சந்திக்க முடிவது பற்றியும், காலமும் வெளியும் முடிவற்ற என்றும், மூன்று காலங்களுக்கும் அப்பாலும் ஒரு காலம் உண்டு எனவும்... இப்படி அவன் ஸ்டீபன் ஹாக்கிங்கை தோற்கடிக்கும் பல புத்தகங்களையும் படிக்கும் பழக்கமும் அவனுக்கு சிறுவயதிலிருந்தே உண்டு.

இது அனைத்தும் சேர்ந்துதான் தனக்கு இப்படிப்பட்ட கனவுகள்வர காரணமாக இருக்கிறது என்ற முடிவுக்கு இப்போது அவன் வந்திருந்தான்.

அதேநேரம் இப்படி நீண்ட நேரமாக, அதுவும் இவ்வளவு தெளிவாக கனவுகள் வருமா? என்ற சந்தேகமும், குழப்பமும், சிறு பதட்டமும் அவனுக்கு கொஞ்சம் கொஞ்சமாக வளர்ந்து வந்தாலும் அது வெறும் கனவுதான் என்றும், அந்தக் கனவில் தனக்கு எதுவும் நடக்கவில்லை என்றும் கோர்ட்டிற்கு கிளம்பும்வரை தனக்குத்தானே அவன் சமாதானம் சொல்லிக்கொண்டான்.

ஆனாலும் “தான் அல்லாத அந்த நபர் இன்னும் கொல்லப்படுவதிலிருந்து தப்பித்து விடவில்லை” என்ற தொடக்கத்திலிருந்த அந்த மனநிலையானது படிப்படியாக உருமாறி “தான் இன்னும் அந்தக் கொலையிலிருந்து தப்பித்து விடவில்லை” என்ற உணர்வுக்குள், பதட்டத்திற்குள் அவனைக் கொண்டுவந்து சேர்ந்திருந்தபோது, அந்தக் கனவில் 7/6/2034

என்ற தேதியைக் காட்டியவாறு தொங்கிக்கொண்டிருந்த ஒரு காலண்டர் சட்டென்று நினைவிற்கு வர, பெரிய பெரிய எழுத்துக்களாலான "உமது பார்வைக்கு ஆயிரம் வருஷம் நேற்றுக்கழிந்த நாள்போலவும், இராச்சாமம் போலவும் இருக்கிறது" -சங்கீதம் 90:4" என்ற வசனத்துடன், அதைப்போலவே தனது வீட்டில் தொங்கிக்கொண்டிருந்த "ஜேம்ஸ் மேத்ஸ் அகடெமி" நாட்காட்டியைப் பார்த்தான்.

"7/6/2027"

∴

மதியம் இரண்டு மணி

கோடை விடுமுறை முடிந்து ஒரு வாரம் கழித்து வந்த மாவட்ட நீதிபதி சாப்பிடக்கூட இறங்காமல் செசன்ஸ் வழக்கு ஒன்றை தீவிரமாக நடத்திக் கொண்டிருந்தார். பதட்டத்துடனும், வியர்வையுடனும் சாட்சிக் கூண்டில் நின்றிருந்த வயதான பெண் ஒருவர், பப்ளிக் ப்ராசிகியூட்டர் கேட்கும் கேள்விகளுக்கு பதில் சொல்லும் விதமாக, அவளது வலதுகை பக்கமாக, சுமார் இருபது மீட்டர் தூரத்திலிருந்த குற்றவாளிக் கூண்டுக்குள், இருபக்கமும் போலீசார் சூழ நின்றிருந்த எதிரிகள் "தனது கணவரை எப்படி குத்திக் கொன்றார்கள்" என்று சாட்சியம் அளித்துக் கொண்டிருந்தாள். மற்ற வழக்குகள் நடப்பதற்கு எப்படியும் மூன்று மணிக்குமேல் ஆகிவிடுமென்று தோன்றியதால் சந்ரு நீதிமன்ற அறையைவிட்டு வெளியேற எழுந்தான்.

அப்போது இளம் பெண் ஒருத்தி யாரும் தன்னை தடுத்துவிடக்கூடாது என்ற முனைப்பில், வேகமாக நீதிபதியின் முன்சென்று ஏதோ சொல்ல ஆரம்பித்தாள். வழக்கமாக நீதிமன்ற வளாகத்திற்குள் சுற்றும் மனநலம் பாதித்தவர்கள் அடிக்கடி உள்ளே நுழைந்து இப்படித்தான் ஏதேதோ சொல்லிக் கொண்டிருப்பார்கள். "அவர்களில் ஒருத்திதான் அந்தப் பெண்" என்று நினைத்த கோர்ட் அசிஸ்டன்ட் அவளை அப்புறப்படுத்த முயற்சிக்கும்போது, அவள் தனது வலது கையில் வைத்திருந்த ஒரு பெரிய பிளாஸ்டிக் பையை திறந்து காண்பித்தாள்.

உயரத்திலிருந்த நீதிபதிக்கு அதில் என்ன இருக்கிறது என்பது தெரியவில்லை. ஆனால் கோர்ட் அசிஸ்டன்ட், பெஞ்ச் க்ளர்க் கண்களுக்குத் தெளிவாக அது தெரிந்தது.

அதற்குள் நீதிமன்ற பணியிலிருக்கும் போலீஸ் ஒருவர் அவளருகே சென்று அந்தப் பையை திறந்து பார்த்தார். உடனே அவர் பதட்டத்தில் இருந்த க்ளர்க்கிடம் ஏதோ சொல்ல, அதை அவர் நீதிபதியிடம் சொன்னார். திகைத்துப்போன நீதிபதி ஒருவாறு நிதானித்துக்கொண்டு ஸ்பெஷல் பெர்மிசன் தருவதுபோல தலையை ஆட்டினார்.

மஜிஸ்ட்ரேட் கோர்ட்டிற்கு அனுப்புவதற்குமுன், ஏற்கனவே நின்றிருந்த குற்றவாளிகளை வெளியே அனுப்பிவிட்டு ஒரு ஓரமாக போலீஸ் பாதுகாப்புடன் குற்றவாளி கூண்டில் அந்தப் பெண் உட்கார வைக்கப்பட்டாள்.

சம்மந்தப்பட்ட காவல் நிலையத்திற்கு உடனடியாக தகவல் தெரிவிக்கப்பட்டது.

இது நடப்பதற்கு ஏழு வருடங்களுக்கு முன்பு இதேபோல் ஒரு மதியம்

“டேய் மகளிர் ஸ்டேஷன்ல ஒரு மேட்டர். சாய்ந்திரம் ஏழு மணிக்கு போய்ரு. பார்டிட்ட ஒன் நம்பர் குடுத்துருக்கேன்”

“என்ன மேட்டர் மாப்ள?”

“எல்லாம் ஒனக்கு புடிச்ச மேட்டர்தான்”

“ஓ..”

“என்ன ‘ஓ’ன்னு இழுக்க?”

“சரி... நாம யாருக்கு... புருசனுக்கா? பொண்டாட்டிக்கா?

“ரெண்டு பேருக்கும் இல்ல. எடைல வந்தவனுக்கு”

“ஆஹா... அது எப்படி மாப்ள ஒனக்கு மட்டும் இப்படில்லாம் மேட்டர் மாட்டுது?”

“டேய் வளவளன்னு பேசாத. மறக்காம போய்ரு”

“சரி ஆளு எப்படி? டப்பு உள்ள பார்டியா?

“பெருசா ஒண்ணும் கிடையாது. முத்துலிங்கம் சார் இருக்காருல்ல, அவரோட மேட்டரு”

“அது யாரு?”

“ஆமா ஒனக்கு அவரத் தெரியாதுல்ல? நல்ல மனுஷன் மாப்ள. ஒருநாள் அவரப் பாக்க உன்ன கூட்டிட்டுப் போறேன். ‘ஃபார்மா’ ஒண்ணு வச்சுருக்காரு. இவன் மெடிக்கல் ரெப்.

அப்படித்தான் அவருக்கு பழக்கம். மதுரைலருந்து இங்க வந்து தங்கி வேலைப்பாக்குறான். ஒரு அஞ்சு ரூவா சொல்லிருக்கேன். அதுக்கே 'சார்... சார்'னு கெஞ்சுறான். எப்படியும் மூணுதான் தருவான்னு நெனக்குறேன். முடிஞ்சா ஸ்டேஷனுக்குன்னு தனியா ஆயிரம் வாங்கிரு. விசயத்த அவன்ட்ட கேட்டு தெரிஞ்சுக்க. மேட்டர முடிச்சிட்டு கூப்பிடு"

♦♦♦

"சார் நான் வினோத். மெடிக்கல் ரெப். அட்வகேட் கிருபா சார்...?"

"ஆமா... ஆமா.. இப்பதான் பேசிட்ருந்தோம்"

"சார் உங்கள பாக்க வரலாமா?"

"மணி இப்ப ரெண்டுதான ஆச்சு. சாய்ந்திரம் ஆறுமணிக்குமேல வந்தா போதும்"

"இல்ல சார் உங்கட்ட கொஞ்சம் பேசணும். அதான்"

"...ம்"

"சார் யோசிக்காதீங்க ப்ளீஸ்"

"இல்ல மூணு மணிக்கு அக்கா பொண்ண ஸ்கூல்லருந்து கூப்பிட போணும். அதான் பாக்குறேன்"

"சார் அவ்வளவு நேரம்லாம் ஆகாது. வெறும் இருபது நிமிஷம்தான்"

"சரி அப்ப ஒண்ணு பண்ணுங்க. ஹோட்டல் சஃப்ரானுக்கு வந்துருங்க. எங்க இருக்குனு தெரியும்ல. வுமன்ஸ் காலேஜ் பக்கம்..."

"தெரியும் சார். இதோ அஞ்சு நிமிஷம்"

♦♦♦

"சார் ப்ரண்ட் ஒருத்தனோட கலைநகர்ல இப்ப வீடு எடுத்து தங்கிருக்கேன். முன்னாடி மூகாம்பிகை கோவில் பக்கமா இருந்தேன். அப்ப அவ எங்க பக்கத்து வீடு. அவ புருசன் பயங்கர குடிகாரன். பொன்மலர் ஸ்கூல்ல வாட்ச்மேனா இருக்கான். தினமும் அவள அடிக்காத நாள் இல்ல. எங்க வீடு வரைக்கும் சத்தம் கேட்கும். பாக்க பரிதாபமா இருக்கும். நேர்ல பாக்கும்போது ஆறுதல் சொல்வேன். இப்படித்தான்

எங்களுக்குள்ள பழக்கம் ஆரம்பிச்சது. அப்புறம் அவன் இல்லாத நேரம் அவ வீட்டுக்கு போறதும், ரூமுக்கு அவ வரதும் வழக்கமாகிருச்சு. ஆறு மாசத்துலயே அவனுக்கு விசயம் தெரிஞ்சு போச்சு. பயங்கர சண்டை. அப்புறம் வீடு மாறி இங்க வந்துட்டேன். இங்க வந்தப்புறமும் சிலநேரம் வருவா. கொஞ்சநாள் ஒரு பிரச்சனையும் இல்லாமதான் போச்சு. நாலு நாளைக்கு முன்னாடி நடந்த ஒரு சண்டைல வீட்ட விட்டு வெளியவந்து, நாங்க தங்கிருக்க வீட்டுக்கு வந்துட்டா. அவள வீட்டுக்கு போகச் சொல்லவும் முடியல. கூட வச்சுக்கவும் முடியல. 'அவன்கூட மறுபடியும் சேந்து வாழ்ந்தா தூக்கு மாட்டிருவேன்'னு சொல்றா. கம்பெனி மீட்டிங்குக்காக இன்னைக்கு சாய்ந்திரம் சென்னைக்குவேற கௌம்பனும். அவளும் சென்னைக்கு வருவேன்னு பிடிவாதம் பிடிக்கிறா. விட்டுட்டு போகவும் மனசு வரல சார். அதுனால அவளயும் சென்னைக்கு கூட்டிட்டு போறேன். சிக்கல் என்னன்னா கம்ப்ளைன்ட்ல எங்க ரெண்டு பேரோட பேரும் இருக்கு. ஒரு நாலு நாள் மட்டும் டைம் கிடைச்சா போதும். அதுக்குள்ள அவள எப்படியாவது சம்மதிக்க வச்சிருவேன் சார். திரும்பி வரும்போது அவளே அவ வீட்டுக்கு போய்ருவா. அதுனால வியாழக்கிழமை வரைக்கும் மட்டும் டைம் வாங்கி தந்துருங்க சார். ப்ளீஸ்...

◆◆◆

சந்ருவும் கிருபாவும் பள்ளிப்படிப்பை முடிக்கும்போதே சட்டப்படிப்புதான் என்று முடிவெடுத்து விட்டார்கள். படிக்கும்போதே கிருபாவிற்கு சிவிலில்தான் ஆர்வம். அவனுக்கு நேரெதிராக நிற்பதில் சந்ருவுக்கு எப்போதும் ஒரு ஆர்வம் உண்டு. கிருபா 'ட்ரான்ஸ்ஃபர் ஆஃப் ப்ராபர்டி ஆக்ட்'டில் மூழ்கிக் கொண்டிருந்தபோது, 'கிரிமினல் ப்ரசீஜர் கோட்' சம்மந்தமாக வெறிகொண்டு சினாப்சிஸ் எழுதிக்கொண்டிருந்தான் சந்ரு.

"எப்படி மாப்ள இந்த போலீஸ் ஸ்டேஷன்லாம்போய் காத்துக்கெடந்து, பத்தும், பன்னெண்டும் படிச்சவன 'சார் சார்'னு கெஞ்சுறதெல்லாம்... ம்கூம்.. சான்ஸே இல்ல. அதுவும் அவனுகல்லாம் மனுசனுகளே கெடையாது. அதிகார வெறிப் புடிச்ச மிருகங்க"

கிருபா இதை அடிக்கடிச் சொல்வான். இதிலும் அவனுக்கு எதிரில்தான் நின்றுகொண்டிருந்தான் சந்ரு.

“அது ஒரு பிரச்சனையில்ல. ரைட்டர்ட்ட பேசி வாங்கிறலாம். சப் இன்ஸ்பெக்டர் நம்மாளுதான். ரெண்டாயிரத்த தூக்கிப்போட்டா இன்ஸ்பெக்டர்கூட மறுபேச்சு பேச மாட்டாரு. அந்த ஸ்டேஷன்தான? அதெல்லாம் பாத்துக்கலாம்”

இந்த வார்த்தைகளை எத்தனையோ முறை உபயோகித்திருக்கிறான் சந்ரு. அது ஒரு போதை. கிருபாக்கு அது தெரியாது. “அதிகாரத்தின் ருசி அறியாதவன்” அவன் என்று நினைத்துக்கொள்வான்.

“அவருக்கு தேவைனா கோர்ட்ல போய் நீதியை நிலைநாட்ட வேண்டியதுதான சார். இங்க வந்து ஏன் எங்க தாலியறுக்குறாங்க”

இது போலீஸ் ஸ்டேஷன் போய் நியாயம் பேசக்கூடிய வக்கீல்களைப் பற்றி சப் இன்ஸ்பெக்டர்களும், இன்ஸ்பெக்டர்களும் கூறும் வார்த்தைகள். வழக்கறிஞர்களுக்கும் காவல்துறையினருக்கும் எப்போதும் இப்படித்தான். ஏழாம் பொருத்தம்.

“நீதி, நியாயம் யாருக்கு வேணும் சார்? பணம்தான இங்க நம்மள ஒக்கார வச்சிருக்கு”

எப்படி கிருபா சொல்லும்போது தலையாட்டுவானோ, அதேபோல மற்ற வழக்கறிஞர்களைப் பற்றி போலீஸ்காரர்கள் குறை கூறும்போதும் தலையாட்டிக் கொள்வான். வாங்கும் கட்டணத்தில் கணிசமான பங்கை அவர்களுக்கு கொடுப்பதால் இவனுக்கு தனி மரியாதையும் அவர்களிடத்தில் உண்டு. இதனால் போலீஸ்காரர்களோடு எந்த சிக்கலும் எப்போதும் இவனுக்கு எழுந்ததில்லை.

அதனால்தான் அந்த உதவியைக் கேட்கும்போது வினோத்திற்கும் அதேபோன்று தலையாட்டிக் கொண்டான். ஆனால் அந்த தலையசைப்புக்கு ஐயாயிரம்கூட வாங்க முடியாதென்று சொன்ன இடத்தில், அவனது இக்கட்டான சூழ்நிலையையும், கொஞ்சம் சட்ட பயத்தையும் காட்டி பத்தாயிரம் வாங்கினான்.

அவன் சென்றபின் ‘அனைத்து மகளிர் காவல் நிலையம்’ சப் இன்ஸ்பெக்டர் லலிதா குமாரியிடம் பேசினான்.

•••

“மேடம் அட்வகேட் சந்ரு பேசுறேன். ப்ரீயா? இல்ல பிஸியா?”

“ஒண்ணும் இல்ல சார். சாப்ட வீட்டுக்கு வந்தேன்”

“மேடம் மூகாம்பிகை கோவில் சைடுலருந்து பொண்டாட்டி ஓடிப்போன மேட்டர் சம்மந்தமா பெட்டிஷன் ஏதாவது இருக்கா? வினோத்’னு ஒரு மெடிக்கல் ரெப் பெயர்கூட...”

“ஆமாமா... சாய்ந்திரம் வர சொல்லிருந்தேனே?”

“அதுக்குதான் மேடம் கூப்டேன். பார்ட்டி பேசுனான். அவன் இப்ப சென்னைல இருக்கான். கம்பெனி மீட்டிங்போல. அவ அவன்ட்ட தற்கொலை பண்ணிருவேன், அது இதுன்னு மிரட்டிருக்காபோல. அதான் பையன் பயந்து, அவளையும் கூட்டிட்டு போய்ட்டான். நாலு நாள்ல திரும்பி வந்துருவாங்க. வர வெள்ளிக்கிழமை, அதாவது இருபதாம் தேதி ‘அவள எப்படியாவது சம்மதிக்க வச்சு அவ வீட்டுக்கே அனுப்பிருவேன்’னு சொல்லிருக்கான். ஒரு பிரச்சனையும் இல்லாம முடிச்சிறலாம்”

“சார் பெட்டிஷன் மூணு நாளா பென்டிங்ல இருக்கு. மனுஷன் பாவம் அந்த ரெண்டு பச்ச மண்ணுகள வச்சிகிட்டு ஸ்டேஷனே கதின்னு கெடக்கான். அந்தத் தாயோளி அவள கூட்டிட்டு இன்னைக்கு வரேன்னுதான சொல்லிருந்தான். அதுக்குள்ள அவளுக்கு சாமான் அவ்வளவு துடி துடிக்கோ?”

“மேடம் இது பரவாயில்லை. ‘அதான் கள்ளக்காதல் பெரிய குத்தம் இல்லைன்னு சட்டமே சொல்லிருச்சேன்’னு அவன்கிட்டயே அவ சொல்லியிருக்கா. இப்படியே போச்சுனா ஒருவேளை அவ தற்கொலை செஞ்சுட்டா நெனச்சு பாருங்க. நீங்க சொன்ன மாதிரி அந்த குடும்பம்தான் பாவம். அவனுக்கும் இவ மேல பெரிய விருப்பமெல்லாம் இல்ல. ஏதோ கோளாறுல பண்ணிட்டான். இப்ப பயப்படுறான். இவனுக்கும் இன்னும் கல்யாணம் ஆகல. இவன் வீட்ல தெரிஞ்சாலும் பிரச்சனைதான். பிரிஞ்ச அந்த குடும்பம் சேரதுக்கு இதத்தவிர வேற வழியும் இல்ல.

“சரி வாங்க பாத்துக்கலாம்.”

•••

சந்ரு ஸ்டேஷன் போகும்போது அவர் அந்த இரண்டு குழந்தைகளுடன் ஏதோ அங்கேயே நிரந்தரமாக தங்கிவிட்டவர்போல விளையாடிக் கொண்டிருந்தார். அவர்களைக் கடந்துதான் அவன் உள்ளே சென்றான். சப் கையில் இரண்டாயிரம் கொடுத்தவன், மற்ற இரண்டு பெண் காவலர்களின் கைகளிலும் இரண்டு ஐநூறு ரூபாய் நோட்டுகளைத் திணித்தான். இது எதுவும் தெரியாமல் வெளியே குழந்தைகளைத் தூக்கி வைத்துக்

கொஞ்சிக்கொண்டிருந்த அந்த மனிதரை "யோவ் உள்ள வாயா" என்றக் குரல் திடுக்கிட வைத்தது. உள்ளே வந்தவர் புரியாமல் எல்லோரையும் பார்த்தார்.

அப்போதுதான் அவர்களை தெளிவாகப் பார்க்க ஆரம்பித்தான் அவன்.

நீலமும் மஞ்சளும் கலந்த வாட்ச்மேன் உடையில் இருந்தார். இடுப்பை மாதிரியே கன்னமும் இல்லாமலிருந்தது. நல்ல நிறம் என்றாலும் அதுவொரு பெரும் புழுதிப் போரையே சந்தித்ததுபோல அவ்வளவு அழுக்காக இருந்தார். அவரைப்போலவே அவ்வளவு அழுக்காயிருந்த, அவர் கையில் பிடித்திருந்த ஒரு குழந்தையும் எல்லோரையும் பார்க்க பயந்துடனும், கூச்சத்துடனும் அவருடன் சேர்ந்து ஒட்டியபடி தலை குனிந்திருந்தது. அவர்கள் மூவரில் அவர் தூக்கி வைத்திருந்த அந்தக் குழந்தை மட்டும்தான் கொஞ்சமும் பயப்படாமல், அதன் உருண்டை விழிகளால் ஸ்டேஷனையே குற்றவாளிக் கூண்டில் ஏற்றிக் கொண்டிருந்தது. அவர்கள் இருவரையும்போல பரட்டைத் தலையுடன் இருந்தாலும், குழந்தைகளுக்கே உரிய அழகினால் அதன்மீது படிந்திருந்த அழுக்குகள் மதிப்பிழந்து காணப்பட்டன.

கவனத்தை முழுவதுமாக அவர்களின்மீது நிலைத்திருக்கவிடாமல், சப் இன்ஸ்பெக்டரைப் பார்த்து வேகமாக திரும்பிக்கொண்டவன் மனதில் ஏதோ உறுத்த ஆரம்பித்தது.

எல்லோருக்கும் பின்னால் ஒரு ஓரமாக தள்ளி நின்றவர், இப்போது அப்படியே மெல்ல நடந்து வந்து சப் இன்ஸ்பெக்டரின் வலதுகை பக்கத்தில் வந்து அமைதியாக நின்றார்.

"யோவ் நல்லா கேளு. ஒன் பொண்டாட்டி அவன்கூட இல்ல. அவன் இப்ப சென்னைல இருக்கான். ஒன் பொண்டாட்டி மருதூர் பக்கம் இருக்குற ஒரு கோயில்ல அங்க கெடைக்குறத சாப்டுட்டு தங்கி இருக்காளாம். ஒன்கிட்ட சொல்லக்கூடாதுன்னுதான் சொன்னா. ஒன்ன பாக்கவேற பரிதாபமா இருக்கு. ஒனக்கு ரெண்டு பிள்ளையை வச்சி பாக்குறது எவ்வளவு கஷ்டம்னு காமிக்கத்தான் போனாளாம். நீ குடிச்சா பெரிய ஊச்சாளியாமே? அவ இப்பதான் ஒன் கதையெல்லாம் சொன்னா. எல்லாத்தையும் மறைச்சிட்டு நல்ல பிள்ளபோல இங்க வந்து கம்ப்ளைன்ட்டா கொடுக்குற? சகுந்தலாக்கா அந்த கம்பை எடுங்க, இவன ரெண்டு சாத்து சாத்துவோம்..."

சப் இன்ஸ்பெக்டரிடமிருந்து தொடர்ந்து வந்த சத்தத்திலும், மிரட்டலிலும் ஏதோ நடக்கப்போகிறது என்று பயந்துபோன குழந்தைகள் அழ ஆரம்பித்தன. இரண்டு நாட்கள் அன்பாக நடந்தவர்கள் இன்று ஏன் திடீரென்று இப்படி நடந்து கொள்கிறார்கள்? என்ற குழப்பத்தில் நின்றவனைப் பார்த்து "வாய்ல எதத் தூக்கில வச்சிட்டு இருக்க... ஒழுக்கமா பொண்டாட்டி பிள்ளைகளோட பொழைக்க தெரியாதா நாயே?" என்றாள் ஐநூறு ரூபாய் நோட்டில் ஒன்றை வாங்கியவள்.

அழும் குழந்தைகளை சமாதனப்படுத்திவிட்டு "அடிச்சது தப்புதான் மேடம், அவள அந்தளவு அடிச்சிருக்கக்கூடாது. ஸ்கூல்ல அஞ்சாறு அட்மிஷன் புடிச்சா கமிஷன் கொஞ்சம் கெடைக்கும். அதுக்கு தெருத்தெருவா அலையணும். ஆரம்பத்துலருந்தே 'வீட்ல ஒரு ஆள் சம்பாதிச்சா குடும்பம் நடத்த முடியாது. நீயும் வேலைக்கு போகணும்'னு எத்தனையோ மொறை சொல்லிருக்கேன். கேட்க மாட்டா. காசு கைல இல்லாத நேரத்துல பயங்கரமா கோவம் வரும். குடிக்கிறதும், அவள அடிக்கிறதும் இப்படித்தான் வழக்கமாச்சு. இப்பவும் அட்மிஷன் சேக்கத்தான் கூப்பிட்டேன். வர மாட்டேன்னு சொல்லிட்டா. அதான் அடிச்சேன். ஆனா நீங்க பொய் சொல்லவேண்டாம் மேடம். அவ அவன்கூடதான் இருக்கான்னு தெரியும். அவளுக்கு போக வேற எடம் கெடையாது" என்றார்.

பின் பெருமூச்சு ஒன்றை விட்டவர் "இனிமேல் அவள அடிக்கமாட்டேன். அடிச்சது தப்புதான். அதுக்கு அவ இப்படி செஞ்சதையும் மன்னிச்சுட்டேன்னு சொல்லுங்க. வரச் சொல்லுங்க மேடம்" என்றார்.

சந்ரு உட்பட யாராலும் எதுவும் பேச முடியவில்லை.

கொஞ்சநேரம் அவரை தனியே அழைத்து சென்று பேசிய சப் "சரி இப்ப போ. அவ சென்னைல இருக்கா. நாலு நாள் கழிச்சு அந்தத் தேவுடியாளே உன் வீட்டுக்கு வருவா. இனிமேலாவது அவள ஊர் மேய விடாம, குடிச்சிட்டு சண்ட போடாம ஒழுங்கா வச்சு வாழ வழியப்பாரு. இல்லைனா இதுதான் உன் கதி. புரிஞ்சுதா...?" என்று சொல்லியது மட்டும் சந்ரு காதில் தெளிவாக விழுந்தது.

அந்தச் சின்னக் குழந்தை இன்னும் அழுவதை நிறுத்தவில்லை. இப்போது அது அவள் அக்காவின் இடுப்பில் இருந்தது. அவரும்கூட அழுததுபோலதான் ஸ்டேஷனை விட்டு

வெளியேறினார். அவர் போவதைப் பார்த்து "சார் இன்னும் ஒரு ஆயிரத்தை தள்ளுங்க. கார்பன், பென்னு, பேப்பர்னு ஒண்ணும் ஸ்டேஷன்ல இல்ல. அதுவுமில்லாம எவ்வளவு பேசிருக்கேன் பாருங்க" என்ற சப் கையில் இன்னும் ஒரு ஐநூறை திணித்துவிட்டு வெளியேறினான் சந்ரு.

எப்போது அவன் வெளியே வருவானென்று காத்திருந்தவர்போல, "சார் நீங்கதான் அவன் வக்கீலா?" என்றவர், ஸ்கூல் யூனிஃபர்முடன் ஒரு குழந்தையைச் சுமந்து கொண்டிருந்த இன்னொரு குழந்தையைக் காண்பித்து "இவ அஞ்சு படிக்குறா சார். அது தூக்கி வச்சுருக்குற இதுக்கு இன்னும் ரெண்டுகூட முடியல. இதுகள விட்டுட்டு போக எப்படி சார் அவளுக்கு மனசு வந்துச்சு. எந்த வீட்லதான் சண்டை இல்ல? பிள்ளைகளை பக்கத்து வீட்லதான் விட்டுட்டு வேலைக்கு போறேன். அவங்க எல்லோருக்கும் சந்தேகம் வரதுக்கு முன்ன எப்படியாவது அவள வரச்சொல்லிருங்க சார். உண்மையிலே வேலைக்கும் போய்ட்டு, சமையல் பண்ணி, ரெண்டு பொட்டப் புள்ளைகள வச்சு பாக்குறது ரொம்ப கஷ்டமா இருக்கு" என்றார்.

அந்த நாட்களில்தான் ஒரு கொள்ளைநோய்போல அந்த வைரஸ் நாடு முழுவதும் பரவியது. மனிதர்களின் நடமாட்டங்கள் எல்லா இடங்களிலும் கட்டுப்படுத்தப்பட்டன. அடுத்த வாரமே ஊரடங்கும் போட்டார்கள். அதனால் அவர்கள் சென்னையிலிருந்து வந்தார்களா? இல்லையா? என எதுவும் சந்ரு விசாரிக்கவில்லை; மறந்தும் போனான். சில நாட்கள் கழித்து கிருபா அந்தச் செய்தியைச் சொல்லும்வரை...

◆◆◆

"மாப்ள நியூஸ் பாத்தியா?"

"எங்கடா பாக்குறது. பாத்தாலே தொத்திக்கிரும்போல. அந்தளவுக்கு பயமுறுத்துறானுக"

"டேய் அவ புருசன் வாட்ச்மேன் தற்கொலை பண்ணிக்கிட்டானாம்"

"புரியல மாப்ள"

"அதான்டா நீ ஸ்டேஷன் போனேல்ல. மெடிக்கல் ரெப் மேட்டர்."

"யாரு அவரா? என்னடா சொல்ற?"

“ஆமா மாப்ள முத்துலிங்கம் சார்தான் விசயத்தச் சொன்னாரு. அவ அதுக்கப்புறம் வீட்டுக்கே போகலையாம். விரக்தில சாப்பாடுல வெசத்த கலந்து தின்னுட்டானாம். கள்ளக்காதல், தற்கொலைனு லோக்கல் சானல்ல போட்டு நாறடிக்கிறான். ஒன்னை ஏதாவது போலீஸ் விசாரிச்சா பாத்துக்க”

“அதெல்லாம் பாத்துக்கிறேன். அந்தாளு பாவம்டா.”

“மாப்ள அவரு மட்டுமில்ல. அந்த ரெண்டு வயசு குழந்தையும் செத்திருச்சு.”

•••

மதியம் இரண்டு முப்பது

அதற்குள் நீதிமன்ற வளாகத்திற்குள் தகவல் பரவியிருந்தது. வழக்கறிஞர்களாலும், காவல்துறையினராலும், வேறுவேறு வழக்கிற்கு வந்தவர்களாலும் நீதிமன்ற அறை நிரம்பி வழிந்தது.

ஆரம்பத்திலிருந்தே அந்த இளம் பெண்ணின் முகம் சந்ருவிற்கு எங்கோ பார்த்ததுபோல் தோன்றியது. நேராக கோர்ட் போலீஸ் ஒருவரிடம் ஓடினான். அவரிடமிருந்து தெரிந்துகொண்ட தகவல் ஒருவிதமான மூச்சடைப்பை அவனுக்கு ஏற்படுத்தியபோது, அதிர்ச்சியுடன் அந்தப் பெண்ணை திரும்பிப் பார்த்தான்.

உருண்டை விழிகளைக் கொண்ட தனது தங்கையை அன்று ஸ்டேஷனில் எப்படி தூக்கி வைத்திருந்தாளோ? அதேபோலவே அந்தப் பையைச் சுமந்தபடி அமர்ந்திருந்தாள்.

அந்த பெண்ணின் வயது பற்றிய ஒரு குழப்பம் போலீஸ்காரர்கள் மத்தியில் நிலவியதால், அவளை ஜுவைனல் கோர்ட் கொண்டுபோவதா? இல்லை மஜிஸ்ட்ரேட் கோர்ட்டிற்கா? என்று விவாதித்துக் கொண்டிருந்தபோது சந்ரு மனதில் நினைத்துக்கொண்டான்.

“அவளுக்கு வயது பதினேழு.”

•••

கொஞ்ச நாட்களில் தெரிந்துகொண்ட தகவல்களினாலும், விஷயங்களினாலும் ஏழு வருடத்திற்கு முன் நடந்த ஒரு கொலை வழக்கின் பிரதியாக இப்போது சந்ரு மாறிக்கொண்டிருந்தான். பத்திரிகைகளும், நியூஸ் சானல்களும் அந்தக் கொலையைப் பற்றி பக்கம் பக்கமாக எழுதித் தள்ளியும், சலிக்காமல் விவாதங்களை

நடத்தி அந்த கொலை வழக்கின் சூடு குறையாமலும் பார்த்துக் கொண்டன. எந்தவித சிரமமுமில்லாமல் கிடைத்த அந்தப் பெண் கொடுத்த வாக்குமூலத்தின் நகலின் குறிப்பிட்ட பகுதியை படிக்க படிக்க அவனுக்கு வேர்த்துக்கொட்ட ஆரம்பித்தது.

"...அப்பா எங்களுக்கு இரவு சாப்பாடு கொடுத்துவிட்டு வீட்டை விட்டு வெளியேறியவர் எப்போது மீண்டும் வீட்டிற்கு வந்தார் என்று தெரியாது. காலையில் எழுந்தபோது அப்பா, தங்கை இருவரின் வாய்களிலும் நுரை தள்ளியிருந்ததைப் பார்த்தேன். அப்போது நோய் தொற்றினால் ஊரடங்கு போடப்பட்டிருந்த காலம். சிலநேரம் அப்பா சமைப்பார். பலநேரங்களில் எங்கிருந்தாவது சாப்பாடு வாங்கி வருவார். ஆனால் அன்று வாங்கி வந்த சாப்பாட்டின் அருகில் ஒரு காலியான பூச்சி மருந்து பாட்டிலும் கிடப்பதைப் பார்த்தேன். அவருக்கு குடி பழக்கம் உண்டு. அன்றும் வீட்டிலிருந்து குடித்துவிட்டுத்தான் போனார். அதனால் குடிபோதையிலும், அம்மா ஓடிப்போன வருத்தத்திலும் விஷம் குடித்து இறந்திருப்பார் என்றுதான் அனைவரும் நம்பினர். காலையில் சீக்கிரமே எழுந்திருந்த தங்கை இரவு அப்பா சாப்பிட்டு வைத்த உணவை எடுத்து சாப்பிட்டிருக்கிறாள். அதனால் அவளும் இறந்துவிட்டாள். அப்பாவை அடக்கம் செய்வதற்கு முன்பே அம்மாவும் வந்துவிட்டாள். காவல்துறையினர் அம்மாவிடமும், மேற்படி வினோத்திடமும் விசாரித்தனர். அவர்கள் இப்போதுதான் சென்னையிலிருந்து வருவதாகக் கூறினர். மேலும் அவர்கள்மீது மகளிர் காவல்நிலையத்தில் அப்பா கொடுத்திருந்த புகார் மனுவை விசாரித்ததிலும் அவர்கள் சென்னை சென்றிருந்ததாகவே புலப்பட்டது. அதனால் அந்த சம்பவத்தில் யார்மீதும் சந்தேகமில்லாததால் வழக்கு பதியவில்லை. தற்கொலை என்றே முடிவு செய்யப்பட்டு அந்த விசாரணை முடித்து வைக்கப்பட்டது. அதன்பின் வினோத் அடிக்கடி வீட்டிற்கு வர ஆரம்பித்தான். அடுத்து வந்த சில வருடங்களில் அவர்கள் அவ்வப்போது பேசிக்கொள்வதிலிருந்து அது தற்கொலையல்ல, கொலையென்றும்; இவை அனைத்திற்கும் பின்னால் ஒரு வழக்கறிஞர் இருக்கிறார் என்றும் தெரியவந்தது. அவர்கள் சென்னைக்கு சென்றதாக கூறியது பொய். அப்பாவை எப்படியாவது கொலை செய்துவிடவேண்டும் என்ற நீண்டநாள் திட்டத்தில் இருந்த அம்மாவிற்கும் அவனுக்கும் அந்த ஊரடங்கு காலம் உதவியிருக்கிறது. வழக்கமாக அப்பா செல்லும் வழிகளைத் தெரிந்துகொண்டு, சாப்பாடு பார்சல் கொடுக்கும்

தன்னார்வலர்போல நடித்து அப்பா சாப்பிட்ட அந்த உணவை மேற்படி வினோத்தான் அவரிடம் கொடுத்துள்ளான். மாஸ்க் அணிந்திருந்ததாலும், இரவென்பதாலும், குடித்திருந்ததினாலும் அப்பாவால் அவனை அடையாளம் காணமுடியவில்லை. பையை திறந்ததவருக்கு பார்சலுடன் காலியாக இருந்த பாட்டிலைப் பார்த்து, படிப்பறிவில்லாத அவர் தவறுதலாக உள்ளே விழுந்திருக்க வேண்டும் என்று நினைத்து பக்கத்திலே எடுத்து வைத்துவிட்டு, விஷம் கலந்துள்ளது தெரியாமல் சாப்பிட்டுள்ளார். சாப்பிடும்போதே மயங்கி விழுந்துள்ளார். இதில் தங்கையும் அநியாயமாக இறந்துவிட்டாள். இது அவர்கள் மீது கொலை செய்யும் வெறியை உண்டாக்கியதோடு மட்டுமில்லாமல், சமீபமாக அவள் வாழ்ந்து வரும் வாழ்க்கை அருவருப்பை ஏற்படுத்தியது. யாரெல்லாமோ வீட்டிற்குள் வந்து போனார்கள். மட்டுமில்லாமல் அவளைப்போலவே அந்த தொழிலில் ஈடுபட வற்புறுத்தி...''

•••

"வாட்ச்மேன் கொலை வழக்கை மறுபடியும் விசாரணைக்கு எடுத்துக் கொண்டால்...?''

"அவள் ஏன் நேராக கோர்ட்டிற்கு வர வேண்டும்...?''

"மேஜர் இல்லையென்பதால் அவளுக்கு எளிதாக பிணை கிடைத்துவிடுமே...?''

"இல்லை... இல்லை இந்நேரம் அவள் வெளியவே வந்திருப்பாள்...!''

"அப்படி வெளியே வருபவள்...?''

"ஒருவேளை அதேபோன்ற பிளாஸ்டிக் பைக்குள் அவள் அம்மாவின் தலையும் கைகளும் இருந்ததுபோல...?''

இப்போது அவன் தனது தலையையும், கைகளையும் தடவிப் பார்த்துக்கொண்டான். என்ன செய்வதென்று ஒன்றும் புரியாமல் கிருபா நம்பரை மொபைலில் தேட ஆரம்பித்தான். வாழ்வில் அதுவரை யோசிக்காத மோசமான ஒன்று சட்டென்று அப்போது அவன் மனத்தில் தோன்றியது.

"கிருபா...''

அந்தப் பெயரே இனம்புரியாத ஒரு பயத்தையும், பதட்டத்தையும் உருவாக்க, சந்ரு மனதிற்குள் என்னென்னவோ கேள்விகள் எழ ஆரம்பித்தன.

"அவர்கள் சென்னைக்கு போயிருப்பதாக மொபைலிலிருந்து சப் இன்ஸ்பெக்டரிடம் எடுத்துக் காண்பித்த அந்த பஸ் டிக்கெட்டை கிருபாதானே அனுப்பித் தந்தான்? ஒருவேளை வினோத்தும் அவனும் நெருங்கிய நண்பர்களா இருப்பார்களோ? அப்படியென்றால் அந்த டிக்கெட் போலியானதாக இருந்திருக்குமா? முத்துலிங்கம் என்று ஒருவர் உண்மையில் இருக்கிறாரா? இல்லையா? நேரெதிராக நிற்கும் போட்டியென்றால் அது இதுதானா? இல்லை அதிகார வெறியும், பண வெறியும் எப்படியிருக்குமென்று நிரூபிக்க அவன் பாடம் நடத்துகிறானா? அப்படியென்றால் இது அத்தனைக்கும் பின்னால் இருக்கும் வழக்கறிஞர் என்று அந்தப்பெண் சொல்லுவது கிருபாவைத்தானா? அவர்கள் தப்பிக்கத்தான் அந்த பிரச்சனையில் சிக்கவைக்கப்பட்டேனா? மொத்தத்தில் வினோத்தும் கிருபாவும் சேர்ந்துதான் அந்தக் கொலையை...?"

கடைசியாக அவன் நேரம் பார்த்தபோது இரவு மணி பத்து முப்பது. எவ்வளவு நேரம் அப்படியே இருந்தான் அல்லது தூங்கினான் என்று தெரியவில்லை. துண்டுதுண்டாக எழுந்த கேள்விகளும், சிந்தனைகளும் அவனை மிகுந்த சோர்வடையச் செய்து, பலவீனமானவனாக உணர வைத்தபோது நிமிர்ந்து கடிகாரத்தைப் பார்த்தான். சின்ன முள்ளும், பெரியதும் பனிரெண்டைத் தாண்டி மெதுவானதும், மிதமானதுமான வேகத்தில் நகர்ந்து கொண்டிருந்தது.

இப்போது மொபைலில் ஒரே ஒரு தொடுதலுக்காக காத்திருந்த கிருபாவின் எண் கொஞ்சமும் புரிந்து கொள்ளமுடியாத ஒரு சூத்திரம்போல அவன் கண்களின்முன் அலையடித்துக் கொண்டிருந்தது. "எதுவாக இருந்தாலும் இந்த நடுச்சாமத்தில் அவனை அழைக்க வேண்டாம். காலையில் பேசிக்கொள்வோம்" என்று அவன் முடிவெடுத்தபோது அலுவலக காரிடாரில் யாரோ நடந்துவரும் ஓசை கேட்டது.

"இந்த நேரத்தில் யார் வருகிறார்கள்?" என்று யோசித்தப்படியே இருக்கையை விட்டு எழுந்து கதவினருகில் சென்றபோது, கதவைப் பலமாக தட்டும் சத்தம் கேட்டது. அந்தத் தட்டலைத் தொடர்ந்து ஜன்னலோரத்தில் இருந்த சிறிய இடைவெளியின்

வழியாக வெள்ளைத்தாள் ஒன்று அறைக்குள் வேகமாக வீசப்பட்டது.

சட்டென்று பயத்தில் அவன் உடல் வேர்த்துக்கொட்ட, நெற்றியிலிருந்து விழுந்த வியர்வைத்துளியைப்போல அப்படியே அந்த இடத்திலேயே அவன் சிதறி நின்றான். அதைத் தொடர்ந்து வந்த அடுத்த இரண்டு நிமிடங்கள் சுற்றிலும் எந்த அசைவும், சத்தமும் இல்லாமல் நிசப்தமானது. அது அவனுக்கு கொஞ்சம் நிதானத்தை உருவாக்கியது.

அந்த நிதானமானது, அதிகாலையில் அவன் கண்ட அந்தக் கனவை மீண்டும் தொடர்வதுபோல ஒரு உணர்வை அவனுக்குள் தோற்றுவித்தது. அப்போது மனதிற்குள் உருவான அந்த உணர்வின் பெயர் ஆசுவாசமா? இல்லை பதட்டமா? என்று எந்த முடிவிற்கும் வரமுடியாமல், பயமும், தைரியமும் கலந்த ஒரு கலவையான ஒரு மனநிலையோடு கீழே குனிந்து அந்த வெள்ளைத் தாளை எடுத்தான்.

அதில் இவ்வாறு எழுதியிருந்தது:

"இருபது நிமிடங்கள் அவகாசம். முடிந்தால் தப்பிச்செல். இல்லாவிட்டால் சற்றுமுன் உன் நண்பனின் நெற்றியைத் துளைத்ததுபோன்ற இரண்டு தோட்டாக்கள் உன் அகலமான நெற்றிக்காகவும் காத்திருக்கின்றன."

மூன்று மணிநேரம்

"பாலம் ஒன்றை ஏறி இறங்கும் வெறும் இரண்டு நிமிட நேரத்தை மிச்சப்படுத்த தேவையில்லாமல் இந்தக் குறுகிய சாலையில் வந்து மாட்டிக்கொண்டோமே…" என்று நினைத்தபோது, போக்குவரத்து நெரிசலில் அவன் மாட்டிக்கொண்டு பத்து நிமிடங்கள் ஆகியிருந்தது. இறங்கி நடந்தால் மனைவி அட்மிட் ஆகியிருந்த சுஷ்மிதா மருத்துவமனைக்கு ஐந்து நிமிடத்தில் சென்றுவிடலாம்தான்; ஆனால் காரை ஓரமாகக்கூட நிறுத்த முடியாத அளவிற்கு அவனது இருபக்கமும் வாகனங்கள் அடைத்துக்கொண்டு நின்றன.

"குழந்தை பொறந்து ஒரு வாரமாச்சு. ஒன்கிட்ட சொல்லக்கூடாதுன்னுதான் நெனைச்சேன். சொன்ன டேட்டுக்கு அம்பது நாள் முன்னாடியே வலி வந்துருச்சு. அடுத்த மாசம்தான டேட்டுனு நீ நெனச்சிட்டு இருப்பேன்னு எனக்கு தெரியும். மனசு கேக்கல. இப்ப சாய்ந்திரம் அஞ்சு மணிக்குதான் டிஸ்சார்ஜ் பண்ணாங்க. பணம்லாம் கட்டியாச்சு. நீ வாரேன்னா ஹாஸ்பிட்டல் கீழ வெய்ட் பண்றேன். இல்லைனா வீட்டுக்கேப் போறேன். என் வீடு எங்க இருக்குனுகூட ஒனக்கு தெரியாதுல்ல? அட்ரஸ் மெசேஜ் பண்ணவா? இல்ல இங்க வரியா?"

"இரு… இரு… போய்றாத… நான் ஒடனே கெளம்புறேன்" என்று வேக வேகமாக காரை ஓட்டி வந்தவன், இப்படி வந்து சிக்கிக்கொண்டான். இடையில் பல முறை அவளுக்கு முயற்சித்தான்; அவள் அலைபேசியை எடுக்கவில்லை. அதுவேறு அவனுக்கு எரிச்சலையும், பயத்தையும் ஏற்படுத்திக் கொண்டிருந்தது.

"ஏதோ ஒரு பொண்ணு பஸ்ல அடிபட்டு செத்துப் போச்சு. சிக்கலான கேஸ்போல. அதான் இவ்வளவு நேரமாகுது" என்று தன்னைச் சுற்றியிருந்த ஒவ்வொருவரும்

துண்டுதுண்டாக பேசியதை வைத்துப் புரிந்துகொண்டதில் "எப்படியும் இன்னும் அரைமணிநேரமாவது ஆகிவிடும்" என்று எடுத்த கையை மீண்டும் பின்னந்தலையில் வைத்து சீட்டில் சாய்ந்தவன், ஏதோ ஞாபகம் வந்தவனாக மீண்டும் அவளை அழைத்தான்.

இந்தமுறை எதிர்முனையில் ஒரு ஆண் குரலுடன் அந்த அழைப்பு உடனே ஏற்கப்பட்டது.

•••

மகனைத் தேடி சில மாதங்களாக எங்கெங்கோ அலைந்து திரிந்துவிட்டு இறுதியில் ஒருநாள் அவர் என் அலுவலகம் முன்பாக வந்து நின்றபோது, நான் சொன்ன வார்த்தைகள் இப்போதும் எனக்கு நினைவிருக்கிறது: "காணாமப் போறவங்களக் கண்டுபிடிக்க போலீஸ் இருக்குங்கய்யா. எங்க வேல அது கெடையாது. சொன்னாப் புரிஞ்சுக்கோங்க. இங்கயே நிக்குறதுல ஒரு பிரயோசனமும் இல்ல"

அன்று மட்டுமல்ல, அடுத்து வந்த ஆறேழு நாட்களிலும் நான் சொல்வதை எதையும் காதில் வாங்கிக் கொள்ளாமல் என் அலுவலகம் இருக்கும் லாட்ஜின் ஒரு நிரந்தரப் பொருளென அவர் மாறிக்கொண்டிருந்தார். இப்படி அவர் என்னிடம் வருவதற்கு முன்பே காவல் நிலையம், கண்காணிப்பாளர் அலுவலகம், எங்கள் லாட்ஜில் இருக்கும் பத்துக்கும் மேற்பட்ட வக்கீல் அலுவலகங்கள் என முடிந்த எல்லா இடங்களிலும் ஏறி இறங்கிவிட்டுத்தான் வந்திருக்கிறார் என்று பின் வந்த நாட்களில்தான் நான் தெரிந்து கொண்டேன். அதற்கு காரணம் இல்லாமலில்லை.

"காணாமல் போனவைகளை மட்டுமல்ல; இல்லாத ஒரு வஸ்துவையும்கூட 'டயமண்ட் வியூவ்' லாட்ஜ் வழக்கறிஞர்கள் நினைத்தால் எங்கிருந்தாவது கொண்டு வந்துவிடுவார்கள். அப்படி அவர்களால் கொண்டுவர முடியாதபோது, இல்லாத ஒன்றை இருப்பதாகச் சொல்லி பல நேரங்களில் நீதிபதிகளையும், சில நேரங்களில் கடவுள்களையும்கூட நம்ப வைத்து விடுவார்கள்" என்று யாரோ அவரிடம் சொல்லியிருகிறார்கள்.

இதற்கும் காரணம் இல்லாமலில்லை; அதை இன்னொரு சந்தர்ப்பத்தில் சொல்கிறேன்.

இப்படி அவர் தினமும் என் அலுவலகம் எதிரில் வந்து நிற்க ஆரம்பித்தபோது மற்ற வழக்கறிஞர்களைப்போல நானும் அவரைக் கண்டும் காணாமல்தான் இருந்தேன். அவர்கள் அவரைப் பார்த்து கிண்டல் செய்து சிரிக்கும்போது நானும்கூட அதில் கலந்திருக்கிறேன்.

காலையிலேயே வருபவர் மாலை வரை லாட்ஜ்லேயேதான் இருப்பார். இடையில் நான் கோர்ட்டிற்கு சென்றாலும் ஏதாவதொரு படிக்கட்டுகளைப் பார்த்து அமர்ந்துகொண்டு எனக்காக காத்திருப்பாரே தவிர; வேறெங்கும் நகரமாட்டார். எப்போது சாப்பிடுவார்? அல்லது கடைசியாக சாப்பிட்டது எப்போது? என்று அவரைப் பற்றிய எந்தத் தகவலும் எனக்கோ, வேறு யாருக்குமோ தெரியாது.

ஆனால் என்னைப்போலவே அவர் ஏறி இறங்கிய எல்லா இடங்களிலும் இவரின் எந்த புகார்களும் ஏற்கப்படவில்லை; சிறு கோரிக்கைகளும்கூட பரிசீலிக்கப்படவில்லை என்பது மட்டும் எனக்குத் தெரிந்திருந்தது.

•••

சொல்லப்போனால் என்னென்ன காரணங்களுக்காகவோ சொந்த ஊரைவிட்டு வெளியேறி, இந்த நகரத்திற்கு வந்து வழக்கறிஞராக பயிற்சி செய்துகொண்டிருக்கும் நானும் அவரைப் போன்றவன்தான். எங்கேயும்போக வழியின்றிதான் இந்த ஊரையும், இந்த அலுவலகத்தையும் பிடித்து தொங்கிக் கொண்டிருக்கிறேன் என்பது அவருக்கு எப்படி தெரியும்?

இந்த “சாணங்கி மாடன்” லாட்ஜில், (அதை நாங்கள் அப்படித்தான் அழைக்கிறோம்) லாட்ஜ் பாய் கிடையாது. ஸ்வீப்பர் கிடையாது. எலி சாப்பிடாத மின்சார வயர்கள் கிடையாது. மோட்டர் போட்டால் தண்ணீர் எங்கிருந்து ஒழுகும் என்று யாருக்கும் தெரியாது. அவ்வளவு ஏன் எங்களுக்கு முதலாளியும் கிடையாது. அவரை எப்படியோ இப்போதிருக்கும் லாட்ஜ் மானேஜர் எங்களுக்கு முன்பு இங்கு வாடகைக்கு இருந்த ஒரு வக்கீலைப் பயன்படுத்தி ஏமாற்றி எழுதி வாங்கி கோர்ட்டில் அவருக்கு சாதகமாக தீர்ப்பும் வாங்கியிருந்தார்.

இந்த விவகாரம் தெரிந்திருந்ததால் எங்களுக்கு வாடகையும் கிடையாது; அதாவது நாங்கள் கொடுப்பது கிடையாது. அதேநேரம் அவர் நினைத்தால் ஆள் பலத்தை பயன்படுத்தி

எங்களை எப்போது வேண்டுமானாலும் வெளியேற்ற முடியும் என்றாலும், அவர் வட்டிக்கு கொடுத்து திருப்பிப் பணம் தராத பலரின்மீது லாட்ஜ் வக்கீல்களான நாங்கள்தான் காசோலை மோசடி வழக்குகள் போட்டு, அவரிடமிருந்து ஃபீஸ் வாங்காமல் அவ்வழக்குகளை நடத்தி வருகிறோம்; அவர்மீது கந்துவட்டி புகார்கள் வரும்போது காவல் நிலையம் சென்று அவரை அடிக்கடி மீட்டும் வருகிறோம்.

மட்டுமில்லாமல் நீண்டநாள் புதுப்பிக்கப்படாமல் கிடக்கும் அந்தக் கட்டிடத்தின் மூன்றாம் மாடி வரை பாம்புகள் வருகிறது என்றால், எங்களைத் தவிர வேறு யார்தான் இங்கு வாடகைக்கு இருக்க முடியும்?

அதனால்தான் இந்த லாட்ஜை நாங்களும், எங்களை மானேஜரும் கட்டிக்கொண்டு அழுது கொண்டிருக்கிறோம். கோர்ட்டில் சீனியர்கள் மற்றும் பணக்கார வழக்கறிஞர்கள் "டயமண்ட் வியூவ்" லாட்ஜ் வக்கீல்களான எங்களைப் பார்த்தாலே அவர்களுக்கு ஒரு இளக்காரமும், அருவெறுப்பும் ஏற்படுவதற்கு இதுபோன்ற பல காரணங்கள் உண்டு.

அப்படி கேவலமாக சிரிக்கும் ஒரு சீனியரிடம்தான் ஆரம்பகாலத்தில் நான் இரண்டு வருடங்கள் ஜூனியராக இருந்தேன். சொல்லப்போனால் என் வறுமை அவரிடமிருந்துதான் தொடங்கியது.

"பிச்சைப் பாத்திரத்திலும்கூட கல்லை மட்டுமே போடுகிற" கஞ்சரான அவர், தாணுமாலையன் கோவிலுக்கு இலட்ச ரூபாய்க்கு நெய்யும், வெண்ணையும் வாங்கிக் கொடுப்பார். இப்படி தான் செய்யும் பாவங்களை மன்னிக்க அவர் கடவுளுக்கு அள்ளிக் கொட்டிக் கொண்டிருந்த நாட்களில்தான், காலர் கிழிந்த வெள்ளைச் சட்டையுடனும், கருப்புநிற கோட் என்று சொன்னால் எவராலும் நம்ப முடியாத அல்லது எந்த நிறம் என்றுகூட எவராலும் கணிக்க முடியாத ஒன்றை அணிந்தபடி கோர்ட்டிற்குள் நைந்துபோய் சுற்றிக்கொண்டிருந்தேன். அது அவருக்கும் தெரியும். அவர் கண்முன் சுருண்டு விழுந்து செத்தாலேயோழிய எதற்கும் அணங்கமாட்டார். ஆனால் அதுவரை எந்த மடையன்தான் அவரிடம் ஜூனியராக இருப்பான்? அதுவும் அவருக்குத் தெரியும்.

எப்படி அவருடன் அந்த இரண்டு வருடங்கள் குப்பைக் கொட்டினேன் என்று இப்போது யோசித்துப்பார்த்தாலும்

ஆச்சரியமாகத்தான் இருக்கிறது. அவரது க்ளைண்ட் ஒருவரிடம் ஆயிரம் ரூபாய் நோட்டுக்கட்டுகள் இரண்டை வாங்கி, அந்த வழக்கிலிருந்த எனது உழைப்பிற்கு கொஞ்சமும் மதிப்பு கொடுக்காமல், அந்தக் கட்டில் ஒற்றை நோட்டைக்கூட தராமல், மொத்தமாக எடுத்துச் சென்ற ஒருநாளில்தான் நான் அந்த ஆபிஸைவிட்டு வெளியேறினேன்.

காரணம்... அப்படி அவர் நோட்டுக்கட்டுகளை எடுத்துச் சென்ற அன்றைய மதியத்தோடு நான் சோறு சாப்பிட்டு மூன்றரை வாரங்கள் ஆகியிருந்தது. முருகக்கா கடையில் ஒரு ரூபாய் இட்டிலியில் ஐந்தும், ஒரு டீ'யுமாக அன்றாட என் காலை, இரவு உணவை நகர்த்திக் கொண்டிருந்தேன்.

கொலையுறுவதற்கான அத்தனை அங்க லட்சணமும் அன்று அவரிடம் குடி கொண்டிருந்தது. சிறைக்குச் செல்ல விருப்பமில்லாத நான் அந்த அலுவலகத்தை விட்டு வெளியேறி என்னையும் காப்பாற்றிக்கொண்டேன்.

செலவிற்கு என்ன செய்வதென்று தெரியாமல் அதுவரை சேகரித்து வைத்திருந்த அத்தனை சட்ட புத்தகங்களையும் என் நண்பன் ஒருவனிடம் விற்றேன். பகல் பொழுதுகளில் கோர்ட்டிலும், வக்கீல் சங்கத்திலும் நேரத்தை செலவழித்து வந்த நான், நண்பர்கள் அலுவலகம் ஒவ்வொன்றிலும் வக்கீல் 'கோட்'டையும், கவுனையும் வைத்துவிட்டு உறக்கம் வராத இரவு நேரங்களில் நகரத்தைச் சுற்றிக்கொண்டிருந்தேன்.

அப்படி அலைந்து திரிந்துகொண்டிருந்த ஒருநாளில்தான் நண்பன் ஒருவன் இங்கு என்னை அழைத்து வந்தான். பின் அவன் காலி செய்தபோது, இருக்கும் காசையெல்லாம் வழித்தெடுத்துக் கொடுத்து அவனிடமிருந்து இந்த அலுவலகத்தை கைப்பற்றினேன். இப்படித்தான் நானும் அவனைப்போலவும், எல்லோரையும்போலவும் வாடகை கொடுக்காத ஒரு வக்கீலாக இந்த லாட்ஜில் ஐக்கியமானேன்.

அதன்பின்புதான் இந்த அலுவலகம் என் வீடானது. ஆனாலும் வறுமைக்கு பஞ்சமில்லை.

என்னிடம் வரும் சில்லறை விவகாரங்களைக்கூட பெரிதான ஒன்றாகக் காட்டி, அதை இன்னும் மிகப் பெரிதான ஒரு வழக்காகவும் மாற்றி ஏதாவது பணம் சம்பாதிக்க வழி உண்டா? என்றும், தினமும் காலையும் மாலையும் செய்தித்தாள்கள் படித்து

அதில் ஏதாவது விபத்து செய்தி கண்ணில்பட்டால் சம்மந்தப்பட்ட நபர்களைப் பிடித்து வழக்கு நடத்த வாய்ப்புகள் இருக்கிறதா? என்றும் நான் அலைந்து திரிய ஆரம்பித்தது அப்போதிருந்துதான்.

தங்க வீடு எதுவும் இல்லாமல், அதேநேரம் வரும் க்ளைண்ட்கள் முன்னிலையில் அவர்களுடனே சேர்ந்து வீட்டுக்கு கிளம்புவதாகப் பாவனை செய்துகொண்டு, அவர்கள் சென்றபின் அலவலகத்தில் வந்து படுத்துகொள்ளும் மோசமான நிலையும், தலையணை, சூட்கேஸ், பாய் எல்லாம் அவர்களுக்குத் தெரியாமல் ஒளித்து வைக்கப் படாதபாடு படுவது தொடங்கியதும் அப்போதிருந்துதான்.

நல்ல கதவு கிடையாது. தரையில் தண்ணீர் ஊற்றெடுக்கும். மழைக்காலங்களில் அந்தக் கோரம்பாயை விரித்துப் படுத்தால் நேரடியாக தண்ணீரில் மிதப்பதுபோலவே இருக்கும். என் அலுவலகத்திற்கு ஒருவர் வருகிறார் என்றால், அவரது காதுகளானது "எப்படியும் இந்த அறையை ஒரே வாரத்தில் காலி செய்துவிடுவேன்; எவன் இருப்பான் இங்கே!" என்ற என் முகச்சுழிப்பையோ அல்லது "இது ஒரு ராசியான அறை என்பதால்தான் இங்கே குப்பை கொட்ட வேண்டிய நிலை. மற்றபடி ஏசி வைத்த அலுவலகம் ஒன்று தனியாக எடுக்க வேண்டும்" என்ற என் பெருமித பொய்யையோ கேட்காமல் வெளியேறாது.

பின்னாளில் இந்த நிலையும் மோசமாகி, வருபவர்கள் நான்கைந்து மணிநேரங்கள் அவர்களின் கஷ்ட நஷ்டங்களை என்னிடம் கொட்டி, என் உயிரையெல்லாம் உறிஞ்சி எடுத்துக்கொண்டு, இறுதியில் கேட்கும் வெறும் நூறு ரூபாயைக்கூட தராமல் "ஒன் நாட் டூ" என்ற எண் கொண்ட இந்த அறையை மூஞ்சை சுழித்துக்கொண்டு கடப்பவர்களிடமும் அதே என் முகச்சுழிப்பையும், பெருமிதத்தையும் சொல்லும் நிலைக்கு நான் வந்தபோதும்கூட, ஒரு இஞ்ச்கூட டயமண்ட் வியூவ் லாட்ஜை விட்டு நகரும் எந்த உத்தேசமும் எனக்கு இருந்ததில்லை; இருப்பதுமில்லை.

இப்படியாக இந்த நகரத்தைச் சுற்றியும், நீதிமன்ற வளாகத்தின் உள்ளேயும், வெளியேயும் வழக்கு தேடுவதில் பல நேரங்கள் பகல்நேர நட்சத்திரங்கள்போல கண்ணுக்குத் தெரியாவிட்டாலும், சில நேரங்களில் அதிர்ஷடமானது அவ்வளவு தெளிவாக நம்மைத் தேடிவரும்.

“இந்த இடமும் வேண்டாம்; வேலையும் வேண்டாம்” என்ற அலைக்கழிப்பு தோன்றி, அதனால் ஏற்படும் தீராத் தலைவலியைப் பொறுக்க முடியாமல் வேறு வேலையையும் தேட ஆரம்பித்து, அது நல்லபடியாக முடியும் தருவாயில் அந்த நட்சத்திரங்களில் ஒன்று மெதுமெதுவாக வந்து மின்னத்தொடங்கும்போது, ஒரு மாதச் செலவிற்கான பணம் ஒரே நாளில் கிடைக்கும்போது அடுத்து வரும் மூன்று மாத வறுமை யார் கண்ணுக்குத்தான் தெரியும்?

பல்லைக் கடித்துக்கொண்டு வாழ்வைத் தூக்கி குறுக்குவழி என்னும் சமரசங்களில் பத்திரப்படுத்திக் கொள்வோமா? என்றுகூட சிலநேரங்களில் யோசிப்பதுண்டு. ஆனால் அடுத்த நொடியே அந்தச் சிந்தனை உருவான இடத்தைவிட்டு அது உருவாக்கும் மாய ஆசுவாசத்தை விட்டு தூரத்தில் எங்கோ ஓடி ஒளிந்துவிடுவேன். பெரும்பாலும் அதற்கு எனக்கு தைரியமிருப்பதில்லை. திரும்பி பார்க்கும்போது அந்த சிந்தனை இருந்த இடத்தில் அல்லது இருக்க வேண்டிய இடத்தில் வேறுவிதமான சமரசம் ஒன்று என்னைப் பார்த்து புன்னகை செய்தபடி இருக்கும்.

பல நேரங்களில் அருவிபோலக் கொட்டிக்கொண்டு சொந்த வாழ்வின் துயரங்கள் கோபங்களாக உருமாறி என் கழுத்தை நோக்கி ஓடோடி வருவதுண்டு. மறுகணமே அதை அங்கேயே நிறுத்தி ஈவு இரக்கமில்லாமல் தூக்கிலிட்டு, அதே இடத்தில் கொஞ்சமும் நகராமல் அமர்ந்துவிடுவேன். இந்த விஷயத்தில் மட்டும் எனக்கு கொஞ்சம் தைரியமுண்டு. வழக்கமாக ஓரிரு நிமிடங்களுக்குள் நடந்து முடியும் இந்த ஒத்திகைகளையெல்லாம் கொஞ்சமும் முறை தவறாமல் முடித்துவிட்டு எழும்போது, நான் இருந்த இடத்தை அல்லது இருக்க நினைத்த இடத்தைச் சுற்றியிருக்கும் மனிதர்கள் என்னைக் கண்டு சிரிக்கத்தான் செய்வார்கள்.

பார்க்கும்போது, இரண்டுமே ஒரே அளவிலான பிடிவாதங்கள்தான். ஒரே வடிவிலான மனிதர்கள்தான். ஒரே நிறத்திலான புன்னகைகள்தான். கேள்விகள்தான். பதில்கள்தான். ஒரு சமயம் எழுந்து செல்லும் நானும், மறுமுறை இருந்த இடத்தைவிட்டு நகராத நானும்... அப்படி எப்பொழுதெல்லாம் எழுந்தும், நகராமலும் இருக்கிறேனோ, அப்பொழுதெல்லாம் இறுக்கமாக, நெருக்கமாக, விடாமல், விழாமல் என் கையில் வைத்திருக்கும் “என் வாழ்க்கையானது ஒருபோதும் என்னைத்

தோற்கடித்துவிட முடியாது. எந்த நிலையிலும் நான் வாழ்ந்துவிட சாத்தியமுண்டு" என்ற நம்பிக்கையானதை இன்னும் இறுக்கமாக, நெருக்கமாக, விடாமல், விழாமல் பிடித்துக்கொள்வேன்.

"என் உதவாத வாழ்வும், அது சட்டவிரோதமாக ஆக்கிரமித்து வைத்திருக்கும் என் இடமும் அல்ல நான். என் கண்களைப் போல, அது காணும் காட்சிகளைப்போல, கனவுகளைப்போல அதில் தெரியும் எனது உலகினைப்போல வேறு ஏதோ அற்புதமான ஒன்று எனக்காக எங்கோ காத்திருக்கிறது" என்று அடிக்கடி நினைத்துக்கொள்வேன். அந்த நம்பிக்கையில் தினம் தினம், கொஞ்சம் கொஞ்சமாக, கூட்டியும் குறைத்தும், விட்டும் இட்டும் என் வாழ்வை நானே நிரப்பிக் கொள்வேன்.

இப்படி மீண்டும் மீண்டும் பசியில் உழன்று, பகல் பொழுதுகளில் நல்லதொரு வழக்கும் கிடைக்காமல், தூங்காத பல இரவுகளில் நகரத்தைச் சுற்றிக்கொண்டு அல்லாடும் ஒருவனின் வாழ்க்கையில், இருந்த பணத்தையெல்லாம் எவரிடமெல்லாமோ இழந்துவிட்டு, வெறுங்கையுடன் ஒருவர் வந்து நின்றுகொண்டு, அதுவும் ஒன்றிரெண்டு நாட்கள் என்றால் பரவாயில்லை; வாரங்களாக தொடர்ந்து என்னை துயரப்படுத்திக் கொண்டிருந்தால்...? சிரிப்பதைத் தவிர வேறு என்ன செய்வது?

பொதுவாக எங்கள் லாட்ஜிற்கு பெரிய வழக்கு உள்ள கட்சிக்காரர்கள் எவரும் வருவது கிடையாது. வருவது அனைத்தும் பாவப்பட்டோ அல்லது மூர்க்கமாகவோ ஜீவிக்ககூடிய எதிரும் புதிருமானவர்கள்தான். அதிலும் இவர் இப்படி என் அலுவலகம் முன்பு முகத்தை அப்படி வைத்துக்கொண்டு நின்றால், ஒன்று அவர்களின் மனதில் "ஏதோ என்னால் ஏமாற்றப்பட்ட ஒருவர்" என்ற எண்ணம் தோன்றும்; இல்லை "அவர்களால் ஏமாற்றப்படப்பட வேண்டிய ஒருவர்" என்ற முடிவுக்கு வருவார்கள்.

இன்னும் புரியும்படியாக சொல்ல வேண்டுமென்றால், "யாரோ அவரிடம் எங்களைப் பற்றி விசித்திரமாக சொல்லியிருகிறார்கள். அதற்கான காரணத்தை இன்னொரு சந்தர்ப்பத்தில் சொல்கிறேன்" என்று ஏற்கனவே சொன்னேன் அல்லவா? அது இதுதான்.

சில வழக்குகளில் எங்களால் முடியாத வேலைகளை இருவிதமான ஆட்களை வைத்துதான் நாங்கள் முடிப்போம். அதில் ஒரு சாரர் எங்களின் கட்சிக்காரர்களாக வருபவர்கள். இன்னொரு பிரிவினர் எங்கள் லாட்ஜிலேயே தங்கியிருப்பவர்கள்.

அப்போது என்னிடம் இருந்த கட்சிக்காரர்களின் எண்ணிக்கை வெறும் ஒன்பது பேர். பக்கத்து அறைக்காரர்கள் இருவர். இந்த பதினோரு நபர்களையும், சில வக்கீல் நண்பர்களையும் தவிர நான் பெரிதாக யாரிடமும் பழக்கம் வைத்துக் கொள்வதும் இல்லை; என்னிடமும் யாரும் நெருக்கமாக பழகுவதுமில்லை.

இந்தப் பதினோரு பேரில் ஆறு பேர்தான் பின்னாளில் அவரின் பிரச்சனைகளை தீர்க்கவும், அவரை பராமரித்து பாதுகாக்கவும் ஏதோவொரு வகையில் முயன்றவர்கள்.

•••

"ஏழு டூ பத்து" முருகக்கா

திருகாட்டூர்-கொல்லங்குளம் வழித்தடத்தில் முன்பின்னாக ஓடும் ஜேஎம்ஆர் மினிபஸ்ஸில் இரவு ஏழு மணியிலிருந்து பத்து மணிக்குள் நீங்கள் டிக்கட் எடுத்து அமர்ந்தால், இடைப்பட்ட ஏதாவது ஒரு ஸ்டாப்பிலிருந்து ஒன்று தனியாகவோ அல்லது ஜோடியாகவோ முருகக்கா கண்டிப்பாக ஏறுவாள்; அல்லது இறங்குவாள். நாற்பத்தைந்து வயதிலும் பார்க்க அவ்வளவு அழகாக இருக்கும் அவளுக்கு, பள்ளி கல்லூரி மாணவர்களிலிருந்து, மறுநாள் பாடையில் படுக்கப்போகிறவர்கள் வரை எல்லோரும் ஒன்றுதான். தன்னைத்தவிர வேறு ஒருவரையும் அந்த வழித்தடத்தில் தொழில் செய்ய அனுமதிக்காத அவள், காலைநேரங்களில் முற்றிலும் வேறோருத்தியாக மாறியிருப்பாள். நாற்பத்தைந்து ஐம்பத்தைந்தாக மாறி, அதே ஏழு மணியிலிருந்து பத்து மணிவரை எங்கள் லாட்ஜின் பின்புறம் இருக்கும் சந்தையில் 'ஒரு இட்லி ஒரு ரூபாய்' கடையும் அந்தக் கடை முன் காய்கறிகளையும் விற்றுக்கொண்டிருந்தாள்.

நீதிமன்றத்தில் எல்லோரும் அவளைப் புறக்கணித்து வந்த நாட்களில், அவள் வழக்கை எடுத்து நடத்த நான் சம்மதித்தபோது, இட்லிகளை எனக்கு இலவசமாக தர ஆரம்பித்தாள். வழக்கிற்காக கோர்ட்டிற்கு வரும்போது அவளைப் பார்க்க வேண்டுமே..! இருபத்தைந்தாக குறைந்து கூண்டிற்குள் பொங்கி வழிந்தபடி நிற்பாள். இப்படி அன்றாடம் அவள் வயதுடன் அவளே நடத்தும் விளையாட்டுதான் அவள் வாழ்க்கை. அவளுக்கான அந்த மினிபஸ்ஸின் அவலமிக்க வழித்தடம்போல, அவளின் வாழ்க்கையிலும் முன்பின்னாக அறிந்துகொள்ள புதிதாகவோ, பழையதாகவோ ஏராளம் இருக்கிறது என்றாலும் அவளும் அதைப் பழகுபவர்களிடம் சொல்வதில்லை; அவர்களும் அதைக்

கேட்பதுமில்லை. ஆர்வத்தின் மிகுதியால் போலீஸ்காரர்களும் என்னென்னவோ செய்து பார்த்து விட்டார்கள்; ஒன்றும் தேறவில்லை. எத்தனையோ கொடூரங்களை பார்த்து பழக்கப்பட்ட அவளிடம் அவர்கள் தூக்கிக் காண்பிக்கும் குறியா அவளுக்கு அதிர்ச்சி அளித்துவிடப்போகிறது?

அதில் அவ்வப்போது சட்டத்தை ஏமாற்ற அல்லது சட்டம் இவளிடம் ஏமாற மட்டும் என்னை அழைத்துக்கொள்வாள். எல்லோரையும்போலத்தான், நானும் எதுவும் கேட்டதில்லை; அவளும் எதுவும் சொன்னதில்லை.

"வெள்ளி"

முருகக்காவை வைத்துதான் இவன் பழக்கம். வெள்ளியிலான மோதிரங்கள், செயின்கள், காப்புகள் என்று அனைத்தையுமே அடர் கருப்பான தனது மேனியில் அணிந்திருப்பதால் மட்டுமல்ல; வாரத்தில் ஒருநாள் வெள்ளியன்று மட்டும் உழைத்துவிட்டு மீதி நாட்களை எதிர்வரும் வெள்ளிக்கிழமையை நோக்கி நகர்த்துவதாலும் பிரபுவுக்கு இந்தப் பெயர். அதேபோல ஒரு வெள்ளியன்று ஒருவேலையை செய்தான் என்றால் அந்த வேலையை அடுத்து அவன் செய்யும்போது இடையில் சில மாதங்கள் கடந்திருக்கும். இப்படி ஆறு நாட்கள் வேலை செய்யாமல் இருக்க, அப்படி அவன் என்ன வேலைதான் செய்வான் என்றால்? குறிப்பிட்டு சொல்ல ஒன்றுமில்லை.

அதில் ஒன்று... கஞ்சா, அபின், ஏலக்காய், கிராம்பு, பட்டை, தேன் என இவைகளை இளநீர் அல்லது பால் வைத்து அரைத்து சொட்டு சொட்டாக தண்ணீராக வடிகட்டி, பின்னர் அதை காப்பியில் கலந்து கொடுப்பான். விலை எக்கச்சக்கம். பீஸுக்கு பதிலாக ஒருமுறை தந்தான். அவனை நஷ்டப்படுத்த வேண்டும் என்று நினைத்து அளவுக்கு மீறி குடித்துவிட்டு அவன் வீட்டிலேயே ஒருநாள் பகலில் தூங்கி மறுநாள் பகலில் எழுந்ததோடு சரி.

இப்போது இதுமாதிரியான அவனது வெள்ளிகிழமை பழக்கங்கள் மாறிவிட்டது என்றாலும் அந்தப் பெயர் மட்டும் அவனுக்கு அப்படியே நிலைத்துவிட்டது.

காவல் நிலையத்தில் தினமும் அடிவாங்கும் ஒருவனை நீங்கள் கண்டிருக்க நிச்சயம் வாய்ப்பில்லை. இந்தப் பெயர் இவனுக்கு உருவாகிக் கொண்டிருந்த காலத்தில் அப்படித்தான்

வாங்கிக் கொண்டிருந்தான். எத்தனை இன்ஸ்பெக்டர்கள், சப் இன்ஸ்பெக்டர்கள் மாறினாலும் திருகாட்டூர் கிழக்கு காவல் நிலையத்திற்கு அவன் தினமும் மாலை வரவேண்டும்; வந்து அவனுக்குரிய பங்கை வாங்கிச் செல்லவேண்டும் என்ற பழக்கமானது, முருகக்கா என்னிடம் இவனை அறிமுகப்படுத்தியதற்கு கொஞ்ச மாதங்கள் முன்புதான் நின்றிருந்தது. எல்லாம் முடிந்துபோய் முன்னர் செய்த வினைகள் மட்டும் சட்டத்தின் பிரிவுகளின் வழியாக அவனை விடாமல் துரத்தியதில், ஓட முடியாமல் ஓய்ந்துபோய் என்னிடம் அவன் வந்து சேர்ந்தபோது, அவனிடம் பெயரில் தவிர எந்த விதத்திலும் வெள்ளி இல்லை.

ஆனால் ஊமையான அவன் மூக்கைத் தொட்டு, நாக்கை வெளியே நீட்டி, தோள்பட்டையை உயர்த்தி, அசைத்து, கைகளை நெஞ்சுக்கு மேலும் கீழும் வாள்போல சுழற்றி, யாரையோ குறி வைத்து, சீட்டு குலுக்குவதுபோல அவர்களை அடித்து வீசி... வீழ்த்தி, கண்களையும், அதன் வழியாக உணர்ச்சிகளையும் விரித்து, சுருக்கி, செந்நிறத்திற்கு கொண்டுவந்து நிலை நிறுத்திய பின்னர், அதனைச் சாந்தப்படுத்தும் விதமாக எதிரிகளை கொள்ளையடித்து, அவர்கள் உடமைகளை திருடி, சில நேரங்களில் கயிற்றில் சுற்றி அவர்களைத் தூக்கிலிட்டு, துப்பாக்கியால் சுட்டு அல்லது கத்தியால் குத்தி அவர்களின் கதையை அவன் முடித்த கதைகளை சொல்லி முடிக்கும்போது அவன் கைகளோடு சேர்ந்து என் கைகளும் நெற்றிக்கும், மூக்கிற்கும், காதிற்கும், வாய்க்கும் எத்தனையோ முறை சென்று வந்திருக்கும்.

"பச தாத்தா"

அவர் அப்படித்தான் எல்லோராலும் அழைக்கப்பட்டு வந்தார். பெயர் சுயம்பு. நகரில் இன்று பிரபலமாக இருக்கும் "ஸ்டைல் ஒன்" சலூன் கடை ஓனரின் சொந்த அண்ணன். அவரது ஐம்பது வயதில் அண்ணனுக்கும் தம்பிக்கும் கடை விவகாரத்தில் சண்டை வந்தது. திருமணம்கூட செய்து கொள்ளாமல் தம்பியை நம்பி வாழ்ந்தவருக்கு வேறு வழி தெரியவில்லை. பெயின்ட் அடிக்க உபயோகிக்கும் பசையை எடுத்து குடித்து விட்டார். பின் மருத்துவமனையிலிருந்து உயிர் பிழைத்து வெளியே வந்தவர், முதலில் சலூன் கண்ணாடிகளையும், பின் தம்பியின் கழுத்து எலும்புகளையும் உடைத்தார். பின் சிறையிலிருந்து பிணை கிடைத்து வெளியே வந்தவர், கஞ்சா அடித்துவிட்டு பசியில்

சாப்பிட எதுவும் கிடைக்காமல் அவர் சாப்பிட்டதுபோலவே பசையை நக்கியவனோடு சிறைக்குள் ஏற்பட்ட பழக்கத்தை வைத்து சில தொடர்புகளை வெளியே ஏற்படுத்திக்கொண்டார். அத்தோடு அவரின் வாழ்க்கையும் அடியோடு மாறியது. ஐம்பது வயதிற்குற்குமேல் குற்றச் செயல்களில் ஈடுபட ஆரம்பித்தார். தம்பியின் மனைவியை அவர் வன்புணர முயற்சித்த வழக்கு இப்படித்தான் எனக்கு அலுவலகம் கொடுத்த நண்பனிடம் வந்து சேர்ந்தது; அலுவலகத்தை விட்டுச் சென்றபோது பாவம் பார்த்து அந்த வழக்கையும் என்னிடம் விட்டுச் சென்றான். இவ்வாறு மறுபேச்சு இல்லாமல் கேட்ட பணத்தை தரும் ஒரே க்ளைண்ட் என்னிடம் வந்து சேர்ந்த கதை இதுதான்.

அவருக்கு இந்த உலகில் நெருங்கியவர்கள் என்றோ, நண்பர்கள் என்றோ எவரும் கிடையாது. கோர்ட்டில் சுற்றும் ஒரு நாய்க்கு மட்டும் அவருக்குத் தெரிந்த ஒரு குமாஸ்தாவை வைத்து தினமும் சில பாக்கெட்கள் பிஸ்கட் வாங்கிப் போடுவார். வாய்தா இருக்கும் நாட்களில் கோர்ட்டிற்குள் இருக்கும் நேரம்போக மீதிநேரம் முழுவதும் அந்த நாயுடன்தான் இருப்பார். ஒருநாள் வேனில் வந்த ஆட்கள் அதைப் பிடித்துச் சென்றபோது, முனிசிபாலிட்டிக்கு ஓடினர். பின் அந்த வேலை தனியாருக்கு காண்ட்ராக்ட் விடப்பட்டுள்ளதாக கேள்விப்பட்டு அவர்களிடம் சென்றார். அதற்கென்று தனியாக ஒரு ஸ்குவாட் இருப்பதாக அவர்கள் சொல்லியதும், அங்குசென்று கையிலிருந்த பணத்தையெல்லாம் கொடுத்து அதை மீட்டு வந்தார். அதன்பின்னர் வீட்டில் வைத்தே அதை வளர்க்கத் தொடங்கினார்.

நாட்கள் பல கழித்து என் அலுவலகம் வந்தவர் “அது தன்னைவிட்டு சாவதற்காக எங்கோ சென்று விட்டது” என்று கூறியபோது அவர் அழுததை முதல் முறையாக நானும், அவரும் பார்த்தோம்.

நாய்கள் தொல்லை இருந்தால் தெரிவிக்க வேண்டிய தொலைபேசி எண்ணைக் குறிப்பிட்டு ஒட்டப்பட்டிற்கும் போஸ்டரை அவர் கிழிக்க ஆரம்பித்த நாட்கள் இப்படித்தான் தொடங்கியது.

பவித்ரா

அவ்வளவு ஆசையா அவன் சைக்கிள தொடைக்கிறதப் பாத்து எங்க ஏரியாவுல சிரிக்காத ஆள் இல்ல சார். “ஏன்டா பைத்யாரா... மண்டபத்துல எச்சி எல எடுக்கப் போறியா? இல்ல லண்டனுக்கு சைக்கிள்லயே போறியாடா?னு கேட்டு சிரிச்சிட்டு

போவங்க. பிள்ளக "ஒரு ரவுண்டு கூட்டிடு போப்பா"ன்னு கேட்டாக்கூட சுத்த பத்தமா இருந்தாதான் ஏத்துவான். நிறைய பேரு "அவனுக்கு ஏதோ வியாதி, அதான் அப்படி பண்றான்"னு சொல்வாங்க. எனக்கு அப்படித் தோணல. நம்ம பெரிய பஸ்ஸ்டான்ட் கக்கூஸ் பாத்துருக்கீங்களா சார்? அதுல ஆண்கள் பக்கம் போறதுக்கும், பெண்கள் பக்கம் போறத்துக்கும் இடைல ஒரு சின்ன இடம் இருக்கும்ல, அதான் ஆரம்பத்துல அவன் வீடா இருந்துச்சு. அதுல மூணு பக்கம் ஒரு சின்ன செட்டு மாதிரி போட்ருந்தான். அவனோட அஞ்சு வயசு தாண்டாத ஒரு பொட்டப் பிள்ளையையும், ஆணு ஒண்ணையும் வச்சிட்டு அதுலதான் எப்பவும் இருப்பான். அவன் பொண்டாட்டி ஏன் அவன்கூட இல்ல, இதுக்கு முன்னாடி என்ன பண்ணான்? எங்க இருந்தான்? ஏன் இப்படி இங்க வந்து தங்கிருக்கான்னு எல்லாம் எனக்கு ஒண்ணும் தெரியாது சார். அந்த சைக்கிள் மட்டும் பளபளன்னு எப்பவும் அவன்கூடயே இருக்கும். நாங்க பஸ் ஸ்டாண்ட்ல வெள்ளரி, முறுக்குன்னு வித்துட்டு வரும்போது அவன் பிள்ளைகளுக்கும் ஒண்ணு ரெண்டு கொடுப்போம். அப்படித்தான் அவன் எங்களுக்குப் பழக்கம். எங்க பழக்கம் கெடைச்சதுக்கு அப்புறம்தான் எங்க ஏரியாவுலையே ஒரு குடிசை பாத்து தந்தோம். கூடுதலா கல்யாண வீட்ல எச்சி எல எடுக்குற வேலை ஒண்ணையும் ஏற்பாடு செஞ்சு கொடுத்தோம். அந்த சைக்கிள்ல எச்சி எலைக இருக்குற ட்ரம்ம வச்சி கட்டி எப்படி பன்னிக பண்ணை வர கொண்டு போக சம்மதிச்சான்னு எங்க எல்லாத்துக்கும் ரொம்ப அதிசயமா இருந்துச்சு. நானும்கூட அவன் ஆளு ஒருமாதிரிதானோன்னு நினைக்க ஆரம்பிச்சேன். ஆனா ஆளு பாவம் சார். பின்னாடி அந்த வேலையே அவனுக்கு சனியனா வந்து அமையும்னு அவனுக்கோ, இல்ல எங்களுக்கோ அப்பத் தெரியாது.

ஏழு பேரு உக்காருற சொகுசு கார் சார் அது. மண்டபத்துக்குள்ளருந்து இவன் எச்சி எல எடுத்துட்டு வரும்போது அதுமேல லேசா எச்சி பட்டுருச்சுபோல. அவ்வளவுதான். எத்தன பேருல்லாம் தெரியாது; காருக்குள்ள உக்காந்து குடிச்சிட்டு இருந்தவங்க எல்லாரும் அடிச்சிருப்பாங்கபோல. கிழிஞ்ச ட்ரெஸோடயும், ரத்தக் கறையோடயும்தான் திரும்பி வந்தான். சைக்கிளத் தேடி நாங்க அங்கப் போகும்போது அது ரெண்டு துண்டா சப்பிக் கெடந்துச்சு. அதையும் உடச்சிருப்பாங்கபோல. நாங்களும் அங்கபோய் சண்டல்லாம் போட்டோம். புதுசா சைக்கிள் எடுத்து

தரக் காசு எல்லாம் தந்தாங்க. இவன்ட்ட வந்து கொடுத்தோம். வாங்கல. கொஞ்ச நாள் போனா வாங்கிருவான்னு நெனச்சு அத நானே வச்சுகிட்டேன். ஒரு நாலு நாள் ஆகிருக்கும் சார். திடீர்னு ரெண்டு மூணு போலீசுக கக்கூசுக்கே வந்து நைட்டோட நைட்டா இவனத் தூக்கிட்டு போய்ட்டாங்க. விசாரிச்சப்பத்தான் எங்களுக்கும் விஷயம் தெரிய ஆரம்பிச்சது.

இருக்குற கோவத்தை எல்லாம் மனசுக்குள்ளயே வச்சிக்கிட்டு இருந்தவன். அந்த வண்டியோட ஓனர் வீட்டுக்கேப்போய்... சொன்னா நம்ப மாட்டீங்க சார். வண்டிமேல ஏறிநின்னு பேண்டு வச்சிட்டான் சார். இது தவிர கக்கூசுலருந்தோ வேற எங்க இருந்தோ பீய எல்லாம் எடுத்து கவர்ல போட்டு அவன் வீட்டுமேலயும் சேத்து எறிஞ்சிட்டு வந்துட்டான். எல்லாம் முடிச்சிட்டு வரும்போது இவன பாத்தவங்க சொன்ன அடையாளத்த வச்சுதான் போலீஸ் கண்டுபிடிச்சிருக்கு. இதுவாவது பரவாயில்ல சார். தூக்கிட்டு போன போலீஸ் இவன அடி அடினு அடிச்சி அங்க இருக்குற கக்கூஸ கழுவ வச்சுருக்கானுக. விடியகாலை ரைட்டர் எந்துரிக்கும்போது எஸ்ஐ ரூம்ல இருந்து பீ நாத்தம் அடிச்சிருக்கு. உள்ள போய் பாத்தவரு மயங்காத குறை. சொவரு, டேபிளு, சேர்னு எல்லா எடத்துலயும் இவன் பீதான். அங்க கிடந்த பாட்டில்ல ஒண்ணுக்கு அடிச்சு ரூமச் சுத்தி ஊத்திருக்கான். கோபப்பட்டா என்னா செய்வான்னு அன்னைக்குதான் எங்களுக்கு தெரிஞ்சது. ஒருவேள இந்தப் பழக்கத்துனாலக்கூட அவன் பொண்டாட்டி அவனவிட்டு பிரிஞ்சிருக்கலாம்னு நினைக்கிறன் சார். அவன் பிள்ளைக ரெண்டனத்தையும் நாங்கதான் சார் கவனிச்சிக்குறோம்.

இப்ப ஆஸ்பத்திரில்ல அடிச்சு தூக்கிப் போட்டுருக்கானுக சார். அவனுக்கு சைக்கிள் எடுக்குற பணம் இதுக்காவது யூஸ் ஆகட்டும். நீங்கதான் எப்படியாவது அவனக் காப்பத்தணும்.

"லேடிஸ் பர்ஸ்"

பிரசாத்துக்கு கவனம் முழுவதும் பெண்களின் பர்ஸ்களில்தான். மட்டுமில்லாமல் அவன் பணம் வைக்க உபயோகிப்பதும் நகைக்கடைகளில் பெண்களுக்காக கொடுக்கப்படும் பர்சில்தான். அவர்களில் பெரும்பாலானோர் ஹேண்ட்பேக்கிற்கு மாறியபோது அவனுக்கு அது இன்னமும் வசதியானது. இந்தப் பழக்கமானது

அவனுக்கு துபாயிலிருந்துதான் வந்தது என்று சொன்னால் நீங்கள் நம்பித்தான் ஆக வேண்டும்.

ஜெர்மனி, ஆஸ்திரேலியா, இங்கிலாந்து என்று பல்வேறுபட்ட நாடுகளைச் சேர்ந்த பணக்காரர்கள் தங்கும் ஒரு பெரிய ஹோட்டலில் அப்போது அவன் வேலைப்பார்த்து வந்தான். எல்லா ஹோட்டல்களிலும் ஆறு அடி, எட்டு அடியில் நீச்சல் குளத்தின் ஆழம் இருந்தது என்றால் அங்கு பதினெட்டு அடியில் அமைத்திருந்தார்கள். இவனோடு நேர்காணலுக்கு வந்தவர்கள் அந்த நீச்சல் குளத்தில் மூச்சு பிடிக்க முடியாமல் எழுந்து சென்று துணி மாற்றப்போகும் வரை, இவன் உள்ளேயே இருப்பதைக் கண்ட அவர்கள் இவனை எப்படி வேலைக்கு எடுக்காமல் இருக்க முடியும்?

நீச்சல் தெரியாதவர்களை காப்பாற்றுவது, குளத்திற்குள் காணாமல் போகும் பொருட்களை தேடி எடுத்து கொடுப்பதுதான் இவன் வேலை.

அப்படி ஒருநாள் ஒரு அரபியின் மனைவி குளித்துவிட்டு மேலே வரும்போது கையிலிருந்த மோதிரம் தொலைந்திருந்தது. இவனிடம் சொல்லியிருக்கிறார்கள். உள்ளே மூச்சைப் பிடித்து தேடியவன் அதைக் கண்டுபிடித்து உள்ளேயே ஒரு மறைவான இடத்தில் சொருகி வைத்துவிட்டு வெளியே வந்து உதட்டைப் பிதுக்கியிருக்கிறான். பின் யாரெல்லாமோ வந்து தேடியும் கிடைக்கவில்லை. மாதங்கள் சில கழித்து ஒளித்து வைத்த இடத்திலிருந்து எடுத்து அதைப் பத்திரப்படுத்தி, இன்னும் சில மாதங்கள் கழித்து விரலில் மாட்டிக்கொண்டு ஊருக்கு கிளம்ப ஏர்போர்ட் வந்தவன் ஸ்கேனின்போது மாட்டிக்கொண்டான். அந்த அரபியின் குடும்பம் எவ்வளவு செல்வாக்குமிக்க ஒன்று என்றும், அந்த மோதிரத்தின் மதிப்பு எவ்வளவு என்றும் அப்போதுதான் அவனுக்குத் தெரிந்தது.

அவர்களுக்கென்று தனியாக ஒரு ஜூவல் ஷாப்பில் கஸ்டமைஸ் செய்து கொடுக்கப்பட்ட, ஹார்டின் ஷேப்பில் நீல நிற டயமண்ட் மோதிரமான அதன் மதிப்பு 136 கோடி.

ஐ போன்கள், வாட்ச்கள், லேப் டாப்கள் என ஒவ்வொன்றையும் டயமன்ட்களால் கஸ்டமைஸ் செய்து உபயோக்கிக்க கூடியவர்கள் அவர்கள். அதில் ஒவ்வொன்றிலும் அவர்களின் குடும்பப் பெயரின் "இசட் டபிள்யூ" இனிஷியலின் லோகோ அச்சிடப்பட்டபட்டிருக்கும். ஒருவேளை அங்குள்ள பிளாக்

மார்கெட்டில் அதை விற்றிருந்தால் பிரசாத் தப்பித்திருக்கலாம். ஆனால் என்ன செய்ய...? மாட்டிக்கொண்டான். இதுபோல திருடியவர்கள் இன்னமும் அங்கு ஜெயிலில் இருக்க ஏதோவொரு குருட்டு அதிர்ஷ்டத்தில் ஐந்தாறு வருடங்கள் கழித்து வெளியே வந்தவன் "தான் தப்பித்தது கடவுள் தனக்கு கொடுத்திருக்கும் இரண்டாம் வாய்ப்பு, மீண்டும் எப்படியாவது அதுபோன்ற கோடிகளை திருடியேச் சேர்த்து விட வேண்டும், அதுவும் பெண்களிடமிருந்து மட்டும்தான் என்றும், அதற்கு சரியான நாடு இந்தியாதான் என்றும் ஒரு முடிவுக்கு வந்தபோது, அந்த நூற்றி முப்பத்தாறு கோடியை சம்பாதித்து தனது இழப்பை எப்படியாவது ஈடு கட்டிவிட வேண்டும் என்ற நோக்கத்தைத் தவிர வேறு ஒரு லட்சியமும் அவனுக்கு கிடையாது.

என் அலுவலகத்தின் இடதுபுற அறைக்காரன். இரண்டாவது மாடி ஷெரிப் வக்கீலின் கட்சிக்காரன்.

"வாசல் தெளிப்பு"

கனகசபை அண்ணாச்சியும் என் பக்கத்து அறைக்காரர்தான். அவர் மீது எந்தக் குற்ற வழக்கும் கிடையாது. அவர் ஒரு ஓய்வு பெற்ற கந்துவட்டிக்காரர் என்று மட்டும் தெரியும். "வாசல் தெளிப்பு" அண்ணாச்சி என்றுதான் அவர் எங்களிடையே பிரபலம். தினமும் குடித்து விட்டு அறை வாசலில் வாந்தி எடுத்து வைக்கும் அவருக்கு அந்தப் பெயரை வைத்தது பிரசாத்தான்.

அவரைப் பற்றி யாருக்காவது ஏதாவது தெரியுமா என்றால்...? ம்கூம். அவர் கேட்கும் கேள்விகளைத் தவிர அவரைப் பற்றி எவர் ஒருவருக்கும் தெரியாது. அதேபோல அந்தக் கேள்விகளின் வழியாக "அவர் ஏன் இப்படி இங்கே வந்து தனியாக இருக்கிறார்?" என்று நாம் தெரிந்துகொள்ள முயற்சி செய்வோமேயானால் அதுவும் தோல்வியில்தான் முடியும்.

"நீங்க ஏன் இங்க வந்து தங்கிருக்கீங்க?" என்று ஒருமுறை கேட்டபோது அவர் பதில் இப்படித்தான் இருந்தது:

"பெருசா என்னோட வாழ்க்கையை, மகிழ்ச்சியை, துயரத்தைச் சொல்லி என்ன ஆகப்போகுது தம்பி? அதெல்லாம் நீங்க எங்கேயோ ஏற்கனவே கேள்விப்பட்ட ஒண்ணாத்தான் இருக்கும். அப்படியே ஏதாவது சொன்னாலும் 'ஆமா ஆமா அவனுக்குகூட இப்படித்தான் ஒரு சம்பவம் நடந்துச்சு'ன்னு ஒரு கதை உங்க மனசுல தோனுற அளவுக்கு ஒரு சாதாரண வாழ்க்கதான்

என்னோடது. அப்புறம் அதச் சொல்லி என்ன பிரயோஜனம் சொல்லுங்க? ஆரம்பத்துல என்னை அடிச்சவன்டயேக்கூட என் கதைய சொல்லிருக்கேன். சொல்றதுக்கு கொஞ்சமும் சம்மந்தம் இல்லாத இடத்துலக்கூட சொல்லிருக்கேன். யார் சிரிச்சாலும், அழுதாலும் சொல்றத மட்டும் நிறுத்துனதே இல்ல. போதைல தூக்கு மாட்னவன் அந்த கயிறுல இருந்து தப்பிக்கிறதுக்காக என்ன செஞ்சாலும் அது அவனுக்கு எதிராத்தான் முடியும் இல்லையா? என் கதையும் அப்படித்தான். அது மறக்கக்கூடிய ஒண்ணு தம்பி”

அவர் இப்படித்தான். எவ்வளவு குடித்தாலும் தன்னைப் பற்றி எதுவும் சொல்லமாட்டார். ஆனால் வேறு வேறு மனிதர்களைப் பற்றி நிறையக் கதைகள் அவரிடம் இருக்கும். இப்போது யோசித்துப் பார்க்கும்போது அவர் மற்றவர்களின் கதைகள் என்று என்னிடம் சொல்லியது எல்லாமே அவருடைய கதைகள்தானோ? என்று தோன்றுகிறது.

“அவனுக்கு ஊர்ல பட்டப் பேரு பொன்னரை. அது ஒரு மீன் வகை தம்பி. அதோட முள்ளு தெறச்சி மீனைவிட சாஃப்ட்டா இருக்கும். சின்ன வயசுல அவனும் அப்படித்தான். முதுகெழும்புகூட தொட்டா வளையுற அளவுக்குத்தான் இருக்கும். முதுகெலும்பே அப்படினா ஆள் எப்படி இருப்பான்னு பாருங்க. அப்புறம் அவங்க அப்பா அம்மா எங்கெல்லாமோ கொண்டு போயி தேத்தி எடுத்து ஆளாக்கி விட்டாங்க. வளந்தப்புறம் மூச்சுவிட கஷ்டமா இருந்தா சிகரெட் பிடிச்சு அத சரி பண்ற அளவுக்கு அவனுக்கு ஆரோக்கியம் வந்துருச்சுனா பாத்துக்க...”

“இன்னொருத்தன் எங்க ஊர்ல இருந்தான். நல்ல வசதி. குடிச்சா ஒரு மாதிரியும். குடிக்காத நாள்ல ஒரு மாதிரியும் நடந்துக்குவான். அவன் குடிக்காம இருக்கும்போது, அவன் பொண்டாட்டிய எவனாவது தேவுடியானு திட்னாகூட பதிலுக்கு எதுவும் சொல்ல மாட்டான். அவன் குழந்தைய யார் அடிச்சாலும், அவனும் கூடச் சேந்து அடிப்பானேத் தவிர கண்டுக்க மாட்டான். அவன் குடிக்க ஆரம்பிக்கும்போது அந்த அஞ்சு வயசு பிள்ளையத்தான் டம்ளர், தண்ணினு எல்லாத்தையும் எடுத்துட்டு வரச் சொல்லுவான். அப்ப அவனோட கவனம் முழுசா அந்தப் புள்ள மேலயும், பொண்டாட்டி மேலயும்தான் இருக்கும். செய்யாத தப்புக்கு எல்லாம் இரண்டு பேரையும் கால்ல விழுந்து மன்னிப்பு கேக்கச் சொல்லுவான். அவுங்க எதச் சாப்பிடணும், எதச் சாப்பிடக் கூடாது, இல்ல அன்னைக்கு அவங்க சாப்டணுமா, பசில படுக்கணுமான்னும் அவன்தான் முடிவு பண்ணுவான். சில நேரங்கள்ல அவனோட

ப்ரண்ட்ஸ கூட்டிட்டு வந்து வீட்லயே வச்சு குடிப்பான். அம்மா இல்லாத குழந்தைபோல அதுவும், குழந்தை இல்லாத அம்மாவா அவளும் அந்த வீட்ல படக்கூடிய கஷ்டம் கொஞ்சநஞ்சம் இல்ல. ஆனா குடிச்சு முடிச்சுட்டான்னா பொண்டாட்டி, பிள்ளைனு எல்லார் கால்லயும் அவனே விழுவான். அவனே அவங்களுக்கு சாப்பாடு ஊட்டி விடுவான். பின்ன காலைல எந்துரிச்சு திரும்பியும் அவங்கள வீட்ட விட்டு வெளியபோகச் சொல்லி சண்ட வளப்பான். அவங்களுக்கும் இவன விட்டா நாதி இல்ல; இவனுக்கும் அவங்கள விட்டா ஆள் கிடையாது. இதுக்கிடைல ஒருநாள் யாரோ அவன்மேல பெத்த பிள்ளைய மோசமா நடத்துறானு போலீஸ்ல கம்ப்ளைண்ட் கொடுத்துட்டாங்க. வந்த அவங்களும் என்ன ஏதுன்னு விசாரிக்காம அந்த குழந்தைட்ட "ஒன் அப்பா ஒன்கிட்ட தப்பா நடந்துகிட்டாறா"னு கேட்டுட்டாங்க. அவ்வளவுதான். அவனால அதத் தாங்கிக்க முடியல. இருக்குறத எல்லாம் அவன் பொண்டாட்டி பேர்ல எழுதி வச்சிட்டு, அவன் எங்கப் போனான்? என்ன ஆனான்னு? யாருக்கும் தெரியாது."

•••

இந்த இடத்தில் முக்கியமாக ஒன்றைச் சொல்ல வேண்டும்.

தனிப்பட்ட என் வாழ்விலும்சரி, வழக்கறிஞர் தொழிலிலும்சரி நள்ளிரவு அழைப்புகள் என்பது ஒரு மோசமான அனுபவத்தைக் கொடுக்கக் கூடியதாகவும், அதே வேளையில் தவிர்க்க முடியாத ஒன்றாகவுமே எனக்கு இருந்து வந்திருக்கிறது. இன்னும் சரியாகச் சொன்னால் பெரும்பாலும் பீதியூட்டக்கூடியதாக, மரணத்தை மிக அருகில் கொண்டுவந்து காட்டும் கொடுமையானதாக மட்டும்தான் அவை இருந்திருக்கிறது. அப்படி முதல் நள்ளிரவு அழைப்பு வரும்போது நான் ஹாஸ்டலில் தங்கி படித்துக்கொண்டிருந்தேன்.

முதல் அழைப்பு:

"ம்மா... என்னம்மா இந்த நேரத்தில.. அழுவாமச் சொல்லும்மா.."

"தம்பி அப்பா நம்மள விட்டு போய்டாறாம்டா... நெஞ்சை புடிச்சிட்டு ஒக்காந்தவரு எந்திரிக்கவே இல்லயாம். அவங்க வீட்ல இருந்து ஃபோன் வந்துச்சு. ஒடனே ஊருக்கு கெளம்பி வாடா. அங்க எப்படி தனியாப் போகுறதுன்னு தெரியல."

இரண்டு:

செல்போன் வந்த புதிது அது. அப்படி ஒரு அழைப்பு அதுவரை எனக்கு வந்ததில்லை. துண்டுதுண்டாக பேசிய நண்பனின் குரலானது நள்ளிரவு அழைப்புகளை மரணத்திற்கு நிகரானவைகள் என்று புரிந்துகொள்ள வைத்த தருணம் அது.

"மச்சான் நம்ம மகேஷ்... ஆசாரிபள்ளம் ஆஸ்பத்திரில... போஸ்ட் மார்டம்..."

"டேய் என்னடா சொல்ற..? தெளிவா சொல்றா."

"நைட் டிராவல் வேணாமுன்னு சொல்ல சொல்ல கேட்காம தங்கச்சி கல்யாணத்துக்கு... லெட்டர் வைக்க தனியா... பைக்ல... போன இடத்துல லாரி இடிச்சி... தலை... ஸ்பாட்ல..."

மூன்று:

சினிமாவிற்கு சென்றிருந்த நண்பனின் அப்பாவிடம் பேச என்னை ஏன் அன்று கூப்பிட்டார்கள் என்று இன்றுவரை யோசித்துக்கொண்டிருக்கிறேன்? அப்படிப்பட்ட அழைப்புகள் உங்கள் நிம்மதியை விலை பேசுபவைகள் என்று இப்போதும் என்னால் அடித்துச் சொல்ல முடியும்.

"ப்பா சொல்லுங்கப்பா.. அவன் படத்துக்கு போய்ருக்கான்.. ஏம்ப்பா அழுவுறீங்க... என்னப்பா ஆச்சு..?"

"குட்டிட்ட அவ்வளவு சொல்லியும் கேட்காம வீட்லருந்து நகை, பணத்தையெல்லாம் எடுத்துட்டு போய்டான்ப்பா... நைட் ஒண்ணுக்கு இருக்க எந்திரிக்கும்போது, தம்பியக் காணோம்னு தேடும்போது... கொஞ்சம் வீடு வரைக்கும் அவன்கூடச் சேந்து நீயும் வாப்பா... கைல எதுக்குமே காசு இல்லப்பா... என்ன செய்யனும்னு தெர்ல... வெடவெடனு வருது."

நான்காவதும், ஐந்தாவதும்:

நள்ளிரவு அழைப்புகள் துரோகத்திலும் மிஞ்சியவைகள். சட்டம் படித்துக் கொண்டிருந்தபோது பக்கத்து வீட்டிலிருந்து அம்மா அப்பாவுக்கு தெரியாமல் ஏமாற்றப்பட்ட அந்த பெண் சொன்ன தகவல்.

"டேய் உன்னை முழுசா நம்பித்தான..."

“அதெல்லாம் இப்ப பேசாத... உன் போட்டோ வீடியோ எல்லாம் என் கைல... நான் சொல்றத மட்டும் செய். இல்ல உன் அண்ணனுக்கு வாட்சப்ல அனுப்புறேன், பாத்துட்டு ஒரு முடிவுக்கு வா...”

பின்னர் அந்தப் பெண் தூக்கு மாட்டிக்கொண்டு இறந்தபோது அவளது செல்போனிலிருந்து எனக்கு வந்திருந்த போன் காலுக்காக போலீஸ் ஸ்டேஷனிலிருந்து வந்த அழைப்பு. முதன் முதலாக போலீஸ் ஸ்டேஷனில் இரவு முழுக்க தனியாக அமர்ந்திருந்தேன்.

ஆறு:

“மத்திய அரசுக்கு எதிரா போஸ்டர் ஒட்டக்கூடாதாம். கேள்வி கேட்ட நம்ம தோழர்களை புடிச்சு ஸ்டேசன்ல வச்சு அடிக்குறாங்க. கார்க்கி தோழருக்கு கை எலும்ப ஒடைச்சிட்டானுக. நீங்க கொஞ்சம் வாங்க வக்கீலே. என்ன நடக்குதுனே புரியல”

சட்டம் படித்து முடித்து ஊரில் இருக்கும்போது இப்படி எத்தனையோ முறை ஸ்டேஷன் போகும் சூழல் இருந்தாலும் அங்கு செல்லும் ஒவ்வொரு முறையையும் நாம் மறக்காமல் இருக்க எதாவது ஒன்று நடக்கும். காரணம் அந்த இடமும், அங்கிருந்து வரும் அழைப்பும் அதிகாரத்தை வெளிச்சம் போட்டு காட்டுபவை.

ஏழு:

நள்ளிரவு அழைப்புகள் வெளிநாட்டு வாழ்க்கையை இன்னும் இரத்தம்தோய வைப்பவை. பிரசாத் என்னிடம் சொன்னது:

“வயித்துக்குள்ளேயே... உன் பிள்ளை...”

“அவ?”

“அவ உயிருக்கு ஒண்ணும் ஆபத்து இல்லைன்னு சொல்லிட்டாங்க...”

“லீவு உடனே கிடைக்காதும்மா... கிடைச்சாலும்...”

“பச்சை மண்ணை எப்படிப்பா நாலு நாளு வச்சிருக்க முடியும்..”

“ஆமாப்பா ஒம் பொண்டாட்டிக்கு இன்னும் தெரியாது. மயக்கத்துல இருக்கா”

•••

இப்படிப்பட்ட என் வாழ்வில் முதன் முதலாக நள்ளிரவு நேரம் ஒரு அழைப்பு வந்து, அதில் மறுமுனையில் இருப்பவர்கள் மகிழ்ச்சியில் இரண்டு வார்த்தைகள் பேசினால், அவர்கள் எப்படிப்பட்டவர்களாக இருந்தாலும் என்னால் எப்படி கோபப்பட முடியும்?

வெறுங்கையுடன் வந்து நின்றுகொண்டு, சில வாரங்களாக என்னை தொடர்ந்து துயரப்படுத்திக் கொண்டிருந்த அவரிடமிருந்துதான் அந்த அழைப்பு வந்தது. இத்தனைக்கும் அவருக்கு நான் எந்த நன்மையும் செய்யவில்லை; ஏளனமாக அவரைப் பார்த்து சிரித்ததைத்தவிர.

எட்டாவது:

“சாமி இந்த நேரத்துல பேசதுக்கு முதல்ல நீ என்னை மன்னிக்கணும். எனக்கு இத யார்ட்ட சொல்லணும்னும் தெர்ல. சொல்லாமலும் இருக்க முடியல. ஒன் ஆபிசுக்கு வெளிய நின்னு... நின்னு... நீ எழுதிப் போட்டுருக்குற ஒன் போன் நம்பர் எனக்கு அப்படியே மனப்பாடம் ஆயிருச்சு. ‘பையனக் கண்டுபிடிக்குற மாதிரி எதாவது ஒரு விஷயத்த சொல்லுங்கய்யா’னு ஒரு நாள் நீ என்கிட்ட கேட்டு கோபப்பட்டேல்ல”

“அதுக்கு என்னங்க இப்ப? அதுவும் இந்த நேரத்துல?”

“பையன்ட்ட இருந்து எனக்கு ஒரு லெட்டர் வந்துருக்கு ராசா. நம்ம ஊர் கார் டிரைவர் ஒருத்தர்ட்ட குடுத்து அனுப்பிருக்கான். விசாரிச்சதுல அவனும் ஒரு கார் டிரைவர் வேலைதான் பாத்துட்டு இருக்கானாம்... பெங்களூர்ல... எப்படி கேட்டும் அவன் இருக்குற அட்ரஸ மட்டும் சொல்லவே இல்லையாம்பா...”

இதைச் சொல்லிவிட்டு அவர் அழ ஆரம்பித்தபோது, என்ன செய்வதென்று தெரியவில்லை. அவர் அழுகையை நிறுத்த வேறு வழி தெரியாமல் காலையில் அலுவலகம் வரச் சொன்னேன்.

ஆனால் அந்த அழுகை அவரிடமிருந்து இதற்காகவா வந்தது? நான் சொல்லாவிட்டாலும் அவர் என்னைத் தேடி வந்திருக்கத்தானே செய்வார்?

“அதெல்லாம் கண்டுபிடிச்சிறலாம்யா”

இந்த வார்த்தைகள்தான் அவருக்குத் தேவையாயிருந்தது. ஆனால் அதுமட்டும் கடைசிவரை என்னிடமிருந்து வரவேயில்லை.

காரணம் அது என் அம்மாவிடம் நானே சொல்வது போலவே இருந்தது...! நானே அப்படி எல்லோரையும் விட்டுவிட்டு இந்த நகரத்திற்கு ஓடி வந்தவன்தானே?

அபரிமிதமான பண வசதிகொண்ட, அந்த ஒரு காரணத்தினாலும் விவாகரத்தாகிப்போன பெற்றோர்களுக்கு, அவர்கள் பிரியும்முன் பிறந்த, பிரிந்தவுடனே மறுமணம் செய்துகொண்ட அவர்கள் இருவரிடமும் அங்கொன்றும் இங்கொன்றுமாய் வளர்ந்த, அந்த இருவராலும் வெவ்வேறு சந்தர்ப்பங்களில் அன்பு செலுத்தப்பட்டும், பின்னாளில் புறக்கணிக்கப்பட்டும், விடுதி வாழ்க்கையிலேயே பெரும்பகுதி தொலைத்துவிட்ட, அதனாலேயே திருமணம் செய்துகொள்ள வெறுத்து, வேறு வழியில்லாமல் அம்மாவின் ஆசைக்காக திருமணமும் செய்துகொண்டு, பின் கொஞ்ச நாளிலேயே அவளுக்கும் என்னிடமிருந்து ஒரு விவாகரத்து தேவைப்பட்டு "சமாதானமாக, பரஸ்பரமாக இருவரும் பிரிந்து போகிறோம்" என்று கோர்ட்டில் அமைதியாக சாட்சி சொல்லி, முப்பது வயதில் ஊரைவிட்டும், இப்படியொரு வாழ்க்கையை எனக்கு கொடுத்துவிட்ட ஒரே காரணத்திற்காக அம்மாவைவிட்டும் யாரிடமும் சொல்லிக்கொள்ளாமல் ஓடிவந்த ஒருவன், காரணம் வேறு என்றாலும் என்னைப்போலவே ஓடிப்போன ஒருவனை எப்படி தேடிக் கண்டுபிடிக்க முடியும்? இல்லை இதை நான் அவரிடம் சொல்லி எப்படி புரிய வைக்கத்தான் முடியும்?

❖❖❖

மறுநாள் அதிகாலையிலேயே வந்திருப்பார் என்று நினைக்கிறேன். ஆனால் என்னை எழுப்பவில்லை. நான் அங்கேயே தங்கியிருப்பது லாட்ஜில் இருப்பவர்களைத் தவிர, அவருக்கும் தெரியும்.

இப்படி எனக்கு எப்போதுமே எரிச்சலான அனுபவங்களை வாரி வழங்கிக் கொண்டிருப்பவர்மீது வெறுப்பு வராமல் வேறு என்ன ஏற்படும்? குளித்து, கிளம்பிக் கதவைத் திறந்தபோது அந்த சத்தம் கேட்டு அவர் வருவதைப் பார்த்தேன். ஆனால் அது எதையும் அவரிடம் காட்டாதவாறு வெளியிலிருந்து அலுவலகம் வருவதுபோல பாவனை செய்துகொண்டேன்.

இந்த மனநிலையில்தான் அவரிடம் அந்தக் கடிதத்தை வாங்கினேன்; அதே எரிச்சலோடு படிக்கவும் ஆரம்பித்தேன்.

"நான் செய்த செயலுக்காக என்னால் உன்னிடம் மன்னிப்பு கேட்கமுடியாது என்று எனக்குத் தெரியும். அவர்கள் இல்லாத வாழ்வை எப்படி என்னால் வாழ முடியாதோ? அதேபோல நான் இல்லாத உன் வாழ்வை நீ வாழ எவ்வளவு சிரமப்பட்டிருப்பாய் என்பதையும், என்னைத் தேடிக் கண்டுபிடிக்க நீ எங்கெல்லாமோ அலைந்து திரிந்திருப்பாய் என்பதையும் நான் அறிவேன். நான் "அவர்கள்" என்று சொல்வது அவள் வயிற்றிலிருந்து கரைந்துபோன உயிரையும் சேர்த்துதான் சொல்கிறேன். அந்த ஆரம்ப நாட்களில் எத்தனையோ முறை தற்கொலை செய்துகொள்ள நினைத்திருக்கிறேன்; முயற்சியும் செய்திருக்கிறேன். ஆனால் அந்த நேரத்திலெல்லாம் "உன்னை அப்படியே அந்தரத்தில் விட்டுவிட்டுப் போய்விடக்கூடாது" என்ற எண்ணமே என்னை அதிலிருந்து இழுத்து வந்திருக்கிறது. மட்டுமில்லாமல் என்னால் உருவான வீட்டுக்கடன் இருந்தது; அத்தோடு, எஞ்சிய நாட்களை என் துணை இல்லாமல் நீ கடப்பதற்கு உனக்கும் பணம் சேர்க்க நினைத்தேன். நான் வீட்டை விட்டு வெளியேறிய அன்றைய தினம் எப்போதும் நான் பைக் சாவி வைக்கும் இடத்தில் பணக்கட்டு இருப்பதை நீ பார்த்திருப்பாய். வெறும் பணத்தை மட்டும் வைத்துவிட்டு போயிருந்த என்னுடைய மோசமான செயலை உன்னால் தாங்கியிருக்க முடியாது என்று எனக்குத் தெரியும். அதேநேரம் என்னாலும் அதைத் தங்கியிருக்க முடியாது என்று உனக்கும் தெரிந்திருக்கும். "என்னை தேடாதே. கண்டிப்பாக ஒருநாள் வருவேன்" என்று ஒற்றை வரியில் எழுதி வைத்துவிட்டுபோன வார்த்தைகள் உனக்கு எந்தவிதத்திலும் போதுமானது இல்லைதான். கொஞ்சமும் உணர்ச்சிகளற்று வெறும் அசைவோடு மட்டுமே வாழ்ந்து கொண்டிருந்த என்னிடமிருந்து அன்று என்னவிதமான நம்பிக்கைத் தரும் வார்த்தைகளைத்தான் நீ எதிர்பார்த்திருக்க முடியும்? அவர்கள் இறந்த பிறகு நானும் இறந்திருக்க வேண்டும். அதே சாலையில் அவ்வளவு வேகமாக அவளைப் பார்க்க போய்க்கொண்டிருந்த என்னை மட்டும் ஏன் கடவுள் அன்று பிழைக்க வைத்தார் என்று இன்றுவரை தெரியவில்லை. இப்போது யோசித்துப்பார்க்கும்போது அது உனக்காகத்தான் என்று நினைக்கிறேன். சொல்லப்போனால் எனக்காகவும்தான் என்றும் நினைக்கிறேன். இது நல்லதற்காகவா? இல்லை இனியும் நான் அனுபவிக்கப்போகும் துயரங்களுக்கு இதுவொரு தொடக்கமா? என்று இப்போது என்னால் சொல்ல முடியவில்லை. வீட்டை விட்டு வெளியேறிய நாள்முதல் எனக்குள் இருந்த "தற்கொலை

375

எண்ணம்'' இப்போது இல்லை. அதேநேரம் அவளுடன் நான் சந்தோஷமாக வாழ்ந்து வந்த அந்த வீட்டை, நடந்து கடந்த சாலையை, சிரித்துப் பேசி வந்த நினைவுகளை சுமந்துகொண்டு அதே வீட்டை, அதே சாலையை, அதே தெருவை, அதே நினைவுகளை மீண்டும் மீண்டும் என்னால் கொஞ்சம்கூட கடக்கவோ, எதிர்கொள்ளவோ முடியாது. நான் தூரமாகச் செல்ல காரணமும் அதுதான். என்னால் அங்கு வந்து மீண்டும் என் பழைய வாழ்வைத் தொடர்வதற்கு எந்தவித மனதைரியமும் இப்போதுவரை எனக்குள் உருவாகவில்லை. அதேநேரம் உன்னிடம் சொல்வதற்கும், உனக்குச் சிறிது ஆறுதலளிக்கவும் ஒரு சில வார்த்தைகள் என்னிடம் உண்டு என்றால் அது இதுதான்: "ஒருநாள் கண்டிப்பாகத் திரும்பிவருவேன்.''

இந்த கடிதத்தைப் படித்து முடித்தபோது "தன் மகனைப்போலவே நானும் அவரைக் கைவிட்டு விடுவேனா? இல்லை என்னால் முடிந்த ஏதோவொன்றைச் செய்வேனா?'' என்று பாதியில் நின்றுபோன ஓவியம் ஒன்றைப் பார்ப்பதுபோல என்னை குழப்பத்துடன் பார்த்துக் கொண்டிருந்தவரிடம் சொல்வதற்கு ஆறுதலளிக்கும் வார்த்தைகள் எதுவும் என்னிடம் இல்லை. "தன் மகனை நேரில் பார்த்தால் மட்டும் போதும். அவனை எப்படியாவது பேசி தன்னிடமே மீண்டும் இழுத்து வந்துவிட முடியும்'' என்று அவர் தீவிரமாக நம்பி வந்தார்.

ஆனால் சீரும் சிறப்புமாக இருந்து திடீரென்று ஒருநாள் ஏற்பட்ட பேரழிவினால் எல்லோராலும் கைவிடப்பட்ட ஒரு கோவில் கோபுரம்போல உள்ளேயும் வெளியேயும் அவர் சிதிலமடைந்து நிற்பது இப்போது என் கண்களுக்குத் தெளிவாகத் தெரிந்தது. அதனால் அவரை இனி எந்தச் சூழ்நிலையிலும் கைவிட்டு விடக்கூடாது என்று மட்டும் மனதிற்குள் நினைத்துக்கொண்டேன்.

ஆனால் என்ன செய்ய வேண்டும்? எங்கிருந்து தொடங்க வேண்டும்? என்ற எந்தவொரு யோசனையும் அப்போது என்னிடத்தில் இல்லை. அதை அவரும் புரிந்து கொண்டாரோ? என்னவோ? என் கைகளில் அந்தக் கடிதத்தைத் திணித்துவிட்டு வழக்கம்போல ஒரு படிக்கட்டை தேர்வு செய்து உட்கார்ந்து விட்டார். கூடிய விரைவில் அதுதான் அவரின் நிரந்தரமான இடமாக மாறப்போகிறது என்று அப்போது எனக்குத் தெரியாது.

•••

வெறும் கடிதத்தை வைத்து என்ன செய்ய முடியும்? கனகசபை அண்ணாச்சி தனக்கு பெங்களூரில் ஆள் இருப்பதாகவும், அந்த நகரின் முக்கியமான இடங்களில் தனது செல்போன் எண்ணுடன் சேர்த்து அவனின் புகைப்படத்தையும் போட்டு "காணவில்லை" சுவரொட்டி ஒட்டலாம் என்றும் யோசனை தெரிவித்தார்.

"அவன் புகைப்படத்தை ஒட்டி என்ன பிரயோசனம்? கோபப்பட்டு அவன் வேறு ஊர் சென்றுவிட்டால் என்ன செய்வது? அவனுக்குப் பதிலாக அவனது அப்பா புகைப்படத்தை ஒட்டி போஸ்டர் அடிக்கலாம். அதைப்பார்த்தால் அவனுக்கு இரக்கமும், அப்பாவைப் பார்க்க வேண்டும் என்ற ஆசையும் வரும்" என்றான் பிரசாத்.

அது சரியாகப்படவே அதற்கான செலவுகளை கனகசபை அண்ணாச்சியே ஏற்றுக்கொண்டார். போஸ்டர் ஒட்டி இரண்டு வாரம் ஒன்றும் நடக்கவில்லை. மீண்டும் ஒரு முறை அதுவரை ஒட்டாத இடங்களுக்கும் சேர்த்து ஒட்டலாம் என்று முடிவு செய்தோம். அப்போதும் ஒன்றும் நடக்கவில்லை.

இரண்டு மாதங்கள் கழித்து அண்ணாச்சிக்கு ஒரு அழைப்பு வந்தது. பேசியது யார் என்று அவருக்குத் தெரியும். "என்ன மனநிலையில் இருந்திருப்பான் என்று தெரியவில்லை? அவ்வளவும் கடுமையான சொற்கள்" என்றார்.

"ஒருத்தவங்கள நமக்கு பிடிக்காம போச்சுனா அவங்க மொகத்தப் பாத்துக்கூட பேசமாட்டோம். இத என்னைக்காவது நீங்க கவனிச்சிருக்கீங்களா தம்பி?"

நான் இந்த லாட்ஜிற்கு வந்த புதிதில் இரண்டொருநாள் கழித்து வழக்கமான பேச்சுக்களுக்கு மத்தியில் கனகசபை அண்ணாச்சி என்னிடம் முதன்முதலாக கேட்ட கேள்வி இதுதான். நான் அப்போது பதிலேதும் சொல்லவில்லை. இப்போது அதே கேள்வியை திரும்பவும் கேட்டுவிட்டு, "ஒருவேளை அவனுக்கு எந்த மனுசங்களையும் பாக்கப் பிடிக்கலையோ என்னவோ?" என்று சொல்லிவிட்டு எழுந்து சென்றுவிட்டார்.

இதை அப்படியே அவரிடம் சொல்லாமல் "கொஞ்ச நாட்கள் தனியாக இருக்க அவன் விரும்புகிறான்போல" என்று மட்டும் சொல்லி முடித்துக்கொண்டோம்.

"இந்த எண்ணை வைத்து அவனது முகவரியை கண்டுபிடிக்கலாம்; ஆனால் முறையாக பெர்மிஷன் வாங்காமல் ஒரு எண்ணை

பற்றிய தகவல்கள் வாங்க போலீசாரால் மட்டுமே முடியும். அதற்கு முருகக்காவை உடன் சேர்த்துக் கொண்டால் இன்னும் சுலபமாக முடியும்'' என்று வெள்ளி யோசனை சொன்னான். அதன்படி வெள்ளி ஆள் பிடித்தான். முருகக்கா இரு பெண்களை கூட்டிச் சென்று அதற்கான ஏற்பாடுகளைச் செய்தாள்.

முகவரி கிடைத்தது. ஆனால் அதை வைத்து எந்த உபயோகமும் இல்லை. விசாரித்ததில் பழக்கம் இல்லாத வேறு யாரோ ஒருவரின் செல்போனிலிருந்து அவன் பேசியிருக்கிறான் என்று தெரிய வந்தது.

இப்படி நாங்கள் எல்லோரும் சேர்ந்து அவருக்காக ஏதோ ஒன்றை மேலோட்டமாகவாவது செய்கிறோம் என்று அவருக்குத் தோன்றியிருக்கும்போல. காலை முதல் மாலை வரை லாட்ஜிலேயே இருப்பார். முன்புபோல படிக்கட்டுகளில் வெறுமனே அமர்ந்திருக்காமல் எங்கள் அறைகளை படிப்படியாக சுத்தம் செய்ய ஆரம்பித்தார். ஆரம்பத்தில் வேண்டாம் என்று சொல்லி வலுகட்டாயமாக நிறுத்தினோம். தன்னிடம் கொடுப்பதற்கு ஒன்றும் இல்லாததால் இப்படி செய்கிறார் என்றுதான் நாங்கள் நினைத்தோம். ஆனால் ''மனைவியையும், சிசுவையும் இழந்த மகனால் எப்படி அந்த வீட்டில் வாழ முடியவில்லையோ அதேபோல மகன் இல்லாத அந்த வீட்டில் அவராலும் வாழ முடியவில்லை, அதனால்தான் இப்படி இங்கேயே சுற்றி வருகிறார்'' என்று தெரியவந்தபோது எங்கள் மூவரின் அறை சாவியை அவரிடம் கொடுப்பதைத் தவிர வேறு வழியில்லாமல் போனது.

அவர் எங்களில் ஒருவராக இப்படி மாறிக்கொண்டிருந்த சமயத்தில்தான், நெருங்கிய நண்பர்கள், பழக்கமானவர்கள் என்று எவரும் இல்லாத, தான் வளர்த்து வந்த நாயும்கூட எங்கோ சென்றுவிட, தினமும் சுயம்பு தாத்தா என் அலுவலகம் வரும் வழக்கத்தை கடைபிடிக்க ஆரம்பித்திருந்தார். கதைகள் பேசி முடித்தபின் அவர்கள் இருவரும் ஒன்றாகத்தான் அலுவலகம் விட்டு கிளம்பிச் செல்வார்கள். அவரின் கதையை முழுமையாக அறிந்த ஒருநாளில் சுயம்பு தாத்தா ஒரு காரியம் செய்தார்.

கனகசபை அண்ணாச்சிக்கு தெரிந்தவர்களின் முகவரி வாங்கிக்கொண்டு, கையில் கொஞ்சம் பணமும் சேர்த்துக்கொண்டு, அந்தக் கார் டிரைவர் அவரது மகனைப் பார்த்த இடத்தைச் சுற்றி

தேட, அவரை நேரடியாகவே பெங்களூருக்கு அழைத்துச்செல்ல முடிவெடுத்தார்.

நிச்சயமாக ஏதாவதொரு அதிசயம் நடக்கும் என்ற நம்பிக்கையிலும், அப்படியே அவர்கள் அவனைப் பார்த்தாலும் "அவன் வருவானா?" என்ற அரைகுறை சந்தேகத்திலும், எது எப்படியோ மகன் இருக்கும் இடத்திற்கு அருகில் வரை சென்று வந்தால் அவருக்கு ஒரு ஆறுதல் கண்டிப்பாகக் கிடைக்கும் என்று உறுதியாக நம்பிய நாங்கள் அந்தப் பயணத்திற்கு சம்மதித்தோம்.

அதற்கான ஏற்பாடுகள் செய்யப்பட்டு, பயணத்திற்கு இன்னும் நான்கு நாட்களே இருக்கும்போதுதான் நோய்தொற்று காலம் வேகமாகப் பரவத் தொடங்கியது. பின்னர் திடீரென்று ஒருநாள் எல்லோரையும் கவனமாக இருக்கும்படி சொன்னார்கள்; இடைவெளியைக் கடைபிடிக்கச் சொன்னார்கள். என்ன நடக்கிறது என்று புரியாமல் குழம்பி நிற்கும்போதே அதற்கான உத்தரவும் பிறப்பிக்கப்பட்டு எல்லோரையும் ஊரடங்கவும் சொன்னார்கள்.

எல்லா லாட்ஜ்களையும் மூடச் சொல்லி உத்தரவு வந்தபோது நானும், பிரசாத்தும், அண்ணாச்சியும் அதைப் பெரிதாக எடுத்துக்கொள்ளவில்லை. லோக்கல் ஸ்டேஷனில் இருக்கும் பழக்கத்தை வைத்து பேசிச் சமாளித்துக்கொண்டோம். ஹோட்டல்கள் இல்லாவிட்டாலும் முருகக்கா இருப்பதால் உணவிற்கு கவலையில்லை என்றும் நினைத்துக்கொண்டோம். ஆனால் பின் வந்த நாட்கள் நாங்கள் நினைத்ததைவிட சூழ்நிலையை ஆயிரம் மடங்கு மோசமாக்கியது.

நீட்டிக்கப்பட்டுக்கொண்டே சென்ற ஊரடங்கால் என்ன செய்வதென்று சுத்தமாகத் புரியவில்லை. முன்னெச்சரிக்கை நடவடிக்கை என்று எந்த ஒன்றையும் எடுக்காத நானும், பிரசாத்தும், ஏன் முருகக்காவும்கூட முழுமையாக அண்ணாச்சியை மட்டுமே நம்பி இருப்பவர்களாக ஆனோம். அவருமே இப்படியெல்லாம் நடக்கும் என்று எதிர்பார்க்கவில்லை. அவரிடம் போதுமான பணம் இருந்தும்கூட நிலைமையின் தீவிரத்தால் சிலநேரங்களில் நாங்கள் எல்லோரும் பட்டினி கிடக்க வேண்டியதாகிவிட்டது. பலநேரங்களில் முருகக்கா எங்கிருந்தோ உணவுப் பொட்டலங்கள் வாங்கி வருவாள். அவரவர் இனிமையான நினைவுகளைப் பேசி என்னதான் இயல்பாக இருக்க முயற்சித்தாலும், அறைக்குள்ளே அடைந்து கிடந்ததில் ஒரு கட்டத்தில் மனச்சிதைவிற்கு அருகில் வரை சென்று வந்தோம். அப்போதும் முருகக்கா அவள் குறித்த

எந்தவொரு சிறு சம்பவங்களையும்கூட பகிராமல் எழுந்து செல்லும் பழக்கம் உடையவளாகவே இருந்து வந்தாள்.

பின் வந்த பல நாட்கள் ஊரடங்கு தொடர்ந்து நீட்டிக்கப்பட்டு அவரவர் அறையில் எதுவும் பேசிக்கொள்ளாமல், எந்த வெறுப்பும் இல்லாவிட்டாலும்கூட ஒருவரின் முகத்தை ஒருவர் பார்க்காமல், உணவு இருந்தாலும் உண்ணாமல், குறிப்பிட்ட அரை அல்லது ஒரு மணிநேரம் தன்னைச் சுற்றி என்ன நடக்கிறது என்ற போதமும் இல்லமால், இரவு பகல் உறக்கமில்லாமல், தூங்கினாலும் ஆழமில்லாமல், கனவிலா… நினைவிலா? அதுவும் நிகழ்காலத்திலா… கடந்த காலத்திலா? எங்கள் வயது இப்போது என்ன? எங்களைச் சுற்றி நடக்கும் நிகழ்வுகள் எங்களுக்கு என்ன சொல்ல வருகிறது? அவை எங்கு? எதில்? எப்படி போய் முடியப்போகிறது? என்று தெரியாமல், உடுத்திய ஆடைகளைக்கூட சில நாட்கள் மறந்து, அதை மாற்றவும் செய்யாமல், உடலின் எடை குறைந்து, மனதின் எடை கூடி, சமநிலையற்றுப்போய் எங்களை நாங்களே சமாளித்து கால் ஊன்றி நிற்கவே முட்டிமோதி திணறிக் கொண்டிருந்தபோது, மகனைத் தேடிய அவரின் அந்தப் பயணமும், அதைத் தவிர்த்தும் அவர் அடுத்தடுத்த வைத்திருந்த திட்டங்களும், நாட்களும் தொடங்காமலேயே ஒரு இறுதி முடிவுக்கு வந்து, எல்லாமே தலைகீழாகி எங்களைவிடவும் உடல் அளவிலும், மனதளவிலும் அவர் முழுமையாக பலவீனமடைந்திருந்தார்.

எங்களை எப்படி முருகக்கா கவனித்துக் கொண்டாளோ கொண்டாளோ, அதேபோல அவரைப் பார்த்துக்கொள்ள பக்கத்து ஊரைச் சேர்ந்த பவித்ராவிடம் சொல்ல மட்டும்தான் முடிந்ததேத்தவிர வேறொன்றும் எங்களால் செய்ய முடியவில்லை. ஒரு கட்டத்தில் லாட்ஜை காலி செய்துவிட்டு அவருடன் போய் தங்கிக்கொள்ளலாமா? என்றுகூட யோசித்தோம். ஆனால் நகரத்தில் கிடைத்து வந்த உணவுப் பொட்டலங்கள்கூட கொஞ்சம் தள்ளி இருக்கும் பகுதிகளில் கிடைக்கவில்லை. மட்டுமில்லாமல் அது முருகக்காவை கைவிட வேண்டிய நிலைக்கும், பவித்ராவுக்கு கூடுதல் சுமையாக ஆகிவிடும் வாய்ப்புகள் இருந்ததாலும் நாங்கள் அதைத் தவிர்த்து விட்டோம். சொல்லப்போனால் மாதங்கள் சில கடந்து திடீரென்று ஒருநாள் நள்ளிரவு பவித்ராவிடம் இருந்து அழைப்பு வரும்வரை அவரை நாங்கள் மறந்தும் போனோம்.

ஒன்பதாவது அழைப்பு:

“மூணு நாலு நாள் சாப்பாட்டுக்கு பிரச்சனை இல்ல. மூணு வேலையும் பார்சல் வந்துரும்னு சொல்லி ஒரு வாரமா வீட்டு பக்கமே என்னை வரவிடல. அப்பவே அவருக்கு காய்ச்சல், இருமல் இருந்துருக்கு. அடிக்கடி இப்படி அவரு சொல்றதுனால எனக்கு பெருசா ஒண்ணும் தோணல. ஆனா பக்கத்து வீட்ல உள்ளவங்களுக்கு விஷயம் தெரிஞ்சு சர்க்கார் ஆஸ்பத்திரிக்கு தகவல் சொல்லிட்டாங்க. வீட்டுக்கு வந்து அவர கூட்டிட்டுப் போய்ட்டாங்களாம். வீட்டைச் சுத்திப் பொடிய போட்டு, ஏற்கனவே ரெண்டு மூணு பேரு அந்தத் தெருவுலருந்து அட்மிட் ஆயிருக்கதுனால வெளியாள் யாரும் நுழையாத மாதிரி தகரம் அடிச்சுருக்காங்க. எனக்கு ரெண்டுநாள் கழிச்சு இப்பதான் தெரிஞ்சது. எளப்பு அதிகமா இருக்காம்”

“இப்ப அங்க யாரு இருக்கா”

“அவரு பையனும். நீங்க ஜாமீன் எடுத்து தந்தீங்கள்ல அவனும். ஆனா யாரையும் உள்ள விடல. அவரப் பாக்கக்கூட முடியல. போன் நம்பர் வாங்கி வச்சுருக்காங்க. எதுனாலும் கூப்பிடுவாங்களாம்”

என்னால் அதை நம்ப முடியவில்லை. மட்டுமில்லாமல் ஒரே அறையில் அடைந்து கிடந்து மிகுந்த சோர்விற்கு ஆளாகியிருந்ததால், “அவன் எப்படி இங்க?” என்ற கேள்வியைக்கூட அவளிடம் கேட்கத் தோன்றவில்லை. மகிழ்ச்சியும், ஆச்சரியமும், ஒருவித குழப்பமான மனநிலையுடனும் அவள் சொல்வதை மட்டும் கேட்டுக் கொண்டிருந்தேன். அவளுக்குமே அவரின் கதைப் பற்றி பெரிதாக தெரியாததால் அவன் வந்ததை சொல்வதைவிட வேறு முக்கியமான தகவல்களும், பிரச்சனைகளும் இருந்ததால் அதை அவள் கடைசி இடத்திற்கு கொண்டு சென்றுவிட்டாள்.

“அந்த ஒரு வாரத்துக்கு இடைல என்ன செய்யணும்னு தெரியாம பக்கத்துல இருக்குற அவரு பையனோட ப்ரண்ட் வேலை செய்யுற ஹாஸ்பிட்டல் போய்ருக்காரு. டெஸ்ட் எடுத்து அட்மிட் ஆகச் சொல்லிருக்காங்க. அவன் அந்த ஹாஸ்பிட்டல்ல வேலைப் பாக்கலனு அதுக்கு அப்புறம்தான் அவருக்கு தெரிய வந்துருக்கு. அதுனால அங்க அட்மிட் ஆகாம வீட்டுக்கு வந்துருக்காரு. இப்ப அவங்க ஒன்றரை லட்ச ரூபா கட்டச் சொல்லி வீட்டுக்கு ஆள் அனுப்பி தகவல் சொல்லிருக்காங்க. இல்லைனா போலீஸ் கம்பளைன்ட் கொடுப்பாங்களாம்”

“அந்தப் பிரச்சனையை நான் பாத்துகிறேன். வக்கீல் ஷெரிப்க்கு தெரிஞ்ச ஒரு டாக்டர் அங்க இருக்காரு, அவர்ட்ட பேசுறேன். நீயும் அவரப் பாத்துக்கோ” என்று சொல்லியதும்தான், அவள் அவனைப்பற்றி சொல்லத் தொடங்கினாள்.

அவனைப் பற்றி நான் முழுமையாக தெரிந்துகொள்ள ஆரம்பித்ததெல்லாம் அன்றிலிருந்தும், அதிலிருந்தும், அதன்பிறகும்தான்...

அவன் ஊரில் இல்லையென்றாலும் அவரைத் தொடர்ந்து கண்காணிக்கச் சொல்லி அவனது நெருக்கமான ஒரு நண்பனிடம் சொல்லிவிட்டுதான் சென்றிருக்கிறான். ஆரம்பத்தில் அவர் காவல்நிலையம், வக்கீல் அலுவலகம் என ஒவ்வொரு இடமாக ஏறி இறங்கும்போது அவரிடம் சென்று “அவன் வந்துவிடுவான்” என்று எத்தனையோ முறை சொல்லியும் அவர் கேட்கவில்லை. அதேநேரம் அவன் தன்னுடன் பேசிக்கொண்டிருக்கும் விஷயத்தையும் அவனால் அவரிடம் சொல்ல முடியவில்லை. “மொத்தமாக தான் இறந்துபோவதை அவர் பார்ப்பதைவிட இது எவ்வளவோ மேல்” என்று அவனும் ஒரு முடிவில் இருந்திருக்கிறான். “ஊரில் இருந்தால் விரைவில் தான் தற்கொலை செய்துகொள்வோம்” என்று அந்நாளில் அவன் தீவிரமாக நம்பிக்கொண்டு அலைந்திருக்கிறான் என்பதும், யாருமில்லாமல் ஒற்றை ஆளாக இருக்கும் தனது அப்பாவிற்காக ஊரைவிட்டு தூரமாகச் செல்வதின் வழியாக அந்தச் சாவை கொஞ்சநாள் தள்ளிபோட்டுக்கொண்டே வந்துள்ளான் என்பதும் அவன் அவருக்கும், பின்னாளில் எனக்கும் எழுதிய கடிதங்களின் மூலமும் தெரிந்துகொண்டேன்.

•••

கௌதம்

என்மேல் அவளுக்கு காதல் உருவாகிய நேரம்தான் அந்த நோயும் அவளுக்குள் உருவாகியிருக்க வேண்டும் என்று நினைக்கிறேன். முக்கியமாக நாங்கள் ஏன் அப்படிக் காதலித்தோம் என்று இன்றுவரை தெரியவில்லை.

இருவருமே சொந்த ஊரில் படிக்கவில்லை. இருவருமே அந்த நகரத்தில் தனித்தனியாக நண்பர்களுடன் வீடு எடுத்து தங்கியிருந்தோம். இருவருமே ஒரே வகுப்பு. கல்லூரிக்குச் செல்ல ஒரே இரயில். இது ஒருபுறம் என்றாலும், நான் மிடில்

என்பதிலும், அவள் அப்பர் மிடில் என்பதிலும் பணவடிவிலும், படிப்பிலும், பகட்டிலும் ஒரு மெல்லியதுமில்லாத, அதேநேரம் தடிமனானதுமான, முழுவதுமாக புரிந்துகொள்ள முடியாத ஒரு வேறுபாடு எங்கள் இருவருக்குமிடையில் இருந்துதான் வந்தது. அது எங்கள் இருவருக்குமிடையிலான அந்த உலகத்தை அவளுக்கு ஒரு அற்புதமானதொரு நகரமாகவும், எனக்கு சிலநேரங்களில் நகரமாகவும், பலநேரங்களில் நரகமாகவும் காட்டிக் கொண்டிருந்தது.

எனவே எல்லா விதத்திலும் முன்னேறியதொரு நகரத்தில், முரணில், ஒற்றுமையில், அன்றாடத்தில், சுதந்திரத்தில் கட்டுப்பாடின்றி சுற்றிச் சுழலும் ஒரே வயதுடைய ஒரு பெண்ணுக்கும், ஆணுக்கும் காதல் வருவதற்கும், வந்த உடனேயே அதை ஒரு அற்றம் வரைச் சென்று அதன் கடைசிச் சொட்டும் மீதமில்லாமல் சரிசமமாக இருவரும் அள்ளிப் பருகுவதற்கும் பெரியதொரு காரணம் தேவையா என்ன?

எல்லோரையும்போல அல்லது பெரும்பாலும் காதலில் எல்லோருக்கும் நடப்பதுபோல அந்த வயதிற்கேயுரிய வேகத்துடன் அடிக்கடி சந்தித்துக்கொண்டோம். யாரும் காணாதபோது கட்டிப்பிடித்துக்கொண்டோம்; முத்தங்கள் கொடுத்துக்கொண்டோம்.

பின் எல்லோரையும்போல அல்லது பெரும்பாலும் காதலில் எல்லோருக்கும் தோன்றுவதுபோல முழுமையாக காணாத எங்கள் உடலின் ஒவ்வொரு அங்குலமும் பெரும் அவஸ்தையாகவும், நோயாகவும் மாறி எங்களை அழுத்தத் தொடங்கியபோது, அவதிக்குள்ளாக்கியபோது வெறும் முத்தங்களினால் மட்டும் எப்படி அதற்கு மருந்திட்டு குணப்படுத்தவோ அல்லது அமைதிப்படுத்தவோ முடியும்?

"ஐடி கார்டுகூட சிலநேரத்துல வாங்குறதில்ல. வெறும் ஐநூறு ரூபாய்தான். காலேஜ் முடிச்சு சனிக்கிழமை நைட் போ. ஞாயிறு காலைல வா. சிம்பிள்" என்று நண்பன் ஒருவன் சொன்னபோது 'ஓயோ' பற்றி அறிந்தேன். அதன்பிறகு வாரத்தின் சனி இரவுக்காக நாங்கள் காத்திருக்க ஆரம்பித்தோம்.

ஆரம்பத்தில் அனைத்துமே சரியாகவும், முறையாகவும்தான் போய்க்கொண்டிருந்தது. போகப்போக என்னதான் ஒரு இரவிற்கான, ஒரு உறவுக்கான பாதுகாப்பு ஏற்பாடுகள் செய்தாலும் மனம் இன்னும் தடையில்லாமல், இடையூறில்லாமல்,

முழுவதுமான ஒரு சோதனைக்காக ஏங்கத் தொடங்கும்போது அதன் பின்னர் நடப்பதை யார்தான் முடிவு செய்வது?

வாங்கிச் சென்ற "உறை" ஒன்று பிரிக்கப்படாமலேயே ஒருநாள் இரவு கழிந்தபோது, மறுநாள், அதற்கு அடுத்த நாள் இப்படி அடுத்துடுத்து வந்த எட்டு நாட்கள் நாங்கள் அதைப்பற்றி பெரிதாகக் கவலைப்படவில்லை. ஒன்பதாம் நாள் வரவேண்டிய அந்த மாதத்திற்கான "சாபம்" அவளுக்கு வராமல்... பத்து, பதினொன்று, பனிரெண்டு என்று நாட்கள் நகராமல் நகர்ந்தபோது, ஹோட்டலில் "கப்பிள்ஸ் ஆர் வெல்கம்" என்று ஆங்கிலத்தில் எழுதி மாட்டியிருந்த பலகை என் மண்டைக்குள் சுழல ஆரம்பித்தது.

அவளுக்கோ தன் வயிறு பெரிதாகிவிட்டது போலவும், எல்லோரும் தன் வயிற்றையே பார்ப்பதுபோன்றதுமான விசித்திர எண்ணங்கள் அவளது தலைக்குள் சுழல 'ஹோம் பிரகனன்சி டெஸ்ட் கிட்' ஒன்றை வாங்கி வருமாறு விடாப்பிடியாக நின்றாள். பின் அதில் நெகட்டிவ் என்று வரவும் கொஞ்சம் அமைதியானாள். "காலையில் வரும் பர்ஸ்ட் யூரினால் செக் செய்தால் மட்டுமே சரியாக கண்டுபிடிக்க முடியும்" என்று மீண்டும் யாரோ சொல்லக் கேட்டுவிட்டு, அன்றே இன்னொன்றையும் வாங்கி வரச் சொல்லி வைத்துக்கொண்டாள். அழுகை, கோபம், எரிச்சல், சண்டை என எல்லாம் கலந்து வீசி மறுநாள் விடிந்தபோது அதுவும் நெகட்டிவ் என்று வந்தது. ஆனாலும் அவளால் ஒரு மனதோடு நிலைகொள்ள முடியவில்லை.

என்ன செய்வதென்று தெரியாமல் யார் யாரிடமோ நேரிலும், யாருக்கும் தெரியாமல் கூகுளிலும் தேடியும், கேட்டும்... பழுக்காத பப்பாளி, அன்னாசிபழம், எள், இஞ்சிச் சாறு, தேன், பச்சைப் பால் என என்னவெல்லாமோ வயிற்றுக்குள் தள்ளினாள். இதுதவிர ஓடுவது, குதிப்பதையும் செய்தாள். ஐந்தாவது நாள் அந்த சாபம் வரமாக மாறி வெளியேறும் வரை கடந்துவந்த அந்த நான்கு நாட்களும் என்னைப்போலவே அவளுக்கும் அந்த ஊர் நரகமாகத் தெரிந்தது.

பயமும், பதட்டமும் தீர்ந்தாலும் இனி அங்கு போகவே கூடாது என்ற எங்கள் தீர்மானத்தை முறியடிக்க "ஆர்-பில்" என்ற ஒற்றை வார்த்தை போதுமானதாக இருந்தது. ஓயோவை அறிமுகப்படுத்திய நண்பனைபோல இன்னொருவன் இதைப் பற்றி சொன்னான்.

“பிஃபோர் ஆர் ஆஃப்டர் செக்ஸ் அவள எடுத்துக்கச் சொல்றா. செம டேப்லட் அது. பயப்படவேத் தேவையில்ல”

ஆரம்பத்தில் சொன்னதுபோல, நாங்கள் ஏன் அப்படிக் காதலித்தோம் என்று இன்றுவரை தெரியவில்லை. எல்லாமே ஒரு விளையாட்டாகவே இருந்தது. எங்கள் வாழ்க்கையின் பின் விளைவுகள் குறித்தோ, அந்த மாத்திரையின் பின் விளைவுகள் குறித்தோ நாங்கள் கவலைப்படவும் இல்லை. ஓயோவையும், ஆர்-பில்லையும் பழக்கப்படுத்திக்கொண்டோம்.

முதலில் வாந்தி, தலை சுற்று வந்தது. பின் தலைவலி நிரந்தரமானது. நான்கு வருட படிப்பு முடிந்து அடுத்த ஒரு வருடத்திலேயே இருவரது வீட்டின் சம்மதமில்லாமல் திருமணம் செய்துகொண்டு தனியாகவும், பின் இருவரது வீட்டிலும் சம்மதித்து சேர்ந்தும் வாழத்தொடங்கியபோது, அவளுக்கு “இரிட்டபிள் பவுல் சிண்ட்ரோம்” ஒரு உச்சகட்டத்தை எட்டியிருந்தது. அதற்கான சிகிச்சையாக தனியாக ஒன்று இல்லாதபோது, பிசிஓடியையும் உடன் இணைத்துக்கொண்டு குழந்தையின்மைக்கான மருந்துகளும் எங்கள் வாழ்கையில் புதிதாக வந்து சேர்ந்தன.

“என்மேல் அவளுக்கு காதல் உருவாகிய நேரம்தான் அந்த நோயும் அவளுக்குள் உருவாகியிருக்க வேண்டும்” என்று நான் நினைத்தது நிஜமாகிக் கொண்டிருந்தது. நாங்கள் காதலித்ததிலிருந்து ஏழெட்டு ஆண்டுகளாக தொடர்ந்து ஏதோ ஒரு இடத்திற்கு அவசர அவசரமாக சென்று கொண்டிருப்பது போலவும், நெருங்கும் தூரத்தில்தான் அந்த இடம் இருக்கிறது என்றும், அங்கு சென்று சேர்ந்தவுடன் எங்கள் இருவரின் எல்லாப் பிரச்சனைகளும் தீர்ந்துவிடுவது போலவும் எங்களை நாங்களே சமாதானப்படுத்திக் கொண்டோம்.

முன்புபோலவே அழுகை, கோபம், எரிச்சல், சண்டை என எல்லாம் கலந்து வீசிய ஒருநாள் திடீரென்று “தன் வயிறு பெரிதாகுவதுபோலவும், உள்ளுக்குள் நிச்சயம் குழந்தை இருப்பதாகவும், உடனே சென்று ‘பிரகனன்சி டெஸ்ட் கிட்’ ஒன்றை வாங்கி வரும்படியும்” சொன்னாள்.

முதல்முறையாக அவளைப் பார்த்து நான் பயந்தது அப்பொழுதுதான். பின் ஒவ்வொரு நாட்களும் அது இயல்பானது.

குழந்தை கருவாவதும், பின் அபார்ஷன் ஆகுவதுமாக அவளும் மனதளவிலும், உடலளவிலும் முழுவதுமாக சோர்வடைந்திருந்தாள். அந்தச் சோர்வானது இறுதியாக அவளை மனநல மருந்துவமனைக்கும் இழுத்துச் சென்றது. அது அவளுக்கு சுற்றியிருப்பவைகளை மறக்கச் செய்தது. எல்லோரையும் சட்டென்று நினைவிலிருந்து மறக்கடித்தது. முடிவில் ஒருநாள் அவளது வீட்டில் வைத்து தனது கலைந்த முடிகளை சரி செய்துவிட்டு, ஏற்கனவே வைத்திருந்த கருநீல பொட்டு ஒன்றை தூரமாக வீசி, அதே நிறத்தில் இன்னொன்றை வைத்துக்கொண்டு, படியிலிருந்து இறங்கியபடி என்னைப் பார்த்தவள் “கட்டிக்கிறியா?” என்று கண்ணடித்துக்கொண்டே கேட்டவாறு ஒரு அறைக்குள் ஓடி சென்று கதவைச் சாத்திக்கொண்டாள்.

அன்றுடன் என்னையும் மறந்தாள்.

இவ்வாறாக அவள் நினைவுகள் பின்னோக்கியும், முன்னோக்கியும் சென்று அவளுக்குள் தீவிரமான ஒரு அலைகழிப்பை கொடுத்துக் கொண்டிருந்ததால், சிகிச்சைகள் முடியும்வரை அமைதியான சூழ்நிலையில் அவள் வீட்டிலேயே இருக்கட்டும் என்று முடிவு செய்தேன்.

அதற்கு பலன் கிடைக்காமலில்லை. ஒரு வருடத்திற்குள் மறுபடியும் எங்கள் வாழ்க்கை புதிதாக தொடங்குவதுபோல இருந்தது. மருத்துவரின் அறிவுரைப்படி குழந்தைப் பெறுவதற்கு ஒவ்வொரு மாதமும் நாள் பார்த்து உறவு வைத்துக்கொள்ள ஆரம்பித்திருந்தோம். கருவும் உருவானது. இந்த முறை ஆபார்ஷன் ஆகவில்லை. ஆனால் அது இன்னொரு விதத்தில் “தன்னால் குழந்தை பெற்றுக்கொள்ள முடியுமா? தான் அதற்கு தகுதியானவள்தானா?” என்ற கேள்விகள், சிக்கல்கள், குழப்பங்களின் வடிவில் மீண்டும் அவளை ஆட்கொள்ளத் தொடங்கியது.

அந்தக் குழப்பங்கள் உருவான மூன்றாவது மாதத்தில் ஒருநாளில்தான் வீட்டை விட்டு யாருக்கும் தெரியாமல் வெளியே வந்தவளிடமிருந்து எனக்கு அழைப்பு வந்தது.

“நீ வாரேன்னா ஹாஸ்பிட்டல் கீழயே வெய்ட் பண்றேன். இல்லைனா வீட்டுக்குப் போறேன். என் வீடு எங்க இருக்குனுகூட ஒனக்கு தெரியாதுல்ல? அட்ரஸ் மெசேஜ் பண்ணவா? இல்ல இங்க வரியா?”

இனி கடைசிவரை அவள் வீட்டிற்கு செல்லப்போவதில்லை என்று அப்போது எனக்கு தெரிந்திருக்கவில்லை.

கொல்லப்பட்ட, செத்துப்போன அல்லது காவல்துறையின் பார்வையிலும், மறுநாள் வந்த பத்திரிக்கை செய்தியின் அடிப்படையிலும் பேருந்தில் விழுந்து தற்கொலை செய்துகொண்ட அவளைக் கிடத்திவிட்டுதான் அன்று அந்த சாலை அப்படி ஸ்தம்பித்து நின்றது என்று எனக்குத் தெரியாது. பலமுறை முயற்சித்தும் எடுக்கப்படாத அந்த அழைப்பு, கடைசியாக எதிர்முனையில் ஒரு போலீஸ் குரலுடன் ஏற்கப்படும் வரை எல்லோரையும்போல நமக்கு சம்மந்தமில்லாத ஒரு இறப்பு என்று நினைத்துக்கொண்டுதான் அந்த நிமிடங்களில் அந்தப் போக்குவரத்து நெரிசலில் நின்றேன்.

“ஹேய்.. இங்க பயங்கர ட்ராபிக்... கொஞ்சநேரம் வெய்ட் பண்ணு... போய்றாத... இப்ப வந்துடுறேன்...” என்ற என் குரலை மறித்து ஒரு ஆண் குரல் “ஹலோ யார் சார் நீங்க” என்றது.

பதட்டத்தில் “நீங்க யார் சார் என் ஃவொய்ப் போன்ல?” என்றேன்.

அந்தக் குழந்தையைத் தூக்கி வந்ததில் என் பங்கு இல்லை என்று அவர்களுக்கு தெரிந்திருந்ததா? இல்லை அவளின் இறப்பு காவல்துறைக்கு எந்த விதத்திலும் சிக்கலைக் கொடுத்துவிடக்கூடாது என்று நினைத்தார்களா என்று தெரியவில்லை...! அடுத்து அந்தக் குரலிடம் இருந்து வந்த பதிலும், தகவலும் அவளைத்தவிர வேறு அனைத்தையும் அடுத்து வந்த சில நாட்களுக்கு என் நினைவிலிருந்து அழித்தது.

“சார் சுஷ்மிதா ஹாஸ்பிட்டல் பக்கம் கொஞ்சம் வர முடியுமா? உங்க மனைவி ஒரு விபத்துல மாட்டிட்டாங்க...”

நானும் அந்த இடத்திலேயே விழுந்து செத்துவிட வேண்டும் என்றுதான் நினைத்தேன்; செத்திருக்கவும் வேண்டும். என்னால் மட்டும்தான் அவள் அப்படி ரோட்டில் நசுங்கிக் கிடக்கிறாள் என்று எனக்குத் தெரியும். அந்தக் காட்சி அப்படியே என்னுள் ஒரு சிவப்பு நிறத்திலான கம்பளத்தை விரித்து, என்னை அதேபோல ஒரு சம்பவத்தில் இறக்கும்படி தொடர்ந்து சொல்லத் தொடங்கியது அந்த நொடியிலிருந்துதான்.

உங்களின் நெருக்கமானவர்கள் இறந்துகிடக்கும் ஒரு விபத்து நடந்த இடத்தை உங்களால் ஒருபோதும் மறக்கமுடியாது.

இறந்து போனவர்களை சுற்றிக்கிடக்கும் இரத்தத் துளிகளால் மூழ்கடிக்கப்பட்ட சில்லறை நாணயங்களும், வார் அறுந்துபோன செருப்புகளும், எல்லாம் முடிந்து நின்றுபோனபின் விபத்தை ஏற்படுத்திய வாகனத்தின் நிலைகுலைந்த சக்கரங்களும், இவற்றையெல்லாம் சுற்றிநின்றும், தூர நின்றும் வேடிக்கைப் பார்ப்பவர்களை, வேடிக்கைப் பார்ப்பதுபோல சிதைந்துபோய் கிடக்கும் அந்த உடல் நிலைநிறுத்தும் அதிர்ச்சிகளும், மூச்சற்று கிடப்பவர்களின்மேல் கொட்டபட்டும் கண்ணீர் துளிகளும், அந்த நொடியிலிருந்து அவர்களுக்குள் உருவாகிவிட்ட துயரங்களும், இழப்புகளும், வேதனைகளும்... இப்படி விபத்து நடந்த அந்த இடம் சட்டென்று உங்கள்மீது உருவாக்கிக்கொள்ளும் புதிய சித்திரம் அல்லது ஒருவிதமான சூனிய காட்சியை உங்களால் எப்போதும் மறக்கமுடியாது.

நீங்கள் எவ்வளவுதான் அதிலிருந்து தப்பித்து ஓடினாலும், அப்படி ஒரு சம்பவமே உங்கள் வாழ்க்கையில் நடக்கவில்லை என்றும், அப்படியொரு நினைவுகளே உங்களிடம் இல்லை என்றும் உங்களை நீங்களே ஏமாற்றிக்கொண்டு வாழ்ந்தாலும், அந்த நினைவுகள் எப்படியாவது அல்லது ஏதாவது ஒரு சந்தர்ப்பத்தில் உங்கள்முன் வந்து அமர்ந்து, முதலிலிருந்து கடைசிவரை நீங்கள் மறந்துபோன சின்னதொரு நொடியைக்கூட உங்களுக்கு ஞாபப்படுத்திவிட்டு சென்றுவிடும். அனலில் வெந்து தணியும் வரை அல்லது குழிக்குள் சென்று மண்ணால் நிரப்பப்படும்வரை இனி உங்களால் அதை ஒருபோதும் மறக்கமுடியாது என்று அப்போது நீங்கள் உணர்வீர்கள்.

***

அவனுக்கு எங்களைப் பற்றியும் தெரிந்திருக்கிறது. அவனுடைய அப்பாவிற்கு நாங்கள் செய்த உதவிக்கு நன்றி சொன்னான். “பாஸ்” கிடைக்காமல் சிரமப்பட்டதிலிருந்து, மேலேயுள்ள அவன் கதை வரையிலும் அத்தனையும் சொன்னான். பவித்ராவிடமிருந்து அழைப்பு வந்த மறுநாள் முழுவதும் அவனுடன்தான் இருந்தேன்.

அன்று அந்த அரசு மருத்துவமனை வளாகத்தில் மனிதர்களை அடைத்துக்கொண்டு நிறைந்து கிடந்த எண்ணற்ற கட்டடங்களின் மத்தியில் நின்றபடி அவன் அவனது கடந்த காலத்தைப் பற்றி சொல்லிக் கொண்டிருக்கும்போது எனக்கு தோன்றியதெல்லாம் இது மட்டும்தான்:

“விபத்து நடந்த இடத்தை மட்டுமல்ல; விட்டுச் சென்ற ஒருவரையும்கூட உங்களால் ஒருபோதும் மறக்கமுடியாது. உங்களின் ஊர் என்பதும்கூட கிட்டதட்ட ஒரு விபத்து நடந்த இடம்போலத்தான். அங்கு இரத்தத்துளிகளுக்கு பதிலாக உங்களின் நினைவுகள் சிதறிக்கிடக்கும். இனி மீளவே முடியாதவாறு மூச்சற்று கிடந்தாலும், நிலைகுலைந்த உங்கள் கனவுகளானது மீண்டும் தன்னை புதுப்பிக்க வேண்டி உங்களுக்காக எப்போதும் காத்துக்கிடக்கும். துயரங்களும், இழப்புகளும், வேதனைகளும் உங்களுக்கு மட்டும்தானேயொழிய, உங்களை சுற்றி நின்று வேடிக்கைப் பார்ப்பவர்களுக்கு அல்ல. பின் ஏன் நீங்கள் அவர்களுக்காக தப்பித்து ஓட வேண்டும்? உங்களுக்கு நீங்களே பொய்யானதொரு சூனிய வட்டதை வரைந்து வைத்துக்கொண்டு அதற்குள்ளே ஏன் உங்களை அடைத்து திணிக்க வேண்டும்? ஏமாற்ற வேண்டும்? ஓடி ஒளிய வேண்டும்?”

எனக்கு என் அம்மாவைப் பார்க்க வேண்டும்போல இருந்தது.

•••

அம்மாவைப் பார்க்க வேண்டும் என்ற அந்த எண்ணம் அன்று ஒருநாள்தான் இருந்தது. அதுவரை அப்படியொரு எண்ணம் எனக்கு அவ்வளவு வீரியமாக உருவாகாவிட்டாலும்கூட அது நீண்டநாள் நீடிக்காது என்பதை நான் தெளிவாகப் புரிந்து வைத்திருந்தேன். அதனால்தான் அதன்பின் அதைக்குறித்து நான் யோசிக்கவும் இல்லை.

ஆனால் பின் வந்த மாதங்கள் ஏன் அவ்வளவு வேகமாக, மோசமாக, என்னிலிருந்து எதையோப் பிடிங்கிக்கொண்டு ஓடுவதுபோல உருண்டோடின என்று மட்டும் என்னால் இன்றுவரை புரிந்துகொள்ள முடியவில்லை.

மறுநாளிலிருந்து பவித்ரா சொன்ன அந்தப் புகார்மனுமீதான கவனத்தைக் குவித்தேன். அவர்மீது ஐந்து மருத்துவர்கள் ஒன்றாகச் சேர்ந்து போலீஸில் கொடுக்கப்பட்டிருந்த அந்தப் புகார் மனுவை அதே ஷெரிப்க்கு தெரிந்த டாக்டரின் துணையுடன் இரண்டு நாளில் இல்லாமல் ஆக்கினேன்.

கௌதமின் நண்பர் வேலைப் பார்த்து வந்த அந்த தனியார் மருத்துவமனையை குத்தகைக்கு எடுத்து, “பணம் இருந்து பிழைத்து விடக்கூடிய நிலையில் இருப்பவர்களை” மட்டுமே அனுமதித்துக்கொண்டு, “பணம் இல்லாத அல்லது இறக்கும்

தருவாயில் இருப்பவர்களை அனுமதிக்காமல்" அவர்களை அரசு மருத்துவமனை பக்கம் தள்ளி விடும் வேலையை ஐந்துபேர் கொண்ட அந்த மருத்துவக் கும்பல் செய்து வந்தது அப்போதுதான் எங்களுக்குத் தெரிந்தது.

"சிவில் வழக்கு போட்டு அவரது வீட்டை நீதிமன்றத்திலிருந்து அட்டாச்மென்ட் ஆர்டர் வாங்கி பற்றுகை செய்வோம்" என்று மட்டும்தான் இறுதியில் அவர்களால் சொல்ல முடிந்தது. ஆனால் அது ஒருபோதும் நடக்காத காரியம் என்று எனக்குத் தெரியுமென்பதால் அதைப்பற்றி பெரிதாக கவலைப்படவில்லை. "எல்லாமே சரியாக நடக்கிறது, இனி அவர்களுக்கிடையில் இருந்துவந்த இடைவெளி குறைந்துவிடும்" என்று நினைத்துக்கொண்டிருந்த பதினான்காவது நாளில்தான் நள்ளிரவு அவனிடமிருந்து அழைப்பு வந்தது.

பத்தாவது அழைப்பு:

அழுகை உருவாக்கிய வார்த்தைகளின் துணையுடன் முடிவில் அது இவ்வாறுதான் ஆரம்பிக்கப்பட்டது:

"அப்பா இறந்துட்டாரு சார்..."

•••

நான் நினைத்தது போலல்லாமல் வேறுவிதமான இடைவெளி அவர்களுக்குள் ஏற்பட்டு விட்டது. "இருவரில் முதலில் இறப்பது யார்?" என்ற போட்டியில் இறுதியில் அவர் ஒருவழியாக மகனைத் தோற்கடித்து விட்டார் என்றே எனக்குத் தோன்றியது.

திடீரென ஒருநாள் எங்கள் மத்தியில்வந்து அதைவிட வேகமாக இன்னொருநாள் தன்னை முழுவதுமாகச் சுருட்டி மடக்கிக்கொண்டு எங்களிடமிருந்து அவர் மறைந்துவிட்டிருந்தார். புதிதாக லாட்ஜிற்கு வருபவர்களுக்கு பெயர் வைக்கும் எங்கள் கும்பல் அவரை மட்டும் ஏன் விட்டு விட்டது என்று தெரியவில்லை. அவர் இறந்தப்பிறகும்கூட அவருக்கான எந்தப் பெயரும் எங்கள் மத்தியில் உருவாகவில்லை. ஆனால் அவருடைய நிஜப் பெயர் அடையாளப்படுத்தி வைத்திருந்த மனிதர் அவரல்ல என்று மட்டும் எனக்குத் தெரியும்.

அவரது மகனுடன் சேர்ந்து நாங்கள் ஏழெட்டு பேரும், அவனது மனைவியின் பெற்றோர்கள் மற்றும் அவனது சில சொந்தக்காரர்கள் என வரிசையில் நின்று அவரின் முகத்தை

இறுதியாகப் பார்த்து, வீட்டிற்குகூட கொண்டுவராமல், மின் மயானத்தில் வைத்து எரித்துச் சாம்பலாக்கினோம்.

எல்லாம் முடிந்தப்பின் எல்லோரும் எவ்வளவு சொல்லியும் நானும், அவனும் எதுவும் கேட்கவில்லை.

"இரண்டாவது திருமணம்தான் அவரின் கடைசி ஆசை. மறுபடியும் நீ ஊரைவிட்டுச் சென்றால் அவர் இத்தனைநாள் கஷ்டப்பட்டதற்கு பலன் இல்லாமல் போய்விடும்" என்று எவ்வளவு சொல்லியும் அவன் ஊரில் இருக்கவில்லை.

கடந்த ஒன்றரை வருடங்களாக நீதிமன்றம் பெரும்பாலும் முடங்கிக் கிடந்தபோதிலும், எப்போதிருக்கும் வறுமை இன்னும் அதிகமாகி மீண்டும் வாழ்வை ஐந்தாறு வருடங்களுக்கு பின்னோக்கி தள்ளியபோதிலும், அவனைப் போலவே "பெற்றவர்களை துன்பத்திற்கு ஆளாக்கும் ஈவு இரக்கமில்லாதவன்" என்ற பட்டத்தை அவர்கள் எனக்கு வழங்கிய போதிலும் நானும் ஊருக்குத் திரும்பவில்லை.

அவர் இறந்ததிலிருந்து என்ன செய்வதென்று தெரியாமல் அவனும், அதேபோல அவர் இறந்ததிலிருந்து என்ன செய்வதென்று தெரியாமல் நானும் தனித்தனியாக வாழ்ந்துகொண்டு இருந்ததை, ஒரு வாரத்திற்கு முன்பு அவனிடமிருந்து வந்த அந்தக் கடிதம் ஒரு முடிவுக்கு கொண்டுவந்தது. அடுத்து நான் செய்ய வேண்டும் என்பதை தெளிவாக எனக்கு அது அறிவுறுத்தியது.

இந்த விஷயத்தில்தான் தெரிந்தோ தெரியாமலோ அவர் எங்கள் இருவருக்கும் இடையில் ஏதோ ஒரு ஒற்றுமையை கண்டுள்ளார் என்றே நினைக்கிறேன். அதனால்தான் தன் மகன் திரும்பி வந்துவிடுவான் என்று கடிதம் எழுதியபோதிலும்கூட, அவர் அவனைக் காப்பற்ற மட்டுமல்ல; என்னைக் காப்பற்றவும்தான் என்னைத்தேடி வந்துள்ளார் என்று இப்போது யோசித்துப் பார்க்கும்போது தோன்றுகிறது. ஆனால் யார் நினைத்தாலும், ஏன் சம்மந்தப்பட்டவரே நினைத்தாலும்கூட நின்றுவிட ஒருவனின் வாழ்க்கை என்பது அவனிடம் மட்டுமா இருக்கிறது?

∴

13/02/2021

இந்தக் கடிதத்தை உங்களுக்கு நான் எழுதக் காரணம் எனக்கு நடந்ததை நினைவுப்படுத்திக்கொள்ளும் ஒரு சந்தர்ப்பத்தை

மீண்டும் எனக்கு நானே உருவாக்கிக்கொள்ளும் ஒரு முயற்சிதான். இந்தக் கடிதத்தின் மேல நான் எழுதியிருக்கும் சம்மந்தமில்லாத ஒரு தேதியைப் பாருங்கள்.

இன்றிலிருந்து சில நாட்களுக்கு முந்தைய தேதி இது.

எல்லா சம்பவங்களும் உலகில் இரண்டுமுறை ஒரேமாதிரியாக நடக்கும் என்பார்கள். அதுபோன்ற ஒரு சம்பவம்தான் இது. அவளைப் போலவே ஒரு பெண். மருத்துவமனையில் குழந்தைக் கடத்தல் என்றவொரு தலைப்பு. அதே இரண்டாவது மாடி. அதே மூன்று மணிநேரம். கடத்தியவளைக் கண்டுபிடித்தும் விட்டார்கள்.

ஆனால் இந்தமுறை பிடி கொஞ்சம் இறுக்கமாக இருந்திருக்கும்போல. அந்தப் பெண்ணை அவர்கள் இறக்கவிடவில்லை. பதிலாக, ப்ராண்டட் துணிகளுக்கு ப்ரைஸ் டேக் போடுவதுபோல தண்டனைச் சட்டத்தின் சிலபல பேன்ஸி பிரிவுகளைப் போட்டு அவளைச் சிறையிலும் அடைத்துவிட்டார்கள்.

பத்திரிக்கைகளில், தொலைக்காட்சிகளில் ஒரு ஓரமாகப் பேசிக்கொண்டார்கள்; எழுதவும் செய்தார்கள். மறுநாளே மறந்தும் போனார்கள். உங்களுக்கு பத்திரிக்கை படிக்கும் பழக்கம் இல்லை என்று தெரியும். தொலைக்காட்சியைப் பார்க்கவும் வாய்ப்புகள் குறைவு. அதனால் இந்தச் சம்பவத்தை நீங்கள் அறிந்திருக்க வாய்ப்பில்லை.

யோசித்துப்பாருங்கள்... எதைக் கண்டுபிடிக்க வேண்டுமோ அதை யாரும் இங்கு தேடிச் செல்வதில்லை? உண்மையில் கண்டுபிடிக்க வேண்டியது அந்தப் பெண்ணையா? இல்லை அவளுக்குள் என்ன நடக்கிறது என்பதையா?

இப்போது நான் பெரும்பாலும் சோர்வடைந்து விட்டேன். மற்றவர்களுக்கும், எனக்கு நானும் சொல்லி வந்த சமாதானங்கள் ஒரு முடிவுக்கு வந்துவிட்டன என்றேத் தோன்றுகிறது. இனி என்னிடமிருந்து கடிதங்களை நீங்கள் எதிர்பார்க்கத் தேவையில்லை என்றே நினைக்கிறேன். அந்த வீடு பவித்ராவுக்கே இருக்கட்டும். இடையில் உங்களுக்குத் தெரியாமல் ஊருக்கு வந்த நான் அவள் பெயரில் ஒரு செட்டில்மென்ட் எழுதி வைத்திருக்கிறேன். இந்தக் கடிதம் உங்களுக்கு கிடைத்த மறுநாளில் அதுவும் உங்கள் கைகளில் கிடைக்கும்.

"இந்தமுறை என் முயற்சியில் நான் தோற்கமாட்டேன் என்று நினைக்கிறேன்"

•••

அந்தக் கடிதத்தை படித்து முடிக்கும்போது எனக்கும் அதுதான் தோன்றியது. "நானும் இந்தமுறை என் முயற்சியில் தோற்க மாட்டேன் என்றே நினைக்கிறேன்"

அதற்குமுன் அவன் பவித்ராவைப் பொறுத்து அவன் எனக்கு விட்டுச் சென்ற வேலையை முடிக்க வேண்டியிருந்தது.

மூன்று வங்கிகளில் ஏறி இறங்கி பாஸ்புக்கைத்தவிர மேலாளர் கேட்ட வேறெதையும் கொடுக்க முடியாமல், அஞ்சு வட்டிக்கு அநியாயமாக கடன் வாங்கி, பல கனவுகளுடன், கொஞ்சம் தாமதம் என்றாலும் நெத்தி நிறைய பட்டையும் குங்குமமுமாய் தேர் இழுக்கும் வடத்தின் அளவு மஞ்சள் கயிறு தொங்கிய கழுத்தும் சிவப்பு சேலையுமாய் வந்து அவளது பாட்டி குறிசொல்லி தொடங்கி வைத்த பவித்ராவின் ரோட்டோர தள்ளுவண்டி கடை சென்ற வருடத்தில்தான், பாதாளச் சாக்கடை திட்டத்திற்காக இரவோடிரவாக எங்கோ இருந்து எப்படியோ வந்து சேர்ந்த ஒரே நேரத்தில் பத்து பனிரெண்டு ஆட்கள் நுழையும் அளவிலிருந்த பெரிய பெரிய கறுத்தடர்ந்த குழாய்களை பூமிக்குழிக்குள் புதைத்து வைப்பதற்காக பொதுப்பணித்துறை என்ஜினியர் சைகையுடன், நகராட்சி ஆணையரின் புன்னகையுடன், அரசுக்கு எதிராக கவுன்சிலர் நிழலில் நின்று நடத்திய ஆர்ப்பாட்டத்துடன் தொடங்கிய ஸ்மார்ட் சிட்டியை நிர்மாணிக்கும் முதல் அடியில்.. மீசை முளைக்காத அந்த சாம்பல்நிற இளைஞன் இயக்கிய அந்த மஞ்சள்நிற ஜேசிபி.. பவித்ரா கடையோடு சேர்ந்து மொத்தம் 15 கடைகள் வரிசைகட்டி நிற்கும் நீளமான அந்த பீச் ரோட்டை குத்தி கிழித்து தோண்டி மண்ணை வாரி தூக்கி எறிந்த தூசியில், குடல் வெந்து வயிறு ஊதி கண்முழி பிதுங்கி கவர்ன்மெண்ட் ஆஸ்பத்திரியில் ஒரே மாதத்தில் இறந்துபோன அவளது குடிகாரக் கணவனைப்போல மண்ணுக்குள் போனது.

10 வயது குழந்தையுடன், மூட்டு வலியால் அவதிப்படும் மாமியாருடன், மாதம் 1500 ரூபாய் வாடகைகூட பெரிதாக தோன்றும் அவளது வாழ்க்கை இதனால் பெருமளவு மாறும் என்ற நம்பிக்கை இருந்தது.

அப்படி அவளை அந்த வீட்டில் குடியேற்ற, இன்று காலை சென்றிருபோதுதான், கௌதமோடு புகைப்படத்தில் சிரித்தபடியிருந்த நீனாவை முதன் முதலாகப் பார்த்தேன்.

•••

நீனா:

இரண்டுமணிநேரப் பேருந்துப் பயணம் ஒன்றும் அவளைப் பெரிதாகக் களைப்படையச் செய்யவில்லை. பேருந்தைவிட்டு ஜார்ஜ் மருத்துவமனை நிறுத்தத்தில் இறங்கும்போது வீசியக் காற்றானது, நீளமான அவளது சடையில் கலந்து கிடந்த மல்லி, பிச்சிப் பூக்களின் வாசத்தை... புதிதாக அவள் தைத்துப் போட்டிருந்த ஜாக்கெட் மணத்துடனும், அவளின் மாலைநேர பின்னங்கழுத்து வியர்வை மணத்துடனும் சேர்ந்து இழுத்துச்சென்று பேருந்துக்குள் முன் சீட்டில் அமர்ந்திருந்த இரு இளைஞர்களின் மீது அள்ளித் தெளித்ததில் சொக்கிப்போன அவர்கள் அவளை திரும்பி திரும்பிப் பார்த்துக் கொண்டிருந்ததனர்.

இரண்டு மணிநேரத்திற்கு முன்பு அவர்களின் வலது ஓரமாக அமர்ந்தபோதும், தொடை வரை நீளமாக இருந்த முடியை முன்கொண்டுவந்து தனது மடியில் அவள் போட்டபோதும், அவர்களுக்கு என்ன கிறக்கத்தை தந்ததோ, அதைவிட அதிகமானதொரு மயக்கத்தை இப்போது லேசாக கசங்கியிருந்த அந்தக் காட்டன் புடவையும், அதன் சிறு இடைவெளியினூடாக தெரிந்து கொண்டிருந்த இடுப்பு மடிப்பும், அதன்மீது படர்ந்திருந்த வெள்ளை வியர்வைத் துளிகளும், நிமிர்ந்து படுத்தாலும்கூட வானத்தை நோக்கியேதான் ஆடாமலும், அசையாமலும் ஏன் கொஞ்சமும் சாயாமல் நேர்நிற்குமோ? என்ற சந்தேகத்தை எவருக்கும் எற்படுத்தக்கூடிய கவசமணிந்த அந்த முலைகளும் அவர்களுக்கு வாரி வழங்கியது.

மெதுவான வேகத்தில், சீரான தடதடக்கும் சத்தத்தில், கொஞ்சம் மட்டுமே குலுங்கிக்கொண்டு, அடுத்த நிறுத்தத்திற்கு இன்னும் இரண்டு நிமிடங்களே இருக்கும்போது, கதவின் ஓரமாக கௌதம் எதிரே நின்று கொண்டு, மாலை ஆறுமணிக்கும் ஆறு முப்பது மணிக்கும் இடையிலான மஞ்சளும், சிவப்பும் கலந்த ரம்மியமான அந்த ஆகாயத்தைப் பார்த்தபடி, அவ்வப்போது ஆட்கள் அங்குமிங்கும் நடந்து சென்று சிறுசிறு தொந்தரவுகள் கொடுத்துக் கொண்டிருந்தாலும், அதனைச் சிறிதும் கண்டுகொள்ளாமல், இந்த நேரத்தைப்போல, இந்த

இரயிலைப்போல, இந்த சந்தர்பத்தைப்போல தன் காதலைச் சொல்ல உகந்த ஒன்று இனி இந்த உலகில் எப்போதும் தனக்கு வாய்க்கப் போவதில்லை என்று தீர்க்கமாக முடிவெடுத்து இன்றிலிருந்து பத்து வருடங்களுக்கு முன்பு காதலைச் சொல்லிவிட்டு, அவனிடமிருந்து வெளிப்பட்ட சிரிப்பிற்கு பின்னரான வரப்போகும் பதிலைக்கூட எதிர்பார்க்காமல், அவசர அவசரமாக மூன்றாம் எண் நடைபாதையில் இறங்கி நடந்தும் ஓடியும் சென்றபோது, எப்படி தனது கலைந்த முடிகளை சரிசெய்துவிட்டு, ஏற்கனவே வைத்திருந்த பொட்டை தூரவீசி புதிதாக ஒன்றை வைத்துக்கொண்டாளோ, அதேபோல இப்போதும் செய்துகொண்டு அந்த மருத்துவமனைக்குள் நுழைந்தாள்.

அவள் நுழைந்து வெளியேறிய பத்தாவது நிமிடத்தில் “தனது குழந்தை காணவில்லை” என்ற ஒரு பெண்ணின் அழுகுரல் அந்த மருத்துவமனையின் இரண்டாவது மாடியை கலங்கடித்தது. அதற்குள் இவள் இன்னொரு பேருந்தில் ஏறி அங்கிருந்து நாற்பது கிலோ மீட்டர் தொலைவிலிருந்த சுஷ்மிதா மருத்துவமனைக்கு டிக்கெட் எடுத்திருந்தாள்.

அப்படி அந்தக் குழந்தையை தான் எடுத்துச் செல்வது சிசிடிவியில் பதிவாகி இருப்பது குறித்தோ, பேருந்து ஏறும்போது தொடர்ந்து அழுத குழந்தையினால் கவனம் ஈர்க்கப்பட்டு தன்னைப் பார்த்த அந்த இரண்டு ஆட்டோ ஓட்டுனர்களிடம் தான் ஏறிய அந்தப் பேருந்தைக் குறித்தும், பின் அந்தப் பேருந்தின் நடத்துனரிடம் தான் இறங்கிய நிறுத்தத்தைப் பற்றியும் விசாரித்து காவல்துறையினர் வெறும் மூன்று மணிநேரத்தில் தன்னை அடையாளம் கண்டு கொள்வார்கள் என்றோ அப்போது அவளுக்குத் தெரியாது. காரணம் இப்போதிருக்கும் அவள் நேற்றோ, அதற்கு முந்தைய நாளிலோ, வாரத்திலோ, மாதத்திலோ, வருடத்திலோ இருந்தவள் இல்லை.

பேருந்தில் செல்லும்போதே அழுது கொண்டிருந்த அந்த ஆண் குழந்தைக்கு, தான் வாங்கி வைத்திருந்த பெண் குழந்தைக்கான உடைகளை எடுத்து அணிவித்தாள். அந்தப் பாதத்தைப் போலவே பஞ்சுபோன்று இருந்த ஒரு செருப்பையும் அதற்குப் போட்டு விட்டாள். “கீச்” என்று சத்தம் எழுப்பக்கூடிய அந்தச் செருப்பின் ஒரு பாகத்தைப் பிடித்து அவள் விடாமல் அழுத்தியதில் அக்குழந்தையின் அழுகை கொஞ்சம் அடங்கியது.

பின் பேருந்திலிருந்து இறங்கியவள் “ஒண்ணப் பெத்து வளக்குறதுக்குள்ளேயே போதும் போதும்னு ஆயிரும்போல. கௌதம் வேற இன்னும் ரெண்டு பெத்துதரச் சொல்லிருக்கான். அவன்ட்ட மொத நீ படுத்துற பாட்டச் சொல்லணும். என்னால முடியாதுப்பா” என்று புலம்பியும், செல்லம் கொஞ்சியபடியும் அழுது கொண்டிருந்த குழந்தைக்கு பால் கொடுத்தாள். காம்பிலிருந்து பால் வரவில்லை என்றதும் இப்போது மீண்டும் அது அழ ஆரம்பித்திருந்தது. சுற்றிலும் இருப்பவர்கள் இப்போது அவளைப் பார்க்கத் தொடங்கினார்கள். அதை தவிர்க்க “குழந்தைக்கு வயிற்று வலி” என்று வருகிறவர்கள் போகிறவர்களிடம் சொல்லத் தொடங்கினாள். இன்னும் சிலரிடம் “அப்பாவத் தேடிருச்சு. அதான் இப்படி. அவரு வந்தா சரியாயிரும்” என்றாள்.

பின் எழுந்தவள் அருகிலிருந்த கடைக்குச் சென்று ஒரு பால் குப்பி வாங்கினாள். அங்கே அவளை யாரும் சந்தேகப்படவில்லை. உடனே பாலை நன்றாக ஆற்றி மாஸ்டரே அந்தக் குப்பியில் அடைத்துக் கொடுத்தார். குப்பியில் குடித்துப் பழக்கமில்லாத அக்குழந்தை தொடக்கத்தில் திணறினாலும் இருந்த பசிக்கு வாயெடுக்காமல் குடித்தது. அப்போதுதான் அவளுக்கு மீண்டும் கௌதமின் ஞாபகம் வந்தது. மருத்துவமனை வளாகத்தில் அமைக்கப்பட்டிருந்த ஒரு சிமெண்ட் பெஞ்சில் அமர்ந்தவள் செல்போனை எடுத்தாள்.

“குழந்தை பொறந்து ஒரு வாரமாச்சு. ஒன்கிட்ட சொல்லக்கூடாதுன்னுதான் நெனைச்சேன். சொன்ன டேட்டுக்கு அம்பது நாள் முன்னாடியே வலி வந்துருச்சு. அடுத்த மாசம்தான டேட்டுனு நீ நெனச்சிட்டு இருப்பேன்னு எனக்கு தெரியும். மனசு கேக்கல. இப்ப சாய்ந்திரம் அஞ்சு மணிக்குதான் டிஸ்சார்ஜ் பண்ணாங்க. பணம்லாம் கட்டியாச்சு. நீ வாரேன்னா ஹாஸ்பிட்டல் கீழ வெய்ட் பண்றேன். இல்லைனா வீட்டுக்கேப் போறேன். என் வீடு எங்க இருக்குனுகூட ஒனக்கு தெரியாதுல்ல? அட்ரஸ் மெசேஜ் பண்ணவா? இல்ல இங்க வரியா?”

கௌதமிடம் பேசி முடித்ததும் வளாகத்தினுள் இரண்டு காவல்துறை வாகனங்கள் அமைதியாக நுழைவதைப் பார்த்தாள். பின் அதிலிருந்து நான்கு பேர் இறங்கி அவளை ஒரு குறிப்பிட தூரத்திற்குள் சுற்றி வளைத்ததையும், இன்னும் ஐந்து பேர் அவளை நோக்கி வருவதையும் அவள் மட்டுமல்ல அங்கு நின்ற எல்லோருமே பார்த்தனர். பின் பத்தாவதாக, அந்த வாகனம்

ஒன்றிலிருந்து அந்தக் குழந்தையின் அம்மா இறக்கப்பட்டு அங்கேயே நிறுத்தப்பட்டாள். இப்படி தன்னைச் சுற்றி நடக்கும் இது எதுவுமே தனக்கு சிறிதும் சம்மந்தமில்லாத ஒன்று என்பதுபோல, மீதமிருந்த பாலை குடிக்க வைப்பதற்காக அந்த பிளாஸ்டிக் குப்பியின் நிப்பிளை குழந்தையின் வாய்க்குள் திணித்தாள். போதும் என்பதின் அறிகுறியாக குழந்தை பாலை உறிஞ்சித் துப்பியது. அதை கண்டிக்கும் தோரணையுடன் "தப்பு... தப்பு... குடிச்சிருங்க" என்று சொல்லியவாறு மீண்டும் வாய்க்குள் திணித்தாள். இந்தமுறை பாலை உறிஞ்சாமலேயே துப்பியது.

ஏற்கனவே கேள்விப்பட்ட தகவல்களையும், இப்போது பார்க்கும்போது எழுந்த சித்திரமும் சேர்ந்து அவளை மனரீதியாகப் பாதிக்கபட்ட ஒருத்தி என்ற முடிவுக்கு அந்த போலீஸ் கும்பல் வந்திருந்தது. எனவே பெரிதாக எந்தவொரு பிரச்சனையும் இல்லை என்று நிம்மதிப் பெருமூச்சு விட்ட அவர்கள்...

"என்ன நீ...? இப்டி குடிச்சா எப்ப ஸ்கூலுக்கு போகுறது? படிச்சு முடிச்சு வேலைக்கு போய் எப்ப பெரிய ஆளா ஆகுறது? அப்டியே அப்பன மாதிரி அடம்" என்று தன் கண்ணைச் சிமிட்டி, சிரித்துக்கொண்டே அதன் நாடியை கொஞ்சி, கன்னத்தில் முத்தம் வைக்க தனது முகத்தினருகில் தூக்கியவளிடமிருந்து பருந்து தூக்கியதுபோல குழந்தையைக் கொத்திப் பறித்தவர்கள், அவள் இரு கைகளையும் பின்புறமாக வளைத்துக் கட்டுவதற்கு, மூன்று பாம்புகளை ஒன்றாகப் பின்னி போட்டதுபோல, அவ்வளவு அடர்த்தியாகவும், நீளமாகவும் பின்னால் சுருண்டு கிடந்த அவளது சடையை, சவுரிமுடியென நினைத்து வெடுக்கென ஒரு பெண் காவலர் பிடுங்கி இழுத்தபோது, மூன்று மணிநேரத்திற்கு முன்பிலிருந்து பூக்களின் வாசத்துடனும் முழுக்க மணம் வீசிக்கிடந்த அந்த மாலைநேரத்து வியர்வை சூழ்ந்த பின்னங்கழுத்து "டொப்" என்ற சத்தத்துடன் ஒருபுறமாக ஓடிந்ததுபோல சத்தம் எழுப்பியது.

ஒரு நொடி பதறிய அந்தக் கும்பல், அவள் இறக்கவில்லை என்பதை உறுதிப்படுத்திக்கொண்டு அவசர அவசராக அவளை நுழைவாயிலின் அருகில் நிறுத்தியிருந்த இரண்டாவது வாகனத்தின் அருகில் கொண்டு சென்றது. அவளுக்கு முன்னதாக இருந்த இன்னொரு வாகனத்தில் அந்தக் குழந்தையும், அதன் தாயாரும் ஏற்றப்பட்டு, அந்த வாகனமானது மருத்துவமனை வளாகத்தை விட்டு கொஞ்சம் கொஞ்சமாக வெளியேறிக் கொண்டிருந்தது. அப்படி அந்த வாகனம் தன் கண்களைவிட்டு, கனவுகளைவிட்டு

மெதுமெதுவாக மறைவதைப் பார்த்துக்கொண்டிருந்த அவள், அது தன்னிடமிருந்து முழுவதுமாக மறைந்த அடுத்த நொடி, எங்கிருந்துதான் அந்த வலுவும், வேகமும் அவளுக்கு வந்துசேர்ந்தது என்றுத் தெரியவில்லை.

எல்லாம் தாங்கள் நினைத்தபடி முடிந்த ஆசுவாசத்தில், பெரிதாக அவளைக் கட்டுபடுத்தாமல் நின்றிருந்த இரண்டு பெண் காவலர்களையும் தள்ளிவிட்டு, பேச வார்த்தைகள் எதுவும் வராமல் “ஓ”வென்ற ஓலத்துடன் அந்த நுழைவாயிலைக் கடந்து பிரதான சாலையை நோக்கி வேகமாக ஓடியவளின்மீது எதிரே வந்த புதுச்சேரி-கடலூர் பேருந்து ஒன்று, அந்தக் குழந்தையுடன் அவள் விளையாடி வந்த அந்த விளையாட்டை ஒருவழியாக முடித்து வைக்கும் பொருட்டு தனது முன் சக்கரம் ஒன்றினால், இன்னும் கொஞ்சம் அதிகமான “டொப்” என்ற ஓசையுடன் அவளின் பின்னங்கழுத்தோடு ஏறி இறங்கியது.

❖❖❖

> "இந்தப் பூமியில், எப்போதுமே மனிதகுல வரலாற்றில் நாம் கடந்து வந்திருக்கிற எல்லாக் காலங்களிலுமே இரத்தம் பிரவாகமாக ஓடிக்கொண்டுதான் இருந்திருக்கிறது. முன்பும் ஓடியது, இப்போதும் ஓடிக்கொண்டிருக்கிறது. 'ஷாம்பெயினை' உடைத்து ஊற்றியதுபோல இரத்தம் இங்கே பெருக்கெடுத்து ஓடியிருக்கிறது. அப்படி ஓட வைத்த மனிதர்கள்தான் தலைநகரங்களில் மன்னர்களாக முடிசூட்டிக் கொள்கிறார்கள். பிற்பாடு அவர்களைத்தான் மனிதகுலத்தின் காவலர்கள் என்றும் இந்த உலகம் அழைக்கிறது..! கொஞ்சம் ஆழ்ந்து யோசித்து, கவனமாகச் சிந்தித்துப் பார். உண்மை உனக்கே விளங்கும்"

–ஃபியோதர் தஸ்தயெவ்ஸ்கி (குற்றமும் தண்டனையும்)